# VALMIKI MAHARSHI PRANITHAM-SRI RAMAYANAM-SUNDARAKANDA

## SRI TRIDANDI SRI MANNARAYANA RAMANUJA JEEYAR SWAMI

సర్గసంఖ్య.                                                                పృష్ఠసంఖ్య.

[ ii ]

ఇతి శ్రీమత్సుందరకాణ్డసర్గాణాం ప్రధానవిషయాను క్రమణికా.

శ్రీమతే రామానుజాయ నమః

# శ్రీవైష్ణవానాం
# శ్రీరామాయణపఠనోపక్రమానుసంధేయక్రమః

ప్రథమతః 'శ్రీశైలేశే'త్యాది స్వస్వసంప్రదాయనిర్వాహకాచార్యానుసంధానం. తతః 'లక్ష్మీనాథే'త్యారభ్య 'ప్రణతోస్మి నిత్య' మిత్యంతం. అనంతరం శ్రీశైలపూర్ణ విషయం 'పితామహస్యే'తి శ్లోక మారభ్య శ్రీభాష్యకారప్రభృతిస్వాచార్యపర్యంతవిషయాః స్వాభిప్రాయతశ్శ్లోకా అనుసంధేయాః. యద్వా, శ్రీధరాదిస్వాచార్యపర్యంతాః ప్రతివ్యక్తి శ్లోకా అనుసంధేయాః. యథా —

## వాల్మీకిప్రార్థనం

కూజంతం రామరామేతి మధురం మధురాక్షరం, ఆరుహ్య కవితాశాఖాం వందే వాల్మీకికోకిలం. వాల్మీకే ర్మునిసింహస్య కవితావనచారిణః, శృణ్వన్ రామకథానాదం కో న యాతి పరాం గతిం. యః పిబన్ సతతం రామచరితామృతసాగరం, అతృప్త స్తం మునిం వందే ప్రాచేతస మకల్మషం.

## హనుమత్ప్రార్థనం

గోష్పదీకృతవారాశిం మశకీకృతరాక్షసం, రామాయణమహామాలారత్నం వందేఽనిలాత్మజం. అంజనానందనం వీరం జానకీశోకనాశనం, కపీశ మక్షహంతారం వందే లంకాభయంకరం. మనోజవం మారుతతుల్యవేగం జితేంద్రియం బుద్ధిమతాం వరిష్ఠం, వాతాత్మజం వానరయూథముఖ్యం శ్రీరామదూతం శిరసా నమామి. ఉల్లంఘ్య సింధో స్సలిలం సలీలం యః శోకవహ్నిం జనకాత్మజాయాః, ఆదాయ తేనైవ దదాహ లంకాం నమామి తం ప్రాంజలి రాంజనేయం. ఆంజనేయ మతిపాటలాననం కాంచనాద్రికమనీయవిగ్రహం, పారిజాతతరుమూలవాసినం భావయామి పవమాననందనం. యత్రయత్ర రఘునాథకీర్తనం తత్రతత్ర కృతమస్తకాంజలిం, బాష్పవారిపరిపూర్ణలోచనం మారుతిం నమత రాక్షసాంతకం.

## శ్రీరామాయణమహాత్మ్యస్మరణమ్

వేదవేద్యే పరే పుంసి జాతే దశరథాత్మజే, వేదః ప్రాచేతసా దాసీ త్సాక్షా ద్రామాయణాత్మనా. తదుపగతసమాససంధియోగం సమమధురోపనతార్థవాక్యబద్ధం. రఘువరచరితం మునిప్రణీతం దశశిరసశ్చ వధం నిశామయధ్వం.

## శ్రీరామధ్యానం

శ్రీరాఘవం దశరథాత్మజ మప్రమేయం సీతాపతిం రఘుకులాన్వయరత్నదీపం, ఆజానుబాహు మరవిందదళాయతాక్షం రామం నిశాచరవినాశకరం నమామి. వైదేహీసహితం సురద్రుమతలే హైమే మహామంటపే మధ్యేపుష్పక మాసనే మణిమయే వీరాసనే సుస్థితం, అగ్రే వాచయతి ప్రభంజనసుతే తత్త్వం మునిభ్యః పరం వ్యాఖ్యాంతం భరతాదిభిః పరివృతం రామం భజే శ్యామలమ్.

తతో యథాశక్తి శ్రీకోశోపరి భగవదారాధనం కర్తవ్యమ్.

## పారాయణసమాపనక్రమః

ఏవ మేత త్పురావృత్త మాఖ్యానం భద్ర మస్తు వః, ప్రవ్యాహరత విస్రబ్ధం బలం విష్ణోః ప్రవర్ధతాం. లాభ స్తేషాం జయ స్తేషాం కుత స్తేషాం పరాభవః, యేషా మిందీవరశ్యామో హృదయే సుప్రతిష్ఠితః. కాలే వర్షతు పర్జన్యః పృథివీ సస్యశాలినీ, దేశో౽యం క్షోభరహితో బ్రాహ్మణా స్సంతు నిర్భయాః. కావేరీ వర్ధతాం కాలే కాలే వర్షతు వాసవః శ్రీరంగనాథో జయతు శ్రీరంగశ్రీశ్చ వర్ధతాం.

స్వస్తి ప్రజాభ్యః పరిపాలయంతాం న్యాయ్యేన మార్గేణ మహీం మహీశాః, గోబ్రాహ్మణేభ్య శ్శుభ మస్తు నిత్యం లోకా స్సమస్తా స్సుఖినో భవంతు. మంగళం కోసలేంద్రాయ మహనీయగుణాబ్ధయే, చక్రవర్తితనూజాయ సార్వభౌమాయ మంగళం. వేదవేదాంతవేద్యాయ మేఘశ్యామళమూర్తయే, పుంసాం మోహనరూపాయ పుణ్యశ్లోకాయ

మంగళం. విశ్వామిత్రాంతరంగాయ మిథిలానగరీపతేః, భాగ్యానాం పరిపాకాయ భవ్యరూపాయ మంగళం. పితృభక్తాయ సతతం భ్రాతృభి స్సహ సీతయా, నందితాఖిలలోకాయ రామభద్రాయ మంగళం. త్యక్తసాకేతవాసాయ చిత్రకూటవిహారిణే, సేవ్యాయ సర్వయమినాం ధీరోదారాయ మంగళం. సౌమిత్రిణా చ జానక్యా చాపబాణాసిధారిణే, సంసేవ్యాయ సదా భక్త్యా స్వామినే మమ మంగళం. దండకారణ్యవాసాయ ఖండితామరశత్రవే, గృధ్రరాజాయ భక్తాయ ముక్తిదాయాఽస్తు మంగళం. సాదరం శబరీదత్తఫలమూలాభిలాషిణే, సౌలభ్యపరిపూర్ణాయ సత్త్వోద్రిక్తాయ మంగళం. హనుమత్సమవేతాయ హరీశాభీష్టదాయినే, వాలిప్రమథనాయాఽస్తు మహాధీరాయ మంగళం. శ్రీమతే రఘువీరాయ సేతూల్లంఘితసింధవే, జితరాక్షసరాజాయ రణధీరాయ మంగళం. ఆసాద్య నగరీం దివ్యా మభిషిక్తాయ సీతయా, రాజాధిరాజరాజాయ రామభద్రాయ మంగళం. మంగళాశాసనపరై ర్మదాచార్య పురోగమైః. సర్వైశ్చ పూర్వై రాచార్యై స్సత్కృతాయాఽస్తు మంగళమ్.

తతః - 'పితామహస్యే'త్యారభ్య స్వాచార్యాంతా శ్లోకా అనుసంధేయాః.

## సీతావివాహపట్టాభిషేకసర్గయోస్తు

'ఇయం సీతా మమ సుతా' - 'అభ్యషించ న్నరవ్యాఘ్రం' - ఇతి శ్లోకపఠనాత్ పూర్వం మధ్యే విశేషతో భగవదారాధనం చ కర్తవ్యమ్.

. . . . . .

## స్మార్తమాధ్వాదీనాం
## శ్రీరామాయణపఠనోపక్రమానుసంధేయక్రమః

### శ్రీమహాగణపతిధ్యానం

శుక్లాంబరధరం విష్ణుం శశివర్ణం చతుర్భుజం, ప్రసన్నవదనం ధ్యాయే త్సర్వవిఘ్నోపశాంతయే. వాగీశాద్యా స్సుమనస స్సర్వార్థానా ముపక్రమే, యం నత్వా కృతకృత్యా స్స్యు స్త న్నమామి గజాననం.

అనంతరం శ్రీమచ్ఛంకరభగవత్పాదాదిగురుపరంపరాఽనుసంధేయా. తతః:—

## సరస్వతీప్రార్థనా

దోర్భి ర్యుక్తా చతుర్భి స్స్ఫటికమణిమయీ మక్షమాలాం దధానా హస్తే నైకేన పద్మం సిత మపి చ శుకం పుస్తకం చాఽపరేణ, భాసా కుందేందుశంఖస్ఫటికమణినిభా భాస మానాఽసమానా సా మే వాగ్దేవతేయం నివసతు వదనే సర్వదా సుప్రసన్నా.

## వాల్మీకినమస్క్రియా

కూజంతం రామరామేతి మధురం మధురాక్షరం. ఆరుహ్య కవితాశాఖాం వందే వాల్మీకికోకిలం. వాల్మీకే ర్మునిసింహస్య కవితావనచారిణః, శృణ్వన్ రామకథానాదం కో న యాతి పరాం గతిం. యః పిబన్ సతతం రామచరితామృతసాగరం, అతృప్త స్తం మునిం వందే ప్రాచేతస మకల్మషమ్.

## హనుమన్నమస్క్రియా

గోష్పదీకృతవారాశిం మశకీకృతరాక్షసం. రామాయణమహామాలారత్నం వందేఽనిలాత్మజం. అంజనానందనం వీరం జానకీశోకనాశనం, కపీశ మక్షహంతారం వందే లంకాభయంకరం. ఉల్లంఘ్య సింధో స్సలిలం సలీలం య శ్శోకవహ్నిం జనకాత్మజాయాః, ఆదాయ తేనైవ దదాహ లంకాం నమామి తం ప్రాంజలి రాంజనేయం. ఆంజనేయ మతి పాటలాననం కాంచనాద్రికమనీయవిగ్రహం, పారిజాతతరుమూలవాసినం భావయామి పవమాననందనం. యత్ర యత్ర రఘునాథకీర్తనం తత్ర తత్ర కృతమస్తకాంజలిం, బాష్ప వారిపరిపూర్ణలోచనం మారుతిం నమత రాక్షసాంతకం. మనోజవం మారుతతుల్యవేగం జితేంద్రియం బుద్ధిమతాం వరిష్ఠం, వాతాత్మజం వానరయూథముఖ్యం శ్రీరామదూతం శిరసా నమామి.

## శ్రీరామాయణప్రార్థనా

యః కర్ణాంజలిసంపుటై రహరహ స్సమ్య క్పిబ త్యాదరా ద్వాల్మీకే ర్వదనారవింద గళితం రామాయణాఖ్యం మధు, జన్మవ్యాధిజరావిపత్తిమరణై రత్యంతసోపద్రవం సంసారం స విహాయ గచ్ఛతి పుమా న్విష్ణోః పదం శాశ్వతం. తదుపగతసమాససంధియోగం సమ మధురోపనతార్థవాక్యబద్ధం, రఘువరచరితం మునిప్రణీతం దశశిరసశ్చ వధం

నిశామయధ్వం. వాల్మీకిగిరిసంభూతా రామసాగరగామినీ. పునాతు భువనం పుణ్యా రామాయణ మహానదీ. శ్లోకసారసమాకీర్ణం సర్గకల్లోలసంకులం, కాండగ్రాహమహామీనం వందే రామాయణార్ణవం. వేదవేద్యే పరే పుంసి జాతే దశరథాత్మజే, వేదః ప్రాచేతసా దాసీత్ సాక్షా ద్రామాయణాత్మనా.

## శ్రీరామధ్యానక్రమః

వైదేహీసహితం సురద్రుమతలే హైమే మహామంటపే, మధ్యేపుష్పక మాసనే మణిమయే వీరాసనే సుస్థితం. అగ్రే వాచయతి ప్రభంజనసుతే తత్త్వం మునిభ్యః పరం, వ్యాఖ్యాంతం భరతాదిభిః పరివృతం రామం భజే శ్యామలం. వామే భూమిసుతా పురశ్చ హనుమా న్పశ్చా త్సుమిత్రాసుతః, శత్రుఘ్నో భరతశ్చ పార్శ్వదళయో ర్వాయ్వాది కోణేషు చ. సుగ్రీవశ్చ విభీషణ శ్చ యువరాట్ తారాసుతో జాంబవాన్, మధ్యే నీలసరోజ కోమలరుచిం రామం భజే శ్యామలం. నమోఽస్తు రామాయ సలక్ష్మణాయ దేవ్యై చ తస్యై జనకాత్మజాయై, నమోఽస్తు రుద్రేంద్రయమానిలేభ్యో నమోఽస్తు చంద్రార్క మరుద్గణేభ్యః. ఇతి షోడశోపచారైః శ్రీరామావాహనాది నైవేద్యాంతపూజా విధేయా. పారాయణావసానే చ పునఃపూజా కర్తవ్యా.

## పారాయణసమాపనసమయానుసంధేయశ్లోకక్రమః

స్వస్తి ప్రజాభ్యః పరిపాలయంతాం న్యాయ్యేన మార్గేణ మహీం మహీశాః, గోబ్రాహ్మణేభ్య శ్శుభమస్తు నిత్యం లోకా స్సమస్తా స్సుఖినో భవంతు. కాలే వర్షతు పర్జన్యః పృథివీ సస్యశాలినీ, దేశోఽయం క్షోభరహితో బ్రాహ్మణా స్సంతు నిర్భయాః. అపుత్రాః పుత్రిణ స్సంతు పుత్రిణ స్సంతు పౌత్రిణః, అధనా స్సధనా స్సంతు జీవంతు శరదాం శతం. చరితం రఘునాథస్య శతకోటిప్రవిస్తరం, ఏకైక మక్షరం ప్రోక్తం మహాపాతకనాశనం. శృణ్వ న్రామాయణం భక్త్యా యః పాదం పదమేవ వా, స యాతి బ్రహ్మణ స్థానం బ్రహ్మణా పూజ్యతే సదా. రామాయ రామభద్రాయ రామచంద్రాయ వేధసే, రఘునాథాయ నాథాయ సీతాయాః పతయే నమః. యన్మంగళం సహస్రాక్షే సర్వదేవనమస్కృతే,

వృత్రనాశే సమభవ త్త త్తే భవతు మంగళం. య న్మంగళం సుపర్ణస్య వినతాఽకల్పయ త్పురా, అమృతం ప్రార్థయానస్య త త్తే భవతు మంగళం. మంగళం కోసలేంద్రాయ మహనీయగుణాత్మనే, చక్రవర్తితనూజాయ సార్వభౌమాయ మంగళం. అమృతోత్పాదనే దైత్యాన్ ఘ్నతో వజ్రధరస్య యత్, అదితి ర్మంగళం ప్రాదా త్త త్తే భవతు మంగళం. త్రీ న్విక్రమాన్ ప్రక్రమతో విష్ణో రమిత తేజసః, య దాసీ న్మంగళం రామ త త్తే భవతు మంగళం. ఋతవ స్సాగరా ద్వీపాః వేదా లోకా దిశశ్చ తే, మంగళాని మహాబాహో దిశంతు తవ సర్వదా, కాయేన వాచా మనసేంద్రియై ర్వా బుద్ధ్యాఽఽత్మనా వా ప్రకృతే స్స్వభావాత్, కరోమి య ద్య త్సకలం పరస్మై నారాయణాయేతి సమర్పయామి.

శ్రీసీతావివాహపట్టాభిషేకసర్గయోస్తు 'ఇయం సీతా' 'అభ్యషించన్' ఇతి శ్లోక పఠనా త్పూర్వం విశేషతో ధ్యానావాహననైవేద్యాది నీరాజనాంతసపర్యా సంవిదేయా.

హరిః ఓమ్.

శ్రీసీతాలక్ష్మణభరతశత్రుఘ్నహనుమత్సమేత

శ్రీరఘునందనపరబ్రహ్మణే నమః

శ్రీమతే రామానుజాయ నమః

# శ్రీమద్రామాయణే శ్రీగోవిందరాజీయ విశిష్టే

## సున్దరకాండప్రారంభః

### అథ ప్రథమ స్సర్గః

* తతో రావణనీతాయా స్సీతాయా శ్శత్రుకర్శనః,

## శ్రీ గోవిందరాజీయ వ్యాఖ్యా

తత్త్వజ్ఞానసముచ్చయో ఘనదయాసారస్యసారో మహా
న్నిష్కర్షః కమలానివాసచరణద్వంద్వానురాగస్మృతేః,
అక్లేశః పరిపాక ఏష జగతా మక్షయ్యపుణ్యావళే
రస్మాకం నిధి రక్షయో విజయతే శ్రీమా న్శఠారి ర్గురుః.
శ్రీరామాయణభూషాయై ప్రవృత్తో రామభక్తితః,
వ్యాఖ్యాం సున్దరకాణ్డస్య తిలకం కలయా మ్యహమ్.

ఉక్తం పరత్వాసాధారణం సమస్తకల్యాణగుణాకరత్వం కిష్కిన్ధాకాణ్డే అత్ర సర్వసంహర్తృత్వ ముచ్యతే. వక్ష్యతి హి తత్ 'బ్రహ్మా స్వయంభూ' రిత్యాదినా. యద్వా, పూర్వస్మి న్కాణ్డే సర్వథా మిత్రసంరక్షణం కార్య మిత్యుక్తం, అత్ర దూతేన పతివ్రతయా చైవం

* రామానుజీయం. పూర్వస్మిన్ కాండే మనసా గమనం కృత మిత్యుక్తం ఇదానీం కాయేనాపి గమనం కర్తు మైచ్ఛ దిత్యాశయేనాహ (తత ఇత్యాది.) అత్ర గంతు మితి పద మధ్యాహర్తవ్యం. శత్రుకర్శనో హనుమాన్, రావణనీతాయా స్సీతాయాః, పదం నివాసస్థానం, అన్వేష్టుం, చారణాచరితే. పథి వర్త్మని. గంతు మియేషేతి యోజనా.

ఇయేష పద మన్వేష్టుం చారణాచరితే పథి. ౧

* దుష్కరం నిష్ప్రతిద్వంద్వం చికీర్ష న్కర్మ వానరః,
సముదగ్రశిరోగ్రీవో గవాం పతి రివాఽఽబభౌ. ౨

వర్తితవ్య మిత్యర్థః ప్రతిపాద్యతే. యద్వా, పూర్వత్ర సర్వరక్షణప్రవృత్తస్య విష్ణో రాచార్యరూపపురుష కారలాభ ఉక్తః, అధునా ఆచార్యకృత్య ముచ్యతే. తత్ర ప్రథమే సర్గే శిక్షణీయశిష్యాన్వేషణ ముప పాద్యతే (తత ఇత్యాది) తతః జాంబవత్ప్రోత్సాహనానంతరం. చారణాః సంఘచారిణో దేవ గాయకాః, తై రాచరితే, పథి ఆకాశే, రావణనీతాయా స్సీతాయాః. పదం స్థానం. అన్వేష్టుం ఇయేష. శత్రుకర్శనః తదన్వేషణవిరోధినిరసనసమర్థః. యద్వా, చారణాచరితే పథి గత్వా సీతాయాః పద మన్వేష్టు మియేష. యద్వా, యథాపాఠ మేవాఽన్వయః. ఆకాశేఽపి పదన్యాసాన్వేషణసమర్థోఽయ మితి బుద్ధిచాతుర్యాతిశయ ఉచ్యతే. అనేన శిష్యస్థానాన్వేషణపరగురుస్వరూప ముచ్యతే. తతః ముద్రాప్రదానపూర్వకభగవదనుజ్ఞాలాభానంతరం, శత్రుకర్శనః 'గుశబ్ద స్త్వంధకార స్స్యా ద్రుశబ్ద స్తన్నిరోధకః, అంధకారనిరోధిత్వా ద్గురు రిత్యభిధీయతే' ఇత్యుక్తరీత్యా అజ్ఞాననివర్తనశీలో గురుః, చారయంతి ఆచారయంతి ధర్మా నితి చారణాః పూర్వాచార్యాః, తై రాచరితే పథి 'మహాజనో యేన గత స్స పంథా' ఇత్యుక్తసదాచారే, స్థిత ఇతి శేషః. రావయతి అసత్ప్రలాపాన్ కారయతీతి రావణః అవివేకః, తేన, నీతాయాః స్వవశం ప్రాపితాయాః, సీతాయాః అనాదిభగవత్పరతంత్రచేతనస్య. సీతాశబ్దేనాఽయోనిజత్వోక్తేః. స్త్రీలింగేన పారతంత్ర్యోక్తేశ్చ; 'స్త్రీప్రాయ మితర త్సర్వ'మితి హ్యుక్తం. పదం స్థానం సంసారమండలం. అన్వేష్టుం. సాత్త్వికసంభాషణాదిచిహ్నం వా. తథోక్తం 'విష్ణోః కటాక్ష శ్చాఽద్వేష ఆభిముఖ్యం చ సాత్త్వికైః. సంభాషణం షడేతాని త్వాచార్యప్రాప్తిహేతవః' ఇతి. యద్వా, పదం వ్యవసాయ మన్వేష్టుం కస్య చేతనస్య భగవత్ప్రాప్తా వధ్యవసాయః ఇత్యన్వేష్టుం. ఇయేష. 'పదం వ్యవసితత్రాణస్థానలక్ష్మాంఘ్రివస్తుష్వి' త్యమరః. అత్రైకాదశసహస్రశ్లోకా గతాః. ద్వాదశసహస్రస్యాఽఽదిమోఽయం శ్లోకః. అత్ర గాయత్ర్యాః ద్వాదశ మక్షరం ప్రయుక్తం. తదవలోకనీయం విద్వద్భిః. ౧

(దుష్కర మితి.) నిష్ప్రతిద్వంద్వం యథా భవతి తథా. దుష్కరం చికీర్షన్, సముదగ్ర శిరోగ్రీవః సమున్నతశిరోగ్రీవః, గవాం పతిః వృషభః. ౨

* రామానుజీయం. (దుష్కర మితి.) నిష్ప్రతిద్వంద్వం ప్రతిద్వంద్వా న్నిష్క్రాంతం. ప్రతిబంధకరహిత మిత్యర్థః.

(మహేంద్రపర్వతాత్ హనుమతః ఉత్పతనం)

§ అథ వైడూర్యవర్ణేషు శాద్వలేషు మహాబలః,
ధీర స్సలిలకల్పేషు విచచార యథాసుఖం. ౩

* ద్విజా న్విత్రాసయ న్ధీమా నురసా పాదపా న్హరన్,
మృగాంశ్చ సుబహూ న్నిఘ్న న్ప్రవృద్ధ ఇవ కేసరీ. ౪

నీలలోహితమాంజిష్ఠపత్రవర్ణై స్సితాసితైః,
స్వభావవిహితై శ్చిత్రై ర్ధాతుభి స్సమలంకృతం, ౫

కామరూపిభి రావిష్ట మభీక్ష్ణం సపరిచ్ఛదైః,
యక్షకిన్నరగంధర్వై ర్దేవకల్పైశ్చ పన్నగైః. ౬

స తస్య గిరివర్యస్య తలే నాగవరాయుతే,
తిష్ఠ న్కపివర స్తత్ర హ్రదే నాగ ఇవాఽఽబభౌ. ౭

---

(అథేతి) శాద్వలానాం సలిలకల్పత్వం వైడూర్యవర్ణతయా. ౩

(ద్విజా నితి.) కేసరీవ, బభా వితి శేషః. ౪

(నీలేతి.) అత్ర యచ్ఛబ్దోఽధ్యాహార్యః. య దేవంవిధం తలం తత్ర తిష్ఠ న్నిత్యన్వయః. పత్రవర్ణైః పత్రశ్యామైః. 'పాలాశో హరితో హరి' దితి హలాయుధః. సితాసితైః కల్మాషైః, స్వభావ విహితైః స్వతస్సిద్ధైః. ౫-౭

---

§ రామానుజీయం. (అథేతి) వైడూర్యవర్ణేషు. హరితత్వసంవలితశౌక్ల్యవిశిష్టతయా వైడూర్యవర్ణత్వం, శాద్వలానాం సలిలకల్పత్వం శైత్యమార్దవాదినా.

* రామానుజీయం. (ద్విజా నితి) కేసరీవ విచచారేతి పూర్వేణాఽన్వయః.

స సూర్యాయ మహేంద్రాయ పవనాయ స్వయంభువే,
భూతేభ్య శ్చాఽంజలిం కృత్వా చకార గమనే మతిం. ౮

అంజలిం ప్రాఙ్ముఖః కృత్వా పవనాయాఽఽత్మయోనయే,
తతోఽభివవృధే గంతుం దక్షిణో దక్షిణాం దిశం. ౯

ప్లవంగప్రవరై ర్దృష్టః ప్లవనే కృతనిశ్చయః,
వవృధే రామవృద్ధ్యర్థం సముద్ర ఇవ పర్వసు. ౧౦

నిష్ప్రమాణశరీరస్సన్ లిలంఘయిషు రర్ణవం,
బాహుభ్యాం పీడయామాస చరణాభ్యాం చ పర్వతం. ౧౧

* స చచాలాఽచల శ్చాపి ముహూర్తం కపిపీడితః,
తరూణాం పుష్పితాగ్రాణాం సర్వం పుష్ప మశాతయత్. ౧౨

---

(స సూర్యాయేతి.) స్వయంభువే చతుర్ముఖాయ, భూతేభ్యః దేవయోనిభ్యః. ౮

(అంజలి మితి.) ఆత్మయోనయే స్వకారణభూతాయ, దక్షిణః సమర్థః, హనుమాన్ ప్రాఙ్ముఖస్సన్ ఆత్మయోనయే పవనాయ అంజలిం కృత్వా తతో దక్షిణాం దిశం గంతుం వవృధ ఇత్యన్వయః. హిః పాదపూరణే. 'అంజలిం ప్రాఙ్ముఖః కుర్వ' న్నితి పాఠ స్త్వయుక్తః, శతృప్రత్యయేన ప్రాఙ్ముఖత్వవిశిష్టాంజలికరణదక్షిణదిగ్గమనోద్యోగయో రైకకాలికత్వప్రతీత్యా విరోధాత్. న హి ప్రాఙ్ముఖస్యైవ సతో దక్షిణదిగ్గమనోద్యోగో యుజ్యతే. ౯

(ప్లవంగేతి.) రామవృద్ధ్యర్థం రామప్రయోజనార్థం. ౧౦

(నిష్ప్రమాణేతి.) నిష్ప్రమాణశరీరః నిర్మర్యాదశరీరః, బాహుభ్యా మిత్యుక్తి ర్వానరస్య చతుర్భి స్సంచారాత్. ౧౧

(న చచాలేతి.) చాపీత్యేక మవ్యయ మప్యర్థకం. అశాతయత్ అగచ్ఛత్. స్వార్థే ణిచ్. ౧౨

---

* రామానుజీయం. (స చచాలేతి.) అశాతయత్, అపాతయ దిత్యర్థః. అత్రా ప్యచలః కర్తా.

(హనుమతః పాదపీడనేన మహేంద్రాద్రేః సంక్షోభః)

* తేన పాదపముక్తేన పుష్పౌఘేణ సుగంధినా,
సర్వత స్సంవృత శ్శైలో బభౌ పుష్పమయో యథా. ౧౩

తేన చోత్తమవీర్యేణ పీడ్యమాన స్స పర్వతః,
సలిలం సంప్రసుస్రావ మదం మత్త ఇవ ద్విపః. ౧౪

పీడ్యమాన స్తు బలినా మహేంద్ర స్తేన పర్వతః,
రీతీ ర్నిర్వర్తయామాస కాంచనాంజనరాజతీః. ౧౫

ముమోచ చ శిలా శ్శైలో విశాలా స్సమనశ్శిలాః,
మధ్యమేనార్చిషా జుష్టో ధూమరాజీ రివానలః. ౧౬

గిరిణా పీడ్యమానేన పీడ్యమానాని సర్వతః,
గుహావిష్టాని భూతాని వినేదు ర్వికృతై స్స్వరైః. ౧౭

స మహాసత్త్వసన్నాద శ్శైలపీడానిమిత్తజః,
పృథివీం పూరయామాస దిశ శ్చోపవనాని చ. ౧౮

(పీడ్యమాన ఇతి) రీతీ రేఖాః. కాంచనాంజనరాజతగర్భాసు శిలాసు విదీర్యమాణాసు దృశ్యమానా స్తా స్తా రేఖా ఇత్యర్థః. ౧౩. ౧౫

(ముమోచేతి.) సమనశ్శిలాః ధాతువిశేషసహితాః. మధ్యమేనార్చిషా మధ్యమయా జ్వాలయా. పార్శ్వజ్వాలా హి న ధూమనిర్ముక్తా. ౧౬

(గిరిణేతి.) వికృతైః వికృతిమద్భిః. దైన్యవ్యంజకై రిత్యర్థః. ౧౭

(స ఇతి) సత్త్వసన్నాదః భూతసన్నాదః. ౧౮

* రామానుజీయం (తేనేతి.) పుష్పౌఘేణేత్యత్ర 'సపలి చే' తి ణత్వం. పుష్పమయో యథా పుష్పమయ ఇవ

శిరోభిః పృథుభి స్సర్పా వ్యక్తస్వస్తికలక్షణైః,
వమంతః పావకం ఘోరం దదంశు ర్దశనై శ్శిలాః. ౧౯

తా స్తదా సవిషై ర్దష్టాః కుపితై స్తై ర్మహాశిలాః.
జజ్వలుః పావకోద్దీప్తా బిభిదు శ్చ సహస్రధా. ౨౦।

యాని చౌషధజాలాని తస్మి౯ జాతాని పర్వతే,
విషఘ్నా న్యపి నాగానాం న శేకు శ్శమితుం విషం. ౨౧

భిద్యతేఽయం గిరి ర్భూతై రితి మత్వా తపస్వినః, ౨౧½।

త్రస్తా విద్యాధరా స్తస్మా దుత్పేతుః స్త్రీగణై స్సహ.
పానభూమిగతం హిత్వా హైమ మాసవభాజనం, ౨౨½।

పాత్రాణి చ మహార్హాణి కరకాం శ్చ హిరణ్మయాన్.
లేహ్యా నుచ్చావచా న్భక్ష్యా౯ మాంసాని వివిధాని చ, ౨౩½

ఆర్షభాణి చ చర్మాణి ఖడ్గాం శ్చ కనకత్సరూ౯. ౨౪

---

(శిరోభి రితి.) స్వస్తికం నామ ఫణోపరిదృశ్యమానార్ధచంద్రకం. (దదంశు రితి.) దంశనం కోపవ్యాపారః. ౧౯

(తా ఇతి.) బిభిదుః భిన్నాః. ౨౦

(యానీతి.) అత్ర తానీ త్యధ్యాహార్యం. శమితుం శమయితుం. ౨౧

(భిద్యత) ఇత్యర్ధ మేకం. ఉత్పేతు రిత్యనుషజ్యతే. ౨౧½

(త్రస్తా ఇత్యాది.) సార్ధశ్లోకద్వయ మేకాన్వయం. ఆసవభాజనం మద్యపాత్రం. పాత్రాణి భోజనపాత్రాణి, ఆర్షభాణి చర్మాణి ఋషభచర్మపినద్ధాని ఖేటకాని. త్సరుః ముష్టిబంధనం. ౨౨½—౨౪

(హనుమతః పాదపీడనేన మహేంద్రాద్రేః సంక్షోభః)

కృతకంఠగుణాః క్షీబా రక్తమాల్యానులేపనాః,
రక్తాక్షాః పుష్కరాక్షాశ్చ గగనం ప్రతిపేదిరే. ౨౫

హారనూపురకేయూరపారిహార్యధరాః స్త్రియః,
విస్మితా స్సస్మితా స్తస్థు రాకాశే రమణై స్సహ. ౨౬

దర్శయన్తో మహావిద్యాం విద్యాధరమహర్షయః,
సహితా స్తస్థు రాకాశే వీక్షాంచక్రుశ్చ పర్వతం. ౨౭

శుశ్రువుశ్చ తదా శబ్ద మృషీణాం భావితాత్మనాం,
చారణానాం చ సిద్ధానాం స్థితానాం విమలేఽమ్బరే. ౨౮

* ఏష పర్వతసంకాశో హనూమా న్మారుతాత్మజః,
తితీర్షతి మహావేగం సముద్రం మకరాలయం. ౨౯

(కృతేతి.) కృతకంఠగుణాః కృతకంఠస్రజః. క్షీబాః మత్తాః. రక్తాక్షాః మధుపానాత్. పుష్కరాక్షాః స్వభావత ఇత్యర్థః ౨౫

(హారేతి.) పారిహార్యం వలయం. తస్థుః తస్థుశ్చ. ౨౬

(దర్శయన్త ఇతి) దర్శయన్తః ప్రయోజయన్తః. మహావిద్యాం అణిమాద్యష్టమహాసిద్ధిం. విద్యాధరమహర్షయః. విద్యాధరాః మహర్షయ ఇవేత్యుపమితసమాసః. 'ఉపమితం వ్యాఘ్రాదిభి స్సామాన్యాప్రయోగే' ఇత్యనుశాసనాత్. విద్యాధరశ్రేష్ఠా ఇత్యర్థః. విద్యాధరా మహర్షయశ్చేతి ద్వంద్వసమాసో న యుక్తః. 'ఇతి విద్యాధరా శ్శ్రుత్వే' త్యుపరితనశ్లోకే విద్యాధరాణామేవోపాదానాత్. ౨౭

(శుశ్రువు రితి) సా పున రత్రాఽఽకాశస్థితిః. శుశ్రువుః. విద్యాధరా ఇతి శేషః. 'ఇతి విద్యాధరా శ్శ్రుత్వే' త్యుపసంహారాత్. ౨౮—౨౯

* రామానుజీయం. (ఏష ఇతి.) తితీర్షతి. మహావేగ మితి క్రియావిశేషణం.

రామార్థం వానరార్థం చ చికీర్ష న్కర్మ దుష్కరం,
సముద్రస్య పరం పారం దుష్ప్రాపం ప్రాప్తు మిచ్ఛతి. ౩౦

ఇతి విద్యాధరా శ్శ్రుత్వా వచ స్తేషాం మహాత్మనాం,
త మప్రమేయం దదృశుః పర్వతే వానరర్షభం. ౩౧

దుధువే చ స రోమాణి చకంపే చాఽచలోపమః,
ననాద సుమహానాదం సుమహా నివ తోయదః. ౩౨

అనుపూర్వ్యేణ వృత్తం చ లాంగూలం రోమభి శ్చితం,
ఉత్పతిష్య న్విచిక్షేప పక్షిరాజ ఇవోరగం ౩౩

తస్య లాంగూల మావిద్ధ మాత్తవేగస్య పృష్ఠతః,
దదృశే గరుడేనేవ హ్రియమాణో మహోరగః ౩౪

* బాహూ సం స్తంభయామాస మహాపరిఘసన్నిభౌ,
ససాద చ కపిః కట్యాం చరణౌ సంచుకోచ చ ౩౫

---

సముద్రం తితీర్షతీ త్యుక్తం, తస్య ప్రయోజనకథనాయోక్త మనువదతి (రామార్ధ మితి ) ౩౦-౩౨

(అనుపూర్వ్యేణేతి.) అనుపూర్వ్యేణ వృత్తం క్రమేణ వృత్తం. ౩౩—౩౪

లంఘనోద్యోగకాలికావస్థాం వర్ణయతి (బాహూ ఇత్యాదినా,) వాహూ, సం స్తంభయామాస నిశ్చలీచకార, కట్యాం ససాద, శరీరం సంచుకోచే త్యర్థః. చరణౌ సంమకోచ చ. ౩౫

---

* రామానుజీయం. (బాహూ ఇతి.) సం స్తంభయామాస పర్వతోపరి దృఢవిన్యాసేన విష్పందీచకార. కట్యాం ససాద కటిప్రదేశే కృశో బభూవ. చరణౌ, పంచుకోచ సంకోచయామాస చ.

(హనుమతః మహేంద్రాద్రేః ఉత్పతనం)

◆ సంహృత్య చ భుజౌ శ్రీమా౯ తథైవ చ శిరోధరాం,
తేజ స్స_త్త్వం తథా వీర్య మావివేశ స వీర్యవా౯. ౩౬

మార్గ మాలోకయ న్దూరా దూర్ధ్వం ప్రణిహితేక్షణః,
రురోధ హృదయే ప్రాణా నాకాశ మవలోకయ౯. ౩౭

పద్భ్యాం దృఢ మవస్థానం కృత్వా స కపికుంజరః,
నికుంచ్య కర్ణౌ హనుమా నుత్పతిష్య న్మహాబలః,
వానరా న్వానరశ్రేష్ఠ ఇదం వచన మబ్రవీత్. ౩౮||

* యథా రాఘవనిర్ముక్త శ్శర శ్శ్వసనవిక్రమః.
గచ్ఛే త్తద్వ ద్గమిష్యామి లంకాం రావణపాలితాం, ౩౯||

న హి ద్రక్ష్యామి యది తాం లంకాయాం జనకాత్మజాం.
అనేనైవ హి వేగేన గమిష్యామి సురాలయం, ౪౦||

---

(సంహృత్యేతి.) సంహృత్య సంకోచ్య. ౩౬

(మార్గ మితి.) ప్రాణా౯ ఉచ్ఛ్వాసరూపా౯. ప్రాణనిరోధో వ్యోమోత్పతనార్థం ౩౭||

(న హీతి.) హిశబ్దః పాదపూరణే. ౪౦||

---

◆ రామానుజీయం. (సంహృత్యేతి.) వీర్యవా౯ వీర్య మావివేశే త్యభిధానాత్ పూర్వం విద్యమాన మేవ వీర్యం విశేషతోఽధిష్ఠితవా నిత్యవగమ్యతే. తేజస్స_త్త్వయో రప్యేవం ద్రష్టవ్యం. తేజః పరాభిభవనసామర్థ్యం, స_త్త్వం బలం, వీర్యం ఆకాశాద్యభినిష్క్రమణసామర్థ్యం.

* రామానుజీయం. (యథేతి.) రాఘవశరదృష్టాంతేన స్వస్యాఽవిలంబిత్వాఽప్రతిహతత్వాఽమోఘత్వాదికం సూచితవా౯.

యది వా త్రిదివే సీతాం న ద్రక్ష్యా మ్యకృతశ్రమః.
బద్ధ్వా రాక్షసరాజాన మానయిష్యామి రావణం, ౪౧॥

సర్వథా కృతకార్యోఽహ మేష్యామి సహ సీతయా.
ఆనయిష్యామి వా లంకాం సముత్పాట్య సరావణాం, ౪౨॥

ఏవ ముక్త్వా తు హనుమా న్వానరా న్వానరోత్తమః.
ఉత్పపాతాఽథ వేగేన వేగవా నవిచారయన్, ౪౩॥

సుపర్ణ మివ చాఽఽత్మానం మేనే స కపికుంజరః. ౪౪

సముత్పతతి తస్మిం స్తు వేగా త్తే నగరోహిణః,
సంహృత్య విటపాన్ సర్వాన్ సముత్పేతు స్సమంతతః, ౪౫

స మత్తకోయష్టిమకాన్ పాదపా న్పుష్పశాలినః,
ఉద్వహ న్నూరువేగేన జగామ విమలేఽంబరే. ౪౬

ఊరువేగోద్ధతా వృక్షా ముహూర్తం కపి మన్వయుః,
ప్రస్థితం దీర్ఘ మధ్వానం స్వబంధు మివ బాంధవాః. ౪౭

త మూరువేగోన్మథితా స్సాలా శ్చాఽన్యే నగోత్తమాః,
అనుజగ్ము ర్హనూమంతం సైన్యా ఇవ మహీపతిం. ౪౮

---

(య దీతి.) అకృతశ్రమః అప్రాప్తశ్రమః, రాక్షసరాజాన మిత్యత్ర టజభావ ఆర్షః. ఆనయిష్యామి ఆనేష్యామి. ౪౧-౪౪

(సముత్పతతీతి) తస్మిన్ హనుమతి వేగా త్సముత్పతతి సతి, నగరోహిణః శైలరుహో వృక్షాః, విటపాన్, సంహృత్య ఆదాయ, సముత్పేతు రిత్యర్థః. ౪౫

సంగ్రహేణోక్తం వివృణోతి (స మత్తేత్యాదినా.) కోయష్టిమకః కోయష్టిః. ౪౬

(త మితి.) 'త మూరువేగే' తి పాఠః. ఊరువేగేన ఉన్మథితాః, సాలాః సాలవృక్షాః.

(మహేంద్రపర్వతాత్ హనుమతః ఉత్పతనం)

సుపుష్పితాగ్రై ర్బహుభిః పాదపై రన్వితః కపిః,
హనుమా న్పర్వతాకారో బభూవాఽద్భుతదర్శనః. ౪౯

సారవంతోఽథ యే వృక్షా న్యమజ్జ౯ లవణాంభసి,
భయా దివ మహేంద్రస్య పర్వతా వరుణాలయే ౫౦

స నానాకుసుమైః కీర్ణః కపి స్సాంకురకోరకైః,
శుశుభే మేఘసంకాశః ఖద్యోతై రివ పర్వతః. ౫౧

* విముక్తా స్తస్య వేగేన ముక్త్వా పుష్పాణి తే ద్రుమాః,
అవశీర్యంత సలిలే నివృత్తా స్సుహృదో యథా. ౫౨

---

అన్యే నగోత్తమాః అన్యే వృక్షశ్రేష్ఠాః, సైన్యాః సేనాయాం సమవేతాః పురుషాః 'సేనాయాం సమవేతా యే సైన్యా స్తే సైనికాశ్చ తే' ఇత్యమరః. ౪౭—౪౯

(సారవంత ఇతి.) సారవంతః స్థిరాంశవంతః. 'సారో బలే స్థిరాంశే చే' త్యమరః ౫౦

(స నానాకుసుమై రితి.) మేఘసంకాశః స కపి రిత్యన్వయః. ఖద్యోతైః రాత్రా వితి శేషః. ౫౧

(విముక్తా ఇతి) అవశీర్యంత అవాశీర్యంత, ఆగమశాసనస్యాఽనిత్యత్వా దడభావః. స్థితవంత ఇత్యర్థః. నివృత్తాః బంధూ ననుగమ్య నివృత్తాః, సుహృత్పక్షే సలిల ఇతి సామీప్యే సప్తమీ. 'ఉదకాంతాత్ స్నిగ్ధో బంధు మనువ్రజే' దిత్యుక్తేః. ౫౨

---

* రామానుజీయం. (విముక్తా ఇతి.) తస్య వేగేన, విముక్తాః దూరగమనహేతుభూతవేగేన హేతునా విముక్తాః, గతసంబంధాః, అవశీర్యంత, ఆగమశాసనస్యాఽనిత్యత్వా దడభావః. పుష్పాణి ముక్త్వా సలిలే అవశీర్యంతే త్యనేన ప్రస్థితేభ్య స్సుహృద్భ్యో నివృత్తానా మశ్రుమోక్షణపూర్వకం శోకసాగరే నిమగ్నానాం సుహృదాం సమాధి ర్ధ్వన్యతే.

* లఘుత్వేనోపపన్నం త ద్విచిత్రం సాగరేఽపతత్,
ద్రుమాణాం వివిధం పుష్పం కపివాయుసమీరితం. ౫౩

తారాశతమివాఽఽకాశం ప్రబభౌ చ మహార్ణవః, ౫౩½

పుష్పౌఘేణాఽనుబద్ధేన నానావర్ణేన వానరః.
బభౌ మేఘ ఇవాఽఽకాశే విద్యుద్గణవిభూషితః, ౫౪½

ⓘ తస్య వేగసమాధూతైః పుష్పై స్తోయ మదృశ్యత.
తారాభి రభిరామాభి రుదితాభి రివాఽంబరం, ౫౫½

తస్యాఽంబరగతౌ బాహూ దదృశాతే ప్రసారితౌ.
పర్వతాగ్రా ద్వినిష్క్రాంతౌ పంచాస్యా వివ పన్నగౌ, ౫౬½

§ పిబ న్నివ బభౌ చాపి సోర్మిజాలం మహార్ణవం.

---

(లఘుత్వేనేతి.) లఘుత్వేనోపపన్నం లఘుత్వేన యుక్తం. ౫౩

(తారే త్యర్ధ) మేకం వాక్యం. 'తారాచిత మివాఽఽకాశం ప్రబభౌ స మహార్ణవః'. ౫౩½

(పుష్పౌఘేణేతి.) అనుబద్ధేన వ్యాప్తేన. ౫౪½-౫౬½

(పిబ న్నివేతి.) అర్ణవం పిబన్నివ ఆకాశం పిపాసు రివే త్యాఖ్యా మస్య మహా నుద్యోగ

---

* రామానుజీయం. హనుమంత మనుద్రుతా స్సారవంతో వృక్షాః ప్రథమం సాగరే పతితాః. అల్పసారా స్తతోఽప్యధికం గత్వా జలే విశీర్ణా ఇత్యుక్త్వా, పుష్పాణ్య ప్యతిలఘుత్వవత్తయా మహ ద్దూరం గత్వా పతితానీ త్యాహ (లఘుత్వేనేతి.)

ⓘ రామానుజీయం. (తస్యేతి.) బాహ్వోః పంచశాఖత్వాత్ పంచాస్యపన్నగదృష్టాంతః.

§ రామానుజీయం. (పిబ న్నివేతి.) సాగరప్రత్యాసన్నప్రదేశగమనవేళాయాం మహోదధిం పిబన్నివ బభౌ. తదుపరి గమనావస్థాయా మాకాశం పిపాసు రివ దదృశే.

(హనుమతః మహేంద్రాద్రేః ఉత్పతనం)

పిపాసు రివ చాఽఽకాశం దదృశే స మహాకపిః, ౫౭॥

తస్య విద్యుత్ప్రభాకారే వాయుమార్గానుసారిణః.
నయనే విప్రకాశేతే పర్వతస్థా వివాఽనలౌ. ౫౮॥

పింగే పింగాక్షముఖ్యస్య బృహతీ పరిమండలే.
చక్షుషీ సంప్రకాశేతే చంద్రసూర్యా వివోదితౌ. ౫౯॥

ముఖం నాసికయా తస్య తామ్రయా తామ్ర మాబభౌ.
సంధ్యయా సమభిస్పృష్టం యథా త త్సూర్యమండలం, ౬౦॥

లాంగూలం చ సమావిద్ధం ప్లవమానస్య శోభతే.
అంబరే వాయుపుత్రస్య శక్రధ్వజ ఇవోచ్ఛ్రితః. ౬౧॥

లాంగూలచక్రేణ మహా౯ శుక్లదంష్ట్రోఽనిలాత్మజః.
వ్యరోచత మహాప్రాజ్ఞః పరివేషీవ భాస్కరః. ౬౨॥

స్ఫిగ్దేశేనాఽభితామ్రేణ రరాజ స మహాకపిః.
మహతా దారితేనేవ గిరి ర్గైరికధాతునా. ౬౩॥

---

వ్యాప్యతే. లంఘనవేగేన సహసా పీయమానే సాగరే ... స పీయమాన ఇవ భవతి. ఏవ మంబరం
చ ... వేగేన సహసా స మహాకపిః పిబన్నివ బభౌ తథా ... మహీ వ్యాహారః. ౫౭॥-౫౮॥

(పింగే ఇతి.) పింగే పింగళవర్ణే. పింగాక్షాణాం వానరాణాం ముఖ్యస్య. పరిమండలే మండలాకారే. చంద్రసూర్యా విత్యుపమా. ౫౯॥

(ముఖ మితి.) త త్సూర్యమండలం సంధ్యారాగరక్తమండలం. ౬౦॥-౬౧॥

(లాంగూలం చేతి.) సమావిద్ధం ఉన్నతీకృతం. ౬౨॥

(స్ఫిగ్దేశేనేతి.) స్ఫిగ్దేశేన వాలమూలప్రదేశేన. ౬౩॥

తస్య వానరసింహస్య ప్లవమానస్య సాగరం.
కక్షాంతరగతో వాయు ర్జీమూత ఇవ గర్జతి, ౬౪॥

* ఖే యథా నిపతం త్యుల్కా హ్యు త్తరాంతా ద్వినిస్సృతా.
దృశ్యతే సానుబంధా చ తథా స కపికుంజరః. ౬౫॥

◈ పతత్పతంగసంకాశో వ్యాయత శ్శుశుభే కపిః.
ప్రవృద్ధ ఇవ మాతంగః కక్ష్యయా బధ్యమానయా, ౬౬॥

ఉపరిష్టా చ్ఛరీరేణ ఛాయయా చాఽవగాఢయా
సాగరే మారుతావిష్టా నౌ రివాఽసీ త్తదా కపిః, ౬౭॥

---

(తస్యేతి.) గర్జతి అగర్జత్. ౬౪॥

(ఖే యథేతి.) సానుబంధా సపుచ్ఛా, ఉల్కా హి పుచ్ఛయుక్తా నిపతతి, ౬౫॥

(పత దితి.) పతంగః సూర్యః, వ్యాయతో దీర్ఘః, ప్రవృద్ధ ఇవేత్యు ఇవ, కక్ష్యాయాం బధ్యమానాయాం హి మాతంగో దీర్ఘో భవతి. ౬౬॥

(ఉపరిష్టా దితి.) నౌ ర్జలావగాఢేనాఽధోభాగేన వ్యోమావగాఢేన చోర్ధ్వభాగేన గచ్ఛతి. అయం చ ఉపరిగతశరీరేణాఽధోజలావగాఢచ్ఛాయయా చైకాకారస్సన్ మారుతపూరితపటా నౌ రివాఽఽసీత్ ౬౭॥

---

* రామానుజీయం. (ఖే యథేతి.) ఉల్కాపాతోపమయా రావణస్య భావ్యశుభం సూచ్యతే.

◈ రామానుజీయం. (పత దితి.) పతత్పతంగసంకాశః గచ్ఛత్సూర్యసదృశః, వ్యాయతః కపిః బధ్యమానయా కక్ష్యయా, ప్రవృద్ధః దీర్ఘభూతో, మాతంగ ఇవ శుశుభ ఇతి యోజనా. కక్ష్యా ఇభమధ్యబంధనం. 'కక్ష్యా ప్రకోష్ఠే హర్మ్యాదేః కాంచ్యాం మధ్యేభబంధనే' ఇత్యమరః.

(హనుమతః సముద్రలంఘనం)

* యం యం దేశం సముద్రస్య జగామ స మహాకపిః.
స స తస్యోరువేగేన సోన్మాద ఇవ లక్ష్యతే, ౬౮॥

§ సాగరస్యోర్మిజాలానా మురసా శైలవర్ష్మణాం.
అభిఘ్నం స్తు మహావేగః పుప్లువే స మహాకపిః, ౬౯॥

కపివాత శ్చ బలవా న్మేఘవాత శ్చ నిస్సృతః.
సాగరం భీమనిర్ఘోషం కంపయామాసతు ర్భృశం ౭౦॥

వికర్ష న్నూర్మిజాలాని బృహంతి లవణాంభసి.
పుప్లువే కపిశార్దూలో వికిర న్నివ రోదసీ, ౭౧॥

మేరుమందరసంకాశా నుద్ధతా న్స మహార్ణవే.
అతిక్రామ న్మహావేగ స్తరంగా న్గణయ న్నివ, ౭౨॥

---

(యం య మితి.) సోన్మాద ఇవ సముద్ధర్ష ఇవ, సముద్ధతజల ఇత్యర్థః. ౬౮॥

(సాగరస్యేతి) శైలవర్ష్మణాం శైలతుల్యానాం, 'వర్ష్మ దేహప్రమాణయో' రితి సజ్జనః. ౬౯॥-౭౦॥

(వికర్ష న్నితి.) వికిరన్నివ విభజన్నివ, రోదసీ ద్యావాపృథివ్యౌ. ౭౧॥

(మేర్వితి) అతిక్రామత్ అత్యక్రామత్. ౭౨॥

---

* రామానుజీయం. (య మితి.) సోన్మాద ఇవ అపస్మారీవ. భ్రమణఫేనజలోద్గమనక్రోశనాదిమత్త్వా దియ ముపమా.

§ రామానుజీయం. (సాగరస్యేతి.) ఊర్మిజాలానా మిత్యత్ర 'న లోకావ్యయే' తి షష్ఠ్యా నిషేధేఽపి ఋషిప్రయోగాత్ సాధుత్వం. ఉరసా ఉరశ్శబ్దేన ఉరోవేగజనితో వాయు ర్లక్ష్యతే.

* తస్య వేగసముద్ధూతం జలం సజలదం తదా.
అంబరస్థం విబభ్రాజ శారదాభ్ర మివాఽఽతతం. ౭౩॥

తిమినక్రఝషాః కూర్మా దృశ్యంతే వివృతా స్తదా.
వస్త్రాపకర్షణేనేవ శరీరాణి శరీరిణాం. ౭౪॥

ప్లవమానం సమీక్ష్యాఽథ భుజంగా స్సాగరాలయాః.
వ్యోమ్ని తం కపిశార్దూలం సుపర్ణ ఇతి మేనిరే. ౭౫॥

దశయోజనవిస్తీర్ణా త్రింశద్యోజన మాయతా.
ఛాయా వానరసింహస్య జలే చారుతరాఽభవత్. ౭౬॥

(1) శ్వేతాభ్రఘనరాజీవ వాయుపుత్రానుగామినీ.
తస్య సా శుశుభే ఛాయా వితతా లవణాంభసి. ౭౭॥

---

(తస్యేతి.) తస్య హనుమతః, వేగేన ఊరువాతేన, సముద్ధూతం సముత్థాపితం, సజలదం జలం, జలదో జలం చోద్ధూత మిత్యర్థః. ౭౩॥

(తిమీతి.) తిమయో మహామత్స్యాః, నక్రాః గ్రాహాః, ఝషాః మకరాః, వివృతాః జలవిభేదేన ప్రకాశితాః. ౭౪॥—౭౫॥

(దశయోజనవిస్తీర్ణేతి.) నను త్రింశద్యోజనాయతత్వే చతుర్దశదినేఽపి లంకాప్రాప్తి స్స్యాత్, మైనాకసంవాదసురసాసంవాదాదికం చ విరుధ్యేత. న హి బింబా దధికపరిమాణత్వం ప్రతిబింబస్య సంభవతీతి న శంకనీయం, ఛాయాశబ్దో హి నాఽత్ర ప్రతిబింబపరః, కిం త్వనాతపపరః, ప్రాత రేవ హి సముద్రతరణ ముక్తం. తదా తస్య ఛాయా సముద్రే తథాప్రమాణా దృశ్యేతైవ ౭౬॥

(శ్వేతాభ్రేతి.) అభ్రఘనః అభ్రమూర్తిః. ౭౭॥

---

* రామానుజీయం. (తస్యేతి.) 'తస్య వేగసముద్ధూత' మితి పాఠః, జలం సజలద మిత్యనేన సముద్ధూతం జలం మేఘమండలపర్యంత మభూ దిత్యవగమ్యతే.

(1) రామానుజీయం. (శ్వేతేతి.) 'శ్వేతాభ్రఘనరాజీవ. అత్ర శ్వేతశబ్దేన స్వచ్ఛతోచ్యతే. ఘనశబ్దేన సాంద్రతా. 'ఘనం నిరంతరం సాంద్ర' మిత్యమరః. నిర్మలాభ్రసాంద్రపఙ్క్తి రివేత్యర్థః.

(హనుమతః సముద్రలంఘనం)

శుశుభే స మహాతేజా మహాకాయో మహాకపిః.
వాయుమార్గే నిరాలంబే పక్షవా నివ పర్వతః, ౬౮॥

యేనాఽసౌ యాతి బలవా న్వేగేన కపికుంజరః.
తేన మార్గేణ సహసా ద్రోణీకృత ఇవాఽర్ణవః, ౬౯॥

ఆపాతే పక్షిసంఘానాం పక్షిరాజ ఇవ వ్రజ న్.
హనుమా న్మేఘజాలాని ప్రకర్ష న్మారుతో యథా, ౭౦॥

పాండురారుణవర్ణాని నీలమాంజిష్ఠకాని చ.
కపినాఽఽకృష్యమాణాని మహాభ్రాణి చకాశిరే, ౭౧॥

ప్రవిశ న్నభ్రజాలాని నిష్పతంశ్చ పునః పునః.
ప్రచ్ఛన్నశ్చ ప్రకాశ శ్చ చంద్రమా ఇవ లక్ష్యతే. ౭౨॥

ప్లవమానం తు తం దృష్ట్వా ప్లవంగం త్వరితం తదా.
వవర్షుః పుష్పవర్షాణి దేవగంధర్వదానవాః, ౭౩॥

* తతాప న హి తం సూర్యః ప్లవంతం వానరోత్తమం.
సిషేవే చ తదా వాయూ రామకార్యార్థసిద్ధయే. ౭౪॥

---

(యేనేతి.) ద్రోణీ కటాహః. ౬౮॥-౬౯॥

(ఆపాత ఇతి.) ఆపాతే మార్గే. ౭౦॥-౭౩॥

(తతాపేతి.) రామకార్యం సీతాన్వేషణం, తదేవాఽర్థః ప్రయోజనం, తస్య సిద్ధయే లాభాయ. తద్ధేతుభూతహనుమచ్ఛ్రమనివర్తనాయే త్యర్థః. ౭౪॥

---

* రామానుజీయం. (తతాపేతి.) సిషేవ ఇత్యనేన వృద్ధత్వేఽపి రామకార్యప్రవృత్తత్వాత్ పూజ్యతైవ ద్యోత్యతే.

ఋషయ స్తుష్టువు శ్చైనం ప్లవమానం విహాయసా.
జగుశ్చ దేవగంధర్వాః ప్రశంసంతో మహౌజసం, ౮౫॥

నాగాశ్చ తుష్టువు ర్యక్షా రక్షాంసి విబుధాః ఖగాః.
ప్రేక్ష్య సర్వే కపివరం సహసా విగతక్లమం, ౮౬॥

తస్మిన్ ప్లవగశార్దూలే ప్లవమానే హనూమతి.
ఇక్ష్వాకుకులమానార్థీ చింతయామాస సాగరః, ౮౭॥

* సాహాయ్యం వానరేంద్రస్య యది నాఽహం హనూమతః.
కరిష్యామి భవిష్యామి సర్వవాచ్యో వివక్షతాం, ౮౮॥

◆ అహ మిక్ష్వాకునాథేన సగరేణ వివర్ధితః.
ఇక్ష్వాకుసచివ శ్చాఽయం నాఽవసీదితు మర్హతి, ౮౯॥

‡ తథా మయా విధాతవ్యం విశ్రమేత యథా కపిః.
శేషం చ మయి విశ్రాంత స్సుఖేనాఽతిపతిష్యతి, ౯౦॥

---

(నాగా ఇతి.) రక్షాంసి దిక్పాలకరక్షస్సంబంధీని. ౮౫॥-౮౬॥

(తస్మి న్నితి.) మానార్థీ బహుమానార్థీ. స్వయం సాగరత్వా దితి భావః. ౮౭॥

(సాహాయ్య మితి.) సర్వవాచ్యః సర్వప్రకారేణ నింద్యః. వివక్షతాం వక్తు మిచ్ఛతాం. ౮౮॥

---

* రామానుజీయం. (సాహాయ్య మితి.) వివక్షతాం వక్తు మిచ్ఛతాం. వాగింద్రియవతా మిత్యర్థః, సర్వవాచ్యో భవిష్యామి. సర్వనిందావాగ్విషయో భవిష్యా మీత్యర్థః.

◆ రామానుజీయం. (అహ మితి.) 'నాఽవసీదితు మర్హతీ' తి పాఠః.

‡ రామానుజీయం. (తథేతి.) శేషం మార్గశేషం.

(హనుమతః మైనాకసమ్మాననం)

ఇతి కృత్వా మతిం సాధ్వీం సముద్ర శ్ఛన్న మంభసి.
* హిరణ్యనాభం మైనాక మువాచ గిరిసత్తమం, ౯౧॥

◈ త్వా మిహాఽసురసంఘానాం పాతాళతలవాసినాం.
దేవరాజ్ఞా గిరిశ్రేష్ఠ పరిఘ స్సన్నివేశితః, ౯౨॥

త్వ మేషాం జాతవీర్యాణాం పున రేవోత్పతిష్యతాం.
పాతాళస్యాఽప్రమేయస్య ద్వార మావృత్య తిష్ఠసి, ౯౩॥

తిర్య గూర్ధ్వ మధశ్చైవ శక్తి స్తే శైల వర్ధితుం.
తస్మా త్సంచోదయామి త్వా ముత్తిష్ఠ గిరిసత్తమ, ౯౪॥

స ఏష కపిశార్దూల స్త్వా ముపర్యేతి వీర్యవాన్.
హనుమాన్ రామకార్యార్థం భీమకర్మా ఖ మాప్లుతః, ౯౫॥

---

(ఇతీతి.) హిరణ్యనాభం హిరణ్యశృంగం. నాభిశబ్దో హ్యధ్యక్షవాచీ. శృంగం చ పర్వత స్యాఽధ్యక్ష మేవ. 'నాభి ర్ముఖ్యనృపే చక్రమధ్యక్షత్రియయోః' ఇతి దర్పణః. ౯౧॥

(త్వ మితి) పరిఘః అర్గళం. 'పరిఘో ముద్గరేఽర్గళే' ఇతి దర్పణః. ౯౨॥

పరిఘత్వ మేవాహ (త్వ మేషా మితి.) ౯౩॥

(తిర్య గితి) శక్తిః. అస్తీతి శేషః. ౯౪॥–౯౫॥

---

* ఇతీతి. హిరణ్యనాభం హిరణ్యప్రధానం, హిరణ్మయ మిత్యర్థః. 'నాభిః ప్రధానే కస్తూర్యా' మితి విశ్వః. ఇతి తత్త్వదీపికా

◈ (త్వ మితి.) పరిఘ స్సన్నివేశితః ఆయుధవిశేషత్వేన సన్నివేశితః. అనేన పక్షచ్ఛేదభయా త్సముద్రప్రవేశానంతరం పాతాళస్థరాక్షసనిరోధార్థం దేవరాజేన మైనాకః స్థాపిత ఇత్యవగమ్యతే. ఇతి తత్త్వదీపికా.

* అస్య సాహ్యం మయా కార్య మిక్ష్వాకుకులవర్తినః.
మమ హీక్ష్వాకవః పూజ్యాః పరం పూజ్యతమా స్తవ, ౯౬॥

కురు సాచివ్య మస్మాకం న నః కార్య మతిక్రమేత్.
కర్తవ్య మకృతం కార్యం సతాం మన్యు ముదీరయేత్, ౯౭॥

సలిలా దూర్ధ్వ ముత్తిష్ఠ తిష్ఠ త్వేష కపి స్త్వయి.
అస్మాక మతిథి శ్చైవ పూజ్య శ్చ ప్లవతాం వరః, ౯౮॥

చామీకరమహానాభ దేవగంధర్వసేవిత.
హనుమాం స్త్వయి విశ్రాంత స్తత శ్శేషం గమిష్యతి,
[స ఏష కపిశార్దూల స్త్వా ముపర్యేతి వీర్యవాన్]. ౯౯॥

కాకుత్స్థస్యాఽఽనృశంస్యం చ మైథిల్యా శ్చ వివాసనం,
శ్రమం చ ప్లవగేంద్రస్య సమీక్ష్యోత్థాతు మర్హసి, ౧౦౦॥

(అస్యేతి.) ఇక్ష్వాకోః, కులే వంశే, వర్తతే శుశ్రూషత ఇతి ఇక్ష్వాకుకులవర్తీ, తస్య. పూజ్యతమా స్తవ, మత్సంబంధా దితి భావః. యద్వా, త్వదుపకారకవాయుపుత్ర ముద్దిశ్య. ౯౬॥

(కుర్వితి.) కార్యం ప్రయోజనం, విశ్రాంత్యాది. కర్తవ్యం కార్య మకృతం, సతాం, మన్యుం కోపం, ఉదీరయేత్ ప్రేరయేత్, ఉత్పాదయేత్. ౯౭॥—౯౮॥

(చామీకరేతి.) చామీకరమహానాభ స్వర్ణమయమహాశృంగ. ౯౯॥

(కాకుత్స్థస్యేతి) కాకుత్స్థస్యాఽఽనృశంస్యం రామస్య సీతావిషయాం దయాం. ౧౦౦॥

* రామానుజీయం. (తస్యేతి.) సాహాయ్యం సహాయకర్మ, సహకారిత్వ మితి యావత్. బ్రాహ్మణాదిత్వాత్ ష్యఞ్. మమ ఇక్ష్వాకవః పూజ్యా హి. మద్వృద్ధిహేతుత్వాత్. తవ పరం పూజ్యతమాః, సగరవివృద్ధమదంతఃప్రవేశసుఖావస్థానాదిఫలభోక్తృత్వా దితి భావః.

(హనుమతః మైనాకసమ్మాననం)

హిరణ్యనాభో మైనాకో నిశమ్య లవణాంభసః.
ఉత్పపాత జలా త్తూర్ణం మహాద్రుమలతాయుతః, ౧౦౧॥

స సాగరజలం భిత్వా బభూవాఽభ్యుత్థిత స్తదా.
యథా జలధరం భిత్వా దీప్తరశ్మి ర్దివాకరః, ౧౦౨॥

స మహాత్మా ముహూర్తేన పర్వత స్సలిలావృతః.
దర్శయామాస శృంగాణి సాగరేణ నియోజితః, ౧౦౩॥

శాతకుంభమయై శ్శృంగై స్సకిన్నరమహోరగైః.
ఆదిత్యోదయసంకాశై రాలిఖద్భి రివాఽంబరం, ౧౦౪॥

తప్తజాంబూనదై శ్శృంగైః పర్వతస్య సముత్థితైః.
ఆకాశం శస్త్రసంకాశ మభవ త్కాంచనప్రభం, ౧౦౫॥

జాతరూపమయై శ్శృంగై ర్భ్రాజమానై స్స్వయంప్రభైః.
ఆదిత్యశతసంకాశ స్సోఽభవ ద్గిరిసత్తమః, ౧౦౬॥

త ముత్థిత మసంగేన హనుమా నగ్రత స్స్థితం.
మధ్యే లవణతోయస్య విఘ్నోఽయ మితి నిశ్చితః, ౧౦౭॥

---

(హిరణ్యనాభ ఇతి.) నిశమ్య, వచన మితి శేషః. ౧౦౧॥—౧౦౩॥

(శాతకుంభేతి.) శాతకుంభనిభైః స్వర్ణసదృశైః, ఆదిత్యోదయసంకాశైః, ఆదిత్యోదయ తుల్యై రిత్యర్థః, శృంగై రుపలక్షితః, శృంగాణి దర్శయామాసేతి యోజనా. ౧౦౪॥—౧౦౫॥

(తప్తేతి.) శస్త్రసంకాశం, నీల మిత్యర్థః. 'శస్త్ర మాయుధలోహయో' రితి విశ్వః. ౧౦౬॥

(త మితి.) నిశ్చితః నిశ్చితవాన్. కర్తరి నిష్ఠా. ౧౦౭॥

* స త ముచ్ఛ్రిత మత్యర్థం మహావేగో మహాకపిః.
ఉరసా పాతయామాస జీమూత మివ మారుతః, ౧౦౮౪

✠ స తదా పాతిత స్తేన కపినా పర్వతోత్తమః.
బుద్ధ్వా తస్య కపే ర్వేగం జహర్ష చ ననంద చ, ౧౦౯౫

◈ త మాకాశగతం వీర మాకాశే సముపస్థితః
ప్రీతో హృష్టమనా వాక్య మబ్రవీ త్పర్వతః కపిం,
మానుషం ధారయ న్రూప మాత్మన శ్శిఖరే స్థితః. ౧౧౧

★ దుష్కరం కృతవా న్కర్మ త్వ మిదం వానరోత్తమ.
నిపత్య మమ శృంగేషు విశ్రమస్వ యథాసుఖం, ౧౧౨

రాఘవస్య కులే జాతై రుదధిః పరివర్ధితః,
స త్వాం రామహితే యుక్తం ప్రత్యర్చయతి సాగరః ౧౧౩

(స ఇతి.) జహర్ష విసిస్మయే. ౧౦౪–౧౦౫

(త మితి.) ప్రీతః ప్రీతిద్యోతకవ్యాపారః. ౧౧౧–౧౧౩

* రామానుజీయం. (స త మితి.) 'జీమూత మివ మారుత' ఇత్యనేన అనాయాసేన పర్వతం పాతితవా నితి ద్యోత్యతే.

✠ రామానుజీయం. (స తదేతి.) జహర్ష చ ననంద చేతి పదద్వయేన కాయమనసో ర్వికృతి రుచ్యతే. అస్య వేగేన గ్లానిరాహిత్యం బుధ్వా హృష్టమనా బభూవే త్యర్థః.

◈ రామానుజీయం. (త మితి.) ప్రీతః సుఖితః, హృష్టమనాః ప్రసన్నమనాః.

★ రామానుజీయం. (దుష్కర మితి.) విశ్రమస్వేతి, శ్రమి రాత్మనేపదీ క్వచి దస్తి. తథా చోక్తం భట్టమల్లేన 'విశ్రామ్యతీతి విశ్రాంతౌ క్వచి ద్విశ్రమతేఽపి చే' తి.

(హనుమతః మైనాకసమ్మాననం)

కృతే చ ప్రతికర్తవ్య మేష ధర్మ స్సనాతనః,
సోఽయం త్వత్ప్రతికారార్థీ త్వత్త స్సమ్మాన మర్హతి. ౧౧౪

* త్వన్నిమిత్త మనేనాఽహం బహుమానా త్ప్రచోదితః,
తిష్ఠ త్వం కపిశార్దూల మయి విశ్రమ్య గమ్యతాం. ౧౧౫

యోజనానాం శతం చాఽపి కపి రేష సమాప్లుతః,
తవ సానుషు విశ్రాంత శ్శేషం ప్రక్రమతా మితి. ౧౧౬

తదిదం గంధవ త్స్వాదు కందమూలఫలం బహు,
త దాస్వాద్య హరిశ్రేష్ఠ విశ్రాంతోఽనుగమిష్యసి. ౧౧౭

† అస్మాక మపి సంబంధః కపిముఖ్య త్వయాఽస్తి వై,
ప్రఖ్యాత స్త్రిషు లోకేషు మహాగుణపరిగ్రహః. ౧౧౮

---

(కృత ఇతి.) కృతే ఉపకారే. త్వత్ప్రతికారార్థీ త్వదాతిథ్యకరణాపేక్షీ. త్వత్త స్సంమాన మర్హతీతి. త్వయా తత్కృతాతిథ్యపరిగ్రహ ఏవాఽస్య సంమాన ఇత్యర్థః. ౧౧౪-౧౧౫

సేవనాప్రకార మాహ (యోజనానా మితి.) ప్రక్రమతా మితి ప్రచోదిత ఇతి పూర్వేణాన్వయః. ౧౧౬

(త దితి.) త త్ప్రసిద్ధం. కందః కరహాటః, మూలం పాదః. త త్తస్మాత్. ౧౧౭

(అస్మాక మితి) ప్రఖ్యాత ఇతి సంబంధవిశేషణం. మహాగుణానాం పరిగ్రహో యస్మిన్ స తథా. ౧౧౮

---

* రామానుజీయం. (త్వన్నిమిత్త మిత్యాదిశ్లోకద్వయ) మేకం వాక్యం. ఏష కపిః యోజనానాం శతం చాపి, సమాప్లుతః సమాప్లుత్య, తవ సానుషు విశ్రాంతః, శేషం మార్గశేషం, ప్రక్రమతా మితి. త్వన్నిమిత్తం అహం అనేన సాగరేణ బహుమానాత్ ప్రచోదితః, అతః కపిశార్దూల, త్వం తిష్ఠ, మయి విశ్రమ్య గమ్యతా మిత్యన్వయః.

† రామానుజీయం. హనుమతః పూజ్యతమత్వే హేత్వంతరం దర్శయతి (అస్మాక మపీతి.) సంబంధః అతిథ్యతిథిపుజ్యాపలక్షణః. మహాగుణపరిగ్రహః - పరిగృహ్యత ఇతి పరిగ్రహః, మహాగుణానాం సతాం పరిగ్రహః మహాగుణపరిగ్రహః.

వేగవన్తః ప్లవన్తో యే ప్లవగా మారుతాత్మజ,
తేషాం ముఖ్యతమం మన్యే త్వా మహం కపికుంజర. ౧౧౯

* అతిథిః కిల పూజార్హః ప్రాకృతోఽపి విజానతా,
ధర్మం జిజ్ఞాసమానేన కిం పున స్త్వాదృశో మహాన్. ౧౨౦

◈ త్వం హి దేవ వరిష్ఠస్య మారుతస్య మహాత్మనః,
పుత్త్ర స్తస్యైవ వేగేన సదృశః కపికుంజర. ౧౨౧

పూజితే త్వయి ధర్మజ్ఞ పూజాం ప్రాప్నోతి మారుతః,
తస్మా త్త్వం పూజనీయో మే శృణు చా ప్యత్రకారణం. ౧౨౨

పూర్వం కృతయుగే తాత పర్వతాః పక్షిణోఽభవన్,
తే హి జగ్ము ర్దిశ స్సర్వా గరుడానిలవేగినః. ౧౨౩

తత స్తేషు ప్రయాతేషు దేవసంఘా స్సహర్షిభిః,
భూతాని చ భయం జగ్ము స్తేషాం పతనశంకయా. ౧౨౪

తతః క్రుద్ధ స్సహస్రాక్షః పర్వతానాం శతక్రతుః,
పక్షాం శ్చిచ్ఛేద వజ్రేణ తత్ర తత్ర సహస్రశః. ౧౨౫

స మా ముపగతః క్రుద్ధో వజ్ర ముద్యమ్య దేవరాట్,
తతోఽహం సహసా క్షిప్తః శ్వసనేన మహాత్మనా. ౧౨౬

సంబంధం వివృణోతి (పూర్వ మిత్యాదినా.) పక్షిణః పక్షవన్తః, హిః పాదపూరణే,౧౨౬

* రామానుజీయం. (అతిథి రితి.) 'త్వాదృశో మహా' నితి పాఠః.

◈ రామానుజీయం. కిం చాఽతిథే స్తవ పూజాయాం కామ్యార్థసిద్ధివ ద్వాయోరపి ప్రత్యుపకారసిద్ధి స్స్యా దిత్యాహ (త్వం హీత్యాదినా.)

(హనుమతః మైనాకసమ్మాననం)

అస్మిన్ లవణతోయే చ ప్రక్షిప్తః ప్లవగోత్తమ,
గుప్తపక్షసమగ్రశ్చ తవ పిత్రాఽభిరక్షితః. ౧౨౭

తతోఽహం మానయామి త్వాం మాన్యో హి మమ మారుతః,
త్వయా మే హ్యేష సంబంధః కపిముఖ్య మహాగుణః. ౧౨౮

అస్మిన్నేవంగతే కార్యే సాగరస్య మమైవ చ,
ప్రీతిం ప్రీతమనాః కర్తుం త్వమర్హసి మహాకపే. ౧౨౯

* శ్రమం మోక్షయ పూజాం చ గృహాణ కపిసత్తమ,
ప్రీతిం చ బహు మన్యస్వ ప్రీతోఽస్మి తవ దర్శనాత్. ౧౩౦

ఏవముక్తః కపిశ్రేష్ఠస్తం నగోత్తమమబ్రవీత్, ౧౩౦½

ప్రీతోఽస్మి కృతమాతిథ్యం మన్యురేషోఽపనీయతాం.
◈ త్వరతే కార్యకాలో మే అహశ్చాప్యతివర్తతే,

(అస్మిన్నితి.) సమగ్రపక్షః గుప్తసమగ్రపక్షశ్చ యథా భవామి తథా అభిరక్షితోఽస్మీత్యర్థః. ౧౨౭-౧౩౦½

(ప్రీతోఽస్మీతి.) కృతమాతిథ్యం, తవ దర్శనాదినేతి భావః. మన్యుః కోపః, మత్కృతా పూజా న గృహీతేతి కోపో నిరస్యతామిత్యర్థః. కార్యకాలః, త్వరతే శీఘ్రం గచ్ఛేతి మాం ప్రేరయతి. అహశ్చాప్యతివర్తతే అత్ర విలంబః క్రియతే చేదిదమహోఽతివర్తత ఇత్యర్థః. ఇహ సముద్రే. అంతరే మధ్యే, మయా న స్థాతవ్యమితి వానరసన్నిధౌ ప్రతిజ్ఞా కృతా. ౧౩౧

* రామానుజీయం. (శ్రమమితి.) మోక్షయ ముంచ, 'మోక్ష అసనే' ఇతి చౌరాదికో ధాతుః.

◈ రామానుజీయం. (త్వరతే కార్యకాల ఇతి.) కార్యః కరణయోగ్యః కాలః కార్యకాలః. త్వరతే త్వరయతి. అహశ్చాప్యతివర్తతే లంకాద్వీపప్రవేశయోగ్యమహశ్చాతివర్తతే

* ప్రతిజ్ఞా చ మయా దత్తా న స్థాతవ్య మిహాఽన్తరే. ౧౩౨

* ఇత్యుక్త్వా పాణినా శైల మాలభ్య హరిపుంగవః,
జగామాఽఽకాశ మావిశ్య వీర్యవా న్ప్రహస న్నివ. ౧౩౩

* స పర్వతసముద్రాభ్యాం బహుమానా దవేక్షితః,
పూజిత శ్చోపపన్నాభి రాశీర్భి రనిలాత్మజః. ౧౩౪

అథోర్ధ్వం దూర ముత్పత్య హిత్వా శైలమహార్ణవౌ.
పితుః పంథాన మాస్థాయ జగామ విమలేఽమ్బరే. ౧౩౫

భూయ శ్చోర్ధ్వగతిం ప్రాప్య గిరిం త మవలోకయన్,
వాయుసూను ర్నిరాలంబే జగామ విమలేఽమ్బరే, ౧౩౬

---

(ఇత్యుక్త్వేతి.) ప్రహసన్నివ, ప్రసన్నముఖ ఇవేత్యర్థః. ౧౩౨-౧౩౩

(అథేతి.) హిత్వా శైలమహార్ణవౌ, మూర్తిమంతౌ తౌ హిత్వేత్యర్థః. అనేన శైలవ త్సముద్రోఽపి మూర్తిమత్తయా తత్రాఽదృశ్యతేతి సూచితం. ౧౩౪-౧౩౬

---

* రామానుజీయం. (ప్రతిజ్ఞాచేతి.) 'యథా రాఘవనిర్ముక్త శ్శర శ్శ్వసనవిక్రమః, గచ్ఛే త్తద్వ ద్గమిష్యామి లంకాం రావణపాలితా' మితి ప్రతిజ్ఞా దత్తా. తస్మా దిహాఽన్తరే న స్థాతవ్యం.

* రామానుజీయం. (ఇత్యుక్త్వేతి.) ఆలభ్య స్పృష్ట్వా. ప్రహస న్నివేత్యత్ర ఇవశబ్దో హాస ప్రకర్షస్య పారమార్థ్యపరః ప్రీతిసూచకః, మందస్మితం కుర్వ న్నిత్యర్థ .

* రామానుజీయం. (స ఇతి.) ఉపపన్నాభిః రామకార్యసిద్ధ్యుచితాభిః.

(హనుమతః సురసావిజయః)

తద్ద్వితీయం హనుమతో దృష్ట్వా కర్మ సుదుష్కరం,
ప్రశశంసు స్సురా స్సర్వే సిద్ధా శ్చ పరమర్షయః. ౧౩౭

* దేవతా శ్చాఽభవ\u0C28్ హృష్టా స్తత్రస్థా స్తస్య కర్మణా.
కాంచనస్య సునాభస్య సహస్రాక్ష శ్చ వాసవః. ౧౩౮

ఉవాచ వచనం ధీమా\u0C28్ పరితోషా త్సగద్గదం,
సునాభం పర్వతశ్రేష్ఠం స్వయ మేవ శచీపతిః. ౧౩౯

హిరణ్యనాభ శైలేంద్ర పరితుష్టోఽస్మి తే భృశం.
అభయం తే ప్రయచ్ఛామి తిష్ఠ సౌమ్య యథాసుఖం ౧౪౦

◊ సాహ్యం కృతం తే సుమహ ద్విక్రాంతస్య హనూమతః,
క్రమతో యోజనశతం నిర్భయస్య భయే సతి ౧౪౧

రామ స్యైష హి దూత్యేన యాతి దాశరథే ర్హరిః,
సత్క్రియాం కుర్వతా తస్య తోషితోఽస్మి దృఢం త్వయా ౧౪౨

---

(తద్ద్వితీయ మితి.) ద్వితీయం సముద్రలంఘనాపేక్షయా ద్వితీయం, తత్పర్వతజయరూపం కర్మ. ౧౩౭—౧౪౦

(సాహ్య మితి ) భయే సతి, సముద్రలంఘనేఽస్య కిం భవిష్యతీ త్యస్మాకం భయే సతీ త్యర్థః. ౧౪౧—౧౪౨

---

* రామానుజీయం, (దేవతా శ్చేతి.) తస్య మైనాకస్య కర్మణా దేవతా హృష్టా అభవ\u0C28్ సహస్రాక్ష శ్చ హృష్టోఽభవ దితి వచనవిపరిణామేవ సంబంధః.

◊ రామానుజీయం. (సాహ్య మితి.) సాహ్యం సహాయకర్మ, సహకారిత్వ మితి యావత్. బ్రాహ్మణాదిత్వాత్ ష్యఞ్. తే త్వయా, నిర్భయస్య భయే సతి అతివిస్తృతసముద్రోపర్యాకాశగమనే సముద్రపతనాదిభయనిమిత్తసంభావనాయా మపి నిర్భయస్య.

తతః ప్రహర్ష మగమ ద్విపులం పర్వతోత్తమః,
దేవతానాం పతిం దృష్ట్వా పరితుష్టం శతక్రతుం. ౧౪౩

* స వై దత్తవర శ్శైలో బభూ వాఽవస్థిత స్తదా,
హనుమాం శ్చ ముహూర్తేన వ్యతిచక్రామ సాగరం. ౧౪౪

తతో దేవా స్సగంధర్వా స్సిద్ధా శ్చ పరమర్షయః,
అబ్రువ న్సూర్యసంకాశాం సురసాం నాగమాతరం. ౧౪౫

† అయం వాతాత్మజ శ్శ్రీమా న్ప్లవతే సాగరోపరి,
హనుమా న్నామ తస్య త్వం ముహూర్తం విఘ్న మాచర. ౧౪౬

రాక్షసం రూప మాస్థాయ సుఘోరం పర్వతోపమం,
దంష్ట్రాకరాళం పింగాక్షం వక్త్రం కృత్వా నభస్సమం, ౧౪౭

బల మిచ్ఛామహే జ్ఞాతుం భూయ శ్చాఽస్య పరాక్రమం,
త్వాం విజేష్య త్యుపాయేన విషాదం వా గమిష్యతి. ౧౪౮

ఏవ ముక్తా తు సా దేవీ దైవతై రభిసత్కృతా,
సముద్రమధ్యే సురసా బిభ్రతీ రాక్షసం వపుః. ౧౪౯

---

* రామానుజీయం. (స ఇతి.) బభూవాఽవస్థిత స్తదా, తస్మి న్కాలే స్వస్థోఽభూ దిత్యర్థః. ప్రతిప్రయాణవేళాయా మపి 'పర్వతేంద్రం సునాభం చ సముపస్పృశ్య వీర్యవా. నితి మైనాకావస్థానాభిధానాత్. సాగరం మైనాకాధిష్ఠితసాగర ప్రదేశం.

† రామానుజీయం. (అయ మితి.) శ్రీమా న్. అత్ర శ్రీశబ్దేన అతిదూరసముద్రలంఘనే వ్యుపర్యుపరి బలాభివృద్ధిప్రయుక్తా సుషమోచ్యతే.

(హనుమతః సురసావిజయః)

వికృతం చ విరూపం చ సర్వస్య చ భయావహం,
ప్లవమానం హనూమంత మావృత్యేద మువాచ హ. ౧౫౦

మమ భక్షః ప్రదిష్ట స్త్వ మీశ్వరై ర్వానరర్షభ,
అహం త్వాం భక్షయిష్యామి ప్రవిశేదం మమాఽఽననం. ౧౫౧

ఏవ ముక్త స్సురసయా ప్రాంజలి ర్వానరర్షభః,
ప్రహృష్టవదన శ్శ్రీమా నిదం వచన మబ్రవీత్. ౧౫౨

రామో దాశరథి ర్నామ ప్రవిష్టో దండకావనం,
లక్ష్మణేన సహ భ్రాత్రా వైదేహ్యా చాఽపి భార్యయా. ౧౫౩

* అన్యకార్యవిషక్తస్య బద్ధవైరస్య రాక్షసైః,
తస్య సీతా హృతా భార్యా రావణేన యశస్వినీ. ౧౫౪

♦ తస్యా స్సకాశం దూతోఽహం గమిష్యే రామశాసనాత్,
కర్తు మర్హసి రామస్య సాహ్యం విషయవాసిని. ౧౫౫

అథవా మైథిలీం దృష్ట్వా రామం చాఽక్లిష్టకారిణం,
ఆగమిష్యామి తే వక్త్రం సత్యం ప్రతిశృణోమి తే. ౧౫౬

(అన్యేతి) అన్యకార్యవిషక్తస్య మారీచమృగగ్రహణవ్యాసక్తస్య. ౧౫౦—౧౫౪

(తస్యా ఇతి.) విషయవాసిని రామరాజ్యవాసిని. ౧౫౫. ౧౫౬

---

* (అన్యేతి.) కార్యవిషక్తస్య మాయామృగవ్యప్రసితస్య. ఇతి తత్త్వదీపికా.

♦ (తస్యా ఇతి.) విషయవాసిని రామరాజ్యవాసిని. త్రైలోక్యనాథత్వా ద్రఘునాథస్యేతి భావః. ఇతి తత్త్వదీపికా.

ఏవ ముక్తా హనుమతా సురసా కామరూపిణీ,
అబ్రవీ న్నాఽతివర్తేన్మాం కశ్చి దేష వరో మమ ౧౫౫

(ఏవ మితి.): నాతివర్తే న్మాం మమాఽఽనన మప్రవిశ్య న గచ్ఛేత్. అతివర్తే దిత్యత్ర పరస్మైపద మార్షం. అత్ర ఇతికరణం ద్రష్టవ్యం. 'అబ్రవీ న్నాతివర్తే న్మాం కశ్చిదేష వరో మమే' త్యస్యాఽనంతరం 'త ద్దృష్ట్వా వ్యాదితం వక్త్రం వాయుపుత్ర స్సుబుద్ధిమా' నిత్యాదిశ్లోకా ద్రష్టవ్యాః. మధ్యే 'తం ప్రయాంత' మిత్యాదయః కేచన శ్లోకాః ప్రక్షిప్తా అసంగతాశ్చ శతయోజనాయతత్వే వానరై ర్లంకావాసిభి శ్చ జ్ఞాత స్స్యా దితి విరోధాత్. త ఇమే ప్రక్షిప్తశ్లోకాః — "తం ప్రయాంతం సముద్వీక్ష్య సురసా వాక్య మబ్రవీత్, బలం జిజ్ఞాసమానా వై నాగమాతా హనూమతః. ప్రవిశ్య వదనం మేఽద్య గంతవ్యం వానరోత్తమ. వర ఏష పురా దత్తో మమ ధాత్రేతి సత్వరా. వ్యాదాయ విపులం వక్త్రం స్థితా సా మారుతేః పురః. ఏవ ముక్త స్సురసయా క్రుద్ధో వానరపుంగవః. అబ్రవీ త్కురు వై వక్త్రం యేన మాం విషహిష్యసే. ఇత్యుక్త్వా సురసాం క్రుద్ధో దశయోజన మాయతః. దశయోజన విస్తారో బభూవ హనుమాం స్తదా. తం దృష్ట్వా మేఘసంకాశం దశయోజన మాయతం, చకార సురసా చాఽఽస్యం వింశద్యోజన మాయతం, హనూమాం స్తు తతః క్రుద్ధ స్త్రింశద్యోజన మాయతః. చకార సురసా వక్త్రం చత్వారింశ త్తథోచ్ఛ్రితమ్. బభూవ హనుమాన్ వీరః పంచాశద్యోజనోచ్ఛ్రితః. చకార సురసా వక్త్రం షష్టియోజనమాయతం. తథైవ హనుమా న్వీర స్సప్తతీయోజనోచ్ఛ్రితః. చకార సురసా వక్త్ర మశీతీయోజనోచ్ఛ్రితం. హనూమా నచలప్రఖ్యో నవతీయోజనోచ్ఛ్రితః. చకార సురసా వక్త్రం శతయోజన మాయత" మితి. ౧౫౬

---

* రామానుజీయం. 'దేవమాతా హనూమత' ఇత్యతఃపరం 'ప్రవిశ్య వదనం మేఽద్య గంతవ్యం వానరోత్తమ, వర ఏష పురా దత్తో మమ ధాత్రేతి సత్వరే' తి పాఠః. (ఏవ మితి.) విషహిష్యసే, అభిభవిష్యసి, గ్రసిష్యసీత్యర్థః. (ఇత్యుక్త్వేతి.) దశయోజన మాయతః, 'దశయోజనవిస్తారో బభూవ హనుమా' నిత్యనేన 'దశయోజనవిస్తీర్ణా త్రింశద్యోజన మాయతా, ఛాయా వానరసింహ' స్యేత్యుక్తచ్ఛాయోచితం పరిమాణాంతరం సురసాదర్శనా త్పూర్వం సంక్షిప్త' మిత్యవగమ్యతే. 'చకార సురసా చాఽఽస్యం వింశద్యోజన మాయత' మిత్యతఃపరం 'హనూమాం స్తు తతః క్రుద్ధ స్త్రింశద్యోజన మాయత' ఇత్యాదిక్రమేణ 'చకార సురసా వక్త్రం శతయోజన మాయత' మిత్యేష పాఠక్రమః. ఏతే శ్లోకాః కేషుచి త్కోశేషు లేఖకప్రమాదా త్పతితాః సప్తతీయోజనోచ్ఛ్రిత ఇత్యాదౌ దీర్ఘ ఆర్షః.

(హనుమతః సురసావిజయః)

[తం ప్రయాంతం సముద్వీక్ష్య సురసా వాక్య మబ్రవీత్,
బలం జిజ్ఞాసమానా వై నాగమాతా హనూమతః.

ప్రవిశ్య వదనం మేఽద్య గంతవ్యం వానరోత్తమ.
వర ఏష పురా దత్తో మమ ధాత్రేతి సత్వరా,

వ్యాదాయ వక్త్రం విపులం స్థితా సా మారుతేః పురః.
ఏవ ముక్త స్సురసయా క్రుద్ధో వానరపుంగవః,

అబ్రవీ త్కురు వై వక్త్రం యేన మాం విషహిష్యసే.
ఇత్యుక్త్వా సురసాం క్రుద్ధో దశయోజన మాయతః,

దశయోజనవిస్తారో బభూవ హనుమాం స్తదా.
తం దృష్ట్వా మేఘసంకాశం దశయోజన మాయతం,

చకార సురసా చాఽఽస్యం వింశద్యోజన మాయతం,
తాం దృష్ట్వా విస్తృతాస్యాం తు వాయుపుత్ర స్సుబుద్ధిమాన్.

హనూమాంస్తు తతః క్రుద్ధ స్త్రింశ ద్యోజనమాయతః,
చకార సురసా వక్త్రం చత్వారింశ త్తథోచ్ఛ్రితం.

బభూవ హనుమా న్వీరః పంచాశద్యోజనోచ్ఛ్రితః,
చకార సురసా వక్త్రం షష్టియోజన మాయతం.

తథైవ హనుమా న్వీర స్సప్తతీయోజనోచ్ఛ్రితః,
చకార సురసావక్త్రం అశీతీయోజనాయతం.

హనుమా నచలప్రఖ్యో నవతీయోజనోచ్ఛ్రితః,
చకార సురసా వక్త్రం శతయోజన మాయతం].

✠ త ద్దృష్ట్వా వ్యాదితం త్వాస్యం వాయుపుత్ర స్సుబుద్ధిమాన్.
[దీర్ఘజిహ్వం సురసయా సుఘోరం నరకోపమం,]
సుసంక్షిప్యాఽఽత్మనః కాయం బభూవాఽఙ్గుష్ఠమాత్రకః. ౧౫౮

సోఽభిపత్యాఽఽశు తద్వక్త్రం నిష్పత్య చ మహాజవః.
అంతరిక్షే స్థితః శ్రీమా నిదం వచన మబ్రవీత్. ౧౫౯

* ప్రవిష్టోఽస్మి హి తే వక్త్రం దాక్షాయణి నమోఽస్తు తే,
గమిష్యే యత్ర వైదేహీ సత్యా శ్చాసీ ద్వర స్తవ. ౧౬౦

తం దృష్ట్వా వదనా న్ముక్తం చంద్రం రాహుముఖా దివ,
అబ్రవీ త్సురసా దేవీ స్వేన రూపేణ వానరం. ౧౬౧

---

ప్రకృతం విలిఖ్యతే 'త ద్దృష్ట్వా వ్యాదితం త్వాస్యం వాయుపుత్ర స్సుబుద్ధిమాన్, సుసంక్షిప్యాఽఽత్మనః కాయం బభూవాఽఙ్గుష్ఠమాత్రకః' ౧౫౮-౧౫౯

(ప్రవిష్టోఽస్మీతి.) దక్షస్యాఽపత్యం దాక్షాయణి. త త్త్వం చ పూర్వం వరప్రదానకథనసమయే తయైవ కథిత మిత్యనువాదాత్ కల్ప్యతే. ౧౬౦-౧౬౧

---

✠ రామానుజీయం. (త ద్దృష్ట్వా వ్యాదితం త్వాస్య మితి.) వ్యాదితం వ్యాత్తం. ఇడాగమ స్త్వార్షః. అతివిస్తృతం వక్త్రం సూక్ష్మరూపేణ ప్రవిశ్యాఽక్లేశేన నిర్గంతు మయం సమీచీనః సమయ ఇతి జ్ఞానయోగాత్ సుబుద్ధిమా నితి విశేషణం,

* రామానుజీయం. (ప్రవిష్టోఽస్మి హీతి ) దాక్షాయణీ త్యనువాదాత్ స్వవరప్రదానకథనసమయే హనుమంత ముద్దిశ్య స్వకీయం దాక్షాయణీత్వ మపి తయైవ కథిత మిత్యవగంతవ్యం. సత్య శ్చాసీ ద్వరం తవ - త్వదాస్యం ప్రవిశ్య నిర్గమనాత్ బ్రహ్మణా దత్తో వర స్సత్య ఆసీ దిత్యర్థః. వరశబ్దస్య నపుంసకత్వ మార్షం.

(హనుమతః సింహనాదింజనం)

॥ అర్థసిద్ధ్యై హరిశ్రేష్ఠ గచ్ఛ సౌమ్య యథాసుఖం,
సమానయస్వ వై దేహిం రాఘవేణ మహాత్మనా.     ౧౭౨

తత్తృతీయం హనుమతో దృష్ట్వా కర్మ సుమిష్కరం,
సాధు సాధ్విరి ఖారాని ప్రకలను స్తదా హరిః.     ౧౭౩

స సాగరి మనాచృష్య మహ్వేర్క్య వరుడాలయం,
జగామాడిటరాళ మావిక్య చేగేం గరుడోపమః.     ౧౭౪

* సేవిత వారిధరాధిః పతగ్నై శ్చ నిషేవితే.

ఆకాశగమన మతిమిష్టరం బు తృయు ముఖ్యం కవియుఖం ఆకాశస్వచూప్ఖ వర్ష్యతే (సేవిత ఇత్యాదినా) శ్లోకన ప్రఖేన. శైలొచావర్య్యః - శైలే రాగఖకేశే అదార్య్యః. విన్యపువిశ్వై శ్రీర్య్యః. వ్రజ్రాశనిసమాచ్ఛార్యః పాడఖైః - విజ్రాశనిసమాచ్ఛార్యై శ్రే ఉడి ధ్వజైః పాడఖైః. హాస్యం హాత దేవేశ్యో హాహ్యహనస్యం ఖనేన. చితహానన పహ్హానా. విశ్వే డగ్గనే, వ్యాఖక ఇత్యఖః. చేపరాఇగఖాక్రాంతే ఇరాదతభిన్నది్గతాక్రాంతే, ఇతానే విహనతుల్యే, ఒఖు ఇతి విహన విశేషడం.

॥ రామానుజీయం. (ఇత్రేతి.) సమానయస్వ సంగమయు.

* రామానుజీయం. (సేవిత ఇతి.) శైలొచావర్య్యః శైలలు రాగవిశేషః. తవచావర్య్యః. తుంజుడవప్ఖృతిది ఇిత్యఖః. ఇరాదతనిషేపితే - ఇరాదత ఉంఇ బుజూదీప్త మ్రుదవను డచ్చ్యే. తేన నిషేవితే యు స్తై. 'ఇంద్రాయఖ్హ త్మించదను స్ప్రొష్ట మ్రుజు లోహితం. ఇహాతంచ దవ్వ్యతు చంచలా చవలే' తి శైజయూరి. వ్రజ్రాశనిసమాచ్ఛార్యైః - విజ్రాశన్యో స్పమ చల్యః ఆహారః అధిహారః యేశాం శైః. (విఇక్త ఇతి.) డగ్స్వే, ఒకరీ విశ్వః. వ్యాఖక ఇత్యఖః. విహానే డల్లోఇమూతే, 'ఇత్త ఇతాన ముల్లోఇ' ఇత్యఖకః. 'విన్యాఖఖగఖై శ్చతై' ఇిత్యఖః ఇఖం 'జగామ వయుమార్ఖే ఉ గడత్మ నిఖ మూడుతి' ఇతి పార్ఖమ. ఉఖరి య 'హనుమూహ మేఝుహాఖస్' త్యాది సౌల్లోఇకఇ్వ ఖు పహాద ల్లిఖితం. 'ప్రదృశ్యమాన స్స్వర్ఖ్యతే' తి పార్ఖ.

[5]

చరితే ◈ కైశికాచార్యై రైరావతనిషేవితే. ౧౬౫

సింహకుంజరశార్దూలపతగోరగవాహనైః,
విమానై స్సంపతద్భి శ్చ విమలై స్సమలంకృతే. ౧౬౬

వజ్రాశనిసమాఘాతైః పావకై రుపశోభితే,
కృతపుణ్యై ర్మహాభాగై స్స్వర్గజిద్భి రలంకృతే. ౧౬౭

* వహతా హవ్య మత్యర్థం సేవితే చిత్రభానునా,
గ్రహనక్షత్రచంద్రార్కతారాగణవిభూషితే. ౧౬౮

మహర్షిగణగంధర్వనాగయక్షసమాకులే,
వివిక్తే విమలే విశ్వే † విశ్వావసునిషేవితే. ౧౬౯

దేవరాజగజాక్రాంతే చంద్రసూర్యపథే శివే,
వితానే జీవలోకస్య వితతే బ్రహ్మనిర్మితే. ౧౭౦

బహుశ స్సేవితే వీరై ర్విద్యాధరగణై ర్వరైః,
జగామ వాయుమార్గే తు గరుత్మా నివ మారుతిః. ౧౭౧

ప్రదృశ్యమాన స్సర్వత్ర హనుమా న్మారుతాత్మజః,
భేజేఽంబరం నిరాలంబం లంబపక్ష ఇవాఽద్రిరాట్. ౧౭౨

ప్లవమానం తు తం దృష్ట్వా సింహికా నామ రాక్షసీ,
మనసా చింతయామాస ప్రవృద్ధా కామరూపిణీ. ౧౭౩

---

◈ కైశికాచార్యైః కైశికం నృత్తాది, తదాచార్యై స్తుంబురుప్రభృతిభిః. ఇతి తత్త్వదీపికా.

* ఆకాశస్య ఏకోనపంచాశదగ్నిసంబంధ ముక్త్వా తత్ప్రధానభూతచిత్రభానుసంబంధ మాహ (వహతేతి.) ఇతి తత్త్వదీపికా.

† విశ్వావసుః గంధర్వరాజః. ఇతి తత్త్వదీపికా.

(హనుమతః సింహికాభంజనం)

అద్య దీర్ఘస్య కాలస్య భవిష్యా మ్యహ మాశితా,
ఇదం హి మే మహ త్సత్త్వం చిరస్య వశ మాగతం. ౧౭౪

ఇతి సంచింత్య మనసా ఛాయా మస్య సమాక్షిపత్, ౧౭౪½
ఛాయాయాం గృహ్యమాణాయాం చింతయామాస వానరః. ౧౭౫

సమాక్షిప్తోఽస్మి సహసా పంగూకృతపరాక్రమః,
ప్రతిలోమేన వాతేన మహానౌ రివ సాగరే. ౧౭౬

తిర్య గూర్ధ్వ మధ శ్చైవ వీక్షమాణ స్తతః కపిః,
దదర్శ స మహ త్సత్త్వ ముత్థితం లవణాంభసి. ౧౭౭

త ద్దృష్ట్వా చింతయామాస మారుతి ర్వికృతాననం,
కపిరాజేన కథితం సత్త్వ మద్భుతదర్శనం.
ఛాయాగ్రాహి మహావీర్యం త దిదం నాఽత్ర సంశయః, ౧౭౮½

స తాం బుద్ధ్వాఽర్థత త్త్వేన సింహికాం మతిమా న్కపిః.
వ్యవర్ధత మహాకాయః ప్రావృషీవ వలాహకః, ౧౭౯½

తస్య సా కాయ ముద్వీక్ష్య వర్ధమానం మహాకపేః,
వక్త్రం ప్రసారయామాస పాతాళాంతరసన్నిభం, ౧౮౦½

---

(అద్యేతి.) దీర్ఘస్య కాలస్య దీర్ఘకాలే గతే సతి, అద్య, ఆశితా అశ్రీభుక్తవతీ, భవిష్యామి. ౧౭౪

(ఇతీతి) సమాక్షిపత్ సమ్య గ్గృహీతవతీ. ౧౭౪½—౧౭౫

(సమాక్షిప్త ఇతి) పంగూకృతపరాక్రమః కుంఠితగతిః, ప్రతిలోమేన ప్రతికూలేన. ౧౭౬—౧౭౭

(ఛాయాగ్రాహీతి.) త దిదం చాయాగ్రాహి, కపిరాజేన కథితం, నాఽత్ర సంశయ ఇతి యోజనా. ౧౭౮½—౧౮౦½

ఘనరాజీవ గర్జంతీ వానరం సమభిద్రవత్. ౧౯౧

స దదర్శ తత స్తస్యా వివృతం సుమహ న్ముఖం,
కాయమాత్రం చ మేధావీ మర్మాణి చ మహాకపిః. ౧౯౨

స తస్యా వివృతే వక్త్రే వజ్రసంహననః కపిః,
సంక్షిప్య ముహు రాత్మానం నిష్పపాత మహాబలః. ౧౯౩

ఆస్యే తస్యా నిమజ్జంతం దదృశు స్సిద్ధచారణాః,
గ్రస్యమానం యథా చంద్రం పూర్ణం పర్వణి రాహుణా. ౧౯౪

* తత స్తస్యా నఖై స్తీక్ష్ణై ర్మర్మా ణ్యుత్కృత్య వానరః,
ఉత్పపాతాఽథ వేగేన మనస్సంపాతవిక్రమః. ౧౯౫

తాం తు దృష్ట్వా చ ధృత్యా చ దాక్షిణ్యేన నిపాత్య చ,
స కపిప్రవరో వేగా ద్వవృధే పున రాత్మవాన్. ౧౯౬

---

(ఘనరాజీవేతి.) సమభిద్రవత్ సమభ్యద్రవత్. ౧౯౧

(స దదర్శేతి.) కాయమాత్రం దేహప్రమాణం. ౧౯౨

(స ఇతి.) ముహు స్సంక్షిప్య సన్నికర్షానుగుణం సంకుచ్య. ౧౯౩–౧౯౪

(తత ఇతి.) తతః తేన రూపేణ. మనస్సంపాతవిక్రమః మనోవేగతుల్యగతిః. ౧౯౫

(తా మితి.) దృష్ట్వా దూరా దేవ దర్శనేన. ధృత్యా అస్యనియమనజననధార్ష్ట్యేన. దాక్షిణ్యేన
పాటవేన ౧౯౬

---

* రామానుజీయం. (తత ఇతి.) అథ వానరః, మనస్సంపాతవిక్రమస్సన్ మనోగమన సమానగతి స్సన్, తీక్ష్ణై ర్నఖై స్తస్యా మర్మా ణ్యుత్కృత్య తతః ఆస్యాత్ వేగే నోత్పపాత, ఆస్యపిధానా త్పూర్వ మే వోత్పపాతే త్యర్థః.

(హనుమతః పారగమనం)

హృతహృ త్సా హనుమతా పపాత విధురాఽంభసి, ౧౮౬॥

తాం హతాం వానరేణాఽఽశు పతితాం వీక్ష్య సింహికాం.
భూతా న్యాకాశచారీణి త మూచుః ప్లవగోత్తమం, ౧౮౭॥

భీమ మద్య కృతం కర్మ మహ త్సత్త్వం త్వయా హతం.
సాధయాఽర్థ మభిప్రేత మరిష్టం ప్లవతాం వర, ౧౮౮

యస్య త్వేతాని చత్వారి వానరేంద్ర యథా తవ.
ధృతి ర్దృష్టి ర్మతి ర్దాక్ష్యం * స్వకర్మసు న సీదతి, ౧౮౯॥

స తై స్సంభావితః పూజ్యః ప్రతిపన్నప్రయోజనః.
జగామాఽఽకాశ మావిశ్య పన్నగాశనవ త్కపిః, ౧౯౦॥

ప్రాప్తభూయిష్ఠపార స్తు సర్వతః ప్రతిలోకయన్.
యోజనానాం శతస్యాఽంతే వనరాజిం దదర్శ సః, ౧౯౧॥

(హృతహృ దితి.) విధురా ఆర్తా. ౧౮౬॥—౧౮౭॥

(భీమ మిత్యాది.) అరిష్టం శుభం యథా భవతి తథా, యస్య సింహికారూపసత్త్వస్య, దృష్టిః ఆయతిక్షమసూక్ష్మేక్షణం, మతిః అర్థతత్త్వనిశ్చయః, క్రియావత్త్వం దాక్ష్యం, యథా తవ తథా యస్య చత్వారి సంతి, తత్త్వయా హతం. తాన్యేవ చత్వా ర్యాహ (ధృతి రితి.) యా ధృతిః, (స్వ) కర్మసు స్వానుకూల్యకార్యేషు, నాఽవసీదతి - యా దృష్టి ర్నావసీదతి, యా మతి ర్నావసీదతి, య ద్దాక్ష్యం నావసీవతి, ఏతాని చత్వారి యస్య సంతి త త్త్వయా హత మితి యోజనా. ౧౮౯॥

(స ఇతి.) సంభావితః పూజితః. ప్రతిపన్నప్రయోజనః ప్రాక్ప్రతిభాసితకార్యసారః, స చ స్త్రీత్వే దోషే సమానేఽపి సురసాయా జయప్రతిపత్తిః సింహికాయా వధప్రతిపత్తిశ్చ. ౧౯౦॥

(ప్రాప్తేతి.) ప్రాప్తభూయిష్ఠపారః ప్రాప్తప్రాయతీరః. ౧౯౧॥

* 'నావసీదతి కర్మసు' ఇతి గోవిందరాజీయపాఠః.

దదర్శ చ పత న్నేవ వివిధద్రుమభూషితం.
ద్వీపం శాఖామృగశ్రేష్ఠో మలయోపవనాని చ. ౧౯-౨॥

సాగరం సాగరానూపం సాగరానూపజా న్ద్రుమా న్
సాగరస్య చ పత్నీనాం ముఖా న్యపి విలోకయ న్, ౧౯-౩॥

స మహామేఘసంకాశం సమీక్ష్యాఽఽత్మాన మాత్మవా న్
నిరుంధంత మివాఽఽకాశం చకార మతిమా న్మతిం. ౧౯-౪॥

కాయవృద్ధిం ప్రవేగం చ మమ దృష్ట్వైవ రాక్షసాః.
మయి కౌతూహలం కుర్యు రితి మేనే మహాకపిః, ౧౯-౫॥

తత శ్శరీరం సంక్షిప్య త న్మహీధరసన్నిభం.
పునః ప్రకృతి మాపేదే వీతమోహ ఇవాఽఽత్మవా న్. ౧౯-౬॥

త ద్రూప మతిసంక్షిప్య హనుమా న్ప్రకృతౌ స్థితః.
త్రీ న్క్రమా నివ విక్రమ్య బలివీర్యహరో హరిః, ౧౯-౭॥

---

(దదర్శేతి.) మలయోపవనాని - లంకామలయ ఇతి దక్షిణతీరే స్థితః మలయః. తస్యో పవనాని. ౧౯-౨॥

(సాగర మితి.) సాగరస్య పత్నీనాం నదీనాం త్రికూటోత్పన్నానాం, ఆత్మానం స్వశరీరం. మతిం చకార, మేన ఇతి యావత్. ౧౯-౩॥—౧౯-౪॥

కథం మేన ' ఇత్యత్రాహ (కాయవృద్ధి మితి ) ౧౯-౫॥

(తత ఇతి.) పునః ప్రకృతి మాపేదే పున ర్నిజాకారం ప్రాప్తవా న్. ౧౯-౬॥

ఉక్తం శరీరసంక్షేపం దృష్టాంతార్థ మనువదతి (త ద్రూప మితి ) ౧౯-౭॥

(హనుమతః త్రికూటశిఖరప్రాప్తిః)

* స చారునానావిధరూపధారీ పరం సమాసాద్య సముద్రతీరం.
పరై రశక్యః ప్రతిపన్నరూప స్సమీక్షితాత్మా సమవేక్షితార్థః. ౧౯౮॥

తత స్స లంబస్య గిరే స్సమృద్ధే విచిత్రకూటే నిపపాత కూటే.
స కేతకోద్దాలకనాళికేరే మహాద్రికూటప్రతిమో మహాత్మా. ౧౯౯॥

తత స్తు సంప్రాప్య సముద్రతీరం సమీక్ష్య లంకాం గిరివర్యమూర్ధ్ని,
కపి స్తు తస్మి న్నిపపాత పర్వతే విధూయ రూపం వ్యథయ న్మృగద్విజాన్. ౨౦౦॥

స సాగరం దానవపన్నగాయుతం బలేన విక్రమ్య మహోర్మిమాలినం.

---

(స చార్వితి.) ప్రతిపన్నరూపః ప్రతిపన్నస్వభావశరీరః, అభూ దితి శేషః. సమీక్షితాత్మా సమీక్షితదేహః, సమవేక్షితార్థః నిరూపితకార్యః. పూర్వోక్తోపసంహారశ్లోక ఏషః. ౧౯౮॥

(తత ఇతి) లంబస్య లంబమానస్యేవ స్థితస్య, అవిజ్ఞాతాగ్రస్యే త్యర్థః. విచిత్రకూటే వివిధాశ్చర్యసమూహే. 'కూట స్త్వస్త్రియాం పుంజపాలయో' రితి దర్పణః. ఉద్దాలకాః శ్లేష్మాతకాః. ౧౯౯॥

వ్యథయ న్మృగద్విజా నిత్యాదివిశేషం వక్తు ముక్త మర్థ మనువదతి (తత స్త్వితి.) సముద్రతీరం తీరోపర్యాకాశం, విధూయ రూపం పూర్వరూపం విహాయ. వృత్త ముపజాతిః. అస్మిన్ సర్గే సార్ధైకాధికద్విశతశ్లోకాః. ౨౦౧॥

---

* రామానుజీయం (స చార్వితి.) పూర్వోక్తార్థసంగ్రహశ్లోకోఽయం. చారునానావిధరూపధారీ తత్తత్కార్యానుగుణ్యేన పరిగృహీతరమణీయస్థూలసూక్ష్మాదిరూపః, పరైః సింహికాదిభిః, అశక్యః అప్రధృష్యః, సః, పరం సముద్రతీర మాసాద్య, సమీక్షితాత్మా సమాలోకితాత్మప్రమాణస్వశరీరః, సమవేక్షితార్థః సమాలోచితకార్యః, ప్రతిపన్నరూపః అంగీకృతనిజశరీరః, అభూ దితి శేషః.

నిపత్య తీరే చ మహోదధే_స్తదా దదర్శ లంకా మమరావతీ మివ. ౨౦౧౪

ఇతి శ్రీమద్రామాయణే, సున్దరకాణ్డే, ప్రథమ స్సర్గః.

అథ ద్వితీయ స్సర్గః

స సాగర మనాధృష్య మతిక్రమ్య మహాబలః,
* త్రికూటశిఖరే లంకాం స్థితాం స్వస్థో దదర్శ హ. ౧

తతః పాదపము_క్తేన పుష్పవర్షేణ వీర్యవాన్,
అభివృష్ట స్థ్సిత_స్తత్ర బభౌ పుష్పమయో యథా. ౨

యోజనానాం శతం శ్రీమాం_స్తీర్త్వా ప్యు_త్తమవిక్రమః,
అనిశ్శ్వస న్కపి_స్తత్ర న గ్లాని మధిగచ్ఛతి ౩

---

ఇతి శ్రీగోవిందరాజవిరచితే, శ్రీరామాయణభూషణే, శృంగారతిలకాఖ్యానే, సుందరకాణ్డవ్యాఖ్యానే, ప్రథమ స్సర్గః

అథ ద్వితీయ స్సర్గః.

(స సాగర మిత్యాది) ౧_౩

* రామానుజీయం 'త్రికూటశిఖరే లంకాం స్థితా' మితి పాఠః

(హనుమతా త్రికూటశిఖరాత్ లంకాదర్శనం)

◈ శతా న్యహం యోజనానాం క్రమేయం సుబహూ న్యపి,
కిం పున స్సాగరస్యాఽంతం సంఖ్యాతం శతయోజనం. ౪

స తు వీర్యవతాం శ్రేష్ఠః ప్లవతా మపి చోత్తమః,
జగామ వేగవా౯ లంకాం లంఘయిత్వా మహోదధిం. ౫

※ శాద్వలాని చ నీలాని గంధవంతి వనాని చ,
గండవంతి చ మధ్యేన జగామ నగవంతి చ. ౬

* శైలాం శ్చ తరుసంఛన్నా౯ వనరాజీ శ్చ పుష్పితాః,
అభిచక్రామ తేజస్వీ హనుమా౯ ప్లవగర్షభః. ౭

---

సముద్రలంఘనే కుతో గ్లానిం నాఽధ్యగచ్ఛ దిత్యత్రాహ (శతానీతి.) ౪—౫

(శాద్వలానీతి.) గండవంతి స్థూలోపలవంతి. నామైకదేశే నామగ్రహణేన గండశబ్దేన గండశైల ఉచ్యతే. ౬—౭

---

◈ రామానుజీయం. సముద్రలంఘనే కుతః శ్రమం నాఽధ్యగచ్ఛ త్తత్రాహ (శతా న్యహ మితి.) అహం సుబహూన్యపి యోజనానాం శతాని క్రమేయం, శతయోజనసంఖ్యాకం సాగరస్యాఽంతం కిం పున రితి, అమన్యతేతి శేషః.

※ రామానుజీయం (శాద్వలానీతి.) వనాని పర్వతస్థవనాని. గండవంతి స్థూలపాషాణవంతి, మధ్యేన మధ్యమార్గేణ. నగవంతి ప్రశస్తవృక్షయుక్తాని.

* రామానుజీయం. (శైలా నితి.) అత్ర శైలశబ్ద శ్శృంగపరః. లంబాఖ్యగిరే రుపరితన స్యోచ్యమానత్వాత్.

* స తస్మి న్నచలే తిష్ఠ న్వనా న్యుపవనాని చ, ౭

◊ స నగాగ్రే చ తాం లంకాం దదర్శ పవనాత్మజః. ౮

సరళా న్కర్ణికారాం శ్చ ఖర్జూరాం శ్చ సుపుష్పితాన్,
ప్రియాళా న్ముచుళిందాం శ్చ కుటజా న్కేతకా నపి. ౯

ప్రియంగూ న్గంధపూర్ణాం శ్చ నీపా న్సప్తచ్ఛదాం స్తథా,
అసనా న్కోవిదారాం శ్చ కరవీరాంశ్చ పుష్పితాన్. ౧౦

పుష్పభారనిబద్ధాం శ్చ తథా ముకుళితా నపి,
పాదపా న్విహగాకీర్ణాన్ పవనాధూతమ స్తకాన్. ౧౧

హంసకారండవాకీర్ణా వాపీః పద్మోత్పలాయుతాః,
ఆక్రీడా న్వివిధా న్రమ్యాన్ వివిధాం శ్చ జలాశయాన్. ౧౨

సంతతా న్వివిధై ర్వృక్షై స్సర్వర్తుఫలపుష్పితైః,
ఉద్యానాని చ రమ్యాణి దదర్శ కపికుంజరః ౧౩

---

(స ఇతి.) స తస్మి న్నిత్యర్ధే దదర్శే త్యపకృష్యతే ౭—౮

(సరళా నితి) యూపసరళాన్, కర్ణికారా న్పరివ్యాధాన్, ఖర్జూరాన్ కంటకచ్ఛదాన్, ప్రియాళాన్ ధనుఃపటాన్, ముచుళిందాన్ జంబీరాన్, కుటజాన్, ప్రియంగూన్ ఫలినః, గంధపూర్ణాన్ నీపాన్, అసనాన్, కోవిదారాన్ చమరికాన్, ఆక్రీడాన్ సర్వసాధారణక్రీడాస్థానాని, ఉద్యానాని రాజయోగ్యాని, సర్వర్తుఫలపుష్పితైః-సర్వర్తుషు ఫలపుష్పా ణ్యేషాం సంజాతానీతి తైః.౯-౧౩

* రామానుజీయం (స ఇతి.) తస్మి న్నచలే లంబగిరౌ, తిష్ఠన్ వనా న్యుపవనాని చ దదర్శే త్యపకృష్య సంబంధనీయం. అన్యథా తచ్ఛబ్దోఽతిరిచ్యేత.

◊ రామానుజీయం. (స ఇతి.) నగాగ్రే త్రికూటశిఖరే.

(హనుమతా త్రికూటశిఖరాత్ లంకాదర్శనం)

సమాసాద్య చ లక్ష్మీవాన్ లంకాం రావణపాలితాం,
పరిఘాభి స్సపద్మాభి స్సోత్పలాభి రలంకృతాం. ౧౪

సీతాపహరణార్థేన రావణేన సురక్షితాం,
సమంతా ద్విచరద్భిశ్చ రాక్షసై రుగ్రధన్విభిః. ౧౫

కాంచనేనాఽఽవృతాం రమ్యాం ప్రాకారేణ మహాపురీం,
గృహైశ్చ గ్రహసంకాశై శ్శారదాంబుదసన్నిభైః ౧౬

పాండురాభిః ప్రతోళీభి రుచ్చాభి రభిసంవృతాం,
* అట్టాలకశతాకీర్ణాం పతాకాధ్వజమాలినీం. ౧౭

తోరణైః కాంచనై ర్దివ్యై ర్లతాపఙ్క్తివిచిత్రితైః,
దదర్శ హనుమా న్లంకాం దివి దేవపురీ మివ. ౧౮

గిరిమూర్ధ్ని స్థితాం లంకాం పాండురై ర్భవనై శ్శుభైః,
దదర్శ స కపిశ్రేష్ఠః పుర మాకాశగం యథా. ౧౯

---

(సమాసాద్యేతి.) సమాసాద్య దదర్శేతి క్రియాభేదా ల్లంకాపదావృత్తిః. లక్ష్మీవాన్ జయహేతుకాంతిమాన్, ఉత్పలాని పద్మవ్యతిరిక్తాని సరసిజాని, సీతాపహరణం అర్థః ప్రయోజనం యస్య తేన. సురక్షితత్వే హేతు రయం. విచరద్భి శ్చే త్యత్ర చకారో భిన్నక్రమః. రాక్షసైశ్చ సురక్షితాం, గ్రహసంకాశైః నవగ్రహతుల్యైః, పాండురాభిః సుధాలిప్తభూమికత్వాత్ సితాభిః, ప్రతోళీభిః వీధీభిః, అట్టాలకాః అట్టాః, పతాకాధ్వజమాలినీం - లతాదిరేఖావిచిత్రితపటవిశిష్టాః పతాకాః, మత్స్యమకరాద్యాకారాః ధ్వజాః. వ్రీహ్యాదిత్వా దినిః. లతాపఙ్క్తయః లతాకారరేఖాః. ౧౪–౧౯

---

* అట్టాలకశతాకీర్ణాం ప్రాకారవేదికోపరి యుద్ధార్థం పరికల్పితమంచవిశేషశతసంకులాం. మత్స్యాద్యాకారా ధ్వజాః, తతోఽన్యాః పతాకాః, లతాపఙ్క్తయః విచిత్రరచనావిశేషాః, 'దదర్శ హనుమాన్ లంకా' మితి పున ర్దర్శనాభిధానం విశేషాంతరవివక్షయా ఉపమానాంతరవివక్షయా చ. ఇతి తత్త్వదీపికా.

పాలితాం రాక్షసేంద్రేణ నిర్మితాం విశ్వకర్మణా,
ప్లవమానా మివాఽఽకాశే దదర్శ హనుమా న్పురీం. ౨౦

* వప్రప్రాకారజఘనాం విపులాంబునవాంబరాం,
శతఘ్నీశూలకేశాంతా మట్టాలకవతంసకాం ౨౧

మనసేవ కృతాం లంకాం నిర్మితాం విశ్వకర్మణా. ౨౧½

ద్వార ముత్తర మాసాద్య చింతయామాస వానరః. ౨౨

◈ కైలాసశిఖరప్రఖ్యా మాలిఖంతీ మివాఽంబరం,
డీయమానా మివాఽఽకాశ ముచ్ఛ్రితై ర్భవనోత్తమైః. ౨౩

సంపూర్ణాం రాక్షసై ర్ఘోరై ర్నాగై ర్భోగవతీ మివ,
అచింత్యాం సుకృతాం స్పష్టాం కుబేరాధ్యుషితాం పురా. ౨౪

---

(వప్రేతి.) వప్రేత్యాదావపి 'దదర్శ హనుమాన్ కపి' రిత్యనువర్తతే. వప్రం ప్రాకారమూర్తికః, ప్రాకారః సాలః, విపులాంబు పరిఖారూపం నవాంబరం యస్యా స్సా. శతఘ్నీ యంత్రవిశేషః. వతంసః అవతంసః, వాగురిమతేనాఽల్లోపః. వస్తుతో విశ్వకర్మణా నిర్మితాం, విచార్యమాణే కేనాపి మనసా నిర్మితా మివ స్థితా మిత్యుత్ప్రేక్షా. ౨౦—౨౧½

(ద్వార మితి.) ఉత్తరం ద్వార మాసాద్య. చింతయామాస మనసా నిరూపయామాస, వైదేహీదర్శనోపాయ మితి శేషః ౨౨

(కైలాసేత్యాది.) డీయమానాం గచ్ఛంతీం, 'డీ జ్ విహాయసా గతా' విత్యస్మాచ్ఛానచ్. ౨౩—౨౪

---

* రామానుజీయం (వప్రేతి.) వప్రం చయః, ప్రాకారాధారవేదికేతి యావత్. 'స్యా చ్చయో వప్ర మస్త్రియా' మిత్యమరః, ప్రాకారః సాలః. విపులాంబునవాంబరాం - అత్రాంబుశబ్దేన పరిఖాంతర్గతజల ముచ్యతే. అట్టాలకాః వతంసః కర్ణాభరణం యస్యా స్సా. మనసా కృత మివ స్థితాం, విశ్వకర్మణా నిర్మితాం, లంకాం దదర్శే త్యనుషజ్యతే

◈ రామానుజీయం. (కైలాసేత్యాది.) ఆలిఖంత మితి లింగవ్యత్యయః. డీయమానా మివ ఉద్గచ్ఛంతీ మివ.

(హనుమతః లంకాదర్శనజచింతాప్రకారః)

దంష్ట్రిభి ర్బహుభి శ్శూరై శ్శూలపట్టసపాణిభిః,
రక్షితాం రాక్షసై ర్ఘోరై ర్గుహా మాశీవిషై రివ. ౧౫

★ తస్యా శ్చ మహతీం గుప్తిం సాగరం చ నిరీక్ష్య సః.
రావణం చ రిపుం ఘోరం చింతయామాస వానరః. ౧౬

* అగత్యాఽపీహ హరయో భవిష్యంతి నిరర్థకాః,
న హి యుద్ధేన వై లంకా శక్యా జేతుం సురై రపి. ౧౭

◊ ఇమాం తు విషమాం దుర్గాం లంకాం రావణపాలితాం,
ప్రాప్యాఽపి స మహాబాహుః కిం కరిష్యతి రాఘవః. ౧౮

※ అవకాశో న సాంత్వస్య రాక్షసే ష్వభిగమ్యతే,
న దానస్య న భేదస్య నైవ యుద్ధస్య దృశ్యతే. ౧౯

---

★ డీయమానత్వాదివిశేషణవిశిష్టాయాః తస్యా లంకాయాః, మహతీం గుప్తిం, సాగరం చ, రావణం ఘోరం రిపుం చ, నిరీక్ష్య జ్ఞాత్వా, వానర శ్చింతయామాసేతి సంబంధః.

* రామానుజీయం. చింతాప్రకార మాహ (అగత్యాపీత్యాదినా.) అత్ర అపిశబ్దేన దుస్తరసాగరలంఘనపూర్వక మాగమన మేవ దుర్ఘట మితి సూచ్యతే.

◊ రామానుజీయం. న కేవలం వానరై రసాధ్యా. కింతు రామేణా ప్యసాధ్యేత్యాహ (ఇమామితి) సః, సాలగిరిభూవిదళనాదిషు దృష్టపరాక్రమ ఇత్యర్థః.

※ రామానుజీయం. (అవకాశ ఇతి.) సాంత్వస్యాఽవకాశాభావః ఆసురప్రకృతిత్వాత్; దానస్యాఽవకాశాభావః అర్థోపచితత్వాత్' భేదస్యాఽవకాశాభావః బలదర్పితత్వాత్; యుద్ధస్యాఽవకాశాభావః బుద్ధిపరాక్రమయుక్తత్వాత్.

* చతుర్ణా మేవ హి గతి ర్వానరాణాం మహాత్మనాం,
వాలిపుత్రస్య నీలస్య మమ రాజ్ఞశ్చ ధీమతః. ౩౦

యావ జ్జానామి వైదేహీం యది జీవితి వా న వా.
తత్రైవ చింతయిష్యామి దృష్ట్వా తాం జనకాత్మజాం. ౩౧

తత స్స చింతయామాస ముహూర్తం కపికుంజరః,
గిరిశృంగే స్థిత స్తస్మిన్ రామస్యాఽభ్యుదయే రతః. ౩౨

అనేన రూపేణ మయా న శక్యా రక్షసాం పురీ,
ప్రవేష్టుం రాక్షసై ర్గుప్తా క్రూరై ర్బలసమన్వితైః. ౩౩

ఉగ్రౌజసో మహావీర్యా బలవంత శ్చ రాక్షసాః,
వంచనీయా మయా సర్వే జానకీం పరిమార్గతా. ౩౪

లక్ష్యాలక్ష్యేణ రూపేణ రాత్రౌ లంకా పురీ మయా,
ప్రవేష్టుం ప్రాప్తకాలం మే కృత్యం సాధయితుం మహత్. ౩౫

ఏవం విచార్య నాఽయ మేతద్విచారకాల ఇత్యనుశేతే (యావ దితి.) యావత్ యదా, జీవతి వా న వేతి వైదేహీం జానామి. తత్రైవ కాలే, తాం జనకాత్మజాం దృష్ట్వా చింతయిష్యామి. యద్వా, యావచ్ఛబ్దోఽవధారణే జానామ్యేవ జీవతి వా న వేతి జానామ్యేవ, యది జీవతి తదా తాం జనకాత్మజాం దృష్ట్వా, తత్రైవ తత్కాల ఏవ, చింతయిష్యామీ త్యన్వయః. ౩౦—౩౧

(తత ఇతి.) చింతయామాస, వైదేహీదర్శనోపాయ మితి శేషః. ౩౨—౩౪

(లక్ష్యాలక్ష్యేతి.) లక్ష్యశరీరత్వే రాక్షసా గృహ్ణీయుః. అలక్ష్యశరీరత్వే సర్వా లంకా న విచేతుం శక్యా. కృత్యం సాధయితుం ప్రవేష్టుం కృత్యసాధనాయ ప్రవేష్టుం, ప్రాప్తకాలం యుక్తం. ౩౫

---

* రామానుజీయం. (చతుర్ణా మితి.) గతిః ప్రాప్తిః, సంభావితేతి శేషః

(హనుమతా లంకాప్రవేశోపాయచింతనం)

* తాం పురీం తాదృశీం దృష్ట్వా దురాధర్షాం సురాసురైః,
హనుమాం శ్చింతయామాస వినిశ్చిత్య ముహుర్ముహుః. ౩౬

కేనోపాయేన పశ్యేయం మైథిలీం జనకాత్మజాం,
అదృష్టో రాక్షసేంద్రేణ రావణేన దురాత్మనా. ౩౭

న వినశ్యే త్కథం కార్యం రామస్య విదితాత్మనః,
ఏకా మేక శ్చ పశ్యేయం రహితే జనకాత్మజాం. ౩౮

భూతా శ్చార్థా విపద్యంతే దేశకాలవిరోధితాః,
విక్లబం దూత మాసాద్య తమ స్సూర్యోదయే యథా. ౩౯

---

(తా మితి.) వినిశ్చిత్య సీతాన్వేషణప్రకారం వినిశ్చిత్య. ముహుర్ముహు స్త మేవ చింతయామాసే త్యర్థః. ౩౬—౩౭

(న వినశ్యే దితి.) (ఏకశ్చ పశ్యేయ మితి.) అత్రాపి కథ మిత్యనుషంజనీయమ్. రహితే ఏకాంతే. ౩౮

పండితేన ముహుర్ముహు ర్విచార్య కార్యాణి కర్తవ్యాని. న తు పండితమానినా సకృ ద్విచార్యకర్తవ్యాని, తథా సతి దోష స్స్యా దిత్యాహ (భూతా శ్చేతి.) భూతా శ్చాఽర్థాః సమ్యగుపాయ ప్రయోగా న్నిష్పన్నప్రాయా అప్యర్థాః, విక్లబం అధీరం అవిమృశ్యకారిణం, దూత మాసాద్య, దేశకాలవిరోధితా స్సంతః, సూర్యోదయే, తమో యథా తమ ఇవ, తద్దూతస్యాఽవిమృశ్యకారిత్వేన సద్య ఏవ విపద్యంతే, నశ్యంతీ త్యర్థః. ౩౯

* రామానుజీయం. (తా మితి) 'వినిశ్వస్య ముహుర్ముహు' రిత్యనేన సముద్రోల్లంఘనా దపి లంకాప్రవేశస్య దుష్కరత్వం ద్యోత్యతే. వినిశ్వస్య ఇతి. పా.

రామానుజీయం. రహితే జనరహితే.

అర్థానర్థాంతరే బుద్ధి ర్నిశ్చితాఽపి న శోభతే,
ఘాతయంతి హి కార్యాణి దూతాః పండితమానినః. ౪౦

న వినశ్యే త్కథం కార్యం వైక్లబ్యం న కథం భవేత్,
లంఘనం చ సముద్రస్య కథం ను న వృథా భవేత్ ౪౧

మయి దృష్టే తు రక్షోభీ రామస్య విదితాత్మనః,
భవే ద్వ్యర్థ మిదం కార్యం రావణానర్థ మిచ్ఛతః. ౪౨

న హి శక్యం క్వచిత్ స్థాతు మవిజ్ఞాతేన రాక్షసైః,
అపి రాక్షసరూపేణ కిముతాఽన్యేన కేనచిత్. ౪౩

వాయుర ప్యత్ర న జ్ఞాత శ్చరే దితి మతి ర్మమ,
న హ్య స్త్యవిదితం కించి ద్రాక్షసానాం బలీయసాం. ౪౪

ఇహాఽహం యది తిష్ఠామి స్వేన రూపేణ సంవృతః,
వినాశ ముపయాస్యామి భర్తు రర్థ శ్చ హీయతే. ౪౫

---

న కేవలం కార్యహానిః, కింతు స్వామ్యాదీనాం బుద్ధిశూన్యతాఽపి స్యా దిత్యాహ (అర్థేతి). అత్రాపి విక్లబం దూత మాసాద్యే త్యనువర్తతే. అర్థానర్థాంతరే - అర్థానర్థయోః ప్రయోజనసాధనయోః కార్యాకార్యయోః అంతరే విషయే, నిశ్చితా రాజ్ఞా సచివైశ్చ నిర్ణీతా, బుద్ధిః, విక్లబం దూత మాసాద్య న శోభతే, అనర్థకారిణీ భవతీ త్యర్థః, ఇద మేవ సమర్థయతే (ఘాతయంతీతి) ౪౦

ప్రాగుక్తదోషా స్స్వస్మి న్కథం న స్యు రితి చింతయతి (న వినశ్యే దితి.) కార్యం రామకార్యం, కథం కేనోపాయేన, న వినశ్యేత్. కి మద్యాఽపరాహ్ణ ఏవ లంకా ప్రవేష్టవ్యా? ఉత రాత్రౌ? కి మనేనైవ మహతా రూపేణ ప్రవేష్టవ్యా? ఉత హ్రస్వేన రూపేణే త్యర్థః. వైక్లబ్యం మమాపాండిత్యం, కథం న భవేత్. ౪౧

అపరాహ్ణే ప్రవేశే దోష మాహ (మయీతి.) ౪౨

మహతా రూపేణ ప్రవేశం నిరాచష్టే (న హీతి.) స్వేన రూపేణ స్వాభావికమహతా రూపేణ. ౪౫

(హనుమతః లంకాదర్శనం)

తదహం స్వేన రూపేణ రజన్యాం హ్రస్వతాం గతః,
లంకా మధిపతిష్యామి రాఘవస్యాఽర్థసిద్ధయే. ౪౬

రావణస్య పురీం రాత్రౌ ప్రవిశ్య సుదురాసదాం,
విచిన్వ న్భవనం సర్వం ద్రక్ష్యామి జనకాత్మజాం. ౪౭

ఇతి సంచిత్య హనుమా౯ సూర్యస్యాఽస్తమయం కపిః,
ఆచకాంక్షే తదా వీరో వైదేహ్యా దర్శనోత్సుకః. ౪౮

సూర్యే చాఽస్తంగతే రాత్రౌ దేహం సంక్షిప్య మారుతిః.
పృషదంశకమాత్ర స్స౯ బభూవాఽద్భుతదర్శనః. ౪౯

ప్రదోషకాలే హనుమాం స్తూర్ణ ముత్ప్లుత్య వీర్యవా౯,
ప్రవివేశ పురీం రమ్యాం సువిభక్తమహాపథాం. ౫౦

* ప్రాసాదమాలావితతాం స్తంభైః కాంచనరాజతైః,

---

పరిశేషా ద్రాత్రౌ హ్రస్వరూపేణైవ ప్రవేష్టవ్య మిత్యాహ (తదహ మితి.) ౪౬—౪౮

(సూర్య ఇతి.) స్వేన రూపేణ, పృషదంశకమాత్రః బిడాలప్రమాణః. ౪౯

(ప్రదోషకాల ఇతి.) ప్రవివేశ ప్రవేష్టు ముపక్రాంతః, చతుర్థే సర్గే ప్రవేశస్య వక్ష్యమాణత్వాత్. లంకాదర్శనం తు త్రికూటదర్శనస్థిత్యా. ౫౦

(ప్రాసాదేత్యాది.) కాంచనరాజతైః స్తంభైః శాతకుంభమయై ర్జాలైశ్చ ఉపలక్షితాం. (గంధర్వనగరోపమా మితి.) గంధర్వనగరం నామ నానారత్నమయగోపురప్రాసాదాదియుక్తనగరాదివ

---

* రామానుజీయం. (ప్రాసాదేతి.) అభ్రంలిహత్వాతివిచిత్రత్వాభ్యాం గంధర్వనగరౌపమ్యం స్ఫటికసంకీర్ణైః కార్తస్వరవిభూషితైశ్చ తలై రుపలక్షితైః. సప్తభౌమాష్టభౌమాః - భూమిషు భవంతీతి

శాతకుంభమయై ర్జాలై ర్గంధర్వనగరోపమాం. ౧౧

స ప్తభౌమాష్టభౌమైశ్చ స దదర్శ మహాపురీం,
తలై స్స్ఫటికసంకీర్ణైః కార్తస్వరవిభూషితైః. ౧౨

వైడూర్యమణిచిత్రైశ్చ ముక్తాజాలవిభూషితైః,
తలై శ్శుశుభిరే తాని భవనా న్యత్ర రక్షసాం. ౧౩

* కాంచనాని విచిత్రాణి తోరణాని చ రక్షసాం,
లంకా ముద్యోతయామాసుః సర్వత స్సమలంకృతాం. ౧౪

అచింత్యా మద్భుతాకారాం దృష్ట్వా లంకాం మహాకపిః,
ఆసీ ద్విషణ్ణో హృష్ట శ్చ వైదేహ్యా దర్శనోత్సుకః. ౧౫

---

ద్భుసమాన మత్రభవిత్రం, తద్వ దాశ్చర్యావహ మిత్యర్థః. యథోక్తం - 'అనేన రత్నాకృతి ఖే విరాజితే పురం పతాకాధ్వజతోరణాన్వితం, యదా తదా హస్తిమనుష్యవాజినాం పిబ త్యసృ గ్భూరి రణే వసుంధ రే' తి. (స ప్తభూమాష్టభూమై శ్చేతి.) భూమిశబ్దేన ఆసనశయనాదియోగ్యం తల ముచ్యతే. స ప్త భూమయో యేషాం తే స ప్తభూమాః, కృష్ణోదక్పాండుసంఖ్యాపూర్వాయా భూమే ర జిష్యత' ఇత్యచ్ సమాసాంతః. ఎవ మష్టభూమాః. స ప్తభూమాదిశబ్దేన తాదృశాః ప్రాసాదవిశేషా ఉచ్యంతే. యద్వా, ప్రాసాదై రితి శేషః తై రుపలక్షితాం. ౧౧—౧౪

(అచింత్యేతి.) (విషణ్ణో హృష్టశ్చేతి.) అచింత్యా దుష్ప్రవేశేతి చ విషణ్ణః, యతోఽద్భుతాకారా అతో విస్మయనీయతయా హృష్టః. ౧౫

---

భౌమాని స్థలాని, స ప్త భౌమాని యేషాం తే స ప్తభౌమాః. ఎవ మష్టభౌమాః. స ప్తభౌమాశ్చాఽష్టభౌమాశ్చ, తైః, ప్రాసాదై రితి శేషః. తై రుపలక్షితాం పురీం దదర్శేతి యోజనా.

* రామానుజీయం. (కాంచనానీతి.) రక్షసాం తోరణాని రక్షోగృహద్వారస్థతోరణాని.

(హనుమతో లంకాదర్శనం)

• స పాండురోద్విద్ధవిమానమాలినీం మహార్హజాంబూనదజాలతోరణాం,
యశస్వినీం రావణబాహుపాలితాం క్షపాచరై ర్భీమబలై స్సమావృతాం. ౫౬

* చంద్రోఽపి సాచివ్య మివాఽస్య కుర్వం స్తారాగణై ర్మధ్యగతో విరాజన్,
జ్యోత్స్నావితానేన వితత్య లోక ముత్తిష్ఠతే నైకసహస్రరశ్మిః. ౫౭

---

(సేతి.) పూర్వశ్లోకేనాఽయ మేకాన్వయః. సుధాధవళనిమ్నోన్నతవిమానాకారభవనమాలినీ మిత్యర్థః. ౫౬

ఇదానీం చంద్రోదయకాల ఇత్యాహ (చంద్రోఽపీతి.) మధ్యగతః సన్నిధానా త్తారాగణమధ్యగతః, తారాగణై రితి సహయోగే తృతీయా. జ్యోత్స్నావితానేన లోకం, వితత్య వ్యాప్య, ఉత్తిష్ఠతే ఆవిర్భవతి స్మ. 'ఉదోఽనూర్ధ్వకర్మణీ' త్యాత్మనేపదం. ౫౭

---

• రామానుజీయం. సపాండురేత్యస్య దృష్ట్వేతి పూర్వేణ సంబంధః. పాండురోద్విద్ధవిమానమాలినీం సుధాధౌతోన్నతసప్తభూమగృహమాలినీం, 'విమానోఽస్త్రీ దేవయానే సప్తభూమే చ సద్మనీ' తి వైజయంతీ.

* రామానుజీయం (చంద్ర ఇతి) చంద్రోఽపి నైకసహస్రరశ్మిః జ్యోత్స్నావితానేన లోకం వితత్య. అస్య సాచివ్యం కుర్వన్నివ విరాజన్, మధ్యగతః తారాగణై స్సహ, ఉత్తిష్ఠతే ప్రాదురభూ దిత్యన్వయః. అత్ర తిష్ఠతేః పరస్మైపదిత్వాత్ 'ఉదోఽనూర్ధ్వకర్మణీ' త్యాత్మనేపదం. నైకసహస్రరశ్మి రిత్యత్ర నఞర్థస్య నశబ్దస్య 'సుప్ సుపే' తి సమాసః. సాగరమైనాకదివాకరాదివచ్చంద్రోఽపి సాచివ్యం కుర్వన్ ప్రాదురభూ దిత్యపిశబ్దేనాఽవగమ్యతే.

* శంఖప్రభం క్షీరమృణాళవర్ణ ముద్గచ్ఛమానం వ్యవభాసమానం,
దదర్శ చన్ద్రం స హరిప్రవీరః పోప్లూయమానం సరసీవ హంసం. ౫౮

ఇతి శ్రీమద్రామాయణే, సున్దరకాణ్డే, ద్వితీయ స్సర్గః.

## అథ తృతీయ స్సర్గః

స లంబశిఖరే లంబే లంబతోయదసన్నిభే,
స త్త్వ మాస్థాయ మేధావీ హనుమా న్మారుతాత్మజః. ౧

నిశి లంకాం మహాసత్త్వో వివేశ కపికుంజరః,
రమ్యకాననతోయాఢ్యాం పురీం రావణపాలితాం. ౨

ఇతి శ్రీగోవిందరాజవిరచితే, శ్రీరామాయణభూషణే, శృంగారతిలకాఖ్యానే, సున్దరకాణ్డవ్యాఖ్యానే,
ద్వితీయ స్సర్గః

## అథ తృతీయ స్సర్గః

(స లంబేత్యాది.) లంబే లంబాఖ్యే. లంబశిఖరే లంబగిరిశిఖరే ఇతి చాటఊహః యద్వా, లంబే లంబమాన ఇవ స్థితే, లంబశిఖరే త్రికూటశిఖరే, స త్త్వం వ్యవసాయం, ధైర్య మితి యావత్. వివేశ ప్రాప. ౧-౨

రామానుజీయం. (శంఖప్రభ మితి.) పోప్లూయమానం ఉడ్డీయమానం.

రామానుజీయం పూర్వసర్గోక్తం లంకాప్రవేశోపక్రమం విస్తరేణాహ (స లంబశిఖర ఇత్యాదినా.) సః సాగరాక్రమణేన ప్రసిద్ధః, మహాస త్త్వః సముద్రలంఘనాద ప్రతిహతశక్తిః, హనుమాన్, లంబే లంబమానాకారే, లంబతోయదసన్నిభే, లంబశిఖరే లంబపర్వతశిఖరే, మేధావీ తత్కాలోచితకర్తవ్యవిషయప్రజ్ఞాయుక్త స్సన్, స త్త్వ మాస్థాయ లంకాప్రాప్తిమాత్రోపయుక్త లంఘనశక్తి మాస్థాయ, నిశి వివేశేతి సంబంధః.

(హనుమతో లంకాదర్శనం)

శారదాంబుధరప్రఖ్యై ర్భవనై రుపశోభితాం,
◈ సాగరోపమనిర్ఘోషాం సాగరానిలసేవితాం. 3

సుపుష్టబలసంఘుష్టాం యథైవ విటపావతీం,
చారుతోరణనిర్యూహాం పాండురద్వారతోరణాం. 4

భుజగాచరితాం గుప్తాం శుభాం భోగవతీ మివ,
తాం స విద్యుద్ఘనాకీర్ణాం జ్యోతిర్మార్గనిషేవితాం. 5

మందమారుతసంచారాం యథేంద్ర స్యాఽమరావతీం,
శాతకుంభేన మహతా ప్రాకారేణాఽభిసంవృతాం. 6

కింకిణీజాలఘోషాభిః పతాకాభి రలంకృతాం,
ఆసాద్య సహసా హృష్టః ప్రాకార మభిపేదివాన్.
విస్మయావిష్టహృదయః పురీ మాలోక్య సర్వతః, 24

---

(శారదేత్యాది.) విటపావతీం అళకాం, నిర్యూహో మత్తవారణః, పాండురద్వారతోరణాం-పాండురే ద్వారతోరణే యస్యా స్తాం, అభూ దితి శేషః. 3-24

---

◈ రామానుజీయం. (సాగరేతి.) సాగరోపమనిర్ఘోషాం సాగరనిర్ఘోషోపమనిర్ఘోషాం, విటపావతీం అళకాం. 'క్షయః పుణ్యజనానాం స్యా దళకా విటపావతీ' తి వచనాత్. చారుతోరణనిర్యూహాం - నిర్యూహో మత్తవారణః, తోరణస్య నిర్యూహః తోరణనిర్యూహః, చారుః తోరణనిర్యూహో యస్యా స్తాం, పాండురద్వారతోరణాం-పాండురే సుధాధవళితే ద్వారతోరణే యస్యా-స్తాం, శాతకుంభేన స్వర్ణవికారేణ, ప్రాకారమభిపేదివా నితి ప్రాకారశబ్దేన ప్రాకారసమీపో లక్ష్యతే. "అద్వారేణ మహాబాహుః ప్రాకార మభిపుప్లువ' ఇ త్యుపరి వక్ష్యమాణత్వాత్.

* జాంబూనదమయై ర్ద్వారై ర్వైడూర్యకృతవేదికైః.
వజ్రస్ఫటికముక్తాభి ర్మణికుట్టిమభూషితైః, ౮౫

తప్తహాటకనిర్యూహై రాజతామలపాండురైః.
వైడూర్యకృతసోపానైః స్ఫాటికాంతరపాంసుభిః, ౯౫

చారుసంజవనోపేతైః ఖ మివోత్పతితైః శుభైః.
క్రౌంచబర్హిణసంఘుష్టై రాజహంసనిషేవితైః, ౧౦౫

తూర్యాభరణనిర్ఘోషైః స్సర్వతః ప్రతినాదితాం.
వస్వోకసారాప్రతిమాం తాం వీక్ష్య నగరీం తతః,
ఖ మివోత్పతితుం కామాం జహర్ష హనుమాన్ కపిః ౧౨

---

పున ర్హర్షహేతూ నాహ (జాంబూనదమయై రిత్యాదినా) జాంబూనదమయై ర్ద్వారై రిత్యాదౌ సహయోగే తృతీయా. వజ్రస్ఫటికముక్తాభి రిత్యత్రాపి కృతవేదికై రితి సంబధ్యతే. రాజతామల పాండురైః అవయవైః, స్ఫాటికాంతరపాంసుభిః స్ఫటికమయాంగణపాంసుభిః, సంజవనం చతుశ్శాలం, వస్వోకసారా అలకా. యద్వా, వస్వోకసారా పూర్వదిగవస్థితా శక్రపురీ. 'వస్వోకసారా శక్రస్య పూర్వస్యాం దిశి వై పురీతి' పురాణవచనాత్. ౮౫-౧౨

---

* రామానుజీయం. జాంబూనదమయై ర్ద్వారై రిత్యుపలక్షణే తృతీయా. రాజహంసనిషేవితై రిత్యంతవిశేషణవిశిష్టై ర్ద్వారై రుపలక్షితాం లంకాం నగరీం సమీక్ష్యేతి సంబంధః, వజ్రస్ఫటికముక్తాభిః, భూషితై రితి శేషః. తప్తహాటకనిర్యూహైః తప్తహేమమయమత్తవారణైః, రాజతామలపాండురైః, రజతమయామలపాండురోపరిప్రదేశై రిత్యర్థః స్ఫాటికాంతరపాంసుభిః - అంతర మవకాశః, అంగణ మితి యావత్ స్ఫాటికాః అంతరపాంసవో యేషాం తైః, చారుసంజవనోపేతైః రమణీయచతుశ్శాలోపేతైః 'సభా సంజవనం త్విదం, చతుశ్శాల' మిత్యమరః 'వస్వోకసారాప్రతిమాం యథైవ విటపావతీ' మిత్యత్రాలకాసామ్యస్య పూర్వ ముక్తత్వా దత్ర 'వస్వోకసారాప్రతిమా' మితి పూర్వది గవస్థితశక్రపురీసామ్య ముచ్యతే. 'వస్వోకసారా శక్రస్య, యామ్యా సంయమనీ తథా, పురీ సుఖా జలేశస్య, సోమస్య చ విభావతీ' తి శ్రీవిష్ణుపురాణవచనాత్ వస్వోకసారాశబ్దస్య శక్రపురీవాచకత్వం.

(హనుమతః లంకావిజయః)

తాం సమీక్ష్య పురీం రమ్యాం రాక్షసాధిపతే శ్శుభాం,
అను త్తమా మృద్ధియుతాం చింతయామాస వీర్యవాన్. ౧౩

నేయ మన్యేన నగరీ శక్యా ధర్షయితుం బలాత్,
రక్షితా రావణబలై రుద్యతాయుధధారిభిః ౧౪

* కుముదాంగదయో ర్వాపి సుషేణస్య మహాకపేః,
ప్రసిద్ధేయం భవే ద్భూమి ర్మైందద్వివిదయో రపి. ౧౫

◊ వివస్వత స్తనూజస్య హరే శ్చ కుశపర్వణః,
ఋక్షస్య కేతుమాలస్య మమ చైవ గతి ర్భవేత్. ౧౬

‡ సమీక్ష్య తు మహాబాహూ రాఘవస్య పరాక్రమం,
లక్ష్మణస్య చ విక్రాంత మభవ త్ప్రీతిమాన్ కపిః. ౧౭

(ప్రసిద్ధేయ మితి ) ఇయం లంకా, విదితా భవేత్. ౧౩-౧౫

(వివస్వత ఇతి.) గతిస్తు సుగ్రీవస్య కుశపర్వణః కేతుమాలస్య మమ చైవ భవేత్. పూర్వం నీలాదీనా మేవ గతి రుక్తా. అత్ర త్వన్యేషా మిత్యుక్తి శ్చింతాప్రకారవిశేషః. ౧౬-౧౭

---

* రామానుజీయం (కుముదేతి ) ప్రసిద్ధా దుష్ప్రవేశత్వేన ప్రసిద్ధేయం నగరీ, కుముదాంగదయోః మహాకపే స్సుషేణస్యాపి మైందద్వివిదయో రపి, భూమి ర్భవే ద్విషయో భవేత్.

◊ రామానుజీయం. (వివస్వత ఇతి.) అత్ర ఇయ మిత్యనుషజ్యతే. వివస్వత స్తనూజస్య, కుశపర్వణో హరేశ్చ. ఋక్షస్య కేతుమాలస్య, మమ చైవ, గతి ర్భవేత్ విషయో భవేత్ మమ చేతి చశ్చా న్నిర్దేశేన సర్వోత్తరేణాపి హనుమతా స్వనైచ్య మనుసంహిత మిత్యవగమ్యతే

‡ రామానుజీయం. (సమీక్ష్యేతి.) విక్రాంతం విక్రమం, భావే నిష్ఠా. ప్రీతిమా నభవత్. రామలక్ష్మణాభ్యా మనాయాసేన జేతుం శక్యేతి మత్వా ప్రీతిమా నభూ దిత్యర్థః.

* తాం రత్నవసనోపేతాం కోష్ఠాగారావతంసకాం,
యన్త్రాగారస్తనీ మృద్ధాం ప్రమదా మివ భూషితాం. ౧౮

తాం నష్టతిమిరాం దీప్తై ర్భాస్వరైశ్చ మహాగృహైః,
నగరీం రాక్షసేన్ద్రస్య దదర్శ స మహాకపిః ౧౯

◊ అథ సా హరిశార్దూలం ప్రవిశంతం మహాబలం,
నగరీ స్వేన రూపేణ దదర్శ పవనాత్మజం. ౨౦

సా తం హరివరం దృష్ట్వా లంకా రావణపాలితా,
స్వయమే వోత్థితా తత్ర వికృతాననదర్శనా. ౨౧

§ పురస్తా త్కపివర్యస్య వాయుసూనో రతిష్ఠత.
ముంచమానా మహానాద మబ్రవీ త్పవనాత్మజం. ౨౨

★ క స్త్వం కేన చ కార్యేణ ఇహ ప్రాప్తో వనాలయ,
కథయస్వేహ య త్తత్త్వం యావ త్ప్రాణా ధరంతి తే. ౨౩

---

(తా మితి.) తాం రత్నేత్యత్ర దదర్శే త్యపకృష్యతే. న త్వేకం వాక్యం శ్లోకద్వయం. తచ్ఛబ్దద్వయప్రయోగాత్ప్రథమే శ్లోకే శ్రీసామ్యోక్తేశ్చ. ౧౮-౨౩

---

* రామానుజీయం. (తా మితి) అత్ర దదర్శే త్యపకృష్యతే. యద్వా. ఏకస్య తచ్ఛబ్దస్య ప్రసిద్ధిపరత్వేన శ్లోకద్వయ మేకం వాక్యం

◊ రామానుజీయం. (అథేతి) స్వేన రూపేణ అధిదేవతారూపేణ.

§ రామానుజీయం. (పురస్తా దితి.) అతిష్ఠత తస్మై స్వాత్మానం ప్రదర్శితవతీ. 'ప్రకాశనస్థేయాఖ్యయో' శ్చేత్యాత్మనేపదం.

★ రామానుజీయం. (క ఇతి.) తే తవ, ప్రాణాః యావ ద్ధరంతి ధ్రియంతే, తావ ద్యత్తత్త్వం, త త్కథయస్వ కథయ. 'ధృఙ్ అవస్థానే' వికరణాదిప్రత్యయ ఆర్షః 'యావత్ ప్రాణా హరామి తే' ఇతి వా పాఠః.

(హనుమతః లంకావిజయః)

* న శక్యం ఖల్వియం లంకా ప్రవేష్టుం వానర త్వయా,
రక్షితా రావణబలై రభిగుప్తా సమంతతః.

అథ తా మబ్రవీ ద్వీరో హనుమా నగ్రత స్థితాం.
కథయిష్యామి తే తత్త్వం య న్మాం త్వం పరిపృచ్ఛసి. ౨౫

కా త్వం విరూపనయనా పురద్వారేఽవతిష్ఠసి,
కిమర్థం చాపి మాం రుద్ధ్వా నిర్భర్త్సయసి దారుణా. ౨౬

హనుమద్వచనం శ్రుత్వా లఙ్కా సా కామరూపిణీ,
ఉవాచ వచనం క్రుద్ధా పరుషం పవనాత్మజం. ౨౭

• అహం రాక్షసరాజస్య రావణస్య మహాత్మనః,
ఆజ్ఞాప్రతీక్షా దుర్ధర్షా రక్షామి నగరీ మిమాం. ౨౮

న శక్యా మా మవజ్ఞాయ ప్రవేష్టుం నగరీ త్వయా.
అద్య ప్రాణైః పరిత్యక్తః స్వప్స్యసే నిహతో మయా. ౨౯

---

(నేతి.) అభిగుప్తా. సమావృతే త్యర్థః. అతో న రక్షితే త్యనేన పునరుక్తిః. ౨౪—౨౯

---

* రామానుజీయం. (న శక్య మితి.) లింగసామాన్యే నపుంసకం. తథా చోక్తం భగవతా భాష్యకారేణ 'శ్వమాంసేనాపి శక్యం క్షు దపహంతు' మితి. రావణబలైః, సమంతతః అభిగుప్తా సమంతత స్సంవృతా. అత ఏవ రక్షితా.

• రామానుజీయం. (అహ మితి.) ఆజ్ఞాప్రతీక్షా ఆజ్ఞానువర్తినీ

⁕ అహం హి నగరీ లంకా స్వయ మేవ ప్లవంగమ,
సర్వతః పరిరక్షామి హ్యేత త్తే కథితం మయా. ౩౦

లంకాయా వచనం శ్రుత్వా హనుమా న్మారుతాత్మజః,
యత్నవా న్స హరిశ్రేష్ఠ స్థిత శ్శైల ఇవాఽపరః. ౩౧

స తాం స్త్రీరూపవికృతాం దృష్ట్వా వానరపుంగవః,
ఆబభాషేఽథ మేధావీ సత్త్వవా న్ప్లవగర్షభః, ౩౨

* ద్రక్ష్యామి నగరీం లంకాం సాట్టప్రాకారతోరణాం,
ఇత్యర్థ మిహ సంప్రాప్తః పరం కౌతూహలం హి మే. ౩౩

వనా న్యుపవనా నీహ లంకాయాః కాననాని చ,
సర్వతో గృహముఖ్యాని ద్రష్టు మాగమనం హి మే. ౩౪

తస్య త ద్వచనం శ్రుత్వా లంకా సా కామరూపిణీ,
భూయ ఏవ పున ర్వాక్యం బభాషే పరుషాక్షరం. ౩౫

మా మనిర్జిత్య దుర్బుద్ధే రాక్షసేశ్వరపాలితాం,
న శక్య మద్య తే ద్రష్టుం పురీయం వానరాధమ ౩౬

---

(వనానీతి.) ఉపవనాని గృహోద్యానాని, కాననాని శూన్యారణ్యాని. ౩౪

(తస్యేతి.) భూయః అతిశయేన, పరుషాక్షర మిత్యన్వయః. ౩౫

(మా మితి) శక్య మిత్యేత దవ్యయం. త దాహ కాళిదాసః 'శక్య మరవిందసురభిః కణవాహీ మాలినీతరంగాణాం. అంగై రనంగతప్తై రవిరళ మాలింగితుం పవనః' ఇతి. పురీరూపం ప్రక్తం నశక్య [illegible] పుంల్లింగ్యో స్సామానాధికరణ్యం వా. ౩౬

---

⁕ రామానుజీయం. (అహం హి నగరీ లంకా స్వయమేవ ప్లవంగమేతి.) స్వయ మేవ [illegible]తః సర్వం పరి[illegible]మీతి సంబంధః.

* రామానుజీయం. (ద్రక్ష్యామీతి.) ఇత్యర్థం ఏతదర్థం.

(హనుమతః లంకావిజయః)

తత స్స కపిశార్దూల స్తా మువాచ నిశాచరీం,
దృష్ట్వా పురీ మిమాం భద్రే పున ర్యాస్యే యథాగతం. ౩౭

తతః కృత్వా మహానాదం సా వై లంకా భయావహం,
తలేన వానరశ్రేష్ఠం తాడయామాస వేగితా. ౩౮

తత స్స కపిశార్దూలో లంకయా తాడితో భృశం,
ననాద సుమహానాదం వీర్యవా న్పవనాత్మజః. ౩౯

తత స్సంవర్తయామాస వామహస్తస్య సోఽంగుళీః,
ముష్టినాఽభిజఘానైనాం హనూమా న్క్రోధమూర్ఛితః. ౪౦

స్త్రీ చేతి మన్యమానేన నాఽతిక్రోధ స్స్వయంకృతః, ౪౦½

సా తు తేన ప్రహారేణ విహ్వలాంగీ నిశాచరీ.
పపాత సహసా భూమౌ వికృతాననదర్శనా, ౪౧½

తత స్తు హనుమా న్ప్రాజ్ఞ స్తాం దృష్ట్వా వినిపాతితాం.
కృపాం చకార తేజస్వీ మన్యమానః స్త్రియం తు తాం, ౪౨½

తతో వై భృశసంవిగ్నా లంకా సా గద్గదాక్షరం
ఉవాచాఽగర్వితం వాక్యం హనుమంతం ప్లవంగమం. ౪౩½

---

(తత ఇతి.) యాస్యే యాస్యామి. ఇత్యువాచేతి సంబంధః ౩౭

(తత ఇతి.) వేగితా సంజాతవేగా. ౩౮

(తత ఇతి.) సంవర్తయామాస సంకోచయామాస. ౩౯—౪౩½

ప్రసీద సుమహాబాహో త్రాయస్వ హరిసత్తమ.
సమయే సౌమ్య తిష్ఠంతి సత్త్వవంతో మహాబలాః, ౪౪

అహం తు నగరీ లంకా స్వయ మేవ ప్లవంగమ.
నిర్జితాఽహం త్వయా వీర విక్రమేణ మహాబల, ౪౫

ఇదం తు తథ్యం శృణు వై బ్రువంత్యా మే హరీశ్వర.
స్వయంభువా పురా దత్తం వరదానం యదా మమ, ౪౬

యదా త్వాం వానరః కశ్చి ద్విక్రమా ద్వశ మానయేత్.
తదా త్వయా హి విజ్ఞేయం రక్షసాం భయ మాగతం, ౪౭

స హి మే సమయ స్సౌమ్య ప్రాప్తోఽద్య తవ దర్శనాత్.
స్వయంభూవిహిత స్సత్యో న తస్యాఽస్తి వ్యతిక్రమః. ౪౮

సీతానిమిత్తం రాజ్ఞ స్తు రావణస్య దురాత్మనః.
రక్షసాం చైవ సర్వేషాం వినాశ స్సముపాగతః, ౪౯

త త్ప్రవిశ్య హరిశ్రేష్ఠ పురీం రావణపాలితాం.
విధత్స్వ సర్వకార్యాణి యాని యానీహ వాంఛసి, ౫౦

---

(ప్రసీదేతి) సమయే స్త్రీవధవర్జనవ్యవస్థాయాం. సత్త్వవంతః ధైర్యవంతః. ౪౪

(అహ మితి) అహం త్విత్యర్థం భిన్నం వాక్యం. ఏకవాక్యత్వేఽహంశబ్దస్య పునరుక్తిః. ౪౫—౪౬

వరదానస్వరూప మాహ (యదేతి.) అత్ర రావణస్య దిగ్విజయే నందికేశ్వరాదిభి ర్లంకాయా స్సద్యోవినాశశాపే దత్తే, సా బ్రహ్మాణం గత్వా ప్రార్థయామాస వినాశో మే మా భూదితి. స చ తస్యై వరం మహత్, తవ సద్యో వినాశో న భవిష్యతి. యదా తు వానర స్త్వా మభిభవిష్యతి తదా తు వినాశో భవిష్యతీతి కథోన్నీయతే. ౪౭—౫౦

* ప్రవిశ్య శాపోపహతాం హరీశ్వర శ్శుభాం పురీం రాక్షసముఖ్యపాలితాం.
యదృచ్ఛయా త్వం జనకాత్మజాం సతీం విమార్గ సర్వత్ర గతో యథాసుఖం. ౫౧

ఇతి శ్రీమద్రామాయణే, సున్దరకాణ్డే, తృతీయ స్సర్గః.

## అథ చతుర్థ స్సర్గః

స నిర్జిత్య పురీం శ్రేష్ఠాం లంకాం తాం కామరూపిణీం,
విక్రమేణ మహాతేజా హనూమా న్కపిసత్తమః.
• అద్వారేణ మహాబాహుః ప్రాకార మభిపుప్లువే, ౧

(ప్రవిశ్యేతి.) శాపో నందికేశ్వరాదికృతః, యదృచ్ఛయే త్యస్య గత ఇతి సంబంధః. యదృచ్ఛయాఽత్ర ప్రాప్త స్త్వ మిత్యర్థః. ౫౧

ఇతి శ్రీగోవిందరాజవిరచితే, శ్రీరామాయణభూషణే, శృంగారతిలకాఖ్యానే, సుందరకాణ్డవ్యాఖ్యానే, తృతీయ స్సర్గః.

అథ చతుర్థ స్సర్గః.

(స నిర్జిత్యేత్యాది.) అద్వారేణేత్యనేన లంకాపరిభవో రాక్షసై ర్న జ్ఞాతుం శక్య ఇతి ద్యోత్యతే. ౧

* రామానుజీయం. (ప్రవిశ్యేతి.) హరీశ్వర స్త్వం. యదృచ్ఛయా స్వైరం, విమార్గేతి సంబంధః.

• రామానుజీయం. (అద్వారేణేతి) 'గ్రామం వా నగరం వాఽపి పత్తనం వా పరస్య హి, విశేషా త్సమయే సౌమ్యా న ద్వారేణ విశే న్నృప' ఇత్యుక్తప్రకారేణ అద్వారేణ ప్రవిష్టవాన్.

* ప్రవిశ్య నగరీం లంకాం కపిరాజహితంకరః.
చక్రేఽథ పాదం సవ్యం చ శత్రూణాం స తు మూర్ధని, ౨౪

ప్రవిష్ట స్సత్త్వసంపన్నో నిశాయాం మారుతాత్మజః
స మహాపథ మాస్థాయ ముక్తాపుష్పవిరాజితం, ౨౫

తత స్తు తాం పురీం లంకాం రమ్యా మభియయౌ కపిః ౬

◊ హసితోత్కృష్టనినదై స్తూర్యఘోషపురస్సరైః,

---

(ప్రవిశ్యేతి.) (చక్ర ఇతి.) శత్రుదేశప్రవేశే ప్రథమం సవ్యపాదః కార్యః స తు శత్రో ర్మూర్ధ్ని కృతో భవే దితి రాజశాస్త్రం అనేన ప్రథమం సవ్యం పాదం లంకాయాం కృతవా నిత్యర్థ స్సిద్ధః త దాహ బృహస్పతిః "ప్రయాణకాలే చ గృహప్రవేశే వివాహకాలేఽపి చ దక్షిణాంఘ్రిం. కృత్వాఽగ్రత శ్శత్రు పురప్రవేశే వామం విదధ్యా చ్చరణం నృపాల" ఇతి. ౨౪

(ప్రవిష్ట ఇతి.) మహాపథం ఆస్థాయ గమ్యత్వేనాఽవలంబ్య, ప్రవిష్ట ఇతి సంబంధః ౨౫-౬

(హసితేతి.) తూర్యఘోషపురస్సరైః, హసితోత్కృష్టనినదైః - హసితానా ముత్కృష్ట స్వరైః, యుక్తే త్యర్థః వజ్రాంకుశనికాశైః - వజ్ర మంకుశో యస్య సః వజ్రాంకుశః, ఐరావతః,

---

* రామానుజీయం. (ప్రవిశ్యేతి.) ప్రవిశ్య ప్రవేష్టు ముపక్రమ్య, సవ్యం పాదం చక్రే. అగ్రత ఇతి శేషః "ప్రయాణకాలే చ గృహప్రవేశే వివాహకాలేఽపి చ దక్షిణాంఘ్రిం, కృత్వాఽగ్రత శ్శత్రుపురప్రవేశే వామం విదధ్యా చ్చరణం నృపాల" ఇతి బృహస్పతివచనప్రకారేణ సవ్యం పాద మగ్రతః కృతవాన్. సః అగ్రతః పాదః, శత్రూణాం, మూర్ధ్ని తు మూర్ధ్న్యేవ, కృతో భవతి. అగ్రత స్సవ్యపాదనిక్షేపే శత్రవః పరాభూతా స్స్యు రితి భావః.

◊ రామానుజీయం హసితోద్ఘుష్టనినదైః హసితోచ్చధ్వనిభిః నినదైశ్చ, ఉపలక్షణే తృతీయాంత మేతత్ గృహముఖ్యవిశేషణం. వజ్రాంకుశనికాశైః వజ్రసంస్థానై రంకుశసంస్థానైశ్చ, వజ్రజాలవిభూషితైః వజ్రాఖ్యరత్నాలంకృతైః, 'గృహముఖ్యై' రితి పాఠః, 'గృహమేఘై' రితి పాఠే మేఘశబ్దః శ్రేష్ఠవాచీ.

(హనుమతః లంకాపరిశీలనం)

వజ్రాంకుశనికాశై శ్చ వజ్రజాలవిభూషితైః.
గృహమేఘైః పురీ రమ్యా బభాసే ద్యౌ రివాంబుదైః, ౫॥

ప్రజజ్వాల తదా లంకా రక్షోగణగృహై శ్శుభైః.
సితాభ్రసదృశై శ్చిత్రైః * పద్మస్వస్తికసంస్థితైః, ౬॥

వర్ధమానగృహై శ్చాపి సర్వత స్సువిభూషితా.
◊ తాం చిత్రమాల్యాభరణాం కపిరాజహితంకరః, ౭॥

రాఘవార్థం చరన్ శ్రీమాన్ దదర్శ చ ననంద చ. ౮

భవనా ద్భవనం గచ్ఛన్ దదర్శ పవనాత్మజః,
వివిధాకృతిరూపాణి భవనాని తత స్తతః. ౯

తత్తుల్యైః, త ద్వచ్ఛుభ్రై రిత్యర్థః, వజ్రాంకుశతుల్యసంస్థానై ర్వా, వజ్రజాలవిభూషితైః - వజ్రో రత్నవిశేషః, గృహమేఘైః గృహశ్రేష్ఠైః, 'ఉపమితం వ్యాఘ్రాదిభి' రిత్యుపమితసమాసః. ౫॥

- (ప్రజజ్వాలేత్యాది.) పద్మస్వస్తికసంస్థితైః పద్మస్వస్తికనామభ్యాం సంస్థానవిశేషాభ్యాం సంస్థితైః, వర్ధమానగృహైః వర్ధమాననామ్నా సంస్థానేన సంస్థితైః గృహైః, తల్లక్షణాని వరాహమిహిరసంహితాయాం వ్యక్తాని. విస్తరభయా న్న లిఖ్యంతే. ౬॥—౯

---

* స్వస్తికాఖ్యగృహాః ఆకృత్యా చతురశ్రాః. "చతుశ్శాలా చతుర్ద్వారా సర్వతోభద్రసంజ్ఞితా, పశ్చిమద్వారరహితా నంద్యావర్తా హ్వయాననా. దక్షిణద్వారరహితా వర్ధమానా ధనప్రదా. ప్రాగ్ద్వారరహితా స్వస్తికాఖ్యా పుత్రధనప్రదా."

◊ రామానుజీయం (తామితి) శ్రీమాన్ - అత్ర శ్రీశబ్దేన స్వామికార్యకరణరూపసంపదుచ్యతే. దదర్శ చ ననంద చ, దుష్ప్రవేశా మపి లంకా మక్లేశేన ప్రవిశ్య సర్వతః పశ్యామి, తస్మా ద్రామసుగ్రీవయో ర్మనోరథసిద్ధి రవశ్యంభావినీతి ననందే త్యర్థః.

శుశ్రావ మధురం గీతం త్రిస్థానస్వరభూషితం,
స్త్రీణాం మదసమృద్ధానాం దివి చాఽప్సరసా మివ. ౧౦

శుశ్రావ కాంచీనినదం నూపురాణాం చ నిస్వనం,
సోపాననినదాం శ్చైవ భవనేషు మహాత్మనాం
ఆస్ఫోటితనినాదాం శ్చ క్ష్వేళితాం శ్చ తత స్తతః. ౧౧

శుశ్రావ జపతాం తత్ర మంత్రా న్రక్షోగృహేషు వై ౧౨

స్వాధ్యాయనిరతాం శ్చైవ యాతుధానా న్దదర్శ సః,
రావణ స్తవసంయుక్తాన్ గర్జతో రాక్షసా నపి. ౧౩

రాజమార్గం సమావృత్య స్థితం రక్షోబలం మహత్,
దదర్శ మధ్యమే గుల్మే రావణస్య చరాన్ బహూన్ ౧౪

---

(శుశ్రావేతి.) త్రిస్థానస్వరభూషితం - త్రిస్థానేషు ఉరఃకంఠశిరస్సు భవై స్స్వరై ర్భూషితం, తే చ మంద్రమధ్యతారాః. ౧౦

(శుశ్రావ కాంచీనినద మిత్యాది) సోపాననినదాం శ్చ - మణిహేమకృతానాం సోపానానాం నూపురాదితాడనేన యే నినాదా స్సంభవంతి తాన్, ఆస్ఫోటితనినాదాన్ ప్రత్యస్తకరతలాభ్యాం భుజాగ్రాస్ఫాలనశబ్దాన్, క్ష్వేళితా న్సింహనాదాన్. ౧౧

(శుశ్రావ జపతా మితి.) మంత్రాన్ ఋగ్వేదాదీన్ ౧౨

(స్వాధ్యాయనిరతాన్) బ్రహ్మభాగపారనిరతాన్. ౧౩

(రాజమార్గ మితి.) మధ్యమే గుల్మే నగరమధ్యస్థితసైన్యసమాజే, చరాన్ స్వజనవృత్తాంత జిజ్ఞాసయా ప్రధానప్రేరితాన్ ప్రణిధీన్. ౧౪

(హనుమతా లంకాపరిశీలనం)

దీక్షితా న్జటిలా న్ముండాన్ గోజినాంబరవాససః,
దర్భముష్టిప్రహరణా నగ్నికుండాయుధాం స్తథా. ౧౫

కూటముద్గరపాణీం శ్చ దండాయుధధరా నపి,
ఏకాక్షా నేకకర్ణాం శ్చ లంబోదరపయోధరాన్. ౧౬

కరాళా న్భుగ్నవక్త్రాం శ్చ వికటా న్వామనాం స్తథా,
ధన్వినః ఖడ్గిన శ్చైవ శతఘ్నీముసలాయుధాన్ ౧౭

పరిఘోత్తమహస్తాం శ్చ విచిత్రకవచోజ్జ్వలాన్,
నాతిస్థూలా న్నాతికృశా న్నాతిదీర్ఘాతిహ్రస్వకాన్ ౧౮

నాతిగౌరా న్నాతికృష్ణా న్నాతికుబ్జా న్నవామనాన్,
విరూపా న్బహురూపాం శ్చ సురూపాం శ్చ సువర్చసః
ధ్వజీన్ పతాకిన శ్చైవ దదర్శ వివిధాయుధాన్, ౧౯

---

(దీక్షితా నిత్యాది) గోజినాంబరధారిణః వృషభచర్మరూపవస్త్రధారిణః, దర్భముష్టిప్రహరణాన్. 'యథా వజ్రం హరేః పాణౌ తథా విప్రకరే కుశ' ఇతి స్మరణా దితి భావః అగ్నికుండాయుధాన్ జయార్థం హోమశీలాన్, కూటముద్గరపాణీన్ - కూటో నామాఽయస్కారకూటసదృశ ఆయుధవిశేషః 'కూటోఽస్త్రీ పుంజమాయాద్రిశృంగాయోఘనవేశ్మసు, ఛలే బాణాంతరే దంభే భగ్నశృంగవృషే తు నా' ఇతి శబ్దరత్నాకరే, ముద్గరో ద్రుఘణః 'ముద్గరో ద్రుఘణో ఘన' ఇతి వైజయంతీ కరాళా న్భీమాన్ 'కరాళో దంతురే తుంగే విశాలే వికృతేఽపి చే' తి వాగురిః. భుగ్నవక్త్రా న్కుటిలవక్త్రాన్. 'ఆవిద్ధం కుటిలం భుగ్న' మిత్యమరః వికటా న్విషమాంగాన్. శతఘ్నీ శతశంకుర యోగదా 'అయఃకంటకసంఛన్నా శతఘ్నీ పరికీర్తితే' తి వైజయంతీ ముసలం ఆయసోఽరత్నిప్రమాణకో దండః ని 'ముసలం త్వాయసో దండో ధార్యోఽరత్నిప్రమాణక' ఇతి శబ్దరత్నాకరే పరిఘః దండవిశేషః నాతిదీర్ఘాతిహ్రస్వకా నిత్యత్ర హకారోపరి ఋకారోచ్చారణం వృత్తభంగపరిహారాయ. ఏవం ధ్వజిన ఇతి వక్తవ్యే ధ్వజీ నిత్యుక్తిశ్చ ఛందోభంగపరిహారాయైవ ౧౯॥

శక్తివృక్షాయుధాం శ్చైవ పట్టసాశనిధారిణః.
క్షేపణీపాశహస్తాం శ్చ దదర్శ స మహాకపిః, ౨౦౪

స్రగ్విణ స్త్వనులిప్తాం శ్చ వరాభరణభూషితాన్.
నానావేషసమాయుక్తాన్ యథాస్వైరగతాన్ బహూన్,
తీక్ష్ణశూలధరాం శ్చైవ వజ్రిణశ్చ మహాబలాన్. ౨౨

శతసాహస్ర మవ్యగ్ర మారక్షం మధ్యమం కపిః,
రక్షోధిపతినిర్దిష్టం దదర్శాఽన్తఃపురాగ్రతః. ౨౩

స తదా తద్గృహం దృష్ట్వా మహాహాటకతోరణం,
రాక్షసేన్ద్రస్య విఖ్యాత మద్రిమూర్ధ్ని ప్రతిష్ఠితం. ౨౪

పుండరీకావతంసాభిః పరిఖాభి రలంకృతం,
ప్రాకారావృత మత్యంతం దదర్శ స మహాకపిః. ౨

త్రివిష్టపనిభం దివ్యం దివ్యనాదవినాదితం,

(శక్తీత్యాది.) పట్టసః తీక్ష్ణధారో లోహదండః. 'పట్టసో యో దీర్ఘదండ స్తీక్ష్ణధారః [illegible]' ఇతి [illegible]. క్షేపణీ క్షేపణీయః. వేషః అలంకారః, యథాస్వైరగతాన్ [illegible]. ౨౦౪—౨౨

(శతేతి.) శతసహస్ర మేవ శతసాహస్రం. స్వార్థే అణ్. ఆరక్షం గుల్మం, అంతః [illegible] అంతఃపురాగ్రతః, రక్షోధిపతినిర్దిష్టం మధ్యమగుల్మభూతం రావణమూలబలం, [illegible]. ౨౩

(స తదేత్యాది) శ్లోకద్వయ మేకాన్వయం. సః కపిః, తత్ ఆరక్షం, దృష్ట్వా, సః [illegible] గృహం దదర్శే త్యన్వయః. క్రియాభేదా త్తచ్ఛబ్దద్వయం. ౨౪—౨౫

(త్రివిష్టపేత్యాది.) యానైః శిబికాదిభిః, విమానైః వ్యోమయానైః, హయగజై రిత్యత్ర

(హనుమతః రావణగృహదర్శనం)

వాజిహేషితసంఘుష్టం నాదితం భూషణై స్తథా. ౨౬
రథై ర్యానై ర్విమానైశ్చ తథా హయగజై శ్శుభైః.
వారణై శ్చ చతుర్దంతై శ్శ్వేతాభ్రనిచయోపమైః. ౨౭

భూషితం రుచిరద్వారం మత్తైశ్చ మృగపక్షిభిః,
రక్షితం సుమహావీర్యై ర్యాతుధానై స్సహస్రశః. ౨౮

రాక్షసాధిపతే ర్గుప్త మావివేశ మహాకపిః, ౨౯॥

* సహేమజాంబూనదచక్రవాళం మహార్హముక్తామణిభూషితాంతం.
పరార్థ్యకాలాగరుచందనాక్తం స రావణాంతఃపుర మావివేశ. ౩౦॥

ఇతి శ్రీమద్రామాయణే, సున్దరకాణ్డే, చతుర్థ స్సర్గః.

---

గజశబ్దః ద్విదంతగజపరః. అతో న వారణై రిత్యనేన పునరుక్తిః. మృగపక్షిభి శ్చ భూషిత మిత్యన్వయః. రక్షిభి ర్యాతుధానై ర్గుప్త మితి సంబంధః. ఆవివేశ జగామ. గృహప్రవేశస్య దూరే వక్ష్యమాణత్వాత్, ౨౯॥

(సహేమేతి.) హేమ అన్యత్ర జాతం సువర్ణం, జాంబూనదం జంబూనద్యాం జాతం, చక్రవాళం ప్రాకారమండలం, రావణాంతఃపురం రావణాంతర్నగరం. ౩౦॥

ఇతి శ్రీగోవిందరాజవిరచితే, శ్రీరామాయణభూషణే, శృంగారతిలకాఖ్యానే, సున్దరకాణ్డవ్యాఖ్యానే.

చతుర్థ స్సర్గః.

---

* సహేమేతి చ్ఛేదః, హేమసహితం, జాంబూనదచక్రవాళసహితం, స్వర్ణప్రాకారమండలయుక్తం, అంతఃపురం అంతర్నగరం, ఆవివేశ. ఇతి తత్త్వదీపికా

## అథ పఞ్చమ స్సర్గః

తత స్స మధ్యం గత మంశుమంతం జ్యోత్స్నావితానం మహ దుద్వమంతం,
దదర్శ ధీమాన్ దివి భానుమంతం గోష్ఠే వృషం మ త్త మివ భ్రమంతం. ౧

లోకస్య పాపాని వినాశయంతం మహోదధిం చాపి సమేధయంతం,
భూతాని సర్వాణి విరాజయంతం దదర్శ శీతాంశు మథాఽభియాంతం. ౨

యా భాతి లక్ష్మీ ర్భువి మందరస్థా తథా ప్రదోషేషు చ సాగరస్థా,
తథైవ తోయేషు చ పుష్కరస్థా రరాజ సా చారునిశాకరస్థా. ౩

---

## అథ పఞ్చమ స్సర్గః

(తత స్స మధ్య మిత్యాది.) దివి ఆకాశే, మధ్యం గతం, ఆకాశమధ్యగత మిత్యర్థః. లంకాప్రవేశే చంద్రోదయోక్తేః రావణనగరప్రవేశే అర్ధరాత్ర ఇతి సూచ్యతే. ఉత్తరశ్లోకే అభియాంత మిత్యనేన నాఽభిగమన ముచ్యతే. దక్షిణాం దిశం గచ్ఛతోఽభిముఖత్వాసంభవాత్. కింతు గమనమాత్రం. పూర్వసర్గేఽపి 'ప్రజగామ నభ శ్చంద్ర' ఇతి ప్రకర్షేణ గమనవచనం నభోమధ్యాతీతత్వ మాచష్టే. అంశుమంత మితి చంద్ర ఏవోచ్యతే. భానుమంతం దీప్తిమంతం. వృషం శ్వేతం. అస్మిన్ సర్గే ఛేకానుప్రాసః, న తు యమకం; అర్థభేదాభావాత్. తదుక్తం కావ్యప్రకాశే 'భిన్నార్థానాం శ్రావీనాం వర్ణానాం, వివృత్తి ర్యమక' మితి. ౧

(లోకస్యేతి.) పాపాని దుఃఖాని. ౨

(యేతి) భువి మందరో లక్ష్మీవాన్, ప్రదోషేషు సాగరః, తోయేషు పద్మం శ్రీమత్. తద్వ త్తదానీం చంద్రో విశిష్టలక్ష్మీకో బభూవేత్యర్థః. అత్రాఽన్యస్యాఽన్యత్ర సంబంధా న్మందరాదిలక్ష్మీ రివాఽన్య లక్ష్మీ రితి సాదృశ్యాక్షేపా న్నిదర్శనాలంకారః. తదుక్తం కావ్యప్రకాశే నిదర్శనాయాం 'అభిమా న్వస్తు సంబంధ ఉపమాపరికల్పక' ఇతి. ౩

(చంద్రప్రకాశవర్ణనం)

హంసో యథా రాజతపంజరస్థః సింహో యథా మందరకందరస్థః,
వీరో యథా గర్వితకుంజరస్థ శ్చంద్రో విబభ్రాజ తథాఽంబరస్థః. ౪

సితః కకుద్మానివ తీక్ష్ణశృంగో మహాచల శ్శ్వేత ఇవోచ్చశృంగః,
హస్తీవ జాంబూనదబద్ధశృంగో రరాజ చంద్రః పరిపూర్ణశృంగః. ౫

వినష్టశీతాంబుతుషారపంకో మహాగ్రహగ్రాహవినష్టపంకః,
ప్రకాశలక్ష్మ్యాశ్రయనిర్మలాంకో రరాజ చంద్రో భగవాన్ శశాంకః. ౬

---

(హంస ఇతి) రాజతపంజరస్థః గగనగర్భస్య జ్యోత్స్నాక్షాళితత్వాత్. మందరకందరస్థః తస్య శ్వేతగిరిత్వాత్, గర్వితకుంజరస్థః నీలరూపస్య నభస ఉపర్యవస్థానాత్. అత్ర పుష్టత్వాదీనాం సాధారణధర్మాణా మనుపాదానా ల్లుప్తోపమాలంకారః. ౪

(స్థిత ఇతి) ప్రతిపూర్ణశృంగః పరిపూర్ణకలః,అత్ర శృంగశబ్దస్య విషాణాద్యర్థభేదేఽపి బింబప్రతిబింబభావేనౌపమ్యం. ౫

(వినష్టేతి.) శీతాంబు హిమాంబు, తుషారాః పృషతాః, పంకః తమః. వినష్టాః శీతాంబు తుషారా ఏవ పంకాః యస్మిన్ తథా. 'తుషార శ్శీకరే హిమ' ఇతి విశ్వః మహాగ్రహాణాం శుక్ర బృహస్పత్యాదీనాం గ్రాహేణ గ్రహణేన ఆచ్ఛాదనేన, వినష్టః పంకో మలం యస్య సః మహాగ్రహ గ్రాహవినష్టపంకః, స్వతేజసా మహాగ్రహతిరస్కారేణ వ్యక్తనైర్మల్య ఇత్యర్థః. యద్వా, మహా గ్రహ స్సూర్యః, తస్య గ్రాహేణ కిరణపరిగ్రహేణ, వినష్టః వినాశితః, పంకః తమః యేన సః తదా తరణికిరణసంక్రమణేన దేదీప్యమానమండల ఇత్యర్థః. తదుక్తం వరాహమిహిరేణ 'సలిలమయే శశిని రవే ర్దీధితయో మూర్ఛితా స్తమో నైశం, క్షపయంతి దర్పణోదరనిహితా ఇవ మందిరస్యాంత' రితి ప్రకాశలక్ష్మ్యాశ్రయనిర్మలాంకః తేజస్సమృద్ధియోగా త్స్పష్టకళంకః, అతిధవళే చంద్రే పరభాగ యోగేన కళంకస్యా ప్యౌజ్జ్వల్యం భవతీ త్యర్థః. (శశాంక ఇతి.) భూచ్ఛాయామయ శ్శశరూప అంకః యస్య స తథా 'లోకచ్ఛాయామయం లక్ష్మ తవాంకే శశసన్నిభ' మితి హరివంశోక్తేః. భగవాన్ మహా ప్రభావవాన్. ౬

శిలాతలం ప్రాప్య యథా మృగేంద్రో మహారణం ప్రాప్య యథా గజేంద్రః,
రాజ్యం సమాసాద్య యథా నరేంద్ర స్తథా ప్రకాశో విరరాజ చంద్రః. ౭

ప్రకాశచంద్రోదయనష్టదోషః * ప్రవృత్తరక్షఃపిశితాశదోషః,
రామాభిరామేరితచిత్తదోషః ❖ స్వర్గప్రకాశో భగవా న్ప్రదోషః. ౮

తంత్రీస్వనాః కర్ణసుఖాః ప్రవృత్తాః స్వపంతి నార్యః పతిభి స్సువృత్తాః,
నక్తంచరా శ్చాపి తథా ప్రవృత్తా విహర్తు మత్యద్భుతరౌద్రవృత్తాః. ౯

మత్తప్రమత్తాని సమాకులాని రథాశ్వభద్రాసనసంకులాని,
వీరశ్రియా చాపి సమాకులాని దదర్శ ధీమాన్ స కపిః కులాని. ౧౦

---

(శిలేతి) ప్రకాశః ప్రకాశమానః. ౭

(ప్రకాశేన.) చంద్రోదయేన, నష్టః, దోషః తిమిరం యస్మిన్ సః, ప్రవృద్ధః. రక్షసాం పిశితాశానాం చ దోషః సంచారరూపో యస్మిన్ స తథా. రామాభిః. అభిరామైః కాంతైశ్చ, ఈరితః త్యక్తః, చిత్తదోషః కోపాభిమానరూపః యస్మిన్, స్వర్గప్రకాశః స్వర్గతుల్యః, తద్వ దానందావహ ఇత్యర్థః. భగవాన్ శ్రీమాన్. 'భగ శ్శ్రీకామమాహాత్మ్యవీర్యయత్నార్కకీర్తి' ష్విత్యమరః. ప్రదోషః, గత ఇతి శేషః, ౮

(తంత్రీతి.) స్పష్టం. ౯

(మత్తేతి.) మత్తాః మధుమదక్షీబాః, ప్రమత్తాః ప్రస్తుతకార్యవిస్మారిణః, మత్తప్రమత్తజన యోగాత్ కులాన్యపి తథోచ్యంతే. కులాని గృహాణి, సమాకులాని సమాకులజనాని, వీరశ్రియా వీరలక్ష్మ్యా, వీర ఇతి భిన్నపదం వా కపివిశేషణం. ౧౦

---

* ప్రవృత్తరక్షఃపిశితాశదోషః - ప్రవృత్తః రక్షసాం పిశితభక్షణరూపదోషో యస్మిన్. పిశితభక్షణస్య దోషత్వ మహితజనహింసాహేతుత్వాత్. ఇతి తత్త్వదీపికా.

❖ సీతాన్వేషణస్యానుకూలత్వేనాఽఽనందహేతుతయా ప్రదోషకాలస్య స్వర్గసదృశత్వోక్తిః. ఇతి తత్త్వదీపికా.

(చంద్రప్రకాశవర్ణనం)

పరస్పరం చాధిక మాక్షిపంతి భుజాం శ్చ పీనా నధినిక్షిపంతి,
మత్తప్రలాపా నధివిక్షిపంతి మత్తాని చాఽన్యోన్య మధిక్షిపంతి. ౧౧

రక్షాంసి వక్షాంసి చ విక్షిపంతి గాత్రాణి కాంతాసు చ విక్షిపంతి,
రూపాణి చిత్రాణి చ విక్షిపంతి దృఢాని చాపాని చ విక్షిపంతి. ౧౨

దదర్శ కాంతా శ్చ సమాలభంత్య స్తథాఽపరా స్తత్ర పున స్స్వపంత్యః,
సురూపవక్త్రా శ్చ తథా హసంత్యః క్రుద్ధాః పరా శ్చాపి వినిశ్శ్వసంత్యః. ౧౩

మహాగజై శ్చాపి తథా నదద్భి స్సుపూజితై శ్చాపి తథా సుసద్భిః,
రరాజ వీరై శ్చ వినిశ్శ్వసద్భిః హ్రదో భుజంగై రివ నిశ్శ్వసద్భిః. ౧౪

బుద్ధిప్రధానాన్ రుచిరాభిధానాన్ సంశ్రద్దధానా న్జగతః ప్రధానాన్,
నానావిధానా న్రుచిరాభిధానాన్ దదర్శ తస్యాం పురి యాతుధానాన్. ౧౫

---

(పరస్పరం) చేత్యాదిశ్లోకద్వయ మేకాన్వయం. దదర్శేతి సంబధ్యతే. ఆక్షిపంతీత్యాదీని శత్రంతాని రక్షోవిశేషణాని. ఆక్షిపంతి అపహసంతి. అధివిక్షిపంతి అన్యోన్య స్యోపరి దధంతి. అధివిక్షిపంతి అధికం ముంచంతి, అధిక్షిపంతి భర్త్సయంతి, విక్షిపంతి వివృణ్వంతి, చిత్రాణి రూపాణి వివిధాన్ వేషాన్, విక్షిపంతి వితన్వంతి, చాపాని చాపాన్, విక్షిపంతి విష్ఫారయంతి. ౧౨

(దదర్శేతి.) సమాలభంత్యః అంగరాగేణాఽనులింపంత్యః, 'సమాలపంత్య' ఇతి చ పాఠః. సర్వత్ర వ్యత్యయేన ద్వితీయార్థే ప్రథమా. ౧౩

(మహాగజై రితి.) సా, పురీతి శేషః. సుసద్భిః సుతరాం సద్భిః, వినిశ్శ్వసద్భిః, యుద్ధయోగ్యవీరాలాభాత్. ౧౪

(బుద్ధీతి.) బుద్ధిప్రధానాన్ బుద్ధ్యా శ్రేష్ఠాన్, ప్రధానబుద్ధీ న్వా, ఉత్తమబుద్ధీ నిత్యర్థః. రుచిరాభిధానాన్ శోభనవ్యవహారాన్, సంశ్రద్దధానాన్ ఆస్తికాన్, నానావిధానా న్నానాకారాన్, రుచిరాభిధానాన్ హృద్యనామ్నః. ౧౫

ననంద దృష్ట్వా స చ తా స్సురూపా న్నానాగుణా నాత్మగుణానురూపాః,
విద్యోతమానా స్స తదాఽనురూపా స్దదర్శ కాంశ్చిచ్చ పున ర్విరూపాః. ౧౬

తతో వరార్హా స్సువిశుద్ధభావా స్తేషాం స్త్రియ స్తత్ర మహానుభావాః,
ప్రియేషు పానేషు చ సక్తభావా దదర్శ తారా ఇవ సుప్రభావాః ౧౭

శ్రియా జ్వలంతీ స్త్రపయోపగూఢా నిశీథకాలే రమణోపగూఢాః,
దదర్శ కా శ్చి త్ప్రమదోపగూఢాః యథా విహంగాః కుసుమోపగూఢాః ౧౮

అన్యాః పున ర్హర్మ్యతలోపవిష్టా స్తత్ర ప్రియాంకేషు సుఖోపవిష్టాః,
భర్తుః ప్రియా ధర్మపరా నివిష్టా దదర్శ ధీమా న్మదనాభివిష్టాః. ౧౯

అప్రావృతాః కాంచనరాజివర్ణాః కాశ్చి త్పరార్థ్యా స్తపనీయవర్ణాః,
పున శ్చ కాశ్చి చ్ఛశలక్ష్మవర్ణాః కాంతప్రహీణా రుచిరాంగవర్ణాః ౨౦

---

(ననందేతి.) ఆత్మగుణానురూపాః ఆత్మగుణానురూపవ్యవహారాః ౧౬

(తత ఇతి) వరాణాం శ్రేష్ఠానాం. అర్హాః వరార్హాః, సువిశుద్ధభావాః కాంతేషు నిర్మలహృదయాః, మహానుభావాః పాతివ్రత్యరూపమహాప్రభావాః యద్వా - మహానుభావాః అనుభావాః కటాక్షభుజక్షేపాదయః, సుప్రభావాః శోభనవైభవాః ౧౭

(శ్రియేతి.) ప్రమదోపగూఢాః హర్షోపగూఢాః, విహంగాః విహంగీః. ౧౮

(అన్యా ఇతి.) నివిష్టాః ఊఢాః, పాణిగృహీతా ఇత్యర్థః 'నివేశః శిబిరోద్వాహన్యాసే' ష్వితి విశ్వః. ౧౯

(అప్రావృతా ఇతి) అప్రావృతాః అనవకుంఠితాః, కాంచనరాజివర్ణాః కనకరేఖాకారాః తపనీయవర్ణాః తప్తకాంచనవర్ణాః, శశలక్ష్మవర్ణాః చంద్రపాండురాః, కాంతప్రహీణాః విరహిణ్యః.

(హనుమతా సీతాన్వేషణం)

తతః ప్రియా న్ప్రాప్య మనోభిరామా న్సుప్రీతియుక్తాః ప్రసమీక్ష్య రామాః,
గృహేషు హృష్టాః పరమాభిరామా హరిప్రవీర స్స దదర్శ రామాః. ౨౧

* చంద్రప్రకాశా శ్చ హి వక్త్రమాలా వక్రాక్షిపక్ష్మశ్చ సునేత్రమాలాః,
విభూషణానాం చ దదర్శ మాలా శ్శతహ్రదానా మివ చారుమాలాః ౨౨

◊ న త్వేవ సీతాం పరమాభిజాతాం పథి స్థితే రాజకులే ప్రజాతాం,
లతాం ప్రఫుల్లా మివ సాధుజాతాం దదర్శ తన్వీం మనసాఽభిజాతాం. ౨౩

---

(తత ఇతి.) ప్రియాన్, ప్రాప్య అభిసృత్య. సుప్రీతియుక్తాః మనోభిరామాః రామాః ప్రసమీక్ష్య గృహేషు రామా శ్చ దదర్శ. అభిసారికాః కులపాలికాశ్చ దదర్శే త్యర్థః. ౨౧

(చంద్రేతి) వక్త్రనేత్రదర్శనం మానుషీత్వరాక్షసీత్వవివేకార్థం; ఆభరణదర్శనం స్వదృష్ట సీతాభరణతుల్యాభరణదర్శనార్థం. ౨౨

(న త్వేత్యాతి) పరమాభిజాతాం అత్యంతాభిరామాం, సాధుజాతాం సురూపాం, మనసాఽభిజాతాం. అయోనిజా మిత్యర్థః ౨౩

---

* రామానుజీయం. (చంద్రప్రకాశాశ్చ హీతి.) వక్రాణి అక్షిపక్ష్మాణి యాసాం తాః, 'డాబుభాభ్యా మన్యతరస్యా' మితి డాప్. సీతా మన్వేషమాణస్య హనుమతః స్త్రీణాం ముఖనయనాదిదర్శనం మానుషీత్వరాక్షసీత్వవిభాగపరిజ్ఞానార్థం ఆభరణదర్శనం రామోక్తసీతాభరణస్వరూపనిరూపణార్థం. ఏతచ్చ 'తాం సమీక్ష్య విశాలాక్షీం రాజపుత్రీ మనిందితాం, తర్కయామాస సీతేతి కారణై రుపపాదయన్. వైదేహ్యా యాని చాంగేషు తదా రామోఽన్వకీర్తయత్, తా న్యాభరణజాలాని శాఖాశోభీన్యలక్షయ' దితి రాజపుత్రీత్వవిశాలాక్షీత్వాభరణదర్శనై స్సీతాత్వనిర్ణయ స్యోపరివక్ష్యమాణత్వా దవగమ్యతే.

◊ రామానుజీయం. (న త్వితి.) సాధుజాతా మిత్యేత ల్లతావిశేషణం. మనసాఽభిజాతాం 'యస్మాత్తు ధర్షితా చాఽహ మపాపా చాఽప్యనాథవత్, తస్మాత్తవ వధార్థం వై ఉత్పత్స్యేఽహం ధ్రువం పున' రిత్యుత్తరశ్రీరామాయణోక్తప్రకారేణ స్వసంకల్పేనాఽవతీర్ణా మిత్యర్థః.

సనాతనే వర్త్మని సన్నివిష్టాం రామేక్షణాంతాం మదనాభివిష్టాం,
భర్తు ర్మన శ్శ్రీమ దనుప్రవిష్టాం స్త్రీభ్యో వరాభ్య శ్చ సదా విశిష్టాం. ౨౪

ఉష్ణార్దితాం సానుసృతాస్రకంఠీం పురా వరార్హోత్తమనిష్కకంఠీం,
సుజాతపక్ష్మ మభిరక్తకంఠీం వనే ప్రనృత్తా మివ నీలకంఠీం. ౨౫

అవ్యక్తరేఖా మివ చంద్రరేఖాం పాంసుప్రదిగ్ధా మివ హేమరేఖాం,
క్షతప్రరూఢా మివ బాణరేఖాం వాయుప్రభిన్నా మివ మేఘరేఖాం. ౨౬

సీతా మపశ్య న్మనుజేశ్వరస్య రామస్య పత్నీం వదతాం వరస్య,
బభూవ దుఃఖాభిహత శ్చిరస్య ప్లవంగమో మంద ఇవాఽచిరస్య. ౨౭

ఇతి శ్రీమద్రామాయణే, సున్దరకాణ్డే, పఞ్చమ స్సర్గః.

---

(సనాతన ఇత్యాది.) సనాతనే అవిచ్ఛిన్నే, వర్త్మని పాతివ్రత్యధర్మే, రామేక్షణే అంతో నిశ్చయో యస్యా స్తాం, శ్రీమ త్సీతాచింతనశ్రీమత్, విశిష్టాం ఉత్కృష్టాం. ౨౪

(ఉష్ణేతి.) సానుసృతాస్రకంఠీం - అనుసృతాస్రేణ అనుగతబాష్పేణ కంఠేన సహ వర్తమానాం, పురా రామపార్శ్వావస్థానకాలే, వరార్హోత్తమనిష్కకంఠీం - వరార్హః ఉత్తమశ్చ నిష్కః కంఠే యస్యాః తాం, ఉరఃకంఠసంబంధీ భూషణవిశేషో నిష్కః. అభిరక్తకంఠీం స్నిగ్ధకంఠీం. ౨౫

(అవ్యక్తేతి.) అవ్యక్తరేఖాం అవ్యక్తస్వరూపాం. చంద్రరేఖాం చంద్రకలామివ స్థితాం, అత్యంతకృశత్వే కాంతిహీనత్వే చ దృష్టాంతోఽయం. పాంసుప్రదిగ్ధాం పాంసుకలుషితాం. హేమరేఖాం కనకశలాకా మివ స్థితాం, సహజశుద్ధస్వభావస్య ఆగంతుకమాలిన్యే దృష్టాంతోఽయం. క్షతప్రరూఢాం- క్షతేన ప్రరూఢాం ఔషధాదినా సమాహితాం, అంతశ్శల్యదోషవతీం బహిస్సమాహితాం, బాణరేఖాం బాణక్షతి మివ స్థితాం, అంతర్వేదనాతిశయే దృష్టాంతోఽయం. వాయుప్రభగ్నా మివ మేఘలేఖాం, పునరసమాధేయశైథిల్యే దృష్టాంతోఽయం. ౨౬

(సీతా మితి.) చిరస్యాఽపశ్యత్ చిరకాలం నిరీక్ష్యాఽప్యపశ్యత్, అచిరస్య అచిరేణ, సపదీత్యర్థః. మందో ముగ్ధ ఇవ, దుఃఖాభిహతో బభూవ. 'ముగ్ధో మందో వివర్ణశ్చే'తి హలాయుధః. ౨౭

ఇతి శ్రీగోవిందరాజవిరచితే, శ్రీరామాయణభూషణే, శృంగారతిలకాఖ్యానే. సుందరకాణ్డవ్యాఖ్యానే.

పఞ్చమ స్సర్గః.

## అథ షష్ఠ స్సర్గః.

❈ స నికామం విమానేషు విషణ్ణః కామరూపధృక్,
విచచార పున ర్లంకాం లాఘవేన సమన్వితః. ౧

* ఆససాదాఽథ లక్ష్మీవా న్రాక్షసేంద్రనివేశనం,
ప్రాకారేణార్కవర్ణేన భాస్వరేణాఽభిసంవృతం. ౨

◈ రక్షితం రాక్షసై ర్ఘోరై స్సింహై రివ మహ ద్వనం,
సమీక్షమాణో భవనం చకాశే కపికుంజరః. ౩

## అథ షష్ఠ స్సర్గః.

(స నికామ మిత్యాది.) విమానేషు విషణ్ణః, విమానేషు సీతా మదృష్ట్వా విషణ్ణ ఇత్యర్థః, లాఘవేన వేగేన. ౧-౨

(రక్షిత మితి.) చకాశే, జహర్షే త్యర్థః. ౩

❈ రామానుజీయం. (స ఇతి.) సః లంకాయా మన్విష్టాయా మపి వైదేహ్యా అదర్శనేన విషణ్ణః. 'కామరూపధృక్, విచచార పున ర్లంకా' మితి సమ్యక్. 'విచచార కపి ర్లంకా' మితి పాఠేఽపి వైదేహ్యా అన్వేషణేన విషణ్ణస్య హనుమతోఽన్వేషణకర్తృత్వాభిధానాత్ పున రన్వేషణం కృతవా నిత్యయ మర్థో లభ్యతే.

* రామానుజీయం. 'ఆససాదాఽథ లక్ష్మీవా న్రాక్షసేంద్రనివేశన' మితి రావణభవనం ప్రవిష్టస్య హనుమతః పున రపి రావణభవనప్రాప్త్యభిధానా న్మధ్యే లంకాన్వేషణాభిధానా చ్చ పూర్వం రావణభవనం ప్రవిష్టో హనుమా న్తదానీం జాగ్రద్బహురక్షస్సంకీర్ణతయా సీతాన్వేషణావసరోఽయం న భవతీతి మత్వా తతో నిష్క్రమ్య పున ర్లంకాం విచిత్య రాక్షసేంద్రనివేశన మాససాదే త్యవగమ్యతే.

◈ రామానుజీయం. (రక్షిత మితి.) 'సమీక్షమాణో భవనం చకాశ' ఇతి. భవన మిత స్తతో నిరీక్షమాణ స్స స్సర్కవర్ణప్రాకారభవనతేజస్సంబంధాత్ సప్రకాశోఽభూ దిత్యర్థః. 'చచార కపికుంజర' ఇతి వా పాఠః.

* రూప్యకోప హితైశ్చిత్రై స్తోరణై ర్హేమభూషితైః,
విచిత్రాభిశ్చ కక్ష్యాభి ర్ద్వారైశ్చ రుచిరై ర్వృతం. ౪

గజాస్థితై ర్మహామాత్రై శ్శూరైశ్చ విగతశ్రమైః,
ఉపస్థిత మసంహార్యై ర్హయై స్స్యందనయాయిభిః. ౫

సింహవ్యాఘ్రతనుత్రాణై ర్దాంతకాంచనరాజతైః,
ఘోషవద్భి ర్విచిత్రైశ్చ సదా విచరితం రథైః. ౬

బహురత్నసమాకీర్ణం పరార్ధ్యాసనభాజనం,
మహారథసమావాసం మహారథమహాస్వనం. ౭

---

(రూప్యకేత్యాది.) రూప్యకోపహితైః రజతనిర్మితైః, కక్ష్యాభిః ప్రకోష్ఠైః, అసంహార్యైః అవధ్యైః, స్యందనయాయిభిః స్యందనవాహకైః, సింహవ్యాఘ్రతనుత్రాణైః, సింహవ్యాఘ్రచర్మ పరివృతై రిత్యర్థః. మహారథసమావాసం - మహారథానాం రక్షసా మాకరం, మహారథమహాస్వనం

---

* రామానుజీయం. (రూప్యకేతి.) రూప్యోపహితైః రజతవిహితైః, కక్ష్యాభిః ప్రకోష్ఠైః. 'కక్ష్యా ప్రకోష్ఠే హర్మ్యాదే' రిత్యమరః. (గజాస్థితై రితి.) మహామాత్రైః ప్రధానైః. 'మహామాత్రాః ప్రధానానీ' త్యమరః.-అసంహార్యైః సంహర్తు మశక్యైః, అవధ్యై రితి యావత్. సింహవ్యాఘ్రతను త్రాణైః సింహవ్యాఘ్రచర్మతనుత్రాణైః. మహారథసమావాసం రథికవిశేషాణా మావాసస్థానం. 'మహారథసమావాప' మితి పాఠేఽపి మహారథానాం రథికవిశేషాణాం ఆవాపం, ఆవాసభూత మిత్యర్థః. మహారథమహాసనం - మహారథం చ తన్మహాసనం చ మహారథ మహాసనం. దృశ్యైః దర్శనీయైః, పరమోదారైః అతిమహద్భిః. 'ఉదారో దాతృమహతో' రిత్యమరః. అంతపాలైః బాహ్యరక్షకైః, రాక్షసేంద్ర నివేశనం - రాక్షసేంద్రాణాం నివేశనాని యస్మిన్ తత్, సముద్రస్వననిస్వనం సముద్రస్వనయుక్తం. రాజగుణసంపన్నం, రాజగుణా శ్ఛత్రచామరాదయః, తై స్సమృద్ధం, నిత్యార్చితం గంధపుష్పాదిభి ర్నిత్య మర్చితం. పర్వసు హుతం హోమో యస్మిన్ త త్పర్వహుతం, రావణస్యాఽఽహితాగ్నిత్వా త్తద్గృహే పర్వసు దర్శపూర్ణమాసాదిహోమసద్భావః అస్యాఽఽహితాగ్నిత్వం యుద్ధకాండే ప్రసిద్ధం. పూజితం రాక్షసై స్సదా స్వామిగృహత్వా ద్రాక్షసై స్సదా నమస్కృతం 'పూజానమస్యాఽపచితి' రిత్యమరః. 'నిత్యార్చితం పర్వసుఖ మూర్జిత' మితి వా పాఠః. 'పర్వయుత' మితి పాఠే పర్వశబ్దో ఽత్సవ ఉచ్యతే. (సముద్ర మితి.) సముద్ర మివ, నితరాం స్వనతీతి నిస్వనం; పచాద్యచ్.

(రావణాది గృహాణాం పరిశీలనం)

దృశ్యైశ్చ పరమోదారై స్తై స్తైశ్చ మృగపక్షిభిః,
వివిధై ర్బహుసాహస్రైః పరిపూర్ణం సమంతతః. ౮

వినీతై రంతపాలైశ్చ రక్షోభిశ్చ సురక్షితం,
ముఖ్యాభిశ్చ వరస్త్రీభిః పరిపూర్ణం సమంతతః, ౯

ముదితప్రమదారత్నం రాక్షసేంద్రనివేశనం.
వరాభరణసంహ్రాదై స్సముద్రస్వననిస్స్వనం. ౧౦

తద్రాజగుణసంపన్నం ముఖ్యై శ్చాఽగరుచందనైః,
మహాజనై స్సమాకీర్ణం సింహైరివ మహ ద్వనం. ౧౧

భేరీమృదంగాభిరుతం శంఖఘోషనినాదితం,
నిత్యార్చితం పర్వహుతం పూజితం రాక్షసై స్సదా. ౧౨

సముద్రమివ గంభీరం సముద్రమివ నిస్స్వనం,
మహాత్మనో మహ ద్వేశ్మ మహారత్నపరిచ్ఛదం.
మహారత్నసమాకీర్ణం దదర్శ స మహాకపిః. ౧౩½

విరాజమానం వపుషా గజాశ్వరథసంకులం,
లంకాభరణ మిత్యేవ సోఽమన్యత మహాకపిః. ౧౪½

---

మహతాం రథానాం మహా న్స్వనః యస్మిన్, అంతపాలైః బాహ్యరక్షిభిః, రాక్షసేంద్రనివేశనం- రాక్షసేంద్రాః రాక్షసశ్రేష్ఠాః నివిశంతే సమీపే నివసం త్యస్మి న్నితి రాక్షసేంద్రనివేశన మిత్యర్థః. అన్యథా వక్ష్యమాణ వేశ్మపదేన పునరుక్తి స్స్యాత్. సంహ్రాదః శబ్దః, సముద్రస్వనవ న్నిస్వనతీతి సముద్రస్వననిస్వనం; పచాద్యచ్. తత్ ప్రసిద్ధం, రాజగుణసంపన్నం రాజోపచారై ర్ధూపాదిభిః సంపన్నం. అగరుచందనై రిత్యత్రాపి సంపన్న మితి సంబధ్యతే. పర్వసు హుతం హోమో యస్మిన్ తత్ పర్వహుతం, సముద్ర మివ, నిస్స్వనం నిశ్శబ్దం. రావణభీత్యా జనకోలాహలరహిత మిత్యర్థః. సముద్రస్వన మితి తు బాహ్యకక్ష్యాపేక్షయా. ౧౦½

* చచార హనుమాం స్తత్ర రావణస్య సమీపతః. ౧౫

• గృహా ద్గృహం రాక్షసానా ముద్యానాని చ వానరః,
వీక్షమాణో హ్యసంత్ర స్తః ప్రాసాదాంశ్చ చచార సః. ౧౬.

అవప్లుత్య మహావేగః ప్రహ స్తస్య నివేశనం,
తతోఽన్య త్పుప్లువే వేశ్మ మహాపార్శ్వస్య వీర్యవాన్. ౧౭.

అథ మేఘప్రతీకాశం కుంభకర్ణనివేశనం,
విభీషణస్య చ తదా పుప్లువే స మహాకపిః. ౧౮.

మహోదరస్య చ గృహం విరూపాక్షస్య చైవ హి,
విద్యుజ్జిహ్వస్య భవనం విద్యున్మాలే స్తథైవ చ.
వజ్రదంష్ట్రస్య చ తథా పుప్లువే స మహాకపిః, ౧౯॥

శుకస్య చ మహాతేజా స్సారణస్య చ ధీమతః,
తథా చేంద్రజితో వేశ్మ జగామ హరియూథపః ౨౦॥

జంబుమాలే స్సుమాలేశ్చ జగామ హరిస త్తమః,
రశ్మికేతోశ్చ భవనం సూర్యశత్రో స్తథైవ చ. ౨౧॥

---

(చచారేతి) రావణస్య రావణగృహస్య ౧౫—౨౧॥

---

* రామానుజీయం (చచారేతి) తత్ర పూర్వోక్తప్రాకారవేష్టితస్థలే. రావణస్య సమీపతః రావణభవనస్య సమీపతః.

• రామానుజీయం. (గృహా ద్గృహ మితి.) రాక్షసానాం రావణభ్రాతృకుమారామాత్యాదీనాం, గృహాత్ గృహం ఉద్యానాని చ చచారేతి యోజనా.

(వజ్రకాయాదిగృహాణాం పరిశీలనం)

వజ్రకాయస్య చ తథా పుప్లువే స మహాకపిః.
ధూమ్రాక్షస్య చ సంపాతే ర్భవనం మారుతాత్మజః. ౧౯॥

విద్యుద్రూపస్య భీమస్య ఘనస్య విఘనస్య చ.
శుకనాసస్య వక్రస్య శఠస్య వికటస్య చ,
బ్రహ్మకర్ణస్య దంష్ట్రస్య రోమశస్య చ రక్షసః. ౨౦

యుద్ధోన్మత్తస్య మత్తస్య ధ్వజగ్రీవస్య నాదినః,
విద్యుజ్జిహ్వేంద్రజిహ్వానాం తథా హస్తిముఖస్య చ. ౨౧

కరాళస్య పిశాచస్య శోణితాక్షస్య చైవ హి,
క్రమమాణః క్రమేణైవ హనుమా న్మారుతాత్మజః. ౨౨

తేషు తేషు మహార్హేషు భవనేషు మహాయశాః,
తేషా మృద్ధిమతా మృద్ధిం దదర్శ స మహాకపిః. ౨౩

సర్వేషాం సమతిక్రమ్య భవనాని సమంతతః,
ఆససాదాఽథ లక్ష్మీవా న్రాక్షసేంద్రనివేశనం. ౨౪

రావణ స్యోపశాయిన్యో దదర్శ హరిసత్తమః,
విచర న్హరిశార్దూలో రాక్షసీ ర్వికృతేక్షణాః.
శూలముద్గరహస్తాశ్చ శక్తితోమరధారిణీః, ౨౫॥

---

(విద్యుద్రూపస్యేత్యాది.) విద్యుజ్జిహ్వేంద్రజిహ్వానా మితి బహువచనం తన్నామ్నాం బహూనాం సత్త్వాత్. ౨౦-౨౨

(రావణస్యేతి.) ఉపశాయిన్యః పర్యాయశాయినీః, రావణే శయానే జాగ్రతీ రిత్యర్థః. ౨౫

* దదర్శ వివిధా న్గుల్మాం స్తస్య రక్షఃపతే ర్గృహే.
రాక్షసాంశ్చ మహాకాయా న్నానాప్రహరణోద్యతాన్. ౩౦½

రక్తాన్ శ్వేతాన్ సితాం శ్చైవ హరీం శ్చాపి మహాజవాన్.
కులీనా న్రూపసంపన్నా న్గజా న్పరగజారుజాన్. ౩౧½

నిష్ఠితా న్గజశిక్షాయా మైరావతసమా న్యుధి,
నిహంతౄ న్పరసైన్యానాం గృహే తస్మిన్ దదర్శ సః, ౩౨½

క్షరతశ్చ యథా మేఘాన్ స్రవతశ్చ యథా గిరీన్.
మేఘ స్తనితనిర్ఘోషా న్దుర్ధర్షా న్సమరే పరైః. ౩౩½

సహస్రం వాహినీ స్తత్ర జాంబూనదపరిష్కృతాః. ౩౪

హేమజాలపరిచ్ఛన్నా స్తరుణాదిత్యసన్నిభాః,
దదర్శ రాక్షసేంద్రస్య రావణస్య నివేశనే. ౩౫

---

(రక్తా నిత్యాది,) సితాన్ బద్ధాన్ 'షిఞ్ బంధనే' ఇత్యస్మాత్ క్తః హరీన్ అశ్వాన్. పరగజా నారుజంతి పీడయంతీతి పరగజారుజాన్ క్షరతశ్చేతి శ్లోకః పూర్వోక్తగజవిశేషకః. క్షరతః కించి ద్వర్షతః, స్రవన్మదత్వే దృష్టాంతః. స్రవతః నిర్ఝరిణః. ౩౦½-౩౩½

(సహస్ర మితి.) వాహినీః సేనాః, పదాతీ నిత్యర్థః. జాంబూనదం జంబూనదీప్రభవం స్వర్ణం, హేమ కేవలస్వర్ణం, ఉభయవిధస్వర్ణమయాభరణయుక్తా ఇత్యర్థః. ౩౪-౩౫

---

* రామానుజీయం. (దదర్శేతి.) గుల్మాన్ సేనాః. 'గుల్మా రుక్ స్తంబ సేనా' శ్చేత్యమరః.

(మహాగృహదర్శనం)

శిబికా వివిధాకారా స్స కపి ర్మారుతాత్మజః,
లతాగృహాణి చిత్రాణి చిత్రశాలాగృహాణి చ, ౩౬

క్రీడాగృహాణి చాఽన్యాని దారుపర్వతకా నపి,
కామస్య గృహకం రమ్యం దివాగృహక మేవ చ.
దదర్శ రాక్షసేంద్రస్య రావణస్య నివేశనే, ౩౭॥

స మందరగిరిప్రఖ్యం మయూరస్థానసంకులం. ౩౮

ధ్వజయష్టిభి రాకీర్ణం దదర్శ భవనోత్తమం,
అనేకరత్నసంకీర్ణం నిధిజాలం సమంతతః.
ధీరనిష్ఠితకర్మాంతం గృహం భూతపతే రివ. ౩౯॥

అర్చిర్భి శ్చాపి రత్నానాం తేజసా రావణస్య చ.
విరరాజాఽథ త ద్వేశ్మ రశ్మిమా నివ రశ్మిభిః. ౪౦॥

జాంబూనదమయా న్యేవ శయనా న్యాసనాని చ,
భాజనాని చ ముఖ్యాని దదర్శ హరియూథపః, ౪౧॥

---

(శిబికా ఇత్యాది.) దారుపర్వతకాన్ క్రీడాపర్వతకాన్, కామస్య గృహకం రతిగృహం, దివాగృహకం దివా వినోదస్థానం. 'రావణస్య నివేశన' ఇతి పాఠః ౩౬—౩౭॥

(స ఇత్యాది.) మయూరస్థానం క్రీడామయూరవిశ్రమస్థానం, కపోతానామివ మయూరాణా మపి స్థానాని శిల్పిభిః కల్ప్యంత ఇతి ప్రసిద్ధం ధీరనిష్ఠితకర్మాంతం - ధీరైః కృతకల్పకర్మకం. భూతపతేః ప్రమథాధిపస్య. ౩౮—౩౯॥

(అర్చిర్భి రితి.) రశ్మిమాన్ సూర్యః. ౪౦॥—౪౧॥

మధ్వాసవకృతక్లేదం మణిభాజనసంకులం,
మనోరమ మసంబాధం కుబేరభవనం యథా. ౪౨॥

నూపురాణాం చ ఘోషేణ కాంచీనాం నినదేన చ,
మృదంగతలఘోషైశ్చ ఘోషవద్భి ర్వినాదితం. ౪౩॥

ప్రాసాదసంఘాతయుతం స్త్రీరత్నశతసంకులం
సువ్యూఢకక్ష్యం హనుమా న్ప్రవివేశ మహాగృహం. ౪౪॥

ఇతి శ్రీమద్రామాయణే, సున్దరకాణ్డే, షష్ఠ స్సర్గః.

అథ సప్తమ స్సర్గః

స వేశ్మజాలం బలవా న్దదర్శ వ్యాసక్తవైడూర్యసువర్ణజాలం,
యథా మహ త్ప్రావృషి మేఘజాలం విద్యుత్పినద్ధం సవిహంగజాలం. ౧

(మధ్వాసవేతి.) మధ్వాసవకృతక్లేదం - మధ్వాసవైః మధువికారమద్యైః, కృతక్లేదం కృతసేకం. ఘోషవద్భిః నాదవద్భిః నాదశ్చ దీర్ఘశబ్దస్య విరామసమయసంభవో ధ్వనిః. వ్యూఢకక్ష్యం విశాలప్రకోష్ఠమ్. అస్మిన్ సర్గే సార్ధచతుశ్చత్వారింశచ్ఛ్లోకాః. ౪౪॥

ఇతి శ్రీగోవిందరాజవిరచితే, శ్రీరామాయణభూషణే, శృంగారతిలకాఖ్యానే, సున్దరకాణ్డవ్యాఖ్యానే.
షష్ఠ స్సర్గః

అథ సప్తమ స్సర్గః

(స వేశ్మజాల మిత్యాది.) వ్యాసక్తవైడూర్యసువర్ణజాలం వైడూర్యఘటితసువర్ణమయజాలక రంధ్రం. ౧

(పుష్పకవిమానపరిశీలనం)

* నివేశనానాం వివిధాశ్చ శాలాః ప్రధానశంఖాయుధచాపశాలాః.
మనోహరా శ్చాపి పున ర్విశాలా దదర్శ వేశ్మాద్రిషు చంద్రశాలాః.

గృహాణి నానావసురాజితాని దేవాసురై శ్చాపి సుపూజితాని,
సర్వైశ్చ దోషైః పరివర్జితాని కపి ర్దదర్శ స్వబలార్జితాని.

తాని ప్రయత్నాభిసమాహితాని మయేన సాక్షా దివ నిర్మితాని,
మహీతలే సర్వగుణోత్తరాణి దదర్శ లంకాధిపతే ర్గృహాణి.

---

(నివేశనానా మితి.) నివేశనానాం శాలాః గృహాంతశ్శాలాః, ప్రధానై ర్ముఖ్యై శ్శంఖాయుధచాపై శ్శాలంతే ప్రకాశంత ఇతి ప్రధానశంఖాయుధచాపశాలాః, పచాద్యచ్. వేశ్మాదిషు హర్మ్యప్రాసాదాదిషు, చంద్రశాలాః శిరోగృహాణి. ౨

(గృహాణీతి.) నానావసురాజితాని నానారత్నరాజితాని ౩

(తానీతి.) ప్రయత్నాభిసమాహితాని - ప్రయత్నేన యథాయోగం స్థాపితాని. మయేనేతి విశ్వకర్మా లక్ష్యతే మహీతలే నిర్మితాని, ఇవశబ్దేన మయస్య నిర్మాతృత్వవ్యాజమాత్రం, రావణప్రయత్నేనైవ నిర్మితా నీత్యర్థః. యద్వా, అన్యాని గృహాణి విశ్వకర్మనిర్మితాని, ఇమాని తు మయం వ్యాజీకృత్య స్వయ ముపాయప్రదర్శనముఖేన నిర్మితానీతి పూర్వగృహేభ్యో విశేష ఉచ్యతే. ४

---

* రామానుజీయం. (కక్ష్యా ఇతి.) నానావిధాని కర్మాణి యాసాం తాః, నానావిధకర్మాణః శాలా శ్చ నానావిధకర్మశాలాః, 'కక్ష్యాశ్చ నానావిధకర్మశాలా' ఇత్యయం పాఠః. 'నివేశనానాం వివిధా శ్చ శాలా' ఇతి పాఠే ప్రధానభవనానాం సంబంధినీ ర్వివిధా శ్శాలా ఇత్యర్థః ప్రధానశంఖాయుధచాపశాలాః - ప్రధానై ర్ముఖ్యై శ్శంఖై రాయుధై శ్చాపై శ్చ శాలంత ఇతి ప్రధానశంఖాయుధచాపశాలాః, తాః. పచాద్యచ్. వేశ్మా న్యద్రయ ఇవ వేశ్మాద్రయః, తేషు. 'వేశ్మాది' ష్వితి పాఠే ఆదిశబ్దేన ప్రాసాదాదయ ఉచ్యంతే. చంద్రశాలాః శిరోగృహాణి. 'చంద్రశాలా శిరోగృహ' మిత్యమరః.

* తతో దదర్శోచ్ఛ్రితమేఘరూపం మనోహరం కాంచనచారురూపం,
రక్షోధిపస్యాఽఽత్మబలానురూపం గృహోత్తమం హ్యప్రతిరూపరూపం. ౧

మహీతలే స్వర్గ మివ ప్రకీర్ణం శ్రియా జ్వలంతం బహురత్నకీర్ణం,
నానాతరూణాం కుసుమావకీర్ణం గిరే రివాఽగ్రం రజసాఽవకీర్ణం. ౨

నారీప్రవేకై రివ దీప్యమానం తటిద్భి రంభోదవ దర్చ్యమానం,
హంసప్రవేకై రివ వాహ్యమానం శ్రియా యుతం ఖే సుకృతాం విమానం. ౩

యథా నగాగ్రం బహుధాతుచిత్రం యథా నభశ్చ గ్రహచన్ద్రచిత్రం,
దదర్శ యుక్తీకృతమేఘచిత్రం విమానరత్నం బహురత్నచిత్రం. ౪

---

తదంతర్వర్తి పుష్పకవిమానం దర్శయతి (తత ఇతి.) అప్రతిరూపరూపం అప్రతిమసౌందర్యం, ప్రకీర్ణం దైవా చ్చ్యుతం, రజసా పుష్పరజసా, నారీప్రవేకైః నారీశ్రేష్ఠైః 'ప్రవేకానుత్తమోత్తమా' ఇత్యమరః ఇవశబ్దో వాక్యాలంకారే అర్చ్యమానం, సద్భి రితి శేషః. హంసప్రవేకై ర్వాహ్యమానం, సుకృతాం పుణ్యకృతాం, విమాన మివ స్థిత మిత్యన్వయః యుక్తీకృతమేఘచిత్రం పుంజీకృతమేఘచిత్రం, చిత్రమేఘసంఘాతసదృశ మిత్యర్థః విమానరత్నం పుష్పకం. ౧—౪

---

* రామానుజీయం. వైశ్రవణం నిర్జిత్య గృహీతం పుష్పకం వర్ణ్యతే (తత ఇత్యాదినా.) తతః గృహదర్శనానంతరం, ఆత్మబలానురూపం ఆత్మనో ప్రతిబలస్య సదృశం, గృహోత్తమ మితి పుష్పక ముచ్యతే, పుష్పకస్యాపి గృహలక్షణసద్భావాత్. ఏత చ్చ పుష్పాహ్వయ మిత్యనేన వ్యక్తీభవిష్యతి. రజసా పుష్పరజసా, (నారీతి.) తటిద్భి రివ స్థితై ర్నారీప్రవేకై రంభోదవ ద్దీప్యమాన మివ స్థిత మితి సంబంధః నారీప్రవేకైః నారీశ్రేష్ఠైః 'ప్రవేకానుత్తమోత్తమా' ఇత్యమరః అర్చ్యమానం, సద్భి రితి శేషః. హంసప్రవేకైః ఖే వాహ్యమానం సుకృతాం విమాన మివేత్యన్వయః. వాహ్యమానం ఊహ్యమానం. ఆర్ష స్స్వార్థే ణిచ్. అత ఏవ సంప్రసారణాభావః. యద్వా, హంసప్రవేకై ర్వాహ్యమానం, స్వామినేతి శేషః (యథేతి.) యుక్తీకృతమేఘచిత్రం, సమూహీకృతనానావర్ణమేఘచిత్ర మిత్యర్థః విమానరత్నం పుష్పకం.

(పుష్పకవిమానపరిశీలనం)

* మహీ కృతా పర్వతరాజిపూర్ణా శైలాః కృతా వృక్షవితానపూర్ణాః,
వృక్షాః కృతాః పుష్పవితానపూర్ణాః పుష్పం కృతం కేసరపత్రపూర్ణం ౯

కృతాని వేశ్మాని చ పాండురాణి తథా సుపుష్పాణ్యపి పుష్కరాణి,
పునశ్చ పద్మాని సకేసరాణి ధన్యాని చిత్రాణి తథా వనాని ౧౦

పుష్పాహ్వయం నామ విరాజమానం రత్నప్రభాభిశ్చ వివర్ధమానం,
వేశ్మోత్తమానా మపి చోచ్చమానం మహాకపి స్తత్ర మహావిమానం ౧౧

---

(మహీతి) యత్రేతి శేషః యత్ర విమానే, పర్వతరాజిపూర్ణా మహీ, కృతా చిత్రరూపేణ లిఖితా, ఏవ ముత్తరత్రాపి బోధ్యం. అత్ర పూర్వపూర్వం ప్రత్యుత్తరోత్తరస్య విశేషణత్వా దధికాలంకారః ౯

(కృతానీతి) అత్రాపి యత్రే త్యధ్యాహార్యం. పుష్కరాణి పుష్కరిణ్యః ౧౦

(పుష్పేతి) పుష్పాహ్వయం పుష్పకం ఉచ్చమానం అధికమానం. సర్వత్ర దదర్శే త్యన్వయః. ౧౧

* రామానుజీయం. (మహీత్యాది) యత్రేతి శేషః. దదర్శే త్యనుషజ్యతే. మహీ కృతే త్యారభ్య పద్మిని పద్మహస్తే త్యంత మేకం వాక్యం యత్ర మహ్యాదయో లక్ష్మ్యంతాః పదార్థాః కృతాః. త త్పుష్పాహ్వయం నామ మహావిమానం దదర్శేతి సంబంధః మహీ కృతా మహీ నిర్మితా ఏవ ముత్తరత్రాపి కృతశబ్దార్థః వేశ్మోత్తమానా మితి పంచమ్యర్థే షష్ఠీ వేశ్మోత్తమేభ్యోఽప్యుచ్చమానం. యద్వా, పూర్వం 'గృహోత్తమం హ్యప్రతిరూపరూప' మితి పుష్పకస్య గృహోత్తమత్వప్రతిపాదనేన సజాతీయత్వా న్నిర్ధారణే షష్ఠీ తేషాం మధ్యే ఉచ్చమానం, ఉన్నత మితి యావత్. అపిచేతి నిపాతసముదాయో విశేషణాంతర సముచ్చయపరః జాత్యాఽనురూపాః, ఆరట్టజత్వవనాయుజత్వాది విశిష్టాశ్వాకారసదృశాః, ప్రవాళజాంబూనదమయాని పుష్పాణి పక్షేషు యేషాం తే తథోక్తాః, సలీల మావర్జితజిహ్మపక్షాః సలీల మానమితవక్రపక్షాః కామస్య సాక్షా త్పక్షా ఇవ మదనస్య సాక్షా త్సహాయా ఇవ, కామోద్దీపకా ఇతి యావత్ నియుజ్యమానాః స్వయ మేవ వ్యాపియమానాః. కర్మకర్తరి యక్. సకేసరాః, పద్మాకరవిహారిగజాకారనిర్మాణాత్ సకేసరత్వం పద్మిని పద్మాకరే

కృతాశ్చ వైడూర్యమయా విహంగా రూప్యప్రవాళైశ్చ తథా విహంగాః,
చిత్రాశ్చ నానావసుభి ర్భుజంగా జాత్యాఽనురూపా స్తురగా శ్శుభాంగాః ౧౨

ప్రవాళజాంబూనదపుష్పపక్షాః సలీల మావర్జితజిహ్మపక్షాః,
కామస్య సాక్షా దివ భాంతి పక్షాః కృతా విహంగా స్సుముఖా స్సుపక్షాః ౧౩

నియుజ్యమానా స్తు గజా స్సుహస్తా స్సకేసరా శ్చోత్పలపత్రహస్తాః,
బభూవ దేవీ చ కృతా సుహస్తా లక్ష్మీ స్తథా పద్మిని పద్మహస్తా ౧౪

* ఇతీవ తద్గృహ మభిగమ్య శోభనం సవిస్మయో నగ మివ చారుశోభనం,
పునశ్చ తత్పరమసుగంధి సుందరం హిమాత్యయే నగ మివ చారుకందరం. ౧౫

---

(కృతా శ్చేతి) యత్రేతి శేషః. నానావసుభిః నానారత్నైః జాత్యాఽనురూపాః జాత్యా సదృశాః, స్పష్టజాతిస్వభావా ఇత్యర్థః ౧౨

(ప్రవాళేతి) ప్రవాళజాంబూనదకృతాని పుష్పాణి పక్షేషు యేషాం తే ప్రవాళజాంబూనదపుష్పపక్షాః సలీల మావర్జితజిహ్మపక్షాః సలీల మాలంబితవక్రపక్షాః. కామస్య పక్షా ఇవ కామస్య సహాయా ఇవ ౧౩

(నియుజ్యమానా ఇతి) నియుజ్యమానాః స్వయ మేవాఽఽత్మానం నియోజయంతః, కర్మకర్తరి యక్ యత్ర విమానే, పద్మిని పద్మాకరే, స్వయమే వోత్పలపత్రాభిషేకకర్మణి ప్రవర్తమానాః. సుహస్తాః శోభనశుండాదండాః, సకేసరాః కృతజలావగాహత్వేనాఽంగలగ్నకింజల్కాః, ఉత్పలపత్రహస్తాః ఉత్పలపత్రవర్షిణః, గజా శ్చ కృతాః, తదభిషిచ్యమానా పద్మహస్తా అత ఏవ సుహస్తా లక్ష్మీ శ్చ కృతా, బభూవే త్యర్థః. ౧౪

(ఇతీవేతి,) ఇవశబ్దో వాక్యాలంకారే. తద్గృహం తస్య రావణస్య గృహం, సవిస్మయః, అభూ దితి శేషః నగం పర్వత మివ స్థితం. శోభనం శోభమానం, చారుశోభనం చారుమంగళం, ఇతీవే త్యేకనిపాతో వా ప్రకారార్థః ఇతీవ, తద్గృహం, అభిగమ్య అభిగత్య అద్భుతదర్శనా త్పున శ్చాభిగమ్య, సవిస్మయోఽభూ దితి యోజనా. రుచిరావృత్త మిదం 'చతుర్గ్రహై రిహ రుచిరా జభస్జగా' ఇతి లక్షణాత్, ౧౫

---

* రామానుజీయం (ఇతీవేతి) ఇతీవ శోభనం, ఇతీవేతి నిపాతసముదాయః ప్రకారవాచీ.
*ప్రాసాదసంఘాతయుతం స్త్రీరత్నశతసంకులమ్, సువ్యూఢకక్ష్యం హనుమాన్ ప్రవివేశ మహాగృహ-

(పుష్పకవిమానవర్ణనం)

తత స్సరాం కపి రభిపత్య పూజితాం చర స్పురీం దశముఖబాహుపాలితాం,
అదృశ్య రాం జనకసుతాం సుపూజితాం సుదుఃఖితః పతిగుణవేగనిర్జితాం. ౧౬

* తత స్తదా బహువిధభావితాత్మనః కృతాత్మనో జనకసుతాం సువర్త్మనః,
అపశ్యతోఽభవ దతిదుఃఖితం మన స్సుచక్షుషః ప్రవిచరతో మహాత్మనః. ౧౭

ఇతి శ్రీమద్రామాయణే, సున్దరకాణ్డే, సప్తమ స్సర్గః.

---

(తత ఇతి.) అదృశ్య అదృష్ట్వా. ఋషినిపాతనా న్నఞ్పూర్వేఽపి ల్యప్. సుదుఃఖితః, అభూ దితి శేషః. పతిగుణవేగనిర్జితాం భర్తృగుణజవేన వశీకృతాం. ౧౬

(తత స్తదేతి.) బహువిధభావితాత్మనః బహువిధం యథా భవతి తథా చింతితాత్మనః, కృతాత్మనః, నిశ్చితబుద్ధేః, సువర్త్మనః సదాచారసంపన్నస్య, సుచక్షుషః దూరసూక్ష్మాదిదర్శనేషు అప్రతిహతనయనవేగస్య, మహాత్మనః మహాధైర్యస్య. ౧౭

ఇతి శ్రీగోవిన్దరాజవిరచితే, శ్రీరామాయణభూషణే, శృంగారతిలకాఖ్యానే, సున్దరకాణ్డవ్యాఖ్యానే, సప్తమ స్సర్గః.

---

మహర్షిప్రకారేణ ... శుభశోభనం చారుమంగళం. నగి మివ స్థితం తత్ గృహం, మధ్యగమ్య అభితో గత్వా, సవిస్మయః, అభూ దితి శేషః. అభిత శ్చరిత్వాపి సశ్రీకరావణస్థితప్రదేశానధిగమాత్ సవిస్మయోఽభూ దిత్యర్థః. హిమాత్యయే శీతకాలాత్యయే, వసంతకాల ఇతి యావత్. చారుకందరం నగమివ, పరమసుగంధి, సుందరం తద్గృహం, పునశ్చాఽభిగమ్య అభితో గత్వా, సవిస్మయోఽభూత్. ... దితి భావః.

* ... (తత స్తదేతి.) బహువిధభావితాత్మనః బహువిధభావితమనసః, బహువిధచింతానిమగ్నస్యేతి యావత్. కృతాత్మనః కృతప్రయత్నస్య. 'ఆత్మా దేహే ధృతౌ యత్నే స్వభావపరమాత్మనో' ఇతి వైజయంతీ. సువర్త్మనః శోభననీతిమార్గవర్తిన ఇత్యర్థః. సుచక్షుషః సకృదాలోకనేవ ద్రష్టవ్యం సర్వం ... ద్రష్టుం క్షమస్య.

## అథ అష్టమ స్సర్గః

స తస్య మధ్యే భవనస్య సంస్థితం మహ ద్విమానం మణివజ్రచిత్రితం,
ప్రత ప్తజాంబూనదజాలకృత్రిమం దదర్శ వీరః పవనాత్మజః కపిః ౧

త దప్రమేయాప్రతికారకృత్రిమం కృతం స్వయం సాధ్వితి విశ్వకర్మణా,
దివం గతం వాయుపథప్రతిష్ఠితం వ్యరాజతాఽఽదిత్యపథస్య లక్ష్మవత్. ౨

న తత్ర కించి న్నకృతం ప్రయత్నతో న తత్ర కించి న్నమహార్హరత్నవత్,
న తే విశేషా నియతా స్సురే ష్వపి న తత్ర కించి న్నమహావిశేషవత్. ౩

---

## అథ అష్టమ స్సర్గః

పూర్వోక్తవిమానవర్ణనం విస్తృణీతే (స తస్యేత్యాది.) ప్రత ప్తజాంబూనదజాలకృత్రిమం నిష్టప్తస్వర్ణవిశేషకృతకృత్రిమపక్ష్యాదికం. ౧

(త దితి.) అప్రతిమేయాప్రతికారకృత్రిమం అపరిచ్ఛేద్యాప్రతిక్రియకృత్రిమం. తత్ర హేతు మాహ (కృతం స్వయం సాధ్వితి విశ్వకర్మణా.) స్వయం నిర్మాత్రా. విశ్వకర్మణా ఇదం సాధు సుందర మితి శ్లాఘాపూర్వం కృతం. సర్వత్రాప్రతిహతసంచారం చైత దిత్యాహ (దివం గతం.) ఆకాశం గతం, వాయుపథప్రతిష్ఠితం వాయుమార్గభూతాంతరిక్షస్థితం, మధ్యే భవనస్య సంస్థిత మితి పూర్వ ముక్తత్వాత్ భూతలప్రత్యాసన్నాంతరిక్షస్థిత మిత్యర్థః. ఆదిత్యపథస్య లక్ష్మవత్ - లక్ష్మ లక్షణం, వ్యావర్తకం, వ్యరాజత, ప్రచకాశ ఇత్యర్థః. ౨

(న తత్రేతి.) తే విశేషాః తద్విమానస్థితవిశేషాః, సురేష్వపి సురాలయేష్వపి. ౩

(పుష్పకవిమానవర్ణనం)

తపస్సమాధానపరాక్రమార్జితం మనస్సమాధానవిచారచారిణం,
అనేకసంస్థానవిశేషనిర్మితం తత స్తత స్తుల్యవిశేషదర్శనం. ౪

మన స్సమాధాయ తు శీఘ్రగామినం దురావరం మారుతతుల్యగామినం,
మహాత్మనాం పుణ్యకృతాం మహర్ధినాం యశస్వినా మగ్ర్యముదా మివాలయం ౫

విశేష మాలంబ్య విశేషసంస్థితం విచిత్రకూటం బహుకూటమండితం,
మనోభిరామం శరదిందునిర్మలం విచిత్రకూటం శిఖరం గిరే ర్యథా. ౬

---

తపస్సమాధానేత్యాదిపంచశ్లోకీ కులకం. సర్వత్ర దదర్శేతి సంబంధః. తపస్సమాధానపరాక్రమార్జితం-తపస్సమాధానేన తపోనుష్ఠానేన పరాక్రమేణ చ ఆర్జితం, మనస్సమాధానవిచారచారిణం-సమాధాన మభిసంధానం. కర్మణి చైతత్. విచారో వివిధా గతిః, మనోభిసంహితవివిధగతిచారిణం, అనేకసంస్థానవిశేషనిర్మితం - అనేకై స్సంస్థానవిశేషైః విమానగోపురాదిసన్నివేశైః నిర్మితం, తత స్తత స్తుల్యవిశేషదర్శనం - తత్ర తత్ర తుల్యం విశేషదర్శనం యస్మిన్. ౪

(మన స్సమాధాయ) మన ఏకాగ్రీకృత్య. స్వయం, మనస్స్వేతి యావత్. దురావరం దుర్వారం, మహర్ధినాం మహర్ధీనాం, 'అపి మాషం మషం కుర్యా చ్ఛందోభంగం న కారయే' దిత్యుక్తరీత్యా వృత్తభంగభియా హ్రస్వోచ్చారణం అగ్ర్యముదాం ఇంద్రాదీనాం, ౫

(విశేష మితి) విశేష మాలంబ్య విశేషసంస్థితం విశేషం గృహీత్వా విశేషేణ సంస్థితం, సవిశేషవిశేషేణ సంస్థిత మితి యావత్. సవిశేషసంస్థానవిశేషవిశిష్ట మిత్యర్థః. కూటానాం విచిత్రత్వబహుత్వే విశేషణద్వయేన దర్శయతి (విచిత్రేత్యాదినా.) విచిత్రకూటం శిఖరం గిరే ర్యథా, కూటం అవాంతరశృంగం, శిఖరం మహాశృంగ మితి ప్రయోగా దవధార్యతే. ౬

* • వహంతి యం కుండలశోభితాననా మహాశనా వ్యోమచరా నిశాచరాః,
వివృత్తవిధ్వస్తవిశాలలోచనా మహాజవా భూతగణా స్సహస్రశః. ౬

వసంతపుష్పోత్కరచారుదర్శనం వసంతమాసా దపి కాంతదర్శనం,
స పుష్పకం తత్ర విమాన ముత్తమం దదర్శ తద్వానరవీరసత్తమః. ౭

ఇతి శ్రీమద్రామాయణే, సున్దరకాణ్డే, అష్టమ స్సర్గః.

(వహంతీతి) యం యత్, ఆర్షో వ్యత్యయః. మహాశనాః, మహాకాయా ఇత్యర్థః. వ్యోమచరాః వ్యోమచరసదృశసంస్థానాః, వివృత్తవిధ్వస్తవిశాలలోచనాః - వివృత్తాని వర్తులాని విధ్వస్తాని భుగ్నాని విశాలాని లోచనాని యేషాం తే తథా. మహాజవాః మహాజవా ఇవ స్థితాః, భూతగణాః గోపురవాహకా ఇవ ప్రతిమారూపేణ స్థితాః, అన్యథా రావణాంతఃపురే పురుషసంచారాయోగాత్, కామగస్య విమానస్య వహనాసంభవా చ్చ. యద్వా, శిబికావాహకా ఇవ భూతగణా అధోభాగే వహంతి. తద్వారైవ కామగత్వ మపి. చేతనప్రేరణం వినా అచేతనసంచారస్యాఽత్యంత మనుచితత్వా చ్చ. ౬

(వసంతేతి) ఉత్కరః సమూహః. ౭

ఇతి శ్రీగోవిందరాజవిరచితే, శ్రీరామాయణభూషణే, శృంగారతిలకాఖ్యానే. సున్దరకాణ్డవ్యాఖ్యానే, అష్టమ స్సర్గః.

* రామానుజీయం. వహంతీత్యనేన శ్లోకేన విమానస్య రాక్షసవాహ్యత్వం ప్రతీయతే. కామగస్య దివ్యస్య త న్నోపపద్యతే. ఏతద్విరోధపరిహారార్థం వహతే ర్ధాతోః రక్షణార్థత్వస్వీకారోఽపి నోపపద్యతే. అంతఃపురమధ్యే విమానరక్షణార్థం రాక్షసావస్థానాయోగాత్. అతోఽత్ర సమాధానం విద్వద్భి శ్చింత్యం.

• వహంతి వహంతీవ. ఇవశబ్దోధ్యాహార్యః ఇతి తత్త్వదీపికా.

## అథ నవమ స్సర్గః.

* తస్యాఽఽలయవరిష్ఠస్య మధ్యే విపుల మాయతం,
దదర్శ భవన శ్రేష్ఠం హనుమా న్మారుతాత్మజః. ౧

అర్ధయోజనవి స్తీర్ణ మాయతం యోజనం హి తత్,
భవనం రాక్షసేంద్రస్య బహుప్రాసాదసంకులం. ౨

† మార్గమాణ స్తు వైదేహీం సీతా మాయతలోచనాం,
సర్వతః పరిచక్రామ హనుమా నరిసూదనః. ౩

ఉత్తమం రాక్షసావాసం హనుమా నవలోకయన్,
ఆససాదాఽథ లక్ష్మీవాన్ రాక్షసేంద్రనివేశనం. ౪

## అథ నవమ స్సర్గః

(తస్యేత్యాది.) ఆలయవరిష్ఠస్య పుష్పకస్య. ౧

త ద్భవనం కియత్ప్రమాణ మిత్యత్రాహ (అర్ధయోజనేతి.) ౨

(మార్గమాణ ఇతి.) సర్వతః పుష్పకా దన్యత్ర సర్వత్ర, పుష్పకారోహణస్య పశ్చా ద్వక్ష్యమాణత్వాత్. ౩

(ఉత్తమ మితి.) రాక్షసేంద్రనివేశనం పుష్పకమధ్యస్థాలయా దన్యం మూలస్థానం, రాక్షసీభి రిత్యాదిశ్లోకద్వయే ఆససాదేతి సంబధ్యతే. రావణస్య నివేశన మితి పున రుపాదాన మపూర్వ

* రామానుజీయం. తస్యాఽఽలయవరిష్ఠస్య, 'స తస్య మధ్యే భవనస్య సంస్థిత' మితి పుష్పకాధారత్వేన ప్రకృతస్వగృహశ్రేష్ఠస్య. భవనశ్రేష్ఠం పుష్పకాఖ్యం.

† రామానుజీయం. (మార్గమాణ ఇతి.) సర్వతః పరిచక్రామ, రావణభవనపర్యంతవర్తి తదాశ్రితకుమారామాత్యాదిభవనేషు పరిత శ్చచారే త్యర్థః. ఉత్తరశ్లోకే రావణగృహప్రాప్తే రభిధానాత్.

చతుర్విషాణై ర్ద్విరదై స్త్రివిషాణై స్తథైవ చ,
పరిక్షిప్త మసంబాధం రక్ష్యమాణ ముదాయుధైః. ౫

రాక్షసీభిశ్చ పత్నీభీ రావణస్య నివేశనం,
ఆహృతాభిశ్చ విక్రమ్య రాజకన్యాభి రావృతం. ౬

త న్నక్రమకరాకీర్ణం తిమింగిలఝషాకులం,
వాయువేగసమాధూతం పన్నగై రివ సాగరం. ౭

* యా హి వైశ్రవణే లక్ష్మీ ర్యా చేంద్రే హరివాహనే.
సా రావణగృహే సర్వా నిత్య మేవాఽనపాయినీ. ౮

★ యా చ రాజ్ఞః కుబేరస్య యమస్య వరుణస్య చ.
తాదృశీ తద్విశిష్టా వా ఋద్ధీ రక్షోగృహే ష్విహ. ౯

◊ తస్య హర్మ్యస్య మధ్యస్థం వేశ్మ చాఽన్య త్సునిర్మితం,

విశేషణవిషయా. నక్రః కుంభీరః. తిమింగిలః మహామత్స్యః. ఝషః కేవలమత్స్యః ౪-౭

(తస్య హర్మ్యస్యేత్యాది) పూర్వముక్తార్థస్యాపి పున రుపన్యాసః పుష్పకస్య మధ్యే

* రామానుజీయం. హనుమతా ప్రాప్తరావణభవనస్య రాక్షసభవనానాం చ సర్వోత్తరతాం వక్ష్యయితుం తత్సమృద్ధి మనుసంధత్తే('యా హి వైశ్రవణ')ఇత్యాది శ్లోకద్వయేన వైశ్రవణేంద్రయో గ్రహణ మితరదిక్పాలానా మప్యుపలక్షణం 'రావణస్య గృహే సర్వా నిత్యమేవాఽనపాయినీ' త్యభిధానాత్ సర్వదిక్పాలానా మైశ్వర్య మేకస్మిన్ రావణభవనే సర్వదా వర్తత ఇత్యవగమ్యతే.

★ రామానుజీయం. (యా చేతి,) తద్విశిష్టా తతోఽప్యధికా, రక్షోగృహేషు రావణభ్రాతృపుత్రామాత్యాదిరాక్షసగృహేషు అత్ర ఋద్ధే స్సర్వశబ్దేనాఽవిశేషితత్వా త్కుబేరాద్యేకైకదిక్పాలైశ్వర్యం రక్షసాం గృహేషు ప్రత్యేకం వర్తత ఇత్యర్థః.

◊ రామానుజీయం. (తస్యేతి) తస్య హర్మ్యస్య పూర్వోక్తవిశేషణవిశిష్టస్య రావణభవనస్య. బహునిర్యూహసంకీర్ణం నిర్యూహో మత్తవారణః

బహునిర్యూహసంకీర్ణం దదర్శ పవనాత్మజః. ౧౦

బ్రహ్మణోఽర్థే కృతం దివ్యం దివి య ద్విశ్వకర్మణా,
విమానం పుష్పకం నామ సర్వరత్నవిభూషితం.
పరేణ తపసా లేభే య త్కుబేరః పితామహాత్. ౧౧౫

* కుబేర మోజసా జిత్వా లేభే త ద్రాక్షసేశ్వరః. ౧౨

ఈహామృగసమాయుక్తైః కార్తస్వరహిరణ్మయైః,
సుకృతై రాచితం స్తంభైః ప్రదీప్త మివ చ శ్రియా. ౧౩

మేరుమందరసంకాశై రుల్లిఖద్భి రివాఽంబరం,
కూటాగారైః శుభాకారైః స్సర్వత స్సమలంకృతం. ౧౪

---

రావణస్య నివాసభవన మన్య దస్తీ త్యస్యాఽర్థస్య స్పష్టీభావార్థం. నిర్యూహాః మత్తవారణః. ౧౦

(బ్రహ్మణోఽర్థ ఇత్యాది.) బ్రహణోఽర్థే కృతం య త్కుబేర స్తపసా లేభే త ద్వేశ్మ దదర్శేతి పూర్వేణ సంబంధః. ౧౧౫

(కుబేర మిత్యాది.) ఈహామృగసమాయుక్తైః వృకప్రతికృతియుక్తైః. కార్తస్వరహిరణ్మయైః - కార్తస్వరం సువర్ణం, హిరణ్యం రజతం. 'కృతాకృతం హేమ రూప్యం హిరణ్య మభిధీయత' ఇతి రజతస్యాపి హిరణ్యత్వాభిధానాత్. ౧౪

---

* రామానుజీయం. 'కుబేర' మిత్యారభ్య 'సర్వత స్సమలంకృత' మిత్యంత మేకం వాక్యం. అతో వక్ష్యమాణేన కూటాగారశబ్దేన న పౌనరుక్త్యం. ఈహామృగసమాయుక్తైః కృత్రిమవృకయుక్తైః, కార్తస్వరహిరణ్మయైః సువర్ణరజతమయైః. 'కృతాకృతం హేమ రూప్యం హిరణ్యం మభిధీయతే' ఇతి రజతస్యాపి హిరణ్యత్వాభిధానాత్.

* జ్వలనార్కప్రతీకాశం సుకృతం విశ్వకర్మణా,
హేమసోపానసంయుక్తం చారుప్రవరవేదికం. ౧౫

◈ జాలవాతాయనై ర్యుక్తం కాంచనై స్స్ఫాటికై రపి.
ఇంద్రనీలమహానీలమణిప్రవరవేదికం. ౧౬

విద్రుమేణ విచిత్రేణ మణిభి శ్చ మహాధనైః.
నిస్తులాభి శ్చ ముక్తాభి స్తలేనాఽభివిరాజితం. ౧౭

చందనేన చ రక్తేన తపనీయనిభేన చ,
సుపుణ్యగంధినా యుక్త మాదిత్యతరుణోపమం. ౧౮

కూటాగారై ర్వరాకారై ర్వివిధై స్సమలంకృతం,
విమానం పుష్పకం దివ్య మారురోహ మహాకపిః. ౧౯

---

(జాలవాతాయనైః,) జాలాని తిర్యగూర్ధ్వవిన్యస్త ఫలకఘటితాని, వాతాయనాని కేవలాని రంధ్రాణి, అర్థవైశద్యార్థ మేకార్థే శబ్దద్వయప్రయోగో వా మహానీలాః సింహళద్వీపోద్భవనీలరత్నాని. మహాధనైః మహామూల్యైః, నిస్తులాభిః సువృత్తాభిః, తలేన, నిర్మితేనేతి శేషః. ఆదిత్యతరుణోపమం తరుణాదిత్యోపమం. ఏతదంతే లేభే తద్రాక్షసేశ్వర ఇతి సంబధ్యతే. అన్యథా కూటాగారై రిత్యనేన పునరుక్తి స్స్యాత్. ౧౫—౧౯

---

* రామానుజీయం. 'జ్వలనార్కప్రతీకాశ' మిత్యారభ్య 'ఆరురోహ మహాకపి' రిత్యంత మేకం వాక్యం.

◈ రామానుజీయం జాలవాతాయనై ర్యుక్తం, కుడ్యోపరిభాగే అలంకారార్థం స్వస్తిక సర్వతోభద్రాద్యాకారేణ యత్నవత్తయా కృతం జాలం, వాయుసంచారార్థం కృతో గవాక్షో వాతాయనం. (ఇంద్రనీలమహానీలేతి.) 'క్షీరమధ్యే క్షిపే న్నీలం క్షీరం చే న్నీలతాం వ్రజేత్, ఇంద్రనీల మితి ఖ్యాత మితి చాఽగస్త్య భాషిత' మితి రత్నశాస్త్రోక్తలక్షణ మింద్రనీలం 'సింహళాకరసంభూతా మహానీలా ఇతి స్మృతా' ఇత్యుక్తా మహానీలా ఇతి తయో ర్భేదః. విద్రుమేణ మహాధనై ర్మణిభిః నిస్తులాభి ర్ముక్తాభిశ్చ కరణైః, విచిత్రేణ తలేనాఽభివిరాజిత మితి సంబంధః. ఆదిత్యతరుణోపమం తరుణాదిత్యోపమం, ఉపసర్జనస్య పరనిపాత ఆర్షః.

(రావణభవనపరిశీలనం)

తత్రస్థ స్స తదా గంధం పానభక్ష్యాన్నసంభవం,
దివ్యం సంమూర్ఛితం జిఘ్ర ద్రూపవంత మివానిలం. ౨౦

స గంధ స్తం మహాసత్త్వం బంధు ర్బంధు మివోత్తమం,
ఇత ఏహీ త్యువాచేవ తత్ర యత్ర స రావణః ౨౧

తత స్తాం ప్రస్థిత శ్శాలాం దదర్శ మహతీం శుభాం,
రావణస్య మనఃకాంతాం కాంతా మివ వరస్త్రియం. ౨౨

మణిసోపానవికృతాం హేమజాలవిభూషితాం,
స్ఫాటికై రావృతతలాం దంతాంతరితరూపికాం. ౨౩

ముక్తాభి శ్చ ప్రవాళై శ్చ రూప్యచామీకరై రపి,
విభూషితాం మణిస్తంభై స్సుబహుస్తంభభూషితాం. ౨౪

సమై ర్బుజుభి రత్యుచ్చై స్సమంతా త్సువిభూషితైః,
స్తంభైః పక్షై రివాఽత్యుచ్చై ర్దివం సంప్రస్థితా మివ. ౨౫

మహత్యా కుథయాఽఽస్తీర్ణాం పృథివీలక్షణాంకయా,
పృథివీ మివ విస్తీర్ణాం సరాష్ట్రగృహమాలినీం. ౨౬

---

(తత్రస్థ ఇతి.) జిఘ్రత్ అజిఘ్రత్. ౨౦—౨౧

(తత స్తా మిత్యాది.) దంతాంతరితరూపికాం - దంతైః వ్యవహితరూపికాం, అంతరాంతరా కృతదంతఫలకా మితి యావత్. సుబహుస్తంభభూషితాం అవాంతరబహుస్తంభభూషితాం, 'సుబహుస్తంభభూషితై' రితి పాఠే, సుబహుస్తంభైః స్తంభదార్ఢ్యకారిపట్టై రలంకృతా మిత్యర్థః, అత్యుచ్చైః అత్యంతోన్నతైః. దివం ఆకాశం, కుథయా ఆస్తరణేన, పృథివీలక్షణాంకయా

నాదితాం మత్తవిహగై ర్దివ్యగంధాధివాసితాం,
పరార్ధ్యాస్తరణోపేతాం రక్షోధిపనిషేవితాం. ౨౭

ధూమ్రా మగరుధూపేన విమలాం హంసపాండురాం,
చిత్రాం పుష్పోపహారేణ కల్మాషీ మివ సుప్రభాం ౨౮

మనస్సంహ్లాదజననీం వర్ణస్యాపి ప్రసాదినీం,
తాం శోకనాశినీం దివ్యాం శ్రియ స్సంజననీ మివ. ౨౯

ఇంద్రియా ణీంద్రియార్థైస్తు పంచ పంచభి రుత్తమైః,
తర్పయామాస మాతేవ తదా రావణపాలితా. ౩౦

* స్వర్గోఽయం దేవలోకోఽయ మింద్ర స్యేయం పురీ భవేత్,
సిద్ధి ర్వేయం పరా హి స్యా దిత్యమన్యత మారుతిః. ౩౧

సరిత్సముద్రగిరివనాదిభిః పృథివీలక్షణై రంకితయా, కల్మాషీం శబళవర్ణాం వసిష్ఠధేనుమివ, సర్వకామప్రదత్వేన కల్మాషీసాదృశ్యం వర్ణస్యాపి ప్రసాదినీం, వర్ణోత్కర్షకరీ మిత్యర్థః. (తాం శోకనాశినీ మితి.) తత స్తా మితి వర్తమానే పున స్తచ్ఛబ్ద ఉపసంహారార్థః తాం ప్రతి ప్రస్థితః దదర్శేతి వా సంబంధః. ౨౭—౨౯

(ఇంద్రియాణీతి.) హనుమత ఇతి శేషః. ౩౦

(స్వర్గోఽయ మితి.) సామాన్యతః స్వర్గోఽయం తత్రాపి దేవలోకః త్రయస్త్రింశద్దేవానాం లోకః, తత్రాఽపీంద్రస్య పురీ అమరావతీ, పరా సిద్ధిః బ్రహ్మణః స్థాన మిత్యుత్తరోత్తరోత్కర్షః, ౩౧

* స్వర్గః పాతాళాదిః, దేవలోకః వాయువరుణాదిలోకః. ఇతి తత్త్వదీపికా.

## సుందరకాండే - నవమ స్సర్గః

### (హనుమతః రావణాంతఃపురదర్శనం)

ప్రధ్యాయత ఇవాఽపశ్య త్ప్రదీప్తాం స్తత్ర కాంచనాన్,
ధూర్తానివ మహాధూర్తై ర్దేవనేన పరాజితాన్. ౩౨

దీపానాం చ ప్రకాశేన తేజసా రావణస్య చ,
అర్చిర్భి ర్భూషణానాం చ ప్రదీప్తే త్యభ్యమన్యత. ౩౩

తతోఽపశ్య త్కుథాసీనం నానావర్ణాంబరస్రజం,
సహస్రం వరనారీణాం నానావేషవిభూషితం. ౩౪

పరివృత్తేఽర్ధరాత్రే తు పాననిద్రావశం గతం,
క్రీడిత్వోపరతం రాత్రౌ సుష్వాప బలవ త్తదా. ౩౫

త త్ప్రసుప్తం విరురుచే నిశ్శబ్దాంతరభూషణం,
నిశ్శబ్దహంసభ్రమరం యథా పద్మవనం మహత్. ౩౬

తాసాం సంవృతదంతాని మీలితాక్షీణి మారుతిః,
అపశ్య త్పద్మగంధీని వదనాని సుయోషితాం. ౩౭

---

(ప్రధ్యాయత ఇతి.) ప్రధ్యాయత ఇవ నిశ్చలతయా ప్రకృష్టధ్యానయుక్తా నివ, ధూర్తాన్ అక్షధూర్తాన్, దేవనేన ద్యూతేన. ౩౨

(దీపానా మితి.) ప్రదీప్తా శాలా దగ్ధేతి, అభ్యమన్యత, ౩౩

(తత ఇత్యాది.) కుథాసీనం కుథశయితం. (నానావర్ణాంబరస్రజ మితి) హలంతస్య స్రక్ఛబ్దస్య వాగురిమతేన టాబంతత్వా దజంతత్వోపపత్తిః. ౩౪-౩౫

(త దితి.) నిశ్శబ్దాంతరభూషణం-నిశ్శబ్దశేషాణి భూషణాని యస్య. 'అథాంతరం రంధ్రేఽన్యేఽపరవ్యవధానయోః, అవకాశావసరయో రవసానవినార్థయోః, విశేషమధ్యతాదర్థ్యేష్వి' తి దర్పః అతినిద్రాపరవశత్వేన నిశ్చలాంగతయా నిశ్శబ్దభూషణ మిత్యర్థః. ౩౬-౩౭

ప్రబుద్ధానీవ పద్మాని తాసాం భూత్వా క్షపాక్షయే,
పున స్సంవృతపత్రాణి రాత్రావివ బభు స్తదా. ౩౮

ఇమాని ముఖపద్మాని నియతం మత్తషట్పదాః,
అంబుజానీవ ఫుల్లాని ప్రార్థయంతి పునః పునః. ౩౯

ఇతి చాఽమన్యత శ్రీమా నుపపత్త్యా మహాకపిః,
మేనే హి గుణత స్తాని సమాని సలిలోద్భవైః. ౪౦

సా తస్య శుశుభే శాలా తాభిః స్త్రీభి ర్విరాజితా,
శారదీవ ప్రసన్నా ద్యౌ స్తారాభి రభిశోభితా.. ౪౧

స చ తాభిః పరివృత శ్శుశుభే రాక్షసాధిపః,
యథా హ్యుడుపతి శ్శ్రీమాం స్తారాభి రభిసంవృతః. ౪౨

యా శ్చ్యవంతేఽంబరా త్తారాః పుణ్యశేషసమావృతాః,
ఇమా స్తా స్సంగతాః కృత్స్నా ఇతి మేనే హరి స్తదా. ౪౩

తారాణా మివ సువ్యక్తం మహతీనాం శుభార్చిషాం,
ప్రభావర్ణప్రసాదాశ్చ విరేజు స్తత్ర యోషితాం. ౪౪

(ప్రబుద్ధానీతి.) అత్ర వదనానీ త్యనుషజ్యతే. తాసాం వదనాని, క్షపాక్షయే దివసే, పద్మానీవ ప్రబుద్ధాని భూత్వా రాత్రౌ, పున స్సంవృతపత్రాణి సంకుచితపత్రాణి పద్మానీవ బభుః. ౩౮

(ఇమానీతి.) ప్రార్థయంతి ప్రార్థయేరన్, మధురసలుబ్ధతయా అత్ర పునః పునః పతేయు రిత్యర్థః. వ్యత్యయేన పరస్మైపదం. అనుదాత్తత్వేనాఽఽత్మనేపదత్వాత్, నియతం నూనం, ఉపపత్త్యా యుక్త్యా, ఉపపత్తి మేవాహ (మేన ఇతి.) తాని ముఖాని, గుణతః సౌరభాదిగుణైః, సలిలోద్భవైః పద్మైః. ౩౯-౪౩

(తారాణా మితి.) ప్రభా కాంతిః, వర్ణః రూపం, ప్రసాదః ప్రసన్నతా. ౪౪

(హనుమతః రావణాంతఃపురదర్శనం)

వ్యావృత్తగురుపీనస్రక్ప్రకీర్ణవరభూషణాః,
పానవ్యాయామకాలేషు నిద్రాపహృతచేతసః. ౪౫

వ్యావృత్తతిలకాః కాశ్చి త్కాశ్చి దుద్భ్రాంతనూపురాః,
పార్శ్వే గళితహారాశ్చ కాశ్చి త్పరమయోషితః. ౪౬

ముక్తాహారావృతా శ్చాఽన్యాః కాశ్చి ద్విస్రస్తవాససః,
వ్యావిద్ధరశనాదామాః కిశోర్య ఇవ వాహితాః. ౪౭

సుకుండలధరా శ్చాఽన్యా విచ్ఛిన్నమృదితస్రజః,
గజేంద్రమృదితాః ఫుల్లా లతా ఇవ మహావనే. ౪౮

చంద్రాంశుకిరణాభాశ్చ హారాః కాసాం చి దుత్కటాః,
హంసా ఇవ బభు స్సుప్తా స్తనమధ్యేషు యోషితాం. ౪౯

---

(వ్యావృత్తేతి.) పానవ్యాయామకాలేషు పానానంతరభావిరతివ్యాపారసమయేషు, వ్యావృత్తగురుపీనస్రక్ప్రకీర్ణవరభూషణాః విపర్యస్తగురుపీనస్రజః ప్రకీర్ణవరభూషణా శ్చ సత్యః, నిద్రాపహృతచేతసః విరేజుః. ౪౫

(వ్యావృత్తతిలకా ఇతి.) వ్యావృత్తతిలకాః ఉన్మృష్టతిలకాః, ఉద్భ్రాంతనూపురాః స్వస్థానానవస్థితనూపురాః. ౪౬

(ముక్తాహారేతి.) ముక్తాహారావృతాః ముక్తాహారై రావృతాః, ఛిన్నముక్తాహారా ఇత్యర్థః. వ్యావిద్ధరశనాదామాః ఛిన్నకాంచీగుణాః, కిశోర్యః ప్రథమవయస్కా బడబాః, వాహితాః మార్గశ్రమనివృత్త్యర్థం భూమౌ ప్రవేష్టనం కారితాః, సర్వత్ర రేజు రిత్యన్వయః. ౪౭-౪౮

(చంద్రాంశ్వితి.) చంద్రాంశుకిరణాభాః - అంశుః సూర్యః. 'అథాఽంశుస్స్యా న్మయూఖే సవితర్యపీ' తి దర్పః. చంద్రసూర్యయోః కిరణానా మాభేవాఽఽభా యేషాం తే తథా, ఉత్కటాః స్థూలాః. ౪౯

అపరాసాం చ వై డూర్యాః కాదంబా ఇవ పక్షిణః,
హేమసూత్రాణి చాఽన్యాసాం చక్రవాకా ఇవాఽభవన్. ౫౦

హంసకారండవాకీర్ణా శ్చక్రవాకోపశోభితాః,
అపగా ఇవ తా రేజు ర్జఘనైః పులినై రివ. ౫౧

కింకిణీజాలసంకోశా స్తా హైమవిపులాంబుజాః,
భావగ్రాహా యశ స్తీరా స్సుప్తా నద్య ఇవాఽఽబభుః. ౫౨

* మృదు ష్వంగేషు కాసాంచి త్కుచాగ్రేషు చ సంస్థితాః,
బభూవు ర్భూషణా నీవ శుభా భూషణరాజయః. ౫౩

---

అథాఽఽసాం నదీసమాధిం దర్శయతి (కింకిణీతి.) కింకిణీజాలసంకోశాః కింకిణీజాలాన్యేవ సంకోశా ముకుళాని యాసాం తాః. ఏతత్స్థానే సత్కోశా ఇతి పాఠాంతరదర్శనా త్సంకోశశబ్దో ముకుళవాచీ త్యవగమ్యతే భావాః శృంగారచేష్టాః, త ఏవ గ్రాహాః నక్రాః యాసాం తాః, సుప్తిదశాయా మపి వాననావళా ద్భావాభివ్యంజకసంస్థానవత్త్వా ద్భావగ్రాహా ఇత్యుక్తం. యశ స్తీరాః - యశశ్శబ్దేన యశోహేతుభూతా పర్యంతప్రసృతప్రభోచ్యతే. సైవ తీరం యాసాం తాః. ౫౦-౫౨

(మృదు ష్వితి.) సంస్థితాః లగ్నాః, భూషణరాజయః, భ్రమరాణీవ భ్రమరా ఇవ. వ్యత్యయ ఆర్షః. కాముకా ఇవ, బభూవుః. 'భ్రమరః కాముకే భృంగ' ఇతి దర్పణః. కేచిత్తు భూషణానీతి పాఠం కల్పయిత్వా భూషణరాజయః భూషణవిమర్దకృతరేఖాః, విస్రస్తభూషణానా మపి కాసాంచి ద్భూషణా నీవ బభూవు-రిత్యర్థ ఇత్యాహుః. ౫౩

---

* రామానుజీయం. (మృదు ష్వితి.) భూషణరాజయః భూషణవిమర్దజనితరేఖాః, విస్రస్త భూషణానా మపి కాసాంచి ద్భూషణస్థానదేశా భూషణా నీవ బభు రిత్యర్థః.

(హనుమతః రావణాంతఃపురదర్శనం)

అంశుకాంతాశ్చ కాసాంచి న్ముఖమారుతకంపితాః,
ఉపర్యుపరి వక్త్రాణాం వ్యాధూయంతే పునః పునః. ౫౪

తాః పతాకా ఇవోద్ధూతాః పత్నీనాం రుచిరప్రభాః,
నానావర్ణసువర్ణానాం వక్త్రమూలేషు రేజిరే. ౫౫

వవల్గు శ్చాఽత్ర కాసాంచి త్కుండలాని శుభార్చిషాం,
ముఖమారుతసంసర్గా న్మందం మందం సుయోషితాం. ౫౬

శర్కరాసవగంధైశ్చ ప్రకృత్యా సురభి స్సుఖః,
తాసాం వదననిశ్శ్వాస స్సిషేవే రావణం తదా. ౫౭

రావణాననశంకాశ్చ కాశ్చి ద్రావణయోషితః,
ముఖాని స్మ సపత్నీనా ముపాజిఘ్ర న్పునః పునః. ౫౮

అత్యర్థం సక్తమనసో రావణే తా వరస్త్రియః,
అస్వతంత్రా స్సపత్నీనాం ప్రియ మేవాఽఽచరం స్తదా. ౫౯

(అంశ్వితి ) ముఖమారుతకంపితాః, అంశుకాంతా స్సూక్ష్మవస్త్రదశాః, ఉపర్యుపరివక్త్రాణాం వక్త్రాణ్యుపర్యుపరి, 'ఉపర్యుపర్యాదిషు త్రిషు ద్వితీయాఽఽమ్రేడితాంతేష్వి' తి ద్వితీయాభావ ఆర్షః. వ్యాధూయంత ఇతి శ్య నార్షః. ధునాతేః క్ర్యాదిత్వాత్. ౫౪

(తా ఇతి.) విధేయత్వాత్ స్త్రీలింగతా,-నానావర్ణసువర్ణానాం నానావిధశోభవర్ణానాం. ౫౫

(వవల్గు రితి.) ఉపధానపరిసరే ఘనమణిఖచితతయా లంబమానాని కుండలాని మందం మందం చేలు రిత్యర్థః, ౫౬—౫౮

(అత్యర్థ మితి.) రావణే అత్యర్థం సక్తమనసః, అస్వతంత్రాః పాననిద్రాపరవశాః తాః. సపత్నీభి రాఘ్రాతముఖాః, వరస్త్రియః, తదా ముఖాఘ్రాణసమయే, సపత్నీనాం ప్రియమేవాచరన్ రావణోఽజిఘ్ర దితి బుద్ధ్యా స్వయమ ప్యజిఘ్ర న్నిత్యర్థః. అథవా కథం సపత్న్యోఽపి సహ స్వపం తీత్యాశంక్యాహ (అత్యర్థ మితి.) ౫౯

బాహూ నుపనిధాయాఽన్యాః పారిహార్యవిభూషితాన్,
అంశుకాని చ రమ్యాణి ప్రమదా స్తత్ర శిశ్యిరే. ౬౮

అన్యా వక్షసి చాఽన్యస్యా స్తస్యాః కాశ్చి త్పున ర్భుజం,
అపరా త్వంక మన్యస్యా స్తస్యా శ్చా ప్యపరా భుజౌ. ౬౯

* ఊరుపార్శ్వకటీపృష్ఠ మన్యోన్యస్య సమాశ్రితాః,
పరస్పరనివిష్టాంగ్యో మదస్నేహవశానుగాః. ౭౦

అన్యోన్యభుజసూత్రేణ స్త్రీమాలా గ్రథితా హి సా,
మాలేవ గ్రథితా సూత్రే శుశుభే మత్తషట్పదా. ౭౧

లతానాం మాధవే మాసి ఫుల్లానాం వాయుసేవనాత్,
అన్యోన్యమాలాగ్రథితం సంసక్తకుసుమోచ్చయం. ౭౨

---

(బాహూ నితి.) పారిహార్యో వలయాః, అంశుకాని చ ఉపనిధాయే త్యనుషజ్యతే. ౬౮

('అన్యా వక్షసి చాన్యస్యా') ఇత్యాదిశ్లోకద్వయే శిశ్యిర ఇత్యేత ద్వచనవిపరిణామేన యథా యోగం సంబధ్యతే. ఉపనిధాయేతి చ. ౬౯-౭౦

(అన్యోన్యేతి.) మాలేవ పుష్పమాలేవ. మత్తషట్పదస్థానీయాః కేశాః. ౭౧

(లతానా మిత్యాది)శ్లోకద్వయ మేకాన్వయం త ద్రావణస్య స్త్రీవనం, లతానాం వన మివాసీ దితి సంబంధః. విశేషణా న్యుభయత్ర యోజ్యాని. వాయుసేవనా ద్ధేతోః, అన్యోన్యమాలాగ్రథితం అన్యోన్యమాలారూపేణ గ్రథితం. సమ్ముఖమారుతసేవనా దన్యోన్యమాలాగ్రథిత మితి స్త్రీపక్షే.

---

* రామానుజీయం. అన్యా వక్షసీత్యాదిశ్లోకద్వయే శిశ్యిర ఇత్యేత ద్వచనవిపరిణామేన యథా యోగం సంబధ్యతే, ఉపనిధాయేతి చ.

(హనుమతః రావణాంతఃపురదర్శనం)

వ్యతివేష్టితసుస్కంధ మన్యోన్యభ్రమరాకులం,
ఆసీ ద్వన మివోద్ధూతం స్త్రీవనం రావణస్య తత్. ౬౫

ఉచితే ష్వపి సువ్యక్తం న తాసాం యోషితాం తదా,
వివేక శ్శక్య ఆధాతుం భూషణాంగాంబరస్రజాం. ౬౬

రావణే సుఖసంవిష్టే తా స్త్స్రియో వివిధప్రభాః,
జ్వలంతః కాంచనా దీపాః ప్రైక్షంతాఽనిమిషా ఇవ. ౬౭

రాజర్షిపితృదైత్యానాం గంధర్వాణాం చ యోషితః,
రాక్షసానాం చ యాః కన్యా స్తస్య కామవశం గతాః. ౬౮

సంసక్తకుసుమోచ్చయం అన్యోన్యసంసక్తనీవీకం, సంసక్తకుసుమసమూహం చే త్యర్థః. వ్యతివేష్టితసుస్కంధం అన్యోన్యపరివేష్టితాంసం, అన్యోన్యపరివేష్టితప్రకాండం చ. అన్యోన్యం భ్రమరై శ్చికురై రాకులం, భ్రమరైః భృంగై రాకులం చ. 'భ్రమర శ్చికురే భృంగ' ఇతి విశ్వః. ౬౫

(ఉచితే ష్వితి.) ఉచితేషు స్థానేషు స్థితానా మపి భూషణాంగాంబరస్రజాం సాధారణ్యా దేకతా మాపన్నానా మితి భావః వివేకః సువ్యక్త మాధాతుం న శక్యః అన్యోన్య సంగ్రథితత్వేన సుప్తత్వాత్. ఇమా అస్యా భూషణాంగాంబరస్రజః, ఇమా అపరస్యా ఇతి వివేకః కర్తుం న శక్య ఇత్యర్థః. ౬౬

(రావణ ఇతి.) సుఖసంవిష్టే సుఖసుప్తే. కాంచనాః కాంచనదీపస్తంభస్థాః. దీపాః అనిమిషా స్సంతః ప్రైక్షంత ఇవ. అనేన రావణస్య జాగ్రద్దశాయాం దీప్తై రపి తాః స్త్రియో నిశ్చలం ద్రష్టు మశక్యా ఇతి గమ్యతే. ౬౭

అథ సీతయైకయా అకామ్యత్వం వక్తుం సర్వస్త్రీకామ్యత్వ మాహ (రాజర్షీత్యాదినా) శ్లోకత్రయేణ. తస్య కామవశం గతాః - తం ప్రతి యః కామః తస్య వశం గతాః, తం కామయిత్వా స్వయ మేవాఽఽగతా స్తాః, న తు తేన కామయిత్వా హృతా ఇత్యర్థః. ౬౮

యుద్ధకామేన తా స్సర్వా రావణేన హృతాః స్త్రియః,
సమదా మదనే నైవ మోహితాః కాశ్చి దాగతాః. ౬౯

న తత్ర కాచి త్ప్రమదా ప్రసహ్య వీర్యోపపన్నేన గుణేన లబ్ధా,
న చాఽన్యకామాఽపి న చాఽన్యపూర్వా వినా వరార్హాం జనకాత్మజాం తాం. ౭౦

న చాఽకులీనా న చ హీనరూపా నాఽదక్షిణా నాఽనుపచారయుక్తా,
భార్యాఽభవ త్తస్య న హీనసత్త్వా న చాపి కాంతస్య న కామనీయా. ౭౧

* † బభూవ బుద్ధి స్తు హరీశ్వరస్య య దీదృశీ రాఘవధర్మపత్నీ,

---

హృతా శ్చ కాశ్చన శ్రూయంతే, తత్ర కథ మి త్యత్రాహ(యుద్ధేతి.) తాసు హృతాసు తాసాం సంబంధిభి స్సహ యుద్ధం భవిష్యతీతి యుద్ధం కామయిత్వాఽనేన హృతాః, న తు తాః కామయిత్వా హృతాః. ౬౯

అము మేవాఽర్థం వివృణోతి (న తత్రేతి.) తత్ర తాసు, కా శ్చి దపి ప్రమదాః ప్రసహ్య వీర్యేణ న లబ్ధాః, కింతు స్వసంవాదేనై వేత్యర్థః. వీర్యోపపన్నేన రావణేన న లబ్ధాః, అపి తు గుణేన లబ్ధాః. అన్యకామా చ కాచి త్తత్ర నా స్తి అన్యపూర్వా చ న, అన్యత్రాఽఽసక్తా చ న కాచి దిత్యర్థః. ౭౧

(బభూవేతి.) రాఘవధర్మపత్నీ, ఈదృశీ యది స్వయంవరా త్పూర్వ మేవాఽస్య ధర్మపత్నీ చేత్, అస్య సుజాతం సుకృతం. ఇయ మసాధ్వీ బుద్ధిః, కాపేయత్వప్రమాదకృతా న తు స్వయం

---

* రామానుజీయం (బభూవేతి.) ఇమా రాక్షసరాజభార్యాః యథా స్వభర్తృవిశిష్టాః సకలభోగయుక్తా శ్చ, రాఘవధర్మపత్నీ, ఈదృశీ స్వభర్తృసహితా యది. అస్య రావణస్య సుజాత మితి

† తనిశ్లోకీ. రావణః స్వస్త్రీభి స్సహ యథా సంతతసంశ్లేషేణ తిష్ఠతి. ఏవం రామ స్సీతయా

‡ బభూవేతి. ఇమాః రాక్షసరాజభార్యాః యథా స్వభర్తృవిశిష్టాః సకలభోగయుక్తాః తథా రాఘవధర్మపత్నీ ఈదృశీ స్వభర్తృసహితా యది, అస్య రావణస్య, సుజాతం శోభనం, ఇతి సాధుబుద్ధేః హరీశ్వరస్య హనుమతః, బుద్ధిః బభూవ. అయం రావణః రాఘవధర్మపత్నీం యది

(హనుమతః రావణాంతఃపురదర్శనం)

ఇమా యధా రాక్షసరాజభార్యా స్సుజాత మస్యేతి హి సాధుబుద్ధేః. ౬౨

తస్య బుద్ధి రితి ద్యోతయితుం సాధుబుద్ధే రిత్యుక్తం. ఏవం ప్రమాదోపస్థితబుద్ధ్యా పశ్చాత్తాపోఽభూదిత్యాహ ('పునశ్చ సోఽచింతయ దార్తరూప' ఇతి.) యద్వా. ఇమాః రాక్షసరాజభార్యాః యథా స్వభర్త్రా విశిష్టా స్సకలభోగయుక్తాశ్చ తధా రాఘవధర్మపత్నీ, ఈదృశీ యది స్వభర్త్రా సహితా భోగయుక్తా చ యది, తదాఽస్య రావణస్య, సుజాతం శోభనం జన్మేతి, సాధుబుద్ధేః పరసమృద్ధిపరస్య, హరీశ్వరస్య స్వయ మాధిపత్యార్హస్య, బుద్ధి ర్బభూవ. అయం రావణః, రాఘవధర్మపత్నీం యది ప్రత్యర్పయే త్తదాఽస్య శోభనం జన్మ స్యా దితి బుద్ధి ర్జాతే త్యర్థః.294.592 ౬౨

(రామానుజీయం)

సాధుబుద్ధే ర్హరీశ్వరస్య బుద్ధి ర్బభూవ. అయం రావణః రాఘవధర్మపత్నీం యది ప్రత్యర్పయేత్ తదా అస్య జన్మ శోభనం స్యా దితి సాధుబుద్ధే ర్హరీశ్వరస్య బుద్ధి ర్జాతేత్యర్థః.

(తనిశ్లోకీ)

స్సంశ్లేషేణ తిష్ఠతి చే ద్రావణస్యైశ్వర్య మవిచ్ఛిన్నం స్యాత్. సాధుబుద్ధేః శత్రూణా మపి హిత మన్వేషయతః.

(తత్త్వదీపికా)

ప్రత్యర్ప యేత్, తదా అస్య జన్మ శోభనం స్యా దితి హరీశ్వరస్య బుద్ధి ర్జాతే త్యర్థః. యద్వా, రాఘవధర్మపత్నీ యధా రావణేన బలా దానీతా, ఇమా రాక్షసరాజభార్యా స్తధా యది సుగ్రీవేణ బలా ద్ధృతా యది తదా, హరీశ్వరస్య సుగ్రీవస్య సుజాతం హీతి. సాధుబుద్ధేః సన్మంత్రిబుద్ధేః, అస్య హనుమతః, ఈదృశీ బుద్ధి ర్బభూవే త్యన్వయః యద్వా, ఇమా రాక్షసరాజభార్యా యధా రావణేనాఽఽహృతా ఇత్యర్థః. రాఘవధర్మపత్నీ ఈదృశీ యది అనేనాఽఽహృతా యది, తదా అస్య రావణస్య, సుజాతం కిం? సమ్య గ్భవిష్యతి కిం? న భవిష్యత్యేవేతి హరీశ్వరస్య బుద్ధి ర్బభూవ. 'మమ దయితతరా హృతా వనాంతా ద్రజనిచరేణ తదా విమథ్య సా, కథయ మమ రిపుం త మద్య వై ప్లవగపతే యమసాదనం నయామీ' తి రామవాక్యా ద్రావణస్య న సమ్య గ్భవిష్యతీ త్యర్థః. యద్వా, ఇమా రాక్షసరాజభార్యాః. యథా, మయా దృష్టా ఇతి శేషః. రాఘవధర్మపత్నీ ఈదృశీ మయా

పునశ్చ సోఽచింతయ దార్తరూపో ధ్రువం విశిష్టా గుణతో హి సీతా,

కించ చింతాంతర మాహ (పునశ్చేతి.) అథ సః హనుమాన్, సీతా గుణతః పాతివ్రత్యాది గుణతః, ధ్రువం విశిష్టా హి. అస్యాం ఏతద్విషయే,మహాత్మా మహాకులప్రసూతోఽపి, అయం లంకేశ్వరః, అనార్యకర్మ అపహరణరూపం కర్మ, కృతవాన్, కష్ట మితి.ఆర్తరూపః అత్యంత మార్తః. ప్రశంసాయాం రూపప్. పున శ్చాచింతయత్. వైదేహ్యాః దృఢవ్రతత్వా త్పాతివ్రత్యభంగో న భవే దేవ. అపితు

(తత్త్వదీపికా)

దృష్టా యదీ త్యర్థః. తదా అస్య మమ సుజాతం అస్య మమ జన్మ సఫల మితి, హరీశ్వరస్య బుద్ధి ర్బభూవ 'యశ్చ మాసా న్నివృత్తోఽగ్రే దృష్టా సీతేతి వక్ష్యతి, మత్తుల్యవిభవో భోగైః సుఖం స విహరిష్యతి. తతః ప్రియతరో నాస్తి మమ ప్రాణా ద్విశేషతః' ఇతి సుగ్రీవవచనాత్ ప్రభోః సుగ్రీవస్య ప్రియసంపాదకత్వేన మమ జన్మ సఫల మితి భావః. యద్వా, ఇమా రాక్షసరాజభార్యాః యథా మయా దృష్టాః, రాఘవధర్మపత్నీ, ఈదృశీ యది దృష్టా యది, అస్య సీతాయా అదర్శన హేతునా సుగ్రీవరామాదిభయాత్ ప్రాయోపవేశనాయోద్యుక్తాంగదాదివానరసమూహస్యే త్యర్థః. సుజాత మితి హరీశ్వరస్య బుద్ధి ర్బభూవ. 'అప్రవృత్తౌ చ సీతాయాః పాప మేవ కరిష్యతి తస్మాత్ క్షమ మిహాఽద్యైవ ప్రాయోపవిశనం హి నః. త్యక్త్వా పుత్రాం శ్చ దారాం శ్చ ధనాని చ గృహాణిచే' తి సీతాఽదర్శనవ్యథితాంగదాదీనాం పునర్జీవితలాభా త్సుజాత మితి భావః. యద్వా, ఇమా రాక్షసరాజ భార్యా యథా జీవంతీ త్యర్థః, రాఘవధర్మపత్నీ ఈదృశీ జీవతి యది. తదా అస్య రామస్య. సుజాత మితి హరీశ్వరస్య బుద్ధి ర్బభూవ. 'జ్ఞాయతాం సౌమ్య వైదేహీ యది జీవతి వా న వా. న హ్యహం జీవితుం శక్త స్తా మృతే జనకాత్మజా' మితి సీతాజీవితసంశయవ్యథితస్య రామస్య సీతాజీవితనిశ్చయే సతి స్వజీవితలాభా త్సుజాత మితి భావః . యద్వా, హే రాక్షసరాజ, ఇమాః స్త్రియో యథా భార్యాః, ఏవం రాఘవధర్మపత్నీ ఈదృశీ యది, అస్య తవ సర్వసంపత్సమృద్ధియుక్తపుత్రపౌత్రాదిసహిత స్యాఽస్య తవే త్యర్థః. సుజాతం హి కిం? సమ్య గ్భవిష్యతి కిం? న భవిష్యతీతి రావణస్య హిత ముపదేష్టవ్య మితి హరీశ్వరస్య బుద్ధి ర్బభూవ. 'త ద్భవాన్ దృష్టధర్మార్థః తపఃకృతపరిగ్రహః, పరదారా న్మహాప్రాజ్ఞ నోపరోద్ధుం త్వ మర్హసీ' తి హితోపదేశస్య వక్ష్యమాణత్వాత్. యద్వా. ఏతాసాం మధ్యే సీతా నాస్తీతి నిశ్చినోతి (బభూవేతి.) ఇమా రాక్షసరాజభార్యాః యథా యాదృగ్రూప వత్య ఇత్యర్థః. యది కిమిత్యర్థే. రాఘవధర్మపత్నీ ఈదృశీ కిం? ఈదృగ్రూపవతీ కిం? కింతు త్రిలోకసుందరీ త్యర్థః, అత ఏవాఽత్ర నాస్తీతి శేషః. ఇ త్యస్య హరీశ్వరస్య, సుజాతం నిశ్చితం యథా తథా, బుద్ధి ర్బభూవ. ఇతి తత్త్వదీపికా.

(హనుమతా రావణశయనాసనదర్శనం)

అథాఽయ మస్యాం కృతవా న్మహాత్మా లంకేశ్వరః కష్ట మనార్యకర్మ ౭౩.

ఇతి శ్రీమద్రామాయణే, సున్దరకాణ్డే, నవమ స్సర్గః.

---

మిథ్యాపవాద మేవోత్పాదితవా నితి భృశం దుఃఖిత స్సన్ చింతితవా నిత్యర్థః. యద్వా, (బభూవే త్యాది) రాక్షసరాజపత్నీవ త్సీతా స్వభర్త్రా సంగతా చే త్సీతాపహరణం న కృతవాం శ్చే త్తదాఽస్య సుజాత మిత్యుక్తం. తత్ర నిరతిశయసౌందర్యాదిశాలిన్యా మైథిల్యాః రక్షస్త్రీసామ్యం చింతయతా మయా హీనోపమా కృతేతి పశ్చాత్తాప యుక్తస్సన్ అచింతయత్ హి యస్మా త్సీతా గుణతః విశిష్టా, అతః ఆర్తస్వరూప స్స న్నచింతయత్ మయా హీనోపమైవ కృతే త్యచింతయత్. అథ అథాఽపి, అస్యాం సీతాయాం, అనార్యకర్మ ధర్షణరూపం కర్మ, కృతవాన్, కష్టం సర్వ మిదం లంకైశ్వర్యం భ్రష్టం భవిష్యతీ త్యచింతయ చ్చే త్యర్థః. యద్వా, రాఘవధర్మపత్నీ యథా రావణేన బలా దానీతా తథా రాక్షసరాజభార్యాః బలా త్సుగ్రీవేణ బందీకృతా శ్చే, దస్య హరీశ్వరస్య సుగ్రీవస్య, సుజాతం హీతి, సాధుబుద్ధేః సన్మంత్రిబుద్ధేః, అస్య హనుమతః, బుద్ధి ర్బభూవే త్యర్థః. యద్వా, ఇమా రాక్షసరాజభార్యాః. యథా రావణే రక్తాః, ఈదృశీ రాఘవధర్మపత్నీ యది ఏవ మనురక్తా చేత్, అస్య సుజాత మితి సాధుబుద్ధే రపి బుద్ధి ర్బభూవ. ఐశ్వర్యాతిశయదర్శన విస్మయా దితి భావః. అత ఏవ వక్ష్యతి 'అహో వీర్య' మిత్యాదినా ఏవం హరా దుక్త్వాఽనుశయితవా నిత్యాహ (పున శ్చేతి) హి యస్మా త్సీతా, గుణతః పాతివ్రత్యేన, విశిష్టా సర్వోత్కృష్టా, అతః ఆర్తరూపః కిం మయా వ్యాహృత మిత్యనుతప్త స్సన్, అస్యా మనార్యకర్మ కృతవా నిత్యచింతయత్. అస్మిన్ సర్గే త్రిసప్తతిశ్లోకాః. ౭౩.

ఇతి శ్రీగోవిందరాజవిరచితే, శ్రీరామాయణభూషణే, శృంగారతిలకాఖ్యానే, సున్దరకాణ్డవ్యాఖ్యానే, నవమ స్సర్గః.

## అథ దశమ స్సర్గః

* తత్ర దివ్యోపమం ముఖ్యం స్ఫాటికం రత్నభూషితం,
అవేక్షమాణో హనుమాన్ దదర్శ శయనాసనం. ౧

దాంతకాంచనచిత్రాంగై ర్వైడూర్యైశ్చ వరాసనైః,
మహార్హాస్తరణోపేతై రుపపన్నం మహాధనైః. ౨

◊ తస్య చైకతమే దేశే సోఽగ్ర్యమాలావిభూషితం,
దదర్శ పాండురచ్ఛత్రం తారాధిపతిసన్నిభం. ౩

---

## అథ దశమ స్సర్గః

(తత్ర దివ్యోపమ మిత్యాది.) శయనాసనం శయనస్యాఽఽసనం, ఖట్వా మిత్యర్థః. (దాంతేతి.) దాంతాని దంతవికారభూతాని, కాంచనాని కాంచనమయాని చ, అత ఏవ చిత్రాణి నానావర్ణాని అంగాని యేషాం తైః, ప్రాంతే దంతమయైః తతః పరం కాంచనమయైః, సర్వత్ర వైడూర్యనిర్మితై రిత్యర్థః. మహాధనైః మహామూల్యైః, వరాసనైః శయనావరోహణకాలే విశ్రమాయ స్థాపితైః, ఉపపన్నం ఆవృతం. ౧-౨

(తస్యేతి.) ఏకతమే దేశే, శిరోభాగ ఇత్యర్థః. ౩

---

* రామానుజీయం. (తత్రేతి.) శయనాసనం, ఆస్యతేఽస్మి న్నిత్యాసనం, శయనస్యాసనం శయనాసనం, పర్యంకాధారధిష్ణ్య మితి యావత్.

◊ రామానుజీయం. (తస్యేతి.) తస్య చైకతమే దేశే పర్యంకాధారే ధిష్ణ్యస్య కస్మింశ్చి త్ప్రదేశే.

(హనుమతా నిద్రాణరావణదర్శనం)

* జాతరూపపరిక్షిప్తం ◈ చిత్రభానుసమప్రభం,
అశోకమాలావితతం దదర్శ పరమాసనం. ౪

వాలవ్యజనహస్తాభి ర్వీజ్యమానం సమంతతః,
గంధైశ్చ వివిధై ర్జుష్టం వరధూపేన ధూపితం. ౫

పరమా స్తరణా స్తీర్ణ మావికాజినసంవృతం,
దామభి ర్వరమాల్యానాం సమంతా దుపశోభితం. ౬

తస్మిన్ జీమూతసంకాశం ప్రదీప్తో త్తమకుండలం,
లోహితాక్షం మహాబాహుం మహారజతవాససం. ౭

లోహితేనాఽనులిప్తాంగం చందనేన సుగంధినా,
సంధ్యారక్త మివాఽఽకాశే తోయదం సతటిద్గణం. ౮

---

ఉక్త మేవ పర్యంకం పున ర్వర్ణయ న్నాహ (జాతరూపే త్యాదినా.) చిత్రభానోః సూర్యస్య, ఆవికాజినం ఊర్ణాయుచర్మ, తేన పర్యంకస్యోపరి ఫలకా సంధీయతే. వరమాల్యానాం అశోకాతిరిక్తపుష్పాణాం. ౪-౬

(తస్మి న్నిత్యాది.) మహారజతవాససం హేమచిత్రితవాససం, మహారజతం హేమ. 'మహా

---

* రామానుజీయం. తత్రైవ ప్రదేశే పరమాసనం చ దదర్శేత్యాహ (జాతరూపపరిక్షిప్త మిత్యాదినా) శ్లోకత్రయేణ. పరమాసనం పర్యంకం, అస్మా చ్ఛ్లోకా త్ప్రాక్ 'తస్య చైకతమే దేశ' ఇతి శ్లోకః, ఏతస్మా దనంతరం కేషుచి త్కోశేషు లేఖకప్రమాదా ల్లిఖితః. వరమాల్యానాం వర పుష్పాణాం.

◈ యత్సన్నిధానే శోకాభావ స్తాదృశమాలాయుక్తం, చిత్రభాను రగ్నిః, వాలవ్యజనం చామరం. నను సంభోగగృహే, తత్రాపి నిద్రాణస్య కథం వాలవ్యజనవీజనం? కథం చ హనూమత స్తాభి రదర్శన? మితి చే న్న; యంత్రనిర్మితస్త్రీప్రతిమాదిభిః తత్రాపి తత్సంభవాత్. ఇతి తిలకం.

వృత మాభరణై ర్దివ్యై స్స్వరూపం కామరూపిణం,
సవృక్షవనగుల్మాఢ్యం ప్రసుప్త మివ మందరం. ౯

క్రీడి త్వోపరతం రాత్రౌ వరాభరణభూషితం,
ప్రియం రాక్షసకన్యానాం రాక్షసానాం సుఖావహం.
పీత్వాఽప్యుపరతం చాపి దదర్శ స మహాకపిః. ౧౦౹

భాస్వరే శయనే వీరం ప్రసుప్తం రాక్షసాధిపం. ౧౧

నిశ్శ్వసంతం యథా నాగం రావణం వానరర్షభః,
ఆసాద్య పరమోద్విగ్న స్సోఽపాసర్ప త్సుభీతవత్. ౧౨

* అథాఽఽరోహణ మాసాద్య వేదికాంతర మాశ్రితః,
సుప్తం రాక్షసశార్దూలం ప్రేక్షతే స్మ మహాకపిః. ౧౩

శుశుభే రాక్షసేంద్రస్య స్వపత శ్శయనోత్తమం,
గంధహస్తిని సంవిష్టే యథా ప్రస్రవణం మహత్. ౧౪

---

రజనవాసస' మితి పాఠే కుసుంభరాగరంజితవస్త్ర మిత్యర్థః. సవృక్షవనగుల్మాఢ్యం - సవృక్షై ర్వనైః గుల్మైశ్చాఢ్యం, ప్రసుప్తం, నిశ్చల మిత్యర్థః. ౭-౧౨

(అథేతి.) అథ అపసర్పణానంతరం, ఆరోహణం సోపానం, ఆసాద్య అధిరుహ్య, వేదికాంతరం సోపానపర్వమధ్యం. ౧౩

(శుశుభ ఇతి.) యస్య గంధేనాఽన్యే హస్తినో భీతా భవంతి స గంధహస్తీ. ప్రస్రవణం నిర్ఝరం. ౧౪

* రామానుజీయం. (అథేతి.) అథ అపసర్పణానంతరం, ఆరోహణ మాసాద్య వేదికాంతర మాశ్రితః, సోపానమార్గేణాఽన్యవేదికా మారూఢ ఇత్యర్థః.

(హనుమతా నిద్రాణరావణదర్శనం)

కాంచనాంగదనద్ధౌ చ దదర్శ స మహాత్మనః,
విక్షిప్తౌ రాక్షసేంద్రస్య భుజా వింద్రధ్వజోపమౌ. ౧౫

ఐరావత విషాణాగ్రై రాపీడనకృతవ్రణౌ,
వజ్రోల్లిఖితపీనాంసౌ విష్ణుచక్రపరిక్షతౌ. ౧౬

పీనౌ సమసుజాతాంసౌ సంగతౌ బలసంయుతౌ,
సులక్షణనఖాంగుష్ఠౌ స్వంగుళీతలలక్షితౌ. ౧౭

సంగతౌ పరిఘాకారౌ వృత్తౌ కరికరోపమౌ,
విక్షిప్తౌ శయనే శుభ్రే పంచశీర్షా వివోరగౌ. ౧౮

* శశక్షతజకల్పేన సుశీతేన సుగంధినా,
చందనేన పరార్ధ్యేన స్వనులిప్తౌ స్వలంకృతౌ. ౧౯

ఉత్తమస్త్రీవిమృదితౌ గంధోత్తమనిషేవితౌ,
యక్షకిన్నరగంధర్వదేవదానవరావిణౌ. ౨౦

దదర్శ స కపి స్తస్య బాహూ శయనసంస్థితౌ,
మందరస్యాఽంతరే సుప్తౌ మహాహీ రుషితా వివ. ౨౧

(కాంచనాంగదేత్యాది.) విక్షిప్తౌ ప్రసారితౌ, విష్ణుచక్రపరిక్షతౌ - విష్ణుః ఉపేంద్రః, సంగతౌ దేహానురూపౌ, సంహతౌ దృఢసంధిబంధౌ, విక్షిప్తౌ శయనే నిహితౌ, పంచాంగులిమత్తయా పంచ శీర్షా విత్యుక్తం, ఏతదంతస్య దదర్శే త్యనేనాఽన్వయః. అత్ర ద్విభుజత్వైక ముఖత్వోక్తిః స్త్రీణాం కామనీయత్వాయ. ౧౫-౧౮

(శశక్షతజేత్యాది) యక్షాదీ రావయితుం శీల మనయో ర స్తీతి తథా, దదర్శేతి పున రభిధానం విశేషణాంతరవివక్షయా. ౧౯-౨౧

* రామానుజీయం. శశక్షతజకల్పేన శశరుధిరసదృశేన.

తాభ్యాం స పరిపూర్ణాభ్యాం * భుజాభ్యాం రాక్షసేశ్వరః,
శుశుభేఽచలసంకాశ శ్శృంగాభ్యా మివ మందరః ౨౨

చూతపున్నాగసురభి ర్వకుళో త్తమసంయుతః,
మృష్టాన్నరససంయుక్తః పానగంధపురస్సరః. ౨౩

తస్య రాక్షససింహస్య నిశ్చక్రామ మహాముఖాత్,
శయానస్య ◊ వినిశ్శ్వాసః పూరయ న్నివ త ద్గృహం. ౨౪

ముక్తామణివిచిత్రేణ కాంచనేన విరాజితం,
మకుటేనాఽపవృత్తేన కుండలోజ్జ్వలితాననం. ౨౫

రక్తచందనదిగ్ధేన తథా హారేణ శోభినా,
పీనాయతవిశాలేన ※ వక్షసాఽభివిరాజితం ౨౬

---

(తాభ్యా మితి) పరిపూర్ణాభ్యాం, దీర్ఘవృత్తాభ్యా మిత్యర్థః ౨౨

(చూతేత్యాది.) నిశ్వాసస్య చూతాదిసురభిత్వం తదధివాసితరసాపల్యాదిమధుసేవనాత్. మృష్టాన్నరససంయుక్తః షడ్రసపదార్థగంధయుక్తః, పానగంధపురస్సరః - పీయత ఇతి పానం మధు, తద్గంధయుక్తః. ౨౩-౨౪

(ముక్తామణీతి.) అపవృత్తేన స్థానాత్ కించి చ్చలితేన, అపవిద్ధేన పర్యస్తేన, క్షౌమేణ ఉత్తరీయరూపేణ, విద్యుద్గణై రివ విద్యుత్సమూహై రివ, రావణం తస్య పత్నీశ్చ దదర్శే త్యన్వయః. ౨౫-౨౬

---

* అత్ర ద్విభుజత్వకథనాత్ యుద్ధాదికాల ఏవ అస్య వింశతిభుజత్వం దశశీర్షత్వం చ బోధ్యం. ఇతి తిలకం.

◊ అయం పురుషవిశేషశ్వసనధర్మ ఇతి కతకః

※ రామానుజీయం. విరాజతా వక్షసే త్యుపలక్షణే తృతీయా. వక్షసా విరాజిత మితి వా పాఠః.

(హనుమతా రావణవరస్త్రీదర్శనం)

పాండరేణాఽపవిద్ధేన క్షౌమేణ క్షతజేక్షణం,
మహార్హేణ సుసంవీతం పీతే నోత్తమవాససా. ౨౭

మాషరాశిప్రతీకాశం నిశ్శ్వసంతం భుజంగవత్.
గాంగే మహతి తోయాంతే ప్రసుప్త మివ కుంజరం. ౨౮

చతుర్భిః కాంచనై ర్దీపై ర్దీప్యమానచతుర్దిశం,
ప్రకాశీకృతసర్వాంగం మేఘం విద్యుద్గణై రివ. ౨౯

పాదమూలగతా శ్చాపి దదర్శ సుమహాత్మనః,
పత్నీ స్స ప్రియభార్యస్య తస్య [౨౯॥] రక్షఃపతే ర్గృహే. ౩౦

శశిప్రకాశవదనా శ్చారుకుండలభూషితాః.
అమ్లానమాల్యాభరణా దదర్శ హరియూథపః. ౩౧

నృత్తవాదిత్రకుశలా రాక్షసేంద్రభుజాంకగాః,
వరాభరణధారిణ్యో నిషణ్ణా దదృశే హరిః. ౩౨

వజ్రవైడూర్యగర్భాణి శ్రవణాంతేషు యోషితాం,
దదర్శ తాపనీయాని కుండలా న్యంగదాని చ. ౩౩

---

(రక్షఃపతే ర్గృహే ఇతి) పరశేషః ౨౯—౩౦

(నృత్తేతి.) రాక్షసేంద్రస్య భుజం అంకం గచ్ఛంతీతి రాక్షసేంద్రభుజాంకగాః, ఉత్సంగోపవేశనాలింగనాభ్యాం లాలితా ఇత్యర్థః. వరాభరణధారిణ్య ఇతి ద్వితీయార్థే ప్రథమా. నిషణ్ణాః శయానాః. దదృశ ఇత్యాత్మనేపద మార్షం. ౩౨

(వజ్రేతి.) శ్రవణాంతే ష్వంగదదర్శనం బాహూ నుపధాయ శయనాత్. ౩౩

తాసాం చంద్రోపమై ర్వక్త్రై శ్శుభై ర్లలితకుండలైః,
విరరాజ విమానం త న్నభ స్తారాగణై రివ. ౩౪

మదవ్యాయామఖిన్నా స్తా రాక్షసేంద్రస్య యోషితః,
తేషు తే ష్వవకాశేషు ప్రసుప్తా స్తనుమధ్యమాః. ౩౫

అంగహారై స్తథై వాఽన్యా కోమలై ర్నృత్తశాలినీ,
విన్యస్తశుభసర్వాంగీ ప్రసుప్తా వరవర్ణినీ. ౩౬

కాచి ద్వీణాం పరిష్వజ్య ప్రసుప్తా సంప్రకాశతే,
మహానదీప్రకీర్ణేవ నళినీ పోత మాశ్రితా. ౩౭

అన్యా కక్షగతే నైవ మడ్డుకేనాఽసితేక్షణా,
ప్రసుప్తా భామినీ భాతి బాలపుత్రేవ వత్సలా. ౩౮

పటహం చారుసర్వాంగీ పీడ్య శేతే శుభస్తనీ,
చిరస్య రమణం లబ్ధ్వా పరిష్వజ్యేవ భామినీ. ౩౯

---

(అంగహారై రితి) అంగహారః నృత్తవిశేషా దంగవిక్షేపవిశేషః. తథోక్తం భరతశాస్త్రే 'అంగానాం యోగ్యదేశేషు హరణేన యథోచితం, అంగనిర్వర్తనీయత్వా దంగహార స్తథోచ్యత' ఇత్యాది. కోమలైః సుకుమారైః, నృత్తశాలినీ సుషుప్త్యవస్థాయా మపి వాసనాబలేన నృత్తసన్నివేశవిశిష్టా స్థితే త్యుచ్యతే. ౩౪—౩౬

(కాచి ద్వీణా మితి.) మహానదీప్రకీర్ణా మహానదీప్రసృతా, నళినీ సమూలనాళదళం పద్మజాలకం, పోతం యానపాత్రం, వీణాం పరిష్వజ్య ప్రసుప్తా కాచిత్, నద్యాం ప్లవమానా యదృచ్ఛయా పోతసంయుక్తా నళినీవ ప్రకాశత ఇత్యర్థః. ౩౭

(అన్యేతి.) మడ్డుకేన (డవండై ఇతి ద్రమిడనామయుక్తేన) వాద్యవిశేషేణ. ౩౮—౩౯

(హనుమతా రావణవరస్త్రీదర్శనం)

కాచి ద్వంశం పరిష్వజ్య సుప్తా కమలలోచనా,
రహః ప్రియతమం గృహ్య సకామేవ చ కామినీ. ४०

విపంచీం పరిగృహ్యాఽన్యా నియతా నృత్తశాలినీ,
నిద్రావశ మనుప్రాప్తా సహ కాంతేన భామినీ. ४१

అన్యా కనకసంకాశై ర్మృదుపీనై ర్మనోరమైః,
మృదంగం పరిపీడ్యాఽంగైః ప్రసుప్తా మత్తలోచనా. ४२

భుజపార్శ్వాంతరస్థేన కక్షగేన కృశోదరీ,
పణవేన సహాఽనింద్యా సుప్తా మదకృతశ్రమా. ४३

డిండిమం పరిగృహ్యాఽన్యా తథైవాఽఽసక్తడిండిమా,
ప్రసుప్తా తరుణం వత్స ముపగూహ్యేవ భామినీ. ४४

---

(కాచి ద్వంశ మితి.) వంశం వేణుం. ४०

(విపంచీ మితి.) విపంచీ సప్తతంత్రీ, షట్తంత్రీ వీణా. ४१—४२

(భుజేతి.) పణవేన మర్దళేన. ४३

(డిండిమ మితి.) యథా పూర్వా తథైవాఽఽసక్తడిండిమాఽన్యా. తం డిండిమం, పరిగృహ్య పరిష్వజ్య, ప్రసుప్తా, కథ మివ? తరుణం వత్స ముపగూహ్యేవ, డిండిమః పణవభేదః. యద్వా, అన్యా భామినీ, డిండిమం, పరిగృహ్యాఽవలంబ్య, తథైవ ఆసక్తడిండిమా ఆలింగితాన్యడిండిమా, తరుణం రమణ ముపగూహ్య. వత్సం పుత్రం, పరిగృహ్యేవ ప్రసుప్తా, యద్వా, డిండిమం పరిగృహ్య వాదనార్థం పరిగృహ్య, తథైవ వాదనకాల ఏవ, ఆసక్తడిండిమా అన్యా తరుణం వత్స ముపగూహ్యేవ ప్రసుప్తా. ४४

కాచి * దాడంబరం నారీ భుజసంయోగపీడితం,
కృత్వా కమలపత్రాక్షీ ప్రసుప్తా మదమోహితా.

కలశీ మపవిధ్యాఽన్యా ప్రసుప్తా భాతి భామినీ,
వసంతే పుష్పశబలా మాలేవ పరిమార్జితా.

పాణిభ్యాం చ కుచౌ కాచి త్సువర్ణకలశోపమౌ,
ఉపగూహ్యాఽబలా సుప్తా నిద్రాబలపరాజితా.

అన్యా కమలపత్రాక్షీ పూర్ణేందుసదృశాననా,
అన్యా మాలింగ్య సుశ్రోణీం ప్రసుప్తా మదవిహ్వలా.

ఆతోద్యాని విచిత్రాణి పరిష్వజ్య వరస్త్రియః,
నిపీడ్య చ కుచై స్సుప్తాః కామిన్యః కాముకా నివ.

తాసా మేకాంతవిన్యస్తే శయానాం శయనే శుభే,
దదర్శ రూపసంపన్నా మపరాం స కపి స్త్రియం.

---

(కాచి దితి.) ఆడంబరం తూర్యభేదం. భుజసంభోగపీడితం భుజపరిణాహపీ భుజపరిశ్లేషపీడితం వా.

(కలశీ మితి,) అపవిధ్య పర్యస్య. అనేన సలిలసంబంధ స్సూచ్యతే. పరి సలిలలవసమ్మార్జితా. అపవిద్ధకలశనిర్గళితగంధోదకసిక్తా కాచిత్ వసంతే మ్లానిపరిహారాయ లవసముక్షితా మాలేవ బభా విత్యర్థః. పుష్పశబలేత్యనేన కలశస్థజలస్య కుంకుమాదిరస ముచ్యతే, సర్వాభరణభూషితత్వం వా. ఇయం చ రావణస్య కరకధారిణీతి గమ్యతే. ౪॥

(ఆతోద్యానీతి.) ఆతోద్యాని. 'తతం వీణాదికం వాద్య మానద్ధం మురజాదికం, వం తు సుషిరం కాంస్యం తాలాదికం ఘనం. చతుర్విధ మిదం వాద్యం వాదిత్రాతోద్య మిత్యమరః. ౪॥

---

* రామానుజీయం. ఆడంబర స్తూర్యభేదః. 'ఆడంబర స్సమారంభే గజగర్జితతూ శితి విశ్వః.

(హనుమతా మండోదరీదర్శనం)

ముక్తామణిసమాయుక్తై ర్భూషణై స్సువిభూషితాం,
విభూషయంతీ మివ త త్స్వశ్రియా భవనోత్తమం. ౫౧

గౌరీం కనకవర్ణాభా మిష్టా మంతఃపురేశ్వరీం,
కపి ర్మందోదరీం తత్ర శయానాం చారురూపిణీం. ౫౨

స తాం దృష్ట్వా మహాబాహు ర్భూషితాం మారుతాత్మజః,
తర్కయామాస సీతేతి రూపయౌవనసంపదా. ౫౩

* హర్షేణ మహతా యుక్తో ననంద హరియూథపః, ౫౩½

ఆస్ఫోటయామాస చుచుంబ పుచ్ఛం ననంద చిక్రీడ జగౌ జగామ,
స్తంభా నరోహ న్నిపపాత భూమౌ నిదర్శయన్ స్వాం ప్రకృతిం కపీనాం. ౫౪½

ఇతి శ్రీమద్రామాయణే. సున్దరకాణ్డే, దశమ స్సర్గః.

---

(ముక్తామణీ త్యాది.) కిమివ గౌరీ, మిత్యత్రాహ (కనకవర్ణాంగీ మితి.) ఇష్టాం, రావణస్యేతి శేషః. ౫౧-౫౩

(హర్షేణే త్యర్ధం.) హర్షేణ యుక్తః ననంద, ఉత్తరోత్తర మానంద మవాపేత్యర్థః. ౫౩½

తదే వోపపాదయతి (ఆస్ఫోటయామాసేతి.) చిక్రీడ, ననర్తేతి యావత్. స్వాం ప్రకృతిం స్వాసాధారణం చాపల్యం. అస్మిన్ సర్గే సార్ధచతుఃపంచాశ చ్ఛ్లోకాః. ౫౪½

ఇతి శ్రీగోవిందరాజవిరచితే, శ్రీరామాయణభూషణే, శృంగారతిలకాఖ్యానే, సున్దరకాణ్డవ్యాఖ్యానే, దశమ స్సర్గః.

---

* రామానుజీయం. హర్షేణ రోమాంచేన.

## అథ ఏకాదశ స్సర్గః.

అవధూయ చ తాం బుద్ధిం బభూవాఽవస్థిత స్తదా,
జగామ చాఽపరాం చింతాం * సీతాం ప్రతి మహాకపిః. ౧

న రామేణ వియుక్తా సా స్వప్తు మర్హతి భామినీ,
న భోక్తుం నాఽప్యలంకర్తుం న పాన ముపసేవితుం. ౨

నాఽన్యం నర ముపస్థాతుం సురాణా మపి చేశ్వరం,
న హి రామసమః కశ్చి ద్విద్యతే త్రిదశే ష్వపి. ౩

అన్యేయ మితి నిశ్చిత్య పానభూమౌ చచార సః, ౩౺

క్రీడితేనాఽపరాః క్లాంతా గీతేన చ తథాఽపరాః,
నృత్తేన చాఽపరాః క్లాంతాః పానవిప్రహతా స్తథా. ౪౺

---

## అథ ఏకాదశ స్సర్గః.

(అవధూయేత్యాది.) తాం బుద్ధిం మందోదర్యాం సీతాబుద్ధిం. అవస్థితో బభూవ స్వస్థచిత్తో బభూవ. ౧

(న రామేణేత్యాది.) 'త్రిదశేష్వపీ' త్యనంతరం 'అన్యేయ' మిత్యర్థం. పానభూమౌ, తతోఽన్యత్రేత్యర్థః. ౩౺

('క్రీడితేనే' త్యా) 'ద్యపరాః స్త్రియ' ఇత్యంత మేకం వాక్యం. దదర్శే త్యనుషజ్యతే.

---

* రామానుజీయం. 'సీతాం ప్రతి మహాకపి' రిత్యతః పరం 'అన్యేయ' మిత్యర్ధం ప్రమాదాల్లిఖితం. 'విద్యతే త్రిదశేష్వపీ' త్యతః పర మస్య స్థానం.

(హనుమతా పునః పానభూమిపరిశీలనం)

* మురజేషు మృదంగేషు పీఠికాసు చ సంస్థితాః,
తథాఽఽస్తరణముఖ్యేషు సంవిష్టా శ్చాఽపరా స్స్త్రియః. ౫॥

అంగనానాం సహస్రేణ భూషితేన విభూషణైః,
రూపసల్లాపశీలేన యుక్తగీతార్థభాషిణా. ౬॥

దేశకాలాభియుక్తేన యుక్తవాక్యాభిధాయినా,
రతాభిరతసంసుప్తం దదర్శ హరియూథపః. ౭॥

తాసాం మధ్యే మహాబాహు శ్శుశుభే రాక్షసేశ్వరః,
గోష్ఠే మహతి ముఖ్యానాం గవాం మధ్యే యథా వృషః. ౮॥

స రాక్షసేంద్ర శ్శుశుభే తాభిః పరివృత స్స్వయం,
కరేణుభి ర్యథాఽరణ్యే పరికీర్ణో మహాద్విపః. ౯॥

ప్రీవేన క్రీడయా. భావే నిష్ఠా. విప్రహతాః, క్లాంతా ఇత్యర్థః. సుస్థితాః ఉపధానీకృత్య శయితాః, సంవిష్టాః సుప్తాః. ౫॥

అత్ర సీతాయా అదర్శనా త్పునరపి రావణస్థాన మాగత్య దదర్శేత్యాహ (అంగనానా మితి.) రూపసల్లాపశీలేన స్వసౌందర్యవిషయసల్లాపేన, రామవిషయరూపప్రశంసాశీలేన వా. యుక్తగీతార్థభాషిణా- యుక్తం ఉపపన్నం గీతార్థం భాషితుం శీల మస్యేతి యుక్తగీతార్థభాషీ, తేన. దేశకాలాభియుక్తేన. దేశకాలాభిజ్ఞేనే త్యర్థః. అంగనానాం సహస్రేణ రతాభిరతసంసుప్త మిత్యన్వయః. రతశబ్దేన బాహ్యసురత ముచ్యతే. అభిరతశబ్దేన కరణబంధాదిక ముచ్యతే. రతాభిరత శ్చాఽసౌ సంసుప్తశ్చ. తం తథా. స్నాతానులిప్తావివత్సమానః. క్రీడాఖేదేన సుప్త మిత్యర్థః. రావణ మితి శేషః. ౬॥-౮॥

(స ఇతి.) పరికీర్ణః పరివృతః. ౯॥

---

* రామానుజీయం. అత్ర పునరపి పానభూమౌ స్త్రీణాం రావణస్య చ దర్శనాభిధానాత్ క్షణ మపశ్యతాఽన్విష్య విశేషేణ మార్గితుం పునః పానభూమ్యాదికం దృష్టవా నిత్యవగమ్యతే.

సర్వకామై రుపేతాం చ పానభూమిం మహాత్మనః,
దదర్శ హరిశార్దూల స్తస్య రక్షఃపతే ర్గృహే. ౧౦౪

మృగాణాం మహిషాణాం చ వరాహాణాం చ భాగశః,
తత్ర న్యస్తాని మాంసాని పానభూమౌ దదర్శ సః. ౧౧౪

రౌక్మేషు చ విశాలేషు భాజనే ష్వర్ధభక్షితాన్,
దదర్శ హరిశార్దూలో * మయూరా న్కుక్కుటాం స్తథా. ౧౨౪

వరాహవార్ధ్రాణసకాన్ దధిసౌవర్చలాయుతాన్,
శల్యా న్మృగమయూరాం శ్చ హనుమా నన్వవైక్షత. ౧౩౪

---

(సర్వకామై రితి.) పానభూమేః పున ర్దర్శనోక్తి స్తత్రత్యపదార్థకథనాయ. ౧౦౹

(మృగాణా మితి.) భాగశః పిండశః. ౧౧౹

(రౌక్మే ష్వితి) మయూరాదిశబ్దాః మయూరాదివికారమాంసపరాః. ౧౨౹

(వరాహేతి) వార్ధ్రాణసాః భాగవిశేషాః 'త్రిపిబం త్వింద్రియక్షీణం యూపస్యాఽగ్రపశుం తథా, రక్తవర్ణం చ రాజేంద్ర భాగం వార్ధ్రాణసం విదు' రితి స్మృతేః. పక్షివిశేష ఇత్యన్యే. ఖడ్గమృగ ఇత్యపరే. 'వార్ధ్రాణసః ఖడ్గమృగ' ఇతి హలాయుధః. దధిసౌవర్చలాయుతాన్, దధిసౌవర్చలాభ్యాం సంస్కృతా నిత్యర్థః. సౌవర్చలం రుచకాఖ్యో లవణవిశేషః 'సౌవర్చలం స్యా ద్రుచక' మిత్యమరః. శల్యాన్ శ్వావిధః. 'శ్వావి త్తు శల్య' ఇత్యమరః. మృగమయూరాదీనాం పునః కథనం ప్రదేశభేదాత్. ౧౩౪

---

* రామానుజీయం. మయూరాన్ కుక్కుటా నితి స్వరూపేణ నిర్దేశా త్తత్తదాకారవిశిష్టతయా తే పక్వా ఇత్యవగమ్యతే.

(హనుమతా రావణపానభూమిపరిశీలనం)

క్రకరా న్వివిధా న్సిద్ధాం శ్చకోరా నర్ధభక్షితాన్,
మహిషా నేకశల్యాం శ్చ ఛాగాం శ్చ కృతనిష్ఠితాన్, ౧౪

లేహ్యా నుచ్చావచా న్పేయాన్ భోజ్యాని వివిధాని చ. ౧౫

తథా ఽమ్లలవణో త్తంసై ర్వివిధై * రాగషాడబైః,
హారనూపురకేయూరై రపవిద్ధై ర్మహాధనైః. ౧౬

పానభాజనవిక్షిప్తైః ఫలైశ్చ వివిధై రపి,
కృతపుష్పోపహారా భూ రధికం పుష్యతి శ్రియం. ౧౭

తత్ర తత్ర చ విన్యస్తై స్సుశ్లిష్టై శ్శయనాసనైః,
పానభూమి ర్వినా వహ్నిం ప్రదీప్తే వోపలక్ష్యతే. ౧౮

(క్రకరా నితి.) క్రకరాః పక్షివిశేషాః. 'కృకణక్రకరౌ సమౌ' ఇత్యమరః. సిద్ధాన్ పక్వాన్. ఏకశల్యా న్మత్స్యవిశేషాన్. కృతనిష్ఠితాన్ పర్యాప్తపక్వాన్. 'యుగపర్యాప్తయోః కృతమ్' ఇత్యమరః. ౧౪-౧౫

(తథే త్యాది.) అమ్లలవణో త్తంసైః అమ్లప్రధానైః లవణప్రధానైశ్చ. రాగషాడబైః రాగముఖ్యైః షాడబైః. రాగః స్వేదసప్లవః, 'రాగ స్సిద్ధార్థకో జ్ఞేయ' ఇతి సూదశాస్త్రం. షాడబాః మధురసంయోగకృతా భక్ష్యవిశేషాః. ప్రదీపే త్వన్యథోక్తం 'సితామధ్వాదిమధురో ద్రాక్షాదాడిమజో రసః. విరళశ్చే త్స్మృతో రాగః సాంద్రశ్చేత్ షాడబః స్మృత' ఇతి. ౧౬-౧౮

* 'సితామధ్వాదిమధురా రాగా స్తే స్వచ్ఛతాం గతాః. తే సాంద్రా షాడబా లేహ్యా స్తే వస్త్రగళితా' ఇతి చ.

బహుప్రకారై ర్వివిధై ర్వరసంస్కారసంస్కృతైః,
మాంసైః * కుశలసంయుక్తైః పానభూమిగతైః పృథక్. ౧౯

దివ్యాః ప్రసన్నా వివిధా స్సురాః కృతసురా అపి,
శర్కరాసవమాధ్వీకపుష్పాసవఫలాసవాః. ౨౦

వాసచూర్ణైశ్చ వివిధై ర్దృష్టా స్తైస్తైః పృథ క్పృథక్,
సంతతా శుశుభే భూమి ర్మాల్యైశ్చ బహుసంస్థితైః. ౨౧

హిరణ్మయైశ్చ వివిధై ర్భాజనై స్స్ఫాటికై రపి,
జాంబూనదమయై శ్చాన్యైః కరకై రభిసంవృతా. ౨౨

రాజతేషు చ కుంభేషు జాంబూనదమయేషు చ,
పానశ్రేష్ఠం తదా భూరి కపి స్తత్ర దదర్శ సః. ౨౩

---

(బహుప్రకారై రిత్యాది.) కుశలసంయుక్తైః సమర్థసూదసంయోజితైః. ౧౯-౨౩

---

* రామానుజీయం. 'కలశసంయుక్తై రితి వా పాఠః. ఏవంభూతైః మాంసై స్సహ దృష్టా ఇతి వక్ష్యమాణేనాఽన్వయః. దివ్యాః అమృతమథనోద్భూతవారుణీజాతీయాః, ప్రసన్నాః నిష్కల్మషాః, కృతసురాః కృత్రిమసురాః, కృత్రిమసురా ఏవాహ (శర్కరేతి.) శర్కరాసవాః శర్కరయా కృతాః, మాధ్వీకాః మధునా కృతాః, పుష్పాసవాః పుష్పమకరందకృతాః. ఫలాసవాః ఫలరసకృతాః, తథోక్త మర్ణవే 'పానకం ద్రాక్షమాధూకం ఖార్జూరం తాళ మైక్షవం, మధూత్థం శీధు మాధ్వీకం మైరేయం నారికేళజ' మితి. వాసచూర్ణై రధివాసచూర్ణైః సహ, దృష్టాః, హనుమతేతి శేషః. బహుప్రకారై ర్మాంసై స్సహ సురాః వాసచూర్ణైః స్సహ హనుమతా తత్ర పానభూమౌ దృష్టా ఇతి సంబంధః. తై స్తై రిత్యా ద్యుత్తరశేషః, తై స్తై ర్మాంసవిశేషై స్సురావిశేషై ర్వాసచూర్ణై శ్చ పృథక్పృథక్ సంతతేతి సంబంధః. బహుసంస్థితైః బహుసంస్థానైః. (హిరణ్మయై రితి.) అత్రాపి సంతతేతి పూర్వేణాన్వయః. హిరణ్మయైః రజతమయైః 'కృతాకృతం హేమ రూప్యం హిరణ్య మభిధీయత' ఇతి వచనాత్. తై స్తైః పృథక్ పృథక్ సంతతా, బహుసంస్థితై ర్మాల్యై ర్హిరణ్మయైః స్ఫాటికై రపి భాజనై స్సంతతా, జాంబూనదమయై రన్యైః కరకై శ్చాభిసంవృతా భూమి శ్శుశుభ ఇతి సంబంధః.

(హనుమతా రావణపానభూమిపరిశీలనం)

సోఽపశ్య చ్ఛాతకుంభాని శీధో ర్మణిమయాని చ,
రాజతాని చ పూర్ణాని భాజనాని మహాకపిః. ౨౪

క్వచి దర్ధావశేషాణి క్వచి త్పీతాని సర్వశః,
క్వచి న్నైవ ప్రపీతాని పానాని స దదర్శ హ. ౨౫

క్వచి ద్భక్ష్యాంశ్చ వివిధాన్ క్వచి త్పానాని భాగశః,
క్వచి దన్నావశేషాణి పశ్య న్వై విచచార హ. ౨౬

క్వచి త్ప్రభిన్నైః కరకైః క్వచి దాలోళితై ర్ఘటైః,
క్వచి త్సంపృక్తమాల్యాని జలాని చ ఫలాని చ. ౨౭

శయనా న్యత్ర నారీణాం శుభ్రాణి బహుధా పునః,
పరస్పరం సమాశ్లిష్య కాశ్చి త్సుప్తా వరాంగనాః. ౨౮

కాశ్చిచ్చ వస్త్ర మన్యస్యా స్స్వపంత్యాః పరిధాయ చ,
ఆహృత్య చాఽబలా స్సుప్తా నిద్రాబలపరాజితాః. ౨౯

---

(సోఽపశ్య దితి.) శీధోః మద్యస్య. ౨౪

(క్వచి దితి.) పానాని పానపాత్రాణి. ౨౫

('క్వచి ద్భక్ష్యా' నిత్యాది) 'నిద్రాబలపరాజితా' ఇత్యంత మేకం వాక్యం. క్వచిత్ ప్రభిన్నై రిత్యాదిషు సహయోగే తృతీయా. హేతౌ తృతీయా వా. ప్రభిన్నత్వా దాలోళితత్వాచ్చ సంపృక్తమాల్యాని. మాల్యమిశ్రాణీ త్యర్థః. ('పరస్పర' మిత్యాది) 'పశ్యన్ వై విచచారే' తి పూర్వేణాన్వయః. ౨౬-౨౯

తాసా ముచ్ఛ్వాసవాతేన వస్త్రం మాల్యం చ గాత్రజం,
నాఽత్యర్థం స్పందతే చిత్రం ప్రాప్య మంద మివాఽనిలం. ౩౦

* చందనస్య చ శీతస్య శీధో ర్మధురసస్య చ,
వివిధస్య చ మాల్యస్య ధూపస్య వివిధస్య చ. ౩౧

బహుధా మారుత స్తత్ర గంధం వివిధ ముద్వహన్,
రసానాం చందనానాం చ ధూపానాం చైవ మూర్ఛితః,
ప్రవవౌ సురభి ర్గంధో విమానే పుష్పకే తదా, ౩౨½

శ్యామా వదాతా స్తత్రాఽన్యాః కాశ్చి త్కృష్ణా వరాంగనాః.
కాశ్చి త్కాంచనవర్ణాంగ్యః ప్రమదా రాక్షసాలయే. ౩౩½

---

(తాసా మితి.) గాత్రజం గాత్రస్థం, మంద మనిలం ప్రాప్యేవ అత్యర్థం న స్పందత ఇత్యన్వయః ౩౦

(చందన స్యేత్యాది.) ఉద్వహన్ ప్రవవా విత్యపకృష్యతే. ౩౧½

(రసానా మితి.) రసాదీనాం సురభి ర్గంధః, విమానే, మూర్ఛితః వ్యాప్త స్సన్, ప్రవవౌ చచార. ౩౨½

(శ్యామా ఇతి.) వదాతాః అవదాతాః, వాగురిమతేనాఽల్లోపః. శుభ్రా ఇత్యర్థః. ౩౩½

---

* రామానుజీయం. (చందన స్యేత్యాది.) చందనస్య అనులేపనచందనస్య, ధూపస్య గృహాదివాసార్థధూపస్య, స్నానానాం చందనానాం స్నానార్హచందనానాం, ధూపానాం కేశాధివాస ధూపానాం, మారుతః ఏతేషాం వివిధం గంధ ముద్వహన్ ప్రవవౌ. అత ఏవ సురభిః ఘ్రాణ తర్పణో గంధః, విమానే పుష్పకే, మూర్ఛితః వ్యాప్త ఇతి సంబంధః.

(హనుమతా అంతఃపురస్త్రీదర్శనదోషపరామర్శనం)

తాసాం నిద్రావశత్వాచ్చ మదనేన విమూర్ఛితం.
పద్మినీనాం ప్రసుప్తానాం రూప మాసీ ద్యథైవ హి, ౩౪॥

ఏవం సర్వ మశేషేణ రావణాంతఃపురం కపిః,
దదర్శ సుమహాతేజా న దదర్శ చ జానకీం. ౩౫॥

నిరీక్షమాణశ్చ తదా తా స్త్రియ స్స మహాకపిః.
జగామ మహతీం చింతాం ధర్మసాధ్వసశంకితః. ౩౬॥

పరాదారావరోధస్య ప్రసుప్తస్య నిరీక్షణం.
ఇదం ఖలు మమాऽత్యర్థం ధర్మలోపం కరిష్యతి, ౩౭॥

న హి మే పరదారాణాం దృష్టి ర్విషయవర్తినీ.
అయం చాऽత్ర మయా దృష్టః పరదారపరిగ్రహః, ౩౮॥

* తస్య ప్రాదురభూ చ్చింతా పున రన్యా మనస్వినః.
నిశ్చితైకాంతచిత్తస్య కార్యనిశ్చయదర్శినీ, ౩౯॥

(తాసా మితి) చకారోऽప్యర్థకః నిద్రాపరవశానా మపి తాసాం రూపం ప్రసుప్తానాం పద్మినీనాం రూప మివ రమ్య మాసీ దిత్యర్థః. ౩౪॥—౩౫॥

(నిరీక్షమాణ ఇత్యాది.) ధర్మసాధ్వసశంకితః ధర్మలోపభయా చ్ఛంకితః, పరదారావరోధస్య పరదారరూపాంతఃపురస్య. (న హీతి.) మే దృష్టిః కదాచి దపి పరదారాణాం విషయవర్తినీ న హి, పరదారసంబంధివిషయపరా నహీ త్యర్థః తథా ప్యయం పరదారపరిగ్రహః దృష్టః, ఇద మసంగత మిత్యర్థః. ౩౬॥-౩౮॥

(తస్యేతి.) నిశ్చితైకాంతచిత్తస్య నియతైకరూపచిత్తస్య. ౩౯॥

* రామానుజీయం. (తస్యేతి.) నిశ్చితే నిశ్చయే, ఏకాంతం నియతం, చిత్తం యస్య తస్య. యద్వా, నియతైకచిత్తస్య.

కామం దృష్టా మయా సర్వా ✧ విశ్వస్తా రావణస్త్రియః.
న హి మే మనసః కించి ద్వైకృత్య ముపపద్యతే, ౪౦॥

మనో హి హేతు స్సర్వేషా మింద్రియాణాం ప్రవర్తనే.
శుభాశుభా స్వవస్థాసు తచ్చ మే సువ్యవస్థితం. ౪౧॥

నాఽన్యత్ర హి మయా శక్యా వైదేహీ పరిమార్గితుం.
స్త్రియో హి స్త్రీషు దృశ్యంతే సదా సంపరిమార్గణే, ౪౨॥

యస్య సత్త్వస్య యా యోని స్తస్యాం త త్పరిమార్గ్యతే,
న శక్యా ప్రమదా నష్టా మృగీషు పరిమార్గితుం, ౪౩॥

* త దిదం మార్గితం తావ చ్ఛుద్ధేన మనసా మయా.
రావణాంతఃపురం సర్వం దృశ్యతే న చ జానకీ. ౪౪॥

దేవగంధర్వకన్యాశ్చ నాగకన్యాశ్చ వీర్యవాన్.
అవేక్షమాణో హనుమా న్నైవాఽపశ్యత జానకీం, ౪౫॥

---

(కామ మితి.) వైకృత్యం వికారః, ఉపపద్యతే ఉత్పద్యతే. ౪౦॥

(మన ఇతి.) శుభాశుభా స్వవస్థాసు శుభకరణాఽశుభకరణేషు విషయేషు, ఇంద్రియాణాం ప్రవర్తనే మన ఏవ హేతుః. సువ్యవస్థితం, న త దభిలాషి జాత మిత్యర్థః. ౪౧॥

నను పరదారదర్శన మపి పరిహరణీయం, త త్కిమర్థం కృతం? తత్రాహ (నాఽన్యత్రేతి.) అన్యత్ర స్త్రీవ్యతిరిక్తే. సంపరిమార్గణే కర్తవ్యే స్త్రీష్వేవ హి. స్త్రియో దృశ్యంతే. (యస్యేతి.) యోనిః జాతిః, సజాతీయ ఇత్యర్థః. ౪౨॥-౪౪॥.

(దేవేతి.) అపశ్యత అపశ్యత్. ౪౫॥

---

✧ రామానుజీయం. విశ్వస్తాః విస్రబ్ధాః.

* రామానుజీయం. (త దితి ) త త్తస్మాత్.

(సీతాయాః అదర్శనేన హనుమతో విచారః)

తా మపశ్య న్కపి స్తత్ర పశ్యం శ్చాఽన్యా వరస్త్రియః.
అపక్రమ్య తదా వీరః ప్రధ్యాతు ముపచక్రమే, ౪౫

స భూయ స్తు పరం శ్రీమా న్మారుతి ర్యత్న మాస్థితః.
ఆపానభూమి ముత్సృజ్య త ద్విచేతుం ప్రచక్రమే. ౪౬

ఇతి శ్రీమద్రామాయణే, సున్దరకాణ్డే, ఏకాదశ స్సర్గః.

అధ ద్వాదశ స్సర్గః,

స తస్య మధ్యే భవనస్య మారుతి ర్లతాగృహాం శ్చిత్రగృహా న్నిశాగృహా న్,
జగామ సీతాం ప్రతి దర్శనోత్సుకో న చైవ తాం పశ్యతి చారుదర్శనాం. ౧

---

(స భూయ స్తు పర మితి.) తత్ రావణాంతఃపురం. ౪౫-౪౬

ఇతి శ్రీగోవిందరాజవిరచితే, శ్రీరామాయణభూషణే, శృంగారతిలకాఖ్యానే, సున్దరకాణ్డవ్యాఖ్యానే,
ఏకాదశ స్సర్గః.

అధ ద్వాదశ స్సర్గః

(స తస్యేత్యాది.) నిశాగృహా న్ రాత్రినివాసయోగ్యగృహా న్ 'గృహాః పుంసి చ భూమ్న్యేవే' తి పుల్లింగత్వం. పశ్యతి అపశ్యత్. ౧

స చింతయామాస తతో మహాకపిః ప్రియా మపశ్య న్రఘునందనస్య తాం,
ధ్రువం హి సీతా మ్రియతే యథా న మే విచిన్వతో దర్శన మేతి మైథిలీ. ౨

సా రాక్షసానాం ప్రవరేణ జానకీ స్వశీలసంరక్షణతత్పరా సతీ,
అనేన నూనం ప్రతిదుష్టకర్మణా హతా భవే దార్యపధే పరే స్థితా. ౩

విరూపరూపా వికృతా వివర్చసో మహాననా దీర్ఘవిరూపదర్శనాః,
సమీక్ష్య సా రాక్షసరాజయోషితో భయా ద్వినష్టా జనకేశ్వరాత్మజా. ౪

సీతా మదృష్ట్వా హ్యనవాప్య పౌరుషం విహృత్య కాలం సహ వానరై శ్చిరం,
న మేఽస్తి సుగ్రీవసమీపగా గతి స్సుతీక్ష్ణదండో బలవాంశ్చ వానరః. ౫

దృష్ట మంతఃపురం సర్వం దృష్టా రావణయోషితః,
న సీతా దృశ్యతే సాధ్వీ వృధా జాతో మమ శ్రమః. ౬

(స ఇతి.) యథా యస్మా త్కారణాత్. విచిన్వతో మే మైధిలీ దర్శనం నైతి తస్మాత్. మ్రియతే మమార. యద్వా, అథవా నేతి వాక్యం పరనీయం, తదా అపశ్య న్నితి హేతుగర్భం అదర్శనా న్మృతా వా॰ అథవా దర్శనం నైతి. కుత్రచిత్ గహనే ప్రదేశే స్థితా వేత్యర్థః. ౨

(సేతి.) ప్రతిదుష్టకర్మణా అతిదుష్టకర్మణా. వీప్సాయాం ప్రతిః. 'ప్రతి ప్రతినిధౌ వీప్సా లక్షణాదా' విత్యమరః. పరే ఉత్కృష్టే, ఆర్యపధే సన్మార్గే ౩

(విరు-పేతి.) విరూపాణి న్యూనాధికాని, రూపాణి శరీరావయవాః యాసాం తాః, వికృతాః వికృతవేషాః, వివర్చసో నిస్తేజస్కాః, మహాననాః అతివిశాలముఖాః, దీర్ఘాణి విరూపాణి దర్శనాని చక్షూంషి యాసాం తాః, రాక్షసరాజయోషితః రావణస్యాఽఽజ్ఞాకారిణ్యః స్త్రియః. ౪

(సీతా మితి.) పౌరుషం శత్రువిషయపరాక్రమం, చిరం కాలం విహృత్య, అతిక్రమ్యే త్యర్థః. ఏవంభూతస్య మే, సుగ్రీవసమీపగా తత్సమీపగామినీ, గతిః మార్గః, నాస్తి, సుగ్రీవసమీపగతిః మమాఽయోగ్యే త్యర్థః. తత్ర హేతు మాహ (సుతీక్ష్ణేతి.) యత ఇతి శేషః. ౫-౬

(సీతాయా అదర్శనజః హనుమతః చింతాప్రకారః)

కిన్ను మాం వానరా స్సర్వే గతం వక్ష్యంతి సంగతాః,
గత్వా తత్ర త్వయా వీర కిం కృతం త ద్వదస్వ నః.
అదృష్ట్వా కిం ప్రవక్ష్యామి తా మహం జనకాత్మజాం. ౭

ధ్రువం ప్రాయ ముపైష్యంతి కాలస్య వ్యతివర్తనే. ౮

* కిం వా వక్ష్యతి వృద్ధశ్చ జాంబవా నంగదశ్చ సః,
గతం పారం సముద్రస్య వానరా శ్చ సమాగతాః. ౯

(కి మితి.) కిన్న్వితి సామాన్యేన నిర్వేదోక్తిః. విశేషత శ్చాహ (గత్వేతి) ఇత్యుక్త ఇతి శేషః. వదస్వ న ఇత్యుక్తః కిం ప్రవక్ష్యామి?. యద్వా, కిం త్వితి పాఠః. పూర్వేన దర్ధత్రయ మేకం వాక్యం కిం త్వితి పూర్వస్మా ద్విశేషోక్తిః. మాం వానరాః వదస్వ న ఇతి వక్ష్యంతి, తదా అదృష్ట్వా కిం ప్రవక్ష్యామీతి యోజనా. ౭

తర్హి అత్రైవ కాలవిళంబః క్రియతాం, తత్రాహ (ధ్రువ మితి.) కాలస్య వ్యతివర్తనే అస్మదాగమనకాలేఽతీతే, ప్రాయ ముపైష్యంతి, జాంబవత్ప్రభృతయ ఇతి శేషః. ౮

సామాన్యేన నిర్వేదం ప్రతివక్తి (కిం వేతి.) సముద్రలంఘనరూపం మహ త్కర్మ కృతవంతం మాం తే కిం వక్ష్యంతి. యద్వా, మద్వృత్తాంతం ప్రశంస న్జాంబవాన్, తదుత్సాహాఽంగద, స్తదుపశృణ్వంతోఽన్యే చ మాం కిం వా జుగుప్సితం వక్ష్యంతి 'కిం పృచ్ఛామాం జుగుప్సనే' ఇత్యమరః. ౯

---

* రామానుజీయం. (కిం మా మితి.) సముద్రస్య పారం తీరం, గతం మాం వృద్ధో జాంబవాన్, కిం వక్ష్యతి జుగుప్సితం వక్ష్యతి. జన్మప్రభృతి మత్పరాక్రమకథనేన ప్రశస్య ప్రేషయిత్వా జాంబవాన్ మాం ప్రతి జుగుప్సితవాక్యో భవిష్యతి. సోఽంగద శ్చ బిలప్రవేశనోద్యోగా న్మయా విఘటితోఽంగదశ్చ, జుగుప్సితవాక్యో భవిష్యతి. సమాగతా వానరాశ్చ. 'సర్వథా కృతకార్యోఽహ మేష్యామీ' తి మదుక్త్యా జనితవిశ్వాసా వానరా శ్చ జుగుప్సితవాక్యా భవిష్యంతీ త్యర్థః.

అనిర్వేద శ్శ్రియో మూల మనిర్వేదః పరం సుఖం,
అనిర్వేదో హి సతతం సర్వార్థేషు ప్రవర్తకః. ౧౦

కరోతి సఫలం జంతోః కర్మ య త్తత్కరోతి సః,
తస్మా దనిర్వేదకృతం యత్నం చేష్టేఽహ ముత్తమం. ౧౧

భూయ స్తావ ద్విచేష్యామి దేశా న్రావణపాలితాన్,
ఆపానశాలా విచితా స్తథా పుష్పగృహాణి చ. ౧౨

చిత్రశాలాశ్చ విచితా భూయః క్రీడాగృహాణి చ.
నిష్కుటాంతరరథ్యాశ్చ విమానాని చ సర్వశః. ౧౩

ఇతి సంచింత్య భూయోఽపి విచేతు ముపచక్రమే,
భూమీగృహాం శ్చైత్యగృహాన్ * గృహా నతిగృహా నపి. ౧౪

ఉత్పత న్నిపతం శ్చాపి తిష్ఠ న్గచ్ఛన్ పునః పునః,
అపావృణ్వం శ్చ ద్వారాణి కవాటా న్యవఘాటయన్. ౧౫

---

చిరం నిర్వేదే కార్యహాని స్స్యా దితి మత్వా అనిర్వేద మవలంబతే (అనిర్వేద ఇతి.) అనిర్వేద ఉత్సాహః, తత్కృతం తత్ప్రయుక్తయత్నం, చేష్టే, కరోమీ త్యర్థః, యత్కరోతి, జంతు రితి సిద్ధం, జంతో స్సంబంధి త త్సర్వం కర్మ, సః అనిర్వేద ఏవ, సఫలం కరోతీ త్యన్వయః. ౧౧

(భూయ స్తావ దిత్యాది.) (ఆపానేతి ) ఏతా విచితాః, అథాపి పున ర్విచేష్యామీత్యనుషజ్యతే. నిష్కుటాః గృహారామాః, అంతరరథ్యాః అవాంతరవీథ్యః, (భూమీతి ) భూమీగృహాన్ భూమిబిల గృహాన్, చైత్యగృహాన్ చతుష్పథమండపాన్, గృహా నతి గృహాన్ గృహా నతీత్య మారే స్వైరవిహారార్థం నిర్మితాన్ గృహాన్ ౧౨-౧౪

(ఉత్పత న్నిత్యాది.) ఉత్పత న్నిపతన్ పూర్వ ముచ్చస్థానా న్యధిరుహ్య తతోఽవ రోహన్, అవఘాటయన్ పాటయన్, నిష్పతన్ నిర్గచ్ఛన్. ప్రపత న్నుత్పతన్, బిలగృహాదీని నీచస్థానాని ప్రథమ మధిరుహ్య తత స్సముద్గచ్ఛన్. ౧౫

---

* గృహాతిగృహకానపీతి. పా.

(హనుమతః పున ర్విచయనప్రకారః)

ప్రవిశ న్నిష్పతం శ్చాపి ప్రపత న్నుత్పతన్నపి,
సర్వ మ ప్యవకాశం స విచచార మహాకపిః. ౧౬

చతురంగుళమాత్రోఽపి నాఽవకాశ స్స విద్యతే,
రావణాంతఃపురే తస్మిన్ యం కపి ర్న జగామ సః. ౧౭

ప్రాకారాంతరరథ్యాశ్చ వేదికా శ్చైత్యసంశ్రయాః,
దీర్ఘికాః పుష్కరిణ్య శ్చ సర్వం తేనాఽవలోకితం. ౧౮

రాక్షస్యో వివిధాకారా విరూపా వికృతా స్తథా,
దృష్టా హనుమతా తత్ర న తు సా జనకాత్మజా. ౧౯

రూపేణాఽప్రతిమా లోకే వరా విద్యాధరస్త్రియః,
దృష్టా హనుమతా తత్ర న తు రాఘవనందినీ. ౨౦

నాగకన్యా వరారోహాః పూర్ణచంద్రనిభాననాః,
దృష్టా హనుమతా తత్ర న తు సీతా సుమధ్యమా. ౨౧

ప్రమథ్య రాక్షసేంద్రేణ నాగకన్యా బలా ద్ధృతాః,
దృష్టా హనుమతా తత్ర న సా జనకనందినీ ౨౨

సోఽపశ్యం స్తాం మహాబాహుః పశ్యం శ్చాఽన్యా వరస్త్రియః,
విషసాద ముహు ర్ధీమాన్ హనుమా న్మారుతాత్మజః. ౨౩

(ప్రాకారేతి.) ప్రాకారాంతరరథ్యాః ప్రాకారమధ్యవర్తివీధ్యః, వేదికా శ్చైత్యసంశ్రయాః చైత్యవృక్షమూలపీఠికాబంధాః ౧౬—౨౧

(ప్రమథ్యేతి.) ప్రమథ్య ప్రసహ్య. 'బలా ద్ధృతా నాగకన్యా' ఇత్యభిధానా దత్ర బందీ

ఉద్యోగం వానరేంద్రాణాం ప్లవనం సాగరస్య చ,
వ్యర్థం వీక్ష్యాఽనిలసుత శ్చింతాం పున రుపాగమత్. ౨౪

అవతీర్య విమానా చ్చ హనుమా న్మారుతాత్మజః,
చింతా ముపజగామాఽథ శోకోపహతచేతనః. ౨౫

ఇతి శ్రీమద్రామాయణే, సున్దరకాణ్డే, ద్వాదశ స్సర్గః.

## అథ త్రయోదశ స్సర్గః

విమానాత్తు సుసంక్రమ్య ప్రాకారం హరియూథపః,
హనుమా న్వేగవా నాసీ ద్యథా విద్యు ద్ఘనాంతరే. ౧

సంపరిక్రమ్య హనుమా న్రావణస్య నివేశనాత్,
అదృష్ట్వా జానకీం సీతా మబ్రవీ ద్వచనం కపిః. ౨

---

కృతానాం గ్రహణం, పూర్వశ్లోకే ఊఢానాం నాగకన్యానా మిత్యపునరుక్తిః. ౨౨-౨౫

ఇతి శ్రీగోవిందరాజవిరచితే, శ్రీరామాయణభూషణే, శృంగారతిలకాఖ్యానే, సున్దరకాణ్డవ్యాఖ్యానే, ద్వాదశ స్సర్గః

## అథ త్రయోదశ స్సర్గః

(విమానా దిత్యాది.) ఇదానీం విమానా దవతరణోక్త్యా మధ్యే విమాన మధిరూఢ ఇత్యవగమ్యతే. వేగవత్త్వే దృష్టాంత మాహ (విద్యు దితి.) ౧

(సంపరిక్రమ్యేతి) సంపరిక్రమ్య, ప్రాకార మితి శేషః. అబ్రవీత్, స్వయ మితి శేషః. ౨

(హనుమతా సీతాయాః అదర్శనే హేతువికల్పనం)

భూయిష్ఠం లోళితా లంకా రామస్య చరతా ప్రియం,
న హి పశ్యామి వైదేహీం సీతాం సర్వాంగశోభనాం. ౩

పల్వలాని తటాకాని సరాంసి సరిత స్తథా,
నద్యోఽనూపవనాంతా శ్చ దుర్గా శ్చ ధరణీధరాః. ౪

లోళితా వసుధా సర్వా న తు పశ్యామి జానకీం, ౪॥

ఇహ సంపాతినా సీతా రావణస్య నివేశనే.
ఆఖ్యాతా గృధ్రరాజేన న చ పశ్యామి తా మహం, ౫॥

◊ కిన్ను సీతాఽథ వైదేహీ మైథిలీ జనకాత్మజా.
ఉపతిష్ఠేత వివశా రావణం దుష్టచారిణం, ౬॥

---

(భూయిష్ఠ మితి.) లోళితా, బహుశోఽన్విష్టే త్యర్థః. ౩

(పల్వలానీ త్యాది.) సరితః క్షుద్రనద్యః, అనూపవనాంతాః జలప్రాయవనప్రదేశాః. ౪-౫॥

(కిన్న్వితి ) సీతా అయోనిజా, వైదేహీ జన్మభూమిప్రయుక్తాతిశయవతీ, మైధిలీ ఆచార ప్రధానకులోత్కర్షవతీ, అథశబ్ద స్సముచ్చయే ఏవంభూతా జనకాత్మజా. దుష్టచారిణం రావణం, వివశా కామపరవశా సతీ, ఉపతిష్ఠేత కింను ?, నేత్యర్థః. ౬॥

---

◊ రామానుజీయం (కిన్న్వితి.) సీతేత్యనేనాఽయోనిజత్వప్రయుక్తవైశిష్ట్యం ద్యోత్యతే. అథశబ్దార్థో గుణసముచ్చయః. వైదేహీత్యనేన దేశసంబంధకృతవైశిష్ట్యం. మైధిలీత్యనేన సదాచార యుక్తసత్పురుషవాసభూతనగరసంబంధకృతవైశిష్ట్యం, జనకాత్మజేత్యనేన 'కర్మణైవ హి సంసిద్ధి మాస్థితా జనకాదయ' ఇతి ప్రసిద్ధజనకసంబంధకృతవైశిష్ట్యం, ఏవం గుణవిశిష్టా దేవీ, దుష్టచారిణం రావణం, ఉపతిష్ఠేత కింను ప్రాప్నుయా త్కిం‌ను' మిత్రత్వేన ప్రాప్నుయా త్కింను ' న ప్రాప్నుయా దేవేత్యర్థః. "ఉపా ద్దేవపూజాసంగతికరణమిత్రకరణపథిష్వితి వక్తవ్య' మిత్యాత్మనేపదమ్.

క్షిప్ర ముత్పతతో మన్యే సీతా మాదాయ రక్షసః.
బిభ్యతో రామబాణానా మంతరా పతితా భవేత్, ౭॥

అథవా హ్రియమాణాయాః పథి సిద్ధనిషేవితే.
మన్యే పతిత మార్యాయా హృదయం ప్రేక్ష్య సాగరం, ౮॥

రావణ స్యోరువేగేన భుజాభ్యాం పీడితేన చ.
తయా మన్యే విశాలాక్ష్యా త్యక్తం జీవిత మార్యయా, ౯॥

ఉపర్యుపరి వా నూనం సాగరం క్రమత స్తదా.
విచేష్టమానా పతితా సముద్రే జనకాత్మజా, ౧౦॥

అహో క్షుద్రేణ వాఽనేన రక్షంతీ శీల మాత్మనః.
అబంధు ర్భక్షితా సీతా రావణేన తపస్వినీ, ౧౧॥

అథ వా రాక్షసేంద్రస్య పత్నీభి రసితేక్షణా.
అదుష్టా దుష్టభావాభి ర్భక్షితా సా భవిష్యతి, ౧౨॥

---

అథాఽస్యా అదర్శనే హేతూ నుత్ప్రేక్షతే (క్షిప్ర మిత్యాదినా) రామబాణానాం రామబాణేభ్యః ౭॥

(అథవేతి.) సాగరం ప్రేక్ష్య భీతం హృదయం సాగరే పతిత మితి మన్యే, హృదయస్య భయస్థానత్వేన తన్మూలతయా తచ్ఛరీరం లక్ష్యతే. ౮॥

(రావణస్యేతి.) పీడితేన పీడనేన. ౯॥

(ఉపర్యుపరీతి.) ఉపర్యుపరి సాగరం, సాగరస్య సన్నిహితోపరిప్రదేశే 'ఉపర్యధ్యధస స్సామీప్య' ఇతి ద్విర్వచనం, 'ధిగుపర్యాదిషు త్రిష్వి' తి ద్వితీయా ౧౦॥

(అహో ఇతి.) ఖేదే. ౧౧॥

(అథవేతి.) దుష్టభావాభిః సాపత్న్యప్రయుక్తక్రోధాభిః. ౧౨॥

(సీతాయా అదర్శనాత్ హనుమతః వికల్పనం)

సంపూర్ణచంద్రప్రతిమం పద్మపత్రనిభేక్షణం.
రామస్య ధ్యాయతీ వక్త్రం పంచత్వం కృపణా గతా, ౧౩॥

హా రామ లక్ష్మణే త్యేవం హాఽయోధ్యే చేతి మైథిలీ.
విలప్య బహు వైదేహీ న్యస్తదేహా భవిష్యతి, ౧౪॥

అథవా నిహితా మన్యే రావణస్య నివేశనే.
నూనం లాలప్యతే సీతా పంజరస్థేవ శారికా, ౧౫॥

జనకస్య సుతా సీతా రామపత్నీ సుమధ్యమా.
కథ ముత్పలపత్రాక్షీ రావణస్య వశం వ్రజేత్, ౧౬॥

వినష్టా వా ప్రణష్టా వా మృతా వా జనకాత్మజా.
రామస్య ప్రియభార్యస్య న నివేదయితుం క్షమం, ౧౭॥

---

(హా రామేతి.) న్యస్తదేహా త్యక్తదేహా, భవిష్యతి. భవే దిత్యర్థః. ౧౩॥-౧౪॥

(అథవేతి.) నిహితా భూగృహాదౌ గూఢం స్థాపితా, లాలప్యతే ముహు ర్ముహుః ప్రలపతి. ౧౫॥

ఏవం నిరుధ్యమానాఽపి సీతా రావణస్య వశం న వ్రజే దిత్యాహ (జనకస్యేతి.) కథం వ్రజేత్ ? న వ్రజే దేవే త్యర్థః ౧౬॥

నను కిం చింతయా ? గత్వా యథావృత్తం నివేద్యతా మిత్యాశంక్య త దనుచిత మిత్యాహ (వినష్టేతి.) వినష్టా భూగృహాదౌ స్థాపనేనాఽదర్శనం గతా 'ణశ అదర్శనే' ఇతి ధాతో ర్నిష్ఠా. ప్రణష్టా సముద్రపతనాదినా త్యక్తజీవితా, 'ఉపసర్గా దసమాసేఽపి ణోపదేశస్యే' తి ణత్వం. మృతా రామవిరహదుఃఖాసహిష్ణుతయా స్వయం మృతా. ౧౭॥

నివేద్యమానే దోష స్స్యా ద్దోష స్స్యా దనివేదనే.
కథ న్ను ఖలు కర్తవ్యం విషమం ప్రతిభాతి మే, ౧౮౹

అస్మి న్నేవంగతే కార్యే ప్రాప్తకాలం క్షమం చ కిం.
భవే దితి మతం భూయో హనుమా న్ప్రవిచారయత్, ౧౯౹

యది సీతా మదృష్ట్వాఽహం వానరేంద్రపురీ మితః.
గమిష్యామి తతః కో మే పురుషార్థో భవిష్యతి, ౨౦౹

మమేదం లంఘనం వ్యర్థం సాగరస్య భవిష్యతి.
ప్రవేశ శ్చైవ లంకాయా రాక్షసానాం చ దర్శనం, ౨౧౹

కిం మాం వక్ష్యతి సుగ్రీవో హరయో వా సమాగతాః.
కిష్కింధాం సమనుప్రాప్తం తౌ వా దశరథాత్మజౌ, ౨౨౹

గత్వా తు యది కాకుత్స్థం వక్ష్యామి పర మప్రియం.
న దృష్టేతి మయా సీతా తత స్త్యక్ష్యతి జీవితం, ౨౩౹

---

(నివేద్యమాన ఇతి.) నివేద్యమానే వక్ష్యమాణో దోష స్స్యాత్. దోష స్స్యా దనివేదనే యథావృత్తానివేదనే స్వామివంచనదోష స్స్యాత్. విషమం పరస్పరవిరుద్ధం. ౧౮౹

(అస్మి న్నితి.) హనుమాన్, అస్మిన్ కార్యే. ఏవంగతే ఏవం విషమత్వం ప్రాప్తే సతి, కిం, ప్రాప్తకాలం కాలోచితం, క్షమం సమర్థం చ. భవే దితి, మతం పక్షం, భూయః ప్రవిచారయత్ ప్రవ్యచారయత్. ౧౯౹—౨౦౹

పురుషార్థాభావ మాహ (మమేద మితి.) ౨౧౹—౨౨౹.

నివేద్యమానే దోషస్స్యా దిత్యేత దుపపాదయతి(గత్వే త్యాదినా.)అప్రియ మితి చ్ఛేదః.౨౩౹

(హనుమతా అనర్థపరంపరాయా ఉద్భావనం)

పరుషం దారుణం క్రూరం తీక్ష్ణ మింద్రియతాపనం.
సీతానిమిత్తం దుర్వాక్యం శ్రుత్వా స న భవిష్యతి, ౨౪॥

తం తు కృచ్ఛ్రగతం దృష్ట్వా పంచత్వగతమానసం.
భృశాఽనురక్తో మేధావీ న భవిష్యతి లక్ష్మణః, ౨౫॥

వినష్టౌ భ్రాతరౌ శ్రుత్వా భరతోఽపి మరిష్యతి.
భరతం చ మృతం దృష్ట్వా శత్రుఘ్నో న భవిష్యతి, ౨౬॥

పుత్రాన్ మృతాన్ సమీక్ష్యాఽథ న భవిష్యంతి మాతరః.
కౌసల్యా చ సుమిత్రా చ కైకేయీ చ న సంశయః, ౨౭॥

కృతజ్ఞ స్సత్యసంధ శ్చ సుగ్రీవః ప్లవగాధిపః.
రామం తథాగతం దృష్ట్వా తత స్త్యక్ష్యతి జీవితం, ౨౮॥

దుర్మనా వ్యథితా దీనా నిరానందా తపస్వినీ.
పీడితా భర్తృశోకేన రుమా త్యక్ష్యతి జీవితం, ౨౯॥

వాలిజేన తు దుఃఖేన పీడితా శోకకర్శితా.
పంచత్వం చ గతే రాజ్ఞి తారాఽపి న భవిష్యతి, ౩౦॥

మాతాపిత్రో ర్వినాశేన సుగ్రీవవ్యసనేన చ.
కుమారోఽప్యంగదః కస్మా ద్ధారయిష్యతి జీవితం. ౩౧॥

---

(పరుష మితి.) పరుషం శ్రవణకటుకం, దారుణం భయంకరం, క్రూరం ఉగ్రం, తీక్ష్ణం అసహ్యం. ఇంద్రియతాపనం ఇంద్రియక్షోభకం, సీతానిమిత్తం సీతావిషయం. ౨౪॥

(తం త్వితి.) పంచత్వగతమానసం మరణే కృతనిశ్చయం. ౨౫॥—౩౧॥

భర్తృజేన తు దుఃఖేన హ్యభిభూతా వనౌకసః.
శిరాం స్యభిహనిష్యంతి తలై ర్ముష్టిభి రేవ చ, ౩౨॥

సాంత్వేనాఽనుప్రదానేన మానేన చ యశస్వినా.
లాళితాః కపిరాజేన ప్రాణాం స్త్యక్ష్యంతి వానరాః, ౩౩॥

న వనేషు న శైలేషు న నిరోధేషు వా పునః.
క్రీడా మనుభవిష్యంతి సమేత్య కపికుంజరాః, ౩౪॥

సపుత్రదారా స్సామాత్యా భర్తృవ్యసనపీడితాః.
శైలాగ్రేభ్యః పతిష్యంతి సమేత్య విషమేషు చ, ౩౫॥

విష ముద్బంధనం వాఽపి ప్రవేశం జ్వలనస్య వా.
ఉపవాస మథో శస్త్రం ప్రచరిష్యంతి వానరాః, ౩౬॥

ఘోర మారోదనం మన్యే గతే మయి భవిష్యతి.
ఇక్ష్వాకుకులనాశ శ్చ నాశశ్చైవ వనౌకసాం, ౩౭॥

సోఽహం నైవ గమిష్యామి కిష్కింధాం నగరీ మితః.
న చ శక్ష్యా మ్యహం ద్రష్టుం సుగ్రీవం మైథిలీం వినా, ౩౮॥

మ య్యగచ్ఛతి చేహస్థే ధర్మాత్మానౌ మహారథౌ.
ఆశయా తౌ ధరిష్యేతే వానరా శ్చ మనస్వినః, ౩౯॥

---

(సాంత్వేనేతి ) మానేన ప్రత్యుత్థానాదినా. ౩౨॥-౩౩॥

(న వనేష్వితి.) నిరోధేషు గృహాదిసంవృతప్రదేశేషు. ౩౪॥-౩౫॥

(విష మితి.) ప్రచరిష్యంతి, కరిష్యంతీ త్యర్థః. శస్త్రం శస్త్రపతనం. ౩౬॥

(ఘోర మితి.) ఆరోదనం ఆసమంతా ద్రోదనం. ౩౭॥-౩౯॥

(హనుమతా ఆత్మకృత్యవికల్పనం)

హస్తాదానో ముఖాదానో నియతో వృక్షమూలికః.
వానప్రస్థో భవిష్యామి హ్యదృష్ట్వా జనకాత్మజాం, ౪౦॥

సాగరానూపజే దేశే బహుమూలఫలోదకే.
చితాం కృత్వా ప్రవేక్ష్యామి సమిద్ధ మరణీసుతం, ౪౧॥

ఉపవిష్టస్య వా సమ్య గ్లింగినీం సాధయిష్యతః.
శరీరం భక్షయిష్యంతి వాయసా శ్శ్వాపదాని చ, ౪౨॥

ఇదం మహర్షిభి ర్దృష్టం నిర్యాణ మితి మే మతిః.
సమ్య గాపః ప్రవేక్ష్యామి న చే త్పశ్యామి జానకీం, ౪౩॥

సుజాతమూలా సుభగా కీర్తిమాలా యశస్వినీ.
ప్రభగ్నా చిరరాత్రీయం మమ సీతా మపశ్యతః, ౪౪॥

---

(హస్తేతి.) హస్తాదానః హస్తపతితభోజీ, ముఖాదానః ముఖపతితభోజీ, వృక్షమూలికః వృక్షమూలవాసీ. ౪౦॥

(సాగరానూపజ ఇతి.) బహుమూలఫలోదక ఇతి స్వరూపకథనం. అరణీసుతం అరణ్యుత్పన్నం. ౪౧॥

(ఉపవిష్టస్యేతి.) ఉపవిష్టస్య ప్రాయోపవిష్టస్య, లింగినీం - లింగం సన్యాసః అనశనం, తద్వతీ లింగినీ, తాం, సాధయిష్యతః. లింగిన మితి క్వచి త్పాఠః. తత్ర, లింగం శరీరం, తద్వాన్ లింగీ ఆత్మా, తం, సాధయిష్యతః, శరీరా దాత్మానం మోచయిష్యత ఇత్యర్థః. శ్వాపదాని శ్వాపదాః, వ్యాఘ్రాదయః. ౪౨॥

న చైవ మాత్మత్యాగే దోష ఇత్యాహ(ఇద మితి.) నిర్యాణం మరణం, ఆపః అపః. ౪౩॥

(సుజాతేతి.) సుజాతమూలా ఆదౌ లంకాధిదేవతాజయేన శోభనప్రారంభా, సుభగా చంద్రోదయేన రమ్యా, కీర్తిమాలా మమ కీర్తిమయమాలా, యశస్వినీ హనుమతో లంకాప్రవేశరాత్రి రితి లోకే విఖ్యాతా, చిరరాత్రీ జాగరణేన దీర్ఘభూతా రాత్రిః, ప్రభగ్నా సమాప్తా, ఏవం కల్యాణీయం రాత్రిః సీతా మపశ్యతో మే వృథైవ జాతే త్యర్థః. 'కృదికారా దక్తిన' ఇతి దీర్ఘః. ౪౪॥

తాపసో వా భవిష్యామి నియతో వృక్షమూలికః.
నేతః ప్రతిగమిష్యామి తా మదృష్ట్వాఽసితేక్షణాం, ౪౫॥

యదీతః ప్రతిగచ్ఛామి సీతా మనధిగమ్య తాం.
అంగద స్సహితై స్సర్వై ర్వానరై ర్న భవిష్యతి, ౪౬॥

వినాశే బహవో దోషా జీవ న్భద్రాణి పశ్యతి.
తస్మా త్ప్రాణా న్ధరిష్యామి ధ్రువో జీవితసంగమః, ౪౭॥

ఏవం బహువిధం దుఃఖం మనసా ధారయ న్ముహుః.
నాఽధ్యగచ్ఛ త్తదా పారం శోకస్య కపికుంజరః, ౪౮॥

* రావణం వా వధిష్యామి దశగ్రీవం మహాబలం.
కామ మస్తు హృతా సీతా ప్రత్యాచీర్ణం భవిష్యతి, ౪౯॥

---

ఆత్మత్యాగాపేక్షయా తాపసభావ ఏవ జ్యాయా నిత్యాహ (తాపస ఇతి.) వాశబ్దోఽవధారణే. 'వా స్యా ద్వికల్పోపమయో రేవార్థే చ సముచ్చయ' ఇతి విశ్వః. ౪౫॥

మా భూ త్సుగ్రీవసమీపగమనం, అంగదాదిభి స్సంయుజ్యతా మిత్యాశంక్యాఽఽహ (యదీత ఇతి.) ౪౬॥

(వినాశ ఇతి.) బహవో దోషాః పూర్వోక్తా స్సర్వవినాశాదయః. సంగమః శ్రేయస్సంగమః. ౪౭-౪౮॥

(రావణ మితి.) ప్రత్యాచీర్ణం ప్రత్యాచరితం, ప్రతికృత మితి యావత్. ౪౯॥

---

* రామానుజీయం. (రావణ మితి.) వాశబ్దోఽవధారణే. హృతా సీతా, కామ మస్తు యథా తథా వా భవతు, రావణం వధిష్యా మ్యేవ. వధేన కిం భవిష్యతీ త్యత్రాహ (ప్రత్యాచీర్ణం భవిష్యతీతి.) ప్రత్యాచీర్ణం ప్రత్యాచరణం. వైరనిర్యాతన మితి యావత్.

(హనుమతా ఆత్మకృత్యవికల్పనం)

అధ వైనం సముత్క్షిప్య ఉపర్యుపరి సాగరం.
రామా యోపహరిష్యామి పశుం పశుపతే రివ, ౫౦౪

ఇతి చింతాం సమాపన్న స్సీతా మనధిగమ్యతాం.
ధ్యానశోకపరీతాత్మా చింతయామాస వానరః, ౫౧౪

యావ త్సీతాం హి పశ్యామి రామపత్నీం యశస్వినీం.
తావ దేతాం పురీం లంకాం విచినోమి పునః పునః, ౫౨౪

సంపాతివచనా చ్చాపి రామం య ద్యానయా మ్యహం.
అపశ్య న్రాఘవో భార్యాం నిర్దహే త్సర్వవానరాన్, ౫౩౪

ఇహైవ నియతాహారో వత్స్యామి నియతేంద్రియః.
న మత్కృతే వినశ్యేయు స్సర్వే తే నరవానరాః, ౫౪౪

అశోకవనికా చేయం దృశ్యతే యా మహాద్రుమా.
ఇమా మధిగమిష్యామి న హీయం విచితా మయా, ౫౫౪

వసూ న్రుద్రాం స్తథాఽఽదిత్యా నశ్వినౌ మరుతోఽపి చ.
నమస్కృత్వా గమిష్యామి రక్షసాం శోకవర్ధనః, ౫౬౪

---

(అధవేతి) (పశుం పశుపతే రివేతి.) పశుపతేః అగ్నేః, పశుం అజ మివ 'ఇమం పశుం పశుపతే అద్య బధ్నా మ్యగ్న' ఇతి శ్రుతేః. అనేన సుప్రాపత్వ ముక్తం ౫౦౪

(ఇతీతి) ప్రథమం, చింతా విచారః తతో ధ్యానం జ్ఞాతవ్యవిషయనిరంతరప్రత్యయః, తత శ్చింతేతి దురంతచింతోచ్యతే. ౫౧౪

చింతాప్రకార మాహ (యావ దితి.) ౫౨౪

యది పూర్వమేవ సంపాతివచనప్రామాణ్యేన రామోఽత్రాఽఽనీయేత తదా మహా న్ప్రమాద స్స్యా దిత్యాహ (సంపాతీతి.) ౫౩౪-౫౬౪

జిత్వా తు రాక్షసాన్ సర్వా నిక్ష్వాకుకులనందినీం.
సంప్రదాస్యామి రామాయ యథా సిద్ధిం తపస్వినే, ౨౭॥

స ముహూర్త మివ ధ్యాత్వా చింతావగ్రధితేంద్రియః.
ఉదతిష్ఠ న్మహాతేజా హనూమా న్మారుతాత్మజః, ౨౮॥

నమోఽస్తు రామాయ సలక్ష్మణాయ దేవ్యై చ తస్యై జనకాత్మజాయై.
నమోఽస్తు రుద్రేంద్రయమానిలేభ్యో నమోఽస్తు చంద్రార్కమరుద్గణేభ్యః, ౨౯॥

స తేభ్యస్తు నమస్కృత్య సుగ్రీవాయ చ మారుతిః.
దిశ స్సర్వా స్సమాలోక్య హ్యశోకవనికాం ప్రతి, ౩౦॥

స గత్వా మనసా పూర్వ మశోకవనికాం శుభాం.
ఉత్తరం చింతయామాస వానరో మారుతాత్మజః, ౩౧॥

ధ్రువం తు రక్షోబహుళా భవిష్యతి వనాకులా.
అశోకవనికాఽచింత్యా సర్వసంస్కారసంస్కృతా, ౩౨॥

---

(జిత్వా త్వితి.) సిద్ధిం తపఃఫలం. ౨౭-౨౮॥

'సర్వాన్ దేవా న్నమస్యంతి రామస్యాఽర్థే యశస్వినః' ఇత్యుక్తరీత్యా అభిమతలాభత్వరయా సర్వా న్నమస్కరోతి. (నమోఽస్త్వితి.) ౨౯॥

(స తేభ్య స్త్విత్యాది) శ్లోకద్వయ మేకాన్వయం. నమస్కృత్యాలోకనరూపక్రియాభేదాత్త్వచ్ఛబ్దద్వయం. నమస్కృత్య. అశోకవనికాం. ప్రతి ఉద్దిశ్య. సర్వాదిశ స్సమాలోక్య అశోకవనికాం పరిచ్ఛేత్తుం తస్యా స్సర్వా దిశో దృష్ట్వా. తాం స మనసా గత్వా ఉత్తరం చింతయామాసేతి యోజనా. అశోకశబ్ద స్సంక్షేపే వ్యాఖ్యాతః. ౩౦-౩౧॥

(ధ్రువ మితి) రక్షోబహుళా రక్షకరాక్షసబహుళా. వనాకులా జలావృతా. ద్రుమషండమండితా వా. సర్వసంస్కారైః కర్షణతృణనిరసనాదిభిః. సంస్కృతా కృతాతిశయాధానా. అశోకవనికా ధ్రువం చింత్యా భవిష్యతి. అవశ్య మన్వేషణీయా భవే దిత్యర్థః. ౩౨॥

(హనుమతః అశోకవనికాగమనసన్నాహః)

రక్షిణ శ్చాఽత్ర విహితా నూనం రక్షంతి పాదపాన్.
భగవా నపి సర్వాత్మా నాతిక్షోభం ప్రవాతి వై, ౬౩॥

సంక్షిప్తోఽయం మయాఽఽత్మా చ రామార్థే రావణస్య చ.
సిద్ధిం మే సంవిధాస్యంతి దేవా స్సర్షిగణా స్త్విహ, ౬౪॥

బ్రహ్మా స్వయంభూ ర్భగవాన్ దేవాశ్చైవ దిశంతు మే.
సిద్ధి మగ్ని శ్చ వాయు శ్చ పురుహూతశ్చ వజ్రభృత్, ౬౫॥

వరుణః పాశహ స్తశ్చ సోమాదిత్యౌ తథైవ చ.
అశ్వినౌ చ మహాత్మానౌ మరుత శ్శర్వ ఏవ చ. ౬౬॥

సిద్ధిం సర్వాణి భూతాని భూతానాం చైవ యః ప్రభుః.
దాస్యంతి మమ యే చాన్యే హ్యదృష్టాః పథిగోచరాః. ౬౭॥

---

(రక్షిణ ఇతి.) అత్ర అశోకవనికాయాం, విహితాః నియుక్తాః, సర్వాత్మా సర్వమాప్నోతీతి సర్వాత్మా వాయుః. సోఽపి నాతిక్షోభం ప్రవాతి, అతికంపనపూర్వకం నాఽత్ర సంచరతీ త్యర్థః. ౬౩॥

ఏవంభూతప్రదేశే భవతః కథం గమనః మిత్యాశంక్యాహ (సంక్షిప్త ఇతి) మయా. అయ మాత్మా దేహః, రామార్థే రామప్రయోజనసిద్ధ్యర్థం, రావణస్య చాఽర్థే రావణాదృశ్యత్వార్థం చ. సంక్షిప్తః అల్పీకృతః, ఏవం మయా కార్యానుకూలో యత్నః కృతః. కార్యసిద్ధిం తు దేవా విధాస్యంతీ త్యాహ (సిద్ధి మితి.) సంవిధాస్యంతి, దదత్వి త్యర్థః. ౬౪॥

(బ్రహ్మేత్యాది.) శర్వః రుద్రః. ౬౫-౬౬॥

ఉక్త మర్థం పున స్సంగ్రహేణాహ (సిద్ధిం సర్వాణి భూతానీతి.) భూతానాం ప్రభుః ఉక్తబ్రహ్మరుద్రాద్యధిపతిః, పరిశేషా ద్విష్ణు రిత్యవగమ్యతే. పంథాః గోచరః యేషాం తే పథిగోచరాః, మార్గవర్తినః. ౬౭॥

త దున్నసం పాండురదంత మవ్రణం శుచిస్మితం పద్మపలాశలోచనం,
ద్రక్ష్యే త దార్యా వదనం కదా న్వహం ప్రసన్నతారాధిపతుల్యదర్శనం, ౬౮॥

క్షుద్రేణ పాపేన నృశంసకర్మణా సుదారుణాలంకృతవేషధారిణా,
బలాభిభూతా హ్యబలా తపస్వినీ కథన్ను మే దృష్టిపథేఽద్య సా భవేత్. ౬౯॥

ఇతి శ్రీమద్రామాయణే, సున్దరకాణ్డే, త్రయోదశ స్సర్గః.

## అథ చతుర్దశ స్సర్గః.

స ముహూర్త మివ ధ్యాత్వా మనసా చాఽధిగమ్య తాం,
అవప్లుతో మహాతేజాః ప్రాకారం తస్య వేశ్మనః ౧

---

(త దితి.) త త్తస్మా త్కారణాత్, ఉన్నతా నాసికా యస్య త దున్నసం 'ఉపసర్గా చ్చే'తి సమాసాంతోఽచ్ప్రత్యయః. నసాదేశశ్చ అవ్రణం అనవద్యం. తత్ అభిజ్ఞాతత్వేన రామేణ నివేదితం ౬౮॥

(క్షుద్రేణేతి) సుదారుణాలంకృతవేషధారిణా - సుదారుణత్వేఽప్యాపాతప్రసన్నవేషధారిణా ౬౯॥

ఇతి శ్రీగోవిందరాజవిరచితే, శ్రీరామాయణభూషణే, శృంగారతిలకాఖ్యానే, సున్దరకాణ్డవ్యాఖ్యానే, త్రయోదశ స్సర్గః

## అథ చతుర్దశ స్సర్గః

(స ముహూర్త మిత్యాది.) ఇవశబ్దో వాక్యాలంకారే. ప్రాకారం అశోకవనికాప్రాకారం, తస్య వేశ్మనః రావణస్య గృహాత్, అవప్లుతః ప్రాప్తః. ౧

(హనుమతః అశోకవనికాగమనం)

స తు సంహృష్టసర్వాంగః ప్రాకారస్థో మహాకపిః,
పుష్పితాగ్రా న్వసంతాదౌ దదర్శ వివిధా న్ద్రుమాన్. ౨

సాలా నశోకా న్భవ్యాంశ్చ చంపకాంశ్చ సుపుష్పితాన్,
ఉద్దాలకా న్నాగవృక్షాం శ్చూతా న్కపిముఖా నపి. ౩

అథాఽఽమ్రవణసంఛన్నాం లతాశతసమావృతాం,
జ్యాముక్త ఇవ నారాచః పుప్లువే వృక్షవాటికాం. ౪

స ప్రవిశ్య విచిత్రాం తాం విహగై రభినాదితాం,
రాజతైః కాంచనై శ్చైవ పాదపై స్సర్వతో వృతాం. ౫

విహగై ర్మృగసంఘైశ్చ విచిత్రాం చిత్రకాననాం,
ఉదితాదిత్యసంకాశాం దదర్శ హనుమా న్కపిః. ౬

వృతాం నానావిధై ర్వృక్షైః పుష్పోపగఫలోపగైః,
కోకిలై ర్భృంగరాజై శ్చ మత్తై ర్నిత్యనిషేవితాం. ౭

---

(స త్వితి.) సంహృష్టసర్వాంగః పులకితసర్వాంగః, వసంతాదౌ 'పౌర్ణమాస్యా మాసాన్ సంపాద్యే' తి పక్ష మనుసృత్య ఫాల్గునపౌర్ణమాసీప్రపూర్వదినత్వేన వసంతాదా విత్యుక్తం. సాలాన్ సర్జకాన్, భవ్యాన్ శుభా నిత్యశోకవిశేషణం. యద్వా, భవం రుద్ర మర్హంతీతి భవ్యాన్ రుద్రప్రియపుష్పాన్ వృక్షవిశేషాన్, ఉద్దాలకాన్ బహువారకాన్, నాగవృక్షాన్ నాగకేసరవృక్షాన్, కపిముఖాన్ మర్కటకాన్. ౨-౪

(స ప్రవిశ్యేత్యాది.) కాంచనైః కాంచనమయై రివ స్థితైః. చిత్రకాననాం చిత్రావాంతరవనాం, చంపకవనం చూతవన మిత్యేవంవిధవనవతీం. పుష్పా ణ్యుపగచ్ఛంతీతి పుష్పోపగాః పుష్ప

ప్రహృష్టమనుజే కాలే మృగపక్షిసమాకులే,
మత్తబర్హిణసంఘుష్టాం నానాద్విజగణాయుతాం. ౮

మార్గమాణో వరారోహాం రాజపుత్రీ మనిందితాం,
సుఖప్రసుప్తా న్విహగా న్బోధయామాస వానరః. ౯

ఉత్పతద్భి ర్ద్విజగణైః పక్షైః స్సాలా స్సమాహతాః.
అనేకవర్ణా వివిధా ముముచుః పుష్పవృష్టయః ౧౦

పుష్పావకీర్ణ శ్శుశుభే హనుమా న్మారుతాత్మజః,
అశోకవనికామధ్యే యథా పుష్పమయో గిరిః. ౧౧

దిశ స్సర్వాః ప్రధావంతం వృక్షషండగతం కపిం,
దృష్ట్వా సర్వాణి భూతాని వసంత ఇతి మేనిరే. ౧౨

వృక్షేభ్యః పతితైః పుష్పై రవకీర్ణా పృథగ్విధైః,
రరాజ వసుధా తత్ర ప్రమదేవ విభూషితా, ౧౩

తరస్వినా తే తరవ స్తరసాఽభిప్రకంపితాః,
కుసుమాని విచిత్రాణి సస్సృజుః కపినా తదా. ౧౪

నిర్ధూతపత్రశిఖరా శ్శీర్ణపుష్పఫలా ద్రుమాః,
నిక్షిప్తవస్త్రాభరణా ధూర్తా ఇవ పరాజితాః. ౧౫

---

సంపన్నాః, తైః, ఫలోపగైః ఫలసంపన్నైః, ప్రహృష్టమనుజే కాలే వసంతే. వసంతస్య ప్రచుర మన్మథత్వాత్ ప్రహృష్టమనుజత్వం ౫—౯

(ఉత్పతద్భి రితి ) సాలాః వృక్షాః. 'అనోకహః కుట స్సాల' ఇత్యమరః. పుష్పవృష్టయః పుష్పవృష్టిః. ౧౦—౧౪

(నిర్ధూతేతి.) ధూర్తాః అక్షధూర్తాః. ౧౫

(హనుమతా అశోకవనికాయాం సీతాపరిమార్గణం)

హనూమతా వేగవతా కంపితా స్తే నగోత్తమాః,
పుష్పపర్ణఫలా న్యాశు ముముచుః పుష్పశాలినః. ౧౬

విహంగసంఘై ర్హీనా స్తే స్కంధమాత్రాశ్రయా ద్రుమాః,
బభూవు రగమా స్సర్వే మారుతేనేవ నిర్ధుతాః. ౧౭

నిర్ధూతకేశీ యువతి ర్యథా మృదితవర్ణకా,
నిష్పీతశుభదంతోష్ఠీ నఖై ర్దంతై శ్చ విక్షతా. ౧౮

తథా లాంగూలహస్తై శ్చ చరణాభ్యాం చ మర్దితా,
బభూవాఽశోకవనికా ప్రభగ్నవరపాదపా. ౧౯

మహాలతానాం దామాని వ్యధమ త్తరసా కపిః,
యథా ప్రావృషి వింధ్యస్య మేఘజాలాని మారుతః. ౨౦

స తత్ర మణిభూమీ శ్చ రాజతీ శ్చ మనోరమాః,
తథా కాంచనభూమీశ్చ దదర్శ విచర న్కపిః. ౨౧

వాపీశ్చ వివిధాకారాః పూర్ణాః పరమవారిణా,
మహార్హై ర్మణిసోపానై రుపపన్నా స్తత స్తతః. ౨౨

---

(విహంగేతి.) స్కంధమాత్రాశ్రయాః, పుష్పాదీనా మనాశ్రయా ఇత్యర్థః. అత ఏవ అగమాః అగమ్యాః, అసేవ్యా ఇత్యర్థః. నిర్ధుతాః కంపితాః. ౧౬-౧౭

(నిర్ధూతకేశీతి.) మృదితవర్ణకా మృష్టాంగరాగా 'అంగరాగ స్సమాలంభో వర్ణకశ్చ విలేపన' మిత్యుక్తేః. నిష్పీతశుభదంతోష్ఠీ, నిష్పీతతయా శుభదంతతుల్యోష్ఠీ. ౧౮-౧౯

(మహాలతానా మితి.) లతానాం దామాని ప్రతానాని. ౨౦

(స తత్రేత్యాది.) ౨౧-౨౨

ముక్తాప్రవాళసికతాః స్ఫాటికాంతరకుట్టిమాః,
కాంచనై స్తరుభి శ్చిత్రై స్తీరజై రుపశోభితాః. ౨౩

ఫుల్లపద్మోత్పలవనా శ్చక్రవాకోపకూజితాః,
నత్యూహరుతసంఘుష్టా హంససారసనాదితాః. ౨౪

దీర్ఘాభి ర్ద్రుమయుక్తాభి స్సరిద్భి శ్చ సమంతతః,
అమృతోపమతోయాభి శ్శివాభి రుపసంస్కృతాః. ౨౫

లతాశతై రవతతా సంతానకుసుమావృతాః,
నానాగుల్మావృతఘనాః కరవీరకృతాంతరాః. ౨౬

తతోఽంబుధరసంకాశం ప్రవృద్ధశిఖరం గిరిం,
విచిత్రకూటం కూటైశ్చ సర్వతః పరివారితం. ౨౭

* శిలాగృహై రవతతం నానావృక్షై స్సమావృతం,
దదర్శ హరిశార్దూలో రమ్యం జగతి పర్వతం. ౨౮

---

(నత్యూహాః) దాత్యూహాః, సంతానకాః కల్పవృక్షాః, తై స్సమావృతాః, ఘనాః నిబిడాః, నానాగుల్మావృతాశ్చ తాః ఘనాశ్చేతి సమాసః. కరవీరకృతాంతరాః కరవీరైః కృతవిశేషాః. ౨౩-౨౬

(తత ఇత్యాది.) జగతి లోకే, రమ్యం, ఏతత్సదృశం రమ్యం కించి న్నాస్తీ త్యర్థః పర్వతం దదర్శే త్యన్వయః. ౨౭—౨౮

---

* రామానుజీయం. (శిలాగృహై రితి.) జగతిపర్వతం, జగతీశబ్దస్య హ్రస్వభావ ఆర్షః. జగతీ భూమిః, మృదితి యావత్. తత్ప్రాధాన్యా జ్జగతిపర్వత మిత్యుక్తం. యద్వా, జగతిపర్వత ఇతి సంజ్ఞా.

(హనుమతా అశోకవనికాయాం సీతాపరిమార్గణం)

దదర్శ చ నగా త్తస్మా న్నదీం నిపతితాం కపిః,
అంకా దివ సముత్పత్య ప్రియస్య పతితాం ప్రియాం. ౨౯

జలే నిపతితాగ్రైశ్చ పాదపై రుపశోభితాం,
వార్యమాణా మివ క్రుద్ధాం ప్రమదాం ప్రియబంధుభిః. ౩౦

పునరావృత్తతోయాం చ దదర్శ స మహాకపిః,
ప్రసన్నా మివ కాంతస్య కాంతాం పున రుపస్థితాం ౩౧

తస్యాఽదూరా త్స పద్మిన్యో నానాద్విజగణాయుతాః,
దదర్శ హరిశార్దూలో హనుమా న్మారుతాత్మజః. ౩౨

కృత్రిమాం దీర్ఘికాం చాఽపి పూర్ణాం శీతేన వారిణా,
మణిప్రవరసోపానాం ముక్తాసికతశోభితాం. ౩౩

వివిధై ర్మృగసంఘైశ్చ విచిత్రాం చిత్రకాననాం,
ప్రాసాదై స్సుమహద్భి శ్చ నిర్మితై ర్విశ్వకర్మణా. ౩౪

కాననైః కృత్రిమై శ్చాపి సర్వత స్సమలంకృతాం, ౩౫

---

అథ నద్యాః కుపితయా నిర్గతయా సఖీసాంత్వనేన పున రాగతయా సామ్యం దర్శయతి (దదర్శ చేతి.) పునరావృత్తతోయాం వృక్షాగ్రప్రతిహత్యా పునః పర్వతాభిముఖతోయప్రవాహాం, ఉపమానే ఉపమేయే చాఽన్వయాయ దదర్శేతి పదద్వయం. ౨౯-౩౧

(తస్యేతి) తస్య పర్వతస్య. పద్మిన్యః పద్మినీః. కృత్రిమాం క్రియయా నిర్వృత్తాం. నిర్మితా మిత్యర్థః. ౩౨-౩౪

యే కేచి త్పాదపా స్తత్ర పుష్పోపగఫలోపగాః.
సచ్ఛత్రా స్సవితర్దీకాః సర్వే సౌవర్ణవేదికాః, ౩౫

లతాప్రతానై ర్బహుభిః పర్ణై శ్చ బహుభి ర్వృతాం.
కాంచనీం శింశుపా మేకాం దదర్శ హనుమా న్కపిః,
వృతాం హేమమయీభి స్తు వేదికాభి స్సమంతతః. ౩౬

సోఽపశ్య ద్భూమిభాగాం శ్చ గర్తప్రస్రవణాని చ.
సువర్ణవృక్షా నపరాన్ దదర్శ శిఖిసన్నిభాన్. ౩౭

తేషాం ద్రుమాణాం ప్రభయా మేరో రివ దివాకరః,
అమన్యత తదా వీరః కాంచనోఽస్మీతి వానరః ౩౯

తాం కాంచనై స్తరుగణై ర్మారుతేన చ వీజితాం,
కింకిణీశతనిర్ఘోషాం దృష్ట్వా విస్మయ మాగమత్. ౪౦

స పుష్పితాగ్రాం రుచిరాం తరుణాంకురపల్లవాం,
తా మారుహ్య మహాబాహు శ్శింశుపాం పర్ణసంవృతాం. ౪౧

ఇతో ద్రక్ష్యామి వైదేహీం రామదర్శనలాలసాం,
ఇత శ్చేతశ్చ దుఃఖార్తాం సంపతంతీం యదృచ్ఛయా. ౪౨

---

(యే కేచి దితి.) సచ్ఛత్రాః, సవితానా ఇత్యర్థః సవితర్దీకాః సవేదికాః, సౌవర్ణవేదికాః వితర్దికారోహణార్థం సువర్ణమయసోపానవేదికాయుక్తాః ౩౫–౩౯

(తా మితి.) కాంచనై స్తరుగణైః ఉపలక్షితాం, తాం శింశుపాం. కింకిణీశత నిర్ఘోషాం- కింకిణ్యః క్షుద్రఘంటికాః. తాసాం నిర్ఘోషో యస్యాః. యద్వా, కింకిణీభిః, శతం అనంతాః, నిర్ఘోషా యస్యా స్సా, తాం. ౪౦

(స పుష్పితాగ్రా మిత్యా) ద్యాసర్గసమా ప్త్యేకం వాక్యం. ఇతో ద్రక్ష్యామి ఇమా మారుహ్య ద్రక్ష్యామి. ల్యబ్లోపే పంచమీ. ౪౧-౪౨

(హనుమతా అశోకవనికాయాం సీతాపరిమార్గణం)

అశోకవనికా చేయం దృఢం రమ్యా దురాత్మనః,
చంపకై శ్చందనై శ్చాపి వకులై శ్చ విభూషితా. ౪౩

ఇయం చ నళినీ రమ్యా ద్విజసంఘనిషేవితా,
ఇమాం సా రామమహిషీ నూన మేష్యతి జానకీ. ౪౪

సా రామా రామమహిషీ రాఘవస్య ప్రియా సతీ,
వనసంచారకుశలా నూన మేష్యతి జానకీ. ౪౫

అథవా మృగశాబాక్షీ వనస్యాఽస్య విచక్షణా,
వన మేష్యతి సాఽఽర్యేహ రామచింతానుకర్శితా. ౪౬

రామశోకాఽభిసంతప్తా సా దేవీ వామలోచనా,
వనవాసే రతా నిత్య మేష్యతే వనచారిణీ. ౪౭

వనేచరాణాం సతతం నూనం స్పృహయతే పురా,
రామస్య దయితా భార్యా జనకస్య సుతా సతీ. ౪౮

సంధ్యాకాలమనా శ్శ్యామా ధ్రువ మేష్యతి జానకీ,
నదీం చేమాం శివజలాం సంధ్యార్థే వరవర్ణినీ. ౪౯

తస్యా శ్చా ప్యనురూపేయ మశోకవనికా శుభా,
శుభా యా పార్థివేంద్రస్య పత్నీ రామస్య సమ్మతా. ౫౦

---

(దురాత్మనః) రావణస్య, అథవేతి పక్షాంతరే. విచక్షణా తాపాపనోదనచతురా, అస్య
వనస్యాఽశోకవనస్య. ఇహ వనం నళినీపరిసరవర్తి వనం. రామచింతానుకర్శితా సతీ ఏష్యతి, రామ
శ్లేషజనితతాపాపనోదనార్థ మేత ద్వనప్రదేశ మాగమిష్యతీ త్యర్థః. సా ఆర్యేతి పదచ్ఛేదః. ఏష్యతే
ష్యతి. వనేచరాణాం స్పృహయతే వనేచరేభ్య స్స్పృహయతే. సంధ్యాకాలే మనః యస్యా స్సా
సంధ్యాకాలమనాః, సంధ్యోపాసనతత్పరే త్యర్థః. సంధ్యార్థే ఏష్యతి ప్రతిదిన మితి శేషః. ౪౩-౫౦

యది జీవతి సా దేవీ తారాధిపనిభాననా,
ఆగమిష్యతి సాఽవశ్య మిమాం శివజలాం నదీమ్. ౫౧

ఏవం తు మత్వా హనుమా న్మహాత్మా ప్రతీక్షమాణో మనుజేన్ద్రపత్నీం.
అవేక్షమాణ శ్చ దదర్శ సర్వం సుపుష్పితే పర్ణఘనే నిలీనః. ౫౨

ఇతి శ్రీమద్రామాయణే, సున్దరకాణ్డే, చతుర్దశ స్సర్గః.

అథ పఞ్చదశ స్సర్గః.

స వీక్షమాణ స్తత్రస్థో మార్గమాణ శ్చ మైథిలీం,
అవేక్షమాణ శ్చ మహీం సర్వాం తా మన్వవైక్షత. ౧

---

(పర్ణఘనే) పర్ణసమూహే, మహాత్మా స హనుమాన్, పుష్పితాగ్రత్వాదివిశిష్టాం తా మారుహ్య 'ఇతో ద్రక్ష్యామి' త్యారభ్య 'ఆగమిష్యతి సాఽవశ్య మిమాం శివజలాం నదీ' మిత్యంతేన యః ప్రకార ఉక్తః, ఏవ ముక్తప్రకారేణ, మత్వా, మనుజేంద్రపత్నీం, ప్రతీక్షమాణః, అవేక్షమాణః మార్గమాణః, సుపుష్పితే పర్ణఘనే నిలీనశ్చ సన్ సర్వం దదర్శే త్యన్వయః ౫౨

ఇతి శ్రీగోవిందరాజవిరచితే, శ్రీరామాయణభూషణే, శృంగారతిలకాఖ్యానే, సున్దరకాణ్డవ్యాఖ్యానే. చతుర్దశ స్సర్గః

అథ పఞ్చదశ స్సర్గః.

(స వీక్షమాణ ఇత్యాది.) సః, తత్రస్థః శింశుపాస్థః, మైథిలీం మార్గమాణః, మైథిలీమార్గణా ద్ధేతోః, 'లక్షణహేత్వోః క్రియాయా' ఇతి శానచ్. వీక్షమాణః వివిధం చక్షు ర్విక్షిపన్, మహీం చాఽవేక్షమాణః, సర్వాం తాం అశోకవనికాం అన్వవైక్షతే త్యన్వయః ౧

(హనుమతా అశోకవనికాపరిశీలనం)

సంతానకలతాభి శ్చ పాదపై రుపశోభితాం,
దివ్యగంధరసోపేతాం సర్వత స్సమలంకృతాం. ౨

తాం స నందనసంకాశాం మృగపక్షిభి రావృతాం,
హర్మ్యప్రాసాదసంబాధాం కోకిలాకులనిస్వనాం. ౩

కాంచనోత్పలపద్మాభి ర్వాపీభి రుపశోభితాం,
బహ్వాసనకుథోపేతాం బహుభూమిగృహాయుతాం. ౪

సర్వర్తుకుసుమై రమ్యాం ఫలవద్భి శ్చ పాదపైః,
పుష్పితానా మశోకానాం శ్రియా సూర్యోదయప్రభాం. ౫

ప్రదీప్తా మివ తత్రస్థో మారుతి స్సముదైక్షత,
నిష్పత్రశాఖాం విహగైః క్రియమాణా మివాఽసకృత్. ౬

వినిష్పతద్భి శ్శతశ శ్చిత్రైః పుష్పావతంసకైః,
ఆమూలపుష్పనిచితై రశోకై శ్శోకనాశనైః. ౭

పుష్పభారాతిభారై శ్చ స్పృశద్భి రివ మేదినీం,
కర్ణికారైః కుసుమితైః కింశుకై శ్చ సుపుష్పితైః. ౮

---

(సంతానకలతాభి రిత్యాది.) బహ్వాసనైః కుథైః ఆస్తరణై శ్చోపేతాం, భూమిగృహాణి బిలగృహాణి, సర్వర్తుకుసుమైః పాదపైః రమ్యా మిత్యన్వయః. సూర్యోదయప్రభాం ఉద్యత్సూర్యప్రభాం, విహగైః నిష్పత్రశాఖాం క్రియమాణా మివ స్థితాం, యుగపత్పాతిపక్షిపక్షవిహతపత్రతయా పత్రరహితశాఖా మివ స్థితా మిత్యర్థః. పుష్పావతంసకైః, చంచూపుటలగ్నపుష్పాలంకృతై రిత్యర్థః. (ఆమూలేతి.) ఆమూలం పుష్పై ర్నిచితైః వ్యాప్తైః. పున్నాగాదౌ తథా దృష్టం పుష్పభారః పుష్పసమూహః, స ఏవాఽతిభారో యేషాం తైః, అశోకై రిత్యాదా వుపలక్షణే తృతీయా. అశోకాదిభి రుపలక్షితాం సముదైక్షతేతి పూర్వేణాఽన్వయః. ౨-౮

స దేశః ప్రభయా తేషాం ప్రదీప్త ఇవ సర్వతః, ౮॥

పున్నాగా స్సప్తపర్ణాశ్చ చంపకోద్దాలకా స్తథా.
వివృద్ధమూలా బహవ శ్శోభంతే స్మ సుపుష్పితాః. ౯॥

శాతకుంభనిభాః కేచి త్కేచి దగ్నిశిఖోపమాః.
నీలాంజననిభాః కేచి త్తత్రాఽశోకా స్సహస్రశః, ౧౦॥

నందనం వివిధోద్యానం చిత్రం చైత్రరథం యథా.
అతివృత్త మివాఽచింత్యం దివ్యం రమ్యం శ్రియా వృతం,
ద్వితీయ మివ చాఽఽకాశం పుష్పజ్యోతిర్గణాయుతం. ౧౨

పుష్పరత్నశతై శ్చిత్రం పంచమం సాగరం యథా,
సర్వర్తుపుష్పై ర్నిచితం పాదపై ర్మధుగంధిభిః.
నానానినాదై రుద్యానం రమ్యం మృగగణై ర్ద్విజైః, ౧౩॥

అనేకగంధప్రవహం పుణ్యగంధం మనోరమం
శైలేంద్ర మివ గంధాఢ్యం ద్వితీయం గంధమాదనం, ౧౪॥

అశోకవనికాయాం తు తస్యాం వానరపుంగవః.
స దదర్శాఽవిదూరస్థం చైత్యప్రాసాద ముచ్ఛ్రితం, ౧౫॥

---

పున రశోకవనం వివిధోపమానదర్శనేన వర్ణయతి (నందన మిత్యాదినా) శ్లోకచతుష్టయేన ఉద్యానం అశోకవనం. అత్ర దదర్శే త్యపకృష్యతే. నందనం ఇంద్రక్రీడావనం. వివిధోద్యానం వివిధవృక్షషండం. చైత్రరథం కుబేరక్రీడావనం. నందన మతివృత్త మివ అతిక్రమ్య స్థిత మివ. చైత్రరథం యథా చైత్రరథ మివ. చిత్ర మిత్యన్వయః. ఆకాశసామ్యే సాధారణధర్మ మాహ (పుష్పేతి.) ఏవం సాగరౌపమ్యే పుష్పరత్నేతి ౮॥—౧౪॥

(అశోకవనికాయా మిత్యాది.) చైత్యప్రాసాదం - చైత్యం బుద్ధమందిరం. తదాకారం ప్రాసాదం. ప్రాంశుభావత్వాత్ దీర్ఘస్వభావత్వాత్. ౧౫॥

(హనుమతా సీతాసందర్శనం)

మధ్యే స్తంభసహస్రేణ స్థితం కైలాసపాండురం.
ప్రవాళకృతసోపానం తప్తకాంచనవేదికం, ౧౬॥

ముష్ణంత మివ చక్షూంషి ద్యోతమాన మివ శ్రియా.
విమలం ప్రాంశుభావత్వా దుల్లిఖంత మివాఽంబరం, ౧౭॥

తతో మలినసంవీతాం రాక్షసీభి స్సమావృతాం.
ఉపవాసకృశాం దీనాం నిశ్వసంతీం పునః పునః, ౧౮॥

దదర్శ శుక్లపక్షాదౌ చంద్రరేఖా మివాఽమలాం.
మందప్రఖ్యాయమానేన రూపేణ రుచిరప్రభాం, ౧౯॥

పినద్ధాం ధూమజాలేన శిఖా మివ విభావసోః. ౨౦

పీతే నైకేన సంవీతాం క్లిష్టే నోత్తమవాససా,
సపంకా మనలంకారాం విపద్మా మివ పద్మినీం. ౨౧

వ్రీళితాం దుఃఖసంతప్తాం పరిమ్లానాం తపస్వినీం,
గ్రహేణాఽంగారకేణేవ పీడితా మివ రోహిణీం. ౨౨

---

(తత ఇత్యాది.) మలినసంవీతాం మలినవస్త్రేణాఽఽవృతాం, మలినై రంగై స్సంవీతాం వా. శుక్లపక్షాదా విత్యనేన వర్ధిష్ణుత్వం ద్యోతితం. మందం ప్రఖ్యాయమానేన ఇదం త దితి కథంచిత్ ప్రత్యభిజ్ఞాయమానేన. రూపేణోపలక్షితాం. పినద్ధా మితి మలినసంవీతత్వే ఉపమా. పినద్ధాం బద్ధాం, ఉత్తరీయరాహిత్యం ద్యోతయితు మేకేనే త్యుక్తిః సపంకాం భూమే రావిర్భవంతీ మివ స్థితాం, అనలంకారాం పంకం నివర్త్య అలంకుర్వతోఽసన్నిధానా దలంకారరహితాం, విపద్మా మివ పద్మినీం రామాగమనేఽప్యయ మాశ్రయో నోత్పాదయితు మర్హతీ త్యేవం మన్యమానాం. పద్మరహితాం సరసీ మివ స్థితాం. గ్రహేణ క్రూరగ్రహేణ, ద్వితీయ ఇవశబ్దో వాక్యాలంకారే. ౧౬-౨౨

అశ్రుపూర్ణముఖీం దీనాం కృశా మనశనేన చ,
శోకధ్యానపరాం దీనాం నిత్యం దుఃఖపరాయణాం. ౨౩

ప్రియం జన మపశ్యంతీం పశ్యంతీం రాక్షసీగణం,
స్వగణేన మృగీం హీనాం శ్వగణాభివృతా మివ. ౨౪

నీలనాగాభయా వేణ్యా జఘనం గత యైకయా,
నీలయా నీరదాపాయే వనరాజ్యా మహీ మివ.
సుఖార్హాం దుఃఖసంతప్తాం వ్యసనానా మకోవిదాం, ౨౫

తాం సమీక్ష్య విశాలాక్షీ మధికం మలినాం కృశాం.
తర్కయామాస సీతేతి కారణై రుపపాదిభిః, ౨౬

హ్రియమాణా తదా తేన రక్షసా కామరూపిణా.
యథారూపా హి దృష్టా వై తథారూపేయ మంగనా, ౨౭

పూర్ణచంద్రాననాం సుభ్రూం చారువృత్తపయోధరాం.
కుర్వంతీం ప్రభయా దేవీం సర్వా వితిమిరా దిశః, ౨౮

---

(అశ్ర్వితి.) కృశాం దీనా మితి పునః పునరుక్తిః కార్శ్యదైన్యయో రతిశయప్రదర్శనాయ. అత్ర 'ఉపవాసకృశాం, కృశా మనశనే' నేత్యుక్త్యా పూర్వకాండాంతే ఇంద్రదత్తపాయసాశనవృత్తాంతః కల్పిత ఇతి తత్త్రైవోక్తం నీలనాగాభయా కృష్ణసర్పతుల్యయా, నీరదాపాయే శరది, (తనిశ్లోకీ) ౨౫

(తా మితి.) ఉపపాదిభిః ఉపపాదనశీలైః మందప్రఖ్యాయమానేనే త్యారభ్య సీతాం సమీక్ష్య ఉపపాదిభిః కారణై స్సీతేతి తర్కయామాసే త్యన్వయః. ౨౬

ఏవం లింగై స్సీతేతి విచార్య ప్రత్యభిజ్ఞాయాపి తథా తర్కయామాసే త్యాహ (హ్రియ మాణేతి.) ఇతి, తర్కయామాసేతి శేషః. ౨౭

('పూర్ణచంద్రాననా') మిత్యారభ్య 'విద్యాం ప్రశిథిలా మి వే' త్యంత మేకం వాక్యం. సుభ్రూం సుభ్రువం. ఉవజభావ ఆర్షః. (కుర్వంతీ మితి.) దశ మాసాన్ స్నానేన వినా మలినాఽపి

(హనుమతా సీతాసందర్శనం)

తాం నీలకేశీం బింబోష్ఠీం సుమధ్యాం సుప్రతిష్ఠితాం.
సీతాం పద్మపలాశాక్షీం మన్మథస్య రతిం యథా, ౨౯

ఇష్టాం సర్వస్య జగతః * పూర్ణచంద్రప్రభా మివ.
భూమౌ సుతను మాసీనాం నియతా మివ తాపసీం, ౩౦

నిశ్శ్వాసబహుళాం భీరుం భుజగేంద్రవధూ మివ.
శోకజాలేన మహతా వితతేన నరాజతీం, ౩౧

సంసక్తాం ధూమజాలేన శిఖా మివ విభావసోః.
తాం స్మృతీ మివ సందిగ్ధా మృద్ధిం నిపతితా మివ. ౩౨

విహతా మివ చ శ్రద్ధా మాశాం ప్రతిహతా మివ.
సోపసర్గాం యథా సిద్ధిం బుద్ధిం సకలుషా మివ, ౩౩

అభూతేనాఽపవాదేన కీర్తిం నిపతితా మివ.
రామోపరోధవ్యథితాం రక్షోహరణకర్శితాం, ౩౪

---

ప్రథమా దిశః విదియురాః సర్వంతి యతి ప్రథాంతశమోక్తిః. సుప్రతిష్ఠితాం సుప్రతిష్ఠితపాదతలాం, నరాజతీం నరాజంతీం, తాం ప్రసిద్ధాం, స్మృతీం మన్వాద్యుక్తిం, సందిగ్ధాం సందిగ్ధార్థాం, ఋద్ధిం సంపదం, నిపతితాం క్షీణాం, విహతాం అవిశ్వాసబహుళాం, ప్రతిహతాం అలబ్ధకార్యాం, సోపసర్గాం సుఖప్రాప్యాం, సకలుషాం సకాలుష్యాం, భావప్రధానో నిర్దేశః. అభూతేన అసత్యేన, రామోపరోధవ్యథితాం రామప్రాప్తివిరోధేన వ్యథితాం, పున స్సీతాశబ్దో వ్యవహితానుస్మరణార్థః. ఆమ్నాయానాం వేదానాం.

---

* చంద్రప్రభా మివేతి సర్వానందకరత్వ ముక్తం; భుజగేంద్రవధూ మివేతి దుష్ప్రధర్షత్వం; శిఖామివ విభావసో రితి పాతివ్రత్యం, తాం ప్రసిద్ధాం. స్మృతిః మన్వాదివాక్యం. దీర్ఘ స్స్వార్షః. ఇతి తత్త్వదీపికా.

అబలాం మృగశాబాక్షీం వీక్షమాణాం తత స్తతః.
బాష్పాంబుపరిపూర్ణేన కృష్ణవక్రాక్షిపక్ష్మణా, ౩౫

వదనేనాఽప్రసన్నేన నిశ్శ్వసంతీం పునః పునః.
మలపంకధరాం దీనాం మణ్డనార్హా మమణ్డితాం, ౩౬

ప్రభాం నక్షత్రరాజస్య కాలమేఘై రివాఽఽవృతాం. ౩౭

తస్య సందిదిహే బుద్ధి ర్ముహు స్సీతాం నిరీక్ష్య తు,
ఆమ్నాయానా మయోగేన విద్యాం ప్రశిథిలా మివ. ౩౮

దుఃఖేన బుబుధే సీతాం హనుమా ననలంకృతాం,
సంస్కారేణ యథా హీనాం వాచ మర్థాంతరం గతాం. ౩౯

తాం సమీక్ష్య విశాలాక్షీం రాజపుత్రీ మనిందితాం,
తర్కయామాస సీతేతి కారణై రుపపాదిభిః. ౪౦

వైదేహ్యా యాని చాఽంగేషు తదా రామోఽన్వకీర్తయత్,
తా న్యాభరణజాలాని శాఖాశోభీ న్యలక్షయత్. ౪౧

---

అయోగేన అసంబంధేన, ప్రశిథిలాం అప్రాప్తప్రతిష్ఠాం, విద్యాం వేదబాహ్యవిద్యాం, యద్వా, ఆమ్నాయానాం అభ్యాసానా మభావేన ప్రశిథిలాం అస్థిరపదాం విద్యా మివ సీతాం నిరీక్ష్య తస్య హనుమతో బుద్ధి స్సందిదిహే ఇత్యన్వయః. కార్శ్యమాలిన్యాదినా తిరోహితరూపత్వా దితి భావః ౨౯-౩౮

(దుఃఖేనేతి) సంస్కారః శబ్దవ్యుత్పత్తిః, తేన హీనాం, అత ఏవ వివక్షితా దర్థాంతరం గతాం, విపరీతార్థా మిత్యర్థః సంస్కారహీనతయా ప్రతిపిపాదయిషితార్థం వక్తు మశక్నువంతీ మవివక్షిత మర్థం బోధయంతీం, వాచ మివ, సమ్యగ్వ్యుత్పత్త్యభావా దర్థాంతరం గతాం, వ్యుత్పత్త్య నంతరం స్వార్థం ప్రతిపాదయంతీ మివ స్థితా మిత్యర్థః ౩౯-౪౦

(వైదేహ్యా ఇతి) శాఖాయాం శోభంత ఇతి శాఖాశోభీని, భర్తృవిరహకాలే భూషణధారణ స్యాఽనుచితత్వాత్ స్వాంగేభ్య ఉన్ముచ్య శాఖాయాం న్యస్తానీ త్యర్థః కర్ణవేష్టౌ కుండలే. 'కర్ణికా

(హనుమతా సీతాయాః ప్రత్యభిజ్ఞానం)

సుకృతౌ కర్ణవేష్టౌ చ శ్వదంష్ట్రౌ చ సుసంస్థితౌ,
మణివిద్రుమచిత్రాణి హస్తే ష్వాభరణాని చ.
శ్యామాని చిరయుక్తత్వా త్తథా సంస్థానవంతి చ, ౪౨-౪౫

తాన్యే వైతాని మన్యేఽహం యాని రామోఽన్వకీర్తయత్. ౪౩

తత్ర యా న్యవహీనాని తా న్యహం నోపలక్షయే,
యా న్యస్యా నావహీనాని తా నీమాని న సంశయః. ౪౪

పీతం కనకపట్టాభం స్రస్తం త ద్వసనం శుభం,
ఉత్తరీయం నగాసక్తం తదా దృష్టం ప్లవంగమైః. ౪౫

భూషణాని చ ముఖ్యాని దృష్టాని ధరణీతలే,
అనయై వాఽపవిద్ధాని స్వనవంతి మహాంతి చ. ౪౬

తాళపత్రం స్యాత్ కుండలం కర్ణవేష్టన' మితి సజ్జనః. శ్వదంష్ట్రౌః త్రికర్ణకాఖ్యః పుష్పాకారః కర్ణపార్శ్వభూషణవిశేషః 'త్రికర్ణక శ్వదంష్ట్రి శ్చే' త్యభిధానరత్నమాలా. హస్తేషు హస్తావయవేషు. శ్యామాని విరహతాపౌష్ణ్యవశా చ్ఛ్యామీభూతాని. తదా చిరయుక్తత్వాత్ చిరధృతత్వాత్. సంస్థానవంతి హస్తేషు తత్తదాభరణసంస్థానాని దృశ్యంత ఇత్యర్థః. ౪౨-౪౫

('తాన్యే వే'త్యర్ధ) మేకం వాక్యం. ౪౩

(తత్రేతి.) తత్ర ఋశ్యమూకే. యా న్యవహీనాని పతితాని. తా న్యహం నోపలక్షయే. అత్రేతి శేషః. అస్యా స్సీతాయా స్సకాశా ద్యాని నాఽవహీనాని న పతితాని. తా నీమాని, తత్తుల్యత్వాత్. ౪౪

(పీత మిత్యాది.) ప్లవంగమైః సుగ్రీవాదిప్లవంగమైః. య దుత్తరీయం దృష్టం. యాని భూషణాని దృష్టాని. తాని సర్వా ణ్యనయైవ. అపవిద్ధాని పాతితాని. నగాసక్త మిత్యనేన పతనదశాయా ముత్తరీయాగ్రం వృక్షే కించి త్సక్త మితి ద్యోత్యతే. ౪౫-౪౬

ఇదం చిరగృహీతత్వా ద్వసనం క్లిష్టవత్తరం,
తథాపి నూనం త ద్వర్ణం తథా శ్రీమ ద్యథేతరత్. ౪౭

ఇయం కనకవర్ణాంగీ రామస్య మహిషీ ప్రియా,
ప్రణష్టాఽపి సతీ యాఽస్య మనసో న ప్రణశ్యతి. ౪౮

ఇయం సా యత్కృతే రామ శ్చతుర్భిః పరితప్యతే,
కారుణ్యే నాఽఽనృశంస్యేన శోకేన మదనేన చ. ౪౯

స్త్రీ ప్రణష్టేతి కారుణ్యా దాశ్రితే త్యానృశంస్యతః,
పత్నీ నష్టేతి శోకేన ప్రియేతి మదనేన చ ౫౦

అస్యా దేవ్యా యథారూప మంగప్రత్యంగసౌష్ఠవం,

---

(ఇద మితి.) ఇతరత్ ఉత్సృష్టం, త దుత్తరీయం, యథా యాదృశవర్ణయుక్తం. యథా శ్రీమత్, ఇదం ఇదానీం ధార్యమాణం. తద్వర్ణం తథా శ్రీమత్. నూన మితి యోజనా ౪౭

(ఇయ మితి.) యా రామస్య ప్రియా సతీ మహిషీతి కృత్వా, ప్రణష్టాఽపి అస్య రామస్య మనస స్సకాశాత్ న ప్రణశ్యతి, సదా మనసా దృష్టా భవతీ త్యర్థః. సా కనకవర్ణాంగీ, ఇయం, మయా పరిదృశ్యమానే త్యర్థః. ౪౮

(ఇయం సేతి.) రామః కారుణ్యాదిభి శ్చతుర్భిః యత్కృతే పరితప్యతే, సేయం. కారుణ్యాదీనాం పరితాపహేతుత్వం విభజ్య దర్శయతి (స్త్రీతి) అపత్కాలే స్త్రియో రక్షణీయాః త న్న కృత మితి కారుణ్యా త్పరితప్యతే. ఆనృశంస్య మక్రూరత్వం, ఆశ్రితసంరక్షణైకస్వభావత్వ మితి యావత్. తస్మాత్ ఆశ్రితా న రక్షితేతి పరితప్యతే. 'అర్ధో వా ఏష ఆత్మనో యత్పత్నీ' త్యుక్తరీత్యా ఆత్మార్ధభూతా పత్నీ నష్టేతి శోకేన పరితప్యతే ప్రియా నష్టేతి మదనేన పరితప్యత ఇతి యోజనా. ౪౯—౫౦

అథాఽనయో రన్యోన్యాభిరూప్యానుగుణ్య మాహ (అస్యా ఇతి.) అస్యాః సీతాయాః, రూపం శరీరం, అంగప్రత్యంగసౌష్ఠవం చ, యథా యథావిధం, తథావిధ మేవ రామస్యాపి రూపం

(సీతాదర్శనేన హనుమతః విచారః)

రామస్య చ యథా రూపం తస్యేయ మసితేక్షణా. ౫౧

అస్యా దేవ్యా మన స్తస్మిం స్తస్య చాఽస్యాం ప్రతిష్ఠితం,
తేనేయం స చ ధర్మాత్మా ముహూర్త మపి జీవతి, ౫౨

దుష్కరం కృతవా న్రామో హీనో య దనయా ప్రభుః.
ధారయ త్యాత్మనో దేహం న శోకే నాఽవసీదతి. ౫౩

---

అంగప్రత్యంగసౌష్ఠవం చ. తథా రామస్య రూప మంగప్రత్యంగసౌష్ఠవం చ. యథా యద్విధం, తథావిధ మేవాఽస్యా రూప మంగప్రత్యంగసౌష్ఠవం చ. అతః ఇయ మసితేక్షణా తస్య యోగ్యేతి భావః. ౫౧

తథాఽనయో రన్యోన్యస్యాఽనురాగ మాహ (అస్యా ఇతి) అస్యా దేవ్యా మనః, తస్మి న్రామే ప్రతిష్ఠితం, తేన హేతునా ఇయం ముహూర్త మపి జీవతి. తస్య చ మనోఽస్యాం ప్రతిష్ఠితం. తేన కారణేన స ముహూర్త మపి జీవతి, తయో రన్యోన్యమనోనివేశనాభావే ముహూర్తజీవన మపి న ఘటతి ఇతి భావః ౫౨

మాల్యవతి శైలే రామస్య సీతావిరహక్లేశాతిశయం నిశమ్య హంత! వసిష్ఠశిష్యః కిమ్స్యాత్? స్త్రీమాత్రకృతే కథ మేవ మభూ? దితి వినింద్య పరిహసితవా న్స్వయం పరితప్తమనా. సంప్రతి సీతాయా వైలక్షణ్యాతిశయదర్శనేన విశేషజ్ఞతయా ఏతద్విరహే రామస్య దేహధారణం సర్వాత్మనా అశక్య మిత్యాహ (దుష్కర మితి.) (దుష్కరం కృతవా న్రామః,) ఇమాం వినాపి [illegible] రామః ప్రకామ మశక్యం కృత్య మకరోత్. (హీనో య దనయా ప్రభుః) అనయా వినా దేహం ధృత్వాఽవస్థిత ఇతి య త్తదత్యంత మశక్యం. (ప్రభుః) గదాశ్వాదికం రక్షయితుం రాజ్యం పాలయితుం చ జానాతి, న ప్రణయధారాయాం ప్రథమాంశ మపి వేత్తివాన్. (ధారయ త్యాత్మనో దేహం) కిమిదం యూచితతరం శరీరం ధారయతి! స్వస్యైవ హి దేహోఽయం. (దేహం) భోగాయతనం హీదం. న దుఃఖాయతనం. 'దిహ ఉపచయే' ఇత్యస్మాద్ధాతోః 'ఇగుపధే' త్యాదినా కః. తేనాఽయ మర్థో లభ్యతే. సీతాశరీరస్య పరతంత్రతయా తత్త్యక్తు మయుక్తం. న తు స్వాధీనశరీరస్య ధారణం యుక్త మితి భావః. విశేషజ్ఞేనాపి కథ మిదం త్యక్తుం శక్యం? తత్రాహ (న శోకేనాఽవసీదతి.)(తన్నిశ్లోకే) ౫౩

దుష్కరం కృతవాన్ రామో య ఇమాం మత్తకాశినీం,
సీతాం వినా మహాబాహు ర్ముహూర్త మపి జీవతి. ౨౪

ఏవం సీతాం తదా దృష్ట్వా హృష్టః పవనసంభవః,
జగామ మనసా రామం ప్రశశంస చ తం ప్రభుం. ౨౫

ఇతి శ్రీమద్రామాయణే, సున్దరకాణ్డే, పంచదశ స్సర్గః.

అథ షోడశ స్సర్గః

ప్రశస్య తు ప్రశస్తవ్యాం సీతాం తాం హరిపుంగవః,
గుణాభిరామం రామం చ పున శ్చింతాపరోఽభవత్.

---

ఉక్త మర్థం కించి ద్విశేషాంతరేణ దర్శయతి (దుష్కరం కురుత ఇతి.) ౨౪

(ఏవ మితి.) ఏవం దృష్ట్వా మలినసంవీతత్వోపవాసకృశత్వశోకధ్యానపరాయణత్వాదిపతివ్రతాధర్మయుక్తాం సీతాం దృష్ట్వా, హృష్టస్సన్ మనసా రామం, జగామ సస్మార, తం ప్రభుం బుద్ధిస్థం రామం, ప్రశశంస చ, పునఃప్రాప్త్యుపయుక్తపతివ్రతాధర్మనిష్ఠత్వదర్శనాత్ భాగ్యోత్తరో రామ ఇత్యస్తౌషీత్, యద్వా, ఏతాదృశసౌందర్యవతీం సీతాం దృష్ట్వా ఏతద్విరహితస్య మహాన్ శోకః ప్రాప్తః. అతః యుక్త మేవ కృతవాన్ రామ ఇత్యస్తౌషీత్. ౨౫

ఇతి శ్రీగోవిందరాజవిరచితే, శ్రీరామాయణభూషణే, శృంగారతిలకాఖ్యానే, సున్దరకాణ్డవ్యాఖ్యానే, పఞ్చదశ స్సర్గః.

అథ షోడశ స్సర్గః

(ప్రశస్య త్విత్యాది.) ప్రశస్తవ్యాం ప్రశంసితవ్యాం. (రామం సీతాం చ ప్రశస్యేతి) అస్యా దేవ్యా ఇత్యాదినోభయో రపి ప్రశంసితత్వాత్. ౧

(సీతాదర్శనేన హనుమతః విలాపః)

స ముహూర్త మివ ధ్యాత్వా బాష్పపర్యాకులేక్షణః,
సీతా మాశ్రిత్య తేజస్వీ హనుమా న్విలలాప హ ౨

మాన్యా గురువినీతస్య లక్ష్మణస్య గురుప్రియా,
యది సీతాఽపి దుఃఖార్తా కాలో హి దురతిక్రమః. ౩

రామస్య వ్యవసాయజ్ఞా లక్ష్మణస్య చ ధీమతః,
నాఽత్యర్థం క్షుభ్యతే దేవీ గంగేవ జలదాగమే. ౪

తుల్యశీలవయోవృత్తాం తుల్యాభిజనలక్షణాం,

---

(స ఇతి.) సీతా మాశ్రిత్య సీతాం విషయీకృత్య ౨

(మాన్యేతి.) గురువినీతస్య గురుభి శ్శిక్షితస్య గురుప్రియా రామప్రియా కాలో హి దురతిక్రమః. కాలో దురతిక్రమ ఏవే త్యయ మర్థ స్సిద్ధో భవతీ త్యర్థః హికారోఽవధారణే, అవ్యయానా మనేకార్థత్వాత్ జగద్రక్షకరామలక్ష్మణగుప్తాయా స్సీతాయా అపి య దీదృశం దుఃఖం ప్రాప్తం తదా కాలో దురతిక్రమ ఏవేతి భావః ౩

(రామస్యేతి) (వ్యవసాయజ్ఞా) స్వయత్నం విహాయ తద్వ్యవసాయ మేవ ప్రతీక్షమాణా. "ఇత ద్విరిలం మమ" 'అప్యహం జీవితం జహ్యాం' మిత్యేవం రామవ్యవసాయం జానతీ త్యర్థః (లక్ష్మణస్య చ ధీమతః,) రామే మాయామృగానుసారిణ్యపి మారీచోఽయమితి తదానీ మపి నిశ్చితవతో లక్ష్మణస్య. యద్వా. సర్వేశ్వరా దప్యాఽఽశ్రితసంరక్షణే సమధికోత్తమస్య. (నాఽత్యర్థం క్షుభ్యతే.) అత్యర్థ మితి క్షోభాభావవిశేషణం. క్షోభవిశేషణత్వే యత్కించిత్క్షోభః ప్రాప్త స్స్యాత్ సత్తాకాలేఽపి ప్రాప్తేఽపి క్షోభలేశరహితే త్యర్థః. (దేవీ) రామేణ సహ సా పోభిస్వరూపా వర్తతే. (గంగేవ జలదాగమే.) క్షోభహేతౌ సత్యపి యథా గంగా న క్షుభ్యతే తథే త్యర్థః ౪

(తుల్యేతి) (తుల్యశీలవయోవృత్తాం) శీలం స్వభావః 'అస్యా దేవ్యా మన స్తస్మిం స్తస్య చాఽస్యాం ప్రతిష్ఠిత' మితి ప్రక్రియయా తుల్యస్వభావాం. తుల్యవయస్కాం షోడశవార్షికస్య ద్వాదశవార్షికీ తుల్యా. అన్యథా వైరస్యాపత్తేః, శాస్త్రవిరోధాచ్చ. అత ఏవ విష్ణుః 'వర్షై రేకగుణాం భార్యా ముద్వహే త్త్రిగుణో వరః, ద్వ్యష్టవర్షోఽష్టవర్షాం వా వయోమాత్రాఽవరా చ యే' తి తుల్య వృత్తాం. 'దోషో యద్యపి తస్య స్యాత్ సతా మేత దగర్హిత' మితి రామవృత్తం. 'పాపానాం వా

రాఘవోఽర్హతి వైదేహీం తం చేయ మసితేక్షణా. ౫

తాం దృష్ట్వా నవహేమాభాం లోకకాంతా మివ శ్రియం,
జగామ మనసా రామం వచనం చేద మబ్రవీత్. ౬

అస్యా హేతో ర్విశాలాక్ష్యా హతో వాలీ మహాబలః,
రావణప్రతిమో వీర్యే కబంధశ్చ నిపాతితః. ౭

విరాధశ్చ హత స్సంఖ్యే రాక్షసో భీమవిక్రమః,
వనే రామేణ విక్రమ్య మహేంద్రేణేవ శంబరః. ౮

చతుర్దశ సహస్రాణి రక్షసాం భీమకర్మణాం,
నిహతాని జనస్థానే శరై రగ్నిశిఖోపమైః. ౯

ఖరశ్చ నిహత స్సంఖ్యే త్రిశిరాశ్చ నిపాతితః,
దూషణశ్చ మహాతేజా రామేణ విదితాత్మనా. ౧౦

---

శుభానాం వా వధార్హాణాం ప్లవంగమ, కార్యం కరుణ మార్యేణ న కశ్చి న్నాఽపరాధ్య' తీత్యుక్తవత్యా స్సీతాయా వృత్తేన తుల్యం. తుల్యశబ్దోఽనురూపపరః. రామానురూపశీలవయశ్చారిత్రా మిత్యర్థః. (తుల్యాభిజనలక్షణాం,) అభిజనః కులం. లక్షణం సాముద్రికం. సార్వభౌమలక్షణవతో భార్యయా యై స్సాముద్రికలక్షణై ర్భావ్యం తై ర్యుక్తా మిత్యర్థః. ఏవంవిధత్వా ద్రాఘవో వైదేహీ మర్హతి, వైదేహీ రాఘవ మర్హతి. లోకే సౌందర్యాదిమత స్సౌందర్యాదిసర్వసహితా న లభ్యతే. సౌందర్యాదిమత్యా న సౌందర్యాదిసర్వవాన్. అనయో స్తు సర్వం సంపన్న మితి విస్మయతే. అసితేక్షణేత్యధికవిశేషణదానా ద్రామాపేక్షయా సీతాయా నయనసౌందర్య మధిక మిత్యుచ్యతే. అత ఏవ రామో వక్ష్యతి 'న జీవేయం క్షణమపి వినా తా మసితేక్షణా' మితి. (తనిశ్లోకీ.) ౫—౬

(అస్యా హేతో రితి.) 'సర్వనామ్న స్తృతీయా' చేతి షష్ఠీ. అనయా హేతునేత్యర్థః. ౭-౧౦

(సీతాదర్శనేన హనుమతః విలాపః)

ఐశ్వర్యం వానరాణాం చ దుర్లభం వాలిపాలితం,
అస్యా నిమిత్తే సుగ్రీవః ప్రాప్తవాన్ లోకసత్కృతం. ౧౧

సాగరశ్చ మయా క్రాంత శ్శ్రీమా న్నదనదీపతిః,
అస్యా హేతో ర్విశాలాక్ష్యాః పురీ చేయం నిరీక్షితా. ౧౨

యది రామ స్సముద్రాంతాం మేదినీం పరివర్తయేత్,
అస్యాః కృతే జగచ్చాఽపి యుక్త మిత్యేవ మే మతిః. ౧౩

రాజ్యం వా త్రిషు లోకేషు సీతా వా జనకాత్మజా,
త్రైలోక్యరాజ్యం సకలం సీతాయా నాఽఽప్నుయా త్కలాం. ౧౪

ఇయం సా ధర్మశీలస్య మైధిలస్య మహాత్మనః,
సుతా జనకరాజస్య సీతా భర్తృదృఢవ్రతా. ౧౫

ఉత్థితా మేదినీం భిత్త్వా క్షేత్రే హలముఖక్షతే,
పద్మరేణునిభైః కీర్ణా శుభైః కేదారపాంసుభిః. ౧౬

---

(ఐశ్వర్య మితి.) అస్యా నిమిత్తే 'నిమిత్తకారణహేతుషు సర్వాసాం ప్రాయదర్శన' మితి షష్ఠీ సప్తమ్యర్థే. అస్యాం నిమిత్తే సత్యా మిత్యర్థః. ౧౧-౧౨

(యదీతి.) పరివర్తయేత్ అధరోత్తరాం కుర్యాత్. అస్యాః కృతే ఏతదర్థం, జగచ్చాపి, న కేవలం మేదినీం. సర్వలోకానపి పరివర్తయే దిత్యర్థః. (తనిశ్లోకీ.) ౧౩

(రాజ్యం వేతి.) రాజ్య ముత్కృష్టం వా? సీతా ఉత్కృష్టా వా? ఇతి, విచార్యమాణ ఇతి శేషః కలాం లేశం. ౧౪

(ఇయ మితి.) భర్తృదృఢవ్రతా భర్తరి దృఢవ్రతా, కేదారపాంసుభిః యజ్ఞక్షేత్రపాంసుభిః. ౧౫-౧౬

విక్రాంతస్యాఽఽర్యశీలస్య సంయుగే ష్వనివర్తినః,
స్నుషా దశరథ స్యైషా జ్యేష్ఠా రాజ్ఞో యశస్వినీ. ౧౭

ధర్మజ్ఞస్య కృతజ్ఞస్య రామస్య విదితాత్మనః,
ఇయం సా దయితా భార్యా రాక్షసీవశ మాగతా. ౧౮

సర్వా న్భోగా న్పరిత్యజ్య భర్తృస్నేహబలాత్కృతా,
అచింతయిత్వా దుఃఖాని ప్రవిష్టా నిర్జనం వనం. ౧౯

సంతుష్టా ఫలమూలేన భర్తృశుశ్రూషణే రతా,
యా పరాం భజతే ప్రీతిం వనేఽపి భవనే యథా ౨౦

సేయం కనకవర్ణాంగీ నిత్యం సుస్మితభాషిణీ,
సహతే యాతనా మేతా మనర్థానా మభాగినీ. ౨౧

ఇమాం తు శీలసంపన్నాం ద్రష్టు మర్హతి రాఘవః,
రావణేన ప్రమథితాం ప్రపా మివ పిపాసితః. ౨౨

---

(విక్రాంతస్యేతి.) ఆర్యశీలస్య శ్రేష్ఠస్వభావస్య ౧౭—౧౮

(సర్వా నితి.) (సర్వాన్ భోగాన్) భుజ్యంత ఇతి భోగాః, శుకశారికాకందుకప్రభృతి భోగసాధనాని, మాతృప్రభృతీంశ్చ, (పరిత్యజ్య) పరి విశేషేణ పున స్తత్రాశాలేశం వినైవ, త్యక్త్వా. అయం చ పరిత్యాగో న స్వవశేనేత్యాహ (భర్తృస్నేహబలాత్కృతా) అభిమతవిషయస్నేహాతిరేక స్తదితర మఖిల మపి త్యాజయతి హి. త్యక్తేషు స్మరణాభావేఽపి గంతవ్యదేశీయదుఃఖం వా కిం స్మరతి? నేత్యాహ (అచింతయిత్వా దుఃఖాని) రామాతిరిక్తవస్త్వనుభవే హి దుఃఖానుభవసంభావనేతి భావః (ప్రవిష్టా నిర్జనం వనం) భోగస్యైకాంతస్థల మితి హ్యస్యా హృది లగ్న మితి భావః. (యాతనాం) తీవ్రవేదనాం. (అనర్థానా మభాగినీ,) ఆపదా మనర్హే త్యర్థః. (తనిశ్లోకీ.) ౧౯-౨౧

(ఇమా మితి.) ప్రపాం పానీయశాలికాం. 'ప్రపా పానీయశాలికే' త్యమరః. ౨౨

(సీతాదర్శనేన హనుమతః విలాపః)

అస్యా నూనం పున ర్లాభా ద్రాఘవః ప్రీతి మేష్యతి,
రాజా రాజ్యపరిభ్రష్టః పునః ప్రాప్యేవ మేదినీం. ౨౩

కామభోగైః పరిత్యక్తా హీనా బంధుజనేన చ,
ధారయ త్యాత్మనో దేహం తత్సమాగమకాంక్షిణీ. ౨౪

నైషా పశ్యతి రాక్షస్యో నేమా న్పుష్పఫలద్రుమాన్,
ఏకస్థహృదయా నూనం రామ మేవాఽనుపశ్యతి. ౨౫

భర్తా నామ పరం నార్యా భూషణం భూషణా దపి,
ఏషా తు రహితా తేన భూషణార్హా న శోభతే. ౨౬

దుష్కరం కురుతే రామో హీనో య దనయా ప్రభుః,
ధారయ త్యాత్మనో దేహం న దుఃఖే నాఽవసీదతి. ౨౭

ఇమా మసితకేశాంతాం శతపత్రనిభేక్షణాం,
సుఖార్హాం దుఃఖితాం దృష్ట్వా మమాఽపి వ్యథితం మనః. ౨౮

---

(కామ్యంత ఇతి కామాః) తే చ తే భోగా శ్చ స్రక్చందనాదయః, తై ః. ౨౩-౨౪

(నైపేతి ) (నైషా పశ్యతి రాక్షస్యః) రాక్షసీ ర్న పశ్యతి, (నేమాన్ పుష్పఫలద్రుమాన్) రామవిరహక్లేశాతిశయేన రాక్షసీదర్శనవ త్పుష్పఫలవతాం ద్రుమాణా మపి దర్శన మస్యా అసహ మిత్యర్థః. (ఏకస్థహృదయా) ఏకాగ్రచిత్తా, (రామ మేవానుపశ్యతి) ధ్యాయంతీ త్యర్థః. రామాగమన సంభావనావతీ దిశోఽవలోకయతీతి వాఽర్థః. యద్వా, నిరంతరేణ రామానుభవేన పరిసరవర్తీ కోఽపి పదార్థో న దృష్టిపథం గచ్ఛతీ త్యర్థః (తనిశ్లోకీ.) ౨౫-౨౬

(ఇమా మితి.) అసితః కేశాంతః యస్యా స్తాం. కేశానా మగ్రే నైల్యం స్త్రీణాం దుర్లభం. అత స్త దేవాహ (అసితకేశాంతాం) గుడాళకావృతస్యాపి వ్యామోహకరీం. (శతపత్రనిభేక్షణాం,) యద్యపీయ మసితేక్షణా తథాపి సంస్థానవిశేషే ఉపమేయం. కమలపత్రాక్షస్యాపి వ్యామోహదాయినీం, (సుఖార్హాం) రామోత్సంగే స్థాతు మర్హాం, దుఃఖితాం రాక్షసీమధ్యే స్థితాం దృష్ట్వా (మమాపి వ్యథితం మనః) శాఖామృగస్య మమాపి మనో వ్యథితం, కిముత పరమదయాళోః రామస్యేతి భావః. శోక హర్షయో రపదస్య మమాపి మనో వ్యథితం, కింపునః కామిన ఇతి వా. ౨౮

క్షితిక్షమా పుష్కరసన్నిభాక్షీ యా రక్షితా రాఘవలక్ష్మణాభ్యాం,
సా రాక్షసీభి ర్వికృతేక్షణాభి స్సంరక్ష్యతే సంప్రతి వృక్షమూలే. ౨౯

హిమహతనళినీవ నష్టశోభా వ్యసనపరంపరయాఽతిపీడ్యమానా,
సహచరరహితేవ చక్రవాకీ జనకసుతా కృపణాం దశాం ప్రపన్నా. ౩౦

అస్యా హి పుష్పావనతాగ్రశాఖా శ్శోకం దృఢం వై జనయం త్యశోకాః,
హిమవ్యపాయేన చ మందరశ్మి రభ్యుత్థితో నైకసహస్రరశ్మిః, ౩౧

ఇత్యేవ మర్థం కపి రన్వవేక్ష్య సీతేయ మిత్యేవ నివిష్టబుద్ధిః,
సంశ్రిత్య తస్మి న్నిషసాద వృక్షే బలీ హరీణా మృషభ స్తరస్వీ. ౩౨

ఇతి శ్రీమద్రామాయణే, సుందరకాండే, షోడశ స్సర్గః

---

(హిమహతేతి.) హిమహతేతి విశేషణేన నళిన్యాః పూర్వం బహుకాలశోభితత్వం సిద్ధం. తద్వ న్నష్టశోభా, ద్వాదశవర్షం నిష్ప్రతిబంధం భోగా న్భుంజానాయా ఆగంతుకో హి విశ్లేషః. తేన హి నష్టశోభే త్యుక్తం. వ్యసనపరంపరయా విరహ ఇవ సంశ్లేషోఽపి మధ్యే మధ్యే నాఽఽగత్య వివృత్తః, వ్యసన మేవ నైరంతర్యేణ వృత్తం. (అతిపీడ్యమానా) అతిక్రమ్య పీడ్యమానా, ఆశ్రయా ననురూపం వ్యసన మనుభవతీ త్యర్థః. (సహచరరహితేవ చక్రవాకీ,) లాభకాల మవగమ్య దుఃఖం సోఢు మసమర్థా. చక్రవాకీసామ్యేనాఽయ మర్థో లభ్యతే. సా హి రాత్రివిరామకాలం ప్రబుధ్య దుఃఖం సోఢు మదక్షేతి ప్రసిద్ధం, జనకసుతా ఏవం వ్యసనం భవిష్యతీతి జ్ఞాత్వా న సంవర్ధితా, కేవలం సుఖసంవర్ధితే త్యర్థః. (కృపణాం దశాం ప్రపన్నా) పూర్వోక్తనళిన్యాదికం నోపమానం భవితు మర్హతి. కించి దుక్తిమాత్రం. వాఙ్మనసాఽపరిచ్ఛేద్యాం దుర్దశాం ప్రాప్తే త్యర్థః. (తనిశ్లోకీ.) ౩౦

(అస్యా ఇతి.) హిమవ్యపాయేన వసంతేన, నైకసహస్రరశ్మి రభ్యుత్థితః, మందరశ్మిః సూర్యాపేక్షయా మందకరః, చంద్ర ఇతి యావత్. శోకం జనయతీతి వచనవిపరిణామేణ సంబంధః. ౩౧-౩౨

ఇతి శ్రీగోవిందరాజవిరచితే, శ్రీరామాయణభూషణే, శృంగారతిలకాఖ్యానే, సున్దరకాణ్డవ్యాఖ్యానే,
షోడశ స్సర్గః.

## అథ సప్తదశ స్సర్గః

తతః కుముదషణ్డాభో నిర్మలో నిర్మలం స్వయం,
ప్రజగామ నభ శ్చంద్రో హంసో నీల మివోదకం. ౧

సాచివ్య మివ కుర్వ న్స ప్రభయా నిర్మలప్రభః,
చంద్రమా రశ్మిభి శ్శీతై స్సిషేవే పవనాత్మజం. ౨

స దదర్శ తత స్సీతాం పూర్ణచంద్రనిభాననాం,
శోకభారై రివ న్యస్తాం భారై ర్నావ మివాఽంభసి. ౩

దిదృక్షమాణో వైదేహీం హనుమా న్మారుతాత్మజః,
స దదర్శాఽవిదూరస్థా రాక్షసీ ర్ఘోరదర్శనాః. ౪

ఏకాక్షీ మేకకర్ణాం చ కర్ణప్రావరణాం తథా,
అకర్ణాం శంకుకర్ణాం చ మస్తకోచ్ఛ్వాసనాసికాం ౫

అతికాయోత్తమాంగీం చ తనుదీర్ఘశిరోధరాం,

---

## అథ సప్తదశ స్సర్గః

(తత ఇత్యాది) ప్రజగామ ప్రకర్షేణ జగామ, ఆకాశపరభాగం ప్రాప్త ఇత్యర్థః.

(న ఇతి.) శోకభారైః, న్యస్తా మివ ఆక్రాంతా మివ స్థితాం. అంభసి భారైర్న్యస్తాం నావ మివ స్థితాం. ౩

(దిదృక్షమాణ ఇత్యాది.) కర్ణౌ ప్రావరణే శిరస ఆచ్ఛాదకౌ యస్యా స్సా కర్ణప్రావరణా. తాం, శంకువ త్కర్ణౌ యస్యా స్తాం శంకుకర్ణాం, మస్తకోచ్ఛ్వాసనాసికాం. ఊర్ధ్వముఖనాసికా మిత్యర్థః. అతికాయోత్తమాంగీం-అత్రాఽతికాయశబ్దేన మహత్త్వ ముచ్యతే. మహాశిరస్కా మిత్యర్థః.

ధ్వస్తకేశీం తథాఽకేశీం కేశకంబళధారిణీం. ౬

లంబకర్ణలలాటాం చ లంబోధరపయోధరాం,
లంబోష్ఠీం చుబుకోష్ఠీం చ లంబాస్యాం లంబజానుకాం. ౭

హ్రస్వాం దీర్ఘాం తథా కుబ్జాం వికటాం వామనాం తథా,
కరాళాం భుగ్నవక్త్రాం చ పింగాక్షీం వికృతాననాం. ౮

వికృతాః పింగళాః కాళీః క్రోధనాః కలహప్రియాః,
కాళాయసమహాశూలకూటముద్గరధారిణీః. ౯

వరాహమృగశార్దూలమహిషాజశివాముఖీః,
గజోష్ట్రహయపాదీశ్చ నిఖాతశిరసోఽపరాః. ౧౦

ఏకహస్తైకపాదాశ్చ ఖరకర్ణ్యశ్వకర్ణికాః,
గోకర్ణీ ర్హస్తికర్ణీ శ్చ హరికర్ణీ స్తథాఽపరాః. ౧౧

అనాసా అతినాసా శ్చ తిర్యఙ్నాసా వినాసికాః,
గజసన్నిభనాసాశ్చ లలాటోచ్ఛ్వాసనాసికాః. ౧౨

---

ధ్వస్తకేశీం స్వల్పకేశీం, అకేశీం అనుత్పన్నకేశీం, కేశకంబళధారిణీం కంబళరూపకేశధారిణీం, లంబే కర్ణలలాటే యస్యా స్సా లంబకర్ణలలాటా, తాం. చుబుకే ఓష్ఠః యస్యా స్సా చుబుకోష్ఠీ, తాం. హ్రస్వదీర్ఘాం - అధఃకాయే ఊర్ధ్వకాయే చ క్వచిత్ హ్రస్వాం క్వచి ద్దీర్ఘా మిత్యర్థః. కుబ్జాం స్థగుమతీం. వికటాం స్థూలజంఘాం, కరాళాం దంతురాం 'కరాళో దంతురే తుంగ' ఇత్యమరః. భుగ్న వక్త్రాం నిమ్నవక్త్రాం, వికృతాననాం, నాసికోష్ఠవిరహితాననా మిత్యర్థః. ఏతదంతస్య పూర్వేణ దద ర్శేత్యనేనాఽన్వయః. ౪—౮

(వికృతా ఇత్యాదే) రుత్తరేణ దదర్శే త్యనేనాఽన్వయః. ఏతా ఏకాక్ష్యాదిరాక్షసీభ్యోఽన్యాః. వికృతాః వికృతవేషాః, నిఖాతశిరసః గాత్రాంతర్వర్తిశిరసః, హరికర్ణ్యః కపికర్ణ్యః, పాదే చూడికా

(హనుమతా సీతాదురవస్థాదర్శనం)

హస్తపాదా మహాపాదా గోపాదాః పాదచూళికాః,
అతిమాత్రశిరోగ్రీవా అతిమాత్రకుచోదరీః. ౧౩

అతిమాత్రాస్యనేత్రా శ్చ దీర్ఘజిహ్వానఖా స్తథా,
అజాముఖీ ర్హస్తిముఖీ ర్గోముఖీః సూకరీముఖీః. ౧౪

హయోష్ట్రఖరవక్త్రా శ్చ రాక్షసీ ర్ఘోరదర్శనాః,
శూలముద్గరహస్తా శ్చ క్రోధనాః కలహప్రియాః. ౧౫

కరాళా ధూమ్రకేశీ శ్చ రాక్షసీ ర్వికృతాననాః,
పిబంతీ స్సతతం పానం సదా మాంససురాప్రియాః. ౧౬

మాంసశోణితదిగ్ధాంగీః మాంసశోణితభోజనాః,
తా దదర్శ కపిశ్రేష్ఠో రోమహర్షణదర్శనాః.
స్కంధవంత ముపాసీనాః పరివార్య వనస్పతిం, ౧౭॥

తస్యాఽధస్తాచ్చ తాం దేవీం రాజపుత్రీ మనిందితాం.
లక్షయామాస లక్ష్మీవా న్హనుమా న్జనకాత్మజాం, ౧౮॥

నిష్ప్రభాం శోకసంతప్తాం మలసంకులమూర్ధజాం.
క్షీణపుణ్యాం చ్యుతాం భూమౌ తారాం నిపతితా మివ, ౧౯॥

చారిత్రవ్యపదేశాఢ్యాం భర్తృదర్శనదుర్గతాం.

---

యాసాం తాః పాదచూడికాః. 'శిఖా చూడా కేశపాశీ' త్యమరః 'రాక్షసీ ర్వికృతాననా' ఇత్యత్ర పునః రాక్షసీపద మవిస్మరణార్థం ౯-౧౭॥

(తస్యాఽధస్తా దిత్యాది.) లక్ష్మీవా న్సీతాదర్శనజనితశోభాయుక్తః. చ్యుతాం స్థానాచ్చలితాం. చారిత్రవ్యపదేశాఢ్యాం పతివ్రతాధర్మాచరణఖ్యాతిసంపన్నాం. భర్తృదర్శనేన దుర్గతాం దరిద్రాం.

భూషణై రుత్తమై ర్హీనాం భర్తృవాత్సల్యభూషణాం, ౨౦॥

రాక్షసాధిపసంరుద్ధాం బంధుభిశ్చ వినా కృతాం.
వియూథాం సింహసంరుద్ధాం బద్ధాం గజవధూ మివ, ౨౧॥

చంద్రరేఖాం పయోదాంతే శారదాభ్రై రివాఽఽవృతాం
క్లిష్టరూపా మసంస్పర్శా దయుక్తా మివ వల్లకీం. ౨౨॥

సీతాం భర్తృవశే యుక్తా మయుక్తాం రాక్షసీవశే.
అశోకవనికామధ్యే శోకసాగర మాప్లుతాం, ౨౩॥

తాభిః పరివృతాం తత్ర సగ్రహా మివ రోహిణీం.
దదర్శ హనుమా న్దేవీం లతా మకుసుమా మివ, ౨౪॥

సా మలేన చ దిగ్ధాంగీ వపుషా చాప్యలంకృతా.
మృణాళీ పంకదిగ్ధేవ విభాతి న విభాతి చ, ౨౫॥

మలినేన తు వస్త్రేణ పరిక్లిష్టేన భామినీం.
సంవృతాం మృగశాబాక్షీం దదర్శ హనుమా న్కపిః, ౨౬॥

తాం దేవీం దీనవదనా మదీనాం భర్తృతేజసా.
రక్షితాం స్వేన శీలేన సీతా మసితలోచనాం, ౨౭॥

---

భర్తృదర్శనరహితా మిత్యర్థః భర్తృవాత్సల్యభూషణాం, వాత్సల్యపద మత్ర స్నేహమాత్రవాచి. పయోదాంతే వర్షాంతే. చంద్రరేఖాయా స్స్పష్టాస్పష్టత్వద్యోతనాయేదం విశేషణం. అసంస్పర్శాత్ ఉద్వర్తనాదిసంస్కారరాహిత్యాత్. అయుక్తాం అనారోపితతంత్రీం. వల్లకీం వీణాం. ౨౦॥-౨౨॥

(సీతా మిత్యాది ) పరశేషః. రాక్షసీవశే అయుక్తాం అనవస్థితాం, తద్వచనా న్యశృణ్వంతీ మిత్యర్థః. లతాం కుసుమితా మివ, తథా దర్శనీయా మిత్యర్థః. ౨౪॥—౨౫॥

('మలినే' నేత్యాది) శ్లోకద్వయ మేకం వాక్యం. ౨౬॥-౨౭॥

(హనుమతా శింశుపావృక్షే ఆత్మగోపనం)

తాం దృష్ట్వా హనుమాన్ సీతాం మృగశాబనిభేక్షణాం.
మృగకన్యా మివ త్రస్తాం వీక్షమాణాం సమంతతః, ౨౮॥

దహంతీ మివ నిశ్వాసై ర్వృక్షా న్పల్లవధారిణః.
సంఘాత మివ శోకానాం దుఃఖ స్యోర్మి మివోత్థితాం, ౨౯॥

తాం క్షమాం సువిభక్తాంగీం వినాభరణశోభినీం.
ప్రహర్ష మతులం లేభే మారుతిః ప్రేక్ష్య మైథిలీం, ౩౦॥

హర్షజాని చ సోఽశ్రూణి తాం దృష్ట్వా మదిరేక్షణాం.
ముమోచ హనుమాం స్తత్ర నమ శ్చక్రే చ రాఘవం, ౩౧॥

నమస్కృత్వా స రామాయ లక్ష్మణాయ చ వీర్యవాన్.
సీతాదర్శనసంహృష్టో హనుమా న్సంవృతోఽభవత్, ౩౨॥

ఇతి శ్రీమద్రామాయణే, సున్దరకాణ్డే, సప్తదశ స్సర్గః.

('తా' మిత్యాది) శ్లోకత్రయ మేకం వాక్యం క్షమాం క్షమా మివ స్థితాం. నిగీర్యాధ్యవసానా దభేదోక్తిః. తాం దృష్ట్వా తాం ప్రేక్ష్యేత్యనయో ర్విశేషణవిశేష్యభేదా న్న పౌనరుక్త్యం. దూరప్రయుక్తస్యాఽనుస్మరణార్థం వా పునరుక్తిః. ౨౮-౩౦॥

(హర్షజానీతి.) రాఘవం నమశ్చక్రే. ఉపపదవిభక్త్యపేక్షయా కారకవిభక్తే ర్బలీయస్త్వాత్ 'నమస్కరోతి దేవా' నిత్యాదా వివ ద్వితీయా. ౩౧॥

(నమస్కృత్వేతి ) సంవృతః రాక్షస్యదర్శనాయ శింశుపాపత్త్రై ర్గూఢోఽభూత్. ౩౨॥

ఇతి శ్రీగోవిందరాజవిరచితే, శ్రీరామాయణభూషణే, శృంగారతిలకాఖ్యానే, సున్దరకాణ్డవ్యాఖ్యానే,
సప్తదశ స్సర్గః.

## అథ అష్టాదశ స్సర్గః

తథా విప్రేక్షమాణస్య వనం పుష్పితపాదపం,
విచిన్వత శ్చ వైదేహీం కించిచ్ఛేషా నిశాఽభవత్. ౧

షడంగవేదవిదుషాం క్రతుప్రవరయాజినాం,
శుశ్రావ బ్రహ్మఘోషాం శ్చ విరాత్రే బ్రహ్మరక్షసాం. ౨

అథ మంగళవాదిత్రై శ్శబ్దై శ్శ్రోత్రమనోహరైః,
ప్రాబుధ్యత మహాబాహు ర్దశగ్రీవో మహాబలః. ౩

విబుధ్య తు యథాకాలం రాక్షసేంద్రః ప్రతాపవాన్,
స్రస్తమాల్యాంబరధరో వైదేహీ మన్వచింతయత్. ౪

* § భృశం నియుక్త స్తస్యాం చ మదనేన మదోత్కటః,

---

### అథ అష్టాదశ స్సర్గః

(తథేత్యాది.) విప్రేక్షమాణస్య విచిన్వతశ్చ, విప్రేక్షమాణే విచిన్వతి చ తస్మి న్నిత్యర్థః. 'యస్య చ భావేనే' త్యర్థే షష్ఠీ. ౧

(షడంగేతి.) విరాత్రే అపరరాత్రే 'అహస్సర్వైకదేశసంఖ్యాతపుణ్యాచ్చ రాత్రే' రిత్యత్ర చకారా దవ్యయా దుత్తరస్య రాత్రిశబ్దస్య సమాసాంతోఽచ్ప్రత్యయః. బ్రహ్మరక్షసాం బ్రాహ్మణత్వవిశిష్టరక్షసాం, బ్రహ్మఘోషాన్ వేదఘోషాన్. ౨-౪

(భృశ మితి.) నియుక్తః ప్రేరితః. ౫

---

* (భృశ మితి.) నియుక్తః ప్రేరితః. వస్తుతస్తు మదనే సత్యపి మదనోత్కటో న. అత ఏవ తస్యాం సీతాయాం, నియుక్తః నితరాం యుక్తః, వినీత ఇత్యర్థః. అత ఏవ రాక్షసః, తం కామ మాత్మని గూహితుం న శశాకేతి కాకుః. ఇతి తత్త్వదీపికా. [§ పరివృత్య తిలకం పశ్య]

(సీతాదర్శనార్థం రావణాగమనం)

న స తం రాక్షసః కామం శశాకాఽఽత్మని గూహితుం. ౫

స సర్వాభరణై ర్యుక్తో బిభ్ర చ్ఛ్రియ మనుత్తమాం,
తాం నగై ర్బహుభి ర్జుష్టాం సర్వపుష్పఫలోపగైః. ౬

వృతాం పుష్కరిణీభి శ్చ నానాపుష్పోపశోభితాం,
సదామదై శ్చ విహగై ర్విచిత్రాం పరమాద్భుతాం. ౭

ఈహామృగై శ్చ వివిధై ర్జుష్టాం దృష్టిమనోహరైః,
వీధీ స్సంప్రేక్షమాణ శ్చ మణికాంచనతోరణాః. ౮

నానామృగగణాకీర్ణాం ఫలైః ప్రపతితై ర్వృతాం.
అశోకవనికా మేవ ప్రావిశ త్సంతతద్రుమాం. ౯

(స ఇత్యాది.) వీధీః ఉద్యానవీధీః. ౫-౯

---

ష్ఠే భృశం నియుక్తః గూఢాభినివేశితచిత్తః, కామం కామవేగం. ఈదృశేషు తీర్థస్యాన్యథా యోజనం భ్రాంత్యైవ. రక్షస స్తమోగుణావిష్టస్య భగవన్మాయామోహితస్యాఽకృత్యేష్వేవ ప్రవృత్తేః. తథా క్రియమాణం భగవద్ధ్యాన మపి పాపభోగోత్తరం జన్మాంతరే ఉత్తమఫలాయేతి బోధ్యం. అత ఏవ ఋక్షాశ్వమేధనామ్నో రాజ్ఞో దానస్తావకఋఙ్మంత్రః - 'న యుష్మే వాజబంధవో నినిత్సు శ్చ న మర్త్యః. అవద్య మధి దీధరత్' ఇతి. అస్యాఽర్థః. వాజ మిత్యన్ననామ, అన్నదానేన యే సర్వేషాం బంధవ స్తేషాం సంబోధనం. హే వాజబంధవః! యుష్మే యుష్మాసు, అధి స్సప్తమ్యర్థానువాదీ నినిత్సుశ్చ నిందనేచ్ఛాశీలోఽపి, మర్త్యః, అవద్యం, న దీధరత్ న ధారయతి. భవదనుసంధానేనైవ నిష్పాపత్వా దితి. ఏవం చ భగవతో నిందావరుద్ధభావేన ధ్యాన మపి నరకభోగోత్తరం జన్మాంతరే ఉత్తమఫలాయ. అత ఏవాఽస్య మరణోత్తరం చతుర్థచతుర్యుగ్యాం చేదిరాజకులే జన్మ. చతుర్వింశతిచతుర్యుగ్యాం రామావతార ఇతి హరివంశోక్తేః. తావత్పర్యంతం చైతత్పాపఫలభోగ ఇత్యర్థాయాత మితి బోధ్యం. ఇతి తిలకం.

అంగనాశతమాత్రం తు తం వ్రజంత మనువ్రజత్,
మహేంద్ర మివ పౌలస్త్యం దేవగంధర్వయోషితః. ౧౦

దీపికాః కాంచనీః కాశ్చి జ్జగృహు స్తత్ర యోషితః,
వాలవ్యజనహస్తాశ్చ తాలవృంతాని చాऽపరాః. ౧౧

కాంచనై రపి భృంగారై ర్జహ్రు స్సలిల మగ్రతః,
మండలాగ్రాన్ బ్రసీం చైవ గృహ్యాऽన్యాః పృష్ఠతో యయుః. ౧౨

కాచి ద్రత్నమయీం స్థాలీం పూర్ణాం పానస్య భామినీ,
దక్షిణా దక్షిణేనైవ తదా జగ్రాహ పాణినా ౧౩

రాజహంసప్రతీకాశం ఛత్రం పూర్ణశశిప్రభం,
సౌవర్ణదండ మపరా గృహీత్వా పృష్ఠతో యయౌ. ౧౪

నిద్రామదపరీతాక్ష్యో రావణ స్యోత్తమాః స్త్రియః,
అనుజగ్ముః పతిం వీరం ఘనం విద్యుల్లతా ఇవ. ౧౫

---

(అంగనేతి.) మహేంద్రం దేవగంధర్వయోషిత ఇవ వ్రజంతం తం అంగనాశతమాత్రం, అనువ్రజత్ అన్వవ్రజత్. ౧౦

(దీపికా ఇతి) తాలవృంతాని వ్యజనాని ౧౧

(కాంచనై రితి.) భృంగారైః కనకాలుకాభిః. 'భృంగారః కనకాలుకే' త్యమరః. మండలాగ్రాన్ అసివిశేషాన్. 'మండలాగ్రో నతార్ధక' ఇతి వైజయంతీ బ్రసీం ఆస్తరణం, గృహ్య గృహీత్వా. ౧౨

(కాచి దితి.) పానస్య పూర్ణాం, పీయత ఇతి పానం మధు, తస్య పూర్ణాం తేన పూర్ణాం 'పూరణగుణే' త్యాదినా సుహితార్థయోగే షష్ఠీసమాసనిషేధజ్ఞాపకా దత్ర షష్ఠీ. స్థాలీం పాత్రం. ౧౩—౧౫

(రావణస్య సీతాసమీపాగమనం)

వ్యావిద్ధహారకేయూరా స్సమామృదితవర్ణకాః,
సమాగళితకేశాంతా స్సస్వేదవదనా స్తథా. ౧౬

ఘూర్ణంత్యో మదశేషేణ నిద్రయా చ శుభాననాః,
స్వేదక్లిష్టాంగకుసుమా స్సుమాల్యాకులమూర్ధజాః. ౧౭

ప్రయాంతం నైరృతపతిం నార్యో మదిరలోచనాః,
బహుమానాచ్చ కామాచ్చ ప్రియభార్యా స్త మన్వయుః. ౧౮

స చ కామపరాధీనః పతి స్తాసాం మహాబలః,
సీతాసక్తమనా మందో మదాంచితగతి ర్బభౌ. ౧౯

తతః కాంచీనినాదం చ నూపురాణాం చ నిస్స్వనం,
శుశ్రావ పరమస్త్రీణాం స కపి ర్మారుతాత్మజః. ౨౦

తం చాఽప్రతిమకర్మాణ మచింత్యబలపౌరుషం,
ద్వారదేశ మనుప్రాప్తం దదర్శ హనుమా న్కపిః. ౨౧

దీపికాభి రనేకాభి స్సమంతా దవభాసితం,
గంధతైలావసిక్తాభి ర్ధ్రియమాణాభి రగ్రతః. ౨౨

---

(వ్యావిద్ధేతి.) వ్యావిద్ధాః వ్యత్యస్తతయా న్యస్తాః, సమామృదితవర్ణకాః సమ్మృష్టానులేపనాః. 'అంగరాగ స్సమాలంభో వర్ణకశ్చ విలేపన' మితి నిఘంటుః. ౧౬-౧౮

(స చేతి.) మదేనాంచితా గతి ర్యస్య స మదాఽంచితగతిః. ౧౯–౨౦

(తం చేత్యాది.) ద్వారదేశం అశోకవనద్వారదేశం, గంధతైలం గంధవాసితతైలం.

కామదర్పమదై ర్యుక్తం జిహ్మతామ్రాయతేక్షణం,
సమక్ష మివ కందర్ప మపవిద్ధశరాసనం. ౨౩

మథితామృతఫేనాభ మరజో వస్త్ర ముత్తమం,
సలీల మనుకర్షంతం విముక్తం సక్త మంగదే. ౨౪

తం పత్రవిటపే లీనః పత్రపుష్పఘనావృతః,
సమీప మివ సంక్రాంతం నిధ్యాతు ముపచక్రమే. ౨౫

అవేక్షమాణ స్తు తతో దదర్శ కపికుంజరః,
రూపయౌవనసంపన్నా రావణస్య వరస్త్రియః. ౨౬

తాభిః పరివృతో రాజా సురూపాభి ర్మహాయశాః,
త న్మృగద్విజసంఘుష్టం ప్రవిష్టః ప్రమదావనం. ౨౭

క్షీబో విచిత్రాభరణ శ్శంకుకర్ణో మహాబలః,
తేన విశ్రవసః పుత్ర స్స దృష్టో రాక్షసాధిపః.
వృతః పరమనారీభి స్తారాభి రివ చంద్రమాః, ౨౮॥

---

సమక్షం ప్రత్యక్షం, అపవిద్ధశరాసనం అధృతశరాసనం, మథితామృతఫేనాభం - మథితం తక్రం, అమృతం ధారోష్ణం, తయో ర్యత్ ఫేనం తదాభం. 'నిరంబు ఘోళం మథితం ధారోష్ణం త్వమృతం పయః' ఇత్యుభయత్ర వైజయంతీ. విముక్తం స్వస్థానా త్ప్రచలితం, అంగదే సక్తం వస్త్రం సలీలం యథా భవతి తథా అనుకర్షంత మిత్యన్వయః. ౨౧-౨౪

(త మితి) పత్రవిటపే పత్రవతి విటపే, లీనః ఛన్నః, పత్రపుష్పఘనావృతః పత్రపుష్పసమూహావృతః, ఇవశబ్దో వాక్యాలంకారే. యద్వా, దూరే సమాగత మపి తేజసా సమీపే సంక్రాంత మివ స్థితం, తం, నిధ్యాతుం ద్రష్టు, ముపచక్రమే 'నిర్వర్ణనం తు నిధ్యానం దర్శనాలోకనేక్షణ' మిత్యమరః. ౨౫—౨౬

(తాభి రితి.) ప్రమదావనం అంతఃపురోద్యానం. ౨౭

(క్షీబ ఇతి) క్షీబః మత్తః, శంకుకర్ణః, గర్వేణ స్తబ్ధకర్ణ ఇత్యర్థః. ౨౮॥

(రావణదర్శనేన సీతాయాః దురవస్థా)

తం దదర్శ మహాతేజా స్తేజోవంతం మహాకపిః. ౨౯

రావణోఽయం మహాబాహు రితి సంచింత్య వానరః,
అవప్లుతో మహాతేజా హనుమా న్మారుతాత్మజః. ౩౦

స తథాఽప్యుగ్రతేజా స్స న్నిర్ధూత స్తస్య తేజసా,
పత్రగుహ్యాంతరే సక్తో హనుమా న్సంవృతోఽభవత్. ౩౧

స తా మసితకేశాంతాం సుశ్రోణీం సంహత స్తనీం,
దిదృక్షు రసితాపాంగా ముపావర్తత రావణః. ౩౨

ఇతి శ్రీమద్రామాయణే, సున్దరకాణ్డే, అష్టాదశ స్సర్గః.

---

(రావణోఽయ మితి.) అవప్లుతః అవరూఢః, రావణచేష్టా స్సర్వా ద్రష్టుం పూర్వస్థానా దధశ్శాఖాం సమాశ్రిత ఇత్యర్థః. ౩౦

(స ఇతి.) సః హనుమాన్, తథా పూర్వోక్తరీత్యా, ఉగ్రతేజా స్సన్నపి, తస్య రావణస్య, తేజసా నిర్ధూత స్సన్, పత్రగుహ్యాంతరే పత్రగూఢప్రదేశే, సంవృతోఽభవత్ గూఢోఽభవత్. ౩౨

ఇతి శ్రీగోవిందరాజవిరచితే, శ్రీరామాయణభూషణే, శృంగారతిలకాఖ్యానే, సుందరకాణ్డవ్యాఖ్యానే, అష్టాదశ స్సర్గః.

## అథ ఏకోనవింశ స్సర్గః.

తస్మి న్నేవ తతః కాలే రాజపుత్రీ త్వనిందితా,
రూపయౌవనసంపన్నం భూషణోత్తమభూషితం. ౧

తతో దృష్ట్వైవ వైదేహీ రావణం రాక్షసాధిపం,
ప్రావేపత వరారోహా ప్రవాతే కదళీ యథా. ౨

ఆచ్ఛా ద్యోదర మూరుభ్యాం బాహుభ్యాం చ పయోధరౌ,
ఉపవిష్టా విశాలాక్షీ రుదంతీ వరవర్ణినీ. ౩

దశగ్రీవస్తు వైదేహీం రక్షితాం రాక్షసీగణైః,
దదర్శ సీతాం దుఃఖార్తాం నావం సన్నా మివార్ణవే. ౪

అసంవృతాయా మాసీనాం ధరణ్యాం సంశితవ్రతాం,
ఛిన్నాం ప్రపతితాం భూమౌ శాఖా మివ వనస్పతేః. ౫

మలమండనచిత్రాంగీం మండనార్హా మమండితాం,
మృణాళీ పంకదిగ్ధేవ విభాతి న విభాతి చ. ౬

### అథ ఏకోనవింశ స్సర్గః

(తస్మి న్నిత్యాది) శ్లోకద్వయ మేకాన్వయం. తతః రావణాగమనానంతరం, తస్మి న్నేవ కాలే తదాగమనానంతరకాల ఏవ, భూషణోత్తమభూషితం రూపయౌవనసంపన్నం, రావణం, తతో దృష్ట్వైవ తత్ర దూరదేశ ఏవ దృష్ట్వా, ప్రావేపతేతి సంబంధః. ౧—౩

(దశగ్రీవ స్త్విత్యాది.) మలమండనచిత్రాంగీం మలరూపమండనేన చిత్రాంగీం, మలావృతామ ప్యాశ్చర్యావహదేహా మిత్యర్థః. మృణాళీపంకదిగ్ధేవేత్యత్ర యే త్యధ్యాహార్యం. ౪-౬

(రావణదర్శనేన సీతాయాః దురవస్థా)

సమీపం రాజసింహస్య రామస్య విదితాత్మనః,
సంకల్పహయసంయుక్తై ర్యాంతీ మివ మనోరథైః. ౭

శుష్యంతీం రుదతీ మేకాం ధ్యానశోకపరాయణాం,
దుఃఖస్యాఽన్త మపశ్యంతీం రామాం రామ మనువ్రతాం. ౮

వేష్టమానాం తథాఽఽవిష్టాం పన్నగేంద్రవధూ మివ,
ధూప్యమానాం గ్రహేణేవ రోహిణీం ధూమకేతునా. ౯

వృత్తశీలకులే జాతా మాచారవతి ధార్మికే,
పునస్సంస్కార మాపన్నాం జాతా మివ చ దుష్కులే. ౧౦

అభూతేనాఽపవాదేన కీర్తిం నిపతితా మివ,
ఆమ్నాయానా మయోగేన విద్యాం ప్రశిథిలా మివ. ౧౧

సన్నా మివ మహాకీర్తిం శ్రద్ధా మివ విమానితాం,
పూజా మివ పరిక్షీణా మాశాం ప్రతిహతా మివ. ౧౨

ఆయతీ మివ విధ్వస్తా మాజ్ఞాం ప్రతిహతా మివ,

(సమీప మిత్యాది.) ఆవిష్టాం మణిమంత్రాద్యభిభూతాం. ధూప్యమానాం సంతప్యమానాం. ధూమః కేతు రివ ధూమకేతుః. కేతునా గ్రహేణే త్యర్థః. యద్వా, గ్రహేణ గ్రాహకేణ ఆచ్ఛాదకేనేతి ధూమకేతు ర్విశిష్యతే (వృత్తేతి.) వృత్తం దృఢం శీలం స్వభావో యస్య తత్, వృత్తశీలం తత్ కులం చ. తస్మిన్ జాతా. ఆచారవతి సముదాచారవతి. ధార్మికే యజ్ఞాదిధర్మప్రధానే. ఏవంభూతే కులే జాతాం. సంస్కార మాపన్నాం వివాహరూపసంస్కార మాపన్నాం. అత స్సంస్కారద్వారా దుష్కులే పున ర్జాతా మివ స్థితాం. కుమారాణా ముపనయన మివ కుమారీణాం వివాహో ద్వితీయం జన్మ. 'వైవాహికో విధిః స్త్రీణా మౌపనాయనికః స్మృత' ఇతి స్మృతేః. సన్నాం క్షీణాం. శ్రద్ధా మివ విమానితాం. అవమానితా మిత్యర్థః. అవమానే హి కృతే అవమంతరి శ్రద్ధా మందీభవతి. పూజా మివ పరిక్షీణాం. స్వల్పపూజాద్రవ్యా మిత్యర్థః. ప్రతిహతాం నిష్ఫలాం. ఆయతిం ధనలాభం. విధ్వస్తాం మందీభూతాం.

దీప్తా మివ దిశం కాలే పూజా మపహృతా మివ. ౧౩

పద్మినీ మివ విధ్వస్తాం హతశూరాం చమూ మివ,
ప్రభా మివ తమోధ్వస్తా ముపక్షీణా మివాఽఽపగాం. ౧౪

వేదీ మివ పరామృష్టాం శాంతా మగ్నిశిఖా మివ,
పౌర్ణమాసీ మివ నిశాం రాహుగ్రస్తేందుమండలాం. ౧౫

ఉత్కృష్టపర్ణకమలాం విత్రాసితవిహంగమాం,
హస్తిహస్తపరామృష్టా మాకులాం పద్మినీ మివ. ౧౬

పతిశోకాతురాం శుష్కాం నదీం విస్రావితా మివ,
పరయా మృజయా హీనాం కృష్ణపక్షనిశా మివ. ౧౭

సుకుమారీం సుజాతాంగీం రత్నగర్భగృహోచితాం,
తప్యమానా మివోష్ణేన మృణాళీ మచిరోద్ధృతాం. ౧౮

గృహీతా మాళితాం స్తంభే యూథపేన వినా కృతాం,
నిశ్శ్వసంతీం సుదుఃఖార్తాం గజరాజవధూ మివ. ౧౯

ఏకయా దీర్ఘయా వేణ్యా శోభమానా మయత్నతః,
నీలయా నీరదాపాయే వనరాజ్యా మహీ మివ. ౨౦

ఉపవాసేన శోకేన ధ్యానేన చ భయేన చ,
పరిక్షీణాం కృశాం దీనా మల్పాహారాం తపోధనాం. ౨౧

---

ప్రతిహతాం అననుష్ఠితాం, దీప్తాం దాహయుక్తాం. కాలే ఉత్పాతకాలే, పూజా మపహృతా మివ- అత్ర పూజాశబ్దేన పూజాద్రవ్య ముచ్యతే. విధ్వస్తాం హిమాదిహతాం, తమోధ్వస్తాం తమస్సంవృతాం, ఉపక్షీణాం, స్వల్పజలా మిత్యర్థః. పరామృష్టాం, శూద్రాదిభి రితి శేషః. ఉత్కృష్టపర్ణకమలాం ఉద్ధృతపత్రకమలాం, విస్రావితాం, రోధోభంగాదినా అన్యనిర్గమితజలా మిత్యర్థః. మృజయా ఉద్వర్తనాద్యంగశోధనేన, సుజాతాంగీం సుందరాంగీం, ఆళితాం బద్ధాం, అల్పాహారాం, తోయమాత్రాహారా

(రావణేన సీతాప్రలోభనం)

ఆయాచమానాం దుఃఖార్తాం ప్రాంజలిం దేవతా మివ,
భావేన రఘుముఖ్యస్య దశగ్రీవపరాభవం. ౨౨

సమీక్షమాణాం రుదతీ మనిందితాం సుపక్ష్మతామ్రాయతశుక్లలోచనాం,
అనువ్రతాం రామ మతీవ మైథిలీం ప్రలోభయామాస వధాయ రావణః. ౨౩

ఇతి శ్రీమద్రామాయణే, సుందరకాండే, ఏకోనవింశ స్సర్గః.

అథ వింశ స్సర్గః

స తాం పతివ్రతాం దీనాం నిరానందాం తపస్వినీం,
సాకారై ర్మధురై ర్వాక్యై ర్న్యదర్శయత రావణః. ౧

---

మిత్యర్థః. యద్వా, అల్పాహారాం మితభోజినీ మిత్యుత్తమస్త్రీలక్షణ ముచ్యతే. (ఆయాచమానా మితి.) రఘుముఖ్యస్య కర్తుః. దశగ్రీవపరాభవం. భావేన మనసా. ఆయాచమానాం ప్రార్థయంతీ మివ స్థితాం. సమీక్షమాణాం రక్షకం సమీక్షమాణాం. (సుపక్ష్మేతి.) అంతే తామ్రం మధ్యే శుక్ల మస్యా లోచన మిత్యుచ్యతే. ౨౩

ఇతి శ్రీగోవిందరాజవిరచితే. శ్రీరామాయణభూషణే. శృంగారతిలకాఖ్యానే. సున్దరకాణ్డవ్యాఖ్యానే. ఏకోనవింశ స్సర్గః.

అథ వింశ స్సర్గః.

(స తా మిత్యాది.) సాకారైః సేంగితైః. 'ఆకారా వింగితాకృతీ' ఇత్యమరః. న్యదర్శయత, స్వాభిప్రాయ మితి శేషః. సీతాయై స్వాభిప్రాయం ప్రకాశితవా నిత్యర్థః. ౧

మాం దృష్ట్వా నాగనాసోరు గూహమానా స్తనోదరం,
అదర్శన మివాఽఽత్మానం భయా న్నేతుం త్వ మిచ్ఛసి. ౨

కామయే త్వాం విశాలాక్షి బహుమన్యస్వ మాం ప్రియే,
సర్వాంగగుణసంపన్నే సర్వలోకమనోహరే. ౩

నేహ కేచి న్మనుష్యా వా రాక్షసాః కామరూపిణః,
వ్యపసర్పతు తే సీతే భయం మత్త స్సముత్థితం. ౪

* స్వధర్మో రక్షసాం భీరు సర్వథైవ న సంశయః,
గమనం వా పరస్త్రీణాం హరణం సంప్రమథ్య వా. ౫

ఏవం చైత దకామాం తు న త్వాం స్ప్రక్ష్యామి మైథిలి,
కామం కామ శ్శరీరే మే యథాకామం ప్రవర్తతాం. ౬

---

(మాం దృష్ట్వేతి.) అదర్శనం అదృశ్యత్వం. ౨

మాం దృష్ట్వా భీతి ర్న కర్తవ్యే త్యాహ (కామయ ఇతి) ౩

అన్యే చ భయహేతవోఽత్ర న సంతీ త్యాహ (నే హేతి) ౪

పరదారేచ్ఛా దోష ఇత్యాశంక్యాహ (స్వధర్మ ఇతి.) సంప్రమథ్య బలాత్కృత్య, కామం అత్యంతం, యథాకామం యథేచ్ఛం. ౫-౬

---

* (స్వధర్మ ఇత్యాది) శ్లోకద్వయస్య వాస్తవార్థస్తు, కాముకః త్వం న విశ్వసనీయ ఇత్యత ఆహ (స్వధర్మ ఇత్యాది.) యద్యపి రక్షసాం పరదారహరణాది స్స్వధర్మః స్వభావః. మే శరీరే, కామ మత్యర్థం, యథాకామం యథేచ్ఛం, కామః ప్రవర్తతాం నామ మన్మథవికారోఽస్తు నామ, తథాప్యేత త్సర్వం, మమేష్టదేవతాయాం త్వయి, న ఘటత ఇతి శేషః. అత ఏవ అకామాం మయి భృత్యత్వ కామనారహితాం, యద్వా, అకామాం విష్ణుకామాం, త్వాం, న స్ప్రక్ష్యామి, త్వదాజ్ఞాం వినా పూజాం, కర్తు మపి బిభేమీతి శేషః. ఇతి తత్త్వదీపికా.

దేవి నేహ భయం కార్యం మయి విశ్వసిహి ప్రియే,
ప్రణయస్వ చ తత్త్వేన మైవం భూ శ్శోకలాలసా. ౭

ఏకవేణీ ధరా శయ్యా ధ్యానం మలిన మంబరం,
అస్థానేఽప్యుపవాసశ్చ నైతా న్యౌపయికాని తే. ౮

* విచిత్రాణి చ మాల్యాని చందనా న్యగరూణి చ,
వివిధాని చ వాసాంసి దివ్యా న్యాభరణాని చ. ౯

మహార్హాణి చ పానాని శయనా న్యాసనాని చ,
గీతం నృత్తం చ వాద్యం చ లభ మాం ప్రాప్య మైథిలి. ౧౦

స్త్రీరత్న మసి మైవం భూః కురు గాత్రేషు భూషణం,
మాం ప్రాప్య హి కథం ను స్యా స్త్వ మనర్హా సువిగ్రహే. ౧౧

⊕ ఇదం తే చారు సంజాతం యౌవనం వ్యతివర్తతే,

---

(దేవీతి.) ప్రణయస్వ స్నేహం కురు. ౭

(ఏకవేణీతి.) ఏకవేణీ అసీమంతితవేణీ, ధరా శయ్యా భూశయనం, ఔపయికాని యుక్తాని. 'యుక్త మౌపయికం' ఇత్యమరః. ౮-౧౦

(స్త్రీరత్న మితి.) (మాం ప్రాప్య హీతి.) హిః పాదపూరణే. అప్యర్థో వా. హే సువిగ్రహే, మాం ప్రాప్యాపి కథ మనర్హా స్యాః. ౧౧

---

* వస్తుతస్తు (విచిత్రాణీ త్యాది)శ్లోకద్వయ మేకం వాక్యం. మాం ప్రాప్య, భృత్యత్వేనేతి శేషః. మాల్యాదీని, లభ ప్రాప్నుహీతి సంబంధః. ఇతి తత్త్వదీపికా.

⊕ వస్తుతస్తు త్వత్పూజాక్షమం మదీయ మాయుః వ్యర్థం గచ్ఛతీతి ఖిద్యతి (ఇదం త ఇతి.) తే తవ, భృత్యస్య మమేతి శేషః. యౌవనం దార్ఢ్యావస్థా. యత్ యతో భృత్యస్య మమాయుః వ్యర్థం గచ్ఛతి, అతో మమ తవ పూజార్థ మనుజ్ఞాం దేహీతి శేషః ఇతి తత్త్వదీపికా.

మాం దృష్ట్వా నాగనాసోరు గూహమానా స్తనోదరం,
అదర్శన మివాఽఽత్మానం భయా న్నేతుం త్వ మిచ్ఛసి. ౨

కామయే త్వాం విశాలాక్షి బహుమన్యస్వ మాం ప్రియే,
సర్వాంగగుణసంపన్నే సర్వలోకమనోహరే. ౩

నేహ కేచి న్మనుష్యా వా రాక్షసాః కామరూపిణః,
వ్యపసర్పతు తే సీతే భయం మత్త స్సముత్థితం. ౪

* స్వధర్మో రక్షసాం భీరు సర్వథైవ న సంశయః,
గమనం వా పరస్త్రీణాం హరణం సంప్రమథ్య వా. ౫

ఏవం చైత దకామాం తు న త్వాం స్ప్రక్ష్యామి మైథిలి,
కామం కామ శ్శరీరే మే యథాకామం ప్రవర్తతాం. ౬

---

(మాం దృష్ట్వేతి.) అదర్శనం అదృశ్యత్వం. ౨

మాం దృష్ట్వా భీతి ర్న కర్తవ్యే త్యాహ (కామయ ఇతి.) ౩

అన్యే చ భయహేతవోఽత్ర న సంతీ త్యాహ (నే హేతి.) ౪

పరదారేచ్ఛా దోష ఇత్యాశంక్యాహ (స్వధర్మ ఇతి) సంప్రమథ్య బలాత్కృత్య. కామం అత్యంతం. యథాకామం యథేచ్ఛం. ౫—౬

---

* (స్వధర్మ ఇత్యాది) శ్లోకద్వయస్య వా స్తవార్థస్తు, కాముకః త్వం న విశ్వసనీయ ఇత్యత ఆహ (స్వధర్మ ఇత్యాది.) యద్యపి రక్షసాం పరదారహరణాది స్స్వధర్మః స్వభావః. మే శరీరే, కామ మత్యర్థం, యథాకామం యథేచ్ఛం, కామః ప్రవర్తతాం నామ మన్మథవికారోఽస్తు నామ, తథాప్యేత త్సర్వం, మమేష్టదేవతాయాం త్వయి, న ఘటత ఇతి శేషః. అత ఏవ అకామాం మయి భృత్యత్వ కామనారహితాం, యద్వా, అకామాం విఘ్నకామాం, త్వాం, న స్ప్రక్ష్యామి. త్వదాజ్ఞాం వినా పూజాం కర్తు మపి బిభేమీతి శేషః ఇతి తత్త్వదీపికా

(రావణేన సీతాప్రలోభనం)

దేవి నేహ భయం కార్యం మయి విశ్వసిహి ప్రియే,
ప్రణయస్వ చ తత్త్వేన మైవం భూః శ్శోకలాలసా. ౭

ఏకవేణీ ధరా శయ్యా ధ్యానం మలిన మంబరం,
అస్థానేఽప్యుపవాసశ్చ నైతా న్యౌపయికాని తే. ౮

* విచిత్రాణి చ మాల్యాని చందనా న్యగరూణి చ,
వివిధాని చ వాసాంసి దివ్యా న్యాభరణాని చ. ౯

మహార్హాణి చ పానాని శయనా న్యాసనాని చ,
గీతం నృత్తం చ వాద్యం చ లభ మాం ప్రాప్య మైథిలి ౧౦

స్త్రీరత్న మసి మైవం భూః కురు గాత్రేషు భూషణం,
మాం ప్రాప్య హి కథం ను స్యా స్త్వ మనర్హా సువిగ్రహే. ౧౧

◊ ఇదం తే చారు సంజాతం యౌవనం వ్యతివర్తతే,

---

(దేవీతి.) ప్రణయస్వ స్నేహం కురు. ౭

(ఏకవేణీతి.) ఏకవేణీ అసీమంతితవేణీ, ధరా శయ్యా భూశయనం, ఔపయికాని యుక్తాని. 'యుక్త మౌపయకం' ఇత్యమరః. ౮-౧౦

(స్త్రీరత్న మితి.) (మాం ప్రాప్య హీతి,) హిః పాదపూరణే, అవ్యర్థో వా, హే సువిగ్రహే, మాం ప్రాప్యాపి కథ మనర్హా స్యాః. ౧౧

---

* వస్తుతస్తు (విచిత్రాణీ త్యాది)శ్లోకద్వయ మేకం వాక్యం. మాం ప్రాప్య, భృత్యత్వేనేతి శేషః. మాల్యాదీని, లభ ప్రాప్నుహీతి సంబంధః. ఇతి తత్త్వదీపికా.

◊ వస్తుతస్తు త్వత్పూజాక్షమం మదీయ మాయుః వ్యర్థం గచ్ఛతీతి ఛిద్యతి (ఇదం త ఇతి) తే తవ, భృత్యస్య మమేతి శేషః యౌవనం దార్ఢ్యావస్థా, యత్ యతో భృత్యస్య మమాయుః వ్యర్థం గచ్ఛతి, అతో మమ తవ పూజార్థ మనుజ్ఞాం దేహీతి శేషః ఇతి తత్త్వదీపికా.

య దతీతం పున ర్నైతి స్రోత శ్శీఘ్ర మపా మివ. ౧౨

త్వాం కృత్వోపరతో మన్యే రూపకర్తా స విశ్వసృక్,
న హి రూపోపమా త్వన్యా తవాఽస్తి శుభదర్శనే. ౧౩

* త్వాం సమాసాద్య వైదేహి రూపయౌవనశాలినీం,
కః పుమా నతివర్తేత సాక్షా దపి పితామహః. ౧౪

య ద్య త్పశ్యామి తే గాత్రం శీతాంశుసదృశాననే,
తస్మిం స్తస్మిన్ పృథుశ్రోణి చక్షు ర్మమ నిబధ్యతే. ౧౫

✧ భవ మైథిలి భార్యా మే మోహ మేనం విసర్జయ,
బహ్వీనా ముత్తమస్త్రీణా మాహృతానా మిత స్తతః.
సర్వాసా మేవ భద్రం తే మమాఽగ్రమహిషీ భవ. ౧౬॥

---

(త్వా మితి.) ఉపరతః నివృత్తః, అత్రేతికరణం ద్రష్టవ్యం. ఉత్తరోత్తరం సాతిశయం రూపం విసృక్షు ర్విధాతా త్వాం సృష్ట్వా ఇతఃపరం సాతిశయం రూపం స్రష్టుం న శక్యత ఇతి ధియా సృష్టే రుపరత ఇతి మన్య ఇత్యర్థః. ౧౨-౧౩

(త్వా మితి.) కః అతివర్తేత? న కోఽపీ త్యర్థః. ౧౪-౧౬॥

---

* వస్తుతస్తు మదారాధనే తవ బుద్ధిః కథం స్యాః? తత ఆహ (త్వా మితి.) త్వాం లక్ష్మీం "సీతా లక్ష్మీ ర్భవా న్విష్ణు" రితి వక్ష్యమాణత్వాత్. సమాసాద్య సాక్షా త్పితామహోఽపి. నాతివర్తేత అనారాధితుం న శక్నుయాత్. పుమాంస్తు కో వా అతివర్తేతే' త్యర్థః. ఇతి తత్త్వదీపికా.

✧ వస్తుతస్తు (భవేతి.) మైథిలి, భార్యా - భయా కాంత్యా, ఆర్యా శ్రేష్ఠా, భవ - ఏన మ్మోహం మయి శత్రుత్వశంకాం, విసర్జయ, మే మమ, ఉత్తమస్త్రీణాం, మమ యా అగ్రమహిషీ మండోదరీ. తస్యాశ్చ మమ చ, భవ, ఈశ్వరీతి శేషః. ఇతి తత్త్వదీపికా.

(రావణేన సీతాప్రలోభనం)

* లోకేభ్యో యాని రత్నాని సంప్రమథ్యాఽఽహృతాని వై.
తాని మే భీరు సర్వాణి రాజ్యం చైత దహం చ తే, ౧౭॥

విజిత్య పృథివీం సర్వాం నానానగరమాలినీం.
జనకాయ ప్రదాస్యామి తవ హేతో ర్విలాసిని. ౧౮॥

నేహ పశ్యామి లోకేఽన్యం యో మే ప్రతిబలో భవేత్.
పశ్య మే సుమహ ద్వీర్య మప్రతిద్వంద్వ మాహవే, ౧౯॥

అసకృ త్సంయుగే భగ్నా మయా విమృదితధ్వజాః.
అశక్తాః ప్రత్యనీకేషు స్థాతుం మమ సురాసురాః, ౨౦॥

ఇచ్ఛయా క్రియతా మద్య ప్రతికర్మ తవో త్తమం. ౨౧

సప్రభా ణ్యవసజ్యంతాం తవాంగే భూషణాని చ,
సాధు పశ్యామి తే రూపం సంయుక్తం ప్రతికర్మణా. ౨౨

ప్రతికర్మాభిసంయుక్తా దాక్షిణ్యేన వరాననే,
భుఙ్క్ష్వ భోగా న్యథాకామం పిబ భీరు రమస్వ చ. ౨౩

(అసకృ దితి.) విమృదితధ్వజాః భగ్నధ్వజాః, ప్రత్యనీకేషు శత్రుషు మధ్యే ౧౭॥-౨౦॥

(ఇచ్ఛయేతి.) ప్రతికర్మ అలంకారః. 'ప్రతికర్మ ప్రసాధనమ్' ఇత్యమరః. అవసజ్యంతాం అర్ప్యంతాం, ప్రతికర్మణా సంయుక్తం, పశ్యామి పశ్యేయం. ౨౧-౨౨

(ప్రతికర్మేతి.) దాక్షిణ్యేన సరళత్వేన, భుఙ్క్ష్వ అనుభవ, 'దక్షిణే సరళోదారౌ' ఇత్యమరః. ౨౩

---

* వాస్తవార్థస్తు ఇష్టదేవతాయై దేవ్యై రావణ స్త్వాత్మాత్మీయసమర్పణం కరోతి (లోకేభ్య ఇతి) శ్లోకద్వయేన. అహ మిత్యనేనాఽఽత్మసమర్పణం, రత్నానీత్యాదినాఽఽత్మీయసమర్పణ మితి జ్ఞేయం. ఇతి తత్త్వదీపికా.

యథేష్టం చ ప్రయచ్ఛ త్వం పృథివీం వా ధనాని చ,
లలస్వ మయి విస్రబ్ధా ధృష్ట మాజ్ఞాపయస్వ చ,
* మత్ప్రసాదా ల్లలంత్యాశ్చ లలంతాం బాంధవా స్తవ, ౨౪౫

† ‡ బుద్ధిం మమాऽనుపశ్య త్వం శ్రియం భద్రే యశశ్చ మే. ౨౬

---

(యథేష్ట మితి) లలస్వ ప్రీతిం కురు. 'లల ఈప్సాయామ్' ఇతి ధాతుః. ౨౪౫-౨౬

---

* వస్తుతస్తు, మత్ప్రసాదాత్-మయి ప్రసాదోऽనుగ్రహః, తస్మాత్, తవ లలంత్యాః రమంత్యాః సత్యాః, బాంధవాశ్చ రమంతా మితి సంబంధః. ఇతి తత్త్వదీపికా.

† రామానుజీయం. (బుద్ధి మిత్యాది.) బుద్ధిం సంపదం. శ్రియం భాం.(న హీతి) వాశబ్దోऽప్యర్థే, ద్రష్టుం వా నోపలప్స్యత ఏవే త్యర్థః. పురోబలాకై రసితై రితి విశేషణా ద్వర్షాసంబంధితా ద్యోత్యతే.

‡ వాస్తవార్థస్తు, సరామాऽహం తేऽఖిలసంపత్సమృద్ధిం దదామి, మాం రామేణ సహ సంయోజయే త్యాశంక్య, నాऽహం సంపదాద్యర్థీ, కింతు మోక్షకామీ. అతో యావన్మోక్షం త్వత్పాదాబ్జం న త్యజామీ త్యభిప్రాయేణాహ (బుద్ధిం మమేత్యాది) శ్లోకచతుష్టయేన. హే సుభగే, మమ బుద్ధ్యాదికం పశ్య, నిక్షిప్తవిజయః, స్వతస్సిద్ధవిజయ ఇత్యర్థః. వనగోచరః - వనం జలం గోచరం నివాసస్థానం, యస్య సః, నారాయణ ఇత్యర్థః. అత ఏవ గతశ్రీః - గతా ప్రాప్తా శ్రీః లక్ష్మీః యేన, అత ఏవ వ్రతీ భక్తసంరక్షణవ్రతశీలః, అత ఏవ పితృవాక్యపరిపాలనాయ స్థండిలశాయీ యో రామః, అచీరవాససేతి చ్ఛేదః. చీరవాసోరహితేన, పీతాంబరధారిణేత్యర్థః. ఏతాదృశేన తేన రామేణ సహ వా, త్వం ఇదానీం విద్యమానైశ్వర్యాద్యపేక్షయా న కిమపి కరిష్యసీతి, శంకే మన్యే. అతో జీవతి, మయి సతీతి శేషః రామ స్త్వాం ద్రష్టు మపి నోపలప్స్యతే, న చ మమ హస్తాత్ త్వాం రాఘవః ప్రాప్తు మర్హతి. మద్వధానంతరం రామ స్త్వాం ద్రష్టు మప్యుపలప్స్యతే, ప్రాప్తు మప్యర్హతీతి భావః. 'హిరణ్యకశిపుః కీర్తి మింద్రహస్తగతామివే' తి వైధర్మ్య దృష్టాంతః. పురా కిల హిరణ్యకశిపో ర్భార్యాం హృత్వా నారదముఖేన ప్రార్థితః తస్మై పునః ప్రాదా దితి భాగవతే కథాऽస్తి. తథా చ భార్యాహరణ మేవ కీర్తిహరణ మితి భావః ఇతి తత్త్వదీపికా.

(రావణేన సీతాప్రలోభనం)

కిం కరిష్యసి రామేణ సుభగే చీరవాససా,
నిక్షిప్తవిజయో రామో గతశ్రీ ర్వనగోచరః.
వ్రతీ స్థండిలశాయీ చ శంకే జీవతి వా న వా, ౨౬॥

న హి వైదేహి రామ స్త్వాం ద్రష్టుం వా ప్యుపలప్స్యతే.
పురోబలాకై రసితై ర్మేఘై ర్జ్యోత్స్నా మివాఽఽవృతాం, ౨౭॥

◈ న చాపి మమ హస్తా త్త్వాం ప్రాప్తు మర్హతి రాఘవః.
హిరణ్యకశిపుః కీర్తి మింద్రహస్తగతా మివ, ౨౮॥

చారుస్మితే చారుదతి చారునేత్రే విలాసిని.
మనో హరసి మే భీరు సుపర్ణః పన్నగం యథా, ౨౯॥

---

ఏవ మాత్మానం ప్రశస్య రామం నిందతి (కిం కరిష్య సీత్యాదినా.) నిక్షిప్తవిజయః, త్యక్తవిజయ ఇత్యర్థః. స్థండిలశాయీ భూతలశాయీ, ౨౬॥

(న హీతి.) వాశబ్దోఽవధారణే ద్రష్టు మపి నోపలప్స్యత ఏవే త్యర్థః. దర్శనమాత్రఫల మపి దర్శనం న ప్రాప్స్యసీ త్యర్థః, పురోఽగ్రే బలాకా యేషాం తే పురోబలాకాః, తైః, అనేన మేఘానా మతివిపులతోచ్యతే, మహామేఘేష్వేవ బలాకసంచారవర్ణనాత్, ౨౭॥-౨౯॥

---

◈ రామానుజీయం, (న చాపీతి) 'హిరణ్యకశిపుః కీర్తి మింద్రహస్తగతా మివ' ఇతి వైధర్మ్యదృష్టాంతః. అత్ర కీర్తిశబ్దేన భార్యా లక్ష్యతే. హిరణ్యకశిపు రింద్రహస్తగతాం భార్యాం పునః ప్రాప్తవా నిత్యేతచ్ఛ్రీభాగవతే ప్రసిద్ధం 'వ్యలుంపఞ్ రాజశిబిర మమరా రాజ్యకాంక్షిణః. ఇంద్రస్తు రాజమహిషీం మాతరం మమ చాఽగ్రహీత్' ఇత్యాదిప్రహ్లాదవచనాత్.

* క్లిష్టకౌశేయవసనాం తన్వీ మ ప్యనలంకృతాం.
త్వాం దృష్ట్వా స్వేషు దారేషు రతిం నోపలభా మ్యహం, 30

అంతఃపురనివాసిన్యః స్త్రియ స్సర్వగుణాన్వితాః.
యావంత్యో మమ సర్వాసా మైశ్వర్యం కురు జానకి, 31

మమ హ్యసితకేశాంతే త్రైలోక్యప్రవరా స్స్రియః.
తా స్త్వాం పరిచరిష్యంతి శ్రియ మప్సరసో యథా. 32

యాని వైశ్రవణే సుభ్రు రత్నాని చ ధనాని చ.
తాని లోకాంశ్చ సుశ్రోణి మాం చ భుఙ్క్ష్వ యథాసుఖం, 33

◊ న రామ స్తపసా దేవి న బలేన న విక్రమైః.
న ధనేన మయా తుల్య స్తేజసా యశసాఽపి వా, 34

---

(అంతఃపురేతి.) ఐశ్వర్యం అంతఃపురైశ్వర్యం, స్వామినీత్వం, కురు, ప్రాప్నుహీత్యర్థః. 30—32

(యానీతి.) భుఙ్క్ష్వ స్వాధీనం కురు. 33—34

---

* క్లిష్టకౌశేయే త్యస్య వా స్తవార్థస్తు త్వాం మమేష్టదేవతాం, దృష్ట్వా. స్వేషు ధనేషు. దారేషు చ రతిం నోపలభామి. ఇష్టదేవతాయా స్తవ దర్శనమాత్రేణాఽఽనందపూర్ణోఽహం సర్వతో నివృత్తోఽస్మీతి భావః. ఇతి తత్త్వదీపికా.

◊ వా స్తవార్థస్తు, రామః తపఆదినా మయా తుల్యో న భవతి. కింతు నిరవధికషడ్గుణైశ్వర్యసంపన్నః భగవాన్ శ్రీరామః మత్తోఽప్యధిక ఏవేతి భావః. ఇతి తత్త్వదీపికా.

(రావణాయ సీతయా ప్రత్యుత్తరదానం)

పిబ విహర రమస్వ భుఙ్క్ష్వ భోగాన్ ధననిచయం ప్రదిశామి మేదినీం చ.
* మయి లల లలనే యథాసుఖం త్వం త్వయి చ సమేత్య లలంతు బాంధవా స్తే, ౩౫

కుసుమితతరుజాలసంతతాని భ్రమరయుతాని సముద్రతీరజాని,
కనకవిమలహారభూషితాంగి విహర ※ మయా సహ భీరు కాననాని. ౩౬

ఇతి శ్రీమద్రామాయణే, సున్దరకాణ్డే, వింశ స్సర్గః.

అథ ఏకవింశ స్సర్గః

తస్య త ద్వచనం శ్రుత్వా సీతా రౌద్రస్య రక్షసః,
ఆర్తా. దీనస్వరా దీనం ప్రత్యువాచ శనై ర్వచః. ౧

---

(పిబేతి.) పిబ, మద్య మితి శేషః. విహర సంచర. విహారశబ్దస్య సంచారేఽపి ప్రయోగాత్. ౩౫—౩౬

ఇతి శ్రీగోవిందరాజవిరచితే, శ్రీరామాయణభూషణే, శృంగారతిలకాఖ్యానే, సున్దరకాణ్డవ్యాఖ్యానే, వింశ స్సర్గః.

అథ ఏకవింశ స్సర్గః

(తస్యేత్యాది.) ౧

---

* వస్తుతస్తు మయి భృత్యే సతి, లల. ఇతి తత్త్వదీపికా.

※ వస్తుతస్తు సహ ఏకదైవ, మయా, సంవర్ధితానీతి శేషః. కాననాని విహర. ఇతి తత్త్వదీపికా.

దుఃఖార్తా రుదతీ సీతా వేపమానా తపస్వినీ,
చిన్తయంతీ వరారోహా పతిమేవ పతివ్రతా.
* తృణ మంతరతః కృత్వా ప్రత్యువాచ శుచిస్మితా, ౨॥

నివర్తయ మనో మత్త స్స్వజనే క్రియతాం మనః.
న మాం ప్రార్థయితుం యుక్తం సుసిద్ధి మివ పాపకృత్, ౩॥

అకార్యం న మయా కార్య మేకపత్న్యా విగర్హితం.
కులం సంప్రాప్తయా పుణ్యం కులే మహతి జాతయా. ౪॥

ఏవ ముక్త్వా తు వైదేహీ రావణం తం యశస్వినీ.
రాక్షసం పృష్ఠతః కృత్వా భూయో వచన మబ్రవీత్, ౫॥

---

(దుఃఖార్తేత్యాది.) (తృణ మితి) రావణస్య సాక్షా త్సంభాషణానర్హత్వా త్తృణవ్యవధాన కరణం ప్రత్యువాచేతి పున రభిధానం వచనప్రకారవిశేషకథనార్థం. దుఃఖార్తాయా అపి శుచిస్మితత్వాభిధానం వస్తుస్వభావేన సస్మితవత్ ప్రతీయమానత్వాత్ ౨॥-౩॥

(అకార్య మితి.) ఏకః పతి ర్యస్యా స్సా ఏకపత్నీ, తయా. 'నిత్యం సపత్న్యాదిషు' ఇతి జీప్. ౪॥

(ఏవ మితి.) పృష్ఠతః కృత్వా, అనాదృత్యే త్యర్థః ౫॥

---

* తనిశ్లోకే (తృణ మంతరతః కృత్వేతి.) పరపురుషముఖం నిరీక్ష్య వార్తా న కర్తవ్యేతి మర్యాదయా వా, తృణవ దలక్షీకృత్య వా, అస్మద్వక్ష్యమాణవచనం తృణసమాన మిత్యయం న లక్షీకరోతీతి బుద్ధ్యా వా, 'స శ్లాఘ్య స్స గుణీ ధన్య స్స కులీన స్సబుద్ధిమాన్, స శూర స్స చ విక్రాంతో యం త్వం దేవి నిరీక్షసే' ఇత్యుక్తకటాక్షపాతానర్హో భవతీతి వా, స్వామినా తృణమాదాయ కాకాసురనిరాసవత్ అనేన తృణే నైతన్నిరాసః కార్య ఇతి వా, అచేతనం చేతనం కృత్వా, సంబోధనేన వాక్యం వదామీతి బుద్ధ్యా వా, అసన్నస్యాఽన్య వ్యవధానేన భావ్య మితి బుద్ధ్యా వా, పశుసమానస్య తవ ఇద మేవ భోగ్య మితి బుద్ధ్యా వా, రామవిరోధేన భవాన్ సానుబంధో నశిష్యతి. తృణం ఛిత్వా నివేదయే ఇతి వా, తృణం మధ్యే స్థాపయిత్వా.

(సీతయా రావణనిరసనం)

* నాఽహ మౌపయికీ భార్యా పరభార్యా సతీ తవ.
సాధుధర్మ మవేక్షస్వ సాధు సాధువ్రతం చర. ౬॥

యథా తవ తథాఽన్యేషాం దారా రక్ష్యా నిశాచర.
ఆత్మాన ముపమాం కృత్వా స్వేషు దారేషు రమ్యతాం, ౭॥

అతుష్టం స్వేషు దారేషు చపలం చలితేంద్రియం,
నయంతి నికృతిప్రజ్ఞం పరదారాః పరాభవం, ౮॥

ఇహ సంతో న వాసంతి సతో వా నాఽనువర్తసే.

---

(నాఽహ మితి.) సతీ అహం. తవ ఔపయికీ యుక్తా. భార్యా న. కింతు పరిహార్యా. సాధూనాం సతాం, ధర్మం సాధుధర్మం, సాధూనాం వ్రతం సాధువ్రతం. సాధు సమ్యక్. చర. ౬॥

(యథేతి) ఆత్మాన ముపమాం కృత్వా యథా తవ దారా రక్ష్యా స్తథాఽన్యేషాం దారా రక్ష్యాః. తస్మాత్ స్వేషు దారేషు రమ్యతాం ౭॥

(అతుష్ట మితి.) అతుష్టం అతృప్తం, నికృతిప్రజ్ఞం - నికృతౌ శాఠ్యే. ప్రజ్ఞా యస్య తం. పరాభవం ఆయురైశ్వర్యాదిక్షయరూపం ౮॥

(ఇహ సంత ఇతి.) ఇహ అతివిశాలేఽపి దుర్జనసంకులే దేశే, సంతః త్వా మనర్థాన్నివారయంతః. న సంతి వా న సంతి కిం? సంత్యేవ. శ్రీవిభీషణప్రభృతీనాం సంభవా న్న సంతీతి కథం వక్తుం శక్యం? (సతో వా నాఽనువర్తసే.) 'త ద్విద్ధి ప్రణిపాతేన పరిప్రశ్నేన సేవయా. ఉపదేక్ష్యంతి తే జ్ఞానం జ్ఞానిన స్తత్త్వదర్శినః' ఇత్యుక్తరీత్యా ప్రణిపాత మంతరేణ న తే ఉపదిశంతి.

---

* వస్తుతస్తు (నాఽహ మితి.) అహం. తవ త్వయా. భార్యా భర్తవ్యా. న. కింతు పరభార్యా-పరేణ రామేణ. భార్యా భర్తవ్యా ఇతి తత్త్వదీపికా.

తథా హి విపరీతా తే బుద్ధి రాచారవర్జితా, ౯౹౹

వచో మిథ్యాప్రణీతాత్మా పథ్య ముక్తం విచక్షణైః.
రాక్షసానా మభావాయ త్వం వా న ప్రతిపద్యసే, ౧౦౹౹

అకృతాత్మాన మాసాద్య రాజాన మనయే రతం.
సమృద్ధాని వినశ్యంతి రాష్ట్రాణి నగరాణి చ, ౧౧౹౹

తథేయం త్వాం సమాసాద్య లంకా రత్నౌఘసంకులా.
అపరాధా త్తవైకస్య నచిరా ద్వినశిష్యతి, ౧౨౹౹

స్వకృతై ర్హన్యమానస్య రావణాఽదీర్ఘదర్శినః.
అభినందంతి భూతాని వినాశే పాపకర్మణః, ౧౩౹౹

ఏవం త్వాం పాపకర్మాణం వక్ష్యంతి నికృతా జనాః.
దిష్ట్యై త ద్వ్యసనం ప్రాప్తో రౌద్ర ఇత్యేవ హర్షితాః, ౧౪౹౹

---

త్వం చ తత్పాదేషు కదాచిదపి న ప్రణతవా నసి. కథ మిదం భవతీ జానాతీ త్యాశంక్యాహ(తథా హీతి) తథా హి విపరీతా తే బుద్ధిః. తవ బుద్ధివైపరీత్య మేవ తవ శిష్టాననువర్తనం సూచయతీ త్యర్థః. పరబుద్ధే రప్రత్యక్షత్వాత్ కథం మదీయా బుద్ధి స్త్వయా జ్ఞాయత? ఇత్యత్రాహ (అచారవర్జితేతి.) ఆచారవర్జితా, తవ దురనుష్ఠాన మేవ తవ బుద్ధిం ద్యోతయతీతి భావః. (తనిశ్లోకీ.) ౯౹౹

(వచ ఇతి) పూర్వశ్లోకే రావణస్యాఽభావ ఉపన్యస్తః. అనేన రాక్షసాభావపక్ష ఉపన్యస్యతే. మిథ్యాప్రణీతాత్మా మిథ్యాస్నిగ్ధాత్మా. స్నేహీతి భావయ న్నివేతి యావత్. త్వం, విచక్షణైస్సాధుభి రుక్తం పథ్యం హితం వచః రాక్షసానా మభావాయ, న ప్రతిపద్యసే నాఽంగీకరోషి వా? రాక్షసేషు స్నేహం భావయన్ తద్వినాశ మేవ హృది కృత్వా సాధువచనం న శృణోషీ త్యర్థః. ౧౨౹౹

(స్వకృతై రితి.) రావణాఽదీర్ఘదర్శిన ఇత్యత్ర రావణేతి సంబుద్ధిః. నికృతాః త్వయా వంచితాః. ౧౩౹౹-౧౪౹౹

(సీతయా రావణనిరసనం)

శక్యా లోభయితుం నాఽహ మైశ్వర్యేణ ధనేన వా.
అనన్యా రాఘవేణాఽహం భాస్కరేణ ప్రభా యథా, ౧౫॥

ఉపధాయ భుజం తస్య లోకనాథస్య సత్కృతం.
కథం నామోపధాస్యామి భుజ మన్యస్య కస్యచిత్, ౧౬॥

అహ మౌపయికీ భార్యా తస్యైవ వసుధాపతేః.
వ్రతస్నాతస్య ధీరస్య విద్యేవ విదితాత్మనః, ౧౭॥

---

(శక్యేతి.) అనేన రావణోక్తప్రలోభనానా ముత్తర ముచ్యతే ఐశ్వర్యేణ అంతఃపురస్త్రీణా మీశ్వరీత్వేన. ధనేన ఆభరణాదినా వా. లోభయితుం వంచయితుం. అహం న శక్యా అత్ర హేతు మాహ (అనన్యేతి.) అహం నిత్యానపాయినీ, రాఘవేణ రఘుకులావతీర్ణేన విష్ణునా, అనన్యా అవిభక్తా యత్రయత్ర కులే విష్ణు రవతరతి తత్రతత్రాఽవతీర్ణా లక్ష్మీ రిత్యర్థః. తృతీయయా తత్పరతంత్రా చాఽస్మీతి ద్యోత్యతే. న కేవలం తస్య పరతంత్రాఽహం, ప్రత్యుత తస్యా ప్యతిశయావహేతి దృష్టాంతేన ద్యోతయతి (భాస్కరేణేతి) ప్రభా హి భాస్కరస్యా ప్యతిశయ మావహతి. తథైవ హి మారీచో ఽపి తం ప్రతి నివేదితవాన్ 'అప్రమేయం హి తత్తేజో యస్య సా జనకాత్మజా' ఇతి. కిం తద్ధితవచన మపి మోహేన విస్మృతోఽసీ'తి ౧౫॥

తత్త్వ మాహ (ఉపధాయేతి) లోకనాథస్య సర్వైః బ్రహ్మాదిదేవగణైః స్వస్వపదప్రాప్తయే. నాథ్యమానస్య యాచ్యమానస్య, 'నాథృ యాచ్ఞాయామ్' ఇతి ధాతుః. తస్య రామస్య, సత్కృతం భుజం. దక్షిణం భుజ మిత్యర్థః, ఉపధాయ ఉపధానీకృత్య, తేన తత్పరిష్వక్తత్వం గమ్యతే. ఏవం శ్లాఘితాఽహం, అన్యస్య తతో భోగం యాచమానస్య, కస్యచి దనామధేయస్య క్షుద్రస్య త్వాదృశః, భుజం అసత్కృతం, కథం నామోపధాస్యామి? న కథంచి దపీత్యర్థః. ౧౬॥

(అహ మితి) అహం తుల్యశీలవయోవృత్తా, తస్యైవ తుల్యశీలవయోవృత్తస్య, వసుధాపతేః, ఔపయికీ ఉచితా, భార్యా 'హ్రీశ్చ తే లక్ష్మీశ్చ పత్న్యౌ' ఇతి భూమినాథస్యాఽహం లక్ష్మీరివ వ్యుచితేతి హృదయం. కథమివ? వ్రతస్నాతస్య వేదవ్రతైః స్నాతస్య, ధీరస్య ధీమతః బ్రాహ్మణస్య, విదితాత్మనః ఆత్మజ్ఞానవతః, విద్యేవ యోగాభ్యాసరూపవిద్యేవ. ౧౭॥

సాధు రావణ రామేణ మాం సమానయ దుఃఖితాం.
వనే వాశితయా సార్థం కరేణ్వేవ గజాధిపం, ౧౮॥

మిత్ర మౌపయికం కర్తుం రామ స్థ్సానం పరీప్సతా.
వధం చాఽనిచ్ఛతా ఘోరం త్వయాఽసౌ పురుషర్షభః, ౧౯॥

పథి చోరం పానీయయాచకవ ద్రావణ మర్థయతే (సాధ్వితి) సాధు, రావణ, మద్వియోగేన త్వత్క్రౌర్య మధికం జాత మితి భావః. ఏవ ముత్కటక్రౌర్యం ప్రతి యాచనాత్ స్వస్యాతిశయో వ్యజ్యతే. రామేణ సర్వాంగసుందరేణ, మాం తస్యాఽనన్యార్హాం తద్వియోగే జీవితం ధారయితు మశక్తాం. సమానయ సంగమయ, తత్ర హేతుః (దుఃఖితా మితి) కరేణ్వా గజవద్వా. వాశితయా యౌవనం గతయా 'వాశితా యువతిః ప్రోక్తా కళభః కరిపోతకః' ఇతి వచనాత్, యద్వా, వాసితయేతి పాఠః. వనే వాసితయా బద్ధయా, అత్ర విభక్తివ్యత్యాస కార్యః వనే వాసితాం కరేణుం గజాధిపేనే వేతి, వస్తుతస్తు యథాన్యాస ఏవాఽన్వేతి. రామేణ సంగమనం నామ రామాహ్వానం. న హి పునరపి రామస్థానం తేన నేతు మీష్టే. కింత్వత్ర రామ మాహూయ సమర్పణమేవ అత ఏవ కరేణ్వా గజాధిప మిత్యుక్తం. ౧౮॥

ఏవం రావణే జననీత్వప్రతిపత్తిం విహాయ కానిచి దసంగతాని జల్పతి, దేవీ ఖిన్నా సతీ, కోఽయ మస్య స్వభావః? కథ మస్య కోప్యుపదేష్టా సేత్స్యతీతి 'ఇహ సంతో న వా సంతి' ఇత్యాదినా విచింత్య దయావతీ స్వయ మే వోపదిశతి మాతృత్వప్రయుక్తవాత్సల్యేన (మిత్ర మితి) రామం శరణం గచ్ఛే త్యుక్తే త న్న రావణ స్సహేత దుర్మానితయా ఆత్మసద్బుద్ధ్యనుసారేణ (మిత్ర) మిత్యాహ కించ శరణాగతం స్వస్వాధీనం మన్యతే దేవీ దేవ శ్చ. అత ఏవ రామో వక్ష్యతి 'మిత్రభావేన సంప్రాప్తం న త్యజేయం కథంచన' ఇతి. ఇయం చ తథాఽఽహ (మిత్ర మితి) రామః మిత్రం కర్తుం యుక్త మిత్యర్థః మిత్రశబ్దాపేక్షయా ఔపయిక మితి నపుంసకనిర్దేశః. (స్థానం పరీప్సతా) మార్గచోరస్యాపి భూమౌ పదాని స్థాపయిత్వా చౌర్యం కర్తవ్యం. తవాఽపి యది స్థాన మభీప్సితం తర్హి తమేవ భజేత్యర్థః శరణాగతిదైన్యా దపి మరణ మేవ వర మితి యది మన్యసే తదానీం తద్భజనం కర్తవ్య మిత్యాహ (వధం చాఽనిచ్ఛతా ఘోరం) తవ సమ్యఙ్మరణం న దాస్యతి త్వాం సంస్థాప్య త్వత్సమక్షం త్వత్సంతానజాతా హింసిత్వా తత స్తే చిత్రవధం కరిష్యతి. తం యది నేచ్ఛసి తదా ప్రపత్తవ్య ఇత్యర్థః త్వయా తత్ప్రతీకారావలోకనేన త్వయాఽవశ్యం తచ్ఛరణాగతిః కర్తవ్యా ఏవం స రక్షక ఇత్యత్ర కిం ప్రమాణం? తత్రాహ (అసౌ.) నిరంతరప్రత్యయేనాఽస్యా రామః ప్రత్యక్ష ఇవ భాసతే. రావణస్యాపి మాయామృగానుసరణసమయే తదాకారదర్శనభయేన "వృక్షే వృక్షే చ పశ్యామి"

(సీతయా రావణనిరసనం)

విదిత స్స హి ధర్మజ్ఞ శ్శరణాగతవత్సలః.
తేన మైత్రీ భవతు తే యది జీవితు మిచ్ఛసి, ౨౦॥

ప్రసాదయస్వ త్వం చైనం శరణాగతవత్సలం.
మాం చాఽస్మై ప్రయతో భూత్వా నిర్యాతయితు మర్హసి. ౨౧॥

ఏవం హి తే భవే త్స్వస్తి సంప్రదాయ రఘూత్తమే.
అన్యథా త్వం హి కుర్వాణో వధం ప్రాప్స్యసి రావణ, ౨౨॥

వర్జయే ద్వజ్ర ముత్సృష్టం వర్జయే దంతక శ్చిరం.
త్వద్విధం తు న సంక్రుద్ధో లోకనాథ స్స రాఘవః, ౨౩॥

రామస్య ధనుష శ్శబ్దం శ్రోష్యసి త్వం మహాస్వనం.
శతక్రతువిసృష్టస్య నిర్ఘోష మశనే రివ, ౨౪॥

ఇహ శీఘ్రం సుపర్వాణో జ్వలితాస్యా ఇవోరగాః.
ఇషవో నిపతిష్యంతి రామలక్ష్మణలక్షణాః, ౨౫॥

---

త్యక్తరీత్యా పుర స్థిత ఇవ భాసతే (పురుషర్షభః) మత్కృతాపరాధేన కథం మా మంగీకరిష్యతీ త్యేవం త్వయా న చింతనీయం. అనుకూల్యలేశే సతి సర్వ మపరాధం విస్మరిష్యతి; పురుషధౌరేయత్వాత్. మిత్రకరణప్రకార మాహ (ప్రసాదయస్వేతి.) త్వం చేత్యనేనాఽహ మపి ప్రసాదయిష్యామీతి సిద్ధం. ప్రయతో భూత్వా మనఃకాలుష్యం త్యక్త్వేత్యర్థః నిర్యాతయితుం ప్రత్యర్పయితుం (తనిశ్లోకీ.) ౨౧॥

(ఏవ మితి.) సంప్రదాయ. స్థితాయేతి శేషః. ౨౨॥

(వర్జయే దితి.) ఉత్సృష్టం ఇంద్రముక్తం, వజ్రం, అంతకశ్చ త్వద్విధం వర్జయేత్, రాఘవ స్త్వద్విధం న వర్జయే దితి సంబంధః. ౨౩॥

(రామస్యేతి.) మహాస్వనం మహానాదం, నాదో నామ స్వరావయవవిశేషః. ౨౪॥

(ఇహేతి.) రామలక్ష్మణలక్షణాః రామలక్ష్మణనామాంకాః, ౨౫॥

రక్షాంసి పరినిఘ్నంతః పుర్యా మస్యాం సమంతతః.
అసంపాతం కరిష్యంతి పతంతః కంకవాససః, ౨౬.

రాక్షసేంద్రమహాసర్పాన్ స రామగరుడో మహాన్.
ఉద్ధరిష్యతి వేగేన వైనతేయ ఇవోరగాన్, ౨౭.

అపనేష్యతి మాం భర్తా త్వత్తః శీఘ్ర మరిందమః.
అసురేభ్య శ్శ్రియం దీప్తాం విష్ణు స్త్రిభి రివ క్రమైః, ౨౮

జనస్థానే హతస్థానే నిహతే రక్షసాం బలే.
అశక్తేన త్వయా రక్షః కృత మేత దసాధు వై, ౨౯

ఆశ్రమం తు తయో శ్శూన్యం ప్రవిశ్య నరసింహయోః.
గోచరం గతయో ర్భ్రాత్రో రపనీతా త్వయాఽధమ. ౩౦.

న హి గంధ ముపాఘ్రాయ రామలక్ష్మణయో స్త్వయా.
శక్యం సందర్శనే స్థాతుం శునా శార్దూలయో రివ. ౩౧

తస్య తే విగ్రహే తాభ్యాం యుగగ్రహణ మస్థిరమ్.

---

(అసంపాతం) అనవకాశం. ౨౬

(రాక్షసేంద్రమహాసర్పా నితి.) రూపకోక్తమే వోపమయాఽప్యాహ (వైనతేయ ఇతి) ౨౭

న చాపి మమ హస్తా త్త్వాం ప్రాప్తు మర్హతీ త్యుక్త స్యోత్తర మాహ (అపనేష్యతీతి) ౨౮

(జనస్థాన ఇతి.) ఏతత్ యుద్ధం వినా చౌర్యేణాఽపహరణం. ౨౯

(ఆశ్రమ మితి.) గోచరం గతయోః బాహ్యదేశం గతయోః. ౩౦—౩౧

(తస్య త ఇతి.) తస్య తే అసమర్థతయా చోరవృత్తే స్తవ, తాభ్యాం రామలక్ష్మణాభ్యాం, విగ్రహే సతి యుద్ధే సతి, యుగగ్రహణం సంయుగే జయగ్రహణం, అస్థిరం అసంభావితం.

(సీతాం ప్రతి రావణస్య భీషణవాక్యాని)

వృత్రస్యే వేంద్రబాహుభ్యాం బాహో రేకస్య నిగ్రహః. ౩౨

క్షిప్రం తవ స నాథో మే రామ స్సౌమిత్రిణా సహ.
తోయ మల్ప మివాఽఽదిత్యః ప్రాణా నాదాస్యతే శరైః. ౩౩

గిరిం కుబేరస్య గతోఽపధాయ వా సభాం గతో వా వరుణస్య రాజ్ఞః.
అసంశయం దాశరథే ర్న మోక్ష్యసే మహాద్రుమః కాలహతోఽశనే రివ. * ౩౪

ఇతి శ్రీమద్రామాయణే, సున్దరకాణ్డే, ఏకవింశ స్సర్గః.

---

యద్వా, యుగగ్రహణం యుద్ధారంభః, అస్థిరం అధ్రువం. కింతు తాభ్యాం ప్రసహ్య వధ స్తే సిద్ధ ఇతి దృష్టాంతేనాహ (వృత్రస్యేవేతి.) వృత్రస్య ఏకస్య బాహో ర్ద్వాభ్యా మింద్రస్య బాహుభ్యాం సహ, విగ్రహే సతి, నిగ్రహ ఇవ జయ ఇవ, వృత్రస్యైకేన బాహునా ఇంద్రస్య ద్వయో ర్బాహ్వో రివ ఏకేన త్వయా తయో ర్ద్వయో ర్జయో న శక్య ఇత్యర్థః. ౩౨

(క్షిప్ర మితి.) సః నాథ ఇతి పదచ్ఛేదః. ౩౩

(గిరిం కుబేరస్య గతోఽపధాయ వేతి.) అపధాయ అపక్రమ్య, కుబేరస్య గిరిం కైలాసం 'కైలాస స్థాన మళకా' ఇత్యమరః. ౩౪

ఇతి శ్రీగోవిందరాజవిరచితే, శ్రీరామాయణభూషణే, శృంగారతిలకాఖ్యానే, సున్దరకాణ్డవ్యాఖ్యానే,
ఏకవింశ స్సర్గః.

---

* రావణేన దేవీం ప్రతి తత్త్వదృష్ట్యా సౌమ్యరూపాణ్యేవ వాక్యా న్యుక్తాని యద్యపి, తథాపి బాహ్యదృష్ట్యా పరుషవాక్యవత్ ప్రతీయమానత్వేన దేవ్యపి తత్త్వదృష్టిం సంగోప్య బాహ్యదృష్టి మనుసృత్య పరుషవాక్యై రేవ తస్యోత్తర మాహేతి. తత్త్వదీపికా.

## అథ ద్వావింశ స్సర్గః.

సీతాయా వచనం శ్రుత్వా పరుషం రాక్షసాధిపః,
ప్రత్యువాచ తత స్సీతాం విప్రియం ప్రియదర్శనాం. ౧

యథా యథా సాంత్వయితా వశ్యః స్త్రీణాం తథా తథా,
యథా యథా ప్రియం వక్తా పరిభూత స్తథా తథా. ౨

* సన్నియచ్ఛతి మే క్రోధం త్వయి కామ స్సముత్థితః,
ద్రవతోఽమార్గ మాసాద్య హయా నివ సుసారథిః ౩

వామః కామో మనుష్యాణాం యస్మిన్ కిల నిబధ్యతే,
జనే తస్మిం స్త్వనుక్రోశ స్స్నేహశ్చ కిల జాయతే. ౪

---

## అథ ద్వావింశ స్సర్గః

(సీతాయా ఇత్యాది.) ౧

(సాంత్వయితా) అనునేతా ౨

(సన్నియచ్ఛతీతి.) సన్నియచ్ఛతి నిరుణద్ధి, ద్రవతః ధావతః, అమార్గ మితి ఛేదః. ౩

(వామ ఇతి ) వామః ప్రతికూలః, మనుష్యాణాం ప్రాణినాం, అనుక్రోశః కృపా, పరిభవాదిప్రదానేన మనుష్యాణాం ప్రతికూలః కామః యస్మిన్ జనే నిబధ్యతే తస్మిం స్త్వనుక్రోశః స్నేహశ్చ జాయతే కిల. ౪

---

* వస్తుత స్తు - ఇష్టదేవతాయాం సముత్థితః కామః ఇచ్ఛా, సముత్పన్నా భక్తి రిత్యర్థః. మే క్రోధం రాక్షసజాతే ర్మమ సర్వదా విద్యమానం నైజం క్రోధం. క్రోధశబ్దేన కామక్రోధాద్యరిషడ్వర్గ ఉచ్యతే. తం నియచ్ఛతీతి సంబంధః ఇతి తత్త్వదీపికా.

(రావణేన సీతాయా భర్త్సనం)

* ఏతస్మా త్కారణా న్న త్వాం ఘాతయామి వరాననే,
వధార్హా మవమానార్హాం మిథ్యాప్రవ్రజితే రతాం. ౫

పరుషా ణీహ వాక్యాని యాని యాని బ్రవీషి మాం,
తేషు తేషు వధో యుక్త స్తవ మైథిలి దారుణః. ౬

◈ ఏవ ముక్త్వా తు వైదేహీం రావణో రాక్షసాధిపః,
క్రోధసంరంభసంయుక్త స్సీతా ముత్తర మబ్రవీత్. ౭

---

(మిథ్యాప్రవ్రజితే) కపటేన వన్యవృత్తిభాజి. రామే. రతాం సక్తాం. ౫-౬

(ఏవ మితి.) క్రోధసంరంభసంయుక్తః క్రోధత్వరణయాభ్యాం సంయుక్తః. ౭

---

* నను మద్వధోద్యుక్తః స్త్రీఘాతకశ్చ త్వం న సంభాష్య ఇత్యత్రాహ (ఏతస్మా దితి.) ఏతస్మా త్కారణాత్ త్వద్భర్తృకారణాత్, ప్రవ్రజితే, మత్స్వామిని, రామ ఇతి శేషః, రతాం త్వాం మమేష్టదేవతాం త్వాం, న ఘాతయామ్యేవ. వధార్హా మవమానార్హామపి ప్రియం ఘాతయామీతి మిథ్యేతి సంబంధః. ఇతి తత్త్వదీపికా.

◈ వాస్తవార్థస్తు, క్రోధసంరంభసంయుక్త ఇత్యనేన రాక్షసస్వభావో వర్ణితః పతివియోగ దుఃఖితాం నిద్రాహారరహితాం ప్రత్యాహ (ద్వౌ మాసా విత్యాదిశ్లోకద్వయేన.) హే మే లక్ష్మి సీతే, మయా యోఽవధిః కృతః, 'మాసాన్ ద్వాదశ భామిని, ప్రతీక్షస్వే' తి యః సమయః ప్రార్థితః, తన్మధ్యతః పరం, రక్షితవ్యౌ ప్రతీక్షణీయౌ, ద్వౌ మాసా వేవ, ద్వాభ్యాం మాసాభ్యా మూర్ధ్వం న తతః తదనంతరం. తే తవ, భర్తారం అనిచ్ఛతీం మా మనంగీకుర్వాణాం, మమ మాం మదీయ రాజ్యలక్ష్మీం చ, ప్రాప్స్యసీతి శేషః. త్వాం ప్రార్థయ ఇతి శేషః, మమ మహానసే ప్రాతరాశార్థం ఆలభంతే పశూన్ తాన్, భక్షయేతి శేషః. శయన మారోహ, శయనం కుర్వి త్యర్థః. ఇతి తత్త్వదీపికా.

ద్వౌ మాసౌ రక్షితవ్యౌ మే యోఽవధి స్తే మయా కృతః,
తత శ్శయన మారోహ మమ త్వం వరవర్ణిని. ౮

ఊర్ధ్వం ద్వాభ్యాం తు మాసాభ్యాం భర్తారం మా మనిచ్ఛతీం,
మమ త్వాం ప్రాతరాశార్థ మారభంతే మహానసే ౯

* తాం తర్జ్యమానాం సంప్రేక్ష్య రాక్షసేంద్రేణ జానకీం,
దేవగంధర్వకన్యా స్తా విషేదు ర్వికృతేక్షణాః. ౧౦

ఓష్ఠప్రకారై రపరా వక్త్రనేత్రై స్తథాఽపరాః,
సీతా మాశ్వాసయామాసు స్తర్జితాం తేన రక్షసా ౧౧

తాభి రాశ్వాసితా సీతా రావణం రాక్షసాధిపం,
ఉవాచాఽఽత్మహితం వాక్యం వృత్తశౌండీర్యగర్వితం. ౧౨

---

(ద్వౌ మాసా వితి.) తే మయా యోఽవధిః కృతః 'మాసాన్ ద్వాదశ భామిని' ఇత్యారణ్య కాండోక్తే ర్ద్వాదశమాసాత్మకోఽవధిః కల్పితః, అత్ర ద్వౌ మాసా వవశిష్టౌ, తౌ ద్వౌ మాసౌ, మే మయా, రక్షితవ్యౌ ప్రతీక్షణీయౌ. తతః తస్మా త్కారణాత్. మమ శయన మారోహేత్యన్వయః. ప్రాతరాశార్థం. మాసద్వయాంతగతరాత్రిసమా ప్త్యనంతరం హింసాయాం కాలవిళంబం వినా ప్రాతఃకాలికాశనార్థ మిత్యర్థః. ఆరభంతే ఆలభంతే, రలయో రభేదః. 'ఆలంభ స్స్పర్శహింసయోః' ఇత్యమరః. మహానసే పాకశాలాయాం. ౮-౧౦

(ఓష్ఠప్రకారై రితి.) ఓష్ఠప్రకారైః, రురుదిషతా మోష్ఠేషు భంగస్ఫురణాదయో యే వికారా స్తే ఓష్ఠప్రకారాః. ఓష్ఠభంగాదిరూపసంజ్ఞాదిభి రిత్యర్థః. ఏవం వక్త్రనేత్రైః, వక్త్రనేత్రసంజ్ఞాదిభి రిత్యర్థః. ౧౧

(తాభి రితి.) వృత్తశౌండీర్యగర్వితం - వృత్తం పాతివ్రత్యం, తస్య శౌండీర్యం బలం, తేన గర్విత మితి క్రియావిశేషణం ౧౨

* వాస్తవార్థస్తు (తర్జ్యమానా మితి.) తాసాం తథా ప్రతీతే రితి భావః. ఇతి తత్త్వదీపికా.

(సీతయా రావణతిరస్కరణం)

నూనం న తే జనః కశ్చి దస్తి ని(శ్రేయసే స్థితః,
నివారయతి యో న త్వాం కర్మణోఽస్మా ద్విగర్హితాత్. ౧౩

మాం హి ధర్మాత్మనః పత్నీం శచీ మివ శచీపతేః,
త్వదన్య స్త్రిషు లోకేషు (ప్రార్థయే న్మనసాఽపి కః. ౧౪

రాక్షసాధమ రామస్య భార్యా మమితతేజసః,
ఉక్త్వా నసి యత్పాపం క్వ గత స్తస్య మోక్ష్యసే. ౧౫

యథా దృప్తశ్చ మాతంగ శ్శశశ్చ సహితో వనే,
తథా ద్విరదవ (ద్రామ స్త్వం నీచ శశవత్ స్మృతః. ౧౬

స త్వ మిక్ష్వాకునాథం వై క్షిప న్నిహ న లజ్జసే,
చక్షుషో ర్విషయం తస్య న తావ దుపగచ్ఛసి. ౧౭

ఇమే తే నయనే (క్రూరే విరూపే కృష్ణపింగళే,
క్షితౌ న పతితే కస్మా న్మా మనార్య నిరీక్షతః. ౧౮

---

(నూన మితి.) తే నిశ్శ్రేయసే స్థితః కశ్చిజ్జనః నాస్తి. యః అస్మా ద్విగర్హితాత్ కర్మణ స్త్వాం నివారయతి స చాపి నాస్తి. నూన మితి యోజనా. తవేష్టప్రాపకః అనిష్టనివారకశ్చ నాస్తీ త్యర్థః. ౧౩-౧౪

(రాక్షసాధమేతి.) తస్య మోక్ష్యసే తస్మా న్మోక్ష్యసే. ౧౫

(యథేతి.) యథా మాతంగ శ్శశశ్చ. సహితః యుయుత్సాదినా సంగతః, తథాఽన్యోన్య సంగతో రామ స్త్వం చ, అత్ర రావణః స్వస్య మాతంగసామ్య ముక్త మితి (భ్రామ్యే దితి పరిహరతి (తథేతి.) తత్ర గజ ఇవ రామః, శశ ఇవ త్వం. ౧౬

(స త్వ మితి.) ఇక్ష్వాకునాథం, క్షిపన్ మాయామృగవ్యాజేన దూరం నిస్సారయన్, ఇహ స్వజనేషు, న తావ దుపగచ్ఛసి, తదా తత్ప్రభావం వేత్స్యసీ త్యర్థః.

తస్య ధర్మాత్మనః పత్నీం స్నుషాం దశరథస్య చ,
కథం వ్యాహరతో మాం తే న జిహ్వా వ్యవశీర్యతే. ౧౯

అసందేశా త్తు రామస్య తపస శ్చాఽనుపాలనాత్,
న త్వాం కుర్మి దశగ్రీవ * భస్మ భస్మార్హ తేజసా. ౨౦

నాఽపహర్తు మహం శక్యా త్వయా రామస్య ధీమతః,
విధి స్తవ వధార్థాయ విహితో నాఽత్ర సంశయః. ౨౧

శూరేణ ధనదభ్రాత్రా బలై స్సముదితేన చ,
అపోహ్య రామం కస్మా ద్ధి దారచౌర్యం త్వయా కృతం. ౨౨

సీతాయా వచనం శ్రుత్వా రావణో రాక్షసాధిపః,
వివృత్య నయనే క్రూరే జానకీ మన్వవైక్షత. ౨౩

---

(అసందేశా దితి.) రామస్య భర్తుః, అసందేశాత్ అపకారిషు శపేథా ఇతి సందేశాభావాత్, తపసః పాతివ్రత్యరూపస్య. కుర్మి కరోమి, ఉత్వవికరణప్రత్యయలోపా వార్షౌ. భస్మార్హా భస్మీకరణార్హా, తేజసా పాతివ్రత్యప్రభావేన. (తనిశ్లోకీ.) ౧౯-౨౦

(నేతి.) తస్య రామస్య తస్మా ద్రామాత్, విధిః చౌర్యేణాఽపహరణం, విహితః, దైవేనేతి శేషః. ౨౧

(శూరేణేతి.) బలై స్సముదితేన, బలేన సర్వశ్రేష్ఠేనే త్యర్థః. అపోహ్య రామం మృగచ్ఛద్మనాఽపవాహ్య. ౨౨

(సీతాయా ఇతి.) వివృత్య వివర్త్య. ౨౩

---

* భస్మార్హా భస్మ ఇతి పా.

(సీతాపరాభూతస్య రావణస్య కోపవికారః)

నీలజీమూతసంకాశో మహాభుజశిరోధరః,
సింహసత్త్వగతి శ్శ్రీమాన్ దీప్తజిహ్వాగ్రలోచనః. ౨౪

చలాగ్రమకుటప్రాంశు శ్చిత్రమాల్యానులేపనః,
రక్తమాల్యాంబరధర స్తప్తాంగదవిభూషణః. ౨౫

శ్రోణిసూత్రేణ మహతా మేచకేన సుసంవృతః,
అమృతోత్పాదనద్ధేన భుజగే నేవ మందరః. ౨౬

తాభ్యాం స పరిపూర్ణాభ్యాం భుజాభ్యాం రాక్షసేశ్వరః,
శుశుభేఽచలసంకాశ శ్శృంగాభ్యా మివ మందరః. ౨౭

తరుణాదిత్యవర్ణాభ్యాం కుండలాభ్యాం విభూషితః,
రక్తపల్లవపుష్పాభ్యా మశోకాభ్యా మివాఽచలః. ౨౮

స కల్పవృక్షప్రతిమో వసంత ఇవ మూర్తిమాన్,
శ్మశానచైత్యప్రతిమో భూషితోఽపి భయంకరః. ౨౯

అవేక్షమాణో వైదేహీం కోపసంరక్తలోచనః,
ఉవాచ రావణ స్సీతాం భుజంగ ఇవ నిశ్శ్వసన్. ౩౦

---

(నీలజీమూతేతి.) సింహస్యేవ బలగమనే యస్యాఽసౌ సింహసత్త్వగతిః. జిహ్వాగ్రం లోచనే చ దీప్తాని యస్య సోఽయం దీప్తజిహ్వాగ్రలోచనః. కోపేన చలం అగ్రం యస్య తత్, చలాగ్రం చ తత్ మకుటం చ, తేన ప్రాంశుః దీర్ఘః. చిత్రమాల్యవత్త్వేఽపి రక్తమాల్యవత్త్వం తత్పరిచర్యా దుక్తం. తప్తాంగదవిభూషణః, తప్తశబ్దేన తేజిష్ఠత్వ ముక్తం, మేచకేన నీలేన, అమృతోత్పాదనద్ధేన అమృతోత్పాదనార్థం నద్ధేన, తాభ్యాం ప్రసిద్ధాభ్యాం. ౨౪-౨౭

(తరుణేత్యాది,) అలంకృతత్వే కల్పకసామ్యం, భయంకరత్వే పున శ్చైత్యసామ్యం, చైత్యం శ్మశానవృక్షః, శ్మశానమంటపో వా, సీతాయా అత్యంతభయంకరత్వజ్ఞాపనాయ రావణవర్ణనం కృతం. ౨౮-౩౦

* అనయేనాఽభిసంపన్న మర్థహీన మనువ్రతే,
నాశయా మ్యహ మద్య త్వాం సూర్య స్సంధ్యా మివౌజసా. ౩౧

ఇత్యుక్త్వా మైథిలీం రాజా రావణ శ్శత్రురావణః,
సందిదేశ తత స్సర్వా రాక్షసీ ర్ఘోరదర్శనాః. ౩౨

ఏకాక్షీ మేకకర్ణాం చ కర్ణప్రావరణాం తథా,
గోకర్ణీం హస్తికర్ణీం చ లంబకర్ణీ మకర్ణికాం ౩౩

హస్తిపాద్యశ్వపాద్యౌ చ గోపాదీం పాదచూళికాం,
ఏకాక్షీ మేకపాదీం చ పృథుపాదీ మపాదికాం. ౩౪

అతిమాత్రశిరోగ్రీవా మతిమాత్రకుచోదరీం,
అతిమాత్రాస్యనేత్రాం చ దీర్ఘజిహ్వా మజిహ్వికాం,
అనాసికాం సింహముఖీం గోముఖీం సూకరీముఖీం, ౩౫

యథా మద్వశగా సీతా క్షిప్రం భవతి జానకీ.
తథా కురుత రాక్షస్య స్సర్వాః క్షిప్రం సమేత్య చ, ౩౬

ప్రతిలోమానులోమైశ్చ సామదానాదిభేదనైః.
ఆవర్జయత వైదేహీం దండ స్యోద్యమనేన చ, ౩౭

---

(ఇత్యుక్త్వేత్యాది.) ప్రధానాప్రధానభూతే ద్వే ఏకాక్ష్యౌ. అతో న పునరుక్తిః. అథవా అక్షం ఇంద్రియం. ఏకాక్షీం ఏకైకేంద్రియాం. శ్రోత్రనాసాదా వేకమాత్రవతీ మిత్యర్థః. ౩౧-౩౬

(ప్రతిలోమేతి.) ప్రతిలోమానులోమైః ప్రతికూలానుకూలాచరణైః, సామదానాదిభేదనైః సామదానముఖై ర్భేదైః. ప్రథమప్రయుక్తసామదానై రిత్యర్థః. ఆవర్జయత వశీకురుత ౩౭

---

* అయం శ్లోకః కేషుచి త్కోశేషు నాస్తి.

(రావణస్య ప్రతినివర్తనం)

ఇతి ప్రతిసమాదిశ్య రాక్షసేంద్రః పునః పునః.
కామమన్యుపరీతాత్మా జానకీం పర్యతర్జయత్, ౩౮॥

ఉపగమ్య తతః క్షిప్రం రాక్షసీ ధాన్యమాలినీ.
పరిష్వజ్య దశగ్రీవ మిదం వచన మబ్రవీత్, ౩౯॥

* మయా క్రీడ మహారాజ సీతయా కిం తవాఽనయా.
వివర్ణయా కృపణయా మానుష్యా రాక్షసేశ్వర, ౪౦॥

నూన మస్యా మహారాజ న దివ్యా న్భోగస త్తమాన్.
విదధా త్యమరశ్రేష్ఠ స్తవ బాహుబలార్జితాన్, ౪౧॥

అకామాం కామయానస్య శరీర ముపతప్యతే.
ఇచ్ఛంతీం కామయానస్య ప్రీతి ర్భవతి శోభనా, ౪౨॥

ఏవ ముక్తస్తు రాక్షస్యా సముత్క్షిప్త స్తతో బలీ.
ప్రహస న్మేఘసంకాశో రాక్షస స్సన్యవర్తత, ౪౩॥

---

(ఉపగమ్యేతి,) ధాన్యమాలినీ రావణస్య కనిష్ఠపత్నీ. ఇదం మందోదర్యా అప్యుపలక్షణం. ఉత్తరత్ర వానరాన్ ప్రతి హనుమద్వచనే తథా వక్ష్యమాణత్వాత్. ౩౮॥-౪౦॥

(నూన మితి.) అస్యా స్సీతాయాః. అమరశ్రేష్ఠో బ్రహ్మా. దివ్యాన్ భోగా న్న విదధాతి, అస్యా దివ్యభోగే భాగ్యం నా స్తీ త్యర్థః. ౪౧॥-౪౩॥

---

* (మయేతి.) అకృపణయేతి ఛేదః. అకృపణయా పతివ్రతయా, సీతయా కిం కరిష్యసి. అమానుష్యేతి ఛేదః. అమానుష్యా, అత ఏవ వివర్ణయా మనుష్యభోగవిలక్షణయా, ఉత్తమవర్ణయే త్యర్థః, మయా సహ క్రీడేతి సంబంధః. ఇతి తత్త్వదీపికా.

ప్రస్థిత స్స దశగ్రీవః కంపయ న్నివ మేదినీం
జ్వలద్భాస్కరవర్ణాభం ప్రవివేశ నివేశనం, ౪౪౹

దేవగంధర్వకన్యాశ్చ నాగకన్యాశ్చ సర్వతః.
పరివార్య దశగ్రీవం వివిశు స్త ద్గృహోత్తమం, ౪౫౹

తాం మైథిలీం ధర్మపరా మవస్థితాం ప్రవేపమానాం పరిభర్త్స్య రావణః,
విహాయ సీతాం మదనేన మోహిత స్స్వ మేవ వేశ్మ ప్రవివేశ భాస్వరం. ౪౬౹

ఇతి శ్రీమద్రామాయణే, సున్దరకాణ్డే, ద్వావింశ స్సర్గః.

అథ త్రయోవింశ స్సర్గః.

ఇత్యుక్త్వా మైథిలీం రాజా రావణ శ్శత్రురావణః,
సందిశ్య చ తత స్సర్వా రాక్షసీ ర్నిర్జగామ హ. ౧

నిష్క్రాంతే రాక్షసేంద్రే తు పున రంతఃపురం గతే,
రాక్షస్యో భీమరూపా స్తా స్సీతాం సమభిదుద్రువుః. ౨

---

సర్గార్థం సంగ్రహేణ దర్శయతి (స ఇతి.) ౪౪౹—౪౬౹

ఇతి శ్రీగోవిందరాజవిరచితే, శ్రీరామాయణభూషణే, శృంగారతిలకాఖ్యానే, సున్దరకాణ్డవ్యాఖ్యానే,
ద్వావింశ స్సర్గః.

అథ త్రయోవింశ స్సర్గః

(ఇత్యుక్త్వేత్యాది.) ౧—౨

(రాక్షసీభిః సీతాతర్జనం)

తత స్సీతా ముపాగమ్య రాక్షస్యః క్రోధమూర్ఛితాః,
పరం పరుషయా వాచా వైదేహీ మిద మబ్రువన్. ౩

పౌలస్త్యస్య వరిష్ఠస్య రావణస్య మహాత్మనః,
దశగ్రీవస్య భార్యా త్వం సీతే న బహుమన్యసే. ౪

తత స్త్వేకజటా నామ రాక్షసీ వాక్య మబ్రవీత్,
ఆమంత్ర్య క్రోధతామ్రాక్షీ సీతాం కరతలోదరీం. ౫

ప్రజాపతీనాం షణ్ణాం తు చతుర్థో యః ప్రజాపతిః,
మానసో బ్రహ్మణః పుత్రః పులస్త్య ఇతి విశ్రుతః. ౬

పులస్త్యస్య తు తేజస్వీ మహర్షి ర్మానస స్సుతః,
నామ్నా స విశ్రవా నామ ప్రజాపతిసమప్రభః. ౭

తస్య పుత్రో విశాలాక్షి రావణ శ్శత్రురావణః,
తస్య త్వం రాక్షసేంద్రస్య భార్యా భవితు మర్హసి. ౮

మయోక్తం చారు సర్వాంగి వాక్యం కి న్నానుమన్యసే, ౮॥

తతో హరిజటా నామ రాక్షసీ వాక్య మబ్రవీత్,
వివర్త్య నయనే కోపా న్మార్జారసదృశేక్షణా, ౯॥

యేన దేవా స్త్రయస్త్రింశ ద్దేవరాజశ్చ నిర్జితాః,
తస్య త్వం రాక్షసేంద్రస్య భార్యా భవితు మర్హసి, ౧౦॥

---

(ప్రజాపతీనా మితి.) 'మరీచి రత్ర్యంగిరసౌ పులస్త్యః పులహః క్రతుః' ఇతి షట్ప్రజాపతయః. తేషాం చతుర్థః పులస్త్యః. ౩-౧౦॥

తత స్తు ప్రఘసా నామ రాక్షసీ క్రోధమూర్ఛితా.
భర్త్సయంతీ తదా ఘోర మిదం వచన మబ్రవీత్. ౧౧॥

వీర్యోత్సిక్తస్య శూరస్య సంగ్రామే ష్వనివర్తినః.
బలినో వీర్యయుక్తస్య భార్యా త్వం కిం న లప్స్యసే. ౧౨॥

ప్రియాం బహుమతాం భార్యాం త్యక్త్వా రాజా మహాబలః.
సర్వాసాం చ మహాభాగాం త్వా ముపైష్యతి రావణః. ౧౩॥

సమృద్ధం స్త్రీసహస్రేణ నానారత్నోపశోభితం.
అంతఃపురం సముత్సృజ్య త్వా ముపైష్యతి రావణః. ౧౪॥

అన్యా తు వికటా నామ రాక్షసీ వాక్య మబ్రవీత్. ౧౫

అసకృ ద్దేవతాయుద్ధే నాగగంధర్వదానవాః,
నిర్జితా స్సమరే యేన స తే పార్శ్వ ముపాగతః. ౧౬

తస్య సర్వసమృద్ధస్య రావణస్య మహాత్మనః,
కి మద్య రాక్షసేంద్రస్య భార్యా త్వం నేచ్ఛసేఽధమే. ౧౭

తత స్తు దుర్ముఖీ నామ రాక్షసీ వాక్య మబ్రవీత్. ౧౮॥

యస్య సూర్యో న తపతి భీతో యస్య చ మారుతః.
న వాతి స్మాఽఽయతాపాంగే కిం త్వం తస్య న తిష్ఠసి. ౧౯॥

---

(ప్రియా మితి.) సర్వాసాం మధ్యే, ప్రియాం బహుమతాం, మహాభాగాం చ, భార్యాం మందోదరీం, త్యక్త్వాఽపి త్వా ముపైష్యతి. ౧౧॥-౧౩॥

(యస్యేతి.) యస్య యస్మాత్, తస్య న తిష్ఠసి తస్మై న తిష్ఠసే, ప్రకాశనార్థేఽప్యార్షత్వా త్పరస్మైపదం, షష్ఠీ చ. ౧౯॥

పుష్పవృష్టిం చ తరవో ముముచు ర్యస్య వై భయాత్.
శైలాశ్చ సుస్రువు పానీయం జలదాశ్చ య దేచ్ఛతి, ౧౯

తస్య నైరృతరాజస్య రాజరాజస్య భామిని.
కిం త్వం న కురుషే బుద్ధిం భార్యార్థే రావణస్య హి, ౨౦

సాధు తే తత్త్వతో దేవి కథితం సాధు భామిని.
గృహాణ సుస్మితే వాక్య మన్యథా న భవిష్యసి, ౨౧

ఇతి శ్రీమద్రామాయణే, సున్దరకాణ్డే, త్రయోవింశ స్సర్గః.

అథ చతుర్వింశ స్సర్గః

తత స్సీతా ముపాగమ్య రాక్షస్యో వికృతాననాః,
పరుషం పరుషా నార్య ఊచు స్తాం వాక్య మప్రియం. ౧

కిం త్వ మంతఃపురే సీతే సర్వభూతమనోహరే,
మహార్హశయనోపేతే న వాస మనుమన్యసే. ౨

---

(పుష్పవృష్టి మిత్యాది.) శైలాశ్చ జలదాశ్చ పానీయం రావణః యదేచ్ఛతి తదా ముంచంతీతి విపరిణమ్యతే. ౧౯—౨౦

(సాధ్వితి.) సాధు తే కథితం, సాధు గృహాణేతి సాధుశబ్దద్వయస్య నిర్వాహః. ౨౧

ఇతి శ్రీగోవిందరాజవిరచితే, శ్రీరామాయణభూషణే, శృంగారతిలకాఖ్యానే, సుందరకాణ్డవ్యాఖ్యానే, త్రయోవింశ స్సర్గః.

అథ చతుర్వింశ స్సర్గః

(తత ఇత్యాది.) ౧—౨

మానుషీ మానుషస్యైవ భార్యా త్వం బహుమన్యసే,
ప్రత్యాహర మనో రామా న్న త్వం జాతు భవిష్యసి. ౩

త్రైలోక్యవసుభోక్తారం రావణం రాక్షసేశ్వరం,
భర్తార ముపసంగమ్య విహరస్వ యథాసుఖం. ౪

మానుషీ మానుషం తం తు రామ మిచ్ఛసి శోభనే,
రాజ్యా ద్భ్రష్ట * మసిద్ధార్థం విక్లబం త్వ మనిందితే. ౫

రాక్షసీనాం వచ శ్శ్రుత్వా సీతా పద్మనిభేక్షణా,
నేత్రాభ్యా మశ్రుపూర్ణాభ్యా మిదం వచన మబ్రవీత్. ౬

య దిదం లోకవిద్విష్ట ముదాహరథ సంగతాః,
నైత న్మనసి వాక్యం మే కిల్బిషం ప్రతిభాతి వః. ౭

న మానుషీ రాక్షసస్య భార్యా భవితు మర్హతి,
కామం ఖాదత మాం సర్వా న కరిష్యామి వో వచః. ౮

దీనో వా రాజ్యహీనో వా యో మే భర్తా స మే గురుః,
తం నిత్య మనురక్తా స్మి యథా సూర్యం సువర్చలా. ౯

---

(మానుషీతి.) న త్వం జాతు భవిష్యసి. తస్యేతి శేషః. మానుషీతి హేతుగర్భం. మానుషీ త్వం మానుషం త మిచ్ఛసి. ౩—౬

(య దిద మితి.) కిల్బిషం పాపావహం. ౭—౮

(దీనో వేతి.) సువర్చలేత్యాదిబహుదృష్టాంతప్రదర్శనం స్వస్యాః పాతివ్రత్యదార్ఢ్య ద్యోతనాయ. ౯

* అ శ్చాసౌ సిద్ధార్థశ్చ అసిద్ధార్థః తం సిద్ధసర్వప్రయోజనం విష్ణు మిత్యర్థః. ఇతి తత్త్వదీపికా.

(రాక్షసీభిః సీతాతర్జనం)

యథా శచీ మహాభాగా శక్రం సముపతిష్ఠతి,
అరుంధతీ వసిష్ఠం చ రోహిణీ శశినం యథా. ౧౦

లోపాముద్రా యథాఽగస్త్యం సుకన్యా చ్యవనం యథా,
సావిత్రీ సత్యవంతం చ కపిలం శ్రీమతీ యథా. ౧౧

సౌదాసం మదయంతీవ కేశినీ సగరం యథా,
నైషధం దమయంతీవ భైమీ పతి మనువ్రతా.
తథాఽహ మిక్ష్వాకువరం రామం పతి మనువ్రతా, ౧౨½

సీతాయా వచనం శ్రుత్వా రాక్షస్యః క్రోధమూర్ఛితాః.
భర్త్సయంతి స్మ పరుషై ర్వాక్యై రావణచోదితాః, ౧౩½

అవలీన స్స నిర్వాక్యో హనుమా న్శింశుపాద్రుమే.
సీతాం సంతర్జయంతీ స్తా రాక్షసీ రశృణో త్కపిః, ౧౪½

తా మభిక్రమ్య సంక్రుద్ధా వేపమానాం సమంతతః.
భృశం సంలిలిహు ర్దీప్తా న్ప్రలంబా న్దశనచ్ఛదాన్, ౧౫½

ఊచుశ్చ పరమక్రుద్ధాః ప్రగృహ్యాఽఽశు పరశ్వధాన్.
నేయ మర్హతి భర్తారం రావణం రాక్షసాధిపం, ౧౬½

---

(అవలీన ఇతి.) అవలీనః ఛన్నః, రాక్షసీ రశృణోత్ రాక్షసీవాక్యా న్యశృణో దిత్యర్థః. ౧౦-౧౪½

(తా మభిక్ర మ్యేత్యాది.) నేయ మర్హతీ త్యత్రేతికరణం బోధ్యం. అస్య ఊచు రిత్యనేన సంబంధః. ౧౫½-౧౬½

సంభర్త్స్యమానా భీమాభీ రాక్షసీభి ర్వరాననా.
సా బాష్ప ముపమార్జంతీ శింశుపాం తా ముపాగమత్, ౧౭॥

తత స్తాం శింశుపాం సీతా రాక్షసీభి స్సమావృతాం.
అభిగమ్య విశాలాక్షీ తస్థౌ శోకపరిప్లుతా, ౧౮॥

తాం కృశాం దీనవదనాం మలినాంబరధారిణీం.
భర్త్సయాంచక్రిరే సీతాం రాక్షస్య స్తాం సమంతతః, ౧౯॥

తత స్తాం వినతా నామ రాక్షసీ భీమదర్శనా.
అబ్రవీ త్కుపితాకారా కరాళా నిర్ణతోదరీ, ౨౦॥

సీతే పర్యా ప్త మేతావ ద్భర్తు స్స్నేహో నిదర్శితః,
సర్వత్రాఽతికృతం భద్రే వ్యసనా యోపకల్పతే, ౨౧॥

* పరితుష్టాఽస్మి భద్రం తే మానుష స్తే కృతో విధిః.
మమాపి తు వచః పథ్యం బ్రువంత్యాః కురు మైథిలి, ౨౨॥

(సంభర్త్స్యమానేతి.) 'సా భర్త్స్యమానే' తి పాఠే - భర్త్సనోపగమనరూపక్రియాభేదా త్తచ్ఛబ్దద్వయం. తాం హనుమదధిష్ఠితాం శింశుపాం. ౧౭-౧౯॥

(తత స్తాం వినతా నామేతి.) నిర్ణతోదరీ ఉన్నతోదరీ. ౨౦॥

(సీత ఇతి.) అతికృతం అతిమాత్రకృతం. ౨౧॥

(పరితుష్టాఽస్మీతి.) మానుషో విధిః కృతః మనుష్యజాత్యుచితపాతివ్రత్యప్రకటనం కృతం. ఏతావతాఽల మిత్యర్థః. ౨౨॥

* వాస్తవార్థస్తు - పరితుష్టాస్మీత్యాదిశ్లోకత్రయం కుళకం అస్యార్థః - హే మైథిలి, మానుషం మనుష్యధర్మం భయం, త్యక్త్వా, రావయతీతి రావణం దశాననం, తథాపి కృపణం, భర్తారం, భ్రియతే శుశ్రూషాదినా స్వామిన మితి భర్తా, భృత్యః, తం, ఆశ్రయ, రావణం భృత్యత్వేన అంగీకుర్వి త్యర్థః విక్రాంతాదిగుణయుక్తం రామం చ భజేతి సంబంధః. ఇతి తత్త్వదీపికా

(రాక్షసీభిః సీతాతర్జనం)

రావణం భజ భర్తారం భర్తారం సర్వరక్షసాం.
విక్రాంతం రూపవంతం చ సురేశ మివ వాసవం,
దక్షిణం త్యాగశీలం చ సర్వస్య ప్రియదర్శనం. ౨౪

మానుషం కృపణం రామం త్యక్త్వా రావణ మాశ్రయ,
✠ దివ్యాంగరాగా వైదేహీ దివ్యాభరణభూషితా. ౨౫

అద్యప్రభృతి సర్వేషాం లోకానా మీశ్వరీ భవ,
అగ్నే స్స్వాహా యథా దేవీ శచీ వేంద్రస్య శోభనే. ౨౬

కిం తే రామేణ వైదేహీ కృపణేన గతాయుషా,
ఏత దుక్తం చ మే వాక్యం యది త్వం న కరిష్యసి.
అస్మి న్ముహూర్తే సర్వా స్త్వాం భక్షయిష్యామహే వయం, ౨౭॥

అన్యా తు వికటా నామ లంబమానపయోధరా.
అబ్రవీ త్కుపితా సీతాం ముష్టి ముద్యమ్య గర్జతీ, ౨౮॥

బహూ న్యప్రియరూపాణి వచనాని * సుదుర్మతే.

---

(బహూ నీతి.) సోఢాని, రావణేనేతి శేషః. ౨౪-౨౮॥

---

✠ దివ్యాంగరాగేత్యాది శ్లోకత్రయం కుళకం. తస్య వాస్తవార్థస్తు - హే వైదేహి, గతాయుషా ప్రాప్తాయుషా, రామేణ సంగమో, భవిష్యతీతి శేషః. తే తవ, కృపణేన. కార్పణ్యేనే త్యర్థః. కిం? మాస్తు. అగ్నేః స్వాహా ఇంద్రస్య శచీ యథా, తథా అద్యప్రభృతి దివ్యాంగరాగాదియుక్తా సతీ, సర్వేషా మస్మదాదీనాం లోకానాం చేశ్వరీ భవ. మే మయా, ఉక్త మేత ద్వాక్యం న కరిష్యసి యది, తర్హి త్వా ముద్దిశ్య అస్మి న్ముహూర్తే సర్వా వయం భక్షయిష్యామహే, విష మితి శేషః. ఇతి తత్త్వదీపికా.

* వస్తుతస్తు, సుదుష్టేష్వపి, మతిః అనుగ్రాహికా. యస్యా స్సా, కాలపురస్కృతం కాలోచితం. ఇతి తత్త్వదీపికా.

అనుక్రోశా న్మృదుత్వాచ్చ సోఢాని తవ మైథిలి, ౨౯।

న చ నః కురుషే వాక్యం హితం కాలపురస్సరం, ౩౦

ఆనీతాఽసి సముద్రస్య పార మన్యై ర్దురాసదం,
రావణాంతఃపురం ఘోరం ప్రవిష్టా చాఽసి మైథిలి. ౩౧

రావణస్య గృహే రుద్ధా మస్మాభి స్తు సురక్షితాం,
న త్వాం శక్తః పరిత్రాతు మపి సాక్షా త్పురందరః. ౩౨

కురుష్వ హితవాదిన్యా వచనం మమ మైథిలి,
‡ అల మశ్రుప్రపాతేన త్యజ శోక మనర్థకం. ౩౩

భజ ప్రీతిం ప్రహర్షం చ త్యజై తాం నిత్యదైన్యతాం,
* సీతే రాక్షసరాజేన సహ క్రీడ యథాసుఖం. ౩౪

జానాసి హి యథా భీరు స్త్రీణాం యౌవన మధ్రువం,
యావ న్న తే వ్యతిక్రామే త్తావ త్సుఖ మవాప్నుహి. ౩౫

---

(న చేతి.) కాలపురస్సరం కాలానురూపం. ౨౯—౩౩

(భజేతి.) ప్రీతిం-రావణవిషయప్రీతిం, ప్రహర్షం కాలకృతమనోవికాసం. ౩౪—౩౫

---

‡ రామానుజీయం. (అల మితి.) ప్రీతిం స్నేహం, ప్రహర్షం ఆనందం, నిత్యదైన్యతాం-నిత్యం దైన్యం యస్యా స్సా నిత్యదైన్యా, తస్యా భావో నిత్యదైన్యతా, తాం.

* సీతేత్యస్య వాస్తవార్థస్తు, రాక్షసరాజేన, యత్కించి దుక్త మితి శేషః. సహ సహస్వ. యథాసుఖం క్రీడ. ఇతి తత్త్వదీపికా.

(రాక్షసీభిః సీతాతర్జనం)

❖ ఉద్యానాని చ రమ్యాణి పర్వతోపవనాని చ.
సహ రాక్షసరాజేన చర త్వం మదిరేక్షణే. ౩౬

* స్త్రీసహస్రాణి తే సప్త వశే స్థాస్యంతి సుందరి,
రావణం భజ భర్తారం భర్తారం సర్వరక్షసాం. ౩౭

ఉత్పాట్య వా తే హృదయం భక్షయిష్యామి మైథిలి,
యది మే వ్యాహృతం వాక్యం న యథావ త్కరిష్యసి ౩౮

---

(ఉత్పాట్యేతి.) ఉత్పాట్య వా ఉత్పాట్యైవ. ౩౬—౩౮

---

❖ వాస్తవార్థస్తు, రాక్షసరాజేన, సహ ఏకదా, సంవర్ధితానీతి శేషః. ఉద్యానాని చ, రావణం. భర్తారం భృత్యత్వేన, భజ, అంగీకుర్వి త్యర్థః. ఇతి తత్త్వదీపికా.

* 'స్త్రీసహస్రాణి తే సప్తే' త్యారభ్య సర్గసమాప్తిపర్యంతస్య వాస్తవార్థస్తు, రావణం భర్తారం భజ, భృత్యత్వేనాంగీకుర్వి త్యర్థః. (ఉత్పాట్యేతి.) హే మైథిలి, తే తుభ్యం, వ్యాహృతం వాక్యం, రావణం భృత్యత్వేనాంగీ కుర్వితి వాక్య మిత్యర్థః. యథావ న్న కరిష్యసి యది, మే మమ, హృదయ ముత్పాట్య భక్షయిష్యామీతి సంబంధః. సీతా ముద్దిశ్యోక్తాని వికటాయాః పరుషవాక్యా న్యసహమానానాం చండోదరీప్రభృతీనాం వివిధప్రలాపా నాహ ('తత శ్చండోదరీనా' మేత్యాదినా) 'నృత్యామోఽథ నికుంభిలా' మిత్యంతేన. 'తత శ్చండోదరీ నామే' త్యాదిశ్లోకత్రయ మేకం వాక్యం. రావణేన హృతా మిమాం సీతాం దృష్ట్వా, మే మమ, దౌహృదః స్నేహః, అస్యా మభూ దితి శేషః. ఏషాం పరుషం వదంత్యా వికటాయాః, యకృత్ప్లీహాదీని ఖాదేయ మితి మే మతి రితి చండోదరీ నామ రాక్షసీ వచన మబ్రవీ దితి సంబంధః. (తతస్తు ప్రఘసేత్యాది) శ్లోకద్వయ మేకం వాక్యం నృశంసాయాః క్రూరాయాః, అస్యా వికటాయాః, కంఠం పీడయామః, అమానుషీ మితి చ్ఛేదః. అమానుషీ వికటా నామ రాక్షసీ. (తతస్త్వజాముఖీత్యాది) శ్లోకద్వయ మేకం వాక్యం. ఇతి ఇమాం వికటాం, ఇతి తత్త్వదీపికా.

తత శ్చండోదరీ నామ రాక్షసీ క్రోధమూర్ఛితా,
భ్రామయంతీ మహ చ్ఛూల మిదం వచన మబ్రవీత్. ౩౯

ఇమాం హరిణలోలాక్షీం త్రాసోత్కంపిపయోధరాం,
రావణేన హృతాం దృష్ట్వా దౌహృదో మే మహా నభూత్. ౪౦

యకృత్ప్లీహ మథోత్పీడం హృదయం చ సబంధనం,
ఆంత్రాణ్యపి తథా శీర్షం ఖాదేయ మితి మే మతిః. ౪౧

తత స్తు ప్రఘసా నామ రాక్షసీ వాక్య మబ్రవీత్, ౪౧½

కంఠ మస్యా నృశంసాయాః పీడయామ కి మాస్యతే.
నివేద్యతాం తతో రాజ్ఞే మానుషీ సా మృతేతి హ,
నాఽత్ర కశ్చన సందేహః ఖాదతేతి స వక్ష్యతి. ౪౩

తత స్త్వజాముఖీ నామ రాక్షసీ వాక్య మబ్రవీత్, ౪౩½

విశ స్యేమాం తత స్సర్వా స్సమా న్కురుత పీలుకాన్.
విభజామ తత స్సర్వా వివాదో మే న రోచతే. ౪౪½

---

(ఇమా మితి) దౌహృదః ఇచ్ఛా ౪౦

(యకృ దితి) కుక్షిదక్షిణభాగస్థః కాలఖండాఖ్యో మాంసపిండో యకృత్. 'స్నాయుః స్త్రియాం కాలఖండయకృతీ తు సమే ఇమే' ఇత్యమరః. ప్లీహా తు గుల్మాఖ్యో వామభాగస్థో మాంసపిండవిశేషః నకారాంతస్య ప్లీహన్శబ్దస్య అకారాంతత్వ మార్షం. 'అంత్రం పురీత ద్గుల్మస్తు ప్లీహా పుంసి' ఇత్యమరః. ఉత్పీడం తస్యోపరిస్థితం మాంసం. హృదయం పద్మకోశప్రతీకాశం మాంసం. బంధనం తస్య ధారణ మధోమాంసం. 'ఉత్క్రోడ' మితి పాఠే. ఉత్క్రోడో హృదయస్య స్థానం. ఆంత్రం పురీతత్. ౪౧—౪౩

(తత స్త్వజాముఖీ నామేత్యాది.) పీలుకాన్ మాంసఖండకాన్. ౪౩½—౪౪½

(రాక్షసీభిః సీతాతర్జనం)

పేయ మానీయతాం క్షిప్రం లేహ్య ముచ్చావచం బహు. ౪౩

తత శ్శూర్పణఖా నామ రాక్షసీ వాక్య మబ్రవీత్, ౪౫

అజాముఖ్యా యదుక్తం హి తదేవ మమ రోచతే.
సురా చాఽఽనీయతాం క్షిప్రం సర్వశోకవినాశినీ,
మానుషం మాంస మాస్వాద్య నృత్యామోఽథ నికుంభిలాం. ౪౬

ఏవం సంభర్త్స్యమానా సా సీతా సురసుతోపమా,
రాక్షసీభి స్సుఘోరాభి ర్ధైర్య ముత్సృజ్య రోదితి. ౪౭

ఇతి శ్రీమద్రామాయణే, సుందరకాండే చతుర్వింశ స్సర్గః.

---

(పేయం) లేహ్యం చాఽస్వాద్య ఉపదంశత్వే నోచ్యతే ౪౩

(తత శ్శూర్పణఖా నామే త్యాది ) నికుంభిలా నామ లంకాయాః పశ్చిమద్వారప్రదేశవాసినీ భద్రకాళీ ౪౫–౪౬

(ఏవ మితి.) రోదితి అరుదత్

ఇతి శ్రీగోవిందరాజవిరచితే, శ్రీరామాయణభూషణే, శృంగారతిలకాఖ్యానే, సున్దరకాణ్డవ్యాఖ్యానే,
చతుర్వింశ స్సర్గః.

## అథ పఞ్చవింశ స్సర్గః

♦ * తథా తాసాం వదంతీనాం పరుషం దారుణం బహు,
రాక్షసీనా మసౌమ్యానాం రురోద జనకాత్మజా. ౧

ఏవ ముక్తా తు వైదేహీ రాక్షసీభి ర్మనస్వినీ,
ఉవాచ పరమత్రస్తా బాష్పగద్గదయా గిరా. ౨

## అథ పఞ్చవింశ స్సర్గః.

(తథా తాసాం వదంతీనా మిత్యాది) తాసాం వదంతీనాం తాసు వదంతీషు. ౧

(ఏవ ముక్తేతి.) మనస్వినీ పాతివ్రత్యే దృఢమనాః. ౨

---

♦ రామానుజీయం. (తథేతి.) తాసాం వదంతీనాం. తాసు వదంతీషు సతీ ష్విత్యర్థః. అస్మా చ్ఛ్లోకాత్ పరం ఏవ ముక్తేతి శ్లోకః. (మనస్వినీతి.) పాతివ్రత్యే దృఢమనాః, అతఃపరం న మానుషీతి శ్లోకః. (న మానుషీతి.) కామం ఖాదత యదేచ్ఛం భక్షయత, అతః పరం 'సా రాక్షసీ' తి శ్లోకః. అతఃపరం 'వేపత' ఇతి కః. కోకైః ఈహామృగైః 'కోక స్త్వీహామృగో వృకః' ఇత్యమరః. అతఃపరం 'సా త్వి'తి శ్లోకః. అశోకస్య విపులాం శాఖా మాలంబ్య, హనుమదధిష్ఠితశింశుపామూలం ప్రాప్తాయా స్సీతాయా అశోకశాఖాలంబనాభిధానా దశోకశింశుపాశాఖాః పరస్పరం సంమిళితా వర్తంత ఇత్యవగమ్యతే అతఃపరం, 'సా వేపమానే' తి శ్లోకః. రాక్షసీనాం రాక్షసీభ్యః, అతఃపరం 'తస్యా' ఇతి శ్లోకః. వేపంత్యా సీతయే త్యత్ర షష్ఠ్యర్థే తృతీయా. పరిసర్పతీ పరిసర్పంతీ, నుమభావ ఆర్షః. అతఃపరం 'సా నిశ్వసంతీ'తి శ్లోకః. అతఃపరం 'హా రామే' తి శ్లోకః. హా సుమిత్రే త్యత్ర ఏకారాభావ ఆర్షః. అతఃపరం 'లోకప్రవాద' ఇత్యాదిశ్లోకద్వయ మేకం వాక్యం. దుర్లభ ఇత్యత్రేతికరణం ద్రష్టవ్యం, యత్ర యతః, ఏవం పాఠక్రమః. కేషుచి త్కోశేషు వ్యుత్క్రమ స్తు లేఖకప్రమాదకృతః.

* సీతావిలాపస్య వాస్తవార్థస్తు, శ్రీరామవియోగేన ఘోరరాక్షసపురావస్థానేన విరూపరాక్షసీ సమాగమేన చ వివిధప్రలాపాదిక మితి జ్ఞేయం. అస్మిన్ కాండే యత్ర యత్ర సీతాప్రలాపః, తత్ర తత్ర ఏవ మేవ ఊహనీయః. ఇతి తత్త్వదీపికా.

(రాక్షసీతర్జనైః సీతాయాః విలాపః)

న మానుషీ రాక్షసస్య భార్యా భవితు మర్హతి,
కామం ఖాదత మాం సర్వా న కరిష్యామి వో వచః. ౩

సా రాక్షసీమధ్యగతా సీతా సురసుతోపమా,
న శర్మ లేభే దుఃఖార్తా రావణేన చ తర్జితా. ౪

వేపతే స్మాఽధికం సీతా విశంతీ వాఽంగ మాత్మనః,
వనే యూథపరిభ్రష్టా మృగీ కోకై రివాఽర్దితా. ౫

సా త్వశోకస్య విపులాం శాఖా మాలంబ్య పుష్పితాం,
చింతయామాస శోకేన భర్తారం భగ్నమానసా. ౬

సా స్నాపయంతీ విపులౌ స్తనౌ నేత్రజలస్రవైః,
చింతయంతీ న శోకస్య తదాఽంత మధిగచ్ఛతి. ౭

సా వేపమానా పతితా ప్రవాతే కదళీ యథా,
రాక్షసీనాం భయత్రస్తా వివర్ణవదనాఽభవత్. ౮

---

(న మానుపీతి.) ఖాదత భక్షయత. ౩

(సా రాక్షసీతి.) శర్మ సుఖం ౪

(వేపత ఇతి,) కోకైః ఈహామృగైః. 'కోక స్త్వీహామృగో వృకః' ఇత్యమరః ౫

(సా త్వితి ) అశోకస్య హనుమదధిష్ఠితశింశుపాసన్నిహితస్య. ౬

(సా స్నాపయంతీతి.) అంతం అవధిం, అధిగచ్ఛతి అధ్యగచ్ఛత్. ౭

(సా వేపమానేతి.) రాక్షసీనాం రాక్షసీభ్యః. ౮

తస్యా స్సా దీర్ఘవిపులా వేపంత్యా సీతయా తదా,
దదృశే కంపినీ వేణీ వ్యాళీవ పరిసర్పతీ. ౯

సా నిశ్శ్వసంతీ దుఃఖార్తా శోకోపహతచేతనా,
ఆర్తా వ్యసృజ దశ్రూణి మైథిలీ విలలాప హ. ౧౦

హా రామేతి చ దుఃఖార్తా హా పున ర్లక్ష్మణేతి చ,
హా శ్వశ్రు మమ కౌసల్యే హా సుమిత్రేతి భామినీ. ౧౧

లోకప్రవాద స్సత్యోఽయం పండితై స్సముదాహృతః,
అకాలే దుర్లభో మృత్యుః స్త్రియా వా పురుషస్య వా. ౧౨

యత్రాఽహ మేవం క్రూరాభీ రాక్షసీభి రిహాఽర్దితా,
జీవామి హీనా రామేణ ముహూర్త మపి దుఃఖితా. ౧౩

ఏషాఽల్పపుణ్యా కృపణా వినశిష్యా మ్యనాథవత్,
సముద్రమధ్యే నౌః పూర్ణా వాయువేగై రివాఽఽహతా. ౧౪

భర్తారం త మపశ్యంతీ రాక్షసీవశ మాగతా,
సీదామి ఖలు శోకేన కూలం తోయహతం యథా. ౧౫

---

(తస్యా ఇతి.) సీతయేతి వ్యత్యయేన షష్ఠ్యర్థే తృతీయా. పరిసర్పతీ పరిసర్పంతీ, నుమభావ ఆర్షః. ౯

(సా నిశ్శ్వసంతీతి.) దుఃఖార్తా రాక్షసీవచనశ్రవణజదుఃఖార్తా, ఆర్తా రామవిరహార్తా. ౧౦

(హా రామేతి.) సుమిత్రేత్యత్ర సంబుద్ధా వావ ఏకారాదేశాభావ ఆర్షః. ౧౧

(లోకప్రవాద) ఇత్యాదిశ్లోకద్వయ మేకం వాక్యం. అకాలే అప్రాప్తకాలే, దుర్లభ ఇత్యత్ర ఇతికరణం బోధ్యం. యత్ర యతః. ౧౨—౧౩

(ఏషేతి.) పూర్ణా, పదార్థై రితి శేషః. ౧౪—౧౫

(రాక్షసీ తర్జనైః సీతావిలాపః)

తం పద్మదళపత్త్రాక్షం సింహవిక్రాంతగామినం,
ధన్యాః పశ్యంతి మే నాథం కృతజ్ఞం ప్రియవాదినం. ౧౬

సర్వథా తేన హీనాయా రామేణ విదితాత్మనా,
తీక్ష్ణం విష మివాఽఽస్వాద్య దుర్లభం మమ జీవితం. ౧౭

కీదృశం తు మయా పాపం పురా జన్మాంతరే కృతం,
యేనేదం ప్రాప్యతే దుఃఖం మయా ఘోరం సుదారుణం. ౧౮

జీవితం త్యక్తు మిచ్ఛామి శోకేన మహతా వృతా,
రాక్షసీభి శ్చ రక్ష్యంత్యా రామో నాఽఽసాద్యతే మయా. ౧౯

ధిగస్తు ఖలు మానుష్యం ధిగస్తు పరవశ్యతాం,
న శక్యం య త్పరిత్యక్తు మాత్మచ్ఛందేన జీవితం. ౨౦

ఇతి శ్రీమద్రామాయణే, సున్దరకాణ్డే, పంచవింశ స్సర్గః.

---

మమ ధనం సర్వేషాం స్వం భవిష్యతీ త్యాహ (త మితి.) (తం) 'బహవో నృప కల్యాణ గుణాః పుత్రస్య సంతి త' ఇతి ప్రసిద్ధం. ఆత్మగుణా నుక్త్వా నిగ్రహగుణా నాహ (పద్మదళపత్త్రాక్షం) దళతీతి దళం, వికసితపద్మాక్ష మిత్యర్థః. యద్వా, దళతీతి దళం గర్భపత్త్రం, విస్పష్టార్థ మేకార్థే శబ్దద్వయం వా. (సింహవిక్రాంతగామినం) విక్రాతం విక్రమః గమనం, తద్వత్ గచ్ఛతీతి తథా. ౧౬-౧౭

(కీదృశం త్వితి) పురా జన్మాంతరే పూర్వజన్మని. ఘోరం సుదారుణం, అత్యంతఘోర మిత్యర్థః. ౧౮

(జీవిత మితి) రక్ష్యంత్యా రక్ష్యమాణయా. ౧౯

(ధి గితి.) పరవశ్యతాం భర్తృపరతంత్రతాం, పరస్వభూతం శరీరం న స్వేచ్ఛయా త్యక్తుం శక్య మిత్యర్థః. ఆత్మచ్ఛందేన మదిచ్ఛయా. ౨౦

ఇతి శ్రీగోవిందరాజవిరచితే, శ్రీరామాయణభూషణే, శృంగారతిలకాఖ్యానే, సున్దరకాణ్డవ్యాఖ్యానే.
పఞ్చవింశ స్సర్గః.

## అథ షడ్వింశ స్సర్గః

ప్రసక్తాశ్రుముఖీ త్యేవం బ్రువంతీ జనకాత్మజా,
అధోముఖముఖీ బాలా విలప్తు ముపచక్రమే. ౧

ఉన్మత్తేవ ప్రమత్తేవ భ్రాంతచిత్తేవ శోచతీ,
ఉపావృత్తా కిశోరీవ వివేష్టంతీ మహీతలే. ౨

రాఘవస్య ప్రమత్తస్య రక్షసా కామరూపిణా,
రావణేన ప్రమథ్యాఽహ మానీతా క్రోశతీ బలాత్. ౩

రాక్షసీవశ మాపన్నా భర్త్స్యమానా సుదారుణం,
చింతయంతీ సుదుఃఖార్తా నాఽహం జీవితు ముత్సహే. ౪

న హి మే జీవితై రర్థో నైవార్థై ర్న చ భూషణైః,
వసంత్యా రాక్షసీమధ్యే వినా రామం మహారథం. ౫

---

## అథ షడ్వింశ స్సర్గః

(ప్రసక్తేత్యాది.) (ఉన్మత్తేతి.) ఉన్మత్తా చిత్తవిభ్రమవతీ, ఉన్మాద శ్చిత్తవిభ్రమ ఇత్యుక్తేః. ప్రమత్తా అనవధానా. 'ప్రమాదోఽనవధానతే' త్యమరః. భ్రాంతచిత్తా అనవస్థితచిత్తా. ఉపావృత్తా శ్రమాపనోదనార్థం వేష్టితా. కిశోరీవ బడబేవ. ౧-౨

(రాఘవస్యేత్యాది.) ప్రమత్తస్య అనవహితస్య. ౩-౪

(న హీతి.) మే జీవితై ర్జీవనైః, కోఽప్యర్థో నాస్తి. కేవలజీవితస్యాఽనపేక్షితత్వేఽప్యర్థ సహితత్వేన తదపేక్షా స్యాత్, నేత్యాహ (నైవార్థై ర్న చ భూషణైః) భూషణై రర్థైశ్చ సహితై ర్జీవనై ర్మే నాఽర్థః. కుత ఇత్యత్రాహ (వసంత్యా ఇతి.) రాక్షసీమధ్యవాసా ద్రామవిరహాచ్చ సర్వోపకరణ సహిత మపి జీవితం నాఽపేక్షిత మిత్యర్థః. ౫

(సీతాయాః దుఃఖావేశః)

అశ్మసార మిదం నూన మథవాఽప్యజరామరం,
హృదయం మమ యేనేదం న దుఃఖేనాఽవశీర్యతే. ౬

ధి జ్మా మనార్యా మసతీం యాఽహం తేన వినా కృతా,
ముహూ ర్త మపి రక్షామి జీవితం పాపజీవితా. ౭

కా చ మే జీవితే శ్రద్ధా సుఖే వా తం ప్రియం వినా,
భర్తారం సాగరాంతాయా వసుధాయాః ప్రియంవదం ౮

భిద్యతాం భక్ష్యతాం వాఽపి శరీరం విసృజా మ్యహం,
న చాఽప్యహం చిరం దుఃఖం సహేయం ప్రియవర్జితా. ౯

చరణేనాఽపసవ్యేన న స్పృశేయం నిశాచరం,
రావణం కిం పున రహం కామయేయం విగర్హితం. ౦

ప్రత్యాఖ్యాతం న జానాతి నాఽఽత్మానం నాత్మనః కులం,
యో నృశంసస్వభావేన మాం ప్రార్థయితు మిచ్ఛతి. ౧౧

ఛిన్నా భిన్నా విభక్తా వా దీప్తే వాఽగ్నౌ ప్రదీపితా.
రావణం నోపతిష్ఠేయం కిం ప్రలాపేన వ శ్చిరం. ౧౨

---

(ప్రత్యాఖ్యాత మితి.) ప్రత్యాఖ్యాతం ప్రత్యాఖ్యానం. భావే నిష్ఠా. ఆత్మానం స్వస్వరూపం. ౬—౧౧

(ఛిన్నేతి.) ఛిన్నా ద్విఖండతయా కృతా, భిన్నా దళితా, విభక్తా అవయవశః కృతా, దీప్తే అగ్నౌ ప్రదీపితా వా. ౧౨

ఖ్యాతః ప్రాజ్ఞః కృతజ్ఞ శ్చ సానుక్రోశ శ్చ రాఘవః,
సద్వృత్తో నిరనుక్రోశ శ్శంకే మద్భాగ్యసంక్షయాత్. ౧౩

రాక్షసానాం సహస్రాణి జనస్థానే చతుర్దశ,
యే నై కేన నిరస్తాని స మాం కిం నాఽభిపద్యతే. ౧౪

నిరుద్ధా రావణే నాఽహ మల్పవీర్యేణ రక్షసా,
సమర్థః ఖలు మే భర్తా రావణం హంతు మాహవే. ౧౫

విరాధో దండకారణ్యే యేన రాక్షసపుంగవః,
రణే రామేణ నిహత స్స మాం కి న్నాఽభిపద్యతే. ౧౬

---

ఏవం పాతివ్రత్యదార్ఢ్య ముక్త్వా రామస్యాఽనాగమనే కారణాని బహుధా శంకతే (ఖ్యాత ఇత్యాదినా.) (ప్రాజ్ఞః) దోషవత్యపి గుణదర్శీ, 'న తేఽంబా మధ్యమా మాతా గర్హితవ్యా కథంచనే' త్యుక్తం. (కృతజ్ఞః) 'కథంచి దుపకారేణ కృతే నై కేన తుష్యతీ' త్యుక్తరీత్యా స్వాశ్రితైః కృతం కించిత్కారం సర్వదా మనసి కుర్వ న్నిత్యర్థః. (సానుక్రోశః) కించిత్కారకరణే 'భృశం భవతి దుఃఖిత' ఇత్యుక్తరీత్యా తేషాం వ్యసనే సతి అతిదుఃఖితః, (రాఘవః) జనిత్వాఽఽర్జితానాం గుణాంతరాణా ముపసంగ్రహణ మిదం (సద్వృత్తః) పరసమృద్ధ్యైకప్రయోజనః, (ఖ్యాతః) ఏవం శత్రుగోష్ఠ్యామపి ప్రసిద్ధః. (నిరనుక్రోశః శంకే) అస్యా మప్యవస్థాయాం సుఖప్రదానాభావా న్నృశంస మాశంకే. మద్భాగ్యసంక్షయాత్ మద్భాగ్యవిపర్యయే దైవం వైపరీత్యం జాతం. ౧౩

ఏకమాత్రసహాయ స్స కింకరిష్యతీ త్యత్రాహ (రాక్షసానా మితి.) జనస్థానే రక్షసాం చతుర్దశ సహస్రాణి ఏకేన యేన రామేణ, నిరస్తాని ఘాతితాని. సః నాఽభిపద్యతే న రక్షతి. ౧౪

ప్రబలో రావణః కథం నిరస్య ? ఇత్యత్రాహ (నిరుద్ధేతి.) ౧౫

సామర్థ్యం నిదర్శయతి (విరాధ ఇతి.) ౧౬

(సీతాయాః దుఃఖావేశః)

కామం మధ్యే సముద్రస్య లంకేయం దుష్ప్రధర్షణా,
న తు రాఘవబాణానాం గతిరోధీహ విద్యతే. ౧౭

కిం తు త త్కారణం యేన రామో దృఢపరాక్రమః,
రక్షసాఽపహృతాం భార్యా మిష్టాం నాఽభ్యవపద్యతే. ౧౮

ఇహస్థాం మాం న జానీతే శంకే లక్ష్మణపూర్వజః,
జాన న్నపి హి తేజస్వీ ధర్షణం మర్ష యిష్యతి. ౧౯

హృతేతి యోఽధిగత్వా మాం రాఘవాయ నివేదయేత్,
గృధ్రరాజోఽపి స రణే రావణేన నిపాతితః. ౨౦

కృతం కర్మ మహ త్తేన మాం తథాఽభ్యవపద్యతా,
తిష్ఠతా రావణద్వంద్వే వృద్ధేనాఽపి జటాయుషా. ౨౧

యది మా మిహ జానీయా ద్వర్తమానాం స రాఘవః,
అద్య బాణై రభిక్రుద్ధః కుర్యా ల్లోక మరాక్షసం. ౨౨

విధమే చ్చ పురీం లంకాం శోషయేచ్చ మహోదధిం,
రావణస్య చ నీచస్య కీర్తిం నామ చ నాశయేత్. ౨౩

---

అస్తు రామ స్సమర్థః, తథాపి సముద్రమధ్యస్థా లంకా దుష్ప్రధర్షే త్యాశంక్యాహ (కామ మితి.) గతిరోధి గతిప్రతిబంధకం. కించి దితి శేషః. ౧౭

ఏతత్ఫలిత మాహ (కిం త్వితి.)

(ఇహేతి.) లక్ష్మణపూర్వజ ఇత్యనేన నిరనుక్రోశత్వాదిప్రస క్త్యభావ స్సూచ్యతే, మర్షయిష్యతీ త్యత్ర కాకు రనుసంధేయా ౧౯

ఇహా స్తీ త్యజ్ఞానే హేతు మాహ (హృతేతి.) ౨౦

ప్రసంగా దాహ (కృత మితి) అభ్యవపద్యతా రక్షతా. రావణద్వంద్వే రావణద్వంద్వ యుద్ధే. ౨౧--౨౩

తతో నిహతనాథానాం రాక్షసీనాం గృహే గృహే,
యథాఽహ మేవం రుదతీ తథా భూయో న సంశయః. ౨౪

అన్విష్య రక్షసాం లంకాం కుర్యా ద్రామ స్సలక్ష్మణః,
న హి తాభ్యాం రిపు ర్దృష్టో ముహూర్త మపి జీవతి. ౨౫

చితాధూమాకులపథా గృధ్రమండలసంకులా,
అచిరేణ తు లంకేయం శ్మశానసదృశీ భవేత్. ౨౬

అచిరేణైవ కాలేన ప్రాప్స్యామ్యేవ మనోరథం,
దుష్ప్రస్థానోఽయ మాభ్యాతి సర్వేషాం వో విపర్యయం. ౨౭

యాదృశా నీహ దృశ్యంతే లంకాయా మశుభాని వై,
అచిరేణ తు కాలేన భవిష్యతి హతప్రభా. ౨౮

నూనం లంకా హతే పాపే రావణే రాక్షసాధమే,
శోషం యాస్యతి దుర్ధర్షా ప్రమదా విధవా యథా. ౨౯

---

(తత ఇతి.) అహం యథా, ఏవం రుదతీ రుదం త్యస్మి. తథా నిహతనాథానాం రాక్షసీనాం, గృహే గృహే, భూయః భూరి, రుదంత్యః భవిష్యంతీ త్యర్థః. ౨౪

(అన్విష్యేతి.) రక్షసాం లంకా మన్విష్య, కుర్యాత్, రిపునాశన మితి శేషః. ౨౫-౨౬

(అచిరేణేతి) దుష్ప్రస్థానః దుర్మార్గః, దురాచార ఇతి యావత్. ౨౭

(యాదృశానీతి.) అశుభాని అశుభసూచకాని, హతప్రభేత్యత్ర లంకే త్యనుకర్షః. లంకా అచిరేణ కాలేన హతప్రభా భవిష్యతీత్యత్ర యాదృశాని సూచకాని స్యుః, ఇహ లంకాయాం, తాదృశా న్యశుభాని దృశ్యంత ఇత్యన్వయః. ౨౮

(నూన మితి.) దుర్ధర్షేతి లంకావిశేషణం. ౨౯

(సీతాయాః దుఃఖావేశః)

పుణ్యోత్సవసముత్థా చ నష్టభర్త్రీ సరాక్షసీ,
భవిష్యతి పురీ లంకా నష్టభర్త్రీ యథాంగనా. ౩౦

నూనం రాక్షసకన్యానాం రుదంతీనాం గృహే గృహే,
శ్రోష్యామి నచిరాదేవ దుఃఖార్తానా మిహ ధ్వనిం. ౩౧

సాంధకారా హతద్యోతా హతరాక్షసపుంగవా,
భవిష్యతి పురీ లంకా నిర్దగ్ధా రామసాయకైః. ౩౨

యది నామ స శూరో మాం రామో రక్తాంతలోచనః,
జానీయా ద్వర్తమానాం హి రావణస్య నివేశనే. ౩౩

అనేన తు నృశంసేన రావణేనాఽధమేన మే,
సమయో య స్తు నిర్దిష్ట స్తస్య కాలోఽయ మాగతః. ౩౪

అకార్యం యే న జానంతి నైరృతాః పాపకారిణః,
అధర్మా త్తు మహోత్పాతో భవిష్యతి హి సాంప్రతం. ౩౫

---

(పుణ్యేతి.) పుణ్యోత్సవేభ్య స్సముత్థా, నికృత్తపుణ్యోత్సవే త్యర్థః. సరాక్షసీ రాక్షసీజనమాత్రయుక్తే త్యర్థః ఇయం లంకాపురీ, నష్టభర్త్రీ సరాక్షసీ అర్థాత్ హతరాక్షసా నష్టభర్త్రీ. అంగనా యథా అంగనేవ. పుణ్యోత్సవసముత్థా భవిష్యతీ త్యన్వయః. ౩౦-౩౧

(సాంధకారేత్యాది.) (యదీతి.) స రామః, రావణస్య నివేశనే మాం వర్తమానాం జానీయాద్యది తదా లంకా నిర్దగ్ధా భవిష్యతీతి పూర్వేణ సంబంధః. ౩౨-౩౩

(అనేనేతి.) సమయః ద్వాదశమాసాత్మక స్సంకేతః, తస్య కాలః, ఆగతః సన్నిహితః, మాసద్వయమాత్రపరిశేషా దితి భావః. ౩౪

(అకార్య మితి.) పాపకారిణః యే నైరృతాః, అధర్మా ద్ధేతోః, అకార్యం న జానంతి తై ర్మహోత్పాత స్సంభవిష్యతి. ౩౫

నైతే ధర్మం విజానంతి రాక్షసాః పిశితాశనాః,
ధ్రువం మాం ప్రాతరాశార్థే రాక్షసః కల్పయిష్యతి. ౩౬

సాఽహం కథం కరిష్యామి తం వినా ప్రియదర్శనం,
రామం రక్తాంతనయన మపశ్యంతీ సుదుఃఖితా. ౩౭

యది కశ్చి త్ప్రదాతా మే విషస్యాఽద్య భవే దిహ,
క్షిప్రం వైవస్వతం దేవం పశ్యేయం పతినా వినా. ౩౮

* నాఽజానా జ్జీవతీం రామ స్స మాం లక్ష్మణపూర్వజః,
జానంతౌ తౌ న కుర్యాతాం నోర్వ్యాం హి మమ మార్గణం. ౩౯

నూనం మమైవ శోకేన స వీరో లక్ష్మణాగ్రజః,
దేవలోక మితో యాత స్త్యక్త్వా దేహం మహీతలే. ౪౦

ధన్యా దేవా స్సగంధర్వా స్సిద్ధాశ్చ పరమర్షయః,
మమ పశ్యంతి యే నాథం రామం రాజీవలోచనం. ౪౧

---

ఏతదేవ వివృణోతి (నైత ఇతి.) ౩౬—౩౭

(యదీతి.) పతినేతి నాభావ ఆర్షః. ౩౮

(నాఽజానా దితి.) జీవతీం జీవంతీం, న న కుర్యాతాం కుర్యాతా మేవ. తదాహ వామనః 'సంభావ్యనిషేధనివర్తనే ద్వౌ ప్రతిషేధా' వితి. ౩౯-౪౧

---

* తదేవం మహావీరస్య మయ్యనురక్తస్య రామస్య మమాఽనన్వేషణే కారణం మజ్జీవనాపరిజ్ఞానం వా, స్వవిపత్తి ర్వా, తాత్త్వికవైరాగ్యం వా, ప్రవాసదోషా న్మయి ప్రేమనాశో వా, మామక గుణహీనతా వా, మద్భాగ్యవిపర్యయో వేతి షట్కారణా న్యుత్ప్రేక్షితే. (నాఽజానా దిత్యాది శ్లోక షట్కేన.) అథవా న హీత్యాదిసార్ధశ్లోక మేకం వాక్యం. ధర్మకామస్య, న తు కామపరస్య, పరమాత్మవః ఆత్మారామస్యే త్యర్థః. ఇతి తత్త్వదీపికా.

(సీతాయాః దుఃఖావేశః)

అథవా న హి తస్యాఽర్థో ధర్మకామస్య ధీమతః,
మయా రామస్య రాజర్షే ర్భార్యయా పరమాత్మనః. ౪౨

దృశ్యమానే భవే త్ప్రీతి స్సౌహృదం నా స్త్యపశ్యతః,
నాశయంతి కృతఘ్నా స్తు న రామో నాశయిష్యతి. ౪౩

కిన్ను మే నగుణాః కేచిత్ కిం వా భాగ్యక్షయో మమ,
యాఽహం సీదామి రామేణ హీనా ముఖ్యేన భామినీ. ౪౪

శ్రేయో మే జీవితా న్మర్తుం విహీనాయా మహాత్మనః,
రామా దక్లిష్టచారిత్రా చ్ఛూరా చ్ఛత్రునిబర్హణాత్. ౪౫

అథవా న్యస్తశస్త్రౌ తౌ వనే మూలఫలాశినౌ,
భ్రాతరౌ హి నరశ్రేష్ఠౌ సంవృత్తౌ వనగోచరౌ. ౪౬

---

(అథవేతి.) ధర్మకామస్య తస్య: కామానపేక్షిణ ఇత్యర్థః, మయా భార్యయా, కోఽర్థః? పరమాత్మనః ఉత్కృష్టస్వభావస్య. ౪౨

(దృశ్యమాన ఇతి.) సౌహృదం నాఽస్త్యపశ్యతః అదృశ్యమానే ప్రీతి ర్న భవతి. తస్మా దదృశ్యాయాం మయి రామస్య కిం ప్రీతి ర్నాసీ దిత్యర్థః. ఏవ మాశంకితం ప్రతిషేధతి (నాశయంతీతి.) కృతఘ్నాః ప్రథమ ముత్పన్నాం ప్రీతిం నాశయంతి, న తు రామో నాశయిష్యతి. మయి ప్రీతి మితి శేషః. ౪౩

(కిం న్వితి.) నగుణాః దుష్కృతాని. ౪౪

(శ్రేయ ఇతి.) మర్తు మితి భావార్థే తుముణ్. మరణ మిత్యర్థః. మహాత్మనః రామా ద్విహీనాయాః మహాత్మనా రామేణ హీనాయాః, తృతీయార్థే పంచమీ. ౪౫

(అథవేతి.) న్యస్తశస్త్రౌ సంవృత్తౌ కిం? మితి సంబంధః. ౪౬

అథవా రాక్షసేన్ద్రేణ రావణేన దురాత్మనా,
ఛద్మనా సాదితౌ శూరౌ భ్రాతరౌ రామలక్ష్మణౌ. ౪౭

సాఽహ మేవం గతే కాలే మర్తు మిచ్ఛామి సర్వథా,
న చ మే విహితో మృత్యు రస్మి న్దుఃఖేఽపి వర్తతి. ౪౮

ధన్యాః ఖలు మహాత్మానో మునయ స్త్యక్తకిల్బిషాః,
జితాత్మానో మహాభాగా యేషాం న స్తః ప్రియాప్రియే. ౪౯

ప్రియా న్న సంభవే ద్దుఃఖ మప్రియా దధికం భయం.
తాభ్యాం హి యే వియుజ్యంతే నమ స్తేషాం మహాత్మనాం. ౫౦

సాఽహం త్యక్తా ప్రియార్హేణ రామేణ విదితాత్మనా,
ప్రాణాం స్త్యక్ష్యామి పాపస్య రావణస్య గతా వశం. ౫౧

ఇతి శ్రీమద్రామాయణే, సున్దరకాణ్డే, షడ్వింశ స్సర్గః.

---

(అథవేతి.) సాదితౌ హతౌ. ౪౭

(సాఽహ మితి.) వర్తతి వర్తమానే. ౪౮

(ధన్యా ఇతి.) మహాత్మానః మహాధైర్యాః, త్యక్తకిల్బిషాః త్యక్తపాపాః, జితాత్మానః జితాంతఃకరణాః, మహాభాగాః మహాభాగ్యాః. ౪౯

(ప్రియా దితి.) ప్రియా న్న సంభవే ద్దుఃఖం. కింతు సుఖమేవ భవే దిత్యర్థః. ప్రియాత్ అనుకూలవస్తునః, అప్రియాత్ ప్రతికూలవస్తునః, అధికం భయం, తాభ్యాం ప్రియాప్రియాభ్యాం నమ స్తేషాం, త ఏవ సర్వోత్తమా ఇత్యర్థః. ౫౦

(సాఽహ మితి.) సాఽహం తద్విలక్షణాఽహం, కేవలప్రియపరే త్యర్థః, ప్రియేణ త్యక్తా అప్రియం ప్రాప్తా, ప్రాణాం స్త్యక్ష్యా మీత్యర్థః. ౫౧

ఇతి శ్రీగోవిందరాజవిరచితే, శ్రీరామాయణభూషణే, శృంగారతిలకాఖ్యానే, సుందరకాణ్డవ్యాఖ్యానే.
షడ్వింశ స్సర్గః.

## అథ సప్తవింశ స్సర్గః.

ఇత్యుక్తా స్సీతయా ఘోరా రాక్షస్యః క్రోధమూర్ఛితాః,
కాశ్చి జగ్ము స్త దాఖ్యాతుం రావణస్య తరస్వినః. ౧

తత స్సీతా ముపాగమ్య రాక్షస్యో ఘోరదర్శనాః,
పునః పరుష మేకార్థ మనర్థార్థ మథాఽబ్రువన్. ౨

అద్యేదానీం తవాఽనార్యే సీతే పాపవినిశ్చయే,
రాక్షస్యో భక్షయిష్యంతి మాంస మేత ద్యథాసుఖం. ౩

సీతాం తాభి రనార్యాభి ర్దృష్ట్వా సంతర్జితాం తదా,
రాక్షసీ త్రిజటా వృద్ధా శయానా వాక్య మబ్రవీత్. ౪

ఆత్మానం ఖాదతాఽనార్యా న సీతాం భక్షయిష్యథ,
జనకస్య సుతా మిష్టాం స్నుషాం దశరథస్య చ. ౫

స్వప్నో హ్యద్య మయా దృష్టో దారుణో రోమహర్షణః,
రాక్షసానా మభావాయ భర్తు రస్యా భవాయ చ. ౬

---

### అథ సప్తవింశ స్సర్గః

(ఇత్యుక్తా ఇత్యాది) తత్ మరణాధ్యవసాయం. ౧

(తత ఇత్యాది.) ఏకార్థం పూర్వోక్తవచనై రేకాభిధేయం, అనర్థార్థం అనర్థఫలకం, ఏకాద్యాదయః పూర్వోక్తార్థ మేవ పరుషవచనం పున రబ్రువ న్నిత్యర్థః. అద్య అస్మిన్ దినే, ఇదానీం అస్మిన్ క్షణే, భక్షయిష్యంతీ త్యబ్రువ న్నితి పూర్వేణ సంబంధః. ౨-౩

(సీతా మిత్యాది.) త్రిజటా విభీషణపుత్రీ, శయా నేత్యనేన స్వప్నవృత్తాంతకథన త్వరోచ్యతే. ౪-౬

ఏవ ముక్తా త్రిజటయా రాక్షస్యః క్రోధమూర్ఛితాః,
సర్వా ఏవాఽబ్రువన్ భీతా త్రిజటాం తా మిదం వచః.
కథయస్వ త్వయా దృష్టః స్వప్నోఽయం కీదృశో నిశి, ౭౫

తాసాం శ్రుత్వా తు వచనం రాక్షసీనాం ముఖా చ్చ్యుతం.
ఉవాచ వచనం కాలే త్రిజటా స్వప్నసంశ్రితం, ౮౫

గజదంతమయీం దివ్యాం శిబికా మంతరిక్షగాం,
యుక్తాం హంససహస్రేణ స్వయ మాస్థాయ రాఘవః,
శుక్లమాల్యాంబరధరో లక్ష్మణేన సహాఽఽగతః. ౧౦

స్వప్నే చాఽద్య మయా దృష్టా సీతా శుక్లాంబరావృతా,
సాగరేణ పరిక్షిప్తం శ్వేతం పర్వత మాస్థితా.
రామేణ సంగతా సీతా భాస్కరేణ ప్రభా యథా, ౧౧౫

రాఘవశ్చ మయా దృష్ట శ్చతుర్దంతం మహాగజం.
ఆరూఢ శ్శైలసంకాశం చచార సహలక్ష్మణః, ౧౨౫

తత స్తౌ నరశార్దూలౌ దీప్యమానౌ స్వతేజసా.
శుక్లమాల్యాంబరధరౌ జానకీం పర్యుపస్థితౌ, ౧౩౫

---

(ఏవ ముక్తా ఇత్యాది.) నిశీ త్యనంతర మితికరణం ద్రష్టవ్యం. ౭౫

(తాసా మితి.) కాలే ఉషఃకాలే. య స్స్వప్నః, తత్సంశ్రితం. ౮౫

(గజదంతమయీ మితి.) ఆగతః, లంకా మితి శేషః ౧౦-౧౧౫

(రాఘవ శ్చేతి.) (మహాగజ మారూఢ ఇతి.) శిబికాత ఇతి శేషః. తథోక్తం స్వప్నాధ్యాయే- "ఆరోహణం గోవృషకుంజరాణాం ప్రాసాదశైలాగ్రవనస్పతీనాం, విష్ఠానులేపో రుదితం మృతం చ స్వప్నే ష్వగమ్యాగమనం చ ధన్య' మితి. చచార, సీతాం ప్రతీతి శేషః. ౧౨౫-౧౩౫

(త్రిజటయా స్వప్నవివరణం)

తత స్తస్య నగస్యాఽగ్రే హ్యాకాశస్థస్య దంతినః.
భర్త్రా పరిగృహీతస్య జానకీ స్కంధ మాశ్రితా. ౧౪॥

భర్తు రంకా త్సముత్పత్య తతః కమలలోచనా.
చంద్రసూర్యౌ మయా దృష్టా పాణినా పరిమార్జతీ. ౧౫॥

తత స్తాభ్యాం కుమారాభ్యా మాస్థిత స్స గజోత్తమః.
సీతయా చ విశాలాక్ష్యా లంకాయా ఉపరి స్థితః. ౧౬॥

పాండురర్షభయుక్తేన రథేనాఽష్టయుజా స్వయం.
ఇహోపయాతః కాకుత్స్థ స్సీతయా సహ భార్యయా. ౧౭॥

లక్ష్మణేన సహ భ్రాత్రా సీతయా సహ వీర్యవాన్.
ఆరుహ్య పుష్పకం దివ్యం విమానం సూర్యసన్నిభం.
ఉత్తరాం దిశ మాలోక్య జగామ పురుషోత్తమః. ౧౮

---

(తత స్తస్య నగస్యాఽగ్ర ఇతి.) అత్ర ద్వాదశసహస్రశ్లోకా గతాః. త్రయోదశసహస్రాదిమోఽయం శ్లోకః. గాయత్ర్యా స్త్రయోదశ మక్షర మత్ర బోధ్యం ౧౪॥

(భర్తు రితి.) చంద్రసూర్యౌ పాణినా పరిమార్జతీతి. అత్ర స్వప్నాధ్యాయవచనం- 'ఆదిత్యమండలం వా తు చంద్రమండల మేవ వా. స్వప్నే గృహ్ణాతి హస్తాభ్యాం రాజ్యం సంప్రాప్నుయా న్మహ' దితి ౧౫॥—౧౭॥

అయ మిహ స్వప్నక్రమః - శిబికాస్థితో రామో దృష్టః. శ్వేతపర్వతస్థా సీతా చ. తం శ్శిబికాయా గజ మారుహ్య. లక్ష్మణేన సహ పర్వత మభ్యేత్య. తత స్సీతాం గజస్కంధేఽధిరోప్య. లంకాయా ఉపరి స్థిత్వా తాభ్యాం సహాష్టర్షభయుక్తేన రథేనేహాఽఽగత్య స్వం దేశం ప్రతి తాభ్యాం పుష్పక మధిరుహ్య గత ఇతి. అన్యే శ్లోకాః ప్రక్షిప్తాః. తేన తే న వ్యాఖ్యాతా ఇత్యాహుః 'లక్ష్మణేన సహ భ్రాత్రే'తి ఏతత్పాదస్యాఽనంతరం 'సీతయా సహ వీర్యవాన్. ఆరుహ్య పుష్పకం దివ్యం విమానం సూర్యసన్నిభమ్. ఉత్తరాం దిశ మాలోక్య జగామ పురుషోత్తమః. ఏవం స్వప్నే మయా దృష్టో

ఏవం స్వప్నే మయా దృష్టో రామో విష్ణుపరాక్రమః,
లక్ష్మణేన సహ భ్రాత్రా సీతయా సహ భార్యయా. ౨౦

న హి రామో మహాతేజా శ్శక్యో జేతుం సురాసురైః,
రాక్షసై ర్వాపి చాఽన్యైర్వా స్వర్గః పాపజనై రివ. ౨౧

రావణశ్చ మయా దృష్టః క్షితౌ తైలసముక్షితః,
రక్తవాసాః పిబ న్మత్తః కరవీరకృతస్రజః. ౨౨

విమానా త్పుష్పకా దద్య రావణః పతితో భువి,
కృష్యమాణః స్త్రియా దృష్టో ముండః కృష్ణాంబరః పునః. ౨౩

రథేన ఖరయుక్తేన రక్తమాల్యానులేపనః,
పిబం స్తైలం హస న్నృత్యన్ భ్రాంతచిత్తాకులేంద్రియః. ౨౪

గర్దభేన యయౌ శీఘ్రం దక్షిణాం దిశ మాస్థితః, ౨౪౹

పునరేవ మయా దృష్టో రావణో రాక్షసేశ్వరః.
పతితోఽవాక్ఛిరా భూమౌ గర్దభా ద్భయమోహితః. ౨౫౹

సహసోత్థాయ సంభ్రాంతో భయార్తో మదవిహ్వలః.
ఉన్మత్త ఇవ దిగ్వాసా దుర్వాక్యం ప్రలప న్బహు, ౨౬౹

---

'రామో విష్ణుపరాక్రమః, లక్ష్మణేన సహ భ్రాత్రా సీతయా సహ భార్యయా' ఇతి పాఠక్రమః. విమానే పుష్పకే స్థితః. 'సాంద్రం త్రిభువన' మిత్యారభ్య 'రామ స్సత్యపరాక్రమ' ఇత్యంతో గ్రంథః ప్రక్షిప్తః, ప్రకృతాసంగతశ్చ. 'విష్ణురేవ స్వయం భూత్వే' తి ప్రక్షిప్తవచనస్య 'విష్ణుపరాక్రమ' ఇత్యనేన విరోధాత్, ౧౯—౨౦

(రావణశ్చేతి.) (పిబ న్నితి.) 'తైలసముక్షిత' ఇత్యనేన తైల మిత్యుపస్థాప్యతే. కరవీర కృతస్రజ ఇత్యకారాంతత్వ మార్షం, 'హలంతా ద్వే' త్యాపో విధానాత్, స్రక్ఛబ్దస్యాబంతత్వేన వా నిర్వాహః. ౨౨—౨౬౹

(త్రిజటయా స్వప్నవివరణం)

దుర్గంధం దుస్సహం ఘోరం తిమిరం నరకోపమం.
మలపంకం ప్రవిశ్యాఽఽశు మగ్న స్తత్ర స రావణః, ౨౭॥

కంఠే బధ్వా దశగ్రీవం ప్రమదా రక్తవాసినీ.
కాళీ కర్దమలిప్తాంగీ దిశం యామ్యాం ప్రకర్షతి, ౨౮॥

ఏవం తత్ర మయా దృష్టః కుంభకర్ణో నిశాచరః. ౨౯

రావణస్య సుతా స్సర్వే దృష్టా స్తైలసముత్క్షితాః, ౨౯॥

వరాహేణ దశగ్రీవ శ్శింశుమారేణ చేంద్రజిత్.
ఉష్ట్రేణ కుంభకర్ణశ్చ ప్రయాతో దక్షిణాం దిశం, ౩౦॥

ఏక స్తత్ర మయా దృష్ట శ్శ్వేతచ్ఛత్రో విభీషణః.
శుక్లమాల్యాంబరధర శ్శుక్లగంధానులేపనః, ౩౧॥

శంఖదుందుభినిర్ఘోషై ర్నృత్తగీతై రలంకృతః.
ఆరుహ్య శైలసంకాశం మేఘస్తనితనిస్స్వనం, ౩౨॥

చతుర్దంతం గజం దివ్య మాస్తే తత్ర విభీషణః.
చతుర్భి స్సచివై స్సార్ధం వైహాయస ముపస్థితః, ౩౩॥

సమాజశ్చ మయా దృష్టో గీతవాదిత్రనిస్స్వనః.
పిబతాం రక్తమాల్యానాం రక్షసాం రక్తవాససాం, ౩౪॥

---

ఏవం రావణవినాశసూచక ముక్త్వా విభీషణస్య రాజ్యప్రాప్తిసూచక మాహ (ఏక స్తత్ర మయా దృష్ట శ్శ్వేతచ్ఛత్ర) ఇత్యాదినా. వైహాయసం విమానం. ౨౭-౩౪॥

లంకా చేయం పురీ రమ్యా సవాజిరథకుంజరా,
సాగరే పతితా దృష్టా భగ్నగోపురతోరణా, ౩౫

లంకా దృష్టా మయా స్వప్నే రావణేనాఽభిరక్షితా.
దగ్ధా రామస్య దూతేన వానరేణ తరస్వినా, ౩౬

పీత్వా తైలం ప్రనృత్తాశ్చ ప్రహసంత్యో మహాస్వనాః
లంకాయాం భస్మరూక్షాయాం ప్రవిష్టా రాక్షసస్త్రియః, ౩౭

కుంభకర్ణాదయ శ్చేమే సర్వే రాక్షసపుంగవాః.
రక్తం నివసనం గృహ్య ప్రవిష్టా గోమయహ్రదే, ౩౮

అపగచ్ఛత నశ్యధ్వం సీతా మాప స రాఘవః.
ఘాతయే త్పరమామర్షీ సర్వై స్సార్ధం హి రాక్షసైః, ౩౯

ప్రియాం బహుమతాం భార్యాం వనవాస మనువ్రతాం.
భర్త్సితాం తర్జితాం వాఽపి నాఽనుమంస్యతి రాఘవః, ౪౦

త దలం క్రూరవాక్యై ర్వ స్సాంత్వ మేవాఽభిధీయతాం.
అభియాచామ వైదేహీ మేత ద్ధి మమ రోచతే, ౪౧

యస్యా మేవంవిధ స్స్వప్నో దుఃఖితాయాం ప్రదృశ్యతే.
సా దుఃఖై ర్వివిధై ర్ముక్తా ప్రియం ప్రాప్నో త్యనుత్తమం. ౪౨

---

(అపగచ్ఛతేతి.) అపగచ్ఛత అపసరత, నశ్యధ్వం అదర్శనం ప్రాప్నుత. ఆత్మనేపద మార్షం. సీతా మాప సీతా మచిరేణాఽఽప్స్యతీత్యర్థః. సర్వైః రాక్షసై స్సార్ధం ఘాతయేత్, వ ఇతి సిద్ధం, అపగచ్ఛత నశ్యధ్వ మిత్యుక్తేః. రావణ మిత్యధ్యాహారో వా ౩౫-౩౯

(ప్రియా మితి.) నాఽనుమంస్యతి, న సహిష్యత ఇత్యర్థః. ౪౦

(త దల మితి.) అభియాచామ, అభయ మితి శేషః. ౪౧-౪౨

(త్రిజటయా రాక్షసీసముద్బోధనం)

భర్త్సితా మపి యాచధ్వం రాక్షస్యః కిం వివక్షయా.
రాఘవాద్ధి భయం ఘోరం రాక్షసానా ముపస్థితం, ౪౩॥

ప్రణిపాతప్రసన్నా హి మైథిలీ జనకాత్మజా.
అల మేషా పరిత్రాతుం రాక్షస్యో మహతో భయాత్, ౪౪॥

అపి చాఽస్యా విశాలాక్ష్యా న కించి దుపలక్షయే.
విరూప మపి చాంగేషు సుసూక్ష్మ మపి లక్షణం, ౪౫॥

ఛాయావైగుణ్యమాత్రం తు శంకే దుఃఖ ముపస్థితం
అదుఃఖార్హా మిమాం దేవీం వైహాయస ముపస్థితాం, ౪౬॥

అర్థసిద్ధిం తు వైదేహ్యాః పశ్యా మ్యహ ముపస్థితాం.
రాక్షసేంద్రవినాశం చ విజయం రాఘవస్య చ, ౪౭॥

---

(భర్త్సితా మితి.) (కిం వివక్షయా) అస్మాభి స్తదా భర్త్సితా కథం ప్రసన్నా భవిష్యతీతి వక్తు మిచ్ఛయా. కిం. శంకా న కర్తవ్యే త్యర్థః. ౪౩॥

కుత ఇత్యత ఆహ (ప్రణిపాతప్రసన్నా హీతి.) ౪౪॥

స్వప్నదర్శనకథనేన సీతాయా శ్శోభనం భావీ త్యభిధాయ, శరీరలక్షణప్రదర్శనేనాపి శుభం భావీ త్యాహ (అపి చేతి.) లక్షణం దుఃఖప్రాప్తిహేతుభూతం రేఖోపరేఖాదికం. ౪౫॥

తర్హి కుత స్తాదృశదుఃఖానుభవః ఇత్యత్రాహ (ఛాయేతి.) ఛాయావైగుణ్యమాత్రం. ఉపలక్షయ ఇత్యనుషజ్యతే వైహాయసం విమానం. ఉపస్థితాం ప్రాప్తాం. దివ్యభోగార్హా మితి యావత్. అన్వయస్తు 'ఛాయావైగుణ్యమాత్రం తూపలక్షయే. అతః అదుఃఖార్హాం దివ్యభోగార్హాం ఇమాం దుఃఖం ఉపస్థిత మితి శంక' ఇతి. అత్ర ఛాయావైగుణ్యం నామ కాంతివైకల్యం. 'ఛాయా త్వనాతపే కాంతా' విత్యమరః. యద్వా. ఛాయాఽత్రాఽనాతపః. తద్వైగుణ్యం తస్య విషమత్వం. సర్వలక్షణలక్షితాయా అపి ఛాయావైగుణ్యా మేతావ ద్దుఃఖకర మాసీ దితి భావః. ౪౬-౪౭॥

నిమిత్తభూత మేతత్తు శ్రోతు మస్యా మహ త్ప్రియం.
దృశ్యతే చ స్ఫురచ్చక్షుః పద్మపత్ర మివాఽఽయతం. ౪౮

ఈషచ్చ హృషితో వాఽస్యా దక్షిణాయా హ్యదక్షిణః.
అకస్మాదేవ వైదేహ్యా బాహు రేకః ప్రకంపతే, ౪౯

కరేణుహస్తప్రతిమ స్సవ్య శ్చోరు రనుత్తమః.
వేపమాన స్సూచయతి రాఘవం పురత స్థ్సితం. ౫౦

పక్షీ చ శాఖానిలయః ప్రహృష్టః పునః పున శ్చోత్తమసాంత్వవాదీ.

---

ఇదానీం రామవార్తాశ్రవణసూచక మాహ (నిమిత్తభూత మితి.) (చక్షు రితి.) అదక్షిణ మిత్యేత దత్రా ప్యనుషజ్యతే. హృషితో వా హృష్ట ఇవ. పులకిత ఇవ. పద్మపత్ర మిత్యనేన రోగాదిదృష్ట హేత్వంతరరాహిత్య ముక్తం. అకస్మాత్ దృష్టహేత్వంతరం వినా. ౪౮-౫౦

ఏవం దేహనిమిత్త ముక్త్వా శాకున మప్యాహ (పక్షీతి.) (పక్షీ) పింగళికా, (శాఖానిలయః ప్రహృష్టః,) (పునః పున శ్చోత్తమసాంత్వవాదీ) భూయో భూయో మధురవాదీ, ఉత్తరోత్తర ముత్తమ సాంత్వస్వరవాదీ వా (సుస్వాగతాం) శోభనబంధ్వాగమన మితి యావత్ 'బంధుస్స్వజనా స్సమా' ఇత్యమరః. (వాచం) స్వరం, ఉదీరయానః, (చోదయతీవ)రామాగమనం కథయతీవ. యద్వా, పూర్వోక్త రాఘవ ఏవ కర్మ. రాఘవ ముపపాదయతీవే త్యర్థః. ఆచార్యాస్తు-పక్షౌ వస్యస్త ఇతి (పక్షీ) గరుత్మాన్, భూమ్ని ప్రశంసాయాం చ మత్వర్థీయః, తదుక్తం 'భూమనిందాప్రశంసాసు నిత్యయోగేఽతిశాయనే. సంసర్గేఽస్తివివక్షాయాం భవంతి మతుబాదయ' ఇతి. తథా చ పక్షౌ విస్తార్య ప్రదక్షిణం సంచరన్, (శాఖానిలయః) కుసుమితపల్లవితశాఖాయాం దృఢతరం స్థితః, ఆర్ద్రీతరతరుభాగ ఏవ శాఖాత్వవ్యప దేశః. ప్రదక్షిణభ్రమణం ఆర్ద్రశాఖావరోహణం దృఢతరావస్థానం చ శుభశంసీ త్యర్థః. (ప్రహృష్టః) తత్ర ఫలభోజనాదినా సంతుష్టః, (పునః పున శ్చోత్తమసాంత్వవాదీ) ఉత్తరోత్తరం సాంత్వవచనం కుర్వన్నివ స్థితః. 'మా శుచః, సద్య స్సమాగమిష్యతి తే భర్తా, నాఽయ మవసర శ్శోకస్య' ఇత్యేవం సాంత్వయ న్నివ స్థితః, తదుపరి (సుస్వాగతాం వాచ ముదీరయానః) 'ఏతావన్మాత్రం న భవతి తస్య సంతాపాతిరేక' ఇతి కథయన్నివ స్థితః విరహక్లిష్టాయా స్సుస్వాగతవచనం హి నామ ప్రతి యోగిన స్సంతాపాతిశయకథన మేవ. ఉక్తం హి 'తపతి తనుగాత్రి మదన స్త్వా మనిశం మాం పున ర్దహ త్యేవ, గ్లపయతి యథా శశాంకం న తథా హి కుముద్వతీం దివస' ఇతి. (పునః పున.

(సీతయా ఆత్మజీవితవిగర్హణం)

సుస్వాగతాం వాచ ముదీరయానః పునః పున శ్చోదయతీవ హృష్టః, ౫౧॥

ఇతి శ్రీమద్రామాయణే, సున్దరకాణ్డే, సప్తవింశ స్సర్గః.

---

శ్చోదయతీవ) ప్రియాగమనే నిశ్చితే మజ్జనాలంకరణాదికం కిమర్థం న కరోషి త్వేవం సీతాం చోదయతి వేత్యుత్ప్రేక్షా. (హృష్టః) నాయికాగమనకాలికహర్షః స్వస్యైవే త్యేతద్వైలక్షణ్యం హృపితతనూరుహై స్సూచయ న్నివ స్థితః, ఇదం హి రామాయణ ముత్తమం కావ్యం. తథాహి - కావ్యం తావత్త్రివిధం, ఉత్తమం మధ్యమ మధమం చేతి. యత్ర వాచ్యాతిశాయి వ్యంగ్యం త దుత్తమం. స ఏవ ధ్వని రిత్యుచ్యతే. యత్ర వాచ్యానతిశాయి వ్యంగ్యం, త న్మధ్యమం కావ్యం, తదేవ గుణీ భూతవ్యంగ్య మిత్యుచ్యతే. యత్ర వ్యంగ్య మేవ నాస్తి, త దధమం తదేవ చిత్ర మిత్యుచ్యతే. వ్యంగ్యం చ పదగతం, వాక్యగతం, ప్రబంధగతం చేత త్రివిధం భవతి. ఏతత్కాండరూపప్రబంధేనాఽనాదిభగవత్సం బంధవత శ్చేతన స్యోజ్జీవనే ప్రవృత్తస్యాఽఽచార్యస్య ప్రవృత్తి రభివ్యజ్యతే. ఉక్తశ్చాఽయ మర్థ 'ప్రస్తుతో రావణసీతాయా' ఇతి శ్లోకే. అత్ర లంకాపదేన శరీరం ద్యోతితం, ఏకాక్షీప్రభృతయ ఇంద్రియాణి, రావణకుంభకర్ణా వహంకారమమకారౌ, ఇంద్రజిత్ప్రభృతయః కామక్రోధలోభమోహమదమాత్సర్య దంభాదయః, తాదృశలంకానిరుద్ధసీతాసదృశ శ్చేతనః, తస్య భగవద్జ్ఞానోపదేష్టాఽఽచార్య తుల్యో మారుతిః. తాదృశాచార్యలక్షణ మనేన శ్లోకేన సూచ్యతే. (పక్షీ) పక్షిశబ్దేన గమనసాధనత్వాత్ జ్ఞానకర్మణీ ఉచ్యేతే, తదుక్తం 'ఉభాభ్యా మేవ పక్షాభ్యాం యథా ఖే పక్షిణాం గతిః, తథైవ జ్ఞానకర్మభ్యాం నియతా పరమా గతి' రితి. జ్ఞానకర్మణో రంగాంగిభావేనాఽత్ర సముచ్చయో వివక్షితః. 'బ్రాహ్మణా వివిదిషంతి యజ్ఞేన దానేన తపసాఽనాశకేనే' తి శ్రుతేః. అనేనాఽఽచార్యశబ్దనిర్వచన ముక్తం. 'ఆచినోతి హి శాస్త్రార్థా నాచారే స్థాపయత్యపి, స్వయ మాచరతే యస్మా త్తస్మా దాచార్య ఉచ్యత' ఇతి. (శాఖాశబ్దేన) వేదశాఖా ఉచ్యంతే (నిలయశబ్దేన) తదేకపరత్వం, త్యాగే ప్రత్యవాయ శ్రవణాత్, తదుక్తం శిక్షాయాం 'అధీత మపి యో వేదం విముంచతి నరాధమః, భ్రూణహా స తు విజ్ఞేయో వియోని మధిగచ్ఛతీ' తి. కించ, (నిలయ ఇత్యనేన) తదర్థవిషయకశ్రవణమనననిది ధ్యాసనరూపతదనుష్ఠానా న్యుచ్యంతే. అనేనాఽఽచార్యలక్షణ ముక్తం. తథాహుః 'ఆచార్యో వేదసంపన్నో విష్ణుభక్తో విమత్సరః, మంత్రజ్ఞో మంత్రభక్తశ్చ సదా మంత్రాశ్రయ శ్శుచిః గురుభక్తిసమాయుక్తః పురాణజ్ఞో విశేషతః, ఏవం లక్షణసంపన్నో గురు రిత్యభిధీయత' ఇతి. (ప్రహృష్టః) సదాసంతుష్ట హృదయః, అనేన సర్వదా సేవనీయత్వ ముక్తం. తథోక్తం 'ఆహ్లాదశీతనేత్రాంబుః పుళకీకృత

## అథ అష్టావింశ స్సర్గః.

సా రాక్షసేంద్రస్య వచో నిశమ్య త ద్రావణస్యాఽప్రియ మప్రియార్తా,
సీతా వితత్రాస యథా వనాంతే సింహాభిపన్నా గజరాజకన్యా. ౧

గాత్రవాన్, సదా పరగుణావిష్టో ద్రష్టవ్య స్సర్వదేహిభి' రితి. (పునః పున శ్చోత్తమసాంత్వవాదీ) (ఉత్తమః) 'ఉత్తమః పురుష స్త్వన్యః పరమాత్మే త్యుదాహృత' ఇత్యుక్తః పరమాత్మా. తద్విషయం సాంత్వం శిష్యేభ్యో వదతీ(త్యుత్తమసాంత్వవాదీ.)'త్వం మే.ఽహం మే, కుత స్త. త్తదపి కుత, ఇదం వేదమూలప్రమాణా. దేతచ్చాఽనాదిసిద్ధా దనుభవవిభవా, త్తర్హి సాక్రోశ ఏవ, క్వాఽఽక్రోశః ? కస్య? గీతాదిషు మమ విదితః. కోఽత్ర సాక్షీ ? సుధీ స్స్యా, ద్ధంత ! త్వత్పక్షపాతీ స ఇతి నృకలహే మృగ్యమధ్యస్థవ త్త్వ' మిత్యుక్తరీత్యా భగవతి మనుష్యాణాం కలహే. 'యమో వైవస్వతో రాజా య స్తవైష హృది స్థితః, తేన చే దవివాద స్తే మా గంగాం మా కురూన్ గమ' ఇతి సాంత్వ వాదశీల ఇత్యర్థః. (పునః పున) రిత్యనేన కర్షకః కదాచి న్న ఫలిత మిత్యేతావతా యథా కృషిం న పరిత్యజతి పునఃపున స్తత్రైవ ప్రవర్తతే, తథాఽఽచార్యోఽపి కదాచిత్ స్వవచనాశ్రవణేఽపి న నివర్తత ఇత్యుక్తం. అనేనాఽఽచార్యస్య భగవతో వ్యతిశయ ఉక్తః. స హి పార్థాయ గీతా ముపదిశ్య పున రాశ్వమేధికే తేన పూర్వోక్త మర్థం విస్మృత్య పునః పృష్టే. నాఽహం వక్ష్యామీ త్యుక్తవాన్ 'నూన మశ్రద్ధధానోఽసి దుర్మేధా శ్చాసి పాండవే' త్యాదినా. కించ (సుస్వాగతాం వాచ ముదీరయానః) సుష్ఠు సంప్రదాయావిచ్ఛేదో యథా తథాఽఽచార్యపరంపరయా స్వస్మై ఆగతాం, (వాచం) అష్టాక్షరాది మంత్రరాజరూపాం, నిర్హేతుక్యైవ దయయా సముదీరయన్ 'ఆచార్యాణా మసా వసా విత్యా భగవత్త' ఇతి గురుపరంపరాయా అనుసంధేయత్వ మనేన సూచితం. (పునఃపున శ్చోదయతీవ) ఉక్తార్థస్యాఽనుష్ఠానాయ చోదనాం దర్శయతి, అన్యథా హ్యుపదేశోఽప్యనర్థక ఏవ స్యాత్, అత ఏవాహు రాచార్యాః 'స్థాలిత్యే శాసితార' మితి. (హృష్టః) ఏతేన శిష్యశిక్షణం స్వప్రయోజన మాచార్యస్యే త్యుక్తం. (తమిత్లోకీ.) ౬౪

ఇతి శ్రీగోవిందరాజవిరచితే, శ్రీరామాయణభూషణే, శృంగారతిలకాఖ్యానే, సుందరకాండవ్యాఖ్యానే,
సప్తవింశ స్సర్గః.

## అథ అష్టావింశ స్సర్గః.

(సా రాక్షసేంద్రస్యేత్యాది.) ౧

(సీతయా ఆత్మజీవితవిగర్హణం)

సా రాక్షసీమధ్యగతా చ భీరు ర్వాగ్భి ర్భృశం రావణతర్జితా చ,
కాంతారమధ్యే విజనే విసృష్టా బాలేవ కన్యా విలలాప సీతా. ౨

సత్యం బతేదం ప్రవదంతి లోకే నాఽకాలమృత్యు ర్భవతీతి సంతః,
యత్రాఽహ మేవం పరిభర్త్స్యమానా జీవామి కించిత్ క్షణ మప్యపుణ్యా. ౩

సుఖా ద్విహీనం బహుదుఃఖపూర్ణ మిదం తు నూనం హృదయం స్థిరం మే,
విశీర్యతే య న్న సహస్రధాఽద్య వజ్రాహతం శృంగ మివాఽచలస్య. ౪

నైవాఽస్తి దోషం మమ నూన మత్ర వధ్యాఽహ మస్యాఽప్రియదర్శనస్య.
భావం న చాఽస్యాఽహ మనుప్రదాతు మలం ద్విజో మంత్ర మివాఽద్విజాయ. ౫

నూనం మమాంగా న్యచిరా దనార్య శ్శస్త్రై శ్శితై శ్ఛేత్స్యతి రాక్షసేంద్రః,
తస్మి న్ననాగచ్ఛతి లోకనాథే గర్భస్థజంతో రివ శల్యకృంతః. ౬

---

(సత్య మితి,) యత్ర యేన. కించి జ్జీవామి కుత్సితం జీవామి ౨—౪

న న్వాత్మహననే మహా న్దోష స్స్యా దిత్యాశంక్యాహ (నైవేతి.) దోషం దోషః, ఆర్షం నపుంసకం. అత్ర ఆత్మహననే, కథ మదోష ఇత్యాశంక్య రావణకృతా న్మరణా దాత్మనైవ మరణం శ్రేయ ఇత్యాహ (వధ్యేతి) అప్రియదర్శనస్య అస్య రావణస్య. దుర్మరణత్వావిశేషేఽపి దుష్టరాక్షసేన మరణ మతికష్ట మితి భావః. తర్హి తదనుప్రవేశేనాఽఽత్మా రక్ష్యతాం, 'సర్వతః ఆత్మానం గోపాయే' దితి శ్రుతే రిత్యాశంక్యాహ (భావ మితి) అస్య అస్మి న్రావణే. భావం హృదయం, అనుప్రదాతుం, నాఽలం న శక్తా, రామస్వత్వా దస్య. న హ్యన్యస్య స్వ మన్యోఽన్యస్మై దాతు మర్హతీతి భావః. అనర్హ శ్చాఽయం భావోఽన్యప్రదానస్యే త్యము మర్థం దృష్టాంతముఖే నాహ (ద్విజ ఇతి) మంత్రం వేదం. అద్విజాయ శూద్రాయ. ౫

(నూన మితి.) అనాగచ్ఛతి, మాసద్వయా దర్వాగితి శేషః. గర్భస్థజంతోః నిరుద్ధనిర్గమస్య గర్భస్థజంతోః, శల్యకృంతః నాపితః ౬

దుఃఖం బతేదం మమ దుఃఖితాయా మాసౌ చిరాయాఽధిగమిష్యతో ద్వౌ,
బద్ధస్య వధ్యస్య తథా నిశాంతే రాజాపరాధా దివ తస్కరస్య. ౭

హా రామ హా లక్ష్మణ హా సుమిత్రే హా రామమాత స్సహ మే జనన్యా,
ఏషా విపద్యా మ్యహ మల్పభాగ్యా మహార్ణవే నౌ రివ మూఢవాతా. ౮

తరస్వినౌ ధారయతా మృగస్య సత్త్వేన రూపం మనుజేంద్రపుత్రౌ,
నూనం విశస్తౌ మమ కారణా త్తౌ సింహర్షభౌ ద్వావివ వైద్యుతేన. ౯

నూనం స కాలో మృగరూపధారీ మా మల్పభాగ్యాం లులుభే తదానీం,
యత్రాఽఽర్యపుత్రం విససర్జ మూఢా రామానుజం లక్ష్మణపూర్వజం చ. ౧౦

హా రామ సత్యవ్రత దీర్ఘబాహో హా పూర్ణచంద్రప్రతిమానవక్త్ర,
హా జీవలోకస్య హితః ప్రియ శ్చ వధ్యాం న మాం వేత్సి హి రాక్షసానాం. ౧౧

---

(దుఃఖ మితి) చిరాయ దుఃఖితాయాః, మమ ద్వౌ మాసౌ వధస్యాఽవధిభూతౌ అధిగమిష్యతః, ఇదం దుఃఖం బత, కస్య దుఃఖ మివ? రాజాపరాధాత్ బద్ధస్య, తథా నిశాంతే వధ్యస్య తస్కరస్యేవ. 'దుఃఖం యథే' తి పాఠే ఇవశబ్దో వాక్యాలంకారే. ౭

(హా రామేతి.) మూఢో వాత్యారూపో వాతో యస్యా స్సా మూఢవాతా, వాత్యాహతే త్యర్థః. 'మూఢ స్తంద్రితవాతయో' రితి విశ్వః. ౮

(తరస్వినా వితి.) మృగస్య రూపం ధారయతా, సత్త్వేన జంతునా, మమ కారణాత్ మన్నిమిత్తం, విశస్తౌ హింసితౌ, ద్వౌ సింహర్షభా వివ ద్వౌ సింహౌ ఇవ ద్వౌ వృషభా వివే త్యర్థః, వైద్యుతేన అశనినా ౯

(నూన మితి.) లులుభే ప్రలోభయామాస, యత్ర యస్మిన్ కాలే, విససర్జేతి సృజే ర్లిట్యు త్తమపురుషైకవచనం. రామానుజం లక్ష్మణపూర్వజం చ, పరస్పరస్య సదృశా విత్యుక్తపరస్పరసాదృశ్యాత్ బాల్యాత్ ప్రభృతి సుస్నిగ్ధతయా చ పరస్పరనిరూపకభూతౌ. ౧౦-౧౧

(సీతాయాః ప్రాణత్యాగసన్నాహః)

అనన్యదైవత్వ మియం క్షమా చ భూమౌ చ శయ్యా నియమశ్చ ధర్మే,
పతివ్రతాత్వం విఫలం మమేదం కృతం కృతఘ్నే ష్వివ మానుషాణాం. ౧౨

మోఘో హి ధర్మ శ్చరితో మయాఽయం తథైకపత్నీత్వ మిదం నిరర్థం,
యా త్వాం న పశ్యామి కృశా వివర్ణా హీనా త్వయా సంగమనే నిరాశా. ౧౩

పితు ర్నిదేశం నియమేన కృత్వా వనా న్నివృత్త శ్చరితవ్రతశ్చ,
స్త్రీభిస్తు మన్యే విపులేక్షణాభి స్త్వం రంస్యసే వీతభయః కృతార్థః. ౧౪

---

(అనన్యదైవత్వ మితి.) అనన్యదైవత్వం - ఆశ్రయణీయా దేవతాఽన్యాస్తి. సా రక్షిష్యతీతి బుద్ధి ర్మే నాస్తి. 'నారాయణ ముపాగమ' దిత్యత్రా వ్యప్రాధాన్యేన 'సహ పత్న్యే' తి హ్యుక్తం నారాయణ మారాధయతో రామస్య పరిచారికాఽస్మీ త్యర్థః. (ఇయం క్షమా చ) రావణపరుషాక్షరాణి రాక్షసీనాం తర్జనభర్త్సనాదీని రామమధురాలాపశ్రవణకుతూహలేన హ్యహం క్షాంతవతీ. (భూమౌ చ శయ్యా.) 'తవాఽంకే సముపావిశ' మిత్యేవంవిధభోగః కదాచిదపి కిం న సేత్స్యతీ త్యాశయా హి మయా భూమౌ శయనం క్రియతే. (నియమశ్చ ధర్మే) రక్షకత్వధర్మోఽపి తస్మిన్నేవేతి మనీషయా హి మయా స్థితం. 'న త్వాం కుర్మి దశగ్రీవ భస్మ భస్మార్హ తేజసే' త్యుక్తి రపి తం దృష్ట్వైవ (పతివ్రతాత్వం) 'పత ద్వ్రతం మమే' త్యుక్తం వ్రతం వినా మమ కించి ద్వ్రతం నాస్తీ త్యర్థః. పత్యు ర్వ్రత మేవ వ్రతం యస్యా స్సా పతివ్రతా. తస్యా భావః పతివ్రతాత్వం. (విఫలం మమేదం) అమోఘ మపి మోఘ మాసీత్. కస్యేవేతి చే త్తత్రాహ (కృతం కృతఘ్నేష్వివ మానుషాణాం) 'ఆత్మానం మానుషం మన్య' ఇత్యుక్త రీత్యా మానుషత్వం రామస్యా ప్యస్తి. అత స్తదితరమానుషాణాం మధ్యే కృతఘ్నేషు కృతం కార్య మివ. అస్య కిం మూల? మితి చేత్ (మమేదం) తస్మిన్న కాచి న్న్యూనతా, మమైవ దుష్కృత మత్ర హేతుః. (తనిశ్లోకీ.) ౧౨-౧౩

(పితు రితి.) పితు ర్నిదేశం ఆజ్ఞాం, నియమేన అవిచ్ఛేదేన, కృత్వా. చరితవ్రతః చరితవన్యవృత్తివ్రతః, వనా న్నివృత్తశ్చ సః. స్త్రీభిస్తు మత్తోఽపి విలక్షణాభిః స్త్రీభిః, త్వం రంస్యసే, వీతభయః గతవనవాసభయః, కృతార్థః, నిష్పన్నసర్వపురుషార్థః. మద్వినాశేన పున ర్వ్యూహ్యా రూఢ్వా రంస్యస ఇతి భావః. ౧౪

అహం తు రామ త్వయి జాతకామా చిరం వినాశాయ నిబద్ధభావా,
మోఘం చరిత్వాఽథ తపోవ్రతం చ త్యక్ష్యామి ధి గ్జీవిత మల్పభాగ్యా. ౧౫

సా జీవితం క్షిప్ర మహం త్యజేయం విషేణ శస్త్రేణ శితేన వాఽపి,
విషస్య దాతా న హి మేఽస్తి కశ్చి చ్ఛస్త్రస్య వా వేశ్మని రాక్షసస్య. ౧౬

ఇతీవ దేవీ బహుధా విలప్య సర్వాత్మనా రామ మనుస్మరంతీ,
ప్రవేపమానా పరిశుష్కవక్త్రా నగోత్తమం పుష్పిత మాససాద. ౧౭

శోకాభితప్తా బహుధా విచింత్య సీతాఽథ వేణ్యుద్గ్రథనం గృహీత్వా,
ఉద్బధ్య వేణ్యుద్గ్రథనేన శీఘ్ర మహం గమిష్యామి యమస్య మూలం. ౧౮

ఉపస్థితా సా మృదుసర్వగాత్రీ శాఖాం గృహీత్వాఽథ నగస్య తస్య, ౧౮½

---

(అహం త్వితి.) త్వయి జాతకామా, అత ఏవ త్వయి నిబద్ధభావా నిబద్ధహృదయా. వినాశాయ త్వయి నిబద్ధభావేతి దుఃఖాతిరేకోక్తిః. తపః అనశనం. వ్రతం నియమం, అల్పభాగ్యా జన్మాంతరసుకృతరహితా, ఇదానీ మనుష్ఠితానాం తపోవ్రతాదీనాం జన్మాంతరఫలదత్వేన మోఘత్వోక్తిః. అత ఏవాఽల్పభాగ్యే త్యుక్తం. ౧౫

(సా జీవిత మితి.) వేశ్మని రాక్షసస్య. ఏవం సమ్యఙ్మరణకారీ క్రూరస్యాఽన్య గృహే కథం లభ్యత ? ఇతి భావః. ౧౬

(ఇతీవేత్యాది ) (శోకేతి.) వేణ్యుద్గ్రథనం వేణీబంధనం, యమస్య మూలం యమస్య సమీపం. అత్రేతికరణం బోధ్యం. ఇతి విచింత్య, నగోత్తమం శింశుపా మాససాద. 'శింశుపాం తా ముపాగమ' దితి పూర్వ ముక్తం. తస్య సామీప్యేన గమన ముచ్యతే పుష్పితం శుభసూచనం. యద్వా, పుష్పిత మాససాద అగ్నిప్రవేశం కుర్వంతీవే త్యర్థః. ౧౭-౧౮

(ఉపస్థితే త్యర్ధ) మేకం వాక్యం. నగస్య శాఖాం గృహీత్వా ఉపస్థితా. ౧౮½

(మరణోద్యుక్తయా సీతయా శుభనిమిత్తదర్శనం)

తస్యా స్తు రామం ప్రవిచింతయంత్యా రామానుజం స్వం చ కులం శుభాంగ్యాః.
శోకానిమిత్తాని తథా బహూని ధైర్యార్జితాని ప్రవరాణి లోకే,
ప్రాదు ర్నిమిత్తాని తదా బభూవుః పురాఽపి సిద్ధా న్యుపలక్షితాని. ౨౦

ఇతి శ్రీమద్రామాయణే, సున్దరకాణ్డే, అష్టావింశ స్సర్గః.

అథ ఏకోనత్రింశ స్సర్గః

తథాగతాం తాం వ్యథితా మనిందితాం వ్యపేతహర్షాం పరిదీనమానసాం,

---

(తస్యా స్త్వితి.) స్వం చ కులం విచింతయంత్యా ఇత్యనేన దుర్మరణాత్ భీతత్వం వ్యజ్యతే శోకానిమిత్తాని, శుభసూచకానీ త్యర్థః. ధైర్యార్జితాని ఆర్జితధైర్యాణి, ధైర్యకరాణీ త్యర్థః, లోకే ప్రవరాణి, లోకే ప్రసిద్ధానీ త్యర్థః, ప్రవరం హి ప్రసిద్ధం భవతి. ప్రాదుర్బభూవు రిత్యన్వయః. పురాఽపి సిద్ధా న్యుపలక్షితాని, పూర్వమపి ఫలవ్యాప్తత్వేన దృష్టాని. తా న్యుత్తరసర్గే వివరిష్యతి. ౨౦

ఇతి శ్రీగోవిందరాజవిరచితే, శ్రీరామాయణభూషణే, శృంగారతిలకాఖ్యానే, సున్దరకాణ్డవ్యాఖ్యానే, అష్టావింశ స్సర్గః.

అథ ఏకోనత్రింశ స్సర్గః

(తథాగతా మిత్యాది.) (తథాగతాం) 'రహస్యం చ ప్రకాశంచే' త్యుక్తరీత్యా సర్వం యథావత్సాక్షా త్కృతవతో మునే రపి తథాశబ్దప్రయోగా దిత్థ మితి పరిచ్ఛిద్య వక్తు మశక్యదుఃఖాం. (తాం) ధర్మిస్వరూపాతిరిక్తయత్కించిదతిశయరహితాం, (వ్యథితాం) ఆశంసాయాం భూతవచ్చేతి నిష్ఠా. తథా చ పూర్వోక్తం సర్వం ధర్మిస్వరూపమాత్రం. ఇతఃపర మేవ వ్యసనాని భవిష్యంతీతి మన్యమానాం. "సమా ద్వాదశ తత్రాఽహం రాఘవస్య నివేశనే, భుంజానా మానుషా న్భోగా న్సర్వకామసమృద్ధినీ' త్యుక్తం భోగజాతం సర్వ మకించిత్కర మాసీత్, దుఃఖమేవ నిరూపక మాసీత్. (అనిందితాం)

శుభాం నిమిత్తాని శుభాని భేజిరే నరం శ్రియా జుష్ట మివోపజీవినః. ౧

తస్యాః శ్శుభం వామ మరాళపక్ష్మరాజీవృతం కృష్ణవిశాలశుక్లం,
ప్రాస్పంద తైకం నయనం సుకేశ్యా మీనాహతం పద్మ మివాఽభితామ్రం. ౨

భుజశ్చ చార్వంచితపీనవృత్తః పరార్ధ్యకాళాగరుచందనార్హః,
అనుత్తమేనాఽధ్యుషితః ప్రియేణ చిరేణ వామ స్సమవేపతాఽఽశు. ౩

గజేంద్రహస్తప్రతిమశ్చ పీన స్తయో ర్ద్వయో స్సంహతయో స్సుజాతః,
ప్రస్పందమానః పున రూరు రస్యా రామం పురస్తాత్ స్థిత మాచచక్షే. ౪

శుభం పున ర్హేమసమానవర్ణ మీషద్రజోధ్వస్త మివాఽమలాక్ష్యాః,

---

రామవిరహే యథా స్థాతవ్యం తథా స్థితాం, ఏవ మనవస్థానే నిందితైవ భవతి. (వ్యపేతహర్షాం) హర్షః పూర్వ మస్యాం పసిత్వా గత ఇతి న జ్ఞాతా మిత్యర్థః. వ్యపాభ్యా ముపసర్గాభ్యాం తథా ప్రతీయతే. (పరిదీనమానసాం) హర్షే సమాగతే ప్యాశ్రయరహితాం, పరీత్యనేన తథాఽవగమ్యతే (శుభాం) గుణాధికవిషయవిరహకృతవికృతిత్వేన తద్దశాయా ఏవ నీరాజనా కర్తవ్యే త్యేవం స్థితాం, (నిమిత్తాని శుభాని భేజిరే) నిమిత్తాని తద్విషయే శుభాని సూచయిత్వా స్వసత్తాం లేభిరే, (నరం శ్రియా జుష్ట మివోపజీవినః) అర్థినో హి లక్ష్మీకటాక్షవద్విషయే కించిత్కృత్య స్వప్రయోజనం లభంతే, ఇమాని తు సాక్షా ల్లక్ష్మీవిషయే కించిత్కృత్య నిమిత్తస్వామిత్వం లేభిర ఇత్యర్థః. (తనిశ్లోకీ.) ౧

శుభనిమిత్తా న్యేవాహ (తస్యా ఇత్యాదినా.) అరాళం వక్రం, కృష్ణవిశాలశుక్లం మధ్యేకనీనికాయాం కృష్ణం, సర్వతో విశాలం, శుభ్రం చ, అభితామ్రం అభిత స్తామ్రం, ప్రాంతరక్తమిత్యర్థః. 'ప్రాంతరక్తే చ నేత్రే' ఇతి పద్మినీలక్షణాత్. ౨-౩

(గజేంద్రేతి.) తయోః సులక్షణవత్తయా ప్రసిద్ధయోః, ఊరుః వామ ఇత్యనుషజ్యతే, సుజాతః సుందరః ౪

(శుభ మితి.) శిఖరాగ్రదత్యాః వృత్తాగ్రదంతయుక్తాయాః. 'శిఖరం నిస్తులం వృత్త' మిత్యుత్పలమాలా. శిఖరం దాడిమఫలబీజ మిత్యన్యే నైఘంటుకాః. యద్వా, శిఖరాకారాగ్రదంతాయాః 'అగ్రాంతశుద్ధశుభ్రవృషవరాహేభ్య' శ్చేతి దంతస్య దత్రాదేశః. వాసః వస్త్రం, పరిస్రంసత

(హనుమతః సీతాసమాశ్వాసనోపక్రమః)

వాస స్స్థితాయా శ్శిఖరాగ్రదత్యాః కించి త్పరిస్రంసత చారుగాత్ర్యాః. ౫

ఏతై ర్నిమిత్తై రపరై శ్చ సుభ్రూ స్సంబోధితా ప్రాగపి * సాధుసిద్ధైః.
వాతాతపక్లాంత మివ ప్రణష్టం వర్షేణ బీజం ప్రతిసంజహర్ష. ౬

తస్యాః పున ర్బింబఫలాధరోష్ఠం స్వక్షిభ్రు కేశాంత మరాళపక్ష్మ,
వక్త్రం బభాసే ◊ సితశుక్లదంష్ట్రం రాహో ర్ముఖా చ్చంద్ర ఇవ ప్రముక్తః ౭

---

పర్యస్రంసత అడభావ ఆర్షః ఊరుకంపా దితి భావః స్థితాయాః తిష్ఠంత్యా ఇతి వస్త్రస్రంసనానుగుణావస్థోక్తిః. యద్వా, వాసస్స్రింసనం కాంతాగమనసూచక మితి భావః శిఖరదంతత్వే సాముద్రికం - 'స్నిగ్ధా స్సమానురూపా స్సుపఙ్క్తయ శ్శిఖరిణ శ్శ్లక్ష్ణాః. దంతా భవంతి యాసాం తాసాం పాదే జగ త్సర్వ' మితి 'యాసాం శిఖరిణో దంతా దీర్ఘం జీవంతి తాః స్త్రియ' ఇతి చ. ౫

(ఏతై రితి.) అపరైః పూర్వోక్తశకునైః, సంబోధితా సద్యః కాంతాగమవార్తా భవిష్యతీతి బోధితా, వాతాతపక్లాంతం సమ్యగ్వాతాతపసంశోషితం, ప్రణష్టం భూమా వదర్శనం గతం. యద్వా, ప్రణష్టం ప్రకర్షేణ కృశీభూతం, బీజం వర్షేణేవ ప్రతిసంజహర్ష, బీజస్య ప్రహర్షో నామ అంకురాదిభావేన స్థూలీభూయ బహి ర్నిర్గమః. ౬

(తస్యా ఇతి ) స్వక్షిభ్రు శోభనాక్షిభ్రూయుక్తం, కేశాః అంతే యస్య త త్కేశాంతం, ఉపరిభాగప్రకీర్ణాళక మిత్యర్థః సితశుక్లదంష్ట్రం అత్యంతశుక్లదంతం, ఏకార్థే శబ్దద్వయప్రయోగోఽతిశయజ్ఞాపనాయ, యథా 'ముగ్ధమనోజ్ఞ' ఇతి నీరంధ్రత్వేన సంసక్తశుక్లదంష్ట్ర మితి వాఽర్థః. 'షిఙ్ బంధన' ఇత్యస్మా ద్ధాతో ర్నిష్ఠా. ౭

---

* సాధుసిద్ధైః సమ్యక్సంబంధిభిః, సంవాదిభి రితి పాఠాంతరం. ఇతి తిలకం.

◊ సితశుక్లదంష్ట్రం పఙ్క్తిబద్ధధవళదంత మిత్యర్థః ఇతి తత్త్వదీపికా

సా వీతశోకా వ్యపనీతతంద్రీ శాంతజ్వరా హర్షవివృద్ధసత్త్వా,
అశోభతాఽఽర్యా వదనేన శుక్లే శీతాంశునా రాత్రి రివోదితేన. ౮

ఇతి శ్రీమద్రామాయణే, సుందరకాండే, ఏకోనత్రింశ స్సర్గః.

అథ త్రింశ స్సర్గః

హనుమా నపి విక్రాంత స్సర్వం శుశ్రావ తత్త్వతః,
సీతాయా స్త్రిజటాయాశ్చ రాక్షసీనాం చ తర్జనం. ౧

అవేక్షమాణ స్తాం దేవీం దేవతా మివ నందనే,
తతో బహువిధాం చింతాం చింతయామాస వానరః. ౨

యాం కపీనాం సహస్రాణి సుబహూ న్యయుతాని చ,
దిక్షు సర్వాసు మార్గంతే సేయ మాసాదితా మయా. ౩

(సేతి.) వ్యపనీతతంద్రీ నిరస్తజాడ్యా. హర్షవివృద్ధసత్త్వా హర్షవికసితచిత్తా. శుక్లే శుక్లపక్షే. ౮

ఇతి శ్రీగోవిందరాజవిరచితే, శ్రీరామాయణభూషణే, శృంగారతిలకాఖ్యానే, సున్దరకాణ్డవ్యాఖ్యానే, ఏకోనత్రింశ స్సర్గః.

అథ త్రింశ స్సర్గః.

(హనుమా నపీత్యాది.) విక్రాంతః పరాక్రమశాలీ. సీతాయా స్త్రిజటాయాశ్చ. సర్వం సర్వవృత్తాంతం. తర్జనం తర్జనవచనం. ౧

(అవేక్షమాణ ఇతి.) చింతాం చింతయామాస చింతాం చకార. ౨

(యా మితి.) సర్వవానరాభిలషితోఽర్థో మయైకేన లబ్ధ ఇతి విస్మితవాన్. ౩

(హనుమతః సీతాసమాశ్వాసనోపక్రమః)

చారేణ తు సుయుక్తేన శత్రో శ్శక్తి మవేక్షతా,
గూఢేన చరతా తావ దవేక్షిత మిదం మయా. ౪

రాక్షసానాం విశేషశ్చ పురీ చేయ మవేక్షితా,
రాక్షసాధిపతే రస్య ప్రభావో రావణస్య చ. ౫

యుక్తం తస్యాఽప్రమేయస్య సర్వసత్త్వదయావతః,
సమాశ్వాసయితుం భార్యాం పతిదర్శనకాంక్షిణీం. ౬

అహ మాశ్వాసయా మ్యేనాం పూర్ణచంద్రనిభాననాం,
అదృష్టదుఃఖాం దుఃఖార్తాం దుఃఖస్యాఽంత మగచ్ఛతీం. ౭

యద్య ప్యహ మిమాం దేవీం శోకోపహతచేతనాం,
అనాశ్వాస్య గమిష్యామి దోషవ ద్గమనం భవేత్. ౮

గతే హి మయి తత్రేయం రాజపుత్రీ యశస్వినీ,
పరిత్రాణ మవిందంతీ జానకీ జీవితం త్యజేత్. ౯

మయా చ స మహాబాహుః పూర్ణచంద్రనిభాననః,
సమాశ్వాసయితుం న్యాయ్య స్సీతాదర్శనలాలసః. ౧౦

(యుక్త మితి.) సమాశ్వాసయితుం, యుక్తం న్యాయ్యం. ౬

(అహ మితి.) ఆశ్వాసయామి 'వర్తమానసామీప్యే వర్తమానవ ద్వే' తి లట్. ౭—౮

దోషవత్త్వ ముపపాదయతి (గతే హీతి.) ౯

(మయేతి.) సమాశ్వాసయితుం న్యాయ్యః, సీతాసందేశకథనేనేతి శేషః. ౧౦

నిశాచరీణాం ప్రత్యక్ష మనర్హం చాఽపి భాషణం,
కథన్ను ఖలు కర్తవ్య మిదం కృచ్ఛ్రగతోఽప్యహం. ౧౧

అనేన రాత్రిశేషేణ యది నాఽఽశ్వాస్యతే మయా,
సర్వథా నాఽస్తి సందేహః పరిత్యక్ష్యతి జీవితం. ౧౨

రామశ్చ యది పృచ్ఛే న్మాం కిం మాం సీతాఽబ్రవీ ద్వచః,
కి మహం తం ప్రతిబ్రూయా మసంభాష్య సుమధ్యమాం. ౧౩

సీతాసందేశరహితం మా మిత స్త్వరయాఽఽగతం,
నిర్దహే దపి కాకుత్స్థః క్రుద్ధ స్తీవ్రేణ చక్షుషా. ౧౪

యది చోద్యోజయిష్యామి భర్తారం రామకారణాత్,
వ్యర్థ మాగమనం తస్య ససైన్యస్య భవిష్యతి. ౧౫

అంతరం త్వహ మాసాద్య రాక్షసీనా మిహ స్థితః,
శనై రాశ్వాసయిష్యామి సంతాపబహుళా మిమాం. ౧౬

అహం త్వతితను శ్చైవ వానరశ్చ విశేషతః,
వాచం చోదాహరిష్యామి మానుషీ మిహ సంస్కృతాం. ౧౭

---

(రామశ్చేతి.) సీతాఽబ్రవీ ద్వచ ఇత్యత్రేతికరణం ద్రష్టవ్యం. ౧౧-౧౪

(యది చేతి.) భర్తారం సుగ్రీవం, వ్యర్థం, అనాశ్వాస్య గమనే తదాగమనపర్యంతం దేవ్యాః ప్రాణానవస్థానా దితి భావః. ౧౫

(అంతర మితి.) రాక్షసీనాం, అంతరం అవకాశం విచ్ఛేదం వా. రాక్షస్యసన్నిధానసమయ మిత్యర్థః. ౧౬

(అహం త్వితి.) అతితనుః అతిసూక్ష్మతనుః, సంస్కృతాం ప్రయోగసౌష్ఠవలక్షణ సంస్కారయుక్తాం. ౧౭

(హనుమతా సీతయా సహ సంభాషణే అనర్థాశంకనం)

యది వాచం ప్రదాస్యామి ద్విజాతి రివ సంస్కృతాం,
రావణం మన్యమానా మాం సీతా భీతా భవిష్యతి. ౧౮

వానరస్య విశేషేణ కథం స్యా దభిభాషణం, ౧౮॥

అవశ్య మేవ వక్తవ్యం మానుషం వాక్య మర్థవత్.
మయా సాంత్వయితుం శక్యా నాఽన్యథేయ మనిందితా. ౧౯॥

నేయ మాలోక్య మే రూపం జానకీ భాషితం తథా.
రక్షోభి స్త్రాసితా పూర్వం భూయ స్త్రాసం గమిష్యతి, ౨౦॥

తతో జాతపరిత్రాసా శబ్దం కుర్యా న్మనస్వినీ.
జానమానా విశాలాక్షీ రావణం కామరూపిణం, ౨౧॥

సీతయా చ కృతే శబ్దే సహసా రాక్షసీగణః.
నానాప్రహరణో ఘోర స్సమేయా దంతకోపమః, ౨౨॥

తతో మాం సంపరిక్షిప్య సర్వతో వికృతాననాః.
వధే చ గ్రహణే చైవ కుర్యు ర్యత్నం యథాబలం. ౨౩॥

---

గీర్వాణభాషయా వ్యవహారే దోష మాహ (యదీతి.) ౧౮-౧౮॥

అథ మానుషభాషయా వ్యవహర్తవ్యత్వం నిశ్చినోతి. (అవశ్య మితి.) అత్ర వాక్యస్య మానుషత్వం కోసలదేశవర్తిమనుష్యసంబంధిత్వం వివక్షితం. తాదృగ్వాక్యస్యైవ దేవీపరిచితత్వాత్. ౧౯॥

ఏవం మానుషభాషయా వ్యవహర్తవ్యత్వం నిశ్చిత్య సంప్రతి తయాఽపి భాషయాఽనేన వానరరూపేణ పుర స్స్థిత్వాఽభిభాషణే దోషోఽస్తీతి విచారయతి (నేయ మితి.) ౨౦॥

(తత ఇతి) జానమానా జానానా, ముమాగమ ఆర్షః. ౨౧॥-౨౩॥

గృహ్యా శాఖాః ప్రశాఖాశ్చ స్కంధాం శ్చోత్తమశాఖినాం.
దృష్ట్వా విపరిధావంతం భవేయు ర్భయశంకితాః. ౨౪॥

మమ రూపం చ సంప్రేక్ష్య వనే విచరతో మహత్.
రాక్షస్యో భయవిత్రస్తా భవేయు ర్వికృతాననాః. ౨౫॥

తతః కుర్యు స్సమాహ్వానం రాక్షస్యో రక్షసా మపి.
రాక్షసేంద్రనియుక్తానాం రాక్షసేంద్రనివేశనే. ౨౬॥

తే శూలశక్తినిస్త్రింశవివిధాయుధపాణయః.
ఆపతేయు ర్విమర్దేఽస్మిన్ వేగే నోద్విగ్నకారిణః, ౨౭॥

సంరుద్ధ స్తైస్తు పరితో విధమ న్రక్షసాం బలం.
శక్నుయాం న తు సంప్రాప్తుం పరం పారం మహోదధేః, ౨౮॥

మాం వా గృహ్ణీయు రాప్లుత్య బహవ శ్శీఘ్రకారిణః.
స్యా దియం చాఽగృహీతార్థా మమ చ గ్రహణం భవేత్, ౨౯॥

హింసాభిరుచయో హింస్యు రిమాం వా జనకాత్మజాం.
విపన్నం స్యా త్తతః కార్యం రామసుగ్రీవయో రిదం. ౩౦॥

---

(గృహ్యేతి.) ప్రశాఖాః ఉపశాఖాః, విపరిధావంతం, మా మితి శేషః ౨౪॥—౨౬॥

(త ఇతి.) ఉద్విగ్నకారిణః. ౨౭॥

(సంరుద్ధ ఇతి.) తైః పరితః సంరుద్ధః, అత ఏవ రక్షసాం బలం, విధమన్ ప్రహరన్. అహం మహోదధేః పరం పారం ప్రాప్తుం న శక్నుయా మిత్యన్వయః. ౨౮॥

(మా మితి.) అగృహీతార్థా అవిదితరామసందేశార్థా. ౨౯॥—౩౦॥

(హనుమతా సీతయా సహ సంభాషణే అనర్థాశంసనం)

ఉద్దేశే నష్టమార్గేఽస్మి న్రాక్షసైః పరివారితే.
సాగరేణ పరిక్షిప్తే గుప్తే వసతి జానకీ, ౩౧॥

విశస్తే వా గృహీతే వా రక్షోభి ర్మయి సంయుగే,
నాఽన్యం పశ్యామి రామస్య సాహాయ్యం కార్యసాధనే, ౩౨॥

విమృశంశ్చ న పశ్యామి యో హతే మయి వానరః.
శతయోజనవిస్తీర్ణం లంఘయేత మహోదధిం, ౩౩॥

కామం హంతుం సమర్థోఽస్మి సహస్రాణ్యపి రక్షసాం.
న తు శక్ష్యామి సంప్రాప్తుం పరం పారం మహోదధేః, ౩౪॥

అసత్యాని చ యుద్ధాని సంశయో మే న రోచతే.
కశ్చ నిస్సంశయం కార్యం కుర్యాత్ ప్రాజ్ఞ స్ససంశయం, ౩౫॥

(ఉద్దేశ ఇతి.) ఉద్దేశే ప్రదేశే, నష్టమార్గే అదృష్టమార్గే. ఉక్తవిశేషణే ఉద్దేశే వసతీ త్యన్వయః. ౩౧॥

(విశస్తే వేతి) సహాయ ఎవ సాహాయ్యః. తం, కార్యసాధనే సీతాదర్శననివేదనలక్షణ కార్యసాధనే. ౩౨॥

(విమృశ న్నితి.) యో లంఘయేత తం న పశ్యామీ త్యన్వయః. ౩౩॥—౩౪॥

(అసత్యానీతి.) అసత్యాని అనిశ్చితజయాపజయాని. క్లేశస్తు భూయా నితి భావః. తతో నైత న్మమ మత మిత్యాహ (సంశయ ఇతి.) సంశయః సంశయితార్థః. స చ సంగ్రామః. అథాపి తథాకరణే స ఏవ కార్యహంతా బుద్ధిహీనో నిందాభాజనం చేత్యాశయే నాహ (కశ్చేతి.) ప్రాజ్ఞః కః, ససంశయం కార్యం, నిస్సంశయం నిర్విచారం, కుర్యాత్. ౩౫॥

ప్రాణత్యాగశ్చ వైదేహ్యా భవే దనభిభాషణే
ఏష దోషో మహాన్ హి స్యా న్మమ సీతాభిభాషణే. ౩౬౹

భూతా శ్చాఽర్థా వినశ్యంతి దేశకాలవిరోధితాః.
విక్లబం దూత మాసాద్య తమ స్సూర్యోదయే యథా, ౩౭౹

అర్థానర్థాంతరే బుద్ధి ర్నిశ్చితాఽపి న శోభతే.
ఘాతయంతి హి కార్యాణి దూతాః పండితమానినః, ౩౮౹

న వినశ్యే త్కథం కార్యం వైక్లబ్యం న కథం భవేత్.
లంఘనం చ సముద్రస్య కథన్ను న వృథా భవేత్. ౩౯౹

కథన్ను ఖలు వాక్యం మే శృణుయా న్నోద్విజేత వా.
ఇతి సంచింత్య హనుమాం శ్చకార మతిమా న్మతిం, ౪౦౹

---

(ప్రాణత్యాగ శ్చేతి.) అనభిభాషణే రామసందేశానివేదనే, ఏష దోషః పూర్వోక్తసీతాసంత్రాసాక్రోశతన్నిమిత్తరాక్షసాగమనాదిః సీతాభిభాషణే వానరరూపేణ పుర స్థిత్వాఽభిభాషణే ౩౬౹

(భూతా శ్చేతి.) భూతా శ్చార్థాః నిష్పన్నార్థాః, విక్లబం అవివేకినం, దూత మాసాద్య దేశకాలవిరోధితా స్సంతః, సూర్యోదయే తమో యథా వినశ్యతి తథా వినశ్యంతీతి సంబంధః. ౩౭౹

(అర్థేతి.) అత్ర విక్లబం దూత మాసాద్యే త్యనుషజ్యతే. అర్థానర్థాంతరే కార్యాకార్యవిషయే, నిశ్చితాఽపి స్వామినా సచివై స్సహ నిశ్చితాఽపి, బుద్ధిః, విక్లబం దూత మాసాద్య న శోభతే, అకించిత్కరా భవతీ త్యర్థః. ఏతదే వోపపాదయతి (ఘాతయంతీతి) ౩౮౹

ప్రాగుక్తా దూతదోషా స్స్వస్మిన్ యథా న స్యు స్తథా కర్తవ్య మిత్యాహ (న వినశ్యేదితి.) కార్యం స్వామికార్యం, కథం కేన ప్రకారేణ, న వినశ్యేత్. వైక్లబ్యం బుద్ధిహీనతా, మమ కథం న భవేత్, సముద్రలంఘనం కథం న వృథా భవేత్, తథా కర్తవ్య మితి శేషః. ౩౯౹

(కథ మితి.) అథ సీతే త్యధ్యాహార్యం, హనుమాన్, మే వాక్యం సీతా, కథం కేన ప్రకారేణ శృణుయా, త్కథం నోద్విజే తేతి విచార్య, మతిమాన్ ప్రశస్తమతిః, మతిం తత్కాలోచితకర్తవ్యవిషయాం, చకార నిష్పాదయామాస. ౪౦౹

(హనుమతా సీతయా సహ స్వసంభాషణే అనర్థాశంసనం)

రామ మక్లిష్టకర్మాణం స్వబంధు మనుకీర్తయన్.
నైనా ముద్వేజయిష్యామి తద్బంధుగతమానసాం, ౪౧॥

ఇక్ష్వాకూణాం వరిష్ఠస్య రామస్య విదితాత్మనః.
శుభాని ధర్మయుక్తాని వచనాని సమర్పయన్, ౪౨॥

శ్రావయిష్యామి సర్వాణి మధురాం ప్రబ్రువన్ గిరం.
శ్రద్ధాస్యతి యథా హీయం తథా సర్వం సమాదధే, ౪౩॥

ఇతి స బహువిధం మహానుభావో జగతిపతేః ప్రమదా మవేక్షమాణః.
మధుర మవితథం జగాద వాక్యం ద్రుమవిటపాంతర మాస్థితో హనూమాన్. ౪౪॥

ఇతి శ్రీమద్రామాయణే, సున్దరకాణ్డే, త్రింశ స్సర్గః

(రామ మితి.) స్వబంధుం రామ మనుకీర్తయన్ 'లక్షణహేత్వో' రితి హేత్వర్థే శతృప్రత్యయః. నైనా ముద్వేజయిష్యామి, ఏనాం మద్రూపప్రదర్శన మంతరేణ రామస్య కీర్తనే నైవాఽనుద్విగ్నాం కరిష్యా మీత్యర్థః. తద్బంధుగతమానసాం-స చాఽసౌ బంధుశ్చ తద్బంధుః రామః, తద్గతమానసాం. ౪౧॥—౪౩॥

(ఇతీతి.) జగతిపతే రితి దీర్ఘాభావ ఆర్షః. జగాదేతి వక్ష్యమాణసర్గార్థసంగ్రహః. ౪౪॥

ఇతి శ్రీగోవిందరాజవిరచితే, శ్రీరామాయణభూషణే, శృంగారతిలకాఖ్యానే, సున్దరకాణ్డవ్యాఖ్యానే.
త్రింశ స్సర్గః.

## అథ ఏకత్రింశ స్సర్గః

ఏవం బహువిధాం చింతాం చింతయిత్వా మహాకపిః,
సంశ్రవే మధురం వాక్యం వైదేహ్యా వ్యాజహార హ. ౧

రాజా దశరథో నామ రథకుంజరవాజిమా౯,
పుణ్యశీలో మహాకీర్తిః ఋజు రాసీ న్మహాయశాః. ౨

రాజర్షీణాం గుణశ్రేష్ఠ స్తపసా చ ర్షిభి స్సమః,
చక్రవర్తికులే జాతః పురందరసమో బలే. ౩

అహింసారతి రక్షుద్రో ఘృణీ సత్యపరాక్రమః,
ముఖ్య శ్చేక్ష్వాకువంశస్య లక్ష్మీవా౯ లక్ష్మివర్ధనః, ౪

పార్థివవ్యంజనై ర్యుక్తః పృథుశ్రీః పార్థివర్షభః,
పృథివ్యాం చతురంతాయాం విశ్రుత స్సుఖద స్సుఖీ. ౫

## అథ ఏకత్రింశ స్సర్గః.

(ఏవ మిత్యాది.) చింతాం చింతయిత్వా చింతాం కృత్వా, కర్తవ్య మర్థం నిశ్చిత్యే త్యర్థః. సంశ్రవే - సమ్యక్ శ్రూయతేఽస్మిన్నితి సంశ్రవః సమీపం. సమీపే వ్యాజహార. యద్వా. 'పాఠ్యే గేయే చ మధుర' మితి సంశ్రవే శ్రవణే, మధురం. జ్ఞానప్రసరణద్వారా ఇంద్రియేభ్యో నిస్సృత్య విషయా౯ గృహీత్వా తదనంతరం హి రసో జాయతే లోకే. అత్ర న తథా. యత్ర శబ్దసంసర్గో జాయతే తత్ర రసో జాయత ఇత్యతిశయోక్తిః మధురం జ్ఞాన మపి తద్ద్వారా రసజనకం. వాక్యం పూర్వాపరనిరూపణం వినా స్వయం రసజనకం. వైదేహ్యాః వైదేహీనిమిత్తం. కులాను రోధేన దేహే నిస్స్పృహాయాః దేహ మపి దత్వా రసావహత్వ ముచ్యతే. ౧

(రాజేత్యాది.) వితరణవిక్రమాదిజనితత్వేన కీర్తియశసో ర్భేదోఽవగంతవ్యః. పార్థివ వ్యంజనైః రాజలక్షణైః. ౨-౫

(హనుమతా శ్రీరామచరిత్రానుసంధానం.)

తస్య పుత్రః ప్రియో జ్యేష్ఠ స్తారాధిపనిభాననః,
రామో నామ విశేషజ్ఞః శ్రేష్ఠ స్సర్వధనుష్మతాం. ౬

రక్షితా స్వస్య ధర్మస్య స్వజనస్య చ రక్షితా,
రక్షితా జీవలోకస్య ధర్మస్య చ పరంతపః. ౭

తస్య సత్యాభిసంధస్య వృద్ధస్య వచనా త్పితుః,
సభార్య స్సహ చ భ్రాత్రా వీరః ప్రవ్రాజితో వనం. ౮

తేన తత్ర మహారణ్యే మృగయాం పరిధావతా,
రాక్షసా నిహతా శ్శూరా బహవః కామరూపిణః. ౯

జనస్థానవధం శ్రుత్వా హతౌ చ ఖరదూషణౌ,
తత స్త్వమర్షాపహృతా జానకీ రావణేన తు,
వంచయిత్వా వనే రామం మృగరూపేణ మాయయా, ౧౦॥

స మార్గమాణ స్తాం దేవీం రామ స్సీతా మనిందితాం.
ఆససాద వనే మిత్రం సుగ్రీవం నామ వానరం, ౧౧॥

తత స్స వాలినం హత్వా రామః పరపురంజయః.
ప్రాయచ్ఛ త్కపిరాజ్యం త త్సుగ్రీవాయ మహాబలః, ౧౨॥

---

(తస్యేతి.) తస్య పితు ర్వచనా ద్వనం, ప్రవ్రాజితః గతః, స్వార్థే ణిచ్. ౬–౮

(తేనేతి.) మృగయాం పరిధావతా మృగయా ముద్దిశ్య పరిధావతా, అనేన లీలయా ఖరాది వధ స్సూచ్యతే. ౯

(జనస్థానేతి.) జనస్థానవధం జనస్థానరక్షోవధం, అమర్షేణాఽపహృతా అమర్షాపహృతా, మృగరూపేణ మృగసౌందర్యేణ ప్రశస్తమృగేణ వా. ప్రశంసాయాం రూపప్. ౧౦–౧౨॥

సుగ్రీవేణాపి సందిష్టా హరయః కామరూపిణః.
దిక్షు సర్వాసు తాం దేవీం విచిన్వంతి సహస్రశః, ౧౩౪

అహం సంపాతివచనా చ్ఛతయోజన మాయతం.
అస్యా హేతో ర్విశాలాక్ష్యా స్సాగరం వేగవా న్ప్లుతః, ౧౪౪

యథారూపాం యథావర్ణాం యథాలక్ష్మీం చ నిశ్చితాం.
అశ్రౌషం రాఘవస్యాఽహం సేయ మాసాదితా మయా, ౧౫౪

విరరామైవ ముక్త్వాఽసౌ వాచం వానరపుంగవః.
జానకీ చాఽపి త చ్ఛ్రుత్వా విస్మయం పరమం గతా, ౧౬॥

తత స్సా వక్రకేశాంతా సుకేశీ కేశసంవృతం.
ఉన్నమ్య వదనం భీరు శ్శింశుపావృక్ష మైక్షత, ౧౭౪

నిశమ్య సీతా వచనం కపేశ్చ దిశశ్చ సర్వాః ప్రదిశశ్చ వీక్ష్య.
స్వయం ప్రహర్షం పరమం జగామ సర్వాత్మనా రామ మనుస్మరంతీ, ౧౮౪

సా తిర్య గూర్ధ్వం చ తథాఽప్యధస్తా న్నిరీక్షమాణా త మచింత్యబుద్ధిం.

---

(యథారూపా మితి.) యథారూపాం యాదృశశరీరాం, యథావర్ణాం యాదృశరూపాం, యథాలక్ష్మీం యాదృశకాంతిం, రాఘవస్య రాఘవాత్. ౧౫౪—౧౬౪

(తత ఇతి.) సుకేశీ నీలసూక్ష్మకేశీ, వక్రిమ్ణః పూర్వ ముక్తత్వాత్. ౧౭౪—౧౮౪

(సేతి.) పార్శ్వం ఆకాశం భూమిం చాఽవేక్షమాణా, అధస్తా దిత్యనేన యథా భూమిం భిత్వా కశ్చి న్నరః రామనామాని కీర్తయే త్తథాఽన్యత్రాపీ త్యపినా సంభావనోచ్యతే. శింశుపావృక్షస్యాఽధస్తా త్తిర్య గూర్ధ్వ మితి వా. త మచింత్యబుద్ధిం, దదర్శ. తద్వపురవలోకనాత్ పూర్వం తస్యా హృదయ మేవం పరిచ్ఛినత్తి స్మ - ఇహ లంకాయాం ప్రవిశ్యాఽవరోధారామమధ్యప్రవేశేనాఽయం

దదర్శ పింగాధిపతే రమాత్యం వాతాత్మజం సూర్య మివోదయస్థం, ౧౯॥

ఇతి శ్రీమద్రామాయణే, సున్దరకాణ్డే, ఏకత్రింశ స్సర్గః.

అథ ద్వాత్రింశ స్సర్గః.

తత శ్శాఖాంతరే లీనం దృష్ట్వా చలితమానసా,
వేష్టితార్జునవస్త్రం తం విద్యుత్సంఘాతపింగళం. ౧

---

నిపుణతరమతి రితి నిశ్చితవతీ త్యర్థః. (పింగాధిపతే రమాత్యం) స్వరవిశేషేణాఽయం వానరః, తత్రాపి న స్వతంత్రః కింతు స్వసజాతీయస్య రాజ్ఞః కస్యచి దమాత్యోఽయం, తద్రాజ్యకార్య మేత ద్ధస్తగత మితి నిశ్చితవతీ, (వాతాత్మజం) రామప్రాణనహేతుభూతమత్ప్రాణనహేతుత్వేన సర్వప్రాణిప్రాణనహేతుత్వేన వాయుపుత్త్రోఽయ మిత్యవగతవతీ, (సూర్య మివోదయస్థం) రామ దివాకర స్యోదయసూచక ముదయగిరిస్థ మరుణమివ స్థితం, సూర్యః. 'సూరసూర్యార్యమాదిత్య ద్వాదశాత్మదివాకరా' ఇత్యమరః. 'సూరసూతోఽరుణోఽనూరు' రిత్యుక్తే స్సూరస్య సంబంధీ సూర్యః. దిగాదిత్వా ద్యత్. సూతతాఽపి సంబంధవిశేష ఏవ. యద్వా. సూర్యశబ్దేన తత్సంబంధ్యరుణో లక్ష్యతే. 'సూర్యోఽరుణే చ సూర్యే' చేతి నిఘంటు రస్తీ త్యాహుః. ఔచిత్యా దత్ర సూర్యోఽరుణః. (తనిశ్లోకీ.) ౧౯॥

ఇతి శ్రీగోవిందరాజవిరచితే, శ్రీరామాయణభూషణే, శృంగారతిలకాఖ్యానే, సున్దరకాణ్డవ్యాఖ్యానే, ఏకత్రింశ స్సర్గః.

అథ ద్వాత్రింశ స్సర్గః

---

('తత శ్శాఖాంతరే లీన' మిత్యాది) శ్లోకద్వయ మేకాన్వయం, దృష్ట్వా పూర్వం సామాన్యతో దృష్ట్వా, భయా చ్చలితమానసా సతీ విశేషతో దదర్శ వేష్టితార్జునవస్త్రం వేష్టితధవళవస్త్రం, తం పూర్వోక్తం. ౧

సా దదర్శ కపిం తత్ర ప్రశ్రితం ప్రియవాదినం,
ఫుల్లాశోకోత్కరాభాసం తప్తచామీకరేక్షణం. ౨

మైథిలీ చింతయామాస విస్మయం పరమం గతా, ౨½

అహో భీమ మిదం రూపం వానరస్య దురాసదం.
దుర్నిరీక్ష మితి జ్ఞాత్వా పున రేవ ముమోహ సా, ౩½

విలలాప భృశం సీతా కరుణం భయమోహితా.
రామ రామేతి దుఃఖార్తా లక్ష్మణేతి చ భామినీ, ౪½

రురోద బహుధా సీతా మందం మందస్వరా సతీ. ౫

సా తం దృష్ట్వా హరిశ్రేష్ఠం వినీతవ దుపస్థితం,
మైథిలీ చింతయామాస స్వప్నోఽయ మితి భామినీ. ౬

సా వీక్షమాణా పృథుభుగ్నవక్త్రం శాఖామృగేంద్రస్య యథోక్తకారం,
దదర్శ పింగాధిపతే రమాత్యం వాతాత్మజం బుద్ధిమతాం వరిష్ఠం. ౭

సా తం సమీక్ష్యైవ భృశం విసంజ్ఞా గతాసుకల్పేవ బభూవ సీతా,
చిరేణ సంజ్ఞాం ప్రతిలభ్య భూయో విచింతయామాస విశాలనేత్రా. ౮

---

(రురోదే త్యర్థం.) మందం, రాక్షస్యః శ్రుత్వా కిమిద మితి విచారయిష్యంతీతి భయే నేతి భావః. ౨-౬

(సేతి.) వీక్షమాణా విచారయంతీ, దదర్శ - పున రనుకూలోఽయం స్యా దితి దదర్శే త్యర్థః. భుగ్నవక్త్రం వక్రముఖం, యథోక్తకారం ఆజ్ఞాకరం. ౭

(సా త మితి.)విసంజ్ఞా మూర్ఛితా. గతాసుకల్పా మృతప్రాయా, ఇవశబ్దో వాక్యాలంకారే చిరేణ సంజ్ఞాం ప్రతిలభ్య, కాలేనైవ ప్రబోధకేన ప్రబుద్ధవతీ త్యర్థః. వికృతవానరవేషదర్శనేన మూర్ఛితా పునః కాలేన ప్రబుద్ధే త్యర్థః. ౮

(వానరదర్శనేన సీతయా బహువిధవికల్పనం)

స్వప్నే మయాఽయం వికృతోఽద్య దృష్ట శ్శాఖామృగ శ్శాస్త్రగణై ర్నిషిద్ధః.
స్వ స్త్యస్తు రామాయ సలక్ష్మణాయ తథా పితు ర్మే జనకస్య రాజ్ఞః. ౯

స్వప్నోఽపి నాఽయం న హి మేఽస్తి నిద్రా శోకేన దుఃఖేన చ పీడితాయాః.
సుఖం హి మే నాస్తి యతోఽస్మి హీనా తేనేందుపూర్ణప్రతిమాననేన. ౧౦

రామేతి రామేతి సదైవ బుద్ధ్యా విచింత్య వాచా బ్రువతీ త మేవ.
తస్యాఽనురూపాం చ కథాం తమర్థ మేవం ప్రపశ్యామి తథా శృణోమి. ౧౧

అహం హి తస్యాఽద్య మనోభవేన సంపీడితా తద్గతసర్వభావా,
విచింతయంతీ సతతం తమేవ తథైవ పశ్యామి తథా శృణోమి. ౧౨

---

(స్వప్న ఇతి.) స్వప్నే స్వప్నస్థానే. స్వప్నే వానరదర్శనం బంధువినాశకర మితి భావః. ౯

ఏవం దర్శనస్య స్వప్నత్వం సంభావ్య పున ర్యాథార్థ్య మాహ (స్వప్నోఽపీతి ) స్వప్నాభావే హేతు మాహ (న హి మేఽస్తి నిద్రేతి.) నిద్రాభావే హేతు (శోకేనేత్యాది.) ఏవం ప్రతిబంధకేన నిద్రాభావ ముక్త్వా సుఖరూపహేత్వభావా చ్చ న నిద్రేత్యాహ (సుఖం హీతి.) ఇందుపూర్ణప్రతిమాననేన పూర్ణేందుప్రతిమాననేన. ౧౦

(రామేతి.) సదైవ బుద్ధ్యా విచింత్య, తమేవ రామమేవ, వాచా బ్రువతీ, తస్యాఽనురూపాం విచింతితస్యాఽభివదనస్యాఽనురూపాం, కథాం తథా శృణోమి, తమర్థం కథార్థ మేవం ప్రపశ్యామి. ఏవం ఉక్తప్రకారేణ జానామీ త్యన్వయః. 'తదర్థా' మితి పాఠే అయ మర్థః - తస్యానురూపాం రామకీర్తనస్యానురూపాం, తదర్థాం - స రామోఽర్థోఽభిధేయో యస్యాః తాం. ౧౧

ఉక్త మర్థం వివృణోతి (అహం హీతి.) ౧౨

మనోరథ స్స్యా దిదం చింతయామి తథాఽపి బుద్ధ్యా చ వితర్కయామి,
కిం కారణం తస్య హి నాస్తి రూపం సువ్యక్తరూపశ్చ వద త్యయం మాం ౧౩

* నమోఽస్తు వాచస్పతయే సవజ్రిణే స్వయంభువే చైవ హుతాశనాయ చ,
అనేన చోక్తం య దిదం మమాగ్రతో వనౌకసా తచ్చ తథాఽస్తు నాఽన్యథా ౧౪

ఇతి శ్రీమద్రామాయణే, సున్దరకాణ్డే, ద్వాత్రింశ స్సర్గః.

## అథ త్రయస్త్రింశ స్సర్గః

సోఽవతీర్య ద్రుమా త్తస్మా ద్విద్రుమప్రతిమాననః,
వినీతవేషః కృపణః ప్రణిప త్యోపసృత్య చ.

(మనోరథ ఇతి) ప్రథమం, ఇదం రామనామకథయితృదర్శనం, మనోరథః అభిలాష మాత్ర మితి, చింతయామి తథాఽపి తథా చింతాయాం సత్యా మపి, బుద్ధ్యా వితర్కయామి, మనోరథో న భవతీతి విచారయామి, కిం కారణ మితి చేత్, తస్య మనోరథస్య, రూపం నాస్తి, అయం వానర స్తు సువ్యక్తరూపశ్చ మాం వదతి చ తస్మా న్మనోరథో న భవే దేవే త్యర్థః ౧౩

అనేనోక్తం సత్య మస్త్వితి దేవతాః ప్రార్థయతే (నమ ఇతి) హుతాశనాయ చ అగ్నయే చ. ౧౪

ఇతి శ్రీగోవిందరాజవిరచితే, శ్రీరామాయణభూషణే, శృంగారతిలకాఖ్యానే, సున్దరకాణ్డవ్యాఖ్యానే, ద్వాత్రింశ స్సర్గః

## అథ త్రయస్త్రింశ స్సర్గః.

(సోఽవతీ ర్యేత్యాది.) (సః) రాక్షసీషు సుప్తాసు లబ్ధావసర ఇత్యర్థః. (కృపణః) సీతాదౌస్థ్య దర్శనేన దీనః జానన్నపి వైదేహ్యైవ వాచయితు మబ్రవీత్ ౧

* రామానుజీయం. (నమో స్త్వితి) హుతాశనాయ చేతి సమ్యక్ అన్యథా వృత్తభంగ స్స్యాత్.

(హనుమతః సీతావృత్తాంతపరిప్రశ్నః)

తా మబ్రవీ న్మహాతేజా హనూమా న్మారుతాత్మజః,
శిర స్యంజలి మాధాయ సీతాం మధురయా గిరా. ౨

కా ను పద్మపలాశాక్షి క్లిష్టకౌశేయవాసిని,
ద్రుమస్య శాఖా మాలంబ్య తిష్ఠసి త్వ మనిందితే

కిమర్థం తవ నేత్రాభ్యాం వారి స్రవతి శోకజం,
పుండరీకపలాశాభ్యాం * విప్రకీర్ణ మివోదకం. ౪

సురాణాం మసురాణాం వా నాగగంధర్వరక్షసాం,
యక్షాణాం కిన్నరాణాం వా కా త్వం భవసి శోభనే. ౫

కా త్వం భవసి రుద్రాణాం మరుతాం వా వరాననే,
వసూనాం వా వరారోహే దేవతా ప్రతిభాసి మే. ౬

కిన్ను చంద్రమసా హీనా పతితా విబుధాలయాత్,
రోహిణీ జ్యోతిషాం శ్రేష్ఠా శ్రేష్ఠసర్వగుణాన్వితా. ౭

కా త్వం భవసి కల్యాణి త్వ మనిందితలోచనే, ౭½

---

(కిమర్థ మితి.) తవ నేత్రాభ్యాం ఆనందాశ్రుయోగార్హాభ్యాం, కిమర్థం కస్య కులచ్ఛేదాయ, యద్వా, కిమర్థం కిం చేతసి కృత్వా. (పుండరీకేత్యాది.) హంతైతత్సౌందర్యం ప్రణయినా రామేణ న దృష్ట మాసీ దితి భావః. (తనిశ్లోకీ.) ౨—౪

(సురాణా మిత్యాదిషు) నిర్ధారణే షష్ఠీ. కా త్వం, కస్య సంబంధినీ త్యర్థః. ౫-౬

(కా త్వ మితి.) హే కల్యాణి, త్వం కా, అనిందితలోచనే త్వం కా భవసీతి యోజనా. ౭

---

* రామానుజీయం. 'విప్రకీర్ణ మివోదక' మిత్యతః పరం 'సురాణా' మితి శ్లోకః. అయ ముపరి ప్రమాదా ల్లిఖితః.

కోపా ద్వా యది వా మోహా ద్భర్తార మసితేక్షణే.
వసిష్ఠం కోపయిత్వా త్వం నాఽసి కల్యా ణ్యరుంధతీ, ౮॥

కో ను పుత్రః పితా భ్రాతా భర్తా వా తే సుమధ్యమే.
అస్మా ల్లోకా దముం లోకం గతః త్వ మనుశోచసి, ౯॥

రోదనా దతినిశ్వాసా ద్భూమిసంస్పర్శనా దపి.
న త్వాం దేవీ మహం మన్యే రాజ్ఞ స్సంజ్ఞావధారణాత్, ౧౦॥

వ్యంజనాని చ తే యాని లక్షణాని చ లక్షయే.
మహిషీ భూమిపాలస్య రాజకన్యాఽసి మే మతా, ౧౧॥

రావణేన జనస్థానా ద్బలా దపహృతా యది,
సీతా త్వ మసి భద్రం తే త న్మమాఽఽచక్ష్వ పృచ్ఛతః, ౧౨॥

---

(కోపా ద్వేతి.) వసిష్ఠం కోపయిత్వే త్యత్రాపి పతితా విబుధాలయా దిత్యనుషజ్యతే. నాఽసీ త్యత్ర కాకు రనుసంధేయా. ౮॥

(కో న్వితి.) అముం లోకం గతం, య మితి శేషః. పరలోకం గతం యం పుత్రం పితరం భ్రాతరం భర్తారం వాఽనుశోచసి, స క ఇత్యర్థః. 'గతా త్వ' మిత్యపి పాఠః, అస్మాత్ స్వర్గా దముం మనుష్యలోకం గతా, యా త్వ మనుశోచసి. తస్యా స్తే కో వా పుత్రాది రితి యోజనా. ౯॥

(రోదనా దితి.) దేవీం దేవస్త్రియం, సంజ్ఞావధారణాత్ - సంజ్ఞాయతే అనయేతి సంజ్ఞా, లక్షణం. రాజలక్షణనిశ్చయా దిత్యర్థః. ౧౦॥

(వ్యంజనానీతి.) వ్యంజనాని స్తనజఘనాదీని. 'వ్యంజనం తేమనే చిహ్నే శ్మశ్రు ణ్యవయవేఽపిచే' తి విశ్వః. లక్షణాని శుభావర్తరేఖాదిసాముద్రికలక్షణాని. ౧౧॥-౧౨॥

(సీతయా ఆత్మవృత్తాంతకథనం)

యథా హి తవ వై దైన్యం రూపం చాఽప్యతిమానుషం.
తపసా చాఽన్వితో వేష స్త్వం రామమహిషీ ధ్రువం, ౧౩॥

సా తస్య వచనం శ్రుత్వా రామకీర్తనహర్షితా.
ఉవాచ వాక్యం వైదేహీ హనుమంతం ద్రుమాశ్రితం, ౧౪॥

పృథివ్యాం రాజసింహానాం ముఖ్యస్య విదితాత్మనః,
స్నుషా దశరథస్యాఽహం శత్రుసైన్యప్రతాపినః, ౧౫॥

దుహితా జనకస్యాఽహం వైదేహస్య మహాత్మనః.
సీతా చ నామ నామ్నాఽహం భార్యా రామస్య ధీమతః, ౧౬॥

సమా ద్వాదశ తత్రాఽహం రాఘవస్య నివేశనే.
భుంజానా మానుషా న్భోగా న్సర్వకామసమృద్ధినీ, ౧౭॥

---

(యథేతి ) యథా యాదృశం. ౧౩॥

(సేతి.) ద్రుమాశ్రితం ద్రుమమూలాశ్రితం. సోఽవతీర్యేతి ద్రుమావతరణస్య పూర్వముక్తత్వాత్ యద్వా. పూర్వ మగ్రాదవతరణ ముక్త మితి జ్ఞేయం. ౧౪॥

(పృథివ్యా మితి.) (శత్రుసైన్యప్రతాపినః) శత్రుషు జీవత్సు న మే శ్వశురో జీవితవాన్, స చే దిదానీం వర్తేత కథ మహ మేతాదృశీ మవస్థాం ప్రాప్నుయా మితి భావః ౧౫॥

(దుహితేతి.) సీతా చ నామే త్యత్ర నామశబ్దః ప్రసిద్ధౌ. ౧౬॥

(సమా ఇతి.) అహం ఏతాదృశావస్థా అహం, (తత్ర) మమ శ్వశురగృహే, ద్వాదశ సమాః ద్వాదశసంవత్సరాన్, అత్యంతసంయోగే ద్వితీయా. తేనావిచ్ఛిన్నైకరూపభోగభోక్తృత్వ ముచ్యతే మానుషా నిత్యనేన నాఽఽత్మనో మానుషత్వం స్వాభావిక మితి సూచ్యతే. భోగాన్ భుంజానా అనుభవంతీ. కామ్యంత ఇతి కామాః భోగోపకరణాని స్రక్చందనాదీని, తేషాం సమృద్ధం సమృద్ధిః, భావే నిష్ఠా. త దస్యా అస్తీతి సర్వకామసమృద్ధినీ. 'అత ఇనిఠనౌ' వితి ఇనిప్రత్యయః. అభవ మితి శేషః. ౧౭॥

తత్ర త్రయోదశే వర్షే రాజ్యేనేక్ష్వాకునందనం.
అభిషేచయితుం రాజా సోపాధ్యాయః ప్రచక్రమే. ౧౮

తస్మిన్ సంభ్రియమాణే తు రాఘవస్యాఽభిషేచనే.
కైకేయీ నామ భర్తారం దేవీ వచన మబ్రవీత్. ౧౯

న పిబేయం న ఖాదేయం ప్రత్యహం మమ భోజనం.
ఏష మే జీవితస్యాఽన్తో రామో య ద్యభిషిచ్యతే. ౨౦

య త్త దుక్తం త్వయా వాక్యం ప్రీత్యా నృపతిసత్తమ.
తచ్చే న్న వితథం కార్యం వనం గచ్ఛతు రాఘవః. ౨౧

స రాజా సత్యవా గ్దేవ్యా వరదాన మనుస్మరన్.
ముమోహ వచనం శ్రుత్వా కైకేయ్యాః క్రూర మప్రియం. ౨౨

తత స్తు స్థవిరో రాజా సత్యే ధర్మే వ్యవస్థితః,
జ్యేష్ఠం యశస్వినం పుత్రం రుద న్రాజ్య మయాచత. ౨౩

---

(తస్మి న్నితి.) సంభ్రియమాణే సంభారాన్ సంపాదయతి సతి. రాఘవస్యాఽభిషేచనే రామాభిషేకనిమిత్తం. దేవీ మహిషీ. ౧౮—౧౯

(న పిబేయ మితి.) భుజ్యత ఇతి భోజనం, ఖాద్యం పేయం చ. రామో యద్యభిషిచ్యతే తదా మమ సంబంధి యత్ భోజనం త న్న పిబేయం న ఖాదేయం. ఏషః అయ మభిషేకః, జీవితస్యాఽన్తశ్చ. ౨౦

(య త్త దితి ) త త్పూర్వోక్తం య ద్వరదానరూపం వాక్యం, త న్న వితథం కార్యం చే త్తదా రామో వనం గచ్ఛతు ౨౧

(స ఇతి.) దేవ్యా స్సంబంధి స్వకృతం వరదానం స్మృత్వా కైకేయ్యాః వచనం శ్రుత్వా ముమోహ. ౨౨—౨౩

(సీతయా ఆత్మవృత్తాంతకథనం)

స పితు ర్వచనం శ్రీమా నభిషేకా త్పరం ప్రియం.
మనసా పూర్వ మాసాద్య వాచా ప్రతిగృహీతవాన్, ౨౪॥

దద్యా న్న ప్రతిగృహ్ణీయా న్న బ్రూయా త్కించి దప్రియం.
అపి జీవితహేతో ర్వా రామ స్సత్యపరాక్రమః, ౨౫॥

స విహా యోత్తరీయాణి మహార్హాణి మహాయశాః.
విసృజ్య మనసా రాజ్యం జనన్యై మాం సమాదిశత్, ౨౬॥

సాఽహం తస్యాఽగ్రత స్తూర్ణం ప్రస్థితా వనచారిణీ,
న హి మే తేన హీనాయా వాస స్స్వర్గేఽపి రోచతే, ౨౭॥

ప్రాగేవ తు మహాభాగ స్సౌమిత్రి ర్మిత్రనందనః.
పూర్వజస్యాఽనుయాత్రార్థే ద్రుమచీరై రలంకృతః, ౨౮॥

(స ఇతి.) అభిషేకా త్పరం ప్రియం, పితు ర్వచనం, వివాసయాచనారూపం, పూర్వం మనసా, ఆసాద్య అంగీకృత్య, అథ వాచా ప్రతిగృహీతవాన్, మనఃపూర్వక మంగీకృతవా నిత్యర్థః. ౨౪॥—౨౫॥

(స ఇతి.) ఉత్తరీయాణి వాసాంసి, జనన్యై కౌసల్యాయై, మాం సమాదిశత్, తన్నికటే త్వయా స్థాతవ్య మిత్యుక్త్వా నిత్యర్థః. ౨౬॥

(సాఽహ మితి.) అగ్రతః ప్రస్థానే హేతు మాహ(న హీతి.) ౨౭॥

(ప్రాగేవేతి.) ప్రాగేవ, యద్యపి రామానంతర మేవ లక్ష్మణేన ద్రుమచీరాదిస్వీకారః, తథాఽపి తస్య త్వరాతిశయవ్యంజనాయ తథోక్తిః. (మహాభాగః) 'అహం సర్వం కరిష్యామీ' తి ప్రతిజ్ఞానుసారేణ సర్వవిధకైంకర్యకరణోచితాభిషేకవిఘ్నహేతుభాగ్యసంపన్నః (సౌమిత్రిః) 'సృష్ట స్త్వం వనవాసాయే' త్యుక్తవత్యాః గర్భే సంజాతః, (మిత్రనందనః) స లక్ష్మణ స్సర్వ విధకైంకర్యకర్తే త్యనుకూలై రభినందనీయః (పూర్వజస్యేత్యాది) రామకైంకర్యానురూపత్వేన ద్రుమచీరాదీనా మలంకరణత్వ మిత్యర్థః. ౨౮॥

తే వయం భర్తు రాదేశం బహుమాన్య దృఢవ్రతాః.
ప్రవిష్టాః స్మ పురాఽదృష్టం వనం గంభీరదర్శనం, ౨౯

వసతో దండకారణ్యే తస్యాఽహ మమితౌజసః.
రక్షసాఽపహృతా భార్యా రావణేన దురాత్మనా, ౩౦

ద్వౌ మాసౌ తేన మే కాలో జీవితానుగ్రహః కృతః.
ఊర్ధ్వం ద్వాభ్యాం తు మాసాభ్యాం తత స్త్యక్ష్యామి జీవితం, ౩౧

ఇతి శ్రీమద్రామాయణే, సుందరకాండే, త్రయస్త్రింశ స్సర్గః.

## అథ చతుస్త్రింశ స్సర్గః

తస్యా స్త ద్వచనం శ్రుత్వా హనుమాన్ హరియూథపః,
దుఃఖా ద్దుఃఖాభిభూతాయా స్సాంత్వ ముత్తర మబ్రవీత్. ౧

---

(తె వయ మితి.) పురాఽదృష్టం పూర్వ మదృష్టం, అత్ర గంభీరశబ్దేన దుష్ప్రవేశత్వం, దర్శనశబ్దేన స్వరూపమ ప్యుచ్యతే. ౨౯—౩౦

(ద్వా వితి) ద్వౌ మాసౌ ద్విమాసరూపః కాలః, మే జీవితానుగ్రహః జీవితానుగ్రాహకః, జీవితధారణానుకూలః, కృతః, త్యక్ష్యామి, స్వయ మేవేతి భావః ౩౧

ఇతి శ్రీగోవిందరాజవిరచితే, శ్రీరామాయణభూషణే, శృంగారతిలకాఖ్యానే, సున్దరకాణ్డవ్యాఖ్యానే.
త్రయస్త్రింశ స్సర్గః.

## అథ చతుస్త్రింశ స్సర్గః

(తస్యా ఇతి.) దుఃఖా ద్దుఃఖాభిభూతాయాః, ఉత్తరోత్తరం దుఃఖం ప్రాప్తాయాః ౧

(సీతాయాః హనుమతి రావణభ్రమః)

అహం రామస్య సందేశా ద్దేవి దూత స్తవాఽఽగతః,
వైదేహి కుశలీ రామ స్త్వాం చ కౌశల మబ్రవీత్. ౨

యో బ్రాహ్మ మస్త్రం వేదాంశ్చ వేద వేదవిదాం వరః,
స త్వాం దాశరథీ రామో దేవి కౌశల మబ్రవీత్. ౩

లక్ష్మణశ్చ మహాతేజా భర్తు స్తేఽనుచరః ప్రియః,
కృతవా ఞ్ఛోకసంతప్త శ్శిరసా తేఽభివాదనం ౪

సా తయోః కుశలం దేవీ నిశమ్య నరసింహయోః,
ప్రీతిసంహృష్టసర్వాంగీ హనుమంత మథాఽబ్రవీత్. ౫

కల్యాణీ బత గాథేయం లౌకికీ ప్రతిభాతి మా,
ఏతి జీవంత మానందో నరం వర్షశతా దపి. ౬

తయా సమాగతే తస్మి న్ప్రీతి రుత్పాదితాఽద్భుతా,
పరస్పరేణ చాఽఽలాపం విశ్వస్తౌ తౌ ప్రచక్రతుః. ౭

---

(అహ మితి.) తవ దూతః త్వాం ప్రతి ప్రేషితో దూతః. ౨

(య ఇతి ) వేద వేత్తి. వేదవిదాం వేదార్థజ్ఞానవతాం. ౩—౪

(సేతి.) ప్రీతిసంహృష్టసర్వాంగీ ప్రీత్యా పులకితసర్వాంగీ. ౫

దుఃఖబాహుళ్యేఽపి రామదర్శనప్రత్యాశయా కృచ్ఛ్రేణ జీవంత్యాః దేవ్యాః జీవనఫలస్య లబ్ధత్వా త్తత్సంవాదినీం గాథాం స్తౌతి (కల్యాణీతి.) కల్యాణీ సత్యార్థా, మా ప్రతిభాతి, మాం ప్రతిభాతి, వర్షశతాదపీ త్యంతే ఇతికరణం బోధ్యం. ౬

(తయేతి.) తయా సీతయా. తస్మి న్హనుమతి విషయే, అద్భుతా ప్రీతి రుత్పాదితా. పరస్పరేణేత్యాదికం వక్ష్యమాణస్య సర్గస్య సంగ్రహః. ౭

తస్యా స్త ద్వచనం శ్రుత్వా హనుమా& హరియూథపః,
సీతాయా శ్శోకదీనాయా స్సమీప ముపచక్రమే. ౮

యథా యథా సమీపం స హనుమా నుపసర్పతి,
తథా తథా రావణం సా తం సీతా పరిశంకతే. ౯

అహో ధి గ్దుష్కృత మిదం కథితం హి య దస్య మే,
రూపాంతర ముపాగమ్య స ఏవాఽయం హి రావణః. ౧౦

తా మశోకస్య శాఖాం సా విముక్త్వా శోకకర్శితా,
తస్యా మేవాఽనవద్యాంగీ ధరణ్యాం సముపావిశత్ ౧౧

హనుమా నపి దుఃఖార్తాం తాం దృష్ట్వా భయమోహితామ్,
అవందత మహాబాహు స్తత స్తాం జనకాత్మజాం.
సా చైనం భయవిత్రస్తా భూయో నైవాఽభ్యుదైక్షత, ౧-౨౪

---

(తస్యా ఇతి.) ఉపచక్రమే, గంతు మితి శేషః. ప్రాపేతి వాఽర్థః ౮

(యథా యథేతి.) రావణం పరిశంకతే, రామకుశలకథనేన సంజాతరావణమాయాస్మరణా పున శ్శంకితవతీ త్యర్థః. ౯

(అహో ఇతి ) మే మయా, అస్య పురతః య త్కథితం తత్, దుష్కృతం అనుచితం కృతం, ఇదం అనాలోచ్య కథనం, ధిక్. అహో ఇతి ఖేదే ఖేదహేతు మాహ (రూపాంతర మితి) వర్తత ఇతి శేషః. ౧౦

(తా మశోకస్యేతి.) యద్యపి పూర్వం శింశుపాశాఖావలంబన ముక్తం. తథాఽపి శింశుపాశాఖా అశోకసంవలితేతి క్వచి చ్ఛింశుపే త్యుచ్యతే, క్వచి దశోక ఇతి, అతో న కశ్చి ద్దోషః. ౧౧

(హనుమా నితి.) భయవిత్రస్తా భయహేతునా విత్రస్తా ౧-౨౪

(సీతాయాః హనుమతి రావణభ్రమః)

తం దృష్ట్వా వందమానం తు సీతా శశినిభాననా.
అబ్రవీ ద్దీర్ఘ ముచ్ఛ్వస్య వానరం మధురస్వరా, ౧౩

మాయాం ప్రవిష్టో మాయావీ యది త్వం రావణ స్స్వయం.
ఉత్పాదయసి మే భూయ స్సంతాపం త న్న శోభనం, ౧౪

స్వం పరిత్యజ్య రూపం యః పరివ్రాజకరూపధృత్.
జనస్థానే మయా దృష్ట స్త్వం స ఏవాఽసి రావణః, ౧౫

ఉపవాసకృశాం దీనాం కామరూప నిశాచర.
సంతాపయసి మాం భూయ స్సంతప్తాం త న్న శోభనం, ౧౬

అథవా నైత దేవం హి య న్మయా పరిశంకితం.
మనసో హి మమ ప్రీతి రుత్పన్నా తవ దర్శనాత్, ౧౭

యది రామస్య దూత స్త్వ మాగతో భద్ర మస్తు తే
పృచ్ఛామి త్వాం హరిశ్రేష్ఠ ప్రియా రామకథా హి మే, ౧౮

గుణా న్రామస్య కథయ ప్రియస్య మమ వానర.
చిత్తం హరసి మే సౌమ్య నదీకూలం యథా రయః. ౧౯

(మాయా మితి.) మాయావీ స్వత ఏవ మాయావాన్. 'అస్మాయామేధాస్రజో విని' రితి వినిప్రత్యయః. ఇదానీం మాయాం, ప్రవిష్టః ఆశ్రితః, స్వయం రావణస్సన్ మమ సంతాప ముత్పాదయసీతి యది ఉత్పాదయసీతి యత్, త త్సంతాపోత్పాదనం, తే న శోభనం, తవాఽప్యభీష్ట విరహసంతాపో భవిష్యతీ త్యర్థః. ౧౪—౧౬

హనుమంతం రావణ మాశంక్య తజ్జనితమనఃప్రసాద మాలోచ్య తాం శంకాం నిరాచష్టే (అథవేతి.) మయా యత్ పరిశంకితం, ఏత న్నైవం హి నైవ మేవ. కుత ఇత్యత ఆహ (మనస ఇతి.) ౧౭—౧౯

అహో స్వప్నస్య సుఖతా యాఽహ మేవం చిరాహృతా.
ప్రేషితం నామ పశ్యామి రాఘవేణ వనౌకసం, ౨౦॥

స్వప్నేఽపి య ద్యహం వీరం రాఘవం సహలక్ష్మణం.
పశ్యేయం నాఽవసీదేయం స్వప్నోఽపి మమ మత్సరీ, ౨౧॥

నాఽహం స్వప్న మిమం మన్యే స్వప్నే దృష్ట్వా హి వానరం.
న శక్యోఽభ్యుదయః ప్రాప్తుం ప్రాప్త శ్చాఽభ్యుదయో మమ, ౨౨॥

కిన్ను స్యా చ్చిత్తమోహోఽయం భవే ద్వాతగతి స్త్వియం.
ఉన్మాదజో వికారో వా స్యా దియం మృగతృష్ణికా, ౨౩॥

---

ఇహ రామదూతాగమన మత్యంతాసంభావిత మితి మత్వా పున ర్బహుధా శంకతే (అహో ఇత్యాదినా.) ౨౦॥

(స్వప్నేఽపీతి.) (స్వప్నేఽపి యద్యహం వీరం) రాక్షసీమధ్యవాసకృతం దుఃఖం స్వప్నదృష్టోఽపి నివర్తయితుం క్షమ ఇతి వీర్యాతిశయోక్తిః. (రాఘవం సహలక్ష్మణం) విశ్లేష దశాయా ముభయోర్దర్శనాత్ స్వప్నదర్శనేఽప్యుభయో ర్దర్శనం భవేత్. యద్వా, తదానీ ముభయో ర్విశ్లేషా త్తౌ కిం పరస్పరం సంయుక్తౌ, న వేత్యతిశంకతే. (పశ్యేయం నాఽవసీదేయం) ఏవ ముభయో స్స్వప్నే దర్శనేఽపి మహ ద్దుఃఖం నివర్తేత, కథంచి జ్జీవితం ధారయేయం. (స్వప్నోఽపి మమ మత్సరీ) మద్దశాం విజ్ఞాయ రామ ఇవ స్వప్నోఽపి మయి మాత్సర్యం కరోతి. ౨౧॥—౨౨॥

ఏవం యథార్థస్వప్నపక్షం నిరస్య పున శ్చతురో విభ్రమపక్షా నుత్ప్రేక్షతే(కిన్ను స్యా దితి ) చిత్తమోహః, రామక్షేమవార్తాశ్రవణకుతూహలకందళితనిరంతరచింతాసంతతిపరిణతివిశేషరూపః కోఽపి మనసో విభ్రమ ఇత్యర్థః అసత్య శ్చిత్త సంకల్పో వా. వాతగతిః ఉపవాసాదిప్రయుక్తధాతు క్షోభజో వాతవికారరూపో భ్రమః, తదధ్యారోపో వా, యథా త్వరూపస్య వాయోః పాంసుపుంజ రూపవిశేషోఽధ్యారోపః. ('ఉన్మాదజో వికారో వా.) ఉన్మాదో నామ విరహిణాం కశ్చి దవస్థావిశేషః. తజ్జో వికారో భ్రమః. (మృగతృష్టికా) అన్యస్యాఽన్యరూపేణాఽవభాసః. చిత్తమోహోన్మాదా వప్రకృతిస్థ ప్రతిభాసవిశేషౌ, వాతగతిమృగతృష్ణికే తు ప్రకృతిస్థస్య. ౨౩॥

(హనుమతా సీతాసాంత్వనం)

అథవా నాఽయ మున్మాదో మోహో ప్యున్మాదలక్షణః,
సంబుధ్యే చాఽహ మాత్మాన మిమం చాఽపి వనౌకసం, ౨౪

ఇత్యేవం బహుధా సీతా సంప్రధార్య బలాబలం.
రక్షసాం కామరూపత్వా న్మేనే తం రాక్షసాధిపం, ౨౫

ఏతాం బుద్ధిం తదా కృత్వా సీతా సా తనుమధ్యమా.
న ప్రతివ్యాజహారాఽథ వానరం జనకాత్మజా, ౨౬

సీతాయా శ్చింతితం బుద్ధ్వా హనుమా న్మారుతాత్మజః.
శ్రోత్రానుకూలై ర్వచనై స్తదా తాం సంప్రహర్షయత్, ౨౭

ఆదిత్య ఇవ తేజస్వీ లోకకాంత శ్శశీ యథా.
రాజా సర్వస్య లోకస్య దేవో వైశ్రవణో యథా,

విక్రమే ణోపపన్నశ్చ యథా విష్ణు ర్మహాయశాః.
సత్యవాదీ మధురవా గ్దేవో వాచస్పతి ర్యథా, ౨౯

---

అనంతరోక్తచతుష్టయం నిరాకరోతి (అథవే త్యాదినా.) అథవా. అయం వానర తద్భాషణాదిప్రతిభానః, ఉన్మాదో న, మోహో ఽప్యున్మాదలక్షణః ఉన్మాదస్య లక్షణ మివ లక్షణం యస్య స తథోక్తః, అతః ఉన్మాదనిరాకరణేనైవ సోఽపి నిరాకృత ఇత్యర్థః. అనయో ర్నిరాకరణ మితరపక్షద్వయనిరాకరణస్యోపలక్షణం. కుత ఇత్యత ఆహ (సంబుధ్య ఇతి.) అహం ఆత్మాన మిమం వనౌకసం చాపి. సంబుధ్యే సమ్యక్ జానామి ౨౪

(ఇత్యేవ మితి) బలాబలం మోహత్వాదీనా మబలత్వం రావణత్వస్య బలవత్త్వం చ ౨౬

(సీతాయా ఇతి.) సంప్రహర్షయ త్సంప్రాహర్షయత్ ౨౭

(ఆదిత్య ఇత్యాది) (రాజేతి.) కుబేరస్య సర్వలోకరాజత్వ ముక్తిం 'రాజాధిరాజాయ ప్రసహ్య సాహినే, నమో వయం వైశ్రవణాయ కుర్మహ' ఇతి. సత్యమధురవాక్త్వం బృహస్పతే ర్వాచస్పతిత్వాదేవ. ౨౮-౨౯

రూపవా న్సుభగ శ్శ్రీమా న్కందర్ప ఇవ మూర్తిమా న్.
స్థానక్రోధః ప్రహర్తా చ శ్రేష్ఠో లోకే మహారథః, ౩౦॥

బాహుచ్ఛాయా మవష్టబ్ధో యస్య లోకో మహాత్మనః,
అపకృష్యాఽఽశ్రమపథా న్మృగరూపేణ రాఘవం,
శూన్యే యేనాఽపనీతాఽసి తస్య ద్రక్ష్యసి య త్ఫలం. ౩౧

నచిరా ద్రావణం సంఖ్యే యో వధిష్యతి వీర్యవా న్,
రోషప్రముక్తై రిషుభి ర్జ్వలద్భి రివ పావకైః.
తేనాఽహం ప్రేషితో దూత స్త్వత్సకాశ మిహాఽఽగతః, ౩౨॥

త్వద్వియోగేన దుఃఖార్త స్స త్వాం కౌశల మబ్రవీత్.
లక్ష్మణశ్చ మహాతేజా స్సుమిత్రానందవర్ధనః,
అభివాద్య మహాబాహు స్స త్వాం కౌశల మబ్రవీత్. ౩౩

రామస్య చ సఖా దేవి సుగ్రీవో నామ వానరః,
రాజా వానరముఖ్యానాం స త్వాం కౌశల మబ్రవీత్. ౩౪

నిత్యం స్మరతి రామ స్త్వాం ససుగ్రీవ స్సలక్ష్మణః,
దిష్ట్యా జీవసి వైదేహి రాక్షసీవశ మాగతా. ౩౫

---

(రూపవా న్) సౌందర్యవా న్, సుభగః రమణీయః, శ్రీమా న్ కాంతిమా న్, స్థానే క్రోధస్థానే క్రోధః యస్యాఽసౌ స్థానక్రోధః, ప్రహర్తా క్రోధవిషయే ప్రహర్తా, ఆదిత్య ఇవేత్యాదినా ఉక్తై ర్విశేషణై ర్విశిష్టో రామ ఇతి యోజ్యం. ౩౦॥

(బాహుచ్ఛాయా మిత్యాది.) లోకః, మహాత్మనో యస్య బాహుచ్ఛాయాం, అవష్టబ్ధః ఆశ్రితః, తం, మృగరూపేణ ప్రశస్తమృగేణ హేతునా, ఆశ్రమపదా దపకృష్య శూన్యే యేనాఽపనీతాఽసి తస్య రావణస్య. య త్ఫలం మరణరూపం, తత్ ద్రక్ష్యసీతి యోజనా, యద్వా, బాహుచ్ఛాయా మవష్టబ్ధో యస్య లోకో మహాత్మనః, అసా వాదిత్య ఇవ తేజస్వీ త్యేవం యోజనా. ౩౧-౩౨

(హనుమతా సీతాసాన్త్వనం)

నచిరా ద్ద్రక్ష్యసే రామం లక్ష్మణం చ మహాబలం,
మధ్యే వానరకోటీనాం సుగ్రీవం చాఽమితౌజసం. ౩౮

అహం సుగ్రీవసచివో హనుమా న్నామ వానరః,
ప్రవిష్టో నగరీం లంకాం లంఘయిత్వా మహోదధిం. ౩౯

కృత్వా మూర్ధ్ని పదన్యాసం రావణస్య దురాత్మనః,
త్వాం ద్రష్టు ముపయాతోఽహం సమాశ్రిత్య పరాక్రమం. ౪౦

నాఽహ మస్మి తథా దేవి యథా మా మవగచ్ఛసి.
విశంకా త్యజ్యతా మేషా శ్రద్ధత్స్వ వదతో మమ. ౪౧

ఇతి శ్రీమద్రామాయణే, సున్దరకాణ్డే, చతుస్త్రింశ స్సర్గః.

అథ పఞ్చత్రింశ స్సర్గః.

తాం తు రామకథాం శ్రుత్వా వైదేహీ వానరర్షభాత్,
ఉవాచ వచనం సాంత్వ మిదం మధురయా గిరా. ౧

---

(నాఽహ మితి.) వంచనార్థం పరిగృహీతవేష ఇతి మాం యథాఽవగచ్ఛసి తథా నాస్మీత్యర్థః. ౩౮—౪౧

ఇతి శ్రీగోవిందరాజవిరచితే, శ్రీరామాయణభూషణే, శృంగారతిలకాఖ్యానే, సున్దరకాణ్డవ్యాఖ్యానే. చతుస్త్రింశ స్సర్గః.

అథ పఞ్చత్రింశ స్సర్గః.

(తాం త్విత్యాది.) ౧

క్వ తే రామేణ సంసర్గః కథం జానాసి లక్ష్మణం,
* వానరాణాం నరాణాం చ కథ మాసీ త్సమాగమః. ౨

యాని రామస్య లింగాని లక్ష్మణస్య చ వానర,
తాని భూయ స్సమాచక్ష్వ న మాం శోక స్సమావిశేత్. ౩

కీదృశం తస్య సంస్థానం రూపం రామస్య కీదృశం,
కథ మూరూ కథం బాహూ లక్ష్మణస్య చ శంస మే. ౪

ఏవ ముక్తస్తు వైదేహ్యా హనుమా న్మారుతాత్మజః,
తతో రామం యథాతత్త్వ మాఖ్యాతు ముపచక్రమే. ౫

జానంతీ బత దిష్ట్యా మాం వైదేహి పరిపృచ్ఛసి,
భర్తుః కమలపత్రాక్షి సంస్థానం లక్ష్మణస్య చ ౬

యాని రామస్య చిహ్నాని లక్ష్మణస్య చ యాని వై,
లక్షితాని విశాలాక్షి వదత శ్శృణు తాని మే. ౭

(యానీతి.) లింగాని చిహ్నాని, ౨-౩

(కీదృశ మితి.) సంస్థానం అవయవసన్నివేశః. రూపం ఆకారః, వర్ణః కాంతి ర్వా. ౪-౫
(జానంతీ త్యాది.)బతే త్యామంత్రణే. జానంతీ త్వం దిష్ట్యా మాం పరిపృచ్ఛసీతి సంబంధః. లక్షితాని త్వయా దృష్టాని, మే మత్తః. ౬-౭

---

* తనిశ్లోకే, గురుకులవాసాయోగ్యానాం వానరాణాం వసిష్ఠశిష్యాణాం చ ఈదృససమాగమః కథం జాతః?, శాస్త్రవశ్యానా మేవ గురుకులవాసయోగ్యత్వాత్.

(హనుమతా శ్రీరామగుణరూపలక్షణాదివర్ణనం)

* రామః కమలపత్రాక్ష స్సర్వసత్త్వమనోహరః,
రూపదాక్షిణ్యసంపన్నః ప్రసూతో జనకాత్మజే. ౧

తేజసాఽఽదిత్యసంకాశః క్షమయా పృథివీసమః,
బృహస్పతిసమో బుద్ధ్యా యశసా వాసవోపమః. ౨

---

(రామ ఇతి.) (రామః) సర్వాంగసుందరః (కమలపత్త్రాక్షః) కాంతిప్రవాహే ఆవర్త ఇవ అత్యంతమాకర్షకనయనశోభః, తాదృశనయనసౌందర్యసీమాభూమి మాహ (సర్వసత్త్వమనోహరః,) తిర్యగ్జాతితయా విటపా ద్విటపం ప్లవతో మమాపి చిత్తాపహారకః అవిశేషజ్ఞస్యాపి మనోహర ఇత్యర్థః. (రూపదాక్షిణ్యసంపన్నః) రూప మిత్యేత ద్విగ్రహగుణానా ముపలక్షణం, దాక్షిణ్య మి త్యాత్మగుణానా ముపలక్షణం, దేహగుణై రాత్మగుణై శ్చాఽన్యూన ఇత్యర్థః. (సంపన్నః ప్రసూతః) ఇదం సర్వం నాఽఽగంతుకం, కింతు ఔత్పత్తిక మిత్యర్థః. అత్యుత్కటం వదసి. కి మేవంవిధోఽపరోఽ ప్యస్తి. న వేత్యపేక్షాయా మాహ (జనకాత్మజ ఇతి) భవతీ చ తాదృశీ త్యర్థః. ౧

సంగ్రహేణోక్తాన్ గుణాన్ వివృణోతి (తేజసేత్యాదినా) ౨

---

✠ తనిశ్లోకీ. (రామః) సర్వాంగసుందర ఇత్యర్థః (కమలపత్రాక్షః) సౌందర్యప్రవాహే మజ్జతా మావర్తవ దాకర్షకనయనశోభావాన్, నయనశోభాయా అవధిః క ' ఇత్యపేక్షాయా మాహ (సర్వసత్త్వమనోహర ఇతి.) తిర్యగ్జాతీయత్వేన శాఖాచంక్రమణపరస్య వాతాత్మజస్యాపి మనోహరత్వేన సర్వజనమనోహరః, (రూపదాక్షిణ్యసంపన్నః ప్రసూతః) స్వాభావికానవధికదివ్యదేహగుణగణః, (జనకాత్మజే) త్వ మేవ తత్సదృశీతి వక్తుం శక్యా, నాఽన్యే త్యర్థః. యద్వా. రమయతీతి రమంతే యోగిన ఇతి చ (రామః,) రామత్వ మేవాహ (కమలపత్రాక్ష ఇతి.) అథవా, రామ స్సౌందర్యప్రవాహభూతః, (కమలపత్రాక్షః) ప్రవాహే ఆవర్తాయమానశ్రీనయనః, తేన హృదయాకర్షకత్వం వ్యంజితం. తచ్చ సకలజంతుసాధారణ మిత్యాహ (సర్వసత్త్వమనోహర ఇతి) తత్ర వానరజాతీయ మచ్చిత్తాకర్షణమేవ ప్రమాణ మితి ధ్వన్యతే. స్వరూపవిగ్రహగుణైః సకలజంతుమనోహరత్వం జన్మసిద్ధ మిత్యాహ (రూపదాక్షిణ్యసంపన్నః ప్రసూత ఇతి.) తర్హి ఏవంవిధః పుమాన్ విద్యతే కిఽ మితి చేత్. నేత్యాహ (జనకాత్మజే ఇతి) తుల్యశీలేత్యాదినా భవత్యేవ ప్రసిద్ధా. న పుమా న్కశ్చి దితి భావః.

రక్షితా జీవలోకస్య స్వజనస్యాఽభిరక్షితా,
రక్షితా స్వస్య వృత్తస్య ధర్మస్య చ పరంతపః. ౧౦

రామో భామిని లోకస్య చాతుర్వర్ణ్యస్య రక్షితా,
మర్యాదానాం చ లోకస్య కర్తా కారయితా చ సః. ౧౧

అర్చిష్మా నర్చితోఽత్యర్థం బ్రహ్మచర్యవ్రతే స్థితః,
సాధూనా ముపకారజ్ఞః ప్రచారజ్ఞశ్చ కర్మణాం. ౧౨

రాజవిద్యావినీతశ్చ బ్రాహ్మణానా ముపాసితా,
శ్రుతవాన్ శీలసంపన్నో వినీతశ్చ పరంతపః. ౧౩

యజుర్వేదవినీతశ్చ వేదవిద్భి స్సుపూజితః,
ధనుర్వేదే చ వేదేషు వేదాంగేషు చ నిష్ఠితః. ౧౪

విపులాంసో మహాబాహుః కంబుగ్రీవ శ్శుభాననః,
గూఢజత్రు స్సుతామ్రాక్షో రామో దేవి జనై శ్శ్రుతః. ౧౫

దుందుభిస్వననిర్ఘోష స్స్నిగ్ధవర్ణః ప్రతాపవాన్,
సమ స్సమవిభక్తాంగో వర్ణం శ్యామం సమాశ్రితః. ౧౬

---

(బ్రహ్మచర్యవ్రతే స్థితః) గృహస్థస్యాస్య బ్రహ్మచర్యం నామ ఋతో రన్యత్ర స్త్రీసంగమత్యాగః. తదాహ మనుః 'షోడశ ర్తు ర్నిశాః స్త్రీణాం తస్మిన్ యుగ్మాసు సంవిశేత్, బ్రహ్మచార్యేవ పర్వాద్యా శ్చతస్రశ్చ వివర్జయేత్'. (ప్రచారజ్ఞః) ప్రయోగజ్ఞః, ఐహికాముష్మికాణాం కర్మణాం ప్రచారం గతిం హేతుఫలభావవ్యవస్థాం తత్త్వతో జానాతీత్యర్థ ఇత్యప్యాహుః (రాజవిద్యావినీతశ్చ) చతస్రో రాజవిద్యాః 'ఆన్వీక్షికీ త్రయీ వార్తా దండనీతిశ్చ శాశ్వతీ, ఏతా విద్యా శ్చతస్రస్తు లోకసంస్థితిహేతవ' ఇత్యుక్తాః, తాసు వినీతః శిక్షితః, (శ్రుతవాన్) అవధృతవాన్, (శీలసంపన్నః) సదాచారసంపన్నః. పూర్వం యజ్ఞాదికర్మానుష్ఠాతృత్వ ముక్త మితి న పునరుక్తిః. (వేదేషు) యజుర్వ్యతిరిక్తవేదేషు, అనేన స్వస్య యజుర్వేదత్వం సూచితం ఏవ మాత్మగుణా నభిధాయ నిగ్రహగుణా నాశాస్తే (విపులాంస ఇత్యాదినా.) గూఢజత్రుః, అస్పష్టభుజసంధ్యస్థిః, సమః అన్యూనాతిరిక్తదేహప్రమాణః. ౧౦-౧౬

(హనుమతా శ్రీరామరూపాదివర్ణనం)

త్రిస్థిర స్త్రిప్రలంబశ్చ త్రిసమ స్త్రిషు చోన్నతః,
త్రితామ్ర స్త్రిషు చ స్నిగ్ధో గంభీర స్త్రిషు నిత్యశః. ౧౭

త్రివలీవాం స్త్ర్యవనత శ్చతుర్వ్యంగ స్త్రిశీర్షవాన్,

---

(త్రిస్థిర ఇతి ) త్రిషు స్థానేషు స్థిరః తథోక్తం సాముద్రికే 'ఉరశ్చ మణిబంధశ్చ ముష్టిశ్చ నృపతే స్థిరా' ఇతి. (త్రిప్రలంబః) త్రిషు ప్రలంబః 'దీర్ఘభ్రూబాహుముష్క స్తు చిరజీవీ ధనీ నర' ఇతి వచనాత్. అన్యత్ర తు. 'త్రయశ్చ యస్య విద్యంతే ప్రలంబా మేఢ్రవాహవ' ఇతి (త్రిసమః) త్రిషు సమః 'కేశాగ్రం వృషణం జాను సమా యస్య స భూపతి' రితి వచనాత్ (త్రిషు చోన్నతః) తదాహ వరాహమిహిరః - 'ఉన్నతకుక్షిః క్షితిపః పర్యున్నతనాభయః క్షితిపాః. హృదయం న వేపనం పృథు సమోన్నతం మాంసళం చ నృపతీనా' మితి (త్రితామ్రః) త్రిషు తామ్రః 'శ్లిష్టాంగుళీ రుచిరతామ్రనఖౌ సుపార్ష్ణీ పాదౌ కరా వపి సురక్తనఖాత్మరేఖా' వితి వచనాత్ 'నేత్రాంత నఖపాణ్యంఘ్రితలై స్తామ్రై స్త్రిభి స్సుఖీ' తి వ. (త్రిషు స్నిగ్ధః ) 'స్నిగ్ధా భవంతి పై యేషాం పాదరేఖా శ్శిరోరుహాః, తథా లింగమణి స్తేషాం మహాభాగ్యం వినిర్దిశే' దితి సాముద్రికవచనాత్. (త్రిషు గంభీరః) అత్ర వరరుచిః 'స్వర స్సత్త్వం చ నాభిశ్చ గంభీర శ్శస్యతే బుధై' రితి. బ్రాహ్మే తు- 'స్వరే గతౌ చ నాభౌ చ గంభీర స్త్రిషు శస్యత' ఇతి నిత్యశ ఇతి సర్వత్ర విశేషణీయం తేన రోగాద్యుపాధికృతరాగాదినివృత్తిః (తనిశ్లోకీ.) ౧౭

(త్రివలీవాన్) ఉదరే వలిత్రయవాన్, కంఠవలిత్రయవా న్వా. అత్ర గర్గః 'స్థిరా త్రిరేఖా సుభగోపపన్నా స్నిగ్ధా సుమాంసోపచితా సువృత్తా న చాతిదీర్ఘా చతురంగులా చ గ్రీవా సుదీర్ఘా భవతీహ ధన్యే' తి (త్ర్యవనతః) త్రీణ్యవనతాని నిమ్నాని యస్యాఽసౌ త్ర్యవనతః. తాని స్తనచూచుకపాదరేఖాః. అత్ర మిహిరః- 'పీనోపచితై ర్నిమ్నైః క్షితిపతయ శ్చూచుకై స్స్తనై స్సుఖినః. స్నిగ్ధా నిమ్నా రేఖా ధనినాం తద్వ్యత్యయేన నిస్వానా' మితి. చత్వారి వ్యంగాని హ్రస్వాని యస్యాఽసౌ (చతుర్వ్యంగః.) అత్ర వరరుచిః- 'గ్రీవా ప్రజననం పృష్ఠం హ్రస్వం జంఘా చ పూజ్యత' ఇతి యద్వా, చత్వారో వ్యంగాః వికలాః యస్య సః చతుర్వ్యంగః, తే చ - సిరావికలః పాదః, రోమాంతరవికలో రోమకూపః, దైర్ఘ్యవికలో మేఢ్రః. మాంసవికలో వస్తిః అత్ర నారదః 'పాదైః ప్రస్వేద రహితై స్సిరాహీనైశ్చ పార్థివః. ఏకరోమా భవే ద్రాజా ద్విరోమా పండితో భవేత్, త్రిరోమా

చతుష్కల శ్చతుర్లేఖ శ్చతుష్కిష్కు శ్చతుస్సమః. ౧౮

* చతుర్దశసమద్వంద్వ శ్చతుర్దంష్ట్ర శ్చతుర్గతిః,

చతురోమా చ భవే ద్భాగ్యవివర్జితః సమపాదోపవిష్టస్య గుల్ఫం స్పృశతి మేహనం, య స్యేశ్వరం తం జానీయా త్సుఖినం చైవ మానవం. నిర్మాంస స్సంహతో వస్తిః యేషాం తే సుఖభాగిన' ఇతి. (త్రిశీర్షవాన్) త్రిభి ర్లక్షణై ర్యుక్తం శీర్షం త దస్యాఽస్తీతి త్రిశీర్షవాన్, తాని లక్షణా న్యావర్తాః. 'ఆవర్తత్రయరుచిరం యస్య శిర స్స క్షితిభృతాం నేతే' తి కథనాత్. యద్వా. త్రిప్రకారం సమవృత్తం ఛత్రాకారం విశాలం చ శీర్ష మస్యాఽస్తీతి (త్రిశీర్షవాన్.) అత్ర నారదః 'సమవృత్తశిరా శ్చైవ ఛత్రాకారశిరా స్తథా, ఏకచ్ఛత్రాం మహీం భుక్త్వా దీర్ఘ మాయుశ్చ విందతి'. చత్వారః కలాః వేదాః యస్య స (చతుష్కలః) అత్ర శరీరలక్షణప్రకరణే కలాశబ్ద స్తత్సూచకరేఖాపరః. అత్ర నందీ 'మూలేఽంగుష్ఠస్య వేదానాం చత్వార స్త్రిస ఏవ వా, ఏకా ద్వే వా యథా యోగం రేఖా జ్ఞేయా ద్విజన్మనా' మితి. (చతుర్లేఖః,) లలాటే పాదయోః పాణ్యో శ్చతస్రో లేఖా రేఖా యస్య స చతుర్లేఖః. 'లలాటే యస్య దృశ్యంతే చతుస్త్రిద్వ్యేకరేఖికాః, శతద్వయం శతం షష్టి స్తస్యాఽఽయు ర్వింశతి స్తథే' తి కాత్యాయనః 'యస్య పాదతలే వజ్రధ్వజశంఖాంకుశో పమాః. రేఖా స్సమ్య క్ప్రకాశంతే మనుజేంద్రం త మాదిశే' దితి నారదః. 'పాణౌ చతస్రో రేఖాశ్చ యస్య తిష్ఠం త్యభంగురా' ఇతి బ్రహ్మే. చత్వారః కిష్కవః యస్య స (చతుష్కిష్కుః)చతుర్వింశత్యంగులాత్మకో హస్తః కిష్కుః. షణ్ణవత్యంగులోత్సేధ ఇత్యర్థః. 'షణ్ణవత్యంగులోత్సేధో యః పుమాన్ స దివౌకస' ఇతి బ్రాహ్మపురాణవచనం. (చతుస్సమః) చత్వార స్సమా యస్య స చతుస్సమః, తే చ బాహుజానూరుగండాః (జంఘాః.) తదుక్తం బ్రహ్మాండే 'బాహుజానూరుగండా (జంఘా) శ్చ చత్వా ర్యథ సమాని చే' తి. (తనిశ్లోకీ.) ౧౮

(చతుర్దశసమద్వంద్వః) చతుర్దశసంఖ్యాని సమాని ద్వంద్వాని యస్య సః. తథాఽత్ర సాముద్రికం - 'భ్రువౌ నాసాపుటే నేత్రే కర్ణా వోష్ఠౌ చ చూచుకే. కూర్పరౌ మణిబంధౌ చ జానునీ వృషణౌ కటీ. కరౌ పాదౌ స్ఫిజౌ యస్య సమౌ జ్ఞేయ స్స భూపతి' రితి చత్వారో దంష్ట్రాకారా దంతా యస్య స (చతుర్దంష్ట్రః) తథాఽఽహ మిహిరః - 'స్నిగ్ధా ఘనాశ్చ దశనా స్సుతీక్ష్ణదంష్ట్రా స్సమాశ్చ శుభా' ఇతి. (చతుర్గతిః) చతుర్ణాం సింహశార్దూలగజవృషభాణాం గతి రివ గతి ర్యస్య సః.

---

* బ్రాహ్మే తు 'కర్ణాక్షిభ్రూగండనాసా దంతోష్ఠౌ స్కంధజత్రుణీ, పాదౌ కరౌ స్తనా వూరూ స్ఫిజౌ ద్వంద్వా శ్చతుర్దశే' తి. 'సమాశ్చ యస్య విద్యంతే క్రమేణోపచితా స్త థే'తి ఇతి తత్త్వదీపికా.

(హనుమతా శ్రీరామరూపాదివర్ణనం)

మహోష్ఠహనునాస శ్చ పంచస్నిగ్ధోఽష్టవంశవాన్ ౧౯

దశపద్మో దశబృహ త్త్రిభి ర్వ్యాప్తో * ద్విశుక్లవాన్.

'గజసింహగతీ వీరౌ శార్దూలవృషభోపమౌ' వితి బాలకాండోక్తేః (మహోష్ఠహనునాసశ్చ) ఓష్ఠస్య మహత్త్వం బంధుజీవబింబఫలారుణమాంసలత్వం. హనోస్తు పరిపూర్ణమాంసలత్వం. నాసికాయా దీర్ఘతుంగత్వం. తథా చ సంహితా - 'బంధుజీవకుసుమోపమోఽధరో మాంసళో రుచిరబింబరూపధృత్. పూర్ణమాంసళహనుస్తు భూమిప స్తుంగతుండరుచిరాకృతి స్తథే' తి తుండశబ్దేన నాసికోచ్యతే (పంచ స్నిగ్ధః) పంచ స్నిగ్ధాః అవయవాః యస్య సః. తే చ - వాక్యవక్త్రనఖలోమత్వచః. కేశనేత్రదంతత్వక్ పాదతలాని వా. అత్ర వరరుచిః - 'వక్షస్స్నేహేన సౌభాగ్యం దంతస్నేహేన భోజనం. త్వచ స్స్నేహేన శయనం పాదస్నేహేన వాహన' మితి. 'స్నిగ్ధనీలమృదుకుంచితా స్తథా మూర్ధజా స్సుఖకరా స్సమం శిర' ఇతి మిహిరః. పూర్వం త్రిషు స్నిగ్ధ ఇత్యుక్తేః అత్ర పంచస్నిగ్ధ ఇతీదం మతభేద మాశ్రిత్యోక్తం (అష్టవంశవాన్) అష్టౌ వంశాః ఆయతా అవయవా యస్య సః. ఆయతాష్టావయవ ఇత్యర్థః. అత్ర సాముద్రికం 'పృష్ఠవంశ శ్శరీరం చ హస్తపాదాంగుళీ కరౌ. నాసికా చక్షుషీ కర్ణౌ ప్రజనో యస్య చాఽఽయతా' ఇతి ప్రజనస్యాఽఽయతత్వ మార్జవం. (తనిశ్లోకీ) ౧౯

(దశపద్మః) దశ పద్మాకారావయవాః యస్య సః దశపద్మః 'ముఖనేత్రతాలు స్తననఖాః కరౌ. పాదౌ చ దశపద్మాని పద్మాకారాణి యస్య' చేతి. (దశబృహత్) దశబృహదవయవా యస్య సః. తే చ 'ఉర శ్శిరో లలాటం చ గ్రీవా బాహ్వంసనాభయః. పార్శ్వపృష్ఠస్వరా శ్చేతి విశాలా స్తే శుభప్రదా' ఇతి సాముద్రికం బ్రాహ్మే తు 'శిరోలలాటే శ్రవణే గ్రీవా వక్షశ్చ హృత్తథా. ఉదరం పాణిపాదౌ చ పృష్ఠం దశ బృహంతి చే' తి. (త్రిభి ర్వ్యాప్తః) 'త్రిభి ర్వ్యాప్తిశ్చ యస్య స్యా త్తేజసా యశసా శ్రియే' తి బ్రాహ్మోక్తరీత్యా త్రిభి ర్వ్యాప్తః (ద్విశుక్లవాన్) ద్వే దంతనేత్రే శుక్లే యస్య స ద్విశుక్లవాన్ (షడున్నతః) షట్ ఉన్నతా అవయవా యస్య సః, తేచ — 'కక్షిః కుక్షిశ్చ వక్షశ్చ ఘ్రాణ స్స్కంధో లలాటికా. సర్వభూతేషు నిర్దిష్టా ఉన్నతాంగా శ్శుభప్రదా' ఇతి

* ద్విశుక్లవాన్ ద్వౌ శుక్లౌ శుద్ధౌ మాతృపితృవంశౌ యస్య సః, తదుక్తం 'ద్వౌ శుక్లౌ తు శుభౌ శుద్ధౌ వంశౌ మాతుః పితు స్తథే'తి. ఇతి తత్త్వదీపికా.

షడున్నతో నవతను స్త్రిభి ర్వ్యాప్నోతి రాఘవః. ౨౦

సత్యధర్మపర శ్శ్రీమా న్సంగ్రహానుగ్రహే రతః,
దేశకాలవిభాగజ్ఞ స్సర్వలోకప్రియంవదః. ౨౧

* భ్రాతా చ తస్య ద్వైమాత్ర స్సౌమిత్రి రపరాజితః,
అనురాగేణ రూపేణ గుణై శ్చైవ తథావిధః. ౨౨

తా పుభౌ నరశార్దూలౌ త్వద్దర్శనసముత్సుకౌ,
విచిన్వంతౌ మహీం కృత్స్నా మస్మాభి రభిసంగతౌ ౨౩

త్వా మేవ మార్గమాణౌ తౌ విచరంతౌ వసుంధరాం,
దదర్శతు ర్మృగపతిం పూర్వజేనాఽవరోపితం. ౨౪

---

...రుచిః అత్ర మతభేదోక్తే ర్న పునరుక్తిః, మతభేదాశ్రయణం చ రామస్య సకలశాస్త్రోక్తమహాపురుషలక్షణపరిపూర్ణత్వద్యోతనాయ. (నవతనుః) నవ తనవ స్సూక్ష్మా యస్య, తాని చ కేశశ్మశ్రునఖరోమత్వగంగులిపర్వశేఫోబుద్ధిదర్శనాని, 'సూక్ష్మా ణ్యంగుళిపర్వాణి కేశలోమనఖత్వచః. శేఫశ్చ యేషాం సూక్ష్మాణి తే నరా దీర్ఘజీవిన' ఇతి వరరుచిః. (త్రిభి ర్వ్యాప్నోతి) త్రిభిః పూర్వాహ్ణమధ్యాహ్నాపరాహ్ణైః కాలైః ధర్మార్థకామాన్ వ్యాప్నోతి అనుతిష్ఠతీతి. తదుక్తం బ్రాహ్మే 'ధర్మార్థకామాః కాలేషు త్రిషు యస్య స్వనుష్ఠితా' ఇతి ఇతి (తనిశ్లోకీ.) ౨౦

(సంగ్రహానుగ్రహ ఇతి.) సంగ్రహ ఆర్జనం, అనుగ్రహః ఫలదానం. ౨౧

(భ్రాతా చ తస్యేతి.) ద్వైమాత్రః సపత్నీపుత్రః. ౨౨

(త్వా మేవేతి.) మృగపతిం సుగ్రీవం, పూర్వజేన వాలినా అవరోపితం, రాజ్యాదితి శేషః. ౨౩—౨౪

---

* రామానుజీయం (భ్రాతా చ తస్యేతి.) ద్వైమాత్రః ద్వయో ర్మాత్రో రపత్యం పుమాన్ ద్వైమాత్రః 'మాతు రుత్సంఖ్యాసంభద్రపూర్వాయా' ఇతి అణ్ప్రత్యయః. ఉకారాభావ ఆర్షః. సుమిత్రాపత్యస్య లక్ష్మణస్య ద్వైమాతురత్వం జన్మప్రభృతి రామవత్ కౌసల్యయా సంవర్ధితత్వాత్.

(హనుమతా శ్రీరామరూపాదివర్ణనం)

ఋశ్యమూకస్య పృష్ఠే తు బహుపాదపసంకులే,
భ్రాతు ర్భయార్త మాసీనం సుగ్రీవం ప్రియదర్శనం. ౨౫

* వయం తు హరిరాజం తం సుగ్రీవం సత్యసంగరం,
పరిచర్యాఽఽస్మహే రాజ్యా త్పూర్వజేనాఽవరోపితం. ౨౬

తత స్తౌ చీరవసనౌ ధనుఃప్రవరపాణినౌ,
ఋశ్యమూకస్య శైలస్య రమ్యం దేశ ముపాగతౌ. ౨౭

స తౌ దృష్ట్వా నరవ్యాఘ్రౌ ధన్వినౌ వానరర్షభః,
అవప్లుతో గిరే స్తస్య శిఖరం భయమోహితః. ౨౮

తత స్స శిఖరే తస్మి న్వానరేంద్రో వ్యవస్థితః,
తయో స్సమీపం మా మేవ ప్రేషయామాస సత్వరం. ౨౯

తా వహం పురుషవ్యాఘ్రౌ సుగ్రీవవచనా త్ప్రభూ,
రూపలక్షణసంపన్నౌ కృతాంజలి రుపస్థితః. ౩౦

తౌ పరిజ్ఞాతతత్త్వార్థౌ మయా ప్రీతిసమన్వితౌ,
పృష్ఠ మారోప్య తం దేశం ప్రాపితౌ పురుషర్షభౌ. ౩౧

నివేదితౌ చ తత్త్వేన సుగ్రీవాయ మహాత్మనే,
తయో రన్యోన్యసల్లాపా ద్భృశం ప్రీతి రజాయత. ౩౨

---

(తత ఇతి.) పాణినా వితి నాంతత్వ మార్షం. ౨౫—౩౨

* రామానుజీయం. (వయం త్వితి.) పరిచర్య పరిచర్యాం కృత్వా. ఆస్మహే తిష్ఠామ ఇత్యర్థః.

తత స్తౌ ప్రీతిసంపన్నౌ హరీశ్వరనరేశ్వరౌ,
పరస్పరకృతాశ్వాసౌ కథయా పూర్వవృత్తయా. ౩౩

తత స్స సాంత్వయామాస సుగ్రీవం లక్ష్మణాగ్రజః,
స్త్రీహేతో ర్వాలినా భ్రాత్రా నిరస్త మురుతేజసా. ౩౪

తత స్త్వన్నాశజం శోకం రామస్యాఽక్లిష్టకర్మణః,
లక్ష్మణో వానరేంద్రాయ సుగ్రీవాయ న్యవేదయత్ ౩౫

స శ్రుత్వా వానరేంద్ర స్తు లక్ష్మణేనేరితం వచః,
తదాఽఽసీ న్నిష్ప్రభోఽత్యర్థం గ్రహగ్రస్త ఇవాంశుమాన్. ౩౬

తత స్త్వద్గాత్రశోభీని రక్షసా హ్రియమాణయా,
యా న్యాభరణజాలాని పాతితాని మహీతలే. ౩౭

తాని సర్వాణి రామాయ ఆనీయ హరియూథపాః,
సంహృష్టా దర్శయామాసు ర్గతిం తు న విదు స్తవ. ౩౮

తాని రామాయ దత్తాని మయై వోపహృతాని చ,
స్వనవం త్యవకీర్ణాని తస్మి న్విగతచేతసి ౩౯

---

(స శ్రుత్వేతి) (అత్యర్థం నిష్ప్రభ ఇతి.) అత్మ్నాక ద్రానుస్యాపి దుఃఖహేతుశ్రవణా దితి భావః. యద్వా, రామాపేక్షయా అత్యంతనిష్ప్రభః, రామ స్సీతావిరహేణ నిష్ప్రభోఽభూత్, సుగ్రీవస్తు తయో స్సాహిత్యాదర్శనా ద్రామక్లేశదర్శనా చ్చాఽత్యర్థం నిష్ప్రభోఽభూత్ ౩౩–౩౬

(తత ఇత్యాది.) 'ఆనీయ హరియూథపా' ఇతి పూర్వం సుగ్రీవేణాఽఽనయన ముక్తం తద్ధరియూథపద్వారే త్యత్రోచ్యతే. గతిం రావణస్థానం. ౩౭–౩౮

(తానీతి.) దత్తాని సుగ్రీవేణేతి శేషః మయై వోపహృతాని పూర్వం, పతనకాల ఇతి శేషః. ఇదానీం హరియూథపై రానీతత్వోక్తేః. స్వనవంతి అకాశా త్పతనకాలే. ౩౯

(హనుమతా శ్రీరామశోకప్రకారనివేదనం)

తా న్యంకే దర్శనీయాని కృత్వా బహువిధం తవ,
తేన దేవప్రకాశేన దేవేన పరిదేవితం. ४०

పశ్యత స్తాని రుదత స్తామ్యతశ్చ పునః పునః,
ప్రాదీపయ న్దాశరథే స్తాని శోకహుతాశనం. ४१

శయితం చ చిరం తేన దుఃఖార్తేన మహాత్మనా,
మయాఽపి వివిధై ర్వాక్యైః కృచ్ఛ్రా దుత్థాపితః పునః. ४२

తాని దృష్ట్వా మహాబాహు ర్దర్శయిత్వా ముహుర్ముహుః,
రాఘవ స్సహసౌమిత్రిః సుగ్రీవే సన్న్యవేదయత్. ४३

స తవాఽదర్శనా దార్యే రాఘవః పరితప్యతే,
మహతా జ్వలతా నిత్య మగ్ని నేవాఽగ్నిపర్వతః. ४४

తత్కృతే త మనిద్రా చ శోక శ్చింతా చ రాఘవం,
తాపయంతి మహాత్మాన మగ్న్యగార మివాఽగ్నయః. ४५

తవాఽదర్శనశోకేన రాఘవః ప్రవిచాల్యతే,
మహతా భూమికంపేన మహా నివ శిలోచ్చయః. ४६

కాననాని సురమ్యాణి నదీః ప్రస్రవణాని చ,
చర న్న రతి మాప్నోతి త్వా మపశ్య న్నృపాత్మజే ४७

---

(శయిత మితి.) శయితం మూర్ఛితం. ४०-४२

(తానీతి) సుగ్రీవే సన్న్యవేదయత్, సుగ్రీవహస్తే న్యస్తవా నిత్యర్థః. ४३

(స తవేతి.) అగ్నిపర్వతో నామ మేరుశిఖరవర్తీ కశ్చి ద్గిరిః, ఉక్తం చ భారతే 'అత్ర మాల్యవత శ్శృంగే దృశ్యతే హవ్యవా ట్సదా, నామ్నా సంవర్తకో నామ కాలాగ్ని ర్భరతర్షభే' తి. ४४-४७

స త్వాం మనుజశార్దూలః క్షిప్రం ప్రాప్స్యతి రాఘవః,
సమిత్రబాంధవం హత్వా రావణం జనకాత్మజే. ౪౮

సహితౌ రామసుగ్రీవా వుభా వకురుతాం తదా,
సమయం వాలినం హంతుం తవ చాఽన్వేషణం తథా. ౪౯

తత స్తాభ్యాం కుమారాభ్యాం వీరాభ్యాం స హరీశ్వరః,
కిష్కింధాం సముపాగమ్య వాలీ యుద్ధే నిపాతితః. ౫౦

తతో నిహత్య తరసా రామో వాలిన మాహవే,
సర్వర్క్షహరిసంఘానాం సుగ్రీవ మకరో త్పతిం ౫౧

రామసుగ్రీవయో రైక్యం దేవ్యేవం సమజాయత,
హనుమంతం చ మాం విద్ధి తయో ర్దూత మిహాఽఽగతం. ౫౨

స్వరాజ్యం ప్రాప్య సుగ్రీవ స్సమానీయ హరీశ్వరాన్,
త్వదర్థం ప్రేషయామాస దిశో దశ మహాబలాన్ ౫౩

ఆదిష్టా వానరేంద్రేణ సుగ్రీవేణ మహౌజసా,
అద్రిరాజప్రతీకాశా స్సర్వతః ప్రస్థితా మహీం. ౫౪

---

నను 'వానరాణాం నరాణాం చ కథ మాసీ త్సమాగమః.' ఇతి వామదక్షిణహ స్తవైషమ్య మప్యవిజానానాం శాఖాయా శ్శాఖా మాప్లుత్య జీవతాం తిరశ్చాం, వసిష్ఠశిష్యతయా నిరతిశయాచారసంప న్నయో శ్చక్రవర్తిపుత్రయో శ్చ కథం సమాగమో జాతః? ఇతి పృష్టం, తస్య కి ముత్తర ముక్తం? మిత్యత్రాహ (రామసుగ్రీవయో రితి.) రామసుగ్రీవయో రైక్య మేవం సమజాయత, ఏవ మితి ప్రత్యక్ష నిర్దేశః. స్వానుజే విద్యమానేఽపి యథాఽహం సుగ్రీవమాతోఽంతఃపురకార్యసమాధానాయాఽఽగతః, తథా తయోః మైత్రీ జాతే త్యర్థః. యద్వా, ఏవం సమజాయత అహ మ ప్యేవం దృష్టవాన్, న యోగ్యతా మవగచ్ఛామీ త్యర్థః, ౪౮—౫౪

(హనుమతా సంపాతికృతోపకార నిరూపణం)

తత స్తు మార్గమాణా వై సుగ్రీవవచనాతురాః,
చరంతి వసుధాం కృత్స్నాం వయ మన్యే చ వానరాః. ౫౫

అంగదో నామ లక్ష్మీవా న్వాలిసూను ర్మహాబలః,
ప్రస్థితః కపిశార్దూల స్త్రిభాగబలసంవృతః. ౫౬

తేషాం నో విప్రణష్టానాం వింధ్యే పర్వతస త్తమే,
భృశం శోకపరీతానా మహోరాత్రగణా గతాః. ౫౭

తే వయం కార్యనై రాశ్యా త్కాలస్యాఽతిక్రమేణ చ,
భయాచ్చ కపిరాజస్య ప్రాణాం స్త్యక్తుం వ్యవస్థితాః ౫౮

విచిత్య వనదుర్గాణి గిరిప్రస్రవణాని చ,
అనాసాద్య పదం దేవ్యాః ప్రాణాం స్త్యక్తుం సముద్యతాః. ౫౯

దృష్ట్వా ప్రాయోపవిష్టాంశ్చ సర్వా న్వానరపుంగవా న్,
భృశం శోకార్ణవే మగ్నః పర్యదేవయ దంగదః. ౬౦

---

(తత ఇతి.) సుగ్రీవవచనాతురాః సుగ్రీవాజ్ఞాధీతాః 'సుగ్రీవవచనానుగా' ఇతి
చ పాఠః. ౫౫

(అంగద ఇతి.) త్రిభాగబలసంవృతః-తృతీయాంశేన, బలేన సైన్యేన, సంవృత ఇత్యర్థః
వృత్తివిషయే పూరణార్థత్వం సంఖ్యాశబ్ద స్యేష్యతే. ౫౬

(తేషా మితి.) విప్రణష్టానాం బిలే అదర్శనం గతానాం. ౫౭

(తే వయ మితి.) కాలస్య సుగ్రీవకల్పితమానస్య. కపిరాజస్య సుగ్రీవాత్ ౫౮

(దృష్ట్వే త్యాది) శ్లోకద్వయ మేకం వాక్యం ౬౦

తవ నాశం చ వైదేహి వాలినశ్చ వధం తథా,
ప్రాయోపవేశ మస్మాకం మరణం చ జటాయుషః. ౬౧

తేషాం న స్స్వామిసందేశా న్నిరాశానాం ముమూర్షతాం,
కార్యహేతో రివాఽఽయాత శ్శకుని ర్వీర్యవా న్మహాన్. ౬౨

గృధ్రరాజస్య సోదర్య స్సంపాతి ర్నామ గృధ్రరాట్,
శ్రుత్వా భ్రాతృవధం కోపా దిదం వచన మబ్రవీత్. ౬౩

యవీయా న్కేన మే భ్రాతా హతః క్వ చ నిపాతితః,
ఏత దాఖ్యాతు మిచ్ఛామి భవద్భి ర్వానరోత్తమాః. ౬౪

అంగదోఽకథయ త్తస్య జనస్థానే మహ ద్వధం,
రక్షసా భీమరూపేణ త్వా ముద్దిశ్య యథాతథం. ౬౫

జటాయుషో వధం శ్రుత్వా దుఃఖిత స్సోఽరుణాత్మజః,
త్వాం శశంస వరారోహే వసంతీం రావణాలయే. ౬౬

తస్య త ద్వచనం శ్రుత్వా సంపాతేః ప్రీతివర్ధనం,
అంగదప్రముఖా స్తూర్ణం తత స్సంప్రస్థితా వయం. ౬౭

వింధ్యా దుత్థాయ సంప్రాప్తా స్సాగరస్యాంత ముత్తరం,
త్వద్దర్శనకృతోత్సాహా హృష్టా స్తుష్టాః ప్లవంగమాః. ౬౮

---

పరిదేవనకర్మాఽఽహ (తవేతి.) ౬౧

(తేషా మితి.) స్వామిసందేశాత్ మాసా దూర్ధ్వ మనాగతానాం భయ మిత్యేవంరూపాత్. తేషాం కార్యహేతోః. ౬౨-౬౩

(వింధ్యా దితి.) హృష్టాః ఉత్సాహవంతః. తుష్టా ఆనందవంతః. ౬౮

(హనుమతా స్వప్రవృత్తినివేదనం)

అంగదప్రముఖా స్సర్వే వేలోపాంత ముపస్థితాః,
చింతాం జగ్ముః పునర్భీతా స్త్వద్దర్శనసముత్సుకాః. ౭౯

అథాఽహం హరిసైన్యస్య సాగరం ప్రేక్ష్య సీదతః,
వ్యవధూయ భయం తీవ్రం యోజనానాం శతం ప్లుతః. ౮౦

లంకా చాఽపి మయా రాత్రౌ ప్రవిష్టా రాక్షసాకులా,
రావణశ్చ మయా దృష్ట స్త్వం చ శోకపరిప్లుతా. ౮౧

ఏత త్తే సర్వ మాఖ్యాతం యథావృత్త మనిందితే,
అభిభాషస్వ మాం దేవి దూతో దాశరథే రహం. ౮౨

తం మాం రామకృతోద్యోగం త్వన్నిమిత్త మిహాఽఽగతం,
సుగ్రీవసచివం దేవి బుధ్యస్వ పవనాత్మజం. ౮౩

కుశలీ తవ కాకుత్స్థ స్సర్వశస్త్రభృతాం వరః,
గురో రారాధనే యుక్తో లక్ష్మణశ్చ సులక్షణః. ౮౪

తస్య వీర్యవతో దేవి భర్తు స్తవ హితే రతః.
అహ మేక స్తు సంప్రాప్త స్సుగ్రీవవచనా దిహ. ౮౫

---

(అంగదప్రముఖా ఇతి.) వేలోపాంతం - వేలా సింధుపూరః, తస్యోపాంతం 'వేలాంబుధే స్త్రీరవృద్ధ్యోః కాలమర్యాదయో రపీ' తి దర్పః. ౭౯-౮౨

(తం మా మితి.) రామకృతోద్యోగం రామకృతోత్సాహం. ౮౩

(కుశలీతి.) గురోః జ్యేష్ఠస్య, ఆరాధనే శుశ్రూషణే, రతః, లక్ష్మణశ్చ కుశలీ. ౮౪-౮౫

మయేయ మసహాయేన చరతా కామరూపిణా,
దక్షిణా ది గనుక్రాంతా త్వన్మార్గవిచయైషిణా. ౨౬

దిష్ట్యాఽహం హరిసైన్యానాం త్వన్నాశ మనుశోచతాం,
అపనేష్యామి సంతాపం * తవాఽభిగమశంసనాత్. ౨౭

దిష్ట్యా హి మమ న వ్యర్థం దేవి సాగరలంఘనం,
ప్రాప్స్య మ్యహ మిదం దిష్ట్యా త్వద్దర్శనకృతం యశః. ౨౮

రాఘవశ్చ మహావీర్యః క్షిప్రం త్వా మభిపత్స్యతే.
సమిత్రబాంధవం హత్వా రావణం రాక్షసాధిపం. ౨౯

మాల్యవా న్నామ వైదేహి గిరీణా ముత్తమో గిరిః,
తతో గచ్ఛతి గోకర్ణం పర్వతం కేసరీ హరిః. ౩౦

స చ దేవర్షిభి ర్దిష్టః పితా మమ మహాకపిః,
తీర్థే నదీపతేః పుణ్యే శంబసాదన ముద్ధరత్. ౩౧

---

(మయేయ మితి.) విచయైషిణా అన్వేషణేచ్ఛునా. ౨౬

(దిష్ట్యేతి) తవాఽభిగమశంసనాత్ త్వత్సమీపప్రాప్తికథనాత్. ౨౭—౨౯

'బుధ్యస్వ పవనాత్మజ' మితి పవనాత్మజత్వ ముక్తం. తత్కథం వానరస్యేః త్యపేక్షాయా మాహ (మాల్యవా నితి.) గచ్ఛతి అగచ్ఛత్. ౩౦

(స చేతి) సః గోకర్ణం గతః. దేవర్షిభిః తత్రత్యైః. దిష్టః నియుక్తః. శంబసాదనం తీర్థోపద్రవకారిణ మసురం శంబసాదనాఖ్యం, ఉద్ధరత్ ఉదహరత్. దేవర్షిప్రార్థనయా అవధీ దిత్యర్థః. ౩౧

---

* తవాధిగమశంసనాత్ ఇతి పా. త్వద్దర్శనశంసనాత్, ఇతి తత్త్వదీపికా.

(హనుమతా అభిజ్ఞానాంగుళీయకసమర్పణం)

తస్యాఽహం హరిణః క్షేత్రే జాతో వాతేన మైథిలి,
హనుమా నితి విఖ్యాతో లోకే స్వేనైవ కర్మణా. ౮౨

విశ్వాసార్థం తు వైదేహి భర్తు రుక్తా మయా గుణాః,
అచిరా ద్రాఘవో దేవి త్వా మితో నయితాఽనఘే. ౮౩

ఏవం విశ్వాసితా సీతా హేతుభి శ్శోకకర్శితా,
ఉపపన్నై రభిజ్ఞానై ర్దూతం త మవగచ్ఛతి. ౮౪

అతులం చ గతా హర్షం ప్రహర్షేణ చ జానకీ,
నేత్రాభ్యాం వక్రపక్ష్మాభ్యాం ముమోచాఽఽనందజం జలం. ౮౫

చారు త ద్వదనం తస్యా స్తామ్రశుక్లాయతేక్షణం,
అశోభత విశాలాక్ష్యా రాహుముక్త ఇవోడురాట్. ౮౬

* హనుమంతం కపిం వ్యక్తం మన్యతే నాఽన్యథేతి సా. ౮౬½

అథోవాచ హనూమాం స్తా ముత్తరం ప్రియదర్శనాం. ౮౭

ఏత త్తే సర్వ మాఖ్యాతం సమాశ్వసి హి మైథిలి,
కిం కరోమి కథం వా తే రోచతే ప్రతియా మ్యహం. ౮౮

---

(తస్యేతి.) హరిణః హరేః కేసరిణః. క్షేత్రే పత్న్యాం అంజనాయాం, జాతః పితు ర్దేశాంతరగమనకాలే జాతః, అనేనాఽన్యక్షేత్రే కథ మన్యేనోత్పాదన? మితి శంకా పరాకృతా. ౮౨

(విశ్వాసార్థ మితి.) నయితా నేతా. ౮౩

(ఏవ మితి.) అవగచ్ఛతి అవాగచ్ఛత్. ౮౪—౮౮

---

* రామానుజీయం. (హనుమంత మితి.) మన్యతే అమన్యత.

హతేఽసురే సంయతి శంబసాదనే కపిప్రవీరేణ మహర్షిచోదనాత్,
తతోఽస్మి వాయుప్రభవో హి మైథిలి ప్రభావత స్తత్ప్రతిమశ్చ వానరః. ౮౪

ఇతి శ్రీమద్రామాయణే, సుందరకాండే, పఞ్చత్రింశ స్సర్గః.

## అథ షట్త్రింశ స్సర్గః

భూయ ఏవ మహాతేజా హనుమా న్మారుతాత్మజః,
అబ్రవీ త్ప్రశ్రితం వాక్యం సీతాప్రత్యయకారణాత్. ౧

వానరోఽహం మహాభాగే దూతో రామస్య ధీమతః,
రామనామాంకితం చేదం పశ్య దేవ్యంగుళీయకం ౨

ప్రత్యయార్థం తవాఽఽనీతం తేన దత్తం మహాత్మనా,
సమాశ్వసి హి భద్రం తే క్షీణదుఃఖఫలా హ్యసి. ౩

---

దేవీనియుక్తార్థకరణే స్వస్య శక్తి రస్తీతి ద్యోతయితుం స్వమాహాత్మ్య మాహ (హత ఇతి.) తతః అసురవధోపకారాత్. ౮౪

ఇతి శ్రీగోవిందరాజవిరచితే, శ్రీరామాయణభూషణే, శృంగారతిలకాఖ్యానే, సున్దరకాణ్డవ్యాఖ్యానే, పఞ్చత్రింశ స్సర్గః.

## అథ షట్త్రింశ స్సర్గః.

(భూయ ఇత్యాది.) ౧

ఇత్థం సందేశకథనాదినా దేవీం విశ్వాస్యాఽభిజ్ఞానాంగుళీయకదానేన దృఢం విశ్వాసయతి (వానరోఽహ మిత్యాదినా,) ౨-౩

(శ్రీరామాంగుళీయకదర్శనాత్ సీతాయాః సమ్మోదః)

గృహీత్వా ప్రేక్షమాణా సా భర్తుః కరవిభూషణం,
భర్తార మివ సంప్రాప్తా జానకీ ముదితాఽభవత్. ౪

చారు తద్వదనం తస్యా స్తామ్రశుక్లాయతేక్షణం,
అశోభత విశాలాక్ష్యా రాహుముక్త ఇవోడురాట్. ౫

తత స్సా హ్రీమతీ బాలా భర్తృసందేశహర్షితా,
పరితుష్టా ప్రియం కృత్వా ప్రశశంస మహాకపిం. ౬

విక్రాంత స్త్వం సమర్థ స్త్వం ప్రాజ్ఞ స్త్వం వానరోత్తమ,
యేనేదం రాక్షసపదం త్వయైకేన ప్రధర్షితం. ౭

(గృహీత్వేతి.) (గృహీత్వా) దేశాంతరా దాగతం బంధుం దృష్ట్వేవ స్వయం గృహీతవతీ. (ప్రేక్షమాణా) వర్తమానార్థేన శానచా దత్తదృష్టిం న విచాలితవతీ త్యుచ్యతే. (సా) పూర్వం రావణత్వేన శంకితవతీ. (భర్తుః కరవిభూషణం) పాణిగ్రహణకాలే హస్తస్పృష్ట మాభరణం. (కరవిభూషణ) మిత్యనేన భోగాతిశయాత్ ప్రణయకోపే ప్రవృత్తే, పరస్పర మాలోకనభాషణాది విరహదశాయాం, కాంక్షితే భాషణే, మానాతిశయేన మౌనే కృతే, రామోఽంగుళీయకం భూమౌ చ్యావయతి స్మ. తదా వ్యాజేన చ్యుత మంగుళీయక మితి సీతయాఽభిహితే, ప్రణయకోపశైథిల్యాత్ పరస్పరసంశ్లేషో భూయోఽప్యభూత్. ఏవం ఘటకభూతం కరవిభూషణం. (భర్తార మివ సంప్రాప్తా) అంగుళీయకదర్శనాత్తస్య కాంతస్య కరం స్మృతవతీ. తత్స్మృత్యా బాహుం. తత్స్మరణేన తద్విగ్రహం. ఏవం భావనాప్రకర్షేణ తం పురస్థిత మివ మత్వా త మాలింగితవతీ. జననీబుద్ధ్యే మువి (స్సంప్రాప్తే) వేత్యాహ జననీకృతభోగస్యాఽవర్జ్యత్వాత్. (జానకీ) శోకహర్షాభ్యాం క్లేష్టు మనర్హే కులే జాతా. (ముదితాఽభవత్) ఇయ మిదానీం ముదితా. ఉదర్కే కిం భవిష్యతీతి న జాన ఇత్యాహర్షిః. (తనిశ్లోకీ.) ౪—౫

(తత ఇతి.) ప్రియం కృత్వా సంమానం కృత్వా. ౬

(విక్రాంత స్త్వ మితి.) విక్రాంత ఇత్యాదిపదత్రయేణ తద్వ్యత్క్రమేణ జ్ఞానశక్తిబలా న్యుచ్యంతే. (ఇదం రాక్షసపద మితి) ప్రజ్ఞోక్తా. (త్వయైకేనేతి) సామర్థ్యం. (ప్రధర్షిత మితి) విక్రమః. ౭

శతయోజనవిస్తీర్ణ స్సాగరో మకరాలయః,
విక్రమశ్లాఘనీయేన క్రమతా గోష్పదీకృతః. ౮

స హి త్వాం ప్రాకృతం మన్యే వానరం వానరర్షభ,
యస్య తే నాస్తి సంత్రాసో రావణా న్నాఽపి సంభ్రమః. ౯

అర్హసే చ కపిశ్రేష్ఠ మయా సమభిభాషితుం.
యద్యపి ప్రేషిత స్తేన రామేణ విదితాత్మనా. ౧౦

ప్రేషయిష్యతి దుర్ధర్షో రామో న హ్యపరీక్షితం,
పరాక్రమ మవిజ్ఞాయ మత్సకాశం విశేషతః. ౧౧

దిష్ట్యా చ కుశలీ రామో ధర్మాత్మా సత్యసంగరః,
లక్ష్మణశ్చ మహాతేజా స్సుమిత్రానందవర్ధనః. ౧౨

కుశలీ యది కాకుత్స్థః కిన్ను సాగరమేఖలాం,
మహీం దహతి కోపేన యుగాంతాగ్ని రివోత్థితః. ౧౩

---

(న హీతి.) ప్రాకృతం క్షుద్రం, సంభ్రమః వ్యగ్రతా ౮—౯

(అర్హస ఇతి.) యద్యపీతి నిపాతసముదాయో యస్మా దిత్యర్థే. అవ్యయానా మనేకార్థత్వాత్. ౧౦—౧౨

అథ ప్రణయకోపేణ దూతసన్నిధౌ రామం గర్హతే (కుశలీతి.) కాకుత్స్థః పరపరిభవాసహకులే జాతః, అనేన పరపరిభవ ఏవ పరిహరణీయః, న స్వీయ ఇతి నియమోఽస్తి కిం? (కిన్ను సాగరమేఖలాం మహీం దహతి) అత్ర కాకుత్స్థః దహతి కిం ను? న దహతీత్యర్థః (సాగరమేఖలా మితి) విశేషణేన ద్రవద్రవ్యస్యైకేన, కఠినద్రవ్యస్య త్వైకేన బాణేన భవితవ్యం కిం? సాగరసలిల మేవ తైలం కృత్వా మహీం దగ్ధుం సమర్థో న కిః మిత్యర్థః. యద్వా, స్వపత్నీం వా సురక్షితపరిధానాం కరోతీతి భావః. అనాదికృతమర్యాదా మహీ కథం దగ్ధుం శక్యే త్యత్రాహ (యుగాంతేతి.) మహీమర్యాదా తన్నయనరాగపర్యంతైవేతి భావః. 'కిం న సాగరమేఖలా' మిత్యపి పాఠః. కాకుత్స్థః కుశలీ యది తదా మహీం కిం న దహతి? శక్తశ్చే ద్దహత్యేవ న దహతి, అతో న శక్త ఇత్యర్థః. (తనిశ్లోకే.) ౧౩

(సీతాయాః శ్రీరామకుశలాదిపరిప్రశ్నః)

అథవా శక్తిమంతౌ తౌ సురాణా మపి నిగ్రహే,
మమైవ తు న దుఃఖానా మస్తి మన్యే విపర్యయః. ౧౪

కచ్చి న్న వ్యథితో రామః కచ్చి న్న పరితప్యతే.
ఉత్తరాణి చ కార్యాణి కురుతే పురుషోత్తమః. ౧౫

కచ్చి న్న దీన స్సంభ్రాంతః కార్యేషు చ న ముహ్యతి,
కచ్చి త్పురుషకార్యాణి కురుతే నృపతే స్సుతః. ౧౬

ద్వివిధం త్రివిధోపాయ ముపాయ మపి సేవతే,
విజిగీషు స్సుహృ త్కచ్చి న్మిత్రేషు చ పరంతపః. ౧౭

కచ్చి న్మిత్రాణి లభతే మిత్రైశ్చాఽప్యభిగమ్యతే,
కచ్చి త్కల్యాణమిత్రశ్చ మిత్రైశ్చాపి పురస్కృతః. ౧౮

---

పక్షాంతర మాహ (అథవేతి.) ౧౪

(కచ్చిదితి.) న వ్యథితః న కృశః. ఉత్తరాణి కార్యాణి మత్ప్రాప్తిసాధకాని. కచ్చి త్కురుతే ? ౧౫

(కచ్చి న్న దీన ఇతి.) న దీనః కచ్చి. త్సంభ్రాంతస్సన్ కార్యేషు న ముహ్యతి కచ్చి దిత్యన్వయః. పురుషకార్యాణి పురుషేణ కర్తవ్యాని. ౧౬

తా న్యేవాహ (ద్వివిధ మితి.) పరంతపో రామః మిత్రేషు విషయే సుహృత్సన్, ద్వివిధం సామదానరూప ముపాయ మపి. సేవతే కచ్చిత్ ? చకారేణాఽమిత్రా న్సముచ్చీయంతే. అమిత్రేషు విషయే విజిగీషుస్సన్, త్రివిధోపాయం దానభేదదండాన్, సేవతే ప్రయుఙ్క్తే కచ్చిత్ ? సుహృత్సు కదాచి దపి భేదదండౌ న కార్యౌ, శత్రుషు న సామేతి భావః యోజనాంతరే విజిగీషుసుహృత్పదయోః ప్రయోజనం మృగ్యం. ౧౭

(కచ్చి న్మిత్రాణీతి.) అభిగమ్యతే లభ్యతే. మిత్రస్య కంచి దుపకారం కృత్వా స్వయ ముపకారం మిత్రా దపేక్షతే కచ్చి దిత్యర్థః. కల్యాణమిత్రః, పురస్కృతమిత్ర ఇత్యర్థః. ౧౮

కచ్చి దాశాస్తి దేవానాం ప్రసాదం పార్థివాత్మజః,
కచ్చి త్పురుషకారం చ దైవం చ ప్రతిపద్యతే. ౧౯

కచ్చి న్న విగతస్నేహః ప్రవాసా న్మయి రాఘవః,
కచ్చి న్మాం వ్యసనా దస్మా న్మోక్షయిష్యతి వానర. ౨౦

* సుఖానా ముచితో నిత్య మసుఖానా మనూచితః,
దుఃఖ ముత్తర మాసాద్య కచ్చి ద్రామో న సీదతి. ౨౧

కౌసల్యాయా స్తథా కచ్చి త్సుమిత్రాయా స్తథైవ చ,
అభీక్ష్ణం శ్రూయతే కచ్చి త్కుశలం భరతస్య చ. ౨౨

మన్నిమిత్తేన మానార్హః కచ్చి చ్ఛోకేన రాఘవః,
కచ్చి న్నాఽన్యమనా రామః కచ్చి న్మాం తారయిష్యతి. ౨౩

కచ్చి దక్షౌహిణీం భీమాం భరతో భ్రాతృవత్సలః,
ధ్వజినీం మంత్రిభి ర్గుప్తాం ప్రేషయిష్యతి మత్కృతే. ౨౪

(కచ్చి దాశాస్తీతి.) ఆశాస్తి ఆశాస్తే. పురుషకారం స్వబలం. ఏకైకస్యాఽనర్థహేతుత్వా దితి భావః. ౧౯—౨౦

(సుఖానా మితి.) అనూచిత ఇతి దీర్ఘ ఆర్షః. ఉత్తరం ఉత్కృష్టం. ౨౧—౨౨

(మన్నిమిత్తేనేతి.) మన్నిమిత్తేన మయా హేతునా. అన్యమనాః కార్యాంతరాసక్తః. ౨౩

(కచ్చి దక్షౌహిణీ మితి.) ధ్వజినీం సేనాం. ౨౪

---

* రామానుజీయం. (సుఖానా మితి.) అనుచిత ఏవానౌచితః, ప్రజ్ఞాదిభ్య శ్చేతి స్వార్థే అణ్ప్రత్యయః. ఉత్తరం దుఃఖం ఉత్కృష్టం దుఃఖం.

(సీతాయాః శ్రీరామకుశలాదిపరిప్రశ్నః)

వానరాధిపతి శ్శ్రీమాన్ సుగ్రీవః కచ్చి దేష్యతి,
మత్కృతే హరిభి ర్వీరై ర్వృతో దంతనఖాయుధైః. ౨౫

కచ్చి చ్చ లక్ష్మణ శ్శూరః సుమిత్రానందవర్ధనః,
అస్త్రవి చ్ఛరజాలేన రాక్షసా న్విధమిష్యతి. ౨౬

రౌద్రేణ కచ్చి దస్త్రేణ జ్వలతా నిహతం రణే,
ద్రక్ష్యా మ్యల్పేన కాలేన రావణం ససుహృజ్జనం. ౨౭

కచ్చి న్న తద్ధేమసమానవర్ణం తస్యాఽఽననం పద్మసమానగంధి,
మయా వినా శుష్యతి శోకదీనం జలక్షయే పద్మ మివాఽఽతపేన. ౨౮

ధర్మాపదేశా త్త్యజతశ్చ రాజ్యం మాం చాప్యరణ్యం నయతః పదాతిం,
నాఽఽసీ ద్వ్యథా యస్య న భీ ర్న శోకః కచ్చి చ్చ ధైర్యం హృదయే కరోతి. ౨౯

న చాఽస్య మాతా న పితా చ నాఽన్య స్స్నేహా ద్విశిష్టోఽస్తి మయా సమో వా,

---

(కచ్చి న్న త దితి.) హేమశబ్దేన తద్వర్ణ ఉచ్యతే. అభేదేన హేమవ త్స్పృహణీయ మిత్యర్థః. మయా వినేతి జలక్షయస్థానం, శోకదీన మిత్యాతపస్థానం. (తని శ్లోకీ.) ౨౫--౨౮

(ధర్మాపదేశా దితి.) ధర్మాపదేశా ద్ధర్మోద్దేశార్థం. ధర్మ ముద్దిశ్యే త్యర్థః. యద్వా, ధర్మ వ్యాజా ద్ధేతోః, రాజ్యత్యాగా ద్వ్యథా నాసీత్, అరణ్యసంచారా ద్భీ ర్నాసీత్, మత్పాదసంచారా చ్ఛోకో నాసీత్, సః తాదృశధైర్యయుక్తో రామో మద్విశ్లేషేఽపి హృదయే ధైర్యం కరోతి కచ్చిత్. ౨౯

ధైర్యాఽకరణే హేతు మాహ (న చా స్యేతి.) ప్రవృత్తిం మదానయనవార్తాం, ప్రణయరోష పక్షే- కి మేష పితృవచనపరిపాలనాయ వనం ప్రాప్తః? న, కింతు మమైవ హింసాయై ఇతి భావః రామస్యైవ దోషః, న మమేతి సీతయోక్తే, వయ మేవ కిం సమ్యక్ స్థితవంతః. రామవిశ్లేషా నంతరక్షణే న తను స్త్యక్తా హీత్యేవం హనుమదాశయం జ్ఞాత్వాఽఽహ (న చాఽస్యేతి.) రామస్య మాత్రాదయః, అన్యే బంధుశ్చ, స్నేహా ద్విశిష్టా న భవంతి, లోకే కస్యచి న్మాతా పితా భ్రాతే త్యేవం

తావ త్త్వహం దూత జిజీవిషేయం యావ త్ర్పవృత్తిం శృణుయాం ప్రియస్య. ३०

* ఇతీవ దేవీ వచనం మహార్థం తం వానరేంద్రం మధురార్థ ముక్త్వా,
శ్రోతుం పున స్తస్య వచోఽభిరామం రామార్థయుక్తం విరరామ రామా. ३१

సీతాయా వచనం శ్రుత్వా మారుతి ర్భీమవిక్రమః,
శిర స్యంజలి మాధాయ వాక్య ముత్తర మబ్రవీత్. ३२

స్నేహో విస్మృత్వరో భవతి. న చైవం రామస్య మాత్రాదిషు సంభావితః. సర్వోఽపి మయ్యేక మార్గః కృతః. యావత్ప్రియస్య ప్రవృత్తిం. శృణుయాం శృణోమి. (తావ జ్జిజీవిషేయం) జీవేయం, ఇచ్ఛాయా ఇష్యమాణప్రధానత్వా దిష్యమాణం జీవన మిహాఽభిధీయతే. (రామః) 'న మాంసం రాఘవో భుఙ్క్తే' ఇత్యుక్తరీత్యా భోజనం, 'అనిద్ర స్సతతం రామ' ఇతి నిద్రాం చ హిత్వా సముద్రం బధ్వా సమాగచ్ఛేత్, తావా ర్తే ప్రపాం గతే తస్యాం భిన్నపానీయపాత్రాయాం సత్యా మివ మయి నష్టాయాం, న జీవేత్. అత స్తదాగమనపర్యంతం మయా జీవితవ్యం, పరతంత్రశరీరత్వాత్. తదాగమ నానంతర మపి యది జీవిష్యామి తదేత్థం వదే దితి భావః, ఏతావత్పర్యంతం వానరేతి సంబోధ్య సంప్రతి (దూతేత్యాహ) రామవిషయప్రణయరోషస్య దూతపర్యంతం వ్యాపనాత్. తేన ప్రహితః ఖలు భవా నపీతి భావః, ప్రణయరోషాభావపక్షేఽపి (న చాస్యేతి.) అస్య మాతా చాఽస్మిన్ స్నేహాత్ మత్తః న విశిష్టా, మయా న సమా చ. యథాఽహ మస్మిన్ స్నిగ్ధా తథా నాఽన్య ఇత్యర్థః. ఏతదేవో త్తరార్ధేన సమర్థయతి (తావ దితి.) ३०

(ఇతీ వేతి) ఇతీవ పూర్వం కతిపయా నర్థాన్ వివిచ్యోక్తవాన్, సంప్రతి ప్రణయధారా సూక్ష్మ మృషిణా మపదం హి. తత ఇతీవేత్యాహ. (దేవీ) వల్లభాయా వ్యవహారో బహిష్ఠానాం న ప్రతిభాతి హి. (వచనం మహార్థం) న కేవలం బహిష్ఠానాం, దేశికానా మస్మాక మపీత్యర్థః. మహార్థ మిత్యుక్తేః. (తం వానరేంద్రం) సుగ్రీవస్య శేషత్వేఽభిషిక్తత్వేఽపి పారతంత్ర్యే హనుమా నభిషిక్త ఇత్యర్థః. (మధురార్థం) మాధుర్యేణ మధ్యే హనుమా న్న వక్తు మారభతేతి భావః. (ఉక్త్వా) స తదీయాశ్చ యదాఽభివర్ధంతే తథోక్త్వా (శ్రోతుం పున స్తస్య వచోఽభిరామం) స్వవచనానురూపోత్తరం శ్రోతుం. (రామార్థయుక్తం) రామప్రయోజనయుక్తం. రామరూపాభిధేయ యుక్తం వా. (విరరామ) స్వయం చిరభాషణా త్స్వామిన్యాం భాషమాణాయాం మధ్యే భృత్యే నోక్త్యయోగాచ్చ తూష్ణీంభూతస్యాఽవకాశప్రదాన మకరోత్. (తనిశ్లోకీ.) ३१-३२

* రామానుజీయం. పారంపర్యం వినా సాక్షా ద్వచస్సౌందర్యదర్శనం రామేణాపి న లబ్ధం మితి మునిః ఖిద్యతే.

(హనుమతా సీతావచనస్యోత్తరదానం)

న త్వా మిహస్థాం జానీతే రామః కమలలోచనే,
తేన త్వాం నాఽఽనయత్యాశు శచీ మివ పురందరః. 33

శ్రుత్వైవ తు వచో మహ్యం క్షిప్ర మేష్యతి రాఘవః,
చమూం ప్రకర్ష న్మహతీం హర్యృక్షగణసంకులాం. 34

విష్టంభయిత్వా బాణౌఘై రక్షోభ్యం వరుణాలయం,
కరిష్యతి పురీం లంకాం కాకుత్స్థ శ్శాంతరాక్షసాం. 35

తత్ర య ద్యంతరా మృత్యు ర్యది దేవా స్సహాఽసురాః,
స్థాస్యంతి పథి రామస్య స తా నపి వధిష్యతి. 36

తవాఽదర్శనజేనాఽఽర్యే శోకేన స పరిప్లుతః,
న శర్మ లభతే రామ స్సింహార్దిత ఇవ ద్విపః. 37

---

(న త్వా మితి.)(రామః.) 'న జీవేయం క్షణ మపి వినా తా మసితేక్షణా' మిత్యధ్యవసాయీ కథం నాఽఽగచ్ఛేత్ ? (కమలలోచనే) త్వన్నయనసౌందర్యం దర్పణతలేఽపి కిం న దృష్టవతీ భవతీ ? ఏత త్సౌందర్యవతీం కథం త్వాం వినా స తిష్ఠేత్ ? (తేన) అనేన హేతునా. (ఆశు త్వాం నాఽఽనయతి శచీం పురందర ఇవ.)అనుహ్లాదహస్తగతాం శచీ మింద్రః కంచిత్కాల మవిజ్ఞాయ జ్ఞానానంతరం యథా ఆనీతవాన్ తథేతి భావః. (తనిశ్లోకీ.) 33

(శ్రుత్వేతి.) మహ్యం మమ, వ్యత్యయేన షష్ఠ్యర్థే చతుర్థీ. 34

సముద్రం కథ మతిక్రమిష్యతీ త్యత్రాహ (విష్టంభయిత్వేతి) విష్టంభయిత్వా స్తబ్ధం కృత్వే త్యర్థః. 35

(తత్రేతి.) స్థాస్యంతి ప్రతిబంధకతయేతి శేషః. 36—37

మలయేన చ వింధ్యేన మేరుణా మందరేణ చ,
దర్దురేణ చ తే దేవి శపే మూలఫలేన చ. ౩౮

యథా సునయనం వల్గు బింబోష్ఠం చారుకుండలం,
ముఖం ద్రక్ష్యసి రామస్య పూర్ణచంద్ర మివోదితం. ౩౯

క్షిప్రం ద్రక్ష్యసి వైదేహి రామం ప్రస్రవణే గిరౌ
శతక్రతు మివాఽఽసీనం * నాకపృష్ఠస్య మూర్ధని. ౪౦

న మాంసం రాఘవో భుఙ్క్తే న చాపి మధు సేవతే,
వన్యం సువిహితం నిత్యం భక్త మశ్నాతి పంచమం. ౪౧

నైవ దంశా న్న మశకా న్న కీటా న్న సరీసృపాన్,
రాఘవోఽపనయే ద్గాత్రా త్త్వద్గతే నాఽంతరాత్మనా. ౪౨

గిరీణాం స్వజీవనస్థానత్వా త్త్రై శ్శపతి (మలయే నేతి.) దర్దురో నామ మలయపరిసరవర్తీ చందనప్రభవః కశ్చి త్పర్వతః. (యథేతి) తథా శప ఇతి పూర్వేణాఽన్వయః. ౩౮—౩౯

(క్షిప్ర మితి.) నాకపృష్ఠో నామ ఇంద్రస్యాఽసాధారణస్వర్గస్థానవిశేషః. ౪౦

(న మాంస మితి.) 'దృఙ్మనస్సంగసంకల్పజాగరాః కృశతాఽరతిః, హ్రీత్యాగోన్మాద మూర్ఛాంతా ఇత్యనంగదశా దశే' తి దశావస్థా స్వరతి రనేనోచ్యతే. మాంసాద్యభోజనం అరత్యా. తతః పూర్వం తద్భోజనోక్తేః. వన్యం వనే భవం కందమూలాదికం, సువిహితం వానప్రస్థయోగ్య త్వేన విహితం, భక్తం అన్నం, పంచమం ప్రాతస్సంగవమధ్యాహ్నాపరాహ్ణసాయంరూపేషు పంచమ కాలికం, శరీరధారణమాత్రోపయుక్తం భుఙ్క్తే ఇత్యర్థః. (తనిశ్లోకీ.) ౪౧

అథ మనస్సంగావస్థా మాహ (నైవేతి ) దంశా స్తు వనమక్షికాః, తాన్ మశకాం శ్చైత్యనేన దంశమశకాపరిజ్ఞాన ముక్తం. కీటసరీసృపోక్త్యా ఉపరిశరీరం చరతా మనివృత్తి రుచ్యతే. తత్ర హేతుః (త్వద్గతేనాఽంతరాత్మనా) పరకాయప్రవిష్టస్య కథం త్యక్తశరీరవికృతిజ్ఞానం? తత్ర స్థితః ఖలు తత్రత్య పీడాం జ్ఞాస్యతీతి భావః. ౪౨—౪౩

* నాగరాజస్య ఇతి పా.

(హనుమతా శ్రీరామవిరహావస్థానివేదనం)

నిత్యం ధ్యానపరో రామో నిత్యం శోకపరాయణః,
నాఽన్య చ్చింతయతే కించి త్స తు కామవశం గతః. ४३

అనిద్ర స్సతతం రామః సుప్తోఽపి చ నరోత్తమః.
సీతేతి మధురాం వాణీం వ్యాహర న్ప్రతిబుధ్యతే. ४४

దృష్ట్వా ఫలం వా పుష్పం వా యద్వాఽన్య త్సుమనోహరం,
బహుశో హా ప్రియే త్యేవం శ్వసం స్త్వా మభిభాషతే. ४५

స దేవి నిత్యం పరితప్యమాన స్త్వా మేవ సీతే త్యభిభాషమాణః,
ధృతవ్రతో రాజసుతో మహాత్మా తవైవ లాభాయ కృతప్రయత్నః. ४६

సా రామసంకీర్తనవీతశోకా రామస్య శోకేన సమానశోకా,

అథాఽన్య జాగరావస్థా మాహ (అనిద్ర ఇతి.) 'అనిద్ర స్సతతం రామః' నిద్రయా సర్వదా కాలక్షేపార్హోఽపి సంతత మనిద్రోఽభూత్. (సుప్తోఽపి చే) త్యనేన పరగతార్థానుసంధానాభావ ఉచ్యతే. (నరోత్తమః) అభిమతవిశేషే తథాఽవస్థాన మేవ హి పురుషోత్తమత్వస్య లక్షణ మితి భావః. (సీతేతి) అప్రాకృతసౌందర్యాద్యనుసంధానేన వాసనావశా ద్విలపతి. (మధురాం వాణీం) వాసనావశా ద్విలపత్యపి శబ్దస్వభావా ద్రసనా జలస్యందినీ భవతీ త్యర్థః. (ప్రతిబుధ్యతే) క్లేశహీనదశావిగమా త్పునరపి బాధకోద్దీపనసందర్శనేన బాధార్హ స్థిత ఇత్యర్థః. ४३-४६

(సా రామేతి.) రామసద్భావాతిశంకయా కశ్చి చ్ఛోక స్సీతాయాః. రామవిరహేణ కశ్చి చ్ఛోకః. తత్రాఽఽద్యో హనుమదుక్త్యా నివృత్తః. ద్వితీయస్తు వర్తత ఇత్యాహ (రామస్య శోకేన సమానశోకా) తద్విరహకృతత్వేన తత్తుల్యశోకా, అధికశోకస్తు నివృత్త ఇతి భావః, యద్వా.

శరన్ముఖే సాంబుదశేషచన్ద్రా నిశేవ వైదేహసుతా బభూవ. ४౭

ఇతి శ్రీమద్రామాయణే, సున్దరకాణ్డే, షట్త్రింశ స్సర్గః.

అథ సప్తత్రింశ స్సర్గః.

సీతా త ద్వచనం శ్రుత్వా పూర్ణచన్ద్రనిభాననా,
హనూమంత మువా చేదం ధర్మార్థసహితం వచః. ౧

అమృతం విషసంసృష్టం త్వయా వానర భాషితం,
యచ్చ నాన్యమనా రామో యచ్చ శోకపరాయణః. ౨

ఐశ్వర్యే వా సువిస్తీర్ణే వ్యసనే వా సుదారుణే,
రజ్జ్వేవ పురుషం బద్ధ్వా కృతాంతః పరికర్షతి. ౩

---

రామసంకీర్తనేన వీతశోకాఽపి 'నైవ దంశా న్న మశకా' నిత్యాదిశ్రవణేన రామతుల్యశోకా, ప్రకాశా ఽప్రకాశశరన్ముఖనిశేవాఽభూ దిత్యర్థః. ४౭

ఇతి శ్రీగోవిందరాజవిరచితే, శ్రీరామాయణభూషణే, శృంగారతిలకాఖ్యానే, సున్దరకాణ్డవ్యాఖ్యానే, షట్త్రింశ స్సర్గః.

అథ సప్తత్రింశ స్సర్గః

(సీతేత్యాది.) ౧

(అమృత మితి.) యచ్చ నాన్యమనా ఇత్యమృతత్వే హేతుః, యచ్చ శోకపరాయణ ఇతి విషసంసృష్టత్వే. (తనిశ్లోకీ.) ౨

రామవియోగో న స్వబుద్ధికృత ఇత్యాహ (ఐశ్వర్యే ఇతి) కృతాంతః దైవం. ౩

(సీతయా స్వదురవస్థాకథనం)

విధి ర్నూన మసంహార్యః ప్రాణినాం ప్లవగోత్తమ,
సౌమిత్రిం మాం చ రామం చ వ్యసనైః పశ్య మోహితాన్. ౪

శోకస్యాఽస్య కదా పారం రాఘవోఽధిగమిష్యతి,
ప్లవమానః పరిశ్రాంతో హతనౌ స్సాగరే యథా. ౫

రాక్షసానాం వధం కృత్వా సూదయిత్వా చ రావణం,
లంకా మున్మూలితాం కృత్వా కదా ద్రక్ష్యతి మాం పతిః. ౬

స వాచ్య స్సంత్వరస్వేతి యావదేవ న పూర్యతే,
అయం సంవత్సరః కాల స్తావ ద్ధి మమ జీవితం. ౭

వర్తతే దశమో మాసో ద్వౌ తు శేషౌ ప్లవంగమ,
రావణేన నృశంసేన సమయో యః కృతో మమ. ౮

విభీషణేన చ భ్రాత్రా మమ నిర్యాతనం ప్రతి,
అనునీతః ప్రయత్నేన న చ త త్కురుతే మతిం. ౯

మమ ప్రతిప్రదానం హి రావణస్య న రోచతే,
రావణం మార్గతే సంఖ్యే మృత్యుః కాలవశం గతం. ౧౦

జ్యేష్ఠా కన్యాఽనలా నామ విభీషణసుతా కపే,
తయా మమేద మాఖ్యాతం మాత్రా ప్రహితయా స్వయం. ౧౧

---

(విధి రితి.) విధిః దైవం, అసంహార్యః అనివార్యః. ౪-౭

(వర్తత ఇతి.) దశమో మాసః దశమమాసాంతః ౮

(విభీషణేనేతి.) నిర్యాతనం ప్రత్యర్పణం. ౯-౧౧

అసంశయం హరిశ్రేష్ఠ క్షిప్రం మాం ప్రాప్స్యతే పతిః,
అంతరాత్మా హి మే శుద్ధ స్తస్మిం శ్చ బహవో గుణాః. ౧౨

ఉత్సాహః పౌరుషం సత్త్వ మానృశంస్యం కృతజ్ఞతా,
విక్రమశ్చ ప్రభావశ్చ సంతి వానర రాఘవే. ౧౩

చతుర్దశ సహస్రాణి రాక్షసానాం జఘాన యః,
జనస్థానే వినా భ్రాత్రా శత్రుః క స్తస్య నోద్విజేత్. ౧౪

న స శక్య స్తులయితుం వ్యసనైః పురుషర్షభః,
అహం తస్య ప్రభావజ్ఞా శక్రస్యేవ పులోమజా. ౧౫

శరజాలాంశుమాం చ్ఛూరః కపే రామదివాకరః,
శత్రురక్షోమయం తోయ ముపశోషం నయిష్యతి. ౧౬

ఇతి సంజల్పమానాం తాం రామార్థే శోకకర్శితాం,
అశ్రుసంపూర్ణనయనా మువాచ వచనం కపిః. ౧౭

శ్రుత్వైవ తు వచో మహ్యం క్షిప్ర మేష్యతి రాఘవః,
చమూం ప్రకర్ష న్మహతీం హర్యృక్షగణసంకులాం. ౧౮

అథవా మోచయిష్యామి త్వా మద్యైవ వరాననే,
అస్మా ద్దుఃఖా దుపారోహ మమ పృష్ఠ మనిందితే. ౧౯

---

(ఉత్సాహ ఇతి.) లోకోత్తరేషు కార్యేషు స్థేయాన్ ప్రయత్న ఉత్సాహః. పౌరుషం తాదృక్కార్యకరణం, సత్త్వం బలం, ఆనృశంస్యం అక్రూరత్వం, కృతజ్ఞతా ఉపకారజ్ఞత్వం, విక్రమః శౌర్యం. ప్రభావః శక్తిః. ౧౨—౧౪

(న స ఇతి.) తులయితుం చాలయితుం. ౧౫—౧౯

(హనుమతా స్వపృష్ఠేన సముద్రతరణాయ సీతాప్రార్థనం)

త్వాం తు పృష్ఠగతాం కృత్వా సంతరిష్యామి సాగరం,
శక్తి రస్తి హి మే వోఢుం లంకా మపి సరావణాం. ౨౦

అహం ప్రస్రవణస్థాయ రాఘవాయాఽద్య మైథిలి,
ప్రాపయిష్యామి శక్రాయ హవ్యం హుత మివాఽనలః. ౨౧

ద్రక్ష్య స్యద్యైవ వైదేహి రాఘవం సహలక్ష్మణం,
వ్యవసాయసమాయుక్తం విష్ణుం దైత్యవధే యథా. ౨౨

త్వద్దర్శనకృతోత్సాహ మాశ్రమస్థం మహాబలం,
పురందర మివాఽఽసీనం నాకరాజస్య మూర్ధని. ౨౩

పృష్ఠ మారోహ మే దేవి మా వికాంక్షస్వ శోభనే,
యోగ మన్విచ్ఛ రామేణ శశాంకేనేవ రోహిణీ. ౨౪

కథయంతీవ చంద్రేణ సూర్యేణ చ మహార్చిషా,
మత్పృష్ఠ మధిరుహ్య త్వం తరాఽఽకాశమహార్ణవౌ. ౨౫

న హి మే సంప్రయాతస్య త్వా మితో నయతోఽంగనే,
అనుగంతుం గతిం శక్తా స్సర్వే లంకానివాసినః. ౨౬

యథై వాఽహ మిహ ప్రాప్త స్తథై వాఽహ మసంశయః,
యాస్యామి పశ్య వైదేహి త్వా ముద్యమ్య విహాయసం. ౨౭

---

(త్వద్దర్శనేతి.) నాకరాజస్య మూర్ధని నాకపృష్ఠసంజ్ఞస్య మూర్ధని, నగరాజస్యేతి పాఠే మేరో రిత్యర్థః. ౨౦-౨౩

(పృష్ఠ మితి.) మా వికాంక్షస్వ మోపేక్షిష్ఠాః. ౨౪

(కథయంతీ వేతి.) చంద్రేణ కథయంతీవ చంద్రేణ భాషమాణేవ, తరే త్యన్వయః. ౨౫-౨౭

మైథిలీ తు హరిశ్రేష్ఠా చ్ఛ్రుత్వా వచన మద్భుతం,
హర్షవిస్మితసర్వాంగీ హనుమంత మథాఽబ్రవీత్. ౨౮

హనుమన్ దూర మధ్వానం కథం మాం వోఢు మిచ్ఛసి,
తదేవ ఖలు తే మన్యే కపిత్వం హరియూథప. ౨౯

కథం వాఽల్పశరీర స్త్వం మా మితో నేతు మిచ్ఛసి,
సకాశం మానవేంద్రస్య భర్తు ర్మే ప్లవగర్షభ. ౩౦

సీతాయా వచనం శ్రుత్వా హనుమా న్మారుతాత్మజః,
చింతయామాస లక్ష్మీవా న్నవం పరిభవం కృతం. ౩౧

న మే జానాతి సత్త్వం వా ప్రభావం వాఽసితేక్షణా,
తస్మా త్పశ్యతు వైదేహీ య ద్రూపం మమ కామతః. ౩౨

ఇతి సంచిత్య హనుమాం స్తదా ప్లవగసత్తమః,
దర్శయామాస వైదేహ్యా స్స్వరూప మరిమర్దనః. ౩౩

స తస్మా త్పాదపా ద్ధీమా నాప్లుత్య ప్లవగర్షభః,
తతో వర్ధితు మారేభే సీతాప్రత్యయకారణాత్. ౩౪

---

(మైథిలీ త్వితి.) హర్షవిస్మితసర్వాంగీ హర్షేణ పులకితసర్వాంగీ. ౨౮-౩౧

('న మే జానాతి) సత్త్వం వా ప్రభావం వాఽసితేక్షణా. తస్మా త్పశ్యతు వైదేహీ య ద్రూపం మమ కామత' ఇతి పాఠః. అన్యథా పాఠే వక్ష్యమాణేన విరోధ స్స్యాత్. ౩౨

(ఇతి సంచింత్యేతి.) స్వరూపం స్వస్య శరీరం. ౩౩

ఏత దేవాహ(స తస్మా దితి.) అయం శ్లోకో వర్ధనార్థం వృక్షా దవరోహణం దర్శయతి స్మ. అనేన 'సోఽవతీర్య ద్రుమా' దితి పూర్వం ద్రుమాగ్రా త్సీతాసమీపస్థశాఖాయా మవతరణ ముక్తం. అత్ర భూమా వితి బోధ్యం. ౩౪

(హనుమతా సీతాయై స్వస్వరూపప్రదర్శనం)

మేరుమందరసంకాశో బభౌ దీప్తానలప్రభః,
అగ్రతో వ్యవతస్థే చ సీతాయా వానరోత్తమః. ౩౫

హరిః పర్వతసంకాశ స్తామ్రవక్త్రో మహాబలః,
వజ్రదంష్ట్రనఖో భీమో వైదేహీ మిద మబ్రవీత్. ౩౬

సపర్వతవనోద్దేశాం సాట్టప్రాకారతోరణాం,
లంకా మిమాం సనాథాం వా నయితుం శక్తి రస్తి మే. ౩౭

త దవస్థాప్యతాం బుద్ధి రలం దేవి వికాంక్షయా,
విశోకం కురు వైదేహి రాఘవం సహలక్ష్మణం. ౩౮

తం దృష్ట్వా భీమసంకాశ మువాచ జనకాత్మజా,
పద్మపత్రవిశాలాక్షీ మారుత స్యౌరసం సుతం. ౩౯

తవ సత్త్వం బలం చైవ విజానామి మహాకపే,
వాయో రివ గతిం చాఽపి తేజశ్చాఽగ్నే రివాఽద్భుతం. ౪౦

ప్రాకృతోఽన్యః కథం చేమాం భూమి మాగంతు మర్హతి,
ఉదధే రప్రమేయస్య పారం వానరపుంగవ. ౪౧

జానామి గమనే శక్తిం నయనే చాఽపి తే మమ,
అవశ్యం సంప్రధార్యాఽఽశు కార్యసిద్ధి ర్మహాత్మనః. ౪౨

---

(మేరుమందరేతి.) అగ్రతో వ్యవతస్థే, సంభాషణాయ వృక్షమూలగతో బభూవే త్యర్థః. ౩౫-౩౭

(త దితి.) అవస్థాప్యతాం నిశ్చలీక్రియతాం. వికాంక్షయా ఉపేక్షయా. ౩౮-౪౧

(జానామీతి.) సంప్రధార్యా విచారణీయా. ౪౨

అయుక్తం తు కపిశ్రేష్ఠ మమ గంతుం త్వయాఽనఘ,
వాయువేగసవేగస్య వేగో మాం మోహయే త్తవ. ౪౩

అహ మాకాశ మాపన్నా హ్యుపర్యుపరి సాగరం,
ప్రపతేయం హి తే పృష్ఠా ద్భయా ద్వేగేన గచ్ఛతః. ౪౪

పతితా సాగరే చాఽహం తిమినక్రఝషాకులే,
భవేయ మాశు వివశా యాదసా మన్న ముత్తమం. ౪౫

న చ శక్ష్యే త్వయా సార్ధం గంతుం శత్రువినాశన,
కళత్రవతి సందేహ స్త్వయ్యపి స్యా దసంశయః. ౪౬

హ్రియమాణాం తు మాం దృష్ట్వా రాక్షసా భీమవిక్రమాః,
అనుగచ్ఛేయు రాదిష్టా రావణేన దురాత్మనా ౪౭

తై స్త్వం పరివృత శ్శూరై శ్శూలముద్గరపాణిభిః,
భవే స్త్వం సంశయం ప్రాప్తో మయా వీర కళత్రవాన్. ౪౮

---

స్వప్రాపణే ప్రధానం దోషం హృది కృత్వా ఆపాతతో దోష మాహ (అయుక్త మితి.) ౪౩

(అహ మితి.) ఉపర్యుపరి సాగర మితి 'ఉపర్యధ్యధస స్సామీప్యే' ఇతి ద్వివచనం, ధిగుపర్యాదిష్వితి ద్వితీయా. ౪౪

(పతితేతి.) యాదసాం జలజంతూనాం. ౪౫

(న చేతి.) కళత్రవతి రక్ష్యవతి, త్వయి సందేహ స్స్యాత్, మయి రక్ష్యాయాం త్వయి విపత్సందేహ స్స్యా దిత్యర్థః. ౪౬

ఏత దేవ ప్రపంచయతి (హ్రియమాణా మిత్యాదినా.) ౪౭

(తై రితి.) త్వం తైః పరివృతో భవేః, కళత్రవాన్ రక్ష్యవాన్, త్వం సంశయం ప్రాప్తశ్చ భవే రితి యోజనా. ౪౮

(సీతాయాః హనుమతా సహ స్వాగమనాఽనంగీకారః)

సాయుధా బహవో వ్యోమ్ని రాక్షసా స్త్వం నిరాయుధః,
కథం శక్ష్యసి సంయాతుం మాం చైవ పరిరక్షితుం. ౪౯

యుధ్యమానస్య రక్షోభి స్తవ తైః క్రూరకర్మభిః,
ప్రపతేయం హి తే పృష్ఠా ద్భయార్తా కపిసత్తమ. ౫౦

అథ రక్షాంసి భీమాని మహాంతి బలవంతి చ,
కథంచి త్సాంపరాయే త్వాం జయేయుః కపిసత్తమ. ౫౧

అథవా యుధ్యమానస్య పతేయం విముఖస్య తే,
పతితాం చ గృహీత్వా మాం నయేయుః పాపరాక్షసాః. ౫౨

మాం వా హరేయు స్త్వద్ధస్తా ద్విశసేయు రథాపి వా,
అవ్యవస్థౌ హి దృశ్యేతే యుద్ధే జయపరాజయౌ. ౫౩

అహం వాఽపి విపద్యేయం రక్షోభి రభితర్జితా,
త్వత్ప్రయత్నో హరిశ్రేష్ఠ భవే న్నిష్ఫల ఏవ తు. ౫౪

కామం త్వ మసి పర్యాప్తో నిహంతుం సర్వరాక్షసాన్,
రాఘవస్య యశో హీయే త్త్వయా శస్తైస్తు రాక్షసైః. ౫౫

---

(సాయుధా ఇతి.) సంయాతుం సమ్య గ్యోద్ధుం. ౪౯

(అథేతి.) సాంపరాయే యుద్ధే. ౫౧

(అథవేతి.) విముఖస్య యుద్ధపరవశస్యే త్యర్థః. ౫౨-౫౫

అథవా దాయరక్షాంసి న్యసేయు స్సంవృతే హి మాం,
యత్ర తే నాఽభిజానీయు ర్హరయో నాఽపి రాఘవౌ.
ఆరంభ స్తు మదర్థోఽయం తత స్తవ నిరర్థకః, ౫౬౪

* త్వయా హి సహ రామస్య మహా నాగమనే గుణః. ౫౭

మయి జీవిత మాయత్తం రాఘవస్య మహాత్మనః,
భ్రాతౄణాం చ మహాబాహో తవ రాజకులస్య చ. ౫౮

తౌ నిరాశౌ మదర్థం తు శోకసంతాపకర్శితౌ,
సహ సర్వర్క్షహరిభి స్త్యక్ష్యతః ప్రాణసంగ్రహం. ౫౯

భర్తృభక్తిం పురస్కృత్య రామా దన్యస్య వానర,
న స్పృశామి శరీరం తు పుంసో వానరపుంగవ ౬౦

య దహం గాత్రసంస్పర్శం రావణస్య బలా ద్గతా,
అనీశా కిం కరిష్యామి వినాథా వివశా సతీ. ౬౧

యది రామో దశగ్రీవ మిహ హత్వా సబాంధవం,
మా మితో గృహ్య గచ్ఛేత త త్తస్య సదృశం భవేత్. ౬౨

---

(అథవేతి.) సంవృతే గూఢప్రదేశే. ౫౬౪

(మయీతి.) తవ రాజకులస్య సుగ్రీవరాజకులస్య. ౫౮–౬౦

(య దహ మితి.) అనీశా స్వయం కించి త్కర్తు మసమర్థా. వినాథా విగతస్వామికా, వివశా విచేష్టా. ౬౧–౬౨

---

* రామానుజీయం. అతో మమావస్థానం రామాయ విజ్ఞాప్య తేన సహాఽఽగమనే మహా-చ్ఛ్రేయస్స్యా దిత్యాహ (త్వయా హీతి.)

(సీతాప్రత్యుత్తరేణ హనుమతః సంతోషః)

శ్రుతా హి దృష్టాశ్చ మయా పరాక్రమా మహాత్మన స్తస్య రణావమర్దినః,
న దేవగంధర్వభుజంగరాక్షసా భవంతి రామేణ సమా హి సంయుగే. ౬౩

సమీక్ష్య తం సంయతి చిత్రకార్ముకం మహాబలం వాసవతుల్యవిక్రమం,
సలక్ష్మణం కో విషహేత రాఘవం హుతాశనం దీప్త మివాఽనిలేరితం. ౬౪

సలక్ష్మణం రాఘవ మాజిమర్దనం దిశాగజం మత్త మివ వ్యవస్థితం,
సహేత కో వానరముఖ్య సంయుగే యుగాంతసూర్యప్రతిమం శరార్చిషం. ౬౫

స మే హరిశ్రేష్ఠ సలక్ష్మణం పతిం సయూథపం క్షిప్ర మిహోపపాదయ,
చిరాయ రామం ప్రతి శోకకర్శితాం కురుష్వ మాం వానరముఖ్య హర్షితాం. ౬౬

ఇతి శ్రీమద్రామాయణే, సుందరకాండే, సప్తత్రింశ స్సర్గః.

---

(శ్రుతా ఇతి.) ప్రథమహిశబ్దో గుణప్రసిద్ధౌ, ద్వితీయో నిస్సమత్వప్రసిద్ధౌ ౬౩-౬౫

(స ఇతి.) హర్షితాం హర్ష మాసాదితాం, ఉత్తరోత్తరహర్షవతీ మిత్యర్థః. అనన్య భక్తితయా ఉపాయాంతరం స్వరూపవిరుద్ధం, భగవత్ప్రాప్తౌ స ఏవోపాయ ఇతి దర్శితః. ౬౬

ఇతి శ్రీగోవిందరాజవిరచితే, శ్రీరామాయణభూషణే, శృంగారతిలకాఖ్యానే, సున్దరకాణ్డవ్యాఖ్యానే, సప్తత్రింశ స్సర్గః.

## అథ అష్టత్రింశ స్సర్గః

తత స్స కపిశార్దూల స్తేన వాక్యేన హర్షితః,
సీతా మువాచ త చ్ఛ్రుత్వా వాక్యం వాక్యవిశారదః. ౧

యుక్తరూపం త్వయా దేవి భాషితం శుభదర్శనే,
సదృశం స్త్రీస్వభావస్య సాధ్వీనాం వినయస్య చ. ౨

* స్త్రీత్వం న తు సమర్థం హి సాగరం వ్యతివర్తితుం,
మా మధిష్ఠాయ విస్తీర్ణం శతయోజన మాయతం ౩

---

## అథ అష్టత్రింశ స్సర్గః.

(తత స్స ఇత్యాది.) త చ్ఛ్రుత్వా. తేన వాక్యేన హర్షితః వాక్య మువాచ. ౧

(యుక్తరూప మితి.) యుక్తరూపం, యుక్తతర మిత్యర్థః. 'ప్రశంసాయాం రూపప్'. ప్రాశస్త్యం చాఽత్ర ప్రకృత్యర్థవైశిష్ట్యం. స్త్రీస్వభావస్య భీరుత్వాదేః. సాధ్వీనాం పతివ్రతానాం. వినయస్య వృత్తస్య. ౨

(స్త్రీత్వ మితి) విస్తీర్ణం మా మధిష్ఠాయ శతయోజన మాయతం సాగరం, వ్యతివర్తితుం తర్తుం. స్త్రీత్వం న సమర్థం హి. స్త్రీ న సమర్థేత్యర్థః. యద్వా. సాగరస్య శతయోజనం ఆయతం విస్తీర్ణం చ మా మధిష్ఠాయాపి. స్త్రీత్వం. వ్యతివర్తితుం అపగంతుం. న సమర్థం హి సాగరస్య శతయోజనం యావ త్తావ దాయతం తథా విస్తీర్ణం చ మా మధితిష్ఠంత్యా అపి తవ స్త్రీత్వం భీరుత్వం నాఽపగచ్ఛతీ త్యర్థః. ౩

---

* స్త్రీత్వ మిత్యత్ర స్త్రీ ఇతి ఛేదః. సమర్థ మితి లింగవ్యత్యయ ఆర్షః. స్త్రీభూతా త్వం సాగరం వ్యతివర్తితుం న సమర్థా హీత్యర్థః. స్త్రీణాం భీరుస్వభావత్వా త్తత్తు భూషణ మేవేతి భావః. 'సాగరస్య నివర్తితు' మితి పాఠే సాగరస్య యాదృ క్ఛతయోజనం తావ దాయతం విస్తీర్ణ మపి మా మధిష్ఠాయ నివర్తయితు ముపగంతుం స్త్రీ త్వం న సమర్థేతి యోజనా. ఇతి తత్త్వదీపికా.

(సీతాప్రత్యుత్తరేణ హనుమత స్సంతోషః)

ద్వితీయం కారణం యచ్చ బ్రవీషి వినయాన్వితే,
రామా దన్యస్య నాఽర్హామి సంస్పర్శ మితి జానకి. ౪

ఏతత్తే దేవి సదృశం పత్న్యా స్తస్య మహాత్మనః,
కా హ్యన్యా త్వా మృతే దేవి బ్రూయా ద్వచన మీదృశం. ౫

శ్రోష్యతే చైవ కాకుత్స్థ స్సర్వం నిరవశేషతః,
చేష్టితం య త్త్వయా దేవి భాషితం మమ చాఽగ్రతః. ౬

కారణై ర్బహుభి ర్దేవి రామప్రియచికీర్షయా.
స్నేహప్రసన్నమనసా మయైత త్సముదీరితం. ౭

లంకాయా దుష్ప్రవేశత్వా ద్దుస్తరత్వా న్మహోదధేః.
సామర్థ్యా దాత్మన శ్చైవ మయైత త్సముదీరితమ్. ౮

ఇచ్ఛామి త్వాం సమానేతు మద్యైవ రఘుబంధునా,
గురుస్నేహేన భక్త్యా చ నాఽన్యథైత దుదాహృతం. ౯

---

(శ్రోష్యత ఇతి.) త్వయా చేష్టితం ఉద్బంధనాదికం, భాషితం రావణం తృణీకృత్య భణితం, మమ ప్రత్యుత్తరత్వేన కథితం చ. ౪-౬

(కారణై రితి.) బహుభిః కారణైః బహుభి రుపాయైః, స్నేహప్రసన్నమనసా స్నేహ శిథిలమనసా. ౭

(లంకాయా ఇతి.) దుష్ప్రవేశలంకాప్రవేశే దుస్తరసాగరతరణే చ మమ శక్తి రస్తీతి జ్ఞాపయితుం ఏవ ముక్త మిత్యర్థః. ౮

(ఇచ్ఛామీతి.) రఘుబంధునా రఘువంశ్యేన, 'సగోత్రబాంధవజ్ఞాతిబంధుస్వస్వజనా స్సమా' ఇత్యమరః. రఘువంశ్యానాం బంధునా, తత్కీర్తిసంపాదకేనే త్యర్థః. సమానేతుం సంగమయితుం, ఇచ్ఛామి ఐచ్ఛం.

యది నోత్సహసే యాతుం మయా సార్ధ మనిందితే,
అభిజ్ఞానం ప్రయచ్ఛ త్వం జానీయా ద్రాఘవో హి తత్. ౧౦

ఏవ ముక్తా హనుమతా సీతా సురసుతోపమా,
ఉవాచ వచనం మందం బాష్పప్రగ్రధితాక్షరం ౧౧

ఇదం శ్రేష్ఠ మభిజ్ఞానం బ్రూయా స్త్వం తు మమ ప్రియం,
శైలస్య చిత్రకూటస్య పాదే పూర్వోత్తరే పురా. ౧౨

తాపసాశ్రమవాసిన్యాః ప్రాజ్యమూలఫలోదకే.
తస్మిన్ సిద్ధాశ్రమే దేశే మందాకిన్యా హ్యదూరతః. ౧౩

త స్యోపవనషండేషు నానాపుష్పసుగంధిషు,
విహృత్య సలిలక్లిన్నా తవాఙ్కే సముపావిశం. ౧౪

తతో మాంససమాయుక్తో వాయసః పర్యతుండయత్,

---

(యదీతి.) ౧౦

(ఏవ మితి.) బాష్పప్రగ్రథితాక్షరం బాష్పేణ విఘ్నితాక్షరం. ఏకాంతవృత్తాంతస్మరణాత్ బాష్పః. ౧౧

(ఇద మిత్యాది) శ్లోకద్వయ మేకాన్వయం. చిత్రకూటస్య పాదే చిత్రకూటపర్యంత పర్వతే. మందాకిన్యా అదూరే సిద్ధై రాశ్రితే ప్రాజ్యమూలఫలోదకే తస్మిన్ దేశే, తాపసాశ్రమవాసిన్యాః తాపసాశ్రమే వసంత్యా మమ. ఇదం వక్ష్యమాణం శ్రేష్ఠ మభిజ్ఞానం ప్రియం ప్రతి త్వం బ్రూయా ఇతి యోజనా. ౧౨-౧౩

రామాయ సీతయా వక్తవ్యం వచనం హనుమంతం ప్రత్యుచ్యతే (తస్యేత్యాది.) ౧౪

(తత ఇతి.) మాంససమాయుక్తః మాంసప్రతిలుబ్ధః. 'ఆయుక్తకుశలాభ్యాం చే' త్యత్ర

(సీతయా అభిజ్ఞానవృత్తాంతకథనం)

త మహం లోష్ట ముద్యమ్య వారయామి స్మ వాయసం. ౧౫

దారయ న్స చ మాం కాక స్తత్రైవ పరిలీయతే,
న చాప్యుపారమ న్మాంసా ద్భక్షార్థీ బలిభోజనః. ౧౬

ఉత్కర్షంత్యాం చ రశనాం క్రుద్ధాయాం మయి పక్షిణి,
స్రస్యమానే చ వసనే తతో దృష్టా త్వయా హ్యహం, ౧౭

త్వయాఽపహసితా చాఽహం క్రుదా సంలజ్జితా తదా,
భక్షగృధ్నేన కాకేన దారితా త్వా ముపాగతా. ౧౮

ఆసీనస్య చ తే శ్రాంతా పున రుత్సంగ మావిశం,
క్రుధ్యంతీ చ ప్రహృష్టేన త్వయాఽహం పరిసాంత్వితా. ౧౯

బాష్పపూర్ణముఖీ మందం చక్షుషీ పరిమార్జతీ,
లక్షితాఽహం త్వయా నాథ వాయసేన ప్రకోపితా. ౨౦

ఆయుక్తశబ్దస్య తాత్పర్యపరతయా వ్యాఖ్యానాత్. లోష్టం మృత్పిండం. పర్యతుండయ త్పర్యఖండయత్. స్తనాంతర ఇతి శేషః. 'తుడి తోదన' ఇత్యయం ధాతు శ్చౌరాదికః. ౧౫

(దారయ న్నితి.)పరిలీయతే అంతర్హితో భవతి స్మ. బలిభోజనః కాకః. ౧౬

(ఉత్కర్షంత్యా మితి.) ఉత్కర్షంత్యాం చ రశనాం, కాకోత్సారణార్థ మితి శేషః. ౧౭

(త్వయేతి.) భక్షగృధ్నేన భక్షలోలుపేన. దారితా విదారితా. త్వా ముపాగతా పున రుత్సంగ మావిశ మిత్యేతాభ్యాం కాకోత్సారణార్థ మంకా దుత్థాన మనుధావనం చ కృతం దేవ్యే త్యవగమ్యతే. ౧౯

(బాష్పేతి.) రామాంకే కేవలం స్థితాఽస్మి. తదా కాకో మాం కించి దదారయత్, తం దృష్ట్వా తత్పలాయనార్థం స్వయ మాయాసం కుర్వతీం, తదశక్త్యా రుదంతీం మాం రామః పరిహాస

పరిశ్రమా త్ప్రసుప్తా చ రాఘవాంకేఽప్యహం చిరం,
పర్యాయేణ ప్రసుప్తశ్చ మమాఽంకే భరతాగ్రజః. ౨౦

స తత్ర పున రేవాఽథ వాయస స్సముపాగమత్, ౨౧।

తత స్సుప్తప్రబుద్ధాం మాం రామస్యాఽంకా త్సముత్థితాం.
వాయస స్సహసాఽఽగమ్య విదదార స్తనాంతరే, ౨౨।

పునః పున రథోత్పత్య విదదార స మాం భృశం.
తత స్సముత్క్షితో రామో ముక్తై శ్శోణితబిందుభిః, ౨౩।

వాయసేన తత స్తేన బలవత్ క్లిశ్యమానయా.
స మయా బోధిత శ్శ్రీమా న్సుఖసుప్తః పరంతపః, ౨౪।

స మాం దృష్ట్వా మహాబాహు ర్వితున్నాం స్తనయో స్తదా.
ఆశీవిష ఇవ క్రుద్ధ శ్శ్వసన్ వాక్య మభాషత. ౨౫।

పూర్వకం సాంత్వితవా నిత్యర్థః. అనేన స్వరక్షణే స్వయం ప్రవృత్తశ్చే దీశ్వర ఉపేక్షతే, స్వయ
మప్రవృత్తౌ స రక్షతీతి ద్యోతితం. ౨౦-౨౩।

('వాయసేన తత స్తేన బలవత్ క్లిశ్యమానయా. స మయా బోధిత శ్శ్రీమా న్సుఖసుప్తః పరంతపః') (సః) నిఖిలలోక విదితనిరతిశయసౌందర్యప్రసిద్ధః. (మయా బోధితః) మయై వాఽహం హతా, స్వాపకాలికశ్రీవిశేషాననుభవాత్ , లోకే కశ్చి త్సంచారదశాయాం సుందర ఇవ భాతి. శయనే దుర్లక్షణాదిభి ర్దోషా దృశ్యంతే. న తథాఽయం. (శ్రీమాన్) స్వాపకాలికశ్రీ రుచ్యతే. (సుఖసుప్తః) తత్త్వానుగుణైవ హి సుప్తి రపి. (పరంతపః) శయనమేవ సకలశత్రునివర్తనక్షమ ఇత్యర్థః. (సుప్త శ్శ్రీమాన్) లోకే స్థానగమనశయనాదిదశాయాం రూపవా నివ లక్ష్యతే కశ్చిత్ సంశయనే ప్రకాశితప్రచ్ఛన్నదోషతయా జుగుప్సితో భవతి. అయం తు శయనావస్థాయా మేవ నీరాజనా కర్తవ్యా దృష్టిదోషపరిహారాయేత్యేవం స్థితః. ౨౪।

(స మా మితి.) వితున్నాం దారితాం. ౨౫।

(సీతయా అభిజ్ఞానవృత్తాంతకథనం)

కేన తే నాగనాసోరు విక్షతం వై స్తనాంతరం.
కః క్రీడతి సరోషేణ పంచవక్త్రేణ భోగినా, ౨౬

వీక్షమాణ స్తత స్తం వై వాయసం సముదైక్షత,
నఖై స్సరుధిరై స్తీక్ష్ణై ర్మా మేవాఽభిముఖం స్థితం, ౨౭

పుత్రః కిల స శక్రస్య వాయసః పతతాం వరః.
ధరాంతరగత శ్శీఘ్రం పవనస్య గతౌ సమః, ౨౮

తత స్తస్మి న్మహాబాహుః కోపసంవ ర్తితేక్షణః.
వాయసే కృతవా న్క్రూరాం మతిం మతిమతాం వరః, ౨౯

స దర్భం సం స్తరా ద్గృహ్య బ్రాహ్మేణాఽస్త్రేణ యోజయత్.
స దీప్త ఇవ కాలాగ్ని ర్జ్వాలాఽభిముఖో ద్విజం, ౩౦

స తం ప్రదీప్తం చిక్షేప దర్భం తం వాయసం ప్రతి.
తత స్తం వాయసం దర్భ స్సోఽంబరేఽనుజగామ హ, ౩౧

---

(కేనేతి.) పంచవక్త్రేణ వ్యాత్తముఖేన, 'పచి విస్తార' ఇత్యస్మా త్పచాద్యచ్, కార్యాతిశయద్యోతనార్థం వా పంచసంఖ్యాకవక్త్రత్వోక్తిః. నాగనాసోరు నాగహస్తోరు. కుపితపంచవక క్రీడాసమం తవ స్తనవిదారణ మితి భావః. ౨౬-౨౭

నను వాయసమాత్రే కిమర్థ మస్త్రం ముక్త? మిత్యాశంక్యాహ (పుత్రః కిలేతి) ఇదం రక్షణానంతరం తేనైవోక్త మితి జ్ఞేయం. కిలేతి ప్రసిద్ధౌ. ఇంద్రపుత్రత్వేన ప్రసిద్ధో జయంత ఏవ వాయసరూపేణాఽఽగత ఇత్యాహుః. వాయపరూపోఽన్యః పుత్ర ఇత్యప్యాహుః. ౨౮-౨౯

(స దర్భ మితి.) సం స్తరాత్ ఆస్తరణాత్, గృహ్య గృహీత్వా, అస్త్రేణ అస్త్రమంత్రేణ, యోజయత్ అయోజయత్, అభిమంత్రితవా నిత్యర్థః. ద్విజం కాకం. ౩౦-౩౧

అనుసృప్త స్తదా కాకో జగామ వివిధాం గతిం.
లోకకామ ఇమం లోకం సర్వం వై విచచార హ, ౩౪

స పిత్రా చ పరిత్యక్త స్సురైశ్చ సమహర్షిభిః.

---

(అనుసృప్త ఇతి.) అనుసృప్తః అనుసృతః, వివిధాం గతిం వివిధం స్థానం, లోకకామః లోకయితృకామః, రక్షకాపేక్షీ త్యర్థః. ౩౪

భగవద్వ్యతిరిక్తా బాంధవాభాసా న రక్షకా ఇత్యాహ (స పిత్రేతి.) (సః) పురుషకారభూతాయా మపి కృతాపరాధః. (సః) ఆర్ద్రాపరాధః. (పిత్రా చ పరిత్యక్తః) అప్రక్షతిభీతతయా ప్రథమం పితరం రక్షకం గతః. తేన త్రైలోక్యాధిపతినా చ త్యక్తః, 'ఇంద్రో మహేంద్ర స్సురనాయకో వే'తి తస్యాఽసమర్థత్వోక్తేః. (పరిత్యక్తః) త్యాగోఽపి నాఽఽపాతతః, బుద్ధిపూర్వం త్యక్తః. 'త్యజే దేకం కులస్యార్థే గ్రామస్యార్థే కులం త్యజే' దితి న్యాయాత్. యద్వా. (పరిత్యక్తః) భార్యాపుత్రాదిభి స్సహ త్యక్తః. చకారేణ మాతా సముచ్చీయతే, న కేవలం హితపరేణ పిత్రా, ప్రియపరయా మాత్రా చ పరిత్యక్తః. 'సీతా నారీజనస్యాఽస్య యోగక్షేమం విధాస్యతీ' తి స్వరక్షకభూతాయా మపి సాపరాధత్వాదితి భావః. పిత్రపేక్షయా మాతు ర్వాత్సల్యాతిశయా త్తామేవ ప్రథమం గచ్ఛతి స్మ. తతః పితరం. పిత్రా త్యాగవచనా న్మాత్రా త్యాగ స్సిద్ధ ఏవేతి చకారేణ సూచితం. పితృభ్యాం త్యాగేఽపి బాంధవా న త్యజంతి, కిం పితరౌ సర్వథా త్యక్ష్యత ఇతి తై రపి త్యక్త ఇత్యాహ (సురైశ్చ) 'కస్య బిభ్యతి దేవాశ్చ జాతరోషస్య సంయుగ' ఇతి రామనయనే రక్తే తేఽపి బిభ్యతి హి. ఏవం పూర్వసజాతీయై స్త్యక్తత్వేఽపి పరిగృహీతపక్షిరూపసజాతీయైః కిం త్యక్త? ఇత్యపేక్షాయాం తథేత్యాహ (చ) కారేణ 'పక్షిణోఽపి ప్రయాచంతే సర్వభూతానుకంపిన' మితి పక్షిణా మపి శరణ్యత్వాత్ స్వనాయకగరుడస్వామిత్వాచ్చ పక్షిభి రపి పరిత్యక్తః. (సమహర్షిభిః) పిత్రాదిబంధూనా మరక్షకత్వేఽపి ఆనృశంస్యప్రధానా మహర్షయో రక్షిష్యంతీతి గతః, తై రపి ప్రకామం దూరదర్శిభిః పరిత్యక్తః ఆనృశంస్యవిషయవ్యవస్థాఽస్తీతి తై స్త్యక్త ఇత్యర్థః. ఏతదంగీకారే వయ మపి సంసర్గదోషేణ నశ్యేమ. అస్మాభి స్త్యాగేఽనన్యగతికత్వా ద్రామ ఏనం స్వీకరిష్యతీతి తై స్త్యక్తః, (మహర్షిభిః) 'యో విష్ణుం సతతం ద్వేష్టి తం విద్యా దంత్యరేతస' మితి విష్ణుద్వేషేణ చండాలత్వాత్, 'చండాలః పక్షిణాం కాక' ఇత్యుక్తేశ్చ చండాలో నాఽస్మద్వాట మాగచ్ఛే దితి త్యక్తః. ఏవం రక్షకాంతరాదర్శనా 'న్నష్టగజో

(సీతయా అభిజ్ఞానవృత్తాంతకథనం)

త్రీఞ్లోకా న్సంపరిక్రమ్య త మేవ శరణం గతః, ३३॥

స తం నిపతితం భూమౌ శరణ్య శ్శరణాగతం.
వధార్హ మపి కాకుత్స్థః కృపయా పర్యపాలయత్, ३४॥

స శర్మ లబ్ధ్వా లోకేషు త మేవ శరణం గతః.
పరిద్యూనం విషణ్ణం చ స త మాయాన్త మబ్రవీత్. ३५॥

---

ఘట మప్యన్వేషత' ఇతి న్యాయేన స్వైరవివృతద్వారా న్సర్వాఞ్ గృహాఞ్ గత ఇత్యాహ(త్రీఞ్లోకాఞ్ సంపరిక్రమ్య) (పరిక్రమ్య) ఏతదేవ నవకృత్వో గతః, (సంపరిక్రమ్య) గృహస్థై రవిజ్ఞాతతయా కవాటమూలేషు లీన శ్చే త్యర్థః అపి కదాచిత్ కృపైషా ముత్పద్యేతేతి మత్వా పునః పున ర్గతః ఇత్యర్థః. అముం నిష్కాస్య కవాటబంధనం సర్వైః కృత మిత్యర్థః తతః కిం కృత? మిత్యత్రాహ (తమేవ శరణం గతః)రక్షకత్వేన ప్రాప్తాపేక్షయా హింసకత్వేన స్థితస్య ముఖమేవ శీతళ మిత్యవస్థితః, అత స్తమేవ శరణం గతః. 'యది వా రావణ స్స్వయ' మిత్యేవం స్థితో హి రామః. (త మేవ) సర్వలోకశరణ్య మేవ (త మేవ) 'దోషో యద్యపి' 'న త్యజేయ' మితి స్థితం. (శరణం గతః) నివాసం గతః, న తూపాయతయా గతః. 'నివాసవృక్ష స్సాధూనా' మిత్యుక్తేః. ३३॥

(స త మితి.)(సః) రక్షణైకస్వభావః. (తం) ప్రాతికూల్యైకనిరతం, (భూమౌ నిపతితం) దేవజాతితయా భూమి మస్పృశ న్నపి భూమౌ పతితం, (భూమౌ) దుష్పుత్రం పితరి ఈక్షమాణే స యథా మాతుః పాదయోః పతతి తథాఽపతత్, (శరణ్యః) సర్వావస్థాస్వపి శరణవరణార్హః. (శరణాగతం) అనన్యగతికతయా స్వ ముపాగతం, (వధార్హ మపి) రామసిద్ధాన్తేనాపి వధార్హం. (కాకుత్స్థః కృపయా పర్యపాలయత్) కులోచితస్వభావేన రక్షితవాఞ్, (కృపయా) అస్మదాద్యారబ్ధం కార్యం ప్రబలకర్మణా న సమాప్యతే, తథా తేనాఽఽరబ్ధ మపి కృపయా న పూర్యత ఇతి భావః. (తనిశ్లోకీ.) ३४॥

(స శర్మేత్యాది.) పరిద్యూనం పరితప్తం, త దుచ్యతా మిత్యనంతరం 'హీనస్తు దక్షిణాక్షి త్వచ్ఛర ఇత్యథ సోఽబ్రవీ' దిత్యర్థ మనుసన్ధేయం. ३५॥

మోఘం కర్తుం న శక్యం తు బ్రాహ్మ మస్త్రం * త దుచ్యతాం. ౩౬

హినస్తు దక్షిణాక్షి త్వచ్ఛర ఇత్యథ సోఽబ్రవీత్. ౩౬॥

తత స్తస్యాఽక్షి కాకస్య హినస్తి స్మ స దక్షిణం. ౩౭

దత్వా స దక్షిణం నేత్రం ప్రాణేభ్యః పరిరక్షితః. ౩౭॥

స రామాయ నమస్కృత్వా రాజ్ఞే దశరథాయ చ.
విసృష్ట స్తేన వీరేణ ప్రతిపేదే స్వ మాలయం. ౩౮॥

మత్కృతే కాకమాత్రే తు బ్రహ్మాస్త్రం సముదీరితం.
కస్మా ద్యో మాం హర త్త్వత్తః క్షమసే తం మహీపతే. ౩౯॥

స కురుష్వ మహోత్సాహః కృపాం మయి నరర్షభ.
త్వయా నాథవతీ నాథ హ్యనాథా ఇవ దృశ్యతే. ౪౦॥

---

(స రామాయేతి.) దశరథాయ స్వలోకస్థతయా పూర్వ మేవ మిత్రభూతాయ. ౩౬—౩౮॥

(మత్కృత ఇతి.) సముదీరితం ప్రయుక్తం. హరత్ అహరత్ ౩౯॥

(స ఇతి) (సః) పరదుఃఖం దృష్ట్వా న సహామహ ఇత్యుక్తవాన్ త్వం. (మహోత్సాహః) ఏతదనుష్ఠానపర్యంతం కుర్వన్. (మయి) అత్యంతదుఃఖితాయాం. (కృపాం) పరదుఃఖాసహిష్ణుత్వం. ప్రకాశయితు మర్హసి. (నరోత్తమ) ఏవం న కరోషి చే త్తవ నరోత్తమత్వస్య హానిరేవ స్యాత్. తస్మా దేతద్వచన మనుష్ఠానపర్యంతం కృత్వా మాం జీవయిత్వా తవ నరోత్తమత్వం పరిపాలయేతి భావః. (అనాథా ఇవ) అనాథేవ. ఆర్షో గుణాభావః. (ఆనృశంస్యం పరో ధర్మః) నావారోపణానంతరం చేతనాభ్యర్థనవ త్సంశ్లేషదశాయాం "తవాఽత్యంతాభిమతో ధర్మః కః?" ఇతి మయా పృష్టే 'పరదుఃఖం దృష్టం చేత్తదసహిష్ణుత్వ మేవ పరమో ధర్మ' ఇతి మమాభిమతం. తదైవ

---

* రామానుజీయం. (తదుచ్యతా మితి.) ప్రశ్నానంతరం. 'హినస్తి స్మ స దక్షిణ' మితి వచనాదస్త్రలక్ష్యత్వేన దక్షిణాక్షిప్రదానపరం ప్రతివచనం కాకేన కృత మిత్యవగమ్యతే.

(సీతయా శ్రీరామం ప్రతి సందేశకథనం)

ఆనృశంస్యం పరో ధర్మ స్త్వత్త ఏవ మయా శ్రుతః. ౪౧

* జానామి త్వాం మహావీర్యం మహోత్సాహం మహాబలం,
అపారపార మక్షోభ్యం గాంభీర్యా త్సాగరోపమం.
భర్తారం ససముద్రాయా ధరణ్యా వాసవోపమం, ౪౨

ఏవ మస్త్రవిదాం శ్రేష్ఠ స్సత్యవా న్బలవా నపి.
కిమర్థ మస్త్రం రక్షస్సు న యోజయతి రాఘవః, ౪౩

న నాగా నాఽపి గంధర్వా నాఽసురా న మరుద్గణాః.
రామస్య సమరే వేగం శక్తాః ప్రతిసమాధితుం, ౪౪

---

మత్స్వభావ ఇతి త్వయా రహస్యోద్భేదనం కృతం. (త్వత్త ఏవ) న తు దూతముఖేన మయా శ్రుతః, ఇదం శ్రవణమాత్రపర్యవసాయి జాతం, న త్వనుష్ఠానపర్యవసాయీతి రామం పృచ్ఛేతి భావః ఏవం పృచ్ఛంత్యా స్సీతాయాః ప్రత్యుత్తరం దిశతో రామస్య చ కోఽభిప్రాయః ఇతి చే దుచ్యతే. ఏతస్య సంశ్లేషస్య విచ్ఛేదో భవతి చేత్ కిం కరిష్యామీతి కాతరతయా పృష్టవతీ, సోఽపి మద్విరహక్లేశేన తామ్యంతీం త్వాం న కదాచి దపి పశ్యేయ మిత్యుక్తవాన్. అయ మర్థోఽప్యరణ్యకాండే 'అప్యహం జీవితం జహ్యా' మితి శ్లోకప్రఘట్టికాదౌ దర్శితః. ౪౧

(జానామీతి.) అపారపారం దురధిగమపారం, అసీమ మిత్యర్థః. దురధిగమగుణసీమ మిత్యర్థో వా. ౪౨–౪౩

(న నాగా ఇతి.) ప్రతిసమాధితుం ప్రతిబద్ధుం. ౪౪

---

* రామానుజీయం. (జానామీతి.) అపారపారం, 'పార కర్మసమాప్తా' వితి ధాతో ర్నిష్పన్న త్వా దత్ర పారశబ్దేన కర్మసమాప్తి రుచ్యతే. అపారాః పారాః కర్మసమాప్తయో యస్య స తథోక్తః. నిరవధికాపదాన ఇత్యర్థః.

తస్య వీర్యవతః కశ్చి ద్వ్య ద్య్వస్తి మయి సంభ్రమః.
కిమర్థం న శరై స్తీక్ష్ణైః క్షయం నయతి రాక్షసాన్, ౪౫॥

భ్రాతు రాదేశ మాదాయ లక్ష్మణో వా పరంతపః.
కస్య హేతో ర్న మాం వీరః పరిత్రాతి మహాబలః, ౪౬॥

యది తౌ పురుషవ్యాఘ్రౌ వాయ్వగ్నిసమతేజసౌ.
సురాణా మపి దుర్ధర్షౌ కిమర్థం మా ముపేక్షతః, ౪౭॥

మమైవ దుష్కృతం కించి న్మహ దస్తి న సంశయః.
సమర్థా వపి తౌ య న్మాం నాఽవేక్షేతే పరంతపౌ, ౪౮॥

---

(తస్యేతి.) సంభ్రమః భావవృత్తిః. ౪౫॥-౪౬॥

(యది తా వితి.) ఉపేక్షతః ఉపేక్షేతే, యది తౌ, సంగతా వితి శేషః. ౪౭॥

(మమైవేతి.) సమర్థౌ విరోధివర్గ మున్మూల్య మద్రక్షణానుగుణశక్తిమంతౌ, (పరంతపౌ) ఇతః పూర్వం ప్రతిపక్షనిర్దహనం కుర్వంతౌ, ఏవంభూతావపి తౌ, (మాం) ప్రాణపర్యంతం రక్షణ ప్రవృత్త్యర్హదశాం ప్రాప్తాం మాం, నాఽవేక్షేతే ఇతి యత్ న కటాక్షయత ఇతి యత్, అస్య నిమిత్తం తయో ర్వా మయి వా కించి ద్భవితు మర్హతి. తత్ర తద్విషయే తాదృశనిమిత్తప్రసక్తి ర్నాస్తి. సామర్థ్యపరంతపత్వాదిదర్శనాత్, పరిశేషా న్మమైవ పాపం అస్య నిమిత్తం భవితు మర్హతి. యద్వా. (మమైవ)'ద్విషంతః పాపకృత్యా' మిత్యుక్తరీత్యా అన్యతో నాఽఽగత మిత్యర్థః.(కించిత్)నహి వయం సర్వజ్ఞాః, అస్మాభి రజ్ఞాతం కించి ద్భవితు మర్హతి (మహత్) ప్రారబ్ధఫలతయాఽనుభవం వినా దుష్పరిహరం. (అస్తి, న సంశయః) కార్యే సతి కారణే కిమస్తి సందేహః? యద్వా. (కించిత్) అనిర్వచనీయం, మహ ద్దుష్కృత మస్తీత్యనేన 'కిం త్వాఽమన్యత వైదేహ' ఇత్యాదినోక్తో భగవదపచారః. ఉక్తం హి 'కీదృశం తు మయా పాపం పురా దేహాంతరే కృత' మితి, దేహాంతరే బాలశరీరే. ౪౮॥

(సీతయా శ్రీరామం ప్రతి సందేశకథనం)

వైదేహ్యా వచనం శ్రుత్వా కరుణం సాశ్రు భాషితం.
అథాఽబ్రవీ న్మహాతేజా హనూమా న్మారుతాత్మజః, ౪౯

త్వచ్ఛోకవిముఖో రామో దేవి సత్యేన మే శపే.
రామే దుఃఖాభిపన్నే చ లక్ష్మణః పరితప్యతే, ౫౦

కథంచి ద్భవతీ దృష్టా న కాలః పరిశోచితుం. ౫౧

ఇమం ముహూర్తం దుఃఖానాం ద్రక్ష్య స్యంత మనిందితే,
తా వుభౌ పురుషవ్యాఘ్రౌ రాజపుత్రౌ మహాబలౌ.
త్వద్దర్శనకృతోత్సాహౌ లంకాం భస్మీకరిష్యతః, ౫౨

హత్వా చ సమరే క్రూరం రావణం సహబాంధవం.
రాఘవ స్త్వాం విశాలాక్షి నేష్యతి స్వాం పురీం ప్రతి, ౫౩

బ్రూహి య ద్రాఘవో వాచ్యో లక్ష్మణశ్చ మహాబలః.
సుగ్రీవో వాఽపి తేజస్వీ హరయోఽపి సమాగతాః. ౫౪

ఇ త్యుక్తవతి తస్మిం శ్చ సీతా సురసుతోపమా.
ఉవాచ శోకసంతప్తా హనుమంతం ప్లవంగమం. ౫౫

---

(వైదేహ్యా ఇతి.) సాశ్రు యథా తథా, భాషితం ఉక్తం. ౪౯

(త్వచ్ఛోకేతి.) త్వచ్ఛోకవిముఖః త్వచ్ఛోకేన విముఖః, విషయాంతరపరాఙ్ముఖః. ప్రత్యుత త్వయ్యేవ దత్తచిత్త ఇత్యర్థః. ౫౦-౫౧

(ఇమ మిత్యాది) ఇమం ముహూర్తం అస్మిన్ ముహూర్తే. సప్తమ్యర్థే ద్వితీయా. ౫౨-౫౫

* కౌసల్యా లోకభర్తారం సుషువే యం మనస్వినీ.
తం మమాఽర్థే సుఖం పృచ్ఛ శిరసా చాఽభివాదయ. ౫౬॥

---

(కౌసల్యేతి.) (మనస్వినీ లోకభర్తారం సుషువే.) లోకే స్త్రియః ఇహలోకపరలోకయోః స్వరక్షణార్థం పుత్రాన్ సువతే, నైవం మే శ్వశ్రూః. (మనస్వినీ) విపులమనస్కా, సర్వలోకరక్షకః పుత్రో మే భవే దితి వ్రత మనుష్ఠాయ లోకోపకారాయ పుత్రం సూతవతీ. ఏవంభూతః కౌసల్యాయాః సంకల్పః కథం మోఘ స్స్యాత్? అహ మత్ర లోకే న కి మంతర్భూతా? (తం మమార్థే సుఖం పృచ్ఛ) అస్మద్రక్షణం న మయా ప్రార్థ్యం, తచ్చింతా తస్యైవ. అస్మత్త్వరా తు విళంబాసహిష్ణుతయా, తస్మాత్త త్సత్తా చే స్మద్రక్షణస్య న కాపి హానిః, తత స్తత్సత్తైవాఽస్మాభి రాశాస్యతే. తేన తస్య సుఖ మస్తి కి? మితి మయా పృష్ట మితి వద. ఎవం చ లోకవ దస్మాభి శ్చ తస్మా త్కించి దపేక్షితం చేత్ లోకై ర్య త్కార్యం తత్ కార్యం మయాఽపి కార్య మిత్యాహ(శిరసా చాఽభివాదయ) అహం తం శిరసా ప్రణతవ త్యస్మీతి త మభివాదయ, ప్రణిపాతం కుర్వి త్యర్థః. కథం నాయికా నాయకం శిరసా ప్రణమే? దితి చేత్ ఆచారప్రధానజనకకులనంది న్యైవ మనుష్ఠిత మితి కిమత్ర ప్రమాణం ప్రష్టవ్యం? ప్రణయరోషే ష్వైవ మాహేతి చే న్న, హనుమద్వచనేన తస్య శాంతత్వాత్. నను మమార్థే మత్కార్యసిద్ధ్యర్థం తం ప్రణమే త్యర్థః కిం న స్యా? దితి చేత్, మమాఽర్థ ఇత్యస్యో భయత్రాఽన్వయాత్ పూర్వ మత్ర మయా పృష్ట మితి పృచ్ఛే త్యర్థస్యాఽవశ్యకత్వా, దత్రాపి మయా ప్రణత మితి ప్రణమే త్యస్య స్వరసత్వాత్. ౫౬॥

---

* తనిశ్లోకి. లోకే స్త్రియః స్వజీవనదశాయాం పోషకం పరత్రోత్తారకం చ పుత్ర మభిలషంతి. కౌసల్యా తు విపులమనస్కతయా సర్వలోకరక్షకం పుత్రం ప్రార్థ్య వ్రతాచరణేన లబ్ధవతీ. తత్ప్రార్థనా విఫలా కిం? అహం లోకశబ్దాంతర్భూతా న భవామి కిం? జలసమీపస్థితసస్యస్య శుష్కతావత్ సర్వావస్థాస్వ ప్యనుసృతాయా మమ రక్షణే తత్ప్రార్థనా సంకుచితా కిం? (తం మమార్థే సుఖం పృచ్ఛ) మమ రక్షణం న ప్రార్థనీయం, తస్య మనసి తిష్ఠత్యేవ. కింతు త్వయా తస్య సుఖజననేన భావ్యం. తస్యాఽవస్థానే అస్మద్రక్షణం భవిష్యతీతి తదేవాఽఽశాస్యతే. (శిరసా చాభివాదయ) అగ్నిసాక్షికం గృహీతపాణినా చ రక్షణం కార్యం, త న్న క్రియతే. ఇతరసాధారణ్యేన వా రక్షణం క్రియతాం. తై ర్యత్క్రియతే తన్మయాఽప్యభివాదనం క్రియతే, ఇ త్యస్మదర్థ మభివాదనం కురు.

(సీతయా శ్రీరామం ప్రతి సందేశకథనం)

ప్రజశ్చ సర్వరత్నాని ప్రియా యాశ్చ వరాంగనాః.
ఐశ్వర్యం చ విశాలాయాం పృధివ్యా మపి దుర్లభం, ౫౭॥

పితరం మాతరం చైవ సంమాన్యాఽభిప్రసాద్య చ.
అనుప్రవ్రజితో రామం సుమిత్రా యేన సుప్రజాః, ౫౮॥

అనుకూల్యేన ధర్మాత్మా త్యక్త్వా సుఖ మనుత్తమం,
అనుగచ్ఛతి కాకుత్స్థం భ్రాతరం పాలయ న్వనే, ౫౯॥

సింహస్కంధో మహాబాహు ర్మనస్వీ ప్రియదర్శనః.
పితృవ ద్వర్తతే రామే మాతృవ న్మాం సమాచరన్, ౬౦॥

హ్రియమాణాం తదా వీరో న తు మాం వేద లక్ష్మణః. ౬౧

వృద్ధోపసేవీ లక్ష్మీవాన్ శక్తో న బహుభాషితా,
రాజపుత్రః ప్రియ శ్శ్రేష్ఠ స్సదృశ శ్శ్వశురస్య మే. ౬౨

మమ ప్రియతరో నిత్యం భ్రాతా రామస్య లక్ష్మణః,
నియుక్తో ధురి యస్యాం తు తా ముద్వహతి వీర్యవాన్. ౬౩

---

(ప్రజశ్చేతి) సంతీతి శేషః. ప్రగాదయ స్సంతి. పృధివ్యాం దుర్లభ మైశ్వర్య మప్యస్తి. తథా పితరం మాతరం చైవ సంమాన్య సుమిత్రా యేన సుప్రజాః, సః రామ మనుప్రవ్రజితః. ౫౭॥

(అనుకూల్యేనేతి.) అనుకూల్యేన భక్త్యే త్యర్థః. ౫౯॥

(సింహస్కంధ ఇతి.) సమాచరన్ పరిచరన్. ౬౦॥-౬౧

(వృద్ధోపసేవీత్యాది.) యస్యాం ధురి యస్మిన్ కార్యనిర్వాహ ఇత్యర్థః. ౬౨-౬౩

యం దృష్ట్వా రాఘవో నైవ వృత్త మార్య మనుస్మరేత్,
స మమాఽర్థాయ కుశలం వక్తవ్యో వచనా న్మమ.
మృదు ర్నిత్యం శుచి ర్దక్షః ప్రియో రామస్య లక్ష్మణః, ౬౪॥

యథా హి వానరశ్రేష్ఠ దుఃఖక్షయకరో భవేత్.
త్వ మస్మి న్కార్యనిర్యోగే ప్రమాణం హరిసత్తమ, ౬౫॥

రాఘవ స్త్వత్సమారంభా న్మయి యత్నపరో భవేత్. ౬౬

ఇదం బ్రూయాశ్చ మే నాథం శూరం రామం పునః పునః,
జీవితం ధారయిష్యామి మాసం దశరథాత్మజ.
ఊర్ధ్వం మాసా న్న జీవేయం సత్యేనాఽహం బ్రవీమి తే, ౬౭॥

రావణే నోపరుద్ధాం మాం నికృత్యా పాపకర్మణా.
త్రాతు మర్హసి వీర త్వం పాతాళాదివ కౌశికీం. ౬౮॥

---

(య మితి.) ఆర్యం శ్వశురం దశరథం, నాఽనుస్మరేత్. పితృస్థానీయ త్వాన్మత్పరిగ్రహీతృత్వా దితి భావః. ౬౪॥

(యథా హీతి.) రామః యథా దుఃఖక్షయకరో భవే త్తథా త్వ మస్మి న్కార్యనిర్యోగే కార్యసంఘటనే, ప్రమాణం వ్యవస్థాపకః. ౬౫॥

(రాఘవ ఇతి.) త్వత్సమారంభా త్త్వదుత్సాహాత్ ౬౬

(ఇద మిత్యాది,) ఊర్ధ్వం మాసాత్, రావణకృతమాసద్వయావధే స్సహిష్యే ఇతి భావః. నికృత్యా వంచనేన, పాతాళా దివ కౌశికీం, అత్రేతికరణం ద్రష్టవ్యం. ఇదం చ బ్రూయా ఇతి పూర్వేణాన్వయః కౌశికః ఇంద్రః, తత్సంబంధినీ శ్రీః కౌశికీ, తా మివ. ఏవం బ్రహ్మపురాణేశ్రూయతే- పురా వృత్రవధే బ్రహ్మహత్యాభిభూతం నిశ్శ్రీక మింద్రం భగవా న్నారాయణో దేవై స్సహ వైష్ణవేనాఽశ్వమేధేన నిష్కల్మషం కృత్వా త్రైలోక్యరాజ్యేఽభిషిచ్య పురాతనీం పౌరందరీం శ్రియ ముపాహ్వయత్. తతోఽశరీరవాక్యా ద్గవాక్షతీర్థవర్తినీం తా ముపశ్రుత్య స దేవదేవో దేవాశ్చ

(సీతయా హనుమతే చూడామణిప్రదానం)

తతో వస్త్రగతం ముక్త్వా దివ్యం చూడామణిం శుభం.
ప్రదేయో రాఘవాయేతి సీతా హనుమతే దదౌ. ౬౯॥

ప్రతిగృహ్య తతో వీరో మణిరత్న మనుత్తమం
అంగుళ్యా యోజయామాస న హ్యస్య ప్రాభవ ద్భుజః. ౭౦॥

మణిరత్నం కపివరః ప్రతిగృహ్యాఽభివాద్య చ.
సీతాం ప్రదక్షిణం కృత్వా ప్రణతః పార్శ్వత స్స్థితః. ౭౧॥

హర్షేణ మహతా యుక్త స్సీతాదర్శనజేన సః.
హృదయేన గతో రామం శరీరేణ తు విష్ఠితః. ౭౨॥

---

తత్ర జగ్మః. తత స్తాన్ దృష్ట్వా సా శ్రీః పాతాళం ప్రవివేశ తత్ర ప్రవేష్టు మశక్నువంతో దేవాః పునర ప్యశరీరవాక్యం 'యుష్మాసు సర్వలక్షణసంపన్న స్తాం ప్రతినేతు మర్హతీ' త్యుప శ్రుత్య, త మేవ పురుషోత్తమం ప్రార్థయామాసుః. స తత్ర ప్రవిశ్య పాతాళా త్తాం సముద్ధృత్య తైః స్సహ శక్రాయ ప్రాదా దితి. మహాభారతే తు - ఉచథ్యస్య భార్యాం యమునాయాం స్నాంతీం వరుణో హృత్వా పాతాళ మనయత్. తా ముచథ్యో నారదేన యాచిత్వా తా మలబ్ధ్వా కుపితః పాతాళ హ్రదశోషేణ తా మవాపేతి శ్రూయతే. సా కౌశికీతి కేచి త్కథయంతి ౬౮॥—౬౯॥

(ప్రతిగృహ్యేతి.) మణిరత్నం మణిశ్రేష్ఠం. అంగుళ్యా యోజయామాస. చూడామణే రధిష్ఠానస్య పృష్ఠే యా కేశసరణిః, తత్రాఽంగుళిం ప్రావేశయ దిత్యర్థః. ఏవం తనీయసీ కి మంగుళి రిత్యత్రాహ (న హీతి.) అస్య హనుమతః భుజః న ప్రాభవ న్న స్థూలోఽభవత్, న తదానీం స మహాకాయః. భుజశ్చ న స్థూలః. తేనాఽంగుళి స్తనీయసీ త్యర్థః. ఏతేన దేవ్యై ప్రదర్శితం మహ ద్రూపం విహాయ పురప్రవేశకాలికం సూక్ష్మరూప మంగీకృతవా నిత్యవగమ్యతే. ౭౦॥

(మణిరత్న మితి.) ప్రణతః నమ్రగాత్రః ౭౧॥—౭౨॥

మణివర ముపగృహ్య తం మహార్హం జనకనృపాత్మజయా ధృతం ప్రభావాత్.
గిరి రివ పవనావధూతముక్తః సుఖితమనాః ప్రతిసంక్రమం ప్రపేదే. ౭౩౪

ఇతి శ్రీమద్రామాయణే, సున్దరకాణ్డే, అష్టత్రింశ స్సర్గః.

అథ ఏకోనచత్వారింశ స్సర్గః.

మణిం దత్త్వా తత స్సీతా హనుమన్త మథాఽబ్రవీత్,
అభిజ్ఞాన మభిజ్ఞాత మేత ద్రామస్య తత్త్వతః. ౧

మణిం తు దృష్ట్వా రామో వై * త్రయాణాం సంస్మరిష్యతి,
వీరో జనన్యా మమ చ రాజ్ఞో దశరథస్య చ. ౨

(మణివర మితి.) పవనావధూతముక్తః, మహావాతకంపితః తేన రహిత శ్చే త్యర్థః. ప్రతిసంక్రమం ప్రతిప్రయాణం. ప్రపేదే ప్రాప్తు ముద్యుక్తః. అస్మి న్సర్గే సార్ధత్రిస ప్తతిశ్లోకాః. ౭౩౪

ఇతి శ్రీగోవిందరాజవిరచితే, శ్రీరామాయణభూషణే, శృంగారతిలకాఖ్యానే, సున్దరకాణ్డవ్యాఖ్యానే,
అష్టత్రింశ స్సర్గః.

అథ ఏకోనచత్వారింశ స్సర్గః

(మణి మిత్యాది.) అభిజ్ఞాతం సమ్యక్ జ్ఞాతం. ౧

(మణిం త్వితి.) (త్రయాణా మితి.) 'అధీగర్థదయేశాం కర్మణీ' తి షష్ఠీ. వివాహకాలే శిరోమణిదాతృత్వా (న్మ) త్పిత్రోః, గృహీతృత్వాచ్చ మమ స్మరణ మితి భావః. పాణిగ్రహణోత్సవే

* (త్రయాణాం సంస్మరిష్యతి.) త్రయాణా మితి కర్మణి షష్ఠీ. పాణిగ్రహణకాలే మమ జననీ ఇమం మణిం దశరథసన్నిధౌ జనకహస్తా దాదాయ శిరోభూషణతయా మహ్యం దత్తవతీ. అతో మమ జననీం దశరథం జనకం మాం చ స్మరిష్యతీ త్యర్థః. ఇతి తత్త్వదీపికా.

(సీతయా హనుమత్ప్రస్థానాయ అనుజ్ఞానం)

స భూయ స్త్వం సముత్సాహే చోదితో హరిసత్తమ.
అస్మి న్కార్యసమారంభే ప్రచింతయ య దుత్తరం. ౩

త్వ మస్మి న్కార్యనిర్యోగే ప్రమాణం హరిసత్తమ,
హనుమ న్యత్న మాస్థాయ దుఃఖక్షయకరో భవ
తస్య చింతయతో యత్నో దుఃఖక్షయకరో భవేత్, ౪౼

స తథేతి ప్రతిజ్ఞాయ మారుతి ర్భీమవిక్రమః.
శిరసాఽఽవంద్య వైదేహీం గమనా యోపచక్రమే, ౫౼

జ్ఞాత్వా సంప్రస్థితం దేవీ వానరం మారుతాత్మజం.
బాష్పగద్గదయా వాచా మైథిలీ వాక్య మబ్రవీత్. ౬౼

కుశలం హనుమ న్బ్రూయా స్సహితౌ రామలక్ష్మణౌ.
సుగ్రీవం చ సహామాత్యం వృద్ధా న్సర్వాం శ్చ వానరా న్.
బ్రూయా స్త్వం వానరశ్రేష్ఠ కుశలం ధర్మసంహితం. ౮

మమ శ్వశురాభ్యాం ప్రథమం శిరోభూషణతయా ఏష దత్తః. అతః శ్రీ నస్మా న్యుగపత్ స్మరిష్య తీత్యర్థ ఇత్యాహ కశ్చిత్ త దనుచితం. 'మణిరత్న మిదం దత్తం వైదేహ్యా శ్శ్వశురేణ మే, వధూకాలే తథా బద్ధ మధికం మూర్ధ్ని శోభత' ఇత్యుపరివక్ష్యమాణత్వా. ద్వివాహకాలే రామజనన్యా అనాగమనాచ్చ. ౨-౩

(త్వ మితి.) కార్యనిర్యోగే కార్యసంఘటనే. ప్రమాణం వ్యవస్థాపకః. చింతయత స్తస్య. తవేతి శేషః. ౪౼

(స తథేతి.) ఆవంద్యేతి పదచ్ఛేదః. ౫౼-౬౼

(కుశల మితి.) (బ్రూయా ఇతి.) ధర్మసంహితం ధర్మసహితం, ధర్మపురస్సరం కుశలం బ్రూయా ఇత్యర్థః. ౮

యథా స చ మహాబాహు ర్మాం తారయతి రాఘవః,
అస్మా ద్దుఃఖాంబుసంరోధా త్త్వం సమాధాతు మర్హసి. ౯

జీవంతీం మాం యథా రామః సంభావయతి కీర్తిమాన్,
త త్తథా హనుమ న్వాచ్యం వాచా ధర్మ మవాప్నుహి. ౧౦

నిత్య ముత్సాహయుక్తాశ్చ వాచ శ్శ్రుత్వా త్వయేరితాః,
వర్ధిష్యతే దాశరథేః పౌరుషం మదవాప్తయే. ౧౧

మత్సందేశయుతా వాచ స్త్వత్త శ్శ్రుత్వైవ రాఘవః,
పరాక్రమవిధిం వీరో విధివ త్సంవిధాస్యతి. ౧౨

సీతాయా వచనం శ్రుత్వా హనుమా న్మారుతాత్మజః,
శిర స్యంజలి మాధాయ వాక్య ముత్తర మబ్రవీత్. ౧౩

క్షిప్ర మేష్యతి కాకుత్స్థో హర్యృక్షప్రవరై ర్వృతః,
య స్తే యుధి విజిత్యాఽరీన్ శోకం వ్యపనయిష్యతి. ౧౪

న హి పశ్యామి మర్త్యేషు నాఽసురేషు సురేషు వా,
య స్తస్య క్షిపతో బాణాన్ స్థాతు ముత్సహతేఽగ్రతః. ౧౫

---

(యథేతి.) దుఃఖాంబుసంరోధాత్ - అంబూని సంరుధ్యంతే అనేనే త్యంబుసంరోధః జలధిః, సమాధాతుం రామ మనుకూలయితుం. ౯

(జీవంతీ మితి.) జీవంతీం సంభావయతి జీవంతీం కరోతీ త్యర్థః. త త్తథా అవ్యయ మేతత్. వచనస్య ప్రయోజన మాహ (వాచేతి.) వాచా ధర్మం వాచికధర్మం. ౧౦

తమేవ ధర్మ ముపపాదయతి ద్వాభ్యాం (నిత్య మిత్యాది.) ౧౧-౧౨

(సీతయా హనుమత్ప్రస్థానాయ అనుజ్ఞానం)

అప్యర్క మపి పర్జన్య మపి వైవస్వతం యమం,
స హి సోఢుం రణే శక్త స్తవ హేతో ర్విశేషతః. ౧౬

స హి సాగరపర్యంతాం మహీం శాసితు మీహతే,
త్వన్నిమిత్తో హి రామస్య జయో జనకనందిని. ౧౭

తస్య త ద్వచనం శ్రుత్వా సమ్య క్సత్యం సుభాషితం,
జానకీ బహు మేనేఽథ వచనం చేద మబ్రవీత్. ౧౮

తత స్తం ప్రస్థితం సీతా వీక్షమాణా పునః పునః.
భర్తృస్నేహాన్వితం వాక్యం సౌహార్దా దనుమానయత్. ౧౯

యది వా మన్యసే వీర వసైకాఽహ మరిందమ,
కస్మింశ్చి త్సంవృతే దేశే విశ్రాంత శ్శ్వో గమిష్యసి. ౨౦

మమ చే దల్పభాగ్యాయా స్సాన్నిధ్యా త్తవ వానర,
అస్య శోకస్య మహతో ముహూర్తం మోక్షణం భవేత్. ౨౧

గతే హి హరిశార్దూల పున రాగమనాయ తు,
ప్రాణానా మపి సందేహో మమ స్యా న్నాఽత్ర సంశయః. ౨౨

---

(అప్యర్క మితి.) పర్జన్యం ఇంద్రం. 'పర్జన్యౌ రసదబ్దేంద్రౌ' విత్యమరః. ౧౬

(స హీతి) (త్వన్నిమిత్త ఇతి.) జయః. భవిష్యతీతి శేషః. ౧౭

(తస్యేతి.) సమ్యక్ సోపపత్తికం. సత్యం పరమార్థం. సుభాషితం శ్రుతిమధురం. ౧౮

'వచనం చేద మబ్రవీ' దిత్యుక్తం వివృణోతి (తత స్త మితి.) భర్తృస్నేహాన్వితం- ఆత్మని యో భర్తుస్స్నేహ స్తేనాఽన్వితం. స్వవిషయభర్తృస్నేహప్రకాశక మితి యావత్. అనుమానయ దన్వమానయత్. వక్ష్యమాణోక్తిరూపం సంమానవచన మబ్రవీ దిత్యర్థః. ౧౯-౨౨

తవాఽదర్శనజ శ్శోకో భూయో మాం పరితాపయేత్,
దుఃఖా ద్దుఃఖపరామృష్టాం దీపయ న్నివ వానర. ౨౩

అయం చ వీర సందేహ స్తిష్ఠతీవ మమాఽగ్రతః,
సుమహాం స్త్వత్సహాయేషు హర్యృక్షేషు హరీశ్వర. ౨౪

కథం ను ఖలు దుష్పారం తరిష్యంతి మహోదధిం,
తాని హర్యృక్షసైన్యాని తౌ వా నరవరాత్మజౌ. ౨౫

త్రయాణా మేవ భూతానాం సాగరస్యాఽస్య లంఘనే,
శక్తి స్స్యా ద్వైనతేయస్య తవ వా మారుతస్య వా. ౨౬

త దస్మిన్ కార్యనిర్యోగే వీరైవం దురతిక్రమే,
కిం పశ్యసి సమాధానం త్వం హి కార్యవిదాం వరః. ౨౭

కామ మస్య త్వ మేవైకః కార్యస్య పరిసాధనే,
పర్యాప్తః పరవీరఘ్న యశస్య స్తే ఫలోదయః. ౨౮

---

(తవేతి.) దుఃఖా ద్దుఃఖపరామృష్టాం పూర్వదుఃఖా దధికేన దుఃఖేన స్పృష్టాం. దీపయన్నివ వర్ధయన్నివే త్యర్థః. ౨౩

(అయ మితి.) అయం వక్ష్యమాణః, తిష్ఠతీవ మూర్తీభూత ఇత్యర్థః ౨౪-౨౬

(త దస్మి న్నితి.) సమాధానం పరిహారం. ౨౭

అహమేవ సాధయిష్యామీ త్యాశంక్యాహ (కామ మితి.) హే పరవీరఘ్న, త్వం, అస్య కార్యస్య సర్వరాక్షసవధపూర్వకమత్ప్రాపణరూపస్య. పరిసాధనే కామం, పర్యాప్తః శక్తః. ఏవంచే త్ఫలోదయః శక్తిసమృద్ధిః, తే యశస్యః తవ యశస్కరః, న తు మమేతి భావః. ౨౮

(హనుమతా సీతాసమాశ్వాసనం)

బలై స్సమగ్రై ర్యది మాం రావణం జిత్య సంయుగే,
విజయీ స్వపురీం యాయా త్తత్తు మే స్యా ద్యశస్కరం. ౨౯

శరై స్తు సంకులాం కృత్వా లంకాం పరబలార్దనః,
మాం నయే ద్యది కాకుత్స్థ స్తత్తస్య సదృశం భవేత్. ౩౦

త ద్యథా తస్య విక్రాంత మనురూపం మహాత్మనః,
భవే దాహవశూరస్య తథా త్వ ముపపాదయ. ౩౧

త దర్థోపహితం వాక్యం సహితం హేతుసంహితం,
నిశమ్య హనుమా౯ శేషం వాక్య ముత్తర మబ్రవీత్. ౩౨

దేవి హర్యృక్షసైన్యానా మీశ్వరః ప్లవతాం వరః,
సుగ్రీవ స్సత్త్వసంపన్న స్తవార్థే కృతనిశ్చయః. ౩౩

స వానరసహస్రాణాం కోటీభి రభిసంవృతః,
క్షిప్ర మేష్యతి వైదేహి రాక్షసానాం నిబర్హణః. ౩౪

తస్య విక్రమసంపన్నా స్సత్త్వవంతో మహాబలాః,
మనస్సంకల్పసంపాతా నిదేశే హరయ స్స్థితాః. ౩౫

---

తర్హి తవ కిం యశస్య మిత్యాకాంక్షాయా మాహ (బలై రితి.) జిత్య జిత్వా. మాం, గృహీత్వేతి శేషః. యాయాత్. రామ ఇతి చ శేషః. ౨౯

ఏత న్న కేవలం మమ, రామస్యాపీ త్యాహ (శరై రితి.) ౩౦

(త దితి.) తస్య అనురూపం విక్రాంతం యథా భవే త్తథా, ఉపపాదయ కురు. ౩౧

(త దర్థోపహిత మితి.) అర్థోపహితం అర్థయుక్తం, సహితం పరస్పరం సంగతం, హేతుసంహితం యుక్తియుక్తం, శేషం పూర్వ మనుక్తం, ఉత్తరం వాక్య మబ్రవీత్. ౩౨-౩౪

(తస్యేతి.) మనస్సంకల్పసంపాతాః మనోవ్యాపారతుల్యగమనాః. న సజ్జతే న ఖిశంబతే. ౩౫

యేషాం నోపరి నాఽధస్తా న్న తిర్య క్సజ్జతే గతిః,
న చ కర్మసు సీదంతి మహ త్స్వమితతేజసః. ౩౬

అసకృ త్తై ర్మహోత్సాహైః ససాగరధరాధరా,
ప్రదక్షిణీకృతా భూమి ర్వాయుమార్గానుసారిభిః. ౩౭

మద్విశిష్టాశ్చ తుల్యాశ్చ సంతి తత్ర వనౌకసః,
మ త్తః ప్రత్యవరః కశ్చి న్నాఽస్తి సుగ్రీవసన్నిధౌ. ౩౮

అహం తావ దిహ ప్రాప్తః కిం పున స్తే మహాబలాః,
న హి ప్రకృష్టాః ప్రేష్యంతే ప్రేష్యంతే హీతరే జనాః. ౩౯

త దలం పరితాపేన దేవి శోకో వ్యపైతు తే.
ఏకోత్పాతేన తే లంకా మేష్యంతి హరియూథపాః. ౪౦

మమ పృష్ఠగతౌ తౌ చ చంద్రసూర్యా వివోదితౌ,
త్వత్సకాశం మహాసత్త్వౌ నృసింహా వాగమిష్యతః. ౪౧

తౌ హి వీరౌ నరవరౌ సహితౌ రామలక్ష్మణౌ,
ఆగమ్య నగరీం లంకాం సాయకై ర్విధమిష్యతః. ౪౨

సగణం రావణం హత్వా రాఘవో రఘునందనః.
త్వా మాదాయ వరారోహే స్వపురం ప్రతియాస్యతి. ౪౩

---

(మద్విశిష్టా శ్చేతి) ప్రత్యవరః హీనః, పూర్వం చతుర్ణామేవాఽత్ర గతి రితి విచారప్రకార మాత్ర ముక్తం, అత్ర తు పరమార్థః యద్యపి బలే హనుమా నధికః, తథాఽపి వేగే సుగ్రీవసన్నిహితా నీలాదయ స్సర్వే తుల్యా ఏవేతి నాఽనృతోక్తిః. (తనిశ్లోకీ.) ౩౮—౩౯

(త దల మితి.) ఏకోత్పాతేన ఏకయత్నేన. ౪౦—౪౧

(తౌ హీతి.) విధమిష్యతః దహిష్యతః ౪౨—౪౩

(హనుమతా సీతాసాంత్వనం)

తదాశ్వసిహి భద్రం తే భవ త్వం కాలకాంక్షిణీ,
నచిరా ద్ద్రక్ష్యసే రామం ప్రజ్వలంత మివాఽనలం ౪౪

నిహతే రాక్షసేంద్రేఽస్మిన్ సపుత్రామాత్యబాంధవే.
త్వం సమేష్యసి రామేణ శశాంకేనేవ రోహిణీ. ౪౫

క్షిప్రం త్వం దేవి శోకస్య పారం యాస్యసి మైథిలి,
రావణం చైవ రామేణ నిహతం ద్రక్ష్యసేఽచిరాత్. ౪౬

ఏవ మాశ్వాస్య వైదేహీం హనుమా న్మారుతాత్మజః,
గమనాయ మతిం కృత్వా వైదేహీం పున రబ్రవీత్. ౪౭

త మరిఘ్నం కృతాత్మానం క్షిప్రం ద్రక్ష్యసి రాఘవం,
లక్ష్మణం చ ధనుష్పాణిం లంకాద్వార ముపస్థితం. ౪౮

నఖదంష్ట్రాయుధా న్వీరాన్ సింహశార్దూలవిక్రమాన్,
వానరా న్వారణేంద్రాభాన్ క్షిప్రం ద్రక్ష్యసి సంగతాన్.

శైలాంబుదనికాశానాం లంకామలయసానుషు,
నర్దతాం కపిముఖ్యానా మార్యే యూథా న్యనేకశః. ౫౦

స తు మర్మణి ఘోరేణ తాడితో మన్మథేషుణా,
న శర్మ లభతే రామః సింహార్దిత ఇవ ద్విపః. ౫౧

---

(తదితి.) కాలకాంక్షిణీ భవ. దివసగణనాయాం తత్పరా భవే త్యర్థః. నచిరాత్ అచిరాత్. ౪౪ ౪౬

(ఏవ మితి.) (పున రబ్రవీ దితి) దార్ఢ్యాయ పునరుక్తిః. ౪౭—౪౯

(శైలాంబుదేతి.) ద్రక్ష్యసీతి శేషః ౫౦—౫౧

మా రుదో దేవి శోకేన మా భూ త్తే మనసోఽప్రియం,
శచీవ పత్యా శక్రేణ భర్త్రా నాథవతీ హ్యసి. ౩౨

రామా ద్విశిష్టః కోఽన్యోఽ స్తి కశ్చి త్సౌమిత్రిణా సమః,
అగ్నిమారుతకల్పౌ తౌ భ్రాతరౌ తవ సంశ్రయౌ. ౩౩

నాఽస్మిం శ్చిరం వత్స్యసి దేవి దేశే రక్షోగణై రధ్యుషితేఽతిరౌద్రే,
న తే చిరా దాగమనం ప్రియస్య క్షమస్వ మత్సంగమకాలమాత్రం. ౩౪

ఇతి శ్రీమద్రామాయణే, సుందరకాండే, ఏకోనచత్వారింశ స్సర్గః.

అథ చత్వారింశ స్సర్గః

శ్రుత్వా తు వచనం తస్య వాయుసూనో ర్మహాత్మనః,
ఉవాచాఽఽత్మహితం వాక్యం సీతా సురసుతోపమా. ౧

త్వాం దృష్ట్వా ప్రియవక్తారం సంప్రహృష్యామి వానర,
అర్ధసంజాతసస్యేవ వృష్టిం ప్రాప్య వసుంధరా.

---

(మా రుద ఇతి.) మా రుదః రోదనం మా కురు. ౩౨—౩౩

(నాఽస్మి న్నితి.) మత్సంగమకాలమాత్రం మమ రామేణ సంగమకాలమాత్రం. ౩౪

ఇతి శ్రీగోవిందరాజవిరచితే, శ్రీరామాయణభూషణే, శృంగారతిలకాఖ్యానే, సున్దరకాణ్డవ్యాఖ్యానే, ఏకోనచత్వారింశ స్సర్గః.

అథ చత్వారింశ స్సర్గః.

(శ్రుత్వేత్యాది.) ౧

(త్వా మితి) అర్ధసంజాతసస్యా అరోత్పన్నసస్యా. ౨

(సీతయా అభిజ్ఞానాంతరకథనం)

యథా తం పురుషవ్యాఘ్రం గాత్రై శ్శోకాభికర్శితైః.
సంస్పృశేయం సకామాఽహం తథా కురు దయాం మయి. ౩

అభిజ్ఞానం చ రామస్య దద్యా హరిగణోత్తమ.
క్షిప్తా మిషీకాం కాకస్య కోపా దేకాక్షిశాతనీం. ౪

మనశ్శిలాయా స్తిలకో గండపార్శ్వే నివేశితః.
త్వయా ప్రణష్టే తిలకే తం కిల స్మర్తు మర్హసి. ౫

స వీర్యవా న్కథం సీతాం హృతాం సమనుమన్యసే.
వసంతీం రక్షసాం మధ్యే మహేంద్రవరుణోపమః. ౬

ఏష చూడామణి ర్దివ్యో మయా సుపరిరక్షితః.
ఏతం దృష్ట్వా ప్రహృష్యామి వ్యసనే త్వా మివాఽనఘ. ౭

ఏష నిర్యాతిత శ్శ్రీమా న్మయా తే వారిసంభవః.
అతః పరం న శక్ష్యామి జీవితుం శోకలాలసా. ౮

---

(అభిజ్ఞానం చేతి.) కాకస్యైకాక్షిశాతనీం క్షిప్తాం. ఇషీకాం ఇషీకతృణరూప మభిజ్ఞానం పూర్వోక్తం, దద్యాః. అన్యచ్చ వక్ష్యామీతి భావః. తదేవాహ (మన ఇతి) తిలకే పూర్వతిలకే. ప్రణష్టే సతి. గండపార్శ్వే గండస్థలే, గండశైలపార్శ్వే వా. మనశ్శిలాయా స్తిలకః మనశ్శిలాకృత తిలకః. తత్ మనశ్శిలాతిలకనిర్మాణం, స్మర్తు మర్హసి. ఇద మప్యభిజ్ఞానం దద్యా ఇతి యోజనా. ౩-౬

(ఏష ఇతి) (ప్రహృష్యా మీతి.) అస్య చూడామణే స్త్వయా బహుశో లాలితత్వేన త్వత్స్మారకత్వా దితి భావః. ౭

(ఏష నిర్యాతిత ఇతి.) వారిసంభవః. రత్నం హి రత్నాకరే ఉత్పద్యతే అతః పరం మాసా త్పరం. ౮

అసహ్యాని చ దుఃఖాని వాచశ్చ హృదయచ్ఛిదః,
రాక్షసీనాం సుఘోరాణాం త్వత్కృతే మర్షయా మ్యహం. ౯

ధారయిష్యామి మాసం తు జీవితం శత్రుసూదన,
మాసా దూర్ధ్వం న జీవిష్యే త్వయా హీనా నృపాత్మజ. ౧౦

ఘోరో రాక్షసరాజోఽయం దృష్టిశ్చ న సుఖా మయి,
త్వాం చ శ్రుత్వా విషజ్జంతం న జీవేయ మహం క్షణం. ౧౧

వైదేహ్యా వచనం శ్రుత్వా కరుణం సాశ్రు భాషితం,
అథాఽబ్రవీ న్మహాతేజా హనుమా న్మారుతాత్మజః. ౧౨

త్వచ్ఛోకవిముఖో రామో దేవి సత్యేన తే శపే,
రామే దుఃఖాభిభూతే తు లక్ష్మణః పరితప్యతే. ౧౩

కథంచి ద్భవతీ దృష్టా న కాలః పరిశోచితుం,
ఇమం ముహూర్తం దుఃఖానా మంతం ద్రక్ష్యసి భామిని. ౧౪

తా వుభౌ పురుషవ్యాఘ్రౌ రాజపుత్రౌ వరిందమౌ,
త్వద్దర్శనకృతోత్సాహౌ లంకాం భస్మీకరిష్యతః. ౧౫

హత్వా తు సమరే క్రూరం రావణం సహబాంధవం,
రాఘవౌ త్వాం విశాలాక్షి స్వాం పురీం ప్రాపయిష్యతః.

యత్తు రామో విజానీయా దభిజ్ఞాన మనిందితే,
ప్రీతిసంజననం తస్య భూయ స్త్వం దాతు మర్హసి. ౧౭

---

(ఘోర ఇతి.) విషజ్జంతం విళంబమానం. ౯—౧౩

(కథంచి దితి.) ఇమం ముహూర్తం అస్మిన్ ముహూర్తే. ౧౪—౧౭

(హనుమతః ప్రస్థానం)

సాఽబ్రవీ ద్దత్త మేవేతి మయాఽభిజ్ఞాన ముత్తమం,
ఏత దేవ హి రామస్య దృష్ట్వా మత్కేశభూషణం.
శ్రద్ధేయం హనుమ న్వాక్యం తవ వీర భవిష్యతి, ౧౮॥

స తం మణివరం గృహ్య శ్రీమా న్ప్లవగసత్తమః.
ప్రణమ్య శిరసా దేవీం గమనా యోపచక్రమే, ౧౯॥

త ముత్పాతకృతోత్సాహ మవేక్ష్య హరిపుంగవం.
వర్ధమానం మహావేగ మువాచ జనకాత్మజా,
అశ్రుపూర్ణముఖీ దీనా బాష్పగద్గదయా గిరా. ౨౧

హనుమ న్సింహసంకాశౌ భ్రాతరౌ రామలక్ష్మణౌ,
సుగ్రీవం చ సహామాత్యం సర్వా న్బ్రూయా హ్యానామయం. ౨౨

యథా చ స మహాబాహు ర్మాం తారయతి రాఘవః,
అస్మా ద్దుఃఖాంబుసంరోధా త్త్వం సమాధాతు మర్హసి. ౨౩

ఇమం చ తీవ్రం మమ శోకవేగం రక్షోభి రేభిః పరిభర్త్సనం చ,
బ్రూయాస్తు రామస్య గత స్సమీపం శివశ్చ తేఽధ్వాఽస్తు హరిప్రవీర. ౨౪

స రాజపుత్ర్యా ప్రతివేదితార్థః కపిః కృతార్థః పరిహృష్టచేతాః,
అల్పావశేషం ప్రసమీక్ష్య కార్యం దిశం హ్యుదీచీం మనసా జగామ. ౨౫

ఇతి శ్రీమద్రామాయణే, సున్దరకాణ్డే, చత్వారింశ స్సర్గః.

---

(ఇమం చేతి.) (శివశ్చ తేఽధ్వాఽస్తు హరిప్రవీరేతి.) శివః అవ్యాహత ఇత్యర్థః. ౧౮॥-౨౪

(స ఇతి.) అల్పావశేషం అల్పావశిష్టం. ప్రసమీక్ష్య విచార్య. ౨౫

ఇతి శ్రీగోవిందరాజవిరచితే, శ్రీరామాయణభూషణే, శృంగారతిలకాఖ్యానే, సున్దరకాణ్డవ్యాఖ్యానే.
చత్వారింశ స్సర్గః.

## అథ ఏకచత్వారింశ స్సర్గః.

స చ వాగ్భిః ప్రశస్తాభి ర్గమిష్య న్పూజిత స్తయా.
తస్మా ద్దేశా దపక్రమ్య చింతయామాస వానరః. ౧

అల్పశేష మిదం కార్యం దృష్టేయ మసితేక్షణా,
త్రీ నుపాయా నతిక్రమ్య చతుర్థ ఇహ దృశ్యతే. ౨

న సామ రక్షస్సు గుణాయ కల్పతే న దాన మర్థోపచితేషు యుజ్యతే,
న భేదసాధ్యా బలదర్పితా జనాః పరాక్రమ స్త్వేవ మమేహ రోచతే. ౩

న చాఽస్య కార్యస్య పరాక్రమా దృతే వినిశ్చయః కశ్చి దిహోపపద్యతే,
హతప్రవీరా హి రణే హి రాక్షసాః కథంచి దీయు ర్య దిహాఽద్య మార్దవం. ౪

---

## అథ ఏకచత్వారింశ స్సర్గః.

(న చేత్యాది.) (అల్పేతి) 'అభిగమ్య తు వైదేహీం నిలయం రావణస్య వే'త్యుక్తకార్యద్వయే సీతాదర్శనరూపం కార్యం జాతం, ఇదం కార్యం రావణనిలయపరిజ్ఞానరూపం, అల్పశేషం అల్పావశిష్టం, సాంతఃపురలంకాయా స్సమ్యక్ పరిజ్ఞాతత్వేఽపి రాక్షసబలాబలరావణహృదయాద్యపరిజ్ఞానా త్కార్యస్యాఽల్పశేషత్వోక్తిః. ఇహ రాక్షసబలాబలరావణహృదయపరిజ్ఞానరూపకార్యే. త్రీ నుపాయా నతిక్రమ్య సామదానభేదా నతిక్రమ్య, చతుర్థో లక్ష్యతే. సాధనతయా దండ ఏవ దృశ్యత ఇత్యర్థః. ౧—౨

ఉపపత్తిపూర్వక మేతదేవ వివృణోతి (న సామేతి.) ౩

'అనిత్యో విజయో యస్మా ద్దృశ్యతే యుధ్యమానయోః, పరాజయశ్చ సంగ్రామే తస్మా ద్యుద్ధం వివర్జయే' దితి యుద్ధస్యాఽవ్యవస్థితఫలకత్వేఽపి 'సర్వం బలవతః పథ్య' మితి న్యాయేన సర్వాతిశాయిబలపరాక్రమస్య మమ పరాజయప్రసంగ ఏవ నాస్తీ త్యభిప్రాయేణాఽఽహ (పరాక్రమ ఇతి.) మమ తు. ఇహ రక్షోవిషయే, పరాక్రమ ఏవ రోచత ఇతి సంబంధః ౪

(హనుమతః రావణబలపరిజ్ఞానోత్కంఠా)

కార్యే కర్మణి నిర్దిష్టే యో బహూ న్యపి సాధయేత్,
పూర్వకార్యావిరోధేన స కార్యం కర్తు మర్హతి. ౫

న హ్యేక స్సాధకో హేతుః స్వల్పస్యాఽపీహ కర్మణః,
యో హ్యర్థం బహుధా వేద స సమర్థోఽర్థసాధనే. ౬

ఇహైవ తావ త్కృతనిశ్చయో హ్యహం యది వ్రజేయం ప్లవగేశ్వరాలయం,
పరాత్మ సంమర్దవిశేష తత్త్వవి త్తతః కృతం స్యా న్మమ భర్తృశాసనం. ౭

కథం ను ఖల్వద్య భవే త్సుఖాగతం ప్రసహ్య యుద్ధం మమ రాక్షసైః సహ, ౭౹

తథైవ ఖల్వాత్మబలం చ సారవ త్సంమానయే న్మాం చ రణే దశాననః. ౮

---

'అభిగమ్య తు వైదేహీం నిలయం రావణస్య చే' త్యనుజ్ఞాతస్యాఽతిరిక్తకార్యకరణే దోష మాశంక్య పరిహరతి (కార్య ఇతి.) కార్యే విహితే కర్తవ్యే. బహూని కార్యాణి. ౫

(న హీతి.) అల్పస్యాపి కర్మణః, ఏకో హేతు స్సాధకో న. కిముత మహతః కర్మణ ఇతి భావః. బహుధా బహుభి ర్హేతుభిః. ౬

పూర్వోక్తసమర్థనాయాఽఽహ (ఇహై వేతి) అహ మిహైవ, పరాత్మసంమర్దవిశేష తత్త్వవిత్ పరాత్మనో ర్యుద్ధతారతమ్యతత్త్వవిత్, కృతనిశ్చయః కృతబలాబలనిశ్చయ స్సన్, యది ప్లవగేశ్వరాలయం వ్రజేయం. తతః భర్తృశాసనం సీతాదర్శనరావణనిలయసమ్యక్పరిజ్ఞానవిషయం శాసనం. తావ త్సాకల్యేన, కృతం స్యాత్, అన్యథా రాక్షసబలాబలం కీదృశ? మితి భర్త్రా పృష్టే నిరుత్తర స్స్యా మితి భావః. ౭

(కథం న్వితి,) యుద్ధం కథం. సుఖాగతం సుఖేన ప్రాప్తం. భవే త్తథా కర్తవ్య మిత్యర్థః. ౭౹

యుద్ధస్య ఫల మాహ (తథై వేత్యాదినా) సార్ధశ్లోకేన. తథైవ ఖలు యుద్ధకరణే ఖలు, సః దశాననః, రణే, ఆత్మబలం స్వపక్షబలం మాం చ, సారవత్, మానయే త్పరిచ్ఛింద్యాత్,

తత స్సమాసాద్య రణే దశాననం సమంత్రివర్గం సబలప్రయాయినం,
హృది స్థితం తస్య మతం బలం చ వై సుఖేన మత్వాఽహ మితః పున ర్వ్రజే. ౯

ఇద మస్యై నృశంసస్య నందనోపమ ముత్తమం,
వనం నేత్రమనఃకాంతం నానాద్రుమలతాయుతం. ౧౦

ఇదం విధ్వంసయిష్యామి శుష్కం వన మివాఽనలః,
అస్మి న్భగ్నే తతః కోపం కరిష్యతి దశాననః. ౧౧

తతో మహ త్సాశ్వమహారథద్విపం బలం సమాదేక్ష్యతి రాక్షసాధిపః,
త్రిశూలకాలాయసపట్టసాయుధం తతో మహ ద్యుద్ధ మిదం భవిష్యతి. ౧౨

అహం తు తై స్సంయతి చండవిక్రమై స్సమేత్య రక్షోభి రసహ్యవిక్రమః,
నిహత్య త ద్రావణచోదితం బలం సుఖం గమిష్యామి కపీశ్వరాలయం. ౧౩

తతో మారుతవత్ క్రుద్ధో మారుతి ర్భీమవిక్రమః,
ఊరువేగేన మహతా ద్రుమా న్క్షేప్తు మథాఽఽరభత్. ౧౪

---

బలప్రయాయినా సేనాన్యా సహ వర్తత ఇతి సబలప్రయాయీ. తం. తస్య హృది స్థితం మతం సీతావిషయాధ్యవసాయం. బలం చ. మత్వా. సుఖేన. ఇతః. అస్మాత్ స్థానాత్ పునః వ్రజే వ్రజిష్యామి. ౯

(ఇద మితి.) నేత్రమనఃకాంతం. వర్తత ఇతి శేషః. ౧౦—౧౧

(తత ఇతి.) సమాదేక్ష్యతి నియోజయిష్యతి.- ఇదం అవ్యవహితోత్తరకాలికం. కపీశ్వరాలయ మిత్యనంతర మితికరణం ద్రష్టవ్యం. ఇతి చింతయామాసే త్యన్వయః. ౧౨—౧౩

(తత ఇతి.) తతః. తేన చింతితేన హేతునా ౧౪

(హనుమతా అశోకవనికాభంజనం)

తత స్తు హనుమా న్వీరో బభంజ ప్రమదావనం,
మత్తద్విజసమాఘుష్టం నానాద్రుమలతాయుతం. ౧౫

త ద్వనం మథితై ర్వృక్షై ర్భిన్నైశ్చ సలిలాశయైః,
చూర్ణితైః పర్వతాగ్రైశ్చ బభూవాఽప్రియదర్శనం. ౧౬

* నానాశకుంతవిరుతైః ప్రభిన్నై స్సలిలాశయైః,
తామ్రైః కిసలయైః క్లాంతైః క్లాంతద్రుమలతాయుతం.
న బభౌ త ద్వనం తత్ర దావానలహతం యథా. ౧౬½

వ్యాకులావరణా రేజు ర్విహ్వలా ఇవ తా లతాః. ౧౭

లతాగృహై శ్చిత్రగృహై శ్చ నాశితై ర్మహోరగై ర్వ్యాళమృగై శ్చ నిర్ధుతైః.
శిలాగృహై రున్మథితై స్తథా గృహైః ప్రణష్టరూపం త దభూ న్మహ ద్వనం. ౧౮

---

(తత స్త్వితి.) ప్రమదావనం అంతఃపురవనం 'ప్రమదావన మంతఃపురోచిత' మిత్యమరః. ౧౫

(త ద్వన మితి.) పర్వతాగ్రైః క్రీడాపర్వతాగ్రైః ౧౬

(వ్యాకులావరణా ఇతి.) వ్యాకులావరణాః - ఆవరణా దుపఘ్నా ద్వ్యాకులాః, విహ్వలాః స్త్రియ ఇవ. ౧౬½-౧౭

(లతాగృహై రిత్యాది.) వ్యాళమృగైః శ్వాపదాదిహింస్రమృగైః, నిర్ధుతైః పీడితైః, గృహైః కేవలగృహైః. ౧౮

---

* రామానుజీయం. 'నానాశకుంతవిరుతైః ప్రభిన్నై స్సలిలాశయై' రిత్యతఃపరం 'తామ్రైః కిసలయైః క్లాంతైః కాంతద్రుమలతాయుతం, న బభౌ త ద్వనం తత్ర దావానలహతం యథే' తి పాఠక్రమః.

సా విహ్వలాఽశోకలతాప్రతానా వనస్థలీ శోకలతాప్రతానా,
జాతా దశాస్యప్రమదావనస్య కపే ర్బలాద్ధి ప్రమదావనస్య. ౨౦

స తస్య కృత్వాఽర్థపతేః మహాకపి ర్మహ ద్వ్యళీకం మనసో మహాత్మనః,
యుయుత్సు రేకో బహుభి ర్మహాబలైః శ్రియా జ్వలం స్తోరణ మాస్థితః కపిః. ౨౧

ఇతి శ్రీమద్రామాయణే, సున్దరకాణ్డే, ఏకచత్వారింశ స్సర్గః

(సేతి.) శోచ్యత ఇతి శోకః. ప్రతానం వితతిః. అశోకం అశోచ్యం లతాప్రతానం యస్యా స్సా అశోకలతాప్రతానా, దశాస్యప్రమదావనస్య భోగవర్ధనేన రావణవనితారక్షకస్య, ప్రమదావనస్య అంతఃపురోద్యానస్య, సా వనస్థలీ తృణగుల్మలతాదివిశిష్టప్రదేశః, కపే ర్బలాద్ధి, విహ్వలా సతీ, శోకలతాప్రతానా చ జాతా. యద్వా, శోకలతా శ్శోకకరతాః, రలయో రభేదః. అప్సు తానాః- ఉప్సు ప్రతానాః కమలకల్హారాదయో యస్యాం సా. శోకలతాప్రతానా, మ్లానజలజేతి యావత్. దశాస్య ప్రమదావనస్య రావణప్రమదావనస్య, 'జ్యాపో స్సంజ్ఞాచ్ఛందసో ర్బహుళ' మితి బహుళవచనా ద్ధ్రస్వాభావః. దశాస్యప్రమదావనస్య వనస్థలీత్యత్ర 'శిలాపుత్రకస్య శరీర' మితివ దుపచారాత్ షష్ఠీ. ప్రమదావనస్య సీతారూపప్రమదాపాలకస్య, వనస్థలీ, కపే ర్బలా ద్విహ్వలా, శోకలతాప్రతానా చ జాతా. అశోకలతే త్యుపలక్షణం. ౨౦

(స ఇతి.) అర్థపతేః రాజ్ఞో రావణస్య, మనసః, వ్యళీకం అప్రియం పీడనం వా. 'వ్యళీకం త్వప్రియాకార్యవైలక్ష్యేష్వనృతపీడన' ఇతి నిఘంటుః, యుయుత్సుః యోద్ధు మిచ్ఛుః, తోరణం ఉద్యానబహిర్ద్వారం. 'తోరణోఽస్త్రీ బహిర్ద్వార' మిత్యమరః. ౨౧

ఇతి శ్రీగోవిందరాజవిరచితే, శ్రీరామాయణభూషణే, శృంగారతిలకాఖ్యానే, సున్దరకాణ్డవ్యాఖ్యానే, ఏకచత్వారింశ స్సర్గః.

## అథ ద్విచత్వారింశ స్సర్గః

తతః పక్షినినాదేన వృక్షభంగస్వనేన చ,
బభూవు స్త్రాససంభ్రాంతా స్సర్వే లంకానివాసినః. ౧

విద్రుతాశ్చ భయత్రస్తా వినేదు ర్మృగపక్షిణః,
రక్షసాం చ నిమిత్తాని క్రూరాణి ప్రతిపేదిరే. ౨

తతో గతాయాం నిద్రాయాం రాక్షస్యో వికృతాననాః,
త ద్వనం దదృశు ర్భగ్నం తం చ వీరం మహాకపిం. ౩

స తా దృష్ట్వా మహాబాహు ర్మహాసత్త్వో మహాబలః,
చకార సుమహ ద్రూపం రాక్షసీనాం భయావహం. ౪

తత స్తం గిరిసంకాశ మతికాయం మహాబలం,
రాక్షస్యో వానరం దృష్ట్వా పప్రచ్ఛు ర్జనకాత్మజాం. ౫

కోఽయం కస్య కుతో వాఽయం కిన్నిమిత్త మిహాఽఽగతః.
కథం త్వయా సహాఽనేన సంవాదః కృత ఇత్యుత. ౬

ఆచక్ష్వ నో విశాలాక్షి మా భూ త్తే సుభగే భయం,
సంవాద మసితాపాంగే త్వయా కిం కృతవా నయం. ౭

---

### అథ ద్విచత్వారింశ స్సర్గః

(తతః పక్షీత్యాది ) ౧-౪

(తత స్త మిత్యాది.) ఉతశబ్దో వార్థే. 'ఉతాఽప్యర్థవికల్పయో' రిత్యమరః. సంవాదో వా కథం కృత? ఇతి పప్రచ్ఛు రితి పూర్వేణ సంబంధః. కః కిన్నామకః? కస్య కస్య సంబంధీ పురుషః? కుతః కస్మా ద్దేశా దాగతః? కిన్నిమిత్తం కింప్రయోజన ముద్దిశ్య. సంవాదం, కిం కృతవాన్ కిముద్దిశ్య కృతవాన్? సర్వస్యాపి పప్రచ్ఛు రితి పూర్వేణాఽన్వయః. ౫-౭

అథాఽబ్రవీ త్తదా సాధ్వీ సీతా సర్వాంగసుందరీ,
రక్షసాం భీమరూపాణాం విజ్ఞానే మమ కా గతిః. ౯

యూయ మేవాఽభిజానీత యోఽయం య ద్వా కరిష్యతి,
అహి రేవ హ్యహేః పాదా న్విజానాతి న సంశయః. ౯

అహ మప్యస్య భీతాఽస్మి నై నం జానామి కో న్వయం,
వేద్మి రాక్షస మేవై నం కామరూపిణ మాగతం. ౧౦

వై దేహ్యా వచనం శ్రుత్వా రాక్షస్యో విద్రుతా దిశః,
స్థితాః కాశ్చి ద్గతాః కాశ్చి ద్రావణాయ నివేదితుం. ౧౧

రావణస్య సమీపే తు రాక్షస్యో వికృతాననాః,
విరూపం వానరం భీమ మాఖ్యాతు ముపచక్రముః. ౧౨

అశోకవనికామధ్యే రాజ న్భీమవపుః కపిః,
సీతయా కృతసంవాద స్తిష్ఠ త్యమితవిక్రమః. ౧౩

న చ తం జానకీ సీతా హరిం హరిణలోచనా,
అస్మాభి ర్బహుధా పృష్టా నివేదయితు మిచ్ఛతి. ౧౪

వాసవస్య భవే ద్దూతో దూతో వైశ్రవణస్య వా,
ప్రేషితో వాఽపి రామేణ సీతాన్వేషణకాంక్షయా. ౧౫

---

(అథాఽబ్రవీ దిత్యాది.) అయం, యః యాదృశః, య ద్వా కార్యం కరిష్యతి త ద్యూయ మేవాఽభిజానీతేతి సంబంధః. (నై నం జానా మీతి) 'వివాహకాలే రతిసంప్రయోగే ప్రాణాత్యయే సర్వధనాపహారే, మిత్రస్య చార్థేఽప్యనృతం వదేయుః పంచాఽనృతా న్యాహు రపాతకానీ'తి స్మరణా దసత్యోక్తిః. ౯-౧౦

(వై దేహ్యా ఇతి.) దిశః దిక్షు, వనస్య పార్శ్వేష్వి త్యర్థః. విద్రుతాః విలీనాః, నివేదితుం నివేదయితుం. ౧౧-౧౫

(రాక్షసీభిః రావణాయ హనుమచ్చేష్టానివేదనం)

తేన త్వద్భుతరూపేణ య త్త త్తవ మనోహరం,
నానామృగగణాకీర్ణం ప్రమృష్టం ప్రమదావనం. ౧౬

న తత్ర కశ్చి దుద్దేశో య స్తేన న వినాశితః,
యత్ర సా జానకీ సీతా స తేన న వినాశితః. ౧౭

జానకీ రక్షణార్థం వా శ్రమా ద్వా నోపలభ్యతే,
అథవా క శ్శ్రమ స్తస్య సైవ తేనాఽభిరక్షితా. ౧౮

చారుపల్లవపుష్పాఢ్యం యం సీతా స్వయ మాస్థితా.
ప్రవృద్ధ శ్శింశుపావృక్ష స్స చ తేనాఽభిరక్షితః. ౧౯

తస్యోగ్రరూప స్యోగ్ర త్వం దండ మాజ్ఞాతు మర్హసి,
సీతా సంభాషితా యేన త ద్వనం చ వినాశితం. ౨౦

మనఃపరిగృహీతాం తాం తవ రక్షోగణేశ్వర,
క స్సీతా మభిభాషేత యో న స్యా త్త్యక్తజీవితః. ౨౧

రాక్షసీనాం వచ శ్శ్రుత్వా రావణో రాక్షసేశ్వరః,
హుతాగ్ని రివ జజ్వాల కోపసంవర్తితేక్షణః ౨౨

తస్య క్రుద్ధస్య నేత్రాభ్యాం ప్రాపత న్నాస్రబిందవః,
దీప్తాభ్యా మివ దీపాభ్యాం సార్చిష స్స్నేహబిందవః. ౨౩

---

(తేన త్వితి.) ప్రమృష్టం భగ్న మిత్యర్థః. ౧౬—౧౯

(తస్యేతి.) హే ఉగ్ర, త్వం, ఆజ్ఞాతుం ఆజ్ఞాపయితుం. ౨౦—౨౧

(రాక్షసీనా మితి ) సంవర్తితేక్షణః పరివర్తితేక్షణః. ౨౨—౨౩

ఆత్మన స్సదృశా ఞ్ఛూరా న్కింకరా న్నామ రాక్షసాన్,
వ్యాదిదేశ మహాతేజా నిగ్రహార్థం హనూమతః. ౨౪

తేషా మశీతిసాహస్రం కింకరాణాం తరస్వినాం, ౨౫

నిర్యయు ర్భవనా త్తస్మా త్కూటముద్గరపాణయః.
మహోదరా మహాదంష్ట్రా ఘోరరూపా మహాబలాః,
యుద్ధాభిమనస స్సర్వే హనుమద్గ్రహణోన్ముఖాః. ౨౬

తే కపీంద్రం సమాసాద్య తోరణస్థ మవస్థితం.
అభిపేతు ర్మహావేగాః పతంగా ఇవ పావకం. ౨౭

తే గదాభి ర్విచిత్రాభిః పరిఘైః కాంచనాంగదైః,
ఆజఘ్ను ర్వానరశ్రేష్ఠం శరై శ్చాదిత్యసన్నిభైః ౨౮

ముద్గరైః పట్టసైః శ్శూలైః ప్రాసతోమరశక్తిభిః,
పరివార్య హనూమంతం సహసా తస్థు రగ్రతః. ౨౯

---

(ఆత్మన ఇతి.) నామ ప్రసిద్ధౌ. కింకరా నితి ప్రసిద్ధా నిత్యర్థః. ౨౪

కింకరాణాం సంఖ్యాం నిర్దిశతి (తేషా మితి.) ౨౫

(నిర్యయు రితి.) సర్వ ఇతి విశేష్యం. కూటో నామ అయస్కారకూటసదృశ ఆయుధవిశేషః. ముద్గరః ద్రుఘణః. ౨౬

(తత ఇతి.) అవస్థితం యుద్ధాయ సన్నద్ధ మిత్యర్థః ౨౭

(తే గదాభి రితి.) పరిఘైః పరిఘుపాతనైః, కాంచనాంగదైః కాంచనపట్టైః. ౨౮

(ముద్గరై రితి.) పట్టసో నామ లోహదండః తీక్ష్ణధారః క్షురోపమ ఆయుధ విశేషః. అత్రేత్థంభూతలక్షణే తృతీయా. ప్రాసః కుంతః, తోమరః 'వల్లయ' మితి ద్రమిడనామయుక్త ఆయుధవిశేషః ౨౯

(హనుమతా రావణకింకరహననం)

హనుమా నపి తేజస్వీ శ్రీమా న్పర్వతసన్నిభః,
క్షితా వావిధ్య లాంగూలం ననాద చ మహాస్వనం. ౩౦

స భూత్వా సుమహాకాయో హనుమా న్మారుతాత్మజః,
ధృష్ట మాస్ఫోటయామాస లంకాం శబ్దేన పూరయన్. ౩౧

తస్యాఽఽస్ఫోటితశబ్దేన మహతా సానునాదినా,
పేతు ర్విహంగా గగనా దుచ్చై శ్చేద మఘోషయత్. ౩౨

జయ త్యతిబలో రామో లక్ష్మణశ్చ మహాబలః,
రాజా జయతి సుగ్రీవో రాఘవేణాఽభిపాలితః. ౩౩

దాసోఽహం కోసలేంద్రస్య రామస్యాఽక్లిష్టకర్మణః,
హనుమాం చ్ఛత్రుసైన్యానాం నిహంతా మారుతాత్మజః. ౩౪

న రావణసహస్రం మే యుద్ధే ప్రతిబలం భవేత్,
శిలాభిస్తు ప్రహరతః పాదపైశ్చ సహస్రశః ౩౫

(హనుమా నితి.) శ్రీమా నితి తాత్కాలికహర్షకృతకాంతి రుచ్యతే. ౩౦

(స ఇతి.) ధృష్ట మితి క్రియావిశేషణం. ౩౧

(తస్యే త్యాది.) సానునాదినా సప్రతిధ్వనినా. యద్వా, అనునాదినః పర్వతగుహాదయః, తత్సహితేన, యద్వా, సానుషు ప్రతిధ్వనిం కుర్వతా. (ఉచ్చై శ్చేద మఘోషయ దితి.) స హనుమాన్, ఇదం వక్ష్యమాణం, వచనం ముచ్చై రఘోషయత్. ౩౨

ఘోషణవచన మాహ (జయతీ త్యాది.) అభిపాలితః వాలివధేన. అక్లిష్టకర్మణ ఇత్యనేన స్వదాస్యం న కర్మకృతం, కింతు స్వరూపప్రయుక్త మిత్యుచ్యతే. ప్రతిబలం సమానబలం. ప్రహరతః, రాక్షసా నితి శేషః. ప్రహారమాత్రేణ వా హనుమద్విశేషణం. ౩౩-౩౫

అర్దయిత్వా పురీం లంకా మభివాద్య చ మైథిలీం.
సమృద్ధార్థో గమిష్యామి మిషతాం సర్వరక్షసాం. ౩౬

తస్య సన్నాదశబ్దేన తేఽభవ న్భయశంకితాః,
దదృశు శ్చ హనూమంతం సంధ్యామేఘ మివోన్నతం ౩౭

స్వామిసందేశనిశ్శంకా స్తత స్తే రాక్షసాః కపిం.
చిత్రైః ప్రహరణై ర్భీమై రభిపేతు స్తతః స్తతః. ౩౮

స తైః పరివృత శ్శూరై స్సర్వత స్స మహాబలః,
ఆససాదాఽఽయసం భీమం పరిఘం తోరణాశ్రితం. ౩౯

స తం పరిఘ మాదాయ జఘాన రజనీచరాన్, ౩౯½

సపన్నగ మివాఽఽదాయ స్ఫురంతం వినతాసుతః.
విచచారాఽంబరే వీరః పరిగృహ్య చ మారుతిః, ౪౦½

స హత్వా రాక్షసా న్వీరా న్కింకరా న్మారుతాత్మజః.
యుద్ధకాంక్షీ పున ర్వీర స్తోరణం సముపాశ్రితః. ౪౧½

(అర్దయిత్వేతి.) మిషతాం పశ్యతాం, అనాదరే షష్ఠీ ౩౬

(తస్యేతి.) సంధ్యామేఘ మివేతి రక్తవర్ణత్వాత్ (స్వామిసందేశేతి.) (తత స్తత ఇతి.) అనేనాఽస్య సమీపం సహసా గంతు మశక్తా ఇత్యవగమ్యతే. ౩౭—౩౯½

(సపన్నగ మితి.) సపరిఘత్వమాత్రే దృష్టాంతః. పరిగృహ్య, పరిఘ మితి శేషః. స్ఫురంతం పన్నగ మాదాయ వినతాసుత ఇవ స వీరో మారుతిః పరిఘం పరిగృహ్యాఽంబరే విచచారేతి సంబంధః. ౪౧½

(హనుమతా చైత్యప్రాసాదవిధ్వంసనం)

తత స్తస్మా ద్భయా న్ముక్తాః కతిచి త్తత్ర రాక్షసాః.
నిహతా న్కింకరా న్సర్వా న్రావణాయ న్యవేదయన్, ౪౨॥

స రాక్షసానాం నిహతం మహ ద్బలం నిశమ్య రాజా పరివృత్తలోచనః.
సమాదిదేశాఽప్రతిమం పరాక్రమే ప్రహ స్తపుత్రం సమరే సుదుర్జయం, ౪౩॥

ఇతి శ్రీమద్రామాయణే, సున్దరకాణ్డే, ద్విచత్వారింశ స్సర్గః.

అథ త్రిచత్వారింశ స్సర్గః

తత స్స కింకరాన్ హత్వా హనుమా న్ధ్యాన మాస్థితః, ౧॥

వనం భగ్నం మయా చైత్యప్రాసాదో న వినాశితః.
తస్మా త్ప్రాసాద మప్యేవం భీమం విధ్వంసయా మ్యహం,
ఇతి సంచింత్య మనసా హనుమా న్దర్శయ న్బలం.
చైత్యప్రాసాద మాప్లుత్య మేరుశృంగ మివోన్నతం, ౨॥

---

(తత ఇతి ) తస్మాత్ భయా, న్ముక్తాః దూరస్థా ఇత్యర్థః. ౪౨॥—౪౩॥

ఇతి శ్రీగోవిందరాజవిరచితే, శ్రీరామాయణభూషణే, శృంగారతిలకాఖ్యానే, సుందరకాణ్డవ్యాఖ్యానే, ద్విచత్వారింశ స్సర్గః.

అధ త్రిచత్వారింశ స్సర్గః.

(తత స్స కింకరా నిత్యాది ) ౧॥

(వన మిత్యాది.) ధ్వంసనఫల మాహ (దర్శయన్ బల మితి.) బలదర్శనార్థ మిత్యర్థః. ధ్వంసనప్రకార మాహ (చైత్యేతి ) చైత్యం దేవాయతనం, తద్రూపః ప్రాసాదః చైత్యప్రాసాదః, తం, ఆప్లుత్య తోరణా ల్లంఘయిత్వా. ౨॥

ఆరురోహ హరిశ్రేష్ఠో హనుమా న్మారుతాత్మజః.
ఆరుహ్య గిరిసంకాశం ప్రాసాదం హరియూథపః,
బభౌ స సుమహాతేజాః ప్రతిసూర్య ఇవోదితః. ౪

సంప్రధృష్య చ దుర్ధర్షం చైత్యప్రాసాద ముత్తమమ్,
హనుమా న్ప్రజ్వల న్లక్ష్మ్యా పారియాత్రోపమోఽభవత్. ౫

స భూత్వా సుమహాకాయః ప్రభావా న్మారుతాత్మజః,
ధృష్ట మాస్ఫోటయామాస లంకాం శబ్దేన పూరయన్. ౬

తస్యాఽఽస్ఫోటితశబ్దేన మహతా శ్రోత్రఘాతినా,
పేతు ర్విహంగమా స్తత్ర చైత్యపాలాశ్చ మోహితాః. ౭

అస్త్రవి జ్జయతాం రామో లక్ష్మణశ్చ మహాబలః,
రాజా జయతి సుగ్రీవో రాఘవేణాఽభిపాలితః. ౮

దాసోఽహం కోసలేంద్రస్య రామస్యాఽక్లిష్టకర్మణః,
హనుమాం చ్ఛత్రుసైన్యానాం నిహంతా మారుతాత్మజః. ౯

న రావణసహస్రం మే యుద్ధే ప్రతిబలం భవేత్,
శిలాభిస్తు ప్రహరతః పాదపైశ్చ సహస్రశః. ౧౦

---

('హరిశ్రేష్ఠో) హనుమా న్మారుతాత్మజ' ఇత్యస్యోత్తరశ్లోకేనాఽన్వయః. హరియూథపత్వేఽప్యహరి ర్భవిష్యతీతి తద్వ్యావృత్త్యర్థం హరిశ్రేష్ఠ ఇత్యుక్తం. ప్రతిసూర్యః, ద్వితీయసూర్య ఇత్యర్థః. అనేన సూర్యోదయ స్సూచితః. ౪

(సంప్రధృష్యేతి.) సంప్రధృష్య ఆక్రమ్య, పారియాత్రో నామ కులపర్వతః. ౫-౬

(అస్త్రవి జ్జయతా మిత్యాది.) ౮-౧౦

(హనుమతః చైత్యపాలధ్వంసనం)

అర్దయిత్వా పురీం లంకా మభివాద్య చ మైథిలీం,
సమృద్ధార్థో గమిష్యామి మిషతాం సర్వరక్షసాం. ౧౧

ఏవ ముక్త్వా విమానస్థ శ్చైత్యస్థా న్హరియూథపః,
ననాద భీమనిర్హ్రాదో రక్షసాం జనయ న్భయం ౧౨

తేన శబ్దేన మహతా చైత్యపాలా శ్శతం యయుః.
గృహీత్వా వివిధా నస్త్రా న్ప్రాసా న్ఖడ్గా న్పరశ్వధాన్ ౧౩

విసృజంతో మహాకాయా మారుతిం పర్యవారయన్, ౧౩½

తే గదాభి ర్విచిత్రాభిః పరిఘైః కాంచనాంగదైః.
ఆజఘ్ను ర్వానరశ్రేష్ఠం బాణై శ్చాఽఽదిత్యసన్నిభైః, ౧౪½

ఆవర్త ఇవ గంగాయా స్తోయస్య విపులో మహాన్.
పరిక్షిప్య హరిశ్రేష్ఠం స బభౌ రక్షసాం గణః, ౧౫½

తతో వాతాత్మజః క్రుద్ధో భీమరూపం సమాస్థితః. ౧౬

* ప్రాసాదస్య మహాంతస్య స్తంభం హేమపరిష్కృతం,
ఉత్పాటయిత్వా వేగేన హనుమా న్పవనాత్మజః
తత స్తం భ్రామయామాస శతధార మ్మహాబలః, ౧౭½

---

(చైత్యస్థాన్) చైత్యపాలాన్, ౧౧-౧౬

(ప్రాసాదస్యేతి.) పవనాత్మజః భ్రామయామాసే త్యన్వయః శతధారం-ధారా కోటిః, వజ్ర
వత్ స్థిత మిత్యర్థః. యద్వా, శతధా అర మితి ఛేదః, అరం శీఘ్రం; ౧౭½

---

* రామానుజీయం. (ప్రాసాద స్యేతి.) మహాంతస్య మహాగ్రస్య, అత్యున్నతశిఖరస్యే
త్యర్థః. 'మహార్హస్యే' తి వా పాఠః.

తత్ర చాఽగ్ని స్సమభవ త్ప్రాసాద శ్చాప్యదహ్యత. ౧౮

దహ్యమానం తతో దృష్ట్వా ప్రాసాదం హరియూథపః,
స రాక్షసశతం హత్వా వజ్రేణేంద్ర ఇవాఽసురాన్. ౧౯

అంతరిక్షే స్థిత శ్శ్రీమా నిదం వచన మబ్రవీత్, ౧౯½

మాదృశానాం సహస్రాణి విసృష్టాని మహాత్మనామ్.
బలినాం వానరేంద్రాణాం సుగ్రీవవశవర్తినాం, ౨౦½

అటంతి వసుధాం కృత్స్నాం వయ మన్యే చ వానరాః. ౨౧

దశనాగబలాః కేచి త్కేచి ద్దశగుణోత్తరాః,
కేచి న్నాగసహస్రస్య బభూవు స్తుల్యవిక్రమాః. ౨౨

సంతి చౌఘబలాః కేచి త్కేచి ద్వాయుబలోపమాః,
అప్రమేయబలాశ్చాఽన్యే తత్రాఽఽస న్హరియూథపాః. ౨౩

ఈదృగ్విధైస్తు హరిభి ర్వృతో దంతనఖాయుధైః,
శతై శ్శతసహస్రైశ్చ కోటీభి రయుతై రపి.
ఆగమిష్యతి సుగ్రీవ స్సర్వేషాం వో నిషూదనః, ౨౪½

---

(తత్రేతి.) అగ్ని స్సమభవత్ భ్రామిత స్తంభైః స్తంభాంతరసంఘట్టనా దితి భావః. ౧౯½

రాక్షసానా ముత్సాహభంగం కారయితు మాహ (మాదృశానా మిత్యాది.) ౨౦½–౨౨

(ఓఘబలాః) ఓఘాఖ్యసంఖ్యాకబలాః. ౨౩–౨౪½

ఇతి శ్రీగోవిందరాజవిరచితే, శ్రీరామాయణభూషణే, శృంగారతిలకాఖ్యానే, సుందరకాండవ్యాఖ్యానే,
త్రిచత్వారింశ స్సర్గః.

(హనుమతా జంబుమాలిమారణం)

నేయ మస్తి పురీ లంకా న యూయం న చ రావణః.
యస్మా దిక్ష్వాకునాథేన బద్ధం వైరం మహాత్మనా, ౨౫

ఇతి శ్రీమద్రామాయణే, సున్దరకాణ్డే, త్రిచత్వారింశ స్సర్గః.

## అధ చతుశ్చత్వారింశ స్సర్గః

సందిష్టో రాక్షసేంద్రేణ ప్రహస్తస్య సుతో బలీ,
జంబుమాలీ మహాదంష్ట్రో నిర్జగామ ధనుర్ధరః. ౧

రక్తమాల్యాంబరధరః స్రగ్వీ రుచిరకుండలః,
మహా న్వివృత్తనయన శ్చండ స్సమరదుర్జయః. ౨

ధను శ్శక్రధనుఃప్రఖ్యం మహ ద్రుచిరసాయకం.
విష్ఫారయానో వేగేన వజ్రాఽశనిసమస్వనం. ౩

తస్య విష్ఫారఘోషేణ ధనుషో మహతా దిశః,
ప్రదిశశ్చ నభ శ్చైవ సహసా సమపూర్యత. ౪

---

### అధ చతుశ్చత్వారింశ స్సర్గః

(సందిష్ట ఇత్యాది.) వివృత్తనయనః మండలీకృతనయనః. రుచిరసాయకం రుచిరసాయకార్హం, విష్ఫారయానః విష్ఫారయమాణః, జ్యాకర్షణం కుర్వ న్నిత్యర్థః. వజ్రాశనిసమస్వన మితి విష్ఫారణక్రియావిశేషణం. ౧–౩

(తస్యేతి.) నభ స్సమపూర్యత. దిశః ప్రదిశశ్చ సమపూర్యంతేతి విభక్తిపరిణామేనానుషంగః. ౪

రథేన ఖరయుక్తేన త మాగత ముదీక్ష్య సః,
హనుమా న్వేగసంపన్నో జహర్ష చ ననాద చ. ౫

తం తోరణవిటంకస్థం హనుమంతం మహాకపిం,
జంబుమాలీ మహాబాహు ర్వివ్యాధ నిశితై శ్శరైః. ౬

అర్ధచంద్రేణ వదనే శిర స్యేకేన కర్ణినా,
బాహ్వో ర్వివ్యాధ నారాచై ర్దశభి స్తం కపీశ్వరం ౭

తస్య త చ్ఛుశుభే తామ్రం శరేణాఽభిహతం ముఖం,
శరదీవాఽంబుజం ఫుల్లం విద్ధం భాస్కరరశ్మినా ౮

త త్తస్య రక్తం రక్తేన రంజితం శుశుభే ముఖం,
యథాఽఽకాశే మహాపద్మం సిక్తం చందనబిందుభిః ౯

చుకోప బాణాభిహతో రాక్షసస్య మహాకపిః, ౧౦

---

(త మితి) తోరణవిటంకం తోరణస్య కపోతపాళికా. 'కపోతపాళికాయాం తు విటంకం పున్నపుంసక'మిత్యమరః స్తంభోపరి తిర్యఙ్నిహితదా ర్వి త్యర్థః ౫—౬

(అర్ధచంద్రేణేతి) ఏకేనే త్యేత దర్ధం చంద్రస్యాపి విశేషణం, అర్ధచంద్రాకారాగ్రశరేణే త్యర్థః, కర్ణినా కర్ణవచ్ఛరేణ. ౭

(తస్యేతి) అంబుజం రక్తపద్మం, భాస్కరరశ్మినా విద్ధం, అత ఏవ ఫుల్ల మిత్యర్థః ౮

(త త్తస్యేతి.) రక్తం స్వత ఏవ రక్తం, రక్తేన శోణితేన, మహాపద్మం రక్తోత్పలం, చన్దనబిన్దుభిః రక్తచందనబిందుభిః. ౯

(చుకోపే త్యర్ధం.) రాక్షసస్య రాక్షసవిషయే ౧౦

(హనుమతా జంబుమాలిమారణం)

తతః పార్శ్వేఽతివిపులాం దదర్శ మహతీం శిలాం.
తరసా తాం సముత్పాట్య చిక్షేప బలవ ద్బలీ, ౧౦
తాం శరై ర్దశభిః క్రుద్ధ స్తాడయామాస రాక్షసః. ౧౧

విపన్నం కర్మ త ద్దృష్ట్వా హనుమాం శ్చండవిక్రమః,
సాలం విపుల ముత్పాట్య భ్రామయామాస వీర్యవాన్. ౧౨

భ్రామయంతం కపిం దృష్ట్వా సాలవృక్షం మహాబలం,
చిక్షేప సుబహూన్ బాణాన్ జంబుమాలీ మహాబలః. ౧౩

సాలం చతుర్భి శ్చిచ్ఛేద వానరం పంచభి ర్భుజే,
ఉర స్యేకేన బాణేన దశభిస్తు స్తనాంతరే. ౧౪

స శరైః పూరితతనుః క్రోధేన మహతా వృతః,
త మేవ పరిఘం గృహ్య భ్రామయామాస వేగతః. ౧౫

అతివేగోఽతివేగేన భ్రామయిత్వా బలోత్కటః,
పరిఘం పాతయామాస జంబుమాలే ర్మహోరసి. ౧౬

తస్య చైవ శిరో నాస్తి న బాహూ న చ జానునీ,
న ధను ర్న రథో నాఽశ్వా స్తత్రాఽదృశ్యంత నేషవః. ౧౭

---

(సాల మితి.) పంచభి ర్భుజ ఇత్యాదౌ వివ్యాధే త్యధ్యాహారః. ౧౦—౧౬

(తస్య చై వేతి.)(నాఽశ్వా ఇతి.)అశ్వశబ్దేనాఽత్ర ఖరా ఉచ్యంతే 'రథేన ఖరయుక్తేనేతి' పూర్వముక్తత్వాత్. ౧౭—౨౦

ఇతి శ్రీగోవిందరాజవిరచితే, శ్రీరామాయణభూషణే, శృంగారతిలకాఖ్యానే, సున్దరకాణ్డవ్యాఖ్యానే, చతుశ్చత్వారింశ స్సర్గః.

స హత స్తరసా తేన జంబుమాలీ మహాబలః,
పపాత నిహతో భూమౌ చూర్ణితాంగవిభూషణః. ౧౮

జంబుమాలిం చ నిహతం కింకరాంశ్చ మహాబలాన్,
చుక్రోధ రావణ శ్శ్రుత్వా కోపసంర క్తలోచనః. ౧౯

స రోషసంవ ర్తితతామ్రలోచనః ప్రహ స్తపుత్రే నిహతే మహాబలే,
అమాత్యపుత్రా నతివీర్యవిక్రమా న్సమాదిదేశాఽఽశు నిశాచరేశ్వరః. ౨౦

ఇతి శ్రీమద్రామాయణే, సున్దరకాణ్డే, చతుశ్చత్వారింశ స్సర్గః.

అధ పఞ్చచత్వారింశ స్సర్గః

తత స్తే రాక్షసేంద్రేణ చోదితా మంత్రిణ స్సుతాః,
నిర్యయు ర్భవనా త్తస్మా త్స ప్త సప్తార్చివర్చసః. ౧

మహాబలపరీవారా ధనుష్మంతో మహాబలాః,
కృతాస్త్రాస్త్రవిదాం శ్రేష్ఠాః పరస్పరజయైషిణః. ౨

---

అధ పఞ్చచత్వారింశ స్సర్గః.

(తత స్త ఇత్యాది.) భవనా త్తస్మాత్ రావణభవనా, త్సప్తార్చివర్చస ఇత్యత్ర సప్తార్చీతి ఇకారాంతత్వమార్షం. కృతాస్త్రాః శిక్షితాస్త్రాః, ఆర్ష స్సంధిః. కృతాస్త్రాణా మస్త్రవిదాం చ శ్రేష్ఠా ఇతి వా. జ్ఞానశిక్షే ఉభే అప్యేషాం స్త ఇతి భావః. పరస్పరజయైషిణః ప్రత్యేకం హనుమజ్జయైషిణ ఇత్యర్థః. ౧-౨.

(మంత్రిపుత్రసప్తకవధః)

హేమజాలపరిక్షిప్తై ర్ధ్వజవద్భిః పతాకిభిః,
తోయదస్వననిర్ఘోషై ర్వాజియుక్తై ర్మహారథైః. ౩

తప్తకాంచనచిత్రాణి చాపా న్యమితవిక్రమాః,
విష్ఫారయంత స్సంహృష్టా స్తటిత్వంత ఇవాఽంబుదాః. ౪

జనన్య స్తు తత స్తేషాం విదిత్వా కింకరా న్హతాన్.
బభూవు శ్శోకసంభ్రాంతా స్సబాంధవసుహృజ్జనాః. ౫

తే పరస్పరసంఘర్షా త్తప్తకాంచనభూషణాః.
అభిపేతు ర్హనూమంతం తోరణస్థ మవస్థితం. ౬

సృజంతో బాణవృష్టిం తే రథగర్జితనిస్వనాః,
వృష్టిమంత ఇవాఽంభోదా విచేరు ర్నైరృతాంబుదాః. ౭

అవకీర్ణ స్తత స్తాభి ర్హనుమాం చ్ఛరవృష్టిభిః,
అభవ త్సంవృతాకార శ్శైలరాడివ వృష్టిభిః. ౮

స శరా న్మోఘయామాస తేషా మాశుచరః కపిః,
రథవేగం చ వీరాణాం విచర న్విమలేఽంబరే. ౯

స తైః క్రీడ న్ధనుష్మద్భి ర్వ్యోమ్ని వీరః ప్రకాశతే,
ధనుష్మద్భి ర్యథా మేఘై ర్మారుతః ప్రభు రంబరే. ౧౦

---

(హేమజాలపరిక్షిప్తైః) సువర్ణజాలవినిర్మితైః. స్వాసాధారణచిహ్నయుక్తం ధ్వజం. కేవలచిత్రవస్త్రాలంకృతా పతాకా, తోయదస్వననిర్ఘోషైః తోయదస్వనతుల్యనిర్ఘోషవద్భిః, ౩—౮

(స శరాన్ మోఘయామాస.) యథా శరా స్స్వస్మి న్న పతంతి తథా చకారేత్యర్థః. రథవేగం చ మోఘయామాసే త్యన్వయః. యథా రథవేగా స్స్వప్రహారాయ న భవంతి తథా సమచర దిత్యర్థః. ౯—౧౦

స కృత్వా నినదం ఘోరం త్రాసయం స్తాం మహాచమూం,
చకార హనుమా న్వేగం తేషు రక్షస్సు వీర్యవాన్. ౧౧

తలేనాఽభ్యహన త్కాంశ్చి త్పాదైః కాంశ్చి త్పరంతపః,
ముష్టినాఽభ్యహన త్కాంశ్చి న్నఖైః కాంశ్చి ద్వ్యదారయత్. ౧౨

ప్రమమా థోరసా కాంశ్చి దూరుభ్యా మపరా న్కపిః,
కేచి త్తస్య నినాదేన తత్రైవ పతితా భువి. ౧౩

తత స్తే ష్వవసన్నేషు భూమౌ నిపతితేషు చ,
త త్సైన్య మగమ త్సర్వం దిశో దశ భయార్దితం. ౧౪

వినేదు ర్విస్వరం నాగా నిపేతు ర్భువి వాజినః,
భగ్ననీడధ్వజచ్ఛత్రై ర్భూశ్చ కీర్ణాఽభవ ద్రథైః. ౧౫

స్రవతా రుధిరేణాఽథ స్రవంత్యో దర్శితాః పథి,
వివిధై శ్చ స్వరై ర్లంకా ననాద వికృతం తదా. ౧౬

స తా న్ప్రవృద్ధా న్వినిహత్య రాక్షసా న్మహాబల శ్చండపరాక్రమః కపిః,
యుయుత్సు రన్యైః పున రేవ రాక్షసై స్త మేవ వీరోఽభిజగామ తోరణం. ౧౭

ఇతి శ్రీమద్రామాయణే, సుందరకాండే, పఞ్చచత్వారింశ స్సర్గః.

---

(స కృత్వేతి.) వేగం సంహారోద్యోగం. ౧౧

(తలేనేతి.) పాదైః కాంశ్చి దితి బహువచనం వానరాణాం ద్విపాత్సు చతుష్పాత్సు చ గ్రహణాత్. ౧౨—౧౪

(వినేదు రితి.) నీడం ధ్వజావయవవిశేషం. ౧౫

(స్రవతేతి.) స్రవంత్యః నద్యః. వికృతం యథా తథా. ననాద ప్రతిధ్వానవతీ బభూవ. ౧౬—౧౭

ఇతి శ్రీగోవిందరాజవిరచితే, శ్రీరామాయణభూషణే, శృంగారతిలకాఖ్యానే, సున్దరకాణ్డవ్యాఖ్యానే,
పఞ్చచత్వారింశ స్సర్గః.

## అథ షట్చత్వారింశ స్సర్గః

హతా న్మంత్రిసుతా న్బుద్ధ్వా వానరేణ మహాత్మనా,
రావణ స్సంవృతాకార శ్చకార మతి ముత్తమాం. ౧

స విరూపాక్షయూపాక్షౌ దుర్ధరం చైవ రాక్షసం,
ప్రఘసం భాసకర్ణం చ పంచ సేనాగ్రనాయకాన్. ౨

సందిదేశ దశగ్రీవో వీరా న్నయవిశారదాన్,
హనుమద్గ్రహణవ్యగ్రా న్వాయువేగసమా న్యుధి ౩

యాత సేనాగ్రగా స్సర్వే మహాబలపరిగ్రహాః,
సవాజిరథమాతంగా స్స కపి శ్శాస్యతా మితి. ౪

యత్తైశ్చ ఖలు భావ్యం స్యా త్త మాసాద్య వనాలయం,
కర్మ చాఽపి సమాధేయం * దేశకాలవిరోధినం. ౫

న హ్యహం తం కపిం మన్యే కర్మణా ప్రతితర్కయన్
సర్వథా త న్మహ ద్భూతం మహాబలపరిగ్రహం. ౬

---

## అథ షట్చత్వారింశ స్సర్గః.

(హతా నిత్యాది.) సంవృతాకారః అంతర్మనాః. మతిం చింతాం.

(స ఇతి.) ౨—౩

(యాతే త్యాది.) ఇతి వక్ష్యమాణప్రకారేణ. త మేవాహ (యత్తై రిత్యాదినా.) యత్తైః యతమానైః, అప్రమత్తై రితి యావత్ యతేః కర్తరి క్తః. సమాధేయం పరిహర్తవ్యం, దేశకాల

---

* దేశకాలవిరోధినం దేశకాలవిరోధీత్యర్థః. ఆర్షో లింగవిభక్తివ్యత్యయః. కర్మ, సమాధేయం పరిహర్తవ్యం. 'దేశకాలావిరోధిన' మితి పాఠే సమాధేయం కర్తవ్యం. ఇతి తత్త్వదీపికా.

భవే దింద్రేణ వా సృష్ట మస్మదర్థం తపోబలాత్, ౬॥

సనాగయక్షగంధర్వా దేవాసురమహర్షయః.
యుష్మాభి స్సహితై స్సర్వై ర్మయా సహ వినిర్జితాః, ౭॥

తై రవశ్యం విధాతవ్యం వ్యళీకం కించి దేవ నః.
త దేవ నాఽత్ర సందేహః ప్రసహ్య పరిగృహ్యతాం, ౮॥

నావమాన్యో భవద్భిశ్చ హరిః ధీరపరాక్రమః.
దృష్టా హి హరయః పూర్వం మయా విపులవిక్రమాః, ౯॥

వాలీ చ సహసుగ్రీవో జాంబవాంశ్చ మహాబలః.
నీల స్సేనాపతి శ్చైవ యే చాఽన్యే ద్వివిదాదయః, ౧౦॥

నై వం తేషాం గతి ర్భీమా న తేజో న పరాక్రమః.
న మతి ర్న బలోత్సాహౌ న రూపపరికల్పనం, ౧౧॥

మహ త్సత్త్వ మిదం జ్ఞేయం కపిరూపం వ్యవస్థితం,
* ప్రయత్నం మహ దాస్థాయ క్రియతా మస్య విగ్రహః, ౧౨॥

విరోధినం, దేశకాలవిరోధీ త్యర్థః. మహ ద్భూతం, మన్య ఇత్యనుషజ్యతే. ఇంద్రేణ వా అన్యై ర్వేతి శేషః, వాశబ్దస్య వికల్పార్థస్య ప్రయోగాత్. ౬॥

(సనాగేతి.) వ్యళీకం అప్రియం. ౭॥—౮॥

('నాఽవమాన్యో భవ ద్భిశ్చ హరి ర్ధీరపరాక్రమ' ఇతి.) అత్ర త్రయోదశసహస్రశ్లోకా గతాః. అయం చతుర్దశసహస్రస్యాఽఽదిః. ధీతి గాయత్ర్యా శ్చతుర్దశాక్షరం. (నై వం తేషా మితి) గతిః వేగః. రూపపరికల్పనం యథేష్టరూపగ్రహణం. (మహ దితి.) ఇత్థం మహ త్సత్త్వం కిమపి కపిరూపం సత్ వ్యవస్థిత మితి జ్ఞేయ మిత్యర్థః. ౯॥—౧౨॥

* ప్రయత్న మిత్యార్షం క్లీబత్వం ఇతి తిలకం.

(దుర్ధరవధః)

కామం లోకా స్త్రయ స్సేంద్రా స్ససురాసురమానవాః.
భవతా మగ్రత స్థ్సాతుం న పర్యాప్తా రణాజిరే, ౧౩॥

తథాఽపి తు నయజ్ఞేన జయ మాకాంక్షతా రణే.
ఆత్మా రక్ష్యః ప్రయత్నేన యుద్ధసిద్ధి ర్హి చంచలా, ౧౪॥

తే స్వామివచనం సర్వే ప్రతిగృహ్య మహౌజసః.
సముత్పేతు ర్మహావేగా హుతాశసమతేజసః, ౧౫॥

రథై ర్మత్తైశ్చ మాతంగై ర్వాజిభిశ్చ మహాజవైః.
శస్త్రైశ్చ వివిధై స్తీక్ష్ణై స్సర్వై శ్చోపచితా బలైః, ౧౬॥

తత స్తం దదృశు ర్వీరా దీప్యమానం మహాకపిం.
రశ్మిమంత మివోద్యంతం స్వతేజోరశ్మిమాలినం, ౧౭॥

తోరణస్థం మహోత్సాహం మహాసత్త్వం మహాబలం.
మహామతిం మహావేగం మహాకాయం మహాబలం, ౧౮॥

తం సమీక్ష్యైవ తే సర్వే దిక్షు సర్వా స్వవస్థితాః.
తై స్తైః ప్రహరణై ర్భీమై రభిపేతు స్తత స్తతః, ౧౯॥

---

(తత స్త మిత్యాది.) స్వతేజోరశ్మిమాలినం స్వతేజసా సూర్యం. రశ్మిమంత మివే త్యత్ర ఉపమా, అత్ర రూపక మితి భిదా. (తోరణస్థ మితి.) ఉత్సాహః లోకోత్తరకార్యేషు స్థేయాన్ ప్రయత్నః. మహాసత్త్వం మహాధ్యవసాయం. 'ద్రవ్యాసువ్యవసాయేషు సత్త్వ మస్త్రీ తు జంతుషు' ఇత్యమరః. ద్వితీయబలశబ్ద శ్శక్తివచనః. 'బలం రూపేఽస్త్రిని స్థౌల్యే శక్తౌ రేతశ్చమూషు చే' తి వైజయంతీ. ౧౩॥–౧౯॥

తస్య పంచాఽఽయసా స్తీక్ష్ణా శ్శితాః పీతముఖా శ్శరాః.
శిర స్యుత్పలపత్రాభా దుర్ధరేణ నిపాతితాః, ౨౦॥

స తైః పంచభి రావిద్ధ శ్శరై శ్శిరసి వానరః.
ఉత్పపాత నద న్వ్యోమ్ని దిశో దశ వినాదయన్, ౨౧॥

తత స్తు దుర్ధరో వీరః సరథ స్సజ్యకార్ముకః.
కిరన్ శరశతై స్తీక్ష్ణై రభిపేదే మహాబలః. ౨౨॥

స కపి ర్వారయామాస తం వ్యోమ్ని శరవర్షిణం,
వృష్టిమంతం పయోదాంతే పయోద మివ మారుతః, ౨౩॥

అర్ద్యమాన స్తత స్తేన దుర్ధరేణాఽనిలాత్మజః.
చకార కదనం భూయో వ్యవర్ధత చ వేగవాన్. ౨౪॥

స దూరం సహసోత్పత్య దుర్ధరస్య రథే హరిః.
నిపపాత మహావేగో విద్యుద్రాశి ర్గిరా వివ, ౨౫॥

తతః స్స మథితాష్టాశ్వం రథం భగ్నాక్షకూబరం.
విహాయ న్యపత ద్భూమౌ దుర్ధర స్త్యక్తజీవితః, ౨౬॥

---

(తస్యేతి.) తీక్ష్ణాః క్రూరాః, శితాః నిశితాః, పీతముఖాః సమీచీనాయసనిర్మితత్వేన పీతరేఖాగ్రాః, ఉత్పలపత్రాభాః ఉత్పలపత్రాణి యథా నిపాత్యంతే తథా నిపాతితా ఇత్యర్థః ౨౦॥-౨౨॥

(స కపి రితి,) వారయామాస, స్వవేగేన ప్రాపయామాసే త్యర్థః, ౨౩॥

(అర్ద్యమాన ఇతి.) కదనం యుద్ధం. ౨౪॥

(స దూర మితి.) విద్యుద్రాశిః అశనిః ౨౫॥

(తత ఇతి.) కూబరః యుగంధరః. ౨౬॥

(విరూపాక్షాదీనాం వధః)

తం విరూపాక్షయూపాక్షౌ దృష్ట్వా నిపతితం భువి,
సంజాతరోషౌ దుర్ధర్షా వుత్పేతతు రరిందమౌ, ౨౭

స తాభ్యాం సహ సోత్పత్య విష్ఠితో విమలేఽంబరే.
ముద్గరాభ్యాం మహాబాహు ర్వక్ష స్యభిహతః కపిః, ౨౮

తయో ర్వేగవతో ర్వేగం వినిహత్య మహాబలః.
నిపపాత పున ర్భూమౌ సుపర్ణసమవిక్రమః, ౨౯

స సాలవృక్ష మాసాద్య త ముత్పాట్య చ వానరః.
తా వుభౌ రాక్షసౌ వీరౌ జఘ్నాన పవనాత్మజః, ౩౦

తత స్తాం స్త్రీ న్హతాన్ జ్ఞాత్వా వానరేణ తరస్వినా.
అభిపేదే మహావేగః ప్రసహ్య ప్రఘసో హరిం. ౩౧

భాసకర్ణశ్చ సంక్రుద్ధ శ్శూల మాదాయ వీర్యవాన్.
ఏకతః కపిశార్దూలం యశస్విన మవస్థితం, ౩౨

పట్టిసేన శితాగ్రేణ ప్రఘసః ప్రత్యయోధయత్.
భాసకర్ణశ్చ శూలేన రాక్షసః కపిసత్తమం, ౩౩

స తాభ్యాం విక్షతై ర్గాత్రై రసృగ్దిగ్ధతనూరుహః.
అభవ ద్వానరః క్రుద్ధో బాలసూర్యసమప్రభః, ౩౪

సముత్పాట్య గిరే శ్శృంగం సమృగవ్యాళపాదపం.
జఘాన హనుమా న్వీరో రాక్షసౌ కపికుంజరః, ౩౫

---

(తయో రితి.) వేగం-వినిహత్య పరిహృత్య. ౨౭—౩౫

తత స్తే ష్వవసన్నేషు సేనాపతిషు పంచసు.
బలం త దవశేషం చ నాశయామాస వానరః, ౩౫ ॥

అశ్వై రశ్వా న్గజై ర్నాగా న్యోధై ర్యోధా న్రథై రథాన్.
స కపి ర్నాశయామాస సహస్రాక్ష ఇవాఽసురాన్, ౩౬ ॥

హతై ర్నాగైశ్చ తురగై ర్భగ్నాక్షైశ్చ మహారథైః.
హతైశ్చ రాక్షసై ర్భూమీ రుద్ధమార్గా సమంతతః. ౩౭ ॥

తతః కపి స్తాన్ ధ్వజినీపతీ న్రణే నిహత్య వీరాన్ సబలా న్సవాహనాన్.
సమీక్ష్య వీరః పరిగృహ్య తోరణం కృతక్షణః కాల ఇవ ప్రజాక్షయే. ౩౮ ॥

ఇతి శ్రీమద్రామాయణే, సున్దరకాణ్డే, షట్చత్వారింశ స్సర్గః.

అథ సప్తచత్వారింశ స్సర్గః

* సేనాపతీ న్పంచ స తు ప్రమాపితాన్ హనూమతా సానుచరాన్ సవాహనాన్,
సమీక్ష్య రాజా సమరోద్ధతోన్ముఖం కుమార మక్షం ప్రసమైక్షితాఽగ్రతః. ౧

(తత ఇతి.) ధ్వజినీపతీన్ సేనాపతీన్, కృతక్షణః దత్తావసరః, అభూ దితి శేషః. ౩౮ ॥

ఇతి శ్రీగోవిందరాజవిరచితే, శ్రీరామాయణభూషణే, శృంగారతిలకాఖ్యానే, సున్దరకాణ్డవ్యాఖ్యానే.
షట్చత్వారింశ స్సర్గః.

అధ సప్తచత్వారింశ స్సర్గః.

(సేనాపతీ నిత్యాది.) సమీక్ష్య విజ్ఞాయ. ౧

* రామానుజీయం. (సేనాపతీ నితి.) సమీక్ష్య విజ్ఞాయ 'ప్రసమైక్షతాఽగ్రత' ఇతి పాఠః.

(అక్షకుమారవధః)

స తస్య దృష్ట్యర్పణసంప్రచోదితః ప్రతాపవా న్కాంచనచిత్రకార్ముకః,
సముత్పపాతాఽథ సద స్యుదీరితో ద్విజాతిముఖ్యై ర్హవిషేవ పావకః ౨

తతో మహ ద్బాలదివాకరప్రభం ప్రత ప్తజాంబూనదజాలసంతతం,
రథం సమాస్థాయ యయౌ స వీర్యవా న్మహాహరిం తం ప్రతి నైరృతర్షభః ౩

తత స్తపస్సంగ్రహసంచయార్జితం ప్రత ప్తజాంబూనదజాలశోభితం,
పతాకినం రత్నవిభూషితధ్వజం మనోజవాష్టాశ్వవరై స్సుయోజితం. ౪

సురాసురాధృష్య మసంగచారిణం రవిప్రభం వ్యోమచరం సమాహితం
సతూణ మష్టాసినిబద్ధబంధురం యథాక్రమావేశితశ క్తితోమరం. ౫

విరాజమానం ప్రతిపూర్ణవస్తునా స హేమదామ్నా శశిసూర్యవర్చసా
దివాకరాభం రథ మాస్థిత స్తతః స నిర్జగామాఽమరతుల్యవిక్రమః. ౬

---

(స ఇతి.) ద్విజాతిముఖ్యైః హవిషా, ఉదీరితః అభివర్ధితః. పావక ఇవే త్యన్వయః ౨-౩

తతో మహ దిత్యనేనో క్తం వి స్తరేణాహ (తత స్తపస్సంగ్రహేత్యాదినా ) తపస్సంగ్రహసంచయార్జితం తపోనుష్ఠానసమూహసంపాదితం, సమాహితం సజ్జీకృతం, అష్టాసినిబద్ధబంధురం-అష్టాసిభి ర్నిబద్ధం, అత ఏవ బంధురం సుందరం. 'బంధురం సుంద రే నమ్ర' ఇతి విశ్వః. యద్వా, అష్టాసిభి ర్నిబద్ధం బంధురం యస్య స తథా, బంధురం ఫలకాసంఘాట ఇత్యాహుః. అన్యే ఘంటా ఇత్య ప్యాహుః. తదానీం అష్టాసి శ్చాసౌ నిబద్ధబంధుర శ్చేతి సమాసః యథాక్రమావేశితశ క్తితోమరం పఙ్క్తితయా స్థాపితశక్తితోమరం, ప్రతిపూర్ణవ స్తునా సమగ్రోపకరణేన, శరధనుఃకవచాదీ న్యుపకరణాని. 'ప్రతిపూర్ణ మ స్తినే' తి పాఠే అ స్తినా ధనేనే త్యర్థః హేమదామ్నా హేమమయాశ్వాది బంధనరజ్జునా. శశిసూర్యవర్చసా-దామసు కించి త్సితవర్ణం కించి త్సూర్యవ త్పీతవర్ణ మిత్యర్థః. ప్రతిపూర్ణవ స్తునా శశిసూర్యవర్చసా హేమదామ్నా చ విరాజమాన మిత్యన్వయః. యద్వా, క్వచి చ్ఛశివర్చసా క్వచి త్సూర్యవర్చసా చ విరాజమాన మిత్యన్వయః. వితానాదిషు శశివర్చసా, హేమమయ రథాంగేషు సూర్యవర్చసా, దివాకరాభ మిత్యాకాశచారిత్వే దృష్టాంతః. అతో న రవిప్రభ మిత్యనేన పునరుక్తిః. తచ్ఛబ్దద్వయం చ పూర్వానుస్మరణార్థం. ౪-౬

స పూరయన్ ఖం చ మహీం చ సాచలాం తురంగమాతంగమహారథస్వనైః,
బలైః స్సమేతైః స్స హి తోరణస్థితం సమర్థ మాసీన ముపాగమ త్కపిం. ౭

స తం సమాసాద్య హరిం హరీక్షణో యుగాంతకాలాగ్ని మివ ప్రజాక్షయే,
అవస్థితం విస్మితజాతసంభ్రమ స్సమైక్షతాఽక్షో బహుమానచక్షుషా. ౮

స తస్య వేగం చ కపే ర్మహాత్మనః పరాక్రమం చాఽరిషు పార్థివాత్మజః,
విధారయ న్స్వం చ బలం మహాబలో హిమక్షయే సూర్య ఇవాఽభివర్ధతే. ౯

స జాతమన్యుః ప్రసమీక్ష్య విక్రమం స్థిరం స్థిత స్సంయతి దుర్నివారణం,
సమాహితాత్మా హనుమంత మాహవే ప్రచోదయామాస శరై స్త్రిభి శ్శితైః. ౧౦

తతః కపిం తం ప్రసమీక్ష్య గర్వితం జితశ్రమం శత్రుపరాజయోర్జితం,
అవైక్షతాఽక్ష స్సముదీర్ణమానసః స బాణపాణిః ప్రగృహీతకార్ముకః. ౧౧

స హేమనిష్కాంగదచారుకుండలః సమాససాదాఽఽశుపరాక్రమః కపిం,
తయో ర్బభూవాఽప్రతిమ స్సమాగమ స్సురాసురాణా మపి సంభ్రమప్రదః. ౧౨

రరాస భూమి ర్న తతాప భానుమాన్ వవౌ న వాయుః ప్రచచాల చాఽచలః,
కపేః కుమారస్య చ వీక్ష్య సంయుగం ననాద చ ద్యౌ రుదధిశ్చ చుక్షుభే. ౧౩

---

(స పూరయ న్నితి.) సః అక్షః, హిః ప్రసిద్ధౌ. ౭

(స త మితి) హరీక్షణః సింహప్రేక్షణః, ప్రజాక్షయే అవస్థితం ప్రాణినాశే ప్రవృత్తం. విస్మిత శ్చాఽసౌ జాతసంభ్రమశ్చ విస్మితజాతసంభ్రమః. ౮

(స తస్యేతి.) విధారయన్ నిర్ధారయన్. 'విచారయ' న్నితి చ పాఠః. ౯-౧౨

(రరాసేతి.) న తతాప భానుమాన్. సూర్యోదయః పూర్వం సూచితః, సః న తతాపే త్యుచ్యతే. ౧౩

(అక్షకుమారవధః)

తత స్స వీర స్సుముఖా౯ పతత్రిణః సువర్ణపుంఖా౯ సవిషా నివోరగా౯,
సమాధిసంయోగవిమోక్షతత్త్వవి చ్ఛరా నథ త్రీ న్కపిమూర్ధ్న్యపాతయత్. ౧౪

స తై శ్శరై ర్మూర్ధ్ని సమం నిపాతితైః క్షర న్నసృగ్దిగ్ధవివృత్తలోచనః,
నవోదితాఽఽదిత్యనిభ శ్శరాంశుమా న్వ్యరాజతాఽఽదిత్య ఇవాఽంశుమాలికః. ౧౫

తత స్స పింగాధిపమంత్రిసత్తమః సమీక్ష్య తం రాజవరాత్మజం రణే,
ఉదగ్రచిత్రాయుధచిత్రకార్ముకం జహర్ష చాఽఽపూర్యత చాఽఽహవోన్ముఖః. ౧౬

* స మందరాగ్రస్థ ఇవాఽంశుమాలికో వివృద్ధకోపో బలవీర్యసంయుతః,
కుమార మక్షం సబలం సవాహనం దదాహ నేత్రాగ్నిమరీచిభి స్తదా. ౧౭

---

(తత ఇతి) సమాధిసంయోగవిమోక్షతత్త్వవిత్ - సమాధిః లక్ష్యవేధనం, సంయోగః శరసంధానం, విమోక్షః తద్విసర్గః, తేషాం తత్త్వవిత్ యథార్థవిత్. ౧౪

(స తై రితి) రక్తసిక్తత్వే దృష్టాంతో (నవోదితేతి.) శరాచితత్వే దృష్టాంత (ఆదిత్య ఇవాఽంశుమాలిక ఇతి.) ౧౫

(తత ఇతి.) ఆపూర్యత వ్యవర్ధత. ౧౬

(స ఇతి.) మందరాగ్రస్థః. మందరో నామ భూమధ్యపర్వతః, తదగ్రే మధ్యాహ్నే వర్తత ఇత్యాగ్రోక్తిః. ౧౭

---

* రామానుజీయం. (స ఇతి.) మందరాగ్రస్థః - మందరో నామ సాలగ్రామపర్వతోత్తరభాగే భారతఖండమధ్యే వర్తమానః కశ్చన పర్వతః. తదగ్రస్థః, అనేన ఉత్తరాయణే మధ్యాహ్నగతత్వ ముక్తం భవతి.

* తత స్స బాణాసనచిత్రకార్ముక శ్శరప్రవర్షో యుధి రాక్షసాంబుదః
శరా న్ముమోచాఽఽశు హరీశ్వరాచలే వలాహకో వృష్టి మివాఽచలోత్తమే. ౧౮

తతః కపి స్తం రణచండవిక్రమం వివృద్ధతేజోబలవీర్యసంయుతమ్,
కుమార మక్షం ప్రసమీక్ష్య సంయుగే ననాద హర్షా ద్ఘనతుల్యవిక్రమః. ౧౯

స బాలభావా ద్యుధి వీర్యదర్పితః ప్రవృద్ధమన్యుః క్షతజోపమేక్షణః,
సమాససాదాఽప్రతిమం కపిం రణే గజో మహాకూప మివాఽఽవృతం తృణైః. ౨౦

స తేన బాణైః ప్రసభం నిపాతితై శ్చకార నాదం ఘననాదనిస్వనః.
సముత్పపాతాఽఽశు నభ స్స మారుతి ర్భుజోరువిక్షేపణఘోరదర్శనః ౨౧

సముత్పతంతం సమభిద్రవ ద్బలీ స రాక్షసానాం ప్రవరః ప్రతాపవాన్,
రథీ రథిశ్రేష్ఠతమః కిర న్శరైః పయోధర శ్శైల మివాఽశ్మవృష్టిభిః. ౨౨

స తాన్ శరాం స్తస్య హరి ర్విమోక్షయన్ చచార వీరః పథి వాయుసేవితే,
శరాంతరే మారుతవ ద్వినిష్పత న్మనోజవ స్సంయతి చండవిక్రమః. ౨౩

---

(తత స్స బాణాసనేతి.) బాణాసనచిత్రకార్ముకః - బాణాః అస్యంతే క్షిప్యంతేఽనేనేతి బాణాసనః, బాణవిమోక్షకచిత్రకార్ముక ఇత్యర్థః, ౧౮-౨౨

(స తా నితి) విమోక్షయన్ శరీరే అసంయోజయన్. లాఘవాతిశయేనేతి భావః ౨౩

---

* రామానుజీయం. (తత ఇతి.) బాణాసనచిత్రకార్ముకః, బాణానా మాసనం బాణాక్షేపణ్, చిత్రం చ కార్ముకం యస్య స తథోక్తః. 'బాణాసనచక్రకార్ముక' ఇతి పాఠే, బాణాన్ క్షిప చ్చక్రాకారం కార్ముకం యస్య సః.

(అక్షకుమారవధః)

త మాత్తబాణాసన మాహవోన్ముఖం ఖ మాస్తృణంతం విశిఖై శ్శరోత్తమైః,
అవైక్షతాఽక్షం బహుమానచక్షుషా జగామ చింతాం చ స మారుతాత్మజః. ౨౪

తత శ్శరై ర్భిన్నభుజాంతరః కపిః కుమారవీరేణ మహాత్మనా నదన్,
మహాభుజః కర్మవిశేషతత్త్వవి ద్విచింతయామాస రణే పరాక్రమం. ౨౫

అబాలవ ద్బాలదివాకరప్రభః కరో త్యయం కర్మ మహ న్మహాబలః,
న చాఽస్య సర్వాహవకర్మశోభినః ప్రమాపణే మే మతి రత్ర జాయతే. ౨౬

అయం మహాత్మా చ మహాంశ్చ వీర్యతః సమాహిత శ్చాఽతిసహశ్చ సంయుగే,
అసంశయం కర్మగుణోదయా దయం సనాగయక్షై ర్మునిభిశ్చ పూజితః. ౨౭

పరాక్రమోత్సాహవివృద్ధమానస స్సమీక్షతే మాం ప్రముఖాగత స్స్థితః,
పరాక్రమో హ్యస్య మనాంసి కంపయే త్సురాసురాణా మపి శీఘ్రగామినః. ౨౮

న ఖల్వయం నాఽభిభవే దుపేక్షితః పరాక్రమో హ్యస్య రణే వివర్ధతే,
ప్రమాపణం త్వేవ మమాఽస్య రోచతే న వర్ధమానోఽగ్ని రుపేక్షితుం క్షమః. ౨౯

* ఇతి ప్రవేగం తు పరస్య తర్కయన్ స్వకర్మయోగం చ విధాయ వీర్యవాన్,

(త మితి) ఆస్తృణంతం ఆచ్ఛాదయంతం విశిఖైః వివిధవిశిఖైః, చింతాం జగామ. కథ మేతాదృశ మేనం వధిష్యామీ త్యేవం. ౨౪

ఇవ మేవోపపాదయతి (తత శ్శరై రిత్యాదినా.) ౨౫—౨౬

(అయ మితి,) అతిసహః అతిసోఢా, కర్మగుణోదయాత్ యుద్ధకర్మోత్కర్షాభివృద్ధేః. ౨౭

(ఇతి ప్రవేగ మితి,) పరస్య శత్రోః, ప్రవేగం, తర్కయన్ ఆలోచయన్, స్వకర్మయోగం

---

* రామానుజీయం. (ఇతి ప్రవేగ మితి) స్వకర్మయోగం విధాయ స్వకర్తవ్యచింతాం కృత్వా. 'మతిం చ చక్రేఽస్య వధే మహాకపి' రితి పాఠః.

చకార వేగం తు మహాబల స్తదా మతిం చ చక్రేఽస్య వధే మహాకపిః. ౩౦

స తస్య తా నష్టహయా న్మహాజవాన్ సమాహితాన్ భారసహా న్వివర్తనే,
జఘాన వీరః పధి వాయుసేవితే తలప్రహారైః పవనాత్మజః కపిః. ౩౧

తత స్తలేనాభిహతో మహారధః స తస్య పింగాధిపమంత్రినిర్జితః,
* ప్రభగ్ననీడః పరిముక్తకూబరః పపాత భూమౌ హతవాజి రంబరాత్. ౩౨

స తం పరిత్యజ్య మహారధో రధం సకార్ముకః ఖడ్గధరః ఖ ముత్పతన్,
తపోఽభియోగా దృషి రుగ్రవీర్యవా న్విహాయ దేహం మరుతా మివాలయం. ౩౩

తతః కపి స్తం విచరంత మంబరే పతత్రిరాజానిలసిద్ధసేవితే,
సమేత్య తం మారుతతుల్యవిక్రమః క్రమేణ జగ్రాహ స పాదయో ర్దృఢం. ౩౪

స తం సమావిధ్య సహస్రశః కపి ర్మహోరగం గృహ్య ఇవాండజేశ్వరః,
ముమోచ వేగా త్పితృతుల్యవిక్రమో మహీతలే సంయతి వానరోత్తమః. ౩౫

---

విధాయ యుద్ధక్రమం చ సంకల్ప్య, పూర్వ మశ్వాన్ హత్వా తతో రధం భంక్ష్యామీతి నిశ్చిత్యే త్యర్థః. ౩౦

(న తస్యేతి.) వివర్తనే సవ్యాపసవ్యభ్రమణేఽపి, భారసహాన్ రధభారసహాన్, ౩౧

(తత ఇతి.) తలేనాఽభిహతః, అత ఏవ పింగాధిపమంత్రినిర్జితః, హనుమతా నిర్జిత ఇత్యర్థః ప్రభగ్ననీడః ప్రభగ్నరధాంగః, కూబరః యుగంధరః, వాజి రితి ఇకారాంతత్వ మార్షం ౩౨

(స త మితి.) మరుతా మాలయ ముత్పతన్ ఋషి రివ, అభవ దితి శేషః. ౩౩–౩౪

(స త మితి.) గృహ్య ఇవేత్యత్ర గుణాభావ ఆర్షః ౩౫

---

* ప్రభగ్ననీడః ప్రభగ్నరథగర్తః ఇతి తత్త్వదీపికా.

(రావణేన ఇంద్రజిత్ప్రేషణం)

స భగ్నబాహూరుకటీశిరోధరః క్షర న్నసృ జ్నిర్మథితాస్థిలోచనః,
స భగ్నసంధిః ప్రవికీర్ణబంధనో హతః క్షితౌ వాయుసుతేన రాక్షసః. ౩౬

మహాకపి ర్భూమితలే నిపీడ్య తం చకార రక్షోధిపతే ర్మహ ద్భయం, ౩౬॥

మహర్షిభి శ్చక్రచరై ర్మహావ్రతైః స్సమేత్య భూతైశ్చ సయక్షపన్నగైః.
సురైశ్చ సేంద్రై ర్భృశజాతవిస్మయై ర్హతే కుమారే స కపి ర్నిరీక్షితః, ౩౭॥

నిహత్య తం వజ్రసుతోపమప్రభం కుమార మక్షం క్షతజోపమేక్షణః.
త మేవ వీరోఽభిజగామ తోరణం కృతక్షణః కాల ఇవ ప్రజాక్షయే, ౩౮॥

ఇతి శ్రీమద్రామాయణే, సున్దరకాణ్డే, సప్తచత్వారింశ స్సర్గః

అథ అష్టచత్వారింశ స్సర్గః.

తత స్స రక్షోధిపతి ర్మహాత్మా హనూమతాఽక్షే నిహతే కుమారే,
మన స్సమాధాయ తదేంద్రకల్పం సమాదిదే శేంద్రజితం సరోషం. ౧

---

(స భగ్నేతి) ప్రవికీర్ణబంధనః ప్రవికీర్ణకక్ష్యాదిబంధనః, ప్రభిన్నసంధి రితి సంధిబంధభంగ స్యోక్తత్వాత్. ౩౬—౩౬॥

(మహర్షిభి రితి) చక్రచరైః జ్యోతిశ్చక్రచరైః, నభశ్చక్రచరై ర్వా ౩౭॥—౩౮॥

ఇతి శ్రీగోవిందరాజవిరచితే, శ్రీరామాయణభూషణే, శృంగారతిలకాఖ్యానే, సున్దరకాణ్డవ్యాఖ్యానే,
సప్తచత్వారింశ స్సర్గః

అథ అష్టచత్వారింశ స్సర్గః

(తత స్త్విత్యాది.) మన స్సమాధాయ, ధైర్యం కృత్వే త్యర్థః. ౧

త్వ మస్త్రవి చ్ఛస్త్రవిదాం వరిష్ఠ స్సురాసురాణా మపి శోకదాతా,
సురేషు సేన్ద్రేషు చ దృష్టకర్మా పితామహారాధనసంచితాస్త్రః. ౨

తవాఽస్త్రబల మాసాద్య నాఽసురా న మరుద్గణాః,
న శేకు స్సమరే స్థాతుం సురేశ్వరసమాశ్రితాః. ౩

న కశ్చి త్త్రిషు లోకేషు సంయుగే నగతశ్రమః, ౩౪

భుజవీర్యాభిగు ప్తశ్చ తపసా చాఽభిరక్షితః.
దేశకాలవిభాగజ్ఞ స్త్వ మేవ మతిస త్తమః, ४౫

న తేఽ స్త్యశక్యం సమరేషు కర్మణా న తేఽ స్త్యకార్యం మతిపూర్వమంత్రణే.
న సోఽ స్తి కశ్చి త్త్రిషు సంగ్రహేషు వై న వేద య స్తేఽస్త్రబలం బలం చ తే. ౫౪

---

(త్వ మితి.) అస్త్రవిత్ బ్రహ్మాస్త్రవిత్, సంచితాస్త్రః సంచితాస్త్రవిశేషః. ౨

(తవేతి.) తవ అస్త్రబల మాసాద్య అసురాః న, నశ్యంతీ త్యర్థః ౩

(న కశ్చి దితి) త్రిషు లోకేషు, తవ సంయుగే, నగతశ్రమః అప్రాప్తశ్రమః, కశ్చిన్న. 'సుప్సుపే' తి సమాసః, సర్వే ప్రాప్తశ్రమా ఇత్యర్థః. హరిహయాదయోఽపి శ్రమం ప్రాప్నువంతీ త్యర్థః. ౩౪

(భుజవీర్యేతి.) మతిస త్తమః, మతిశ్రేష్ఠ ఇత్యర్థః. ४౫

(నేతి.) సమరేషు, కర్మణా పురుషకారేణ, తే అశక్యం నా స్తీ త్యర్థః. తథా మతి పూర్వమంత్రణే వివేకపూర్వవిచారే, అకార్యం అజ్ఞాతకార్యం, జ్ఞాతు మశక్యం కార్యం నా స్తీ త్యర్థః. సంగ్రహేషు - సంగృహ్యంతే భోగ్యతయా స్వీక్రియంతే భోక్తృభి రితి సంగ్రహాః లోకాః, తేషు త్రిష్వపి, య స్తవాఽస్త్రబలం శారీరం బలం చ న వేద, స నా స్తి. సర్వలోకప్రఖ్యాతశస్త్రాస్త్రబలసంపన్న స్త్వ మిత్యర్థః. ౫౪.

(రావణేన ఇంద్రజిత్ప్రేషణం)

మమాఽనురూపం తపసో బలం చ తే పరాక్రమ శ్చాఽస్త్రబలం చ సంయుగే.
న త్వాం సమాసాద్య రణావమర్దే మన శ్శ్రమం గచ్ఛతి నిశ్చితార్థం, ౬॥

నిహతాః కింకరా స్సర్వే జంబుమాలీ చ రాక్షసః.
అమాత్యపుత్రా వీరాశ్చ పంచ సేనాగ్రయాయినః, ౭॥

బలాని సుసమృద్ధాని సాశ్వనాగరథాని చ.
సహోదర స్తే దయితః కుమారోఽక్షశ్చ సూదితః. ౮॥

న హి తేష్వేవ మే సారో య స్త్వ య్యరినిషూదన. ౯

ఇదం హి దృష్ట్వా మతిమ న్మహ ద్బలం కపేః ప్రభావం చ పరాక్రమం చ,
త్వ మాత్మన శ్చాపి సమీక్ష్య సారం కురుష్వ వేగం స్వబలానురూపం. ౧౦

బలావమర్ద స్త్వయి సన్నికృష్టే యథా గతే శామ్యతి శాంతశత్రౌ,
తథా సమీక్ష్యాఽఽత్మబలం పరం చ సమారభస్వాఽస్త్రవిదాం వరిష్ఠ. ౧౧

---

(మమాఽనురూప మితి.) రణావమర్దే రణసంకటే, నిశ్చితార్థం నిశ్చితజయరూపార్థం, త్వాం, ఆసాద్య విచింత్య, మే మన, శ్శ్రమం న గచ్ఛతి, విషాదం న గచ్ఛతీ త్యర్థః ౬॥—౮॥

(న హీతి.) త్వయి మే, య స్సారః ఉత్కర్షప్రత్యయః, సః, తేషు నా స్త్యేవ హీతి యోజనా. ౯

(ఇదం హీతి.) ఇదం కింకరాద్యక్షకుమారాంతమారకం, మతిమత్ ప్రశ స్తమతియు క్తం, బలం శారీరం, ప్రభావం అంతశ్శక్తిం, పరాక్రమం పౌరుషం ౧౦

(బలేతి.) శాంతశత్రౌ శమితశత్రౌ, శత్రుశమనస్వభావ ఇతి యావత్. 'వాదాంతశాంతే' త్యాదినా నిపాతనా ణ్ణిలోప ఇడభావశ్చ: త్వయి, సన్నికృష్టే కపే రాసన్నే సతి, యథా బలావమర్దః సేనాక్షయః, శామ్యతి. తథా ఆత్మబలం, పరం పరబలం చ, సమీక్ష్య సమారభస్వ. బలనాశా త్పూర్వ మేవ శత్రుశాంతిం కుర్వి త్యర్థః, ౧౧

న వీర సేనా * గణశో చ్యవంతి న వజ్ర మాదాయ విశాలసారం,
న మారుతస్యాఽస్య గతేః ప్రమాణం న చాఽగ్నికల్పః కరణేన హంతుం. ౧౨

త మేవ మర్థం ప్రసమీక్ష్య సమ్యక్ స్వకర్మసామ్యాద్ధి సమాహితాత్మా,
స్మరంశ్చ దివ్యం ధనుషోఽస్త్రవీర్యం వ్రజాఽక్షతం కర్మ సమారభస్వ. ౧౩

న ఖల్వియం మతి శ్శ్రేష్ఠా య త్త్వాం సంప్రేషయా మ్యహం,
ఇయం చ రాజధర్మాణాం క్షత్రస్య చ మతి ర్మతా. ౧౪

---

(న వీరేతి) హే వీర, గణశోచి గణానాం శోచయితరి. శోచతే ర్ణ్యంతా త్క్విప్. ఏకదాఽనేకప్రహర్తరీ త్యర్థః. ఏవంభూతే హనుమతి నిమిత్తే, సేనాః, నాఽవంతి న రక్షంతి, యుగప దనేకవినాశకే సేనా అప్రయోజికే త్యర్థః. అత స్సేనాభిస్సహ మా గచ్ఛే త్యర్థః. ఉపాయాంతరం ప్రతిషేధతి(న వజ్ర మితి.) అల్పసారం హనుమద్విషయే జీర్ణసారం, వజ్రం వజ్రాఖ్యమాయుధవిశేషం, ఆదాయ, న విశ, తత్సమీప మితి శేషః. తత్ర హేతు మాహ(న మారుతస్యేతి.) అస్య గతిప్రమాణం మారుతస్య నాస్తి. మారుతా దప్యతిశయితగతిప్రమాణ ఇత్యర్థః అత స్తరసా యయా కయాఽపి దిశా సమాగమ్య ప్రహర్తరి న వజ్రం కించిత్కర మితి భావః. యది సమీప మాగమిష్యతి తదా ముష్ట్యాదిభి రేవ నిహన్యత ఇత్యాశంక్యాహ (న చేతి.) అగ్నికల్పో హనుమాన్, కరణేన ముష్ట్యాదినా, హంతుం, న శక్యః, అగ్నితుల్యే ముష్ట్యాదిప్రహారాప్రవృత్తే రితి భావః. ౧౨

తర్హి కథం కర్తవ్యం? తత్రాహ (త మితి.) తం పూర్వోక్తమర్థం, ఏవం సమ్యక్, ప్రసమీక్ష్య విచార్య, స్వకర్మసామ్యా త్స్వకార్యసిద్ధ్యర్థం, ఫలస్యాపి హేతుత్వా త్పంచమీ. సామ్యం సమత్వం అన్యూనాతిరిక్తత్వం. సమాహితాత్మా ఏకాగ్రచిత్తః, దివ్యం, ధనుషస్సంబంధి. అస్త్రవీర్య మస్త్రబలం, స్మరన్ వ్రజ, అస్త్రబలం వినా స నిగృహీతు మశక్యః. తేన తన్మంత్రం స్మర న్నేవ గచ్ఛేతి భావః. ౧౩

(న ఖల్వితి) అహం త్వాం సంప్రేషయామీతి యత్ ఇయం మతిః, న శ్రేష్ఠా ఖలు, నోచితే త్యర్థః. ఇయం మతిః త్వత్ప్రేషణవిషయా మతిః. రాజధర్మాణాం రాజనీతిస్వరూపధర్మాణాం, క్షత్రస్య తదనుష్ఠాతుః క్షత్రియస్య చ, మతా ఉచితా. యద్యపి బాలస్య ప్రేషణ మనుచితం, తథాఽపి స్వీయేషు సత్సు ప్రధానగమనం నీతిశాస్త్రవిరుద్ధ మితి త్వాం ప్రేషయా మీతి భావః. ౧౪

---

* గణశో వ్యవంతి పా. సంఘశోపి నాఽవంతీ త్యర్థః.

(ఇంద్రజితా హనుమచ్ఛిక్షణాయ గమనం)

నానాశస్త్రైశ్చ సంగ్రామై ర్వైశారద్య మరిందమ,
అవశ్య మేవ యోద్ధవ్యం కామ్యశ్చ విజయో రణే. ౧౫

తతః పితు స్త ద్వచనం నిశమ్య ప్రదక్షిణం దక్షసుతప్రభావః,
చకార భర్తార మదీనసత్త్వో రణాయ వీరః ప్రతిపన్నబుద్ధిః. ౧౬

తత స్తైః స్వగణై రిష్టై రింద్రజి త్ప్రతిపూజితః,
యుద్ధోద్ధతః కృతోత్సాహ స్సంగ్రామం ప్రత్యపద్యత. ౧౭

శ్రీమా న్పద్మపలాశాక్షో రాక్షసాధిపతే స్సుతః,
నిర్జగామ మహాతేజా స్సముద్ర ఇవ పర్వసు ౧౮

స పక్షిరాజోపమతుల్యవేగై ర్వ్యాళై శ్చతుర్భి స్సితతీక్ష్ణదంష్ట్రైః,
రథం సమాయుక్త మసంగవేగం సమారురోహేంద్రజి దింద్రకల్పః. ౧౯

స రథీ ధన్వినాం శ్రేష్ఠ శ్శస్త్రజ్ఞోఽస్త్రవిదాం వరః,
రథేనాఽభియయౌ క్షిప్రం హనూమా న్యత్ర సోఽభవత్. ౨౦

---

(నానేతి.) నానాశస్త్రైః, వైశారద్యం ప్రహరణసామర్థ్యం, అవశ్యం బోద్ధవ్యం, స్మర్తవ్య మిత్యర్థః రణే విజయశ్చ. కామ్యః ప్రార్థనీయః, జయార్థం సర్వా ణ్యస్త్రాణి స్మర్తవ్యా నీత్యర్థః. ౧౫

(తత ఇతి.) దక్షసుతప్రభావః - దక్షసుతా దేవాః, తథోక్తం విష్ణుపురాణే "మనసా త్వేవ భూతాని పూర్వం దక్షోఽసృజ త్తదా, దేవా నృషీ న్సగంధర్వా నురగా న్పక్షిణ స్తథే" తి. ౧౬

(తత స్తై రితి.) 'యుద్ధోద్ధతః కృతోత్సాహ' ఇతి పాఠః. ౧౭-౧౮

(స ఇతి.) పక్షిరాజోపమతుల్యవేగైః - పక్షిరాజోపమైః అన్యోన్యతుల్యవేగైశ్చ, వ్యాళైః హింస్రపశుభిః, సింహై రితి యావత్. సింహాశ్చ రక్షసాం వాహనాని భవంతి. 'సర్పహింస్రపశూ వ్యాళా' విత్యమరః. ౧౯-౨౦

స తస్య రథనిర్ఘోషం జ్యాస్వనం కార్ముకస్య చ,
నిశమ్య హరివీరోఽసౌ సంప్రహృష్టతరోఽభవత్. ౨౧

సుమహ చ్చాప మాదాయ శితశల్యాంశ్చ సాయకాన్,
హనుమంత మభిప్రేత్య జగామ రణపండితః. ౨౨

తస్మిం స్తత స్సంయతి జాతహర్షే రణాయ నిర్గచ్ఛతి బాణపాణౌ,
దిశశ్చ సర్వాః కలుషా బభూవు ర్మృగాశ్చ రౌద్రా బహుధా వినేదుః. ౨౩

సమాగతా స్తత్ర తు నాగయక్షా మహర్షయ శ్చక్రచరాశ్చ సిద్ధాః,
నభ స్సమావృత్య చ పక్షిసంఘా వినేదు రుచ్చైః పరమప్రహృష్టాః. ౨౪

ఆయాంతం సరథం దృష్ట్వా తూర్ణ మింద్రజితం కపిః,
విననాద మహానాదం వ్యవర్ధత చ వేగవాన్. ౨౫

ఇంద్రజిత్తు రథం దివ్య మాస్థిత శ్చిత్రకార్ముకః,
ధను ర్విస్ఫారయామాస తటిదూర్జితనిస్స్వనం. ౨౬

తత స్సమేతా వతితీక్ష్ణవేగౌ మహాబలౌ తౌ రణనిర్విశంకౌ,
కపిశ్చ రక్షోధిపతేశ్చ పుత్ర స్సురాసురేంద్రావివ బద్ధవైరౌ. ౨౭

---

(స తస్యేతి.) జ్యాస్వన మిత్యత్ర జ్యా ఇతి లుప్తషష్ఠీవిభక్తికం పృథక్పదం. కార్ముకస్యేత్యత్ర స్వన మితి వాఽధ్యాహారః. ౨౧-౨౨

(తస్మిం స్తత ఇతి.) సంయతి యుద్ధే, జాతహర్షే జాతోత్సాహే. ౨౩

(సమాగతా ఇతి.) చక్రచరాః సంఘచారిణః. ౨౫

(ఇంద్రజి త్త్వితి.) తటిదూర్జితనిస్వనం - అత్ర తటిచ్ఛబ్దేన తత్సంఘాతోఽశని రుచ్యతే. విద్యుత్సంఘాతనిస్వన మితి పూర్వ ముక్తత్వాత్. అశనివ ద్దృఢనిస్వన మిత్యర్థః. ౨౬

(తత ఇతి.) సురాసురేంద్రా వివ సమేతా విత్యన్వయః. ౨౭

(హనుమదింద్రజితోర్యుద్ధం)

స తస్య వీరస్య మహారథస్య ధనుష్మత స్సంయతి సంమతస్య,
శరప్రవేగం వ్యహన త్ప్రవృద్ధ శ్చచార మార్గే పితు రప్రమేయే. ౨౮

* తత శ్శరా నాయతతీక్ష్ణశల్యాన్ సుపత్రిణః కాంచనచిత్రపుంఖాన్,
ముమోచ వీరః పరవీరహంతా సుసన్నతా న్వజ్రనిపాతవేగాన్. ౨౯

తత స్తు తత్స్యందననిస్స్వనం చ మృదంగభేరీపటహస్వనం చ,
వికృష్యమాణస్య చ కార్ముకస్య నిశమ్య ఘోషం పున రుత్పపాత. ౩౦

◊ శరాణా మంతరే ష్వాశు వ్యవర్తత మహాకపిః,
హరి స్తస్యాఽభిలక్ష్యస్య మోఘయన్ లక్ష్యసంగ్రహం. ౩౧

శరాణా మగ్రత స్తస్య పున స్సమభివర్తత,
ప్రసార్య హస్తౌ హనుమా నుత్పపాతాఽనిలాత్మజః. ౩౨

---

(స తస్యేతి) శరప్రవేగం వ్యహనత్ చచార చేత్యన్వయః. ౨౮—౩౦

(శరాణా మితి) అభిలక్ష్యస్య లక్ష్యవేధనే ప్రసిద్ధస్య, లక్ష్యసంగ్రహం లక్ష్యసంగ్రహణం, లక్ష్యవిషయదృష్టి మితి యావత్. మోఘయన్ వితథయన్. ౩౧

(శరాణా మగ్రత ఇతి.) సమభివర్తత సమభ్యవర్తత, ఉత్పపాత చేత్యన్వయః. ౩౨

---

* రామానుజీయం. (తత ఇతి.) (సుపత్రిణ ఇతి.) పత్రిణః ప్రశస్తపత్రాః, శోభనాశ్చ తే పత్రిణ శ్చేతి విగ్రహః.

◊ రామానుజీయం. (శరాణా మితి.) 'శరాణా మంతరే ష్వాశు వ్యవర్తత మహాకపి' రితి పాఠః. అభిలక్ష్యస్య లక్ష్యవేధప్రసిద్ధస్య. మోఘయన్ వితథీకుర్వన్ 'మోహాయ' న్నితి పాఠే విపర్యాసయన్ని త్యర్థః. లక్ష్యసంగ్రహం లక్ష్యసంగ్రహణం, లక్ష్యవిషయదృష్టి మితి యావత్.

తా వుభౌ వేగసంపన్నౌ రణకర్మవిశారదౌ,
సర్వభూతమనోగ్రాహి చక్రతు ర్యుద్ధ ముత్తమం. ౩౩

హనూమతో వేద న రాక్షసోఽంతరం న మారుతి స్తస్య మహాత్మనోఽంతరం,
పరస్పరం నిర్విషహౌ బభూవతు స్సమేత్య తౌ దేవసమానవిక్రమౌ. ౩౪

* తత స్తు లక్ష్యే స విహన్యమానే శరే ష్వమోఘేషు చ సంపతత్సు,
జగామ చింతాం మహతీం మహాత్మా సమాధిసంయోగసమాహితాత్మా. ౩౫

తతో మతిం రాక్షసరాజసూను శ్చకార తస్మిన్ హరివీరముఖ్యే,
అవధ్యతాం తస్య కపే స్సమీక్ష్య కథం నిగచ్ఛే దితి నిగ్రహార్థం ౩౬

---

(తావుభా వితి.) మనోగ్రాహి మన ఆకర్షకం. ౩౩

(హనూమత ఇతి.) అంతరం ఛిద్రం. ౩౪

(తత స్త్వితి) అమోఘేషు శరేషు సంపతత్స్వపి, లక్ష్యే లక్ష్యభూతే హనుమతి, విహన్యమానే స్వయం తేభ్యో విముచ్యమానే సతి, హంతే ర్గత్యర్థా త్కర్మకర్తరి లట శ్శానజాదేశః, సమాధిసంయోగసమాహితాత్మా - సమ్య గాధీయత ఇతి సమాధిః లక్ష్యం, తస్మిన్ సంయోగే శరసంధానే, సమాహితాత్మా అప్రమత్తచిత్తః. స మహాత్మా ఇంద్రజిత్, మహతీం చింతాం జగామ. ౩౫

(తత ఇతి) అవధ్యతాం తస్య కపే స్సమీక్ష్య, నిగ్రహార్థం కథం, నిగచ్ఛేత్ నీచతాం గచ్ఛే దితి, మతిం చకార. ౩౬--౩౭

---

* రామానుజీయం. (తత స్త్వితి) అమోఘేషు శరేషు సంపతత్స్వపి, లక్ష్యే లక్ష్యభూతే హనుమతి, విహన్యమానే స్వయమేవ తేభ్యో విముచ్యమానే సతి, హంతే ర్గత్యర్థాత్ కర్మకర్తరి లట శ్శానజాదేశః. సమాధిసంయోగసమాహితాత్మా - సమాధీయత ఇతి సమాధిః లక్ష్యం, తస్మిన్ సంయోగే శరసంధానే చ, సమాహితాత్మా అప్రమత్తచిత్తః, మహాత్మా స ఇంద్రజిత్, మహతీం చింతాం జగామేతి యోజనా. 'శరేషు మోఘే' ష్వితి పాఠే-సంపతత్సు శరేషు మోఘేషు సత్సు. లక్ష్యే లక్ష్యభూతే హనుమతి విహన్యమానే చ సతి, సః చింతాం జగామేతి సంబన్ధః.

(బ్రహ్మాస్త్రేణ హనుమతో బంధనం)

తతః పైతామహం వీర స్సోఽస్త్ర మస్త్రవిదాం వరః,
సందధే సుమహాతేజా స్తం హరిప్రవరం ప్రతి. ౩౭

అవధ్యోఽయ మితి జ్ఞాత్వా త మస్త్రేణాఽస్త్రతత్త్వవిత్,
నిజగ్రాహ మహాబాహు ర్మారుతాత్మజ మింద్రజిత్. ౩౮

తేన బద్ధ స్తతోఽస్త్రేణ రాక్షసేన స వానరః,
అభవ న్నిర్విచేష్ట శ్చ పపాత చ మహీతలే. ౩౯

తతోఽథ బుద్ధ్వా స తదాఽస్త్రబంధం ప్రభోః ప్రభావా ద్విగతాత్మవేగః,
పితామహానుగ్రహ మాత్మన శ్చ విచింతయామాస హరిప్రవీరః. ౪౦

తత స్స్వాయంభువై ర్మంత్రై ర్బ్రహ్మాస్త్ర మభిమంత్రితం,
హనూమాం శ్చింతయామాస వరదానం పితామహాత్. ౪౧

న మేఽస్త్రబంధస్య చ శక్తి రస్తి విమోక్షణే లోకగురోః ప్రభావాత్,
ఇత్యేవ మత్వా విహితోఽస్త్రబంధో మయాఽఽత్మయోనే రనువర్తితవ్యః. ౪౨

స వీర్య మస్త్రస్య కపి ర్విచార్య పితామహానుగ్రహ మాత్మన శ్చ,
విమోక్షశక్తిం పరిచింతయిత్వా పితామహాజ్ఞా మనువర్తతే స్మ. ౪౩

---

(అవధ్యోఽయ మితి) నిజగ్రాహ బబంధ ౩౮–౪౦

(తత ఇతి) బ్రహ్మాస్త్ర మభిమంత్రితం, విజ్ఞాయేతి శేషః. ౪౧

(న మ ఇతి) లోకగురోః ప్రభావాత్ అస్య బంధస్య మోక్షణే మే శక్తి ర్నాస్తీత్యేవం మత్వా ఏవం విహితః ఇంద్రజితా అనేన ప్రకారేణ కృతః. ఆత్మయోనే రస్త్రబంధః మయా అనువర్తితవ్య ఇత్యన్వయః ౪౨

(స ఇతి) పితామహానుగ్రహం విమోక్షహేతుభూత మనుగ్రహం. ౪౩

అస్త్రేణాఽపి హి బద్ధస్య భయం మమ న జాయతే,
పితామహమహేంద్రాభ్యాం రక్షితస్యాఽనిలేన చ. ౪౪

గ్రహణే చాఽపి రక్షోభి ర్మహా న్మే గుణదర్శనః,
రాక్షసేంద్రేణ సంవాద స్తస్మా ద్గృహ్ణంతు మాం పరే ౪౫

స నిశ్చితార్థః పరవీరహంతా సమీక్ష్యకారీ వినివృత్తచేష్టః,
పరైః ప్రసహ్యాఽభిగతై ర్నిగృహ్య ననాద తై స్తైః పరిభర్త్స్యమానః. ౪౬

తత స్తం రాక్షసా దృష్ట్వా నిర్విచేష్ట మరిందమం.
బబంధు శ్శణవల్కైశ్చ ద్రుమచీరైశ్చ సంహతైః ౪౭

స రోచయామాస పరైశ్చ బంధనం ప్రసహ్య వీరై రభినిగ్రహం చ,
కౌతూహలా న్మాం యది రాక్షసేంద్రో ద్రష్టుం వ్యవస్యే దితి నిశ్చితార్థః ౪౮

స బద్ధ స్తేన వల్కేన విముక్తోఽస్త్రేణ వీర్యవాన్.
అస్త్రబంధ స్స చాఽన్యం హి న బంధ మనువర్తతే ౪౯

---

(అస్త్రేణేతి.) స్వస్యాఽఽదిత్యగ్రాసానంతరం పితామహమహేంద్రాభ్యా మనిలేన చ రక్షితత్వా న్న మే భయ మిత్యర్థః. ౪౪

(గ్రహణ ఇతి.) గుణదర్శనః గుణపర్యవసాయీ, సంవాదః ౪౫—౪౬

(తత స్త మితి.) శణవల్కైః శణత్వగ్భిః. సంహతైః సజ్జీకృతైః. ద్రుమచీరైః వల్కలైః. ౪౭

(స ఇతి.) రాక్షసేంద్రః కౌతూహలాత్ మాం ద్రష్టుం వ్యవస్యే దితి నిశ్చితార్థ స్సన్ బంధనాదికం రోచయామాసేతి సంబంధః. ౪౮

(హనుమతః రావణసమీపానయనం)

అథేంద్రజిత్తు ద్రుమచీరబద్ధం విచార్య వీరః కపిసత్తమం తం.
విముక్తమస్త్రేణ జగామ చింతాం నాఽన్యేన బద్ధో హ్యనువర్తతేఽస్త్రం. ౫౦

అహో మహత్కర్మ కృతం నిరర్థకం న రాక్షసై ర్మంత్రగతి ర్విమృష్టా,
పునశ్చ నాఽస్త్రే విహతేఽస్త్ర మన్యత్ప్రవర్తతే సంశయితాః స్మ సర్వే. ౫౧

అస్త్రేణ హనుమా న్ముక్తో నాఽఽత్మాన మవబుధ్యత,
కృష్యమాణ స్తు రక్షోభి స్తైశ్చ బంధై ర్నిపీడితః. ౫౨

హన్యమాన స్తతః క్రూరై రాక్షసైః కాష్ఠముష్టిభిః,
సమీపం రాక్షసేంద్రస్య ప్రాకృష్యత స వానరః ౫౩

అథేంద్రజి త్తం ప్రసమీక్ష్య ముక్త మస్త్రేణ బద్ధం ద్రుమచీరసూత్రైః.
వ్యదర్శయ త్తత్ర మహాబలం తం హరిప్రవీరం సగణాయ రాజ్ఞే, ౫౪

తం మత్త మివ మాతంగం బద్ధం కపివరోత్తమం,
రాక్షసా రాక్షసేంద్రాయ రావణాయ న్యవేదయన్. ౫౫

కోఽయం కస్య కుతో వాఽత్ర కిం కార్యం కో వ్యపాశ్రయః,
ఇతి రాక్షసవీరాణాం తత్ర సంజజ్ఞిరే కథాః. ౫౬

---

(అథేంద్రజి త్త్వితి.) అన్యేన శణవల్కలాదినా, బద్ధః, అస్త్రం నాఽనువర్తతే. నాఽస్త్రేణ బద్ధ ఇవ వర్తత ఇత్యర్థః. (అహో ఇతి.) మంత్రగతిః బ్రహ్మాస్త్రమంత్రపద్ధతిః, న విమృష్టా న పర్యాలోచితే త్యర్థః. బంధాంతరేణ సహాఽనవస్థానరూపం బ్రహ్మాస్త్రస్వభావ మనాలోచ్య శణబంధాదికం రాక్షసైః కృత మితి భావః. అస్త్రే విహతే బ్రహ్మాస్త్రే ప్రతిహతే, అన్య దస్త్రం, న ప్రవర్తతే న ప్రభవతీ త్యర్థః. తదేవ బ్రహ్మాస్త్రం ప్రయుజ్యతా మిత్యాశంక్యాహ (పునశ్చేతి.) పున ర్న ప్రవర్తతే ప్రయుక్తం బ్రహ్మాస్త్రం పున ర్న ప్రభవతీ త్యర్థః సర్వ ఇత్యనంతర మితికరణం బోధ్యం. ఇతి చింతాం జగామేతి పూర్వేణ సంబంధః. ౫౦-౫౧

(అస్త్రేణేతి.) నాఽవబుధ్యత నాఽవధృతవాన్. ౫౨-౫౬

హన్యతాం దహ్యతాం వాఽపి భక్ష్యతా మితి చాఽపరే,
రాక్షసా స్తత్ర సంక్రుద్ధాః పరస్పర మథాఽబ్రువన్. ౫౭

అతీత్య మార్గం సహసా మహాత్మా స తత్ర రక్షోధిపపాదమూలే,
దదర్శ రాజ్ఞః పరిచారవృద్ధాన్ గృహం మహారత్నవిభూషితం చ. ౫౮

స దదర్శ మహాతేజా రావణః కపిసత్తమం,
రక్షోభి ర్వికృతాకారైః కృష్యమాణ మిత స్తతః. ౫౯

రాక్షసాధిపతిం చాఽపి దదర్శ కపిసత్తమః,
తేజోబలసమాయుక్తం తపంత మివ భాస్కరం. ౬౦

స రోషసంవర్తితతామ్రదృష్టి ర్దశానన స్తం కపి మన్వవేక్ష్య,
అథోపవిష్టా న్కులశీలవృద్ధాన్ సమాదిశ త్తం ప్రతి మంత్రిముఖ్యాన్. ౬౧

యథాక్రమం తై స్స కపి ర్విపృష్టః కార్యార్థ మర్థస్య చ మూల మాదౌ,
నివేదయామాస హరీశ్వరస్య దూత స్సకాశా దహ మాగతోఽస్మి. ౬౨

ఇతి శ్రీమద్రామాయణే, సున్దరకాణ్డే, అష్టచత్వారింశ స్సర్గః.

---

(అతీత్యేతి.) పరిచారవృద్ధాన్ అమాత్యవృద్ధాన్. ౫౭—౬౧

(యథాక్రమ మితి.) కార్యార్థం కర్తవ్యార్థం, అర్థస్య కర్తవ్యార్థస్య, మూలం నిమిత్తం, ప్రేషయితార మిత్యర్థః. అనయో ర్విపృష్ట ఇత్యనేన సంబంధః. శ్లోకాంత ఇతికరణం బోధ్యం. వక్ష్యమాణసంగ్రహోఽయం. ౬౨

ఇతి శ్రీగోవిందరాజవిరచితే, శ్రీరామాయణభూషణే, శృంగారతిలకాఖ్యానే, సున్దరకాణ్డవ్యాఖ్యానే, అష్టచత్వారింశ స్సర్గః.

## అథ ఏకోనపఞ్చాశ స్సర్గః.

తత స్స కర్మణా తస్య విస్మితో భీమవిక్రమః,
హనుమా న్రోషతామ్రాక్షో రక్షోధిప మవైక్షత. ౧

భ్రాజమానం మహార్హేణ కాంచనేన విరాజతా,
ముక్తాజాలావృతేనాఽథ మకుటేన మహాద్యుతిం. ౨

వజ్రసంయోగసంయుక్తై ర్మహార్హమణివిగ్రహైః,
హైమై రాభరణై శ్చిత్రై ర్మనసేవ ప్రకల్పితైః. ౩

మహార్హక్షౌమసంవీతం రక్తచందనరూషితం,
స్వనులిప్తం విచిత్రాభి ర్వివిధాభి శ్చ భక్తిభిః. ౪

వివృతై ర్దర్శనీయై శ్చ రక్తాక్షై ర్భీమదర్శనైః,
దీప్తతీక్ష్ణమహాదంష్ట్రైః ప్రలంబదశనచ్ఛదైః. ౫

శిరోభి ర్దశభి ర్వీరం భ్రాజమానం మహౌజసం,
నానావ్యాళసమాకీర్ణై శ్శిఖరై రివ మందరం. ౬

---

## అథ ఏకోనపఞ్చాశ స్సర్గః.

(తత స్స ఇత్యాది.) కర్మణా తస్య విస్మితః, యుద్ధార్థం రావణేనాఽఽగంతవ్య మితి మయా యత్నః కృతః, స తు నీతిజ్ఞ ఆసనస్థ ఏవ ఇంద్రజిన్ముఖేన మాం నిబధ్యాఽఽనీతవా నిత్యానయనకర్మణా జాతవిస్మయ ఇత్యర్థః ౧

(భ్రాజమాన మిత్యాది.) వజ్రసంయోగసంయుక్తైః వజ్రకీలనేన సంబద్ధైః, అత్ర భ్రాజమాన మిత్యనుషజ్యతే. (మహార్హేతి.) భక్తిభిః పఙ్క్తిభిః, ఇత్థంభూతలక్షణే తృతీయా. యథా పఙ్క్తయో

నీలాంజనచయప్రఖ్యం హారే ణోరసి రాజతా,
పూర్ణచంద్రాభవక్త్రేణ సబలాక మివాఽంబుదం. ౭

బాహుభి ర్బద్ధకేయూరై శ్చందనోత్తమరూషితైః,
భ్రాజమానాంగదైః పీనైః పంచశీర్షై రివోరగైః. ౮

మహతి స్ఫాటికే చిత్రే రత్నసంయోగసంస్కృతే,
ఉత్తమాస్తరణాస్తీర్ణే సూపవిష్టం వరాసనే. ౯

అలంకృతాభి రత్యర్థం ప్రమదాభి స్సమంతతః,
వాలవ్యజనహస్తాభి రారా త్సముపసేవితం. ౧౦

దుర్ధరేణ ప్రహస్తేన మహాపార్శ్వేన రక్షసా,
మంత్రిభి ర్మంత్రతత్త్వజ్ఞై ర్నికుంభేన చ మంత్రిణా. ౧౧

సుఖోపవిష్టం రక్షోభి శ్చతుర్భి ర్బలదర్పితైః,
కృత్స్నః పరివృతో లోక శ్చతుర్భి రివ సాగరైః. ౧౨

మంత్రిభి ర్మంత్రతత్త్వజ్ఞై రన్యైశ్చ శుభబుద్ధిభిః,
అన్వాస్యమానం రక్షోభి స్సురై రివ సురేశ్వరం. ౧౩

అపశ్య ద్రాక్షసపతిం హనుమా నతితేజసం,
విష్ఠితం మేరుశిఖరే సతోయ మివ తోయదం, ౧౪

భవంతి తథాఽనులిప్త ఇత్యర్థః. పూర్ణచంద్రాభవక్త్రేణ పూర్ణచంద్రతుల్యనాయకరత్నేన, వక్త్రం నాయకరత్నం, అభితో లగ్నముక్తామణిమండలం, కేయూరం భుజోపరిధార్యమాణ మాభరణం, అంగదం బాహుమధ్యస్థాభరణం, మంత్రిభిః ప్రశస్తమంత్రైః, అత స్సచివై రిత్యపునరుక్తిః. ౭-౧౪

(హనుమతా రావణదర్శనం)

స తై స్సంపీడ్యమానోఽపి రక్షోభి ర్భీమవిక్రమైః,
విస్మయం పరమం గత్వా రక్షోధిప మవైక్షత. ౧౫

భ్రాజమానం తతో దృష్ట్వా హనుమా న్రాక్షసేశ్వరం,
మనసా చింతయామాస తేజసా తస్య మోహితః. ౧౬

అహో రూప మహో ధైర్య మహో సత్త్వ మహో ద్యుతిః,
అహో రాక్షసరాజస్య సర్వలక్షణయుక్తతా, ౧౭

య ద్యధర్మో న బలవా న్స్యా దయం రాక్షసేశ్వరః,
స్యా దయం సురలోకస్య సశక్రస్యాఽపి రక్షితా. ౧౮

అస్య క్రూరై ర్నృశంసై శ్చ కర్మభి ర్లోకకుత్సితైః,
తే బిభ్యతి ఖ ల్వస్మా ల్లోకా స్సామరదానవాః. ౧౯

అయం హ్యుత్సహతే క్రుద్ధః కర్తు మేకార్ణవం జగత్,
ఇతి చింతాం బహువిధా మకరో న్మతిమా న్హరిః.
దృష్ట్వా రాక్షసరాజస్య ప్రభావ మమితౌజసః, ౨౦½

ఇతి శ్రీమద్రామాయణే, సున్దరకాణ్డే, ఏకోనపఞ్చాశ స్సర్గః.

---

(అహో ఇత్యాది)(యదీతి.)అయం రావణకృతః ఽధర్మః, బలవా న్న స్యా ద్యది, తదాఽయం రాక్షసేశ్వరః, సశక్రస్య సురలోకస్యాపి రక్షితా స్యాత్. (అస్యేతి.) తేన కర్మభిః కృతేన పూర్వోక్తేనాఽధర్మేణ హేతునా. ౧౫-౨౦½

ఇతి శ్రీగోవిందరాజవిరచితే, శ్రీరామాయణభూషణే, శృంగారతిలకాఖ్యానే, సుందరకాణ్డవ్యాఖ్యానే,
ఏకోనపఞ్చాశ స్సర్గః.

అథ పఞ్చాశ స్సర్గః

త ముద్వీక్ష్య మహాబాహుః పింగాక్షం పురత స్థ్సితం,
కోపేన మహతాఽఽవిష్టో రావణో లోకరావణః. ౧

శంకాహతాత్మా దధ్యౌ స కపీంద్రం తేజసా వృతం.
కి మేష భగవా న్నందీ భవే త్సాక్షా దిహాఽఽగతః. ౨

యేన శప్తోఽస్మి కైలాసే మయా సంచాలితే పురా,
సోఽయం వానరమూర్తి స్స్యా త్కింస్వి ద్బాణోఽపి వాఽసురః. ౩

స రాజా రోషతామ్రాక్షః ప్రహస్తం మంత్రిసత్తమం,
కాలయుక్త మువాచేదం వచో విపుల మర్థవత్. ౪

దురాత్మా పృచ్ఛతా మేష కుతః కిం వాఽస్య కారణం,
వనభంగే చ కోఽస్యార్థో రాక్షసీనాం చ తర్జనే. ౫

మత్పురీ మప్రధృష్యాం వా గమనే కిం ప్రయోజనం,
ఆయోధనే వా కిం కార్యం పృచ్ఛ్యతా మేష దుర్మతిః. ౬

---

అథ పఞ్చాశ స్సర్గః

(త ముద్వీక్ష్యేత్యాది.) ౧—౨

(బాణః) మహాబలిసుతః, అనేన తేనాపి కించిత్ శప్త మితి గమ్యతే, అత్రేతికరణం ద్రష్టవ్యం. ౩—౪

(దురాత్మా పృచ్ఛ్యతా మితి.) అస్య వివరణం (కుత ఇత్యాది.) కుతః కస్మా ద్దేశా దాగతః, కిం వాఽస్య కారణం? అస్య కః ప్రేరకః? మత్పురీం ప్రతీతి శేషః ఆయోధనే యుద్ధే, కిం కార్యం కిం ప్రయోజనం? ౫—౬

(ప్రహస్తేన హనుమద్వృత్తాంతపరిప్రశ్నః)

రావణస్య వచ శ్శ్రుత్వా ప్రహస్తో వాక్య మబ్రవీత్,
సమాశ్వసిహి భద్రం తే న భీః కార్యా త్వయా కపే. ౭

యది తావ త్త్వ మింద్రేణ ప్రేషితో రావణాలయం,
తత్త్వ మాఖ్యాహి మా భూ త్తే భయం వానర మోక్ష్యసే. ౮

యది వైశ్రవణస్య త్వం యమస్య వరుణస్య చ.
చారరూప మిదం కృత్వా ప్రవిష్టో నః పురీ మిమాం.
విష్ణునా ప్రేషితో వాఽపి దూతో విజయకాంక్షిణా, ౯॥

న హి తే వానరం తేజో రూపమాత్రం తు వానరం.
తత్త్వతః కథయస్వాఽద్య తతో వానర మోక్ష్యసే, ౧౦॥

అనృతం వదత శ్చాపి దుర్లభం తవ జీవితం.
* అథవా య న్నిమిత్తం తే ప్రవేశో రావణాలయే. ౧౧॥

ఏవ ముక్తో హరిశ్రేష్ఠ స్తదా రక్షోగణేశ్వరం.
అబ్రవీ న్నాఽస్మి శక్రస్య యమస్య వరుణస్య వా, ౧౨॥

---

(యది తావ త్త్వ మింద్రేణేత్యాది.) 'యది వైశ్రవణస్యే' త్యాదేః 'దూతో విజయకాంక్షిణో' త్యంతస్య 'తత్త్వ మాఖ్యా' హీతి పూర్వేణ సంబంధః. ౮-౯॥

(న హీత్యాది.) (అథవేతి.)య న్నిమిత్తం కృత్వా తే ప్రవేశః, త న్నిమిత్తం కథయస్వేతి పూర్వేణ సంబంధః. ౧౦॥-౧౧॥

(ఏవ ముక్త ఇత్యాది.) రక్షోగణేశ్వర మిత్యనేన ప్రష్టారం ప్రహస్తం పృష్ఠతః కృతవానితి గమ్యతే. ౧౨॥

---

* 'అథ వా యన్నిమిత్త స్త' ఇతి పాఠే బహువ్రీహిః. ఇతి తత్త్వదీపికా.

ధనదేన న మే సఖ్యం విష్ణునా నాఽస్మి చోదితః.
జాతి రేవ మమ త్వేషా వానరోఽహ మిహాఽఽగతః, ౧౩॥

దర్శనే రాక్షసేంద్రస్య దుర్లభే త దిదం మయా.
వనం రాక్షసరాజస్య దర్శనార్థే వినాశితం, ౧౪॥

తత స్తే రాక్షసాః ప్రాప్తా బలినో యుద్ధకాంక్షిణః.
రక్షణార్థం తు దేహస్య ప్రతియుద్ధా మయా రణే, ౧౫॥

అస్త్రపాశై ర్న శక్యోఽహం బద్ధుం దేవాసురై రపి.
పితామహా దేవ వరో మమా ప్యేషోఽభ్యుపాగతః, ౧౬॥

రాజానం ద్రష్టుకామేన మయాఽస్త్ర మనువర్తితం.
విముక్తో హ్యహ మస్త్రేణ రాక్షసై స్త్వభిపీడితః. ౧౭॥

కేనచి ద్రాజకార్యేణ సంప్రాప్తోఽస్మి తవాఽన్తికం,
దూతోఽహ మితి విజ్ఞేయో రాఘవస్యాఽమితౌజసః, ౧౮॥

శ్రూయతాం చాపి వచనం మమ పథ్య మిదం ప్రభో. ౧౯

ఇతి శ్రీమద్రామాయణే, సుందరకాండే, పఞ్చాశ స్సర్గః

(ఏషా) వానరతా, రాక్షసేంద్రస్య, తవేతి శేషః, ప్రతియుద్ధాః ప్రతిప్రహృతాః,(మమాపీతి.) తవే వేత్యర్థః. తర్హి కథం బద్ధోఽసీ త్యాశంక్యాహ (రాజాన మితి) పీడితః బద్ధ స్సన్, అస్త్రేణ విముక్తః. హిశబ్దోఽవధారణే. బ్రహ్మాస్త్రస్య సాధనాంతరాసహత్వా దితి భావః అస్తు సర్వ మేత న్మద్దర్శనార్థం, మద్దర్శనం వా కిమర్థం? తత్రాహ (కేనచి దితి) ౧౩॥—౧౯

ఇతి శ్రీగోవిందరాజవిరచితే, శ్రీరామాయణభూషణే, శృంగారతిలకాఖ్యానే సున్దరకాణ్డవ్యాఖ్యానే.
పఞ్చాశ స్సర్గః.

## అథ ఏకపఞ్చాశ స్సర్గః

తం సమీక్ష్య మహాసత్త్వం సత్త్వవాన్ హరిసత్తమః,
వాక్య మర్థవ దవ్యగ్ర స్త మువాచ దశాననం. ౧

అహం సుగ్రీవసందేశా దిహ ప్రాప్త స్తవాఽఽలయం,
రాక్షసేన్ద్రం హరీశ స్త్వాం భ్రాతా కుశల మబ్రవీత్. ౨

* భ్రాతు శ్శృణు సమాదేశం సుగ్రీవస్య మహాత్మనః,
ధర్మార్థోపహితం వాక్య మిహ చాఽముత్ర చ క్షమం. ౩

రాజా దశరథో నామ రథకుంజరవాజిమాన్,
పితేవ బంధు ర్లోకస్య సురేశ్వరసమద్యుతిః. ౪

---

### అథ ఏకపఞ్చాశ స్సర్గః.

(తం సమీక్ష్యేత్యాది) సమీక్షణోక్తిక్రియాభేదా త్తచ్ఛబ్దద్వయం ౧

(అహ మితి.) అహం రామదూత ఏవ, సందేశ స్తు సుగ్రీవస్యేతి భావః. సుగ్రీవసందేశా త్సుగ్రీవసందేశా ద్ధేతోః, సందేశప్రాపణార్థ మిత్యర్థః. 'సందేశవా గ్వాచికం స్యా' దిత్యమరః. ఇహ లంకాయాం భ్రాతా భ్రాతృవ ద్ధితకరః, అబ్రవీత్ అప్రాక్షీత్. యద్యపి సుగ్రీవేణ న సందిష్టం, తథాపి దూతోక్తం సర్వం స్వామ్యుక్త మేవే త్యాశయే నోక్తం. ౨

(భ్రాతు రితి) సమాదేశం సందేశరూప మితి వాక్యవిశేషణం ఇహ అస్మిన్ లోకే, అముత్ర పరలోకే, క్షమం అభ్యుదయసాధనం. ౩—౪

---

* రామానుజీయం. రావణహృదయపరిజ్ఞానార్థం తత్కాలోదితప్రతిభయా సుగ్రీవసందేశం కల్పయిత్వా వదతి (భ్రాతు రితి) సమాదేశం సందేశం. సుగ్రీవసందేశస్య రామప్రయోజనపరత్వా త్సందేశోపయోగితయా రామసుగ్రీవయో స్సఖ్యాదికం 'రాజా దశరథ' ఇత్యారభ్య 'భ్రమతా చ మయా దృష్టా గృహే తే జనకాత్మజే' త్యంతేన ప్రతిపాదయన్, 'తద్భవా' నిత్యాదినా 'కృష్వా సుఖ మవాప్స్యసి' యిత్యంతేన సుగ్రీవసందేశం వదతి.

జ్యేష్ఠ స్తస్య మహాబాహుః పుత్రః ప్రియకరః ప్రభుః,
పితు ర్నిదేశా న్నిష్క్రాన్తః ప్రవిష్టో దండకావనం. ౫

లక్ష్మణేన సహ భ్రాత్రా సీతయా చాఽపి భార్యయా,
రామో నామ మహాతేజా * ధర్మ్యం పన్థాన మాశ్రితః. ౬

తస్య భార్యా వనే నష్టా సీతా పతి మనువ్రతా,
వైదేహస్య సుతా రాజ్ఞో జనకస్య మహాత్మనః. ౭

స మార్గమాణ స్తాం దేవీం రాజపుత్ర స్సహానుజః,
ఋశ్యమూక మనుప్రాప్త స్సుగ్రీవేణ సమాగతః. ౮

తస్య తేన ప్రతిజ్ఞాతం సీతాయాః పరిమార్గణం,
సుగ్రీవస్యాపి రామేణ హరిరాజ్యం నివేదితం. ౯

తత స్తేన మృధే హత్వా రాజపుత్రేణ వాలినం,
సుగ్రీవ స్థాపితో రాజ్యే హర్యృక్షాణాం గణేశ్వరః. ౧౦

త్వయా విజ్ఞాతపూర్వ శ్చ వాలీ వానరపుంగవః,
రామేణ నిహత స్సంఖ్యే శరే ణైకేన వానరః. ౧౧

---

(ధర్మ్యం) ధర్మా దనపేతం. 'ధర్మపథ్యర్థన్యాయా దనపేత' ఇతి యత్ప్రత్యయః. ౫-౬

(స మార్గమాణ ఇతి.) సుగ్రీవేణ, మయేతి శేషః. యద్వా, లోకే వక్తారః స్వాత్మాన మన్య మివ నిర్దిశం త్యౌద్ధత్యాతిశయాత్. యద్వా, అత్రాఽనువాదా త్పూర్వం సుగ్రీవే ణైవం వక్తవ్య మితి పఠితం, తథైవ హనుమా న్పఠతీతి సమాదేశప్రాధాన్యా దన్యవాక్య మపి తథోచ్యత ఇతి కేచిత్ ప్రాహుః. యద్వా, సుగ్రీవసందేశస్య రామప్రయోజనపరత్వా త్సందేశోపయోగితయా రామసుగ్రీవయో స్సఖ్యాదికం దర్శయతి (రాజా దశరథ ఇత్యాదినా.) ౮-౧౧

---

* రామానుజీయం. ధర్మ్యం ధర్మాదనపేతం, 'ధర్మపథ్యర్థన్యాయా దనపేత' ఇతి యత్ప్రత్యయః. సత్యసంగరః సత్యప్రతిజ్ఞః. 'కర్బురే చ ప్రతిజ్ఞాజిసంవిదాపత్సు సంగర' ఇత్యమరః.

(హనుమతా సుగ్రీవసందేశకథనం)

స సీతామార్గణే వ్యగ్ర స్సుగ్రీవ స్సత్యసంగరః,
హరీ న్సంప్రేషయామాస దిశ స్సర్వా హరీశ్వరః. ౧౨

తాం హరీణాం సహస్రాణి శతాని నియుతాని చ,
దిక్షు సర్వాసు మార్గంతే హ్యధ శ్చోపరి చాఽంబరే. ౧౩

వైనతేయసమాః కేచి త్కేచి త్తత్రాఽనిలోపమాః,
అసంగగతయ శ్శీఘ్రా హరివీరా మహాబలాః. ౧౪

అహం తు హనుమా న్నామ మారుత స్యౌరస స్సుతః,
సీతాయా స్తు కృతే తూర్ణం శతయోజన మాయతం. ౧౫

సముద్రం లంఘయిత్వైవ తాం దిదృక్షు రిహాఽఽగతః,
భ్రమతా చ మయా దృష్టా గృహే తే జనకాత్మజా. ౧౬

తద్భవా న్దృష్టధర్మార్థ స్తపఃకృతపరిగ్రహః,
పరదారా న్మహాప్రాజ్ఞ నోపరోద్ధుం త్వ మర్హసి. ౧౭

---

(స ఇతి.) సత్యసంగరః సత్యప్రతిజ్ఞః. 'కర్బురే చ ప్రతిజ్ఞాజిసంవిదాపత్సు సంగర' ఇత్యమరః. ౧౨

(తా మితి.) అధ శ్చోపరి చాఽంబరే, పాతాళే భూమౌ ఆకాశే చేత్యర్థః. ౧౩

(వైనతేయేతి ) అసంగగతయ ఇతి శీఘ్రత్వే హేతుః. ౧౪

(అహం త్వితి.) ఔరస స్సుతః క్షేత్రజత్వవ్యావృత్తయే ఔరసపదం. సీతాయా స్తు కృతే సీతాలాభాయ, తాం దిదృక్షు రితి యోజ్యం. ౧౫-౧౬

ఏవం సుగ్రీవసంబంధం ప్రతిపాద్య సుగ్రీవసందేశం వదతి (తద్భవా నిత్యాదినా.) దృష్టధర్మార్థః. శాస్త్రేణ విదితధర్మార్థస్వరూప ఇత్యర్థః. తపఃకృతపరిగ్రహః తపసి విషయే కృత స్వీకారః. యద్వా, తపసా స్వయం కృతపరిగ్రహః, స్వారసికతపస్క ఇతి యావత్, హేతుగర్భే విశేషణే. ౧౭

న హి ధర్మవిరుద్ధేషు బహ్వపాయేషు కర్మసు,
మూలఘాతిషు సజ్జంతే బుద్ధిమంతో భవద్విధాః. ౧౮

కశ్చ లక్ష్మణముక్తానాం రామకోపానువర్తినాం,
శరాణా మగ్రత స్స్థాతుం శక్తో దేవాసురే ష్వపి. ౧౯

న చాఽపి త్రిషు లోకేషు రాజ న్విద్యేత కశ్చన,
రాఘవస్య వ్యళీకం యః కృత్వా సుఖ మవాప్నుయాత్. ౨౦

త త్త్రికాలహితం వాక్యం ధర్మ్య మర్థానుబంధి చ,
మన్యస్వ నరదేవాయ జానకీ ప్రతిదీయతాం. ౨౧

దృష్టా హీయం మయా దేవీ లబ్ధం య దిహ దుర్లభం,
ఉత్తరం కర్మ య చ్ఛేషం నిమిత్తం తత్ర రాఘవః. ౨౨

---

(న హీతి.) ధర్మవిరుద్ధేషు ధర్మశాస్త్రవిరుద్ధేషు. ధర్మవిరుద్ధత్వేఽపి య త్సౌఖ్యావహం త త్కార్య మిత్యత్రాహ (బహ్వపాయే ష్వితి) బహుహానికరే ష్విత్యర్థః. అపాయాః కథంచి త్పరిహ్రియంత ఇత్యాశంక్యాహ (మూలఘాతి ష్వితి.) స్వవినాశకరే ష్విత్యర్థః. కర్మసు పరదారాపహారేషు, న సజ్జంతే నోద్యుక్తా భవంతి. ౧౮

(కశ్చేతి.) రామకోపానువర్తినాం, రామకోపానుసారేణ నిర్గతానా మిత్యర్థః. ౧౯

(న చాఽపీతి.) వ్యళీకం అప్రియం. 'వ్యళీకం త్వప్రియేఽనృత' ఇత్యమరః. ౨౦

(త దితి) త త్తస్మాత్, అధర్మావహత్వాత్ రామాపరాధస్య పరిహర్తవ్యత్వా చ్చ, త్రికాలహితం భూతభవిష్యద్వర్తమానకాలహితం. దారుణాధర్మస్య స్వపూర్వపురుషవినాశకత్వేన తత్పరిహారస్య భూతకాలహితత్వం మన్యస్వ. మత్వా ప్రతిదీయతా మితి యోజ్యం. ౨౧

జానకీహరణే కిం మానం? తత్రాహ (దృష్టా హీతి) య త్సీతాదర్శనం, దుర్లభం ఇతరవానరాలభ్యం. త ల్లబ్ధం తర్హి సా నీయతా మిత్యత్రాహ (ఉత్తర మితి.) సీతాదర్శనోత్తరం, య చ్ఛేషం కర్మ సీతానయనం, తత్ర రాఘవో నిమిత్తం, ఆజ్ఞప్తస్యైవ మయా కర్తవ్యత్వా దితి భావః. ౨౨

(హనుమతా రావణాయ హితబోధనం)

లక్షితేయం మయా సీతా తథా శోకపరాయణా,
గృహ్య యాం నాఽభిజానాసి పంచాస్యా మివ పన్నగీం. ౨౩

నేయం జరయితుం శక్యా సాసురై రమరై రపి,
విషసంసృష్ట మత్యర్థం భుక్త మన్న మివౌజసా. ౨౪

తపస్సంతాపలబ్ధ స్తే యోఽయం ధర్మపరిగ్రహః,
న స నాశయితుం న్యాయ్య ఆత్మప్రాణపరిగ్రహః. ౨౫

అవధ్యతాం తపోభి ర్యాం భవా న్సమనుపశ్యతి,
ఆత్మన స్సాసురై ర్దేవై ర్హేతు స్తత్రా ప్యయం మహాన్. ౨౬

---

దృష్టయాఽపి మద్వశంవదయా సీతయా రామః కిం కరిష్యతీ త్యాశంక్యాహ (లక్షితేయ మితి.) తథేతి వాచా మగోచరత్వోక్తిః. నేయం తవ వశ్యా, ప్రత్యుత పన్నగీవ తవ ప్రాణహారిణీతి భావః. ౨౩

(నేయ మితి ) ఓజసా అమరపక్షే ప్రతాపేన, అన్నపక్షే జాఠరాగ్నినా. ౨౪

తపఃకృచ్ఛ్రలబ్ధ మిష్టం మహ జీవనం వృథా మా నాశయే త్యాహ (తవ ఇతి.) తవ స్సంతాపః, తపశ్చర్యా, ఓదనపాకం పచతీతివ న్నిర్దేశః. తేన లబ్ధః, పరిగృహ్యత ఇతి పరిగ్రహః ఫలం, ధర్మపరిగ్రహః ధర్మఫలం. తాదృశో యోఽయ మాత్మప్రాణపరిగ్రహః - ఆత్మనః ప్రాణానాం చ పరిగ్రహః స్వీకారః, జీవన మితి యావత్. స, నాశయితుం, న న్యాయ్యం న యుక్తం. అవ్యయ మేతత్. తపఃక్లేశలబ్ధం తద్వ్యతిరిక్తధర్మఫలభూతం చ య జ్జీవన మాయుః త న్న వినాశయే త్యర్థః. చకారాభావా దిత్థ మేవ యోజనా. ౨౫

సర్వావధ్య స్యేహ మే కోఽయ మాయుర్వినాశక ఇత్యాశంక్య పరిహరతి (అవధ్యతా మితి ) తపోభి రార్జితాం సాసురై ర్దేవై ర్యాం ఆత్మనోఽవధ్యతాం భవాన్ సమనుపశ్యతి, తత్రాపి అవధ్యతాయాం సత్యా మపి, అయం వక్ష్యమాణః, హేతుః భవ ద్వధహేతు రస్తి. మహాన్ అపరిహార్యః. ౨౬

సుగ్రీవో న హి దేవోఽయం నాఽసురో న చ రాక్షసః,
న దానవో న గంధర్వో న యక్షో న చ పన్నగః.
తస్మాత్ప్రాణపరిత్రాణం కథం రాజ న్కరిష్యసి, ౨౬॥

* న తు ధర్మోపసంహార మధర్మఫలసంహితం
తదేవ ఫల మన్వేతి ధర్మశ్చాఽధర్మనాశనః, ౨౭॥

---

త మేవ హేతు మాహ (సుగ్రీవ ఇతి.) 'న చ రాక్షస' ఇతి పాఠ స్సమ్యక్. 'న చ మానుష' ఇతి పాఠే ప్రతిషేధప్రసక్తి రపి నాస్తీ త్యుచ్యతే 'తృణభూతా హి మే సర్వే ప్రాణినో మానుషాదయ' ఇత్యుత్తరశ్రీరామాయణే మనుష్యాదిభి రవధ్యత్వస్యాఽప్రార్థితత్వాత్; న చ తిర్యంచ ఇతి న ప్రసజ్య చ ప్రతిషిధ్యత ఇతి భావః. తస్మా త్సుగ్రీవాత్ ౨౬॥

నను కి మనే నోపదేశేన? కృతాని మయా పాపాని, తై శ్చాఽవశ్యం ఫలప్రదై ర్భవితవ్య మిత్యాశంక్యాహ (న త్వితి.) తుశబ్ద ఉక్తశంకావ్యావర్తకః. ధర్మః ఉపసంహ్రియతేఽనేనేతి ధర్మోపసంహారం ధర్మఫలం, ఫలేన ధర్మ స్యోపసంహ్రియమాణత్వాత్, క్లీబత్వ మార్షం. తత్ అధర్మఫలసంహితం న భవతి కుతః? ఇత్యత్రాహ (తదేవ ఫల మన్వేతీతి) ధర్మఫల మేవాఽనువర్తతే. న న్వధర్మే చ విద్యమానే కథం త త్ఫలాననువృత్తి స్తత్రాహ (ధర్మశ్చాఽధర్మనాశన ఇతి) చ ఉక్తశంకా నివృత్త్యర్థః. విరోధిని ధర్మే జాగ్రతి కథ మధర్మవార్తాపీ త్యర్థః. 'ధర్మేణ పాప మపనుదతీ' తి శ్రుతేః. యద్వా, వ్యత్యయో వా కిం న స్యా త్తత్రాహ (ధర్మశ్చేతి) చోఽవధారణే ధర్మ ఏవాఽధర్మనాశనః. తథా శ్రుతేః. న త్వధర్మః. ప్రమాణాభావా దితి భావః. ౨౭॥

---

* నను మహతా పూర్వసంచితేనైవ ధర్మేణ మమ త్రాణం భవిష్యతీ త్యాశంక్య రోగరాజ్యాదివత్ ధర్మాధర్మఫలయోః సంభూయాఽనుభవసిద్ధే రాత్మత్రాణసిద్ధిః? ఉతాఽధర్మబాధేన ధర్మఫలానుభవ శ్చేతి ద్వేధా వికల్ప్యాఽఽద్యస్యాఽసంభవ మాహ (న త్వితి.) ధర్మోపసంహారం ధర్మస్య ఫలవినాశ్యత్వాత్ ధర్మః ఉపసంహ్రియతేఽనేనేతి ధర్మోపసంహారం ధర్మఫలం సుఖం, తత్ అధర్మఫలసంహితం న భవతి, అధర్మేణ సహ భోగ్యం న భవతీ త్యర్థః తీవ్రతపఃపరదారాపహరణభవదీయధర్మాధర్మఫలయో ర్వధ్యత్వావధ్యత్వయోః జీవనతదభావయోః సహావస్థానవిరోధాత్, రోగరాజ్యాదివత్ సంభూయానుభవో న సంభవతీతి భావః. ద్వితీయం దూషయతి (త దేవేతి.) తత్ ధర్మఫల మేవాఽన్వేతి, ధర్మఫలం ధర్మఫలేన సహ తిష్ఠతీతి యావత్. ధర్మో నాఽధర్మనాశనః, అధర్మబాధేన ధర్మఫలానుభవో న ఘటత

(హనుమతా రావణాయ హితబోధనం)

ప్రాప్తం ధర్మఫలం తావ ద్భవతా నాఽత్ర సంశయః.
ఫల మస్యాఽప్యధర్మస్య క్షిప్రమేవ ప్రపత్స్యసే, ౨౯॥

జనస్థానవధం బుద్ధ్వా బుద్ధ్వా వాలివధం తథా.
రామసుగ్రీవసఖ్యం చ బుధ్యస్వ హిత మాత్మనః, ౩౦॥

---

నను యది ధర్మః అధర్మనాశనః, తర్హి ప్రాథమిక ఏవ ధర్మః ఆధునికా నధర్మా న్నివర్తయే దిత్యాశంక్యాహ (ప్రాప్త మితి.) తావచ్ఛబ్దః కార్త్స్న్యవాచీ. కృత్స్నం ధర్మఫలం (ఫల మస్యేతి.) తథా చ క్షిప్రం ధర్మ మాచర, అన్యథా సద్య స్తే వినాశో భవిష్యతీతి భావః. అత్ర కర్తవ్యత్వేన విధీయమానో ధర్మ స్సీతాప్రదానపూర్వకరామవిషయశరణాగతి రేవ. శూరస్యాఽశౌర్యప్రవృత్త్యా ధర్మఫలం సర్వం క్షీణ మితి హనుమతాఽవగత మితి మంతవ్యం. ౨౯॥

మా భూ ద్ధర్మాపేక్షా, కార్యోపస్థితి రపేక్ష్యతా మిత్యాహ (జనస్థానేతి.) రామసుగ్రీవసఖ్యం చేతి పరోక్షనిర్దేశస్య గతిః పూర్వ ముక్తా. ౩౦॥

---

ఇతి భావః. యద్వా నను యేభ్యో ఽవధ్యత్వం న ప్రార్థితం. తేభ్యోఽపి పూర్వోపార్జితో మహాసుకృతసంచయ ఏవ రక్షిష్యతీ త్యాశంక్య ఏవంచే త్తుల్యన్యాయతయా త్వత్కృతః అధర్మ నిచయోఽపి త్వాం నాశయిష్యతీ త్యాహ (న త్వితి.) ధర్మోపసంహారం ధర్మస్య ఫలవినాశ్యత్వాత్. ధర్మః ఉపసంహ్రియతేఽనేనేతి ధర్మోపసంహారం ధర్మఫలం సుఖం, తత్ అధర్మఫలసంహితం విరుద్ధకారణకత్వా ద్దుఃఖసంహితం న భవతీ త్యర్థః. కింతు త దేవ ఫల మన్వేతి సుఖ మేవ ఫలత్వేనా ఽనువర్తతే. తుః చార్థే. తేన అధర్మఫల మపి ధర్మఫలసహితం న భవతి. అధర్మఫలమేవ ఫలత్వేనా ఽనువర్తత ఇతి లభ్యతే. న త్వధర్మం ధర్మో నాశయిష్యతీ త్యాశంక్యాహ (ధర్మశ్చేతి.) అత్ర నఞ్ అనువర్తతే. ధర్మః అధర్మనాశనో న భవతి, పూర్వకృతో ధర్మః ఇదానీం కృతాధర్మనాశనో న భవతీ త్యర్థః. చకారా దేవ మధర్మోఽపి ధర్మనాశనః న భవతీతి లభ్యతే. ధర్మాధర్మా వనుభవైక వినాశ్యా వితి భావః. ఇతి తత్త్వదీపికా.

కామం ఖ ల్వహ మప్యేక స్సవాజిరథకుంజరాం.
లంకాం నాశయితుం శక్త * స్తస్యైష తు న నిశ్చయః, ౩౧॥

రామేణ హి ప్రతిజ్ఞాతం హర్యృక్షగణసన్నిధౌ.
ఉత్సాదన మమిత్రాణాం సీతా యై స్తు ప్రధర్షితా. ౩౨॥

అపకుర్వ న్హి రామస్య సాక్షా దపి పురందరః.
న సుఖం ప్రాప్నుయా దన్యః కిం పున స్త్వద్విధో జనః, ౩౩॥

యాం సీతే త్యభిజానాసి యేయం తిష్ఠతి తే వశే.
కాళరాత్రీతి తాం విద్ధి సర్వలంకావినాశినీం, ౩౪॥

త దలం కాలపాశేన సీతావిగ్రహరూపిణా.
స్వయం స్కంధావస క్తేన క్షమ మాత్మని చింత్యతాం, ౩౫॥

సీతాయా స్తేజసా దగ్ధాం రామకోపప్రపీడితాం.
దహ్యమానా మిమాం పశ్య పురీం సాట్టప్రతోళికాం, ౩౬॥

(కామ మితి) కామం అత్యంతం, అహం సుగ్రీవః, త న్నాశనం, ఏతస్య రామస్య, నిశ్చయః నిశ్చయవిషయః ౩౧॥

కథ మిత్యత్రాఽఽహ (రామేణేతి.) హర్యృక్షగణసన్నిధౌ, వృద్ధసభాయాం ప్రతిజ్ఞాత మనతిక్రమణీయ మితి భావః. ౩౨॥—౩౩॥

(యా మితి.) కాళరాత్రీతి కాచి చ్ఛక్తి రితి వదంతి 'సమీ చ కాళరాత్రిశ్చ భైరవీ గణనాయికే' త్యమరశేషః. ౩౪॥

(త దల మితి.) కాలపాశేన యమపాశేన. అత స్సీతాం రామాయ దేహీతి హృదయం. ౩౫॥

(సీతాయా ఇతి.) అట్టః అట్టాలః, ప్రతోళికా వీధికా. ౩౬॥

* ఏతస్య ఇతి పా.

(హనుమతా రావణాయ హితబోధనం)

స్వాని మిత్రాణి మంత్రీంశ్చ జ్ఞాతీన్ భ్రాతౄన్ సుతాన్ హితాన్.
భోగాన్ దారాంశ్చ లంకాం చ మా వినాశ ముపానయ. ౩౬

సత్యం రాక్షసరాజేంద్ర శృణుష్వ వచనం మమ.
రామదాసస్య దూతస్య వానరస్య విశేషతః, ౩౭

సర్వాన్ లోకా న్సుసంహృత్య సభూతాన్ సచరాచరాన్.
పునరేవ తథా స్రష్టుం శక్తో రామో మహాయశాః, ౩౮

దేవాసురనరేన్ద్రేషు యక్షరక్షోగణేషు చ.
విద్యాధరేషు సర్వేషు గంధర్వే ష్వురగేషు చ,
సిద్ధేషు కిన్నరేంద్రేషు పతత్రిషు చ సర్వతః. ౪౦

* సర్వభూతేషు సర్వత్ర సర్వకాలేషు నాఽస్తి సః,
యో రామం ప్రతియుధ్యేత విష్ణుతుల్యపరాక్రమం. ౪౧

(స్వానీతి.) మంత్రీన్ మంత్రిణః. ఇకారాంతత్వ మార్షం ౩౬

(సత్య మితి.) రామదాసస్యే త్యనేన రామసామర్థ్యపరిజ్ఞాన ముక్తం. దూతస్యే త్యనేన హితోపదేశాధికారః, వానరస్యేతి మాధ్యస్థ్యం ౩౭

(సర్వా నితి.) లోకాన్ భూరాదీన్. సభూతాన్ పృథివ్య ప్తేజోవాయ్వాకాశరూపపంచ మహాభూతయుక్తాన్. సచరాచరాన్ చతుర్ముఖద్వారాసృష్టజంగమాజంగమయుక్తాన్. సంహృత్య ప్రళయావసానే రుద్రద్వారా స్వయం చ సంహృత్య. పునః కల్పాదౌ, తథైవ 'ధాతా యథా పూర్వ మకల్పయ' దితి శ్రుత్యుక్తరీత్యా, స్రష్టుం సమర్థః. తత్ర ప్రమాణ మాహ(మహాయశా ఇతి.)'న తస్యేశే కశ్చన తస్య నామ మహ ద్యశ' ఇతి హి శ్రుతిః శ్రుతిస్మృతిషు తథా ప్రసిద్ధ ఇత్యర్థః ౩౮-౪౧

* రామానుజీయం. 'సర్వభూతేషు సర్వత్ర సర్వకాలేషు నాఽస్తి వ' ఇతి పాఠ స్స్వాధుః.

సర్వలోకేశ్వర స్యైవం కృత్వా విప్రియ ముత్తమం,
రామస్య రాజసింహస్య దుర్లభం తవ జీవితం. ౪౩

దేవా శ్చ దైత్యాశ్చ నిశాచరేంద్ర గంధర్వవిద్యాధరనాగయక్షాః,
రామస్య లోకత్రయనాయకస్య స్థాతుం న శక్తా స్సమరేషు సర్వే. ౪౪

బ్రహ్మా స్వయంభూ శ్చతురాననో వా రుద్ర స్త్రినేత్ర స్త్రిపురాంతకో వా,
ఇంద్రో మహేంద్ర స్సురనాయకో వా త్రాతుం న శక్తా యుధి రామవధ్యం, ౪౫

---

మా భూవన్ శక్తా స్సామాన్యదేవాః, ఈశ్వరా శ్శక్తా స్స్యు రిత్యాశంక్యాహ (బ్రహ్మేతి) అత్ర విశేషణాంతరోపాదానం తేషాం సామర్థ్యవిశేషద్యోతనార్థం. పతత్ప్రకర్షత్వపరిహారాయ వ్యుత్క్రమేణ యోజనీయం. ఇంద్రః పరమైశ్వర్యవాన్ 'ఇది పరమైశ్వర్యే' ఇత్యస్మా ద్ధాతోః 'ఋజ్రేంద్రాగ్రే' త్యాదినా నిపాతనా త్సాధుత్వం. త్రైలోక్యాధిపతి రపి త్రాతుం న శక్త ఇత్యర్థః. తస్య త్రైలోక్యాధిపతిత్వేఽపి పరనిరసనసామర్థ్యాభావా దశక్తతే త్యత్రాహ (మహేంద్ర ఇతి.) వృత్రహననప్రసిద్ధసామర్థ్యోఽపి న శక్తః. 'యో వృత్ర మవధీ దితి త న్మహేంద్రస్య మహేంద్రత్వ' మితి శ్రౌతనిర్వచనం. స్వయం చతురోఽపి సహాయసంపత్త్యభావా న్న శక్త ఇత్యత్రాహ (సురనాయక ఇతి.) స్వతుల్యత్రయస్త్రింశత్కోటిసురగణసహాయోఽపి న శక్త ఇత్యర్థః. మా భూ త్తత్ర ఇంద్ర శ్శక్తః, సర్వసంహారకో రుద్రస్తు శక్త స్స్యా త్తత్రాహ(రుద్ర ఇతి.)సంహారకాలే ప్రజాః రోదయతీతి రుద్రః, 'రోదే ర్ణి లుక్ చే'తి రప్రత్యయః కాలవిశేషే సంహారకోఽపీదానీ మప్రాప్తకాలత్వా దశక్త ఇత్యత్రాహ (త్రినేత్ర ఇతి.) నిటలనయనదహనజ్వాలావిలోపితమదనోఽపీత్యర్థః. కాకతాళీయత్వశంకా వ్యుదాసాయాహ (త్రిపురాంతక ఇతి) ప్రబలతరమహాసురసంహారకోఽపీత్యర్థః. మా భూ త్తస్య శక్తిః, 'బ్రహ్మణః పుత్రాయ జ్యేష్ఠాయ శ్రేష్ఠాయే' త్యుక్తరీత్యా రుద్రస్యాపి పితా బ్రహ్మా శక్త స్స్యా త్తత్రాహ (బ్రహ్మేతి.) బృంహతీతి బ్రహ్మా 'బృంహే రమ్ నలోపశ్చే' తి మనిన్, అమాగమో నకార లోపశ్చ. రుద్రపితా స్వయం కర్మవశ్యః కథం శక్నుయా? త్తత్రాహ (స్వయంభూ రితి.) కర్మవశ్యత్వేఽపీతరసాధారణ్యేనాఽనుత్పన్నః స్వయంభూః. స్వయంభూత్వేఽపి సహాయసంపత్త్యభావా త్కథం త్రాయేతే త్యత్రాహ (చతురానన ఇతి.) యుగప దేవ సర్వవేదోచ్చారణసంపాదితాతిశయోఽపి న శక్తః ప్రత్యేక మశక్తత్వేఽపి కిం సంభూయాఽఽగతా శ్శక్నువంతి? తత్రాహ (న శక్తా ఇతి.) బహువచనేనాఽయ మర్థో లభ్యతే. వధ మర్హతీతి వధ్యః. దండాదిత్వా ద్యః. రామస్య వధ్యో రామవధ్యః. తం, త్రాతుం న శక్తాః 'స్థానివ న్నిగ్రహస్య చే' త్యుచిత

(విభీషణేన దూతావధ్యతాప్రతిపాదనం)

స సౌష్ఠవోపేత మదీనవాదినః కపే ర్నిశమ్యాఽప్రతిమోఽప్రియం వచః,
దశాననః కోపవివృత్తలోచన స్సమాదిశ త్తస్య వధం మహాకపేః ౪౮

ఇతి శ్రీమద్రామాయణే, సున్దరకాణ్డే, ఏకపఞ్చాశ స్సర్గః.

అథ ద్విపఞ్చాశ స్సర్గః

తస్య త ద్వచనం శ్రుత్వా వానరస్య మహాత్మనః,
ఆజ్ఞాపయ ద్వధం తస్య రావణః క్రోధమూర్ఛితః. ౧

[illegible] త్రాతారః యుధి యుద్ధే, న శక్తాః, కింతు శరణం గత్వా త్రాతుం శక్తా ఇత్యర్థః [illegible] 'హిరణ్యగర్భ స్సమవర్తతాగ్రే' 'న స న్న చాఽఽసీ చ్ఛివ ఏవ కేవలః' 'ఇంద్రో మాయాభిః [illegible] ఈయతే' ఇతి [illegible] దేవతాత్వేన ప్రసక్తాత్ త్రికా దధికత్వ ముక్తం. రామ ఇత్య నేన వేదాంతో [illegible] సామాన్యశబ్దానాం హిరణ్యగర్భశివేంద్రాదివిశేషశబ్దానాం చ వ్యక్తివిశేషపరత్వం [illegible] ప్రసక్తప్రధానదేవతానిరాకరణప్రకరణే విష్ణో రనుపాదానా త్పారిశేష్యా ద్రామ [illegible] ఇతి [illegible] అస్మా చ్ఛ్లోకా త్పూర్వం 'స సౌష్ఠవే' తి శ్లోకః 'తస్య త ద్వచన' మితి [illegible] సర్గాదిః. అత్ర న ప్రమాదా ల్లిఖితః. (తనిశ్లోకీ.) ౪౮

ఇతి శ్రీగోవిందరాజవిరచితే, శ్రీరామాయణభూషణే, శృంగారతిలకాఖ్యానే, సున్దరకాణ్డవ్యాఖ్యానే, [illegible]పఞ్చాశ స్సర్గః.

అథ ద్విపఞ్చాశ స్సర్గః.

(తస్య త ద్వచనం శ్రుత్వేతి) శ్లోక స్సర్గస్య ప్రథమః

వధే తస్య సమాజ్ఞప్తే రావణేన దురాత్మనా,
నివేదితవతో దౌత్యం నాఽనుమేనే విభీషణః. ౨

తం రక్షోధిపతిం క్రుద్ధం త చ్చ కార్య ముపస్థితం,
విదిత్వా చింతయామాస కార్యం కార్యవిధౌ స్థితః. ౩

నిశ్చితార్థ స్తత స్సామ్నాఽఽపూజ్య * శత్రుజిదగ్రజం,
ఉవాచ హిత మత్యర్థం వాక్యం వాక్యవిశారదః. ౪

క్షమస్వ రోషం త్యజ రాక్షసేంద్ర ప్రసీద మద్వాక్య మిదం శృణుష్వ,
వధం న కుర్వంతి పరావరజ్ఞా దూతస్య సంతో వసుధాధిపేంద్రాః. ౫

రాజధర్మవిరుద్ధం చ లోకవృత్తే శ్చ గర్హితం,
తవ చాఽసదృశం వీర కపే రస్య ప్రమాపణం. ౬

(వధ ఇతి.) దౌత్యం దూతకర్మ. బ్రాహ్మణాదే రాకృతిగణత్వాత్ ష్యఙ్, త న్నివేదితవతః ఉక్తవతః. నాఽనుమేనే, వధ మిత్యనువర్తనీయం, 'నివేదితమతౌ దూత్య' మితి పాఠాంతరం. మన్యత ఇతి మతిః కార్యం, నివేదితమతౌ నివేదితకార్యాంశే, యథార్థవాదిత్వేనాఽవధ్యే హనుమతి, దూత్యం దూతసంబంధితయా రావణాదిష్టం వధం, 'దూతవణిగ్భ్యాం చేతి వక్తవ్య' మితి భావకర్మణో ర్విహితో యప్రత్యయః, అర్థానుగుణ్యా త్సంబంధమాత్రే గమయితవ్యః. ౨

(త మితి.) త చ్చ కార్యం దూతవధరూపకార్యం, కార్యం ఆనంతరానుష్ఠేయం, కార్యవిధౌ కార్యకరణే, స్థితః నిశ్చితార్థః, సాధ్వసాధువివేకనిశ్చితకార్య ఇత్యర్థః. ౩

(నిశ్చితార్థ ఇతి.) ఆపూజ్యేతి చ్ఛేదః.

(క్షమస్వేతి.) పరావరజ్ఞాః త్యాజ్యోపాదేయవివేకయుక్తాః. ౫

(రాజేతి.) ప్రమాపణం మారణం. ౬

* శత్రుజితం చ త మగ్రజం చ ఇతి విగ్రహ ఇతి తిలకం.

(విభీషణేన దూతావధ్యత్వప్రతిపాదనం)

ధర్మజ్ఞశ్చ కృతజ్ఞశ్చ రాజధర్మవిశారదః,
పరావరజ్ఞో భూతానాం త్వ మేవ పరమార్థవిత్. ౭

గృహ్యంతే యది రోషేణ త్వాదృశోఽపి విపశ్చితః,
తత శ్శాస్త్రవిపశ్చిత్త్వం శ్రమ ఏవ హి కేవలం. ౮

తస్మా త్ప్రసీద శత్రుఘ్న రాక్షసేంద్ర దురాసద,
యుక్తాయుక్తం వినిశ్చిత్య దూతదండో విధీయతాం ౯

విభీషణవచ శ్శ్రుత్వా రావణో రాక్షసేశ్వరః,
రోషేణ మహతాఽఽవిష్టో వాక్య ముత్తర మబ్రవీత్. ౧౦

న పాపానాం వధే పాపం విద్యతే శత్రుసూదన,
తస్మా దేనం వధిష్యామి వానరం పాపచారిణమ్ ౧౧

అధర్మమూలం బహుదోషయుక్త మనార్యజుష్టం వచనం నిశమ్య,
ఉవాచ వాక్యం పరమార్థతత్త్వం విభీషణో బుద్ధిమతాం వరిష్ఠః. ౧౨

ప్రసీద లంకేశ్వర రాక్షసేంద్ర ధర్మార్థయుక్తం వచనం శృణుష్వ,
దూతా న వధ్యా స్సమయేషు రాజన్ సర్వేషు సర్వత్ర వదంతి సంతః. ౧౩

---

(ధర్మజ్ఞ శ్చేతి) భూతానా మితి నిర్ధారణే షష్ఠీ. భూతానాం మధ్యే ౭

(గృహ్యంత ఇతి.) శాస్త్రవిపశ్చిత్త్వం - వివిధం పశ్యతీతి విపశ్చిత్, తస్య భావః విపశ్చిత్త్వం, శాస్త్రవిషయే వివిధజ్ఞానోపేతత్వ మితి యావత్. ౮

(తస్మా దితి) దూతదండః దూతయోగ్యదండః. ౯-౧౨

(ప్రసీదేతి.) సర్వేషు సర్వత్ర, సర్వదేశేషు సర్వజాతి ష్విత్యర్థః ౧౩

అసంశయం శత్రు రయం ప్రవృద్ధః కృతం హ్యనేనాఽప్రియ మప్రమేయం,
న దూతవధ్యాం ప్రవదంతి సంతో దూతస్య దృష్టా బహవో హి దండాః. ౧౪

వైరూప్య మంగేషు కశాభిఘాతో మౌండ్యం తథా లక్షణసన్నిపాతః,
ఏతాన్ హి దూతే ప్రవదంతి దండాన్ వధ స్తు దూతస్య న న శ్శ్రుతోఽపి. ౧౫

కథం చ ధర్మార్థవినీతబుద్ధిః పరావరప్రత్యయనిశ్చితార్థః,
భవద్విధః కోపవశే హి తిష్ఠే త్కోపం నియచ్ఛంతి హి సత్త్వవంతః. ౧౬

న ధర్మవాదే న చ లోకవృత్తే న శాస్త్రబుద్ధిగ్రహణేషు చాఽపి,
విద్యేత కశ్చి త్తవ వీర తుల్య స్త్వం హ్యుత్తమ స్సర్వసురాసురాణాం. ౧౭

న చాఽప్యస్య కపే ర్ఘాతే కంచి త్పశ్యా మ్యహం గుణం,
తే ష్వయం పాత్యతాం దండో యై రయం ప్రేషితః కపిః, ౧౮

---

న కేవలం దూతోఽయం, అక్షాదివధేన శత్రు శ్చ తథా చ హంతవ్య ఇత్యాశంక్యాహ (అసంశయ మితి.) దూతవధ్యాం దూతవధం, స్త్రియాం భావే క్యప్. హంతే ర్వధాదేశ ఆర్షః. ౧౪

(వైరూప్య మితి.) లక్షణసన్నిపాతః దూతయోగ్యాంకనసంబంధః, నః అస్మాభిః. ౧౫

(కథం చేతి.) ధర్మార్థవినీతబుద్ధిః ధర్మార్థయో శ్శిక్షితబుద్ధిః, పరావరప్రత్యయనిశ్చితార్థః ఉత్కృష్టాపకృష్టపరిజ్ఞాననిశ్చితార్థః. అస్మిన్ విషయే ఇదం కార్యం పరం, ఇద మవర మితి వివేకనిశ్చితకార్య ఇత్యర్థః, నియచ్ఛంతి నిగృహ్ణంతి, సత్త్వవంతః వ్యవసాయవంతః. ౧౬

(న ధర్మవాద ఇతి.) ధర్మవాదే ధర్మశాస్త్రే. లోకవృత్తే లౌకికాచారే, శాస్త్రబుద్ధిగ్రహణేషు-శాస్త్రశబ్దేన శాస్త్రార్థ ఉచ్యతే, శాస్త్రార్థజ్ఞానతద్ధారణే ష్విత్యర్థః. ౧౭

న కేవలం దూతస్య వధే శాస్త్రవిరోధః, గుణ మపి న కంచి త్పశ్యామి. అతః ఏతత్ప్రేషకే ష్వేవ వధరూపో దండః పాత్యతా మిత్యాహ (న చేత్యాది.) ౧౮

(విభీషణేన దూతవధే దోషనిరూపణం)

సాధు ర్వా యది వాఽసాధుః పరై రేష సమర్పితః,
బ్రువ న్పరార్థం పరవాన్ న దూతో వధ మర్హతి. ౧౯

అపి చాఽస్మి న్హతే రాజ న్నాఽన్యం పశ్యామి ఖేచరమ్,
ఇహ యః పున రాగచ్ఛే త్పరం పారం మహోదధేః. ౨౦

తస్మా న్నాఽస్య వధే యత్నః కార్యః పరపురంజయ,
భవా న్సేంద్రేషు దేవేషు యత్న మాస్థాతు మర్హతి. ౨౧

* అస్మి న్వినష్టే న హి దూత మన్యం పశ్యామి య స్తౌ నరరాజపుత్రౌ,
యుద్ధాయ యుద్ధప్రియ దుర్వినీతా వుద్యోజయే ద్దీర్ఘపథావరుద్ధౌ. ౨౨

---

(సాధు ర్వేతి.) సమర్పితః ప్రేషితః. ౧౯

అస్మిన్ హతే సతి వృత్తాంతనివేదకాభావా ద్రామలక్ష్మణయో రిహాఽఽగమనాభావేన తవ శత్రుక్షయో న స్యాత్. విముక్తేఽస్మి న్నేతన్నివేదితవృత్తాంతయో స్తయో రిహాఽఽగమనా దయత్నేన తవ శత్రునాశో భవేది త్యభిప్రేత్యాహ (అపి చేత్యాదినా.) ఇహ పరం పారం ఇహ విద్యమానం మహోదధేః పరం పారం, ఇదం దక్షిణకూల మిత్యర్థః. ౨౦-౨౧

(అస్మి న్వినష్ట ఇతి.) దీర్ఘపథావరుద్ధౌ, దూరమార్గేణ విరుద్ధగమనా విత్యర్థః. ఏతచ్ఛ్లోకానంతరం 'పరాక్రమోత్సాహమనస్వినాం' చేతి శ్లోకః. అథ 'తదేకదేశేనే' తి శ్లోకః. అథ 'నిశాచరాణా' మితి సర్గాంతశ్లోకః. అయ మేవ పాఠక్రమ స్సమీచీనః అన్యేష్వత్ర సర్గే శ్లోకాః కల్పితా దృశ్యంతే. ౨౨

---

* రామానుజీయం. (అస్మి న్నితి.) 'ఉద్యోజయే ద్దీర్ఘపథావరుద్ధా' విత్యతఃపరం 'పరాక్రమోత్సాహమనస్వినాం' చేతి శ్లోకః. తతఃపరం 'హితా' శ్చేతి శ్లోకః. తదనంతరం 'తదేకదేశేనే' తి. తతో 'నిశాచరాణా' మితి సర్గాంతశ్లోకః. అయమేవ సమీచీనః పాఠక్రమః.

పరాక్రమోత్సాహమనస్వినాం చ సురాసురాణా మపి దుర్జయేన,
త్వయా మనోనందననైరృతానాం యుదాయతి ర్నాశయితుం న యుక్తా. ౨౩

హితాశ్చ శూరా శ్చ సమాహితా శ్చ కులేషు జాతా శ్చ మహాగుణేషు,
మనస్వినః శ్శస్త్రభృతాం వరిష్ఠాః కోట్యగ్రత స్తే సుభృతా శ్చ యోధాః. ౨౪

తదేకదేశేన బలస్య తావ త్కేచి త్తవాఽఽదేశకృతోఽభియాంతు,
తౌ రాజపుత్రౌ వినిగృహ్య మూఢౌ పరేషు తే భావయితుం ప్రభావం ౨౫

నిశాచరాణా మధిపోఽనుజస్య విభీషణ స్యో త్తమవాక్య మిష్టం,
జగ్రాహ బుద్ధ్యా సురలోకశత్రు ర్మహాబలో రాక్షసరాజముఖ్యః. ౨౬

ఇతి శ్రీమద్రామాయణే, సున్దరకాణ్డే, ద్విపఞ్చాశ స్సర్గః

. . . . . . .

## అథ త్రిపఞ్చాశ స్సర్గః

తస్య త ద్వచనం శ్రుత్వా దశగ్రీవో మహాబలః,
దేశకాలహితం వాక్యం భ్రాతు రుత్తర మబ్రవీత్. ౧

---

(త దితి) త త్తస్మా త్కారణాత్, ఏకదేశేనేతి సహయోగే తృతీయా బలస్య సైన్యస్య. ౨౬

ఇతి శ్రీగోవిందరాజవిరచితే, శ్రీరామాయణభూషణే, శృంగారతిలకాఖ్యానే, సున్దరకాణ్డవ్యాఖ్యానే, ద్విపఞ్చాశ స్సర్గః

అథ త్రిపఞ్చాశ స్సర్గః

(తస్యే త్యాది.) దేశకాలహితం దేశకాలోచిత మితి విభీషణవచనవిశేషణం. ౧

(రావణేన హనుమల్లాంగూలదీపనాయాజ్ఞాపనం)

సమ్య గుక్తం హి భవతా దూతవధ్యా విగర్హితా,
అవశ్యం తు వధా దన్యః క్రియతా మస్య నిగ్రహః. ౨

కపీనాం కిల లాంగూల మిష్టం భవతి భూషణం,
త దస్య దీప్యతాం శీఘ్రం తేన దగ్ధేన గచ్ఛతు. ౩

తతః పశ్యం త్విమం దీన మంగవైరూప్యకర్శితం,
సమిత్రజ్ఞాతయ స్సర్వే బాంధవా స్ససుహృజ్జనాః. ౪

ఆజ్ఞాపయ ద్రాక్షసేంద్రః పురం సర్వం సచత్వరం,
లాంగూలేన ప్రదీప్తేన రక్షోభిః పరిణీయతాం. ౫

* తస్య త ద్వచనం శ్రుత్వా రాక్షసాః కోపకర్శితాః,
వేష్టయంతి స్మ లాంగూలం జీర్ణైః కార్పాసకైః పటైః. ౬

సంవేష్ట్యమానే లాంగూలే వ్యవర్ధత మహాకపిః,
శుష్క మింధన మాసాద్య వనేష్వివ హుతాశనః. ౭

---

(సమ్య గుక్త మితి.) దూతవధ్యా దూతవధః. ౨-౩

(తత ఇతి.) (సమిత్రేతి.) మిత్రాణి ఆప్తాః, సమసుఖదుఃఖా వా, సహాయా వా, జ్ఞాతయః భ్రాత్రాదయః, బాంధవాః సంబంధినః, సుహృజ్జనాః స్నిగ్ధజనాః. ౪

(ఆజ్ఞాపయ దితి.) ప్రదీప్తేన లాంగూలేన యుక్తో హనుమాన్ సచత్వరం సర్వం పురం పరిణీయతాం పరితో నీయతాం, ఇ త్యాజ్ఞాపయ దిత్యన్వయః. ౫-౭

---

* రామానుజీయం. (తస్యేతి.) 'వేష్టయంతి స్మ లాంగూల' మితి పాఠః.

తైలేన పరిషిచ్యాఽథ తేఽగ్నిం * తత్రాఽభ్యపాతయన్,
లాంగూలేన ప్రదీప్తేన రాక్షసాం స్తా నపాతయత్. ౮

రోషామర్షపరీతాత్మా బాలసూర్యసమాననః,
లాంగూలం సంప్రదీప్తం తు ద్రష్టుం తస్య హనూమతః.
సహస్త్రీబాలవృద్ధా శ్చ జగ్ముః ప్రీతా నిశాచరాః, ౯॥

స భూయ స్సంగతైః క్రూరై రాక్షసై ర్హరిసత్తమః.
నిబద్ధః కృతవా న్వీర స్తత్కాలసదృశీం మతిం, ౧౦॥

కామం ఖలు న మే శక్తా నిబద్ధస్యాఽపి రాక్షసాః,
ఛిత్త్వా పాశా న్సముత్పత్య హన్యా మహ మిమా న్పునః, ౧౧॥

యది భర్తు ర్హితార్థాయ చరంతం భర్తృశాసనాత్.
బధ్నం త్యేతే దురాత్మానో న తు మే నిష్కృతిః కృతా, ౧౨॥

సర్వేషా మేవ పర్యాప్తో రాక్షసానా మహం యుధి.
కిం తు రామస్య ప్రీత్యర్థం విషహిష్యేఽహ మీదృశం, ౧౩॥

(లాంగూలేనేతి) అపాతయత్, లాంగూలభ్రామణేన అద్రావయ దిత్యర్థః. ౮-౯॥

(స భూయ ఇత్యాది.) న మే శక్తాః, న మే పర్యాప్తా ఇత్యర్థః. మమ నిగ్రహే న సమర్థా ఇతి యావత్. (యదీతి,) భర్తృహితార్థాయ రామహితార్థాయ. చరంతం ప్రవర్తమానం, మా మితి శేషః, భర్తృశాసనాత్ రావణశాసనాత్, యది బధ్నంతి, తావతా మే, నిష్కృతిః ప్రతిక్రియా, న కృతా, ఇదం బంధన మకించిత్కర మితి భావః. (సర్వేషా మితి.) రామస్య ప్రీత్యర్థ మిదం విషహిష్యే. రావణాదివధస్య స్వేనైవ కర్తవ్యత్వేన రామాభిమతత్వా ద్రాక్షసానా మహ మీదృశం బంధనాకర్షణాదిరూపం పరిభవం సహిష్య ఇతి భావః. రామస్య ప్రీత్యర్థ మిత్యత్ర ఛ్ఛందోభంగ ఆర్షః. ౧౦-౧౩॥

* తత్రోపపాదయన్ పా ఉపపాదయన్ ఉదపాదయన్నితి కతకః. సమయోజయన్నిత్యన్యే.

(దగ్ధపుచ్ఛస్య హనుమతః లంకావీధీషు భ్రామణం)

లంకా చారయితవ్యా వై పునరేవ భవే దితి.
రాత్రౌ న హి సుదృష్టా మే దుర్గకర్మవిధానతః. ౧౫

అవశ్య మేవ ద్రష్టవ్యా మయా లంకా నిశాక్షయే.
కామం బద్ధస్య మే భూయః పుచ్ఛ స్యోద్దీపనేన చ.
పీడాం కుర్వంతు రక్షాంసి న మేఽ స్తి మనస శ్శ్రమః. ౧౬

తత స్తే సంవృతాకారం స త్త్వవంతం మహాకపిం.
పరిగృహ్య యయు ర్హృష్టా రాక్షసాః కపికుంజరం. ౧౭

శంఖభేరీనినాదై స్తం ఘోషయంత స్స్వకర్మభిః.
రాక్షసాః క్రూరకర్మాణ శ్చారయంతి స్మ తాం పురీం. ౧౮

అన్వీయమానో రక్షోభి ర్యయౌ సుఖ మరిందమః.
హనుమాం శ్చారయామాస రాక్షసానాం మహాపురీం. ౧౯

---

(లంకేతి.) లంకా రాత్రౌ, దుర్గకర్మవిధానతః దుర్గకర్మవిధానా ద్ధేతోః. న హి సుదృష్టా నైవ సుదృష్టా, యద్వా,దుర్గకర్మవిధానతః,నగరగుప్తి విశేషజ్ఞానపూర్వక మిత్యర్థః. న దృష్టేతి హేతో ర్మయా లంకా పున శ్చారయితవ్యా భవేత్. విచరిత్వా ద్రష్టవ్యా భవే దిత్యర్థః. అయం చ ప్రాతఃకాలః, న తూషఃకాలః, ప్రాతఃకాలేఽపి తథా వ్యవహారోపపత్తేః. (కామ మితి.) మనసః శ్రమ ఇత్యనంతర మితికరణం బోధ్యం. ౧౫-౧౬

(తత స్త ఇతి.) సంవృతాకారం గూఢస్వభావం, మహాకపి మితి బుద్ధ్యా మహత్త్వం, కపికుంజర మితి సజాతీయశ్రైష్ఠ్యం. ౧౭

(శంఖేతి.) స్వకర్మభిః, ఆస్ఫోటనసింహనాదై రిత్యర్థః తాం పురీం ఘోషయంతః, అత్యంతసంయోగే ద్వితీయా. చారయంతి స్మ, త మితి శేషః. ౧౮

(అన్వీయమాన ఇతి.) చారయామాస శోధయామాస. ౧౯

అథాఽపశ్య ద్విమానాని విచిత్రాణి మహాకపిః,
సంవృతా న్భూమిభాగాం శ్చ సువిభక్తాం శ్చ చత్వరా న్. ౨౦

వీథీ శ్చ గృహసంబాధాః కపి శ్శృంగాటకాని చ,
తథా రథ్యోపరథ్యా శ్చ తథైవ గృహకాంతరా న్.
గృహాం శ్చ మేఘసంకాశా న్దదర్శ పవనాత్మజః, ౨౧

చత్వరేషు చతుష్కేషు రాజమార్గే తథైవ చ.
ఘోషయంతి కపిం సర్వే చారీక ఇతి రాక్షసాః, ౨౨

స్త్రీబాలవృద్ధా నిర్జగ్ము స్తత్ర తత్ర కుతూహలాత్.
తం ప్రదీపితలాంగూలం హనుమంతం దిదృక్షవః, ౨౩

దీప్యమానే తత స్తస్య లాంగూలాగ్రే హనూమతః.
రాక్షస్య స్తా విరూపాక్ష్య శ్శంసు ర్దేవ్యా స్త దప్రియం, ౨౪

య స్త్వయా కృతసంవాద స్సీతే తామ్రముఖః కపిః.
లాంగూలేన ప్రదీప్తేన స ఏష పరిణీయతే, ౨౫

---

(అథేతి.) చత్వరా న్గృహబహిరంగణాని. ౨౦

(వీథీ శ్చేతి) శృంగాటకాని చతుష్పథాని, రథ్యాః మహావీథీః, ఉపరథ్యాః అవాంతరవీథీః, గృహకాంతరా న్ - గృహకాణి క్షుద్రగృహాణి, అంతరాణి ప్రచ్ఛన్నద్వారాణి, అంతర్ద్వారాణీ త్యర్థః, 'తోరణోఽస్త్రీ బహిర్ద్వారం ప్రచ్ఛన్నద్వార మంతర' మితి వైజయంతీ. అక్లీబత్వ మార్షం. ౨౧

(చత్వరే ష్వితి.) చత్వరేషు చతసృణాం రథ్యానాం సంభేదేషు, చతుష్కేషు చతు స్తంభ మంటపేషు, చార ఏవ చారీకః, స్వార్థే కప్రత్యయః. ఆర్షో దీర్ఘః. ౨౨—౨౩

(దీప్యమాన ఇతి) శంసుః శశంసుః, ఆర్షో ద్విర్వచనాభావః. ౨౪

(య స్త్వయేతి.) పరిణీయతే పరితో నీయతే. ౨౫

(సీతయా అగ్నేః శీతత్వప్రార్థనం)

శ్రుత్వా త ద్వచనం క్రూర మాత్మాపహరణోపమం.
వైదేహీ శోకసంతప్తా హుతాశన ముపాగమత్. ౨౬॥

మంగళాభిముఖీ తస్య సా తదాఽఽసీ న్మహాకపేః.
ఉపతస్థే విశాలాక్షీ ప్రయతా హవ్యవాహనం, ౨౭॥

య ద్యస్తి పతిశుశ్రూషా య ద్యస్తి చరితం తపః.
యది చాఽస్త్యేకపత్నీత్వం శీతో భవ హనూమతః, ౨౮॥

యది కిఞ్చిదనుక్రోశ స్తస్య మ య్యస్తి ధీమతః.
యది వా భాగ్యశేషో మే శీతో భవ హనూమతః, ౨౯॥

యది మాం వృత్తసంపన్నాం తత్సమాగమలాలసాం,
స విజానాతి ధర్మాత్మా శీతో భవ హనూమతః, ౩౦॥

---

(శ్రుత్వేతి.) ఉపాగమత్ ఉపాసితవతీ. ౨౬॥

(మంగళాభిముఖీతి.) తస్య హనుమతః. మంగళాభిముఖీ అదాహపరా, ప్రయతా శుద్ధిమతీ. "పవిత్రః ప్రయతః పూత' ఇత్యమరః. ౨౭॥

(య ద్యస్తీతి ) పతిశుశ్రూషాదిపదం తత్ఫలపరం, శీతో భవ, తేనేతి శేషః. ఏకపత్నీత్వం పాతివ్రత్యం. ౨౮॥

(యది కించి దితి.) కించిదనుక్రోశ ఇతి సమస్తం పదం, తస్య రామస్య, భాగ్యశేషః. ఇదానీం నిరంతరదుఃఖానుభవాత్ భాగ్యప్రసక్తి రేవ నాస్తీతి మన్యమానాయా ఇదం వచనం. ౨౯॥

మమ పాతివ్రత్యం యది హనుమాఞ్ జానాతి తదా శీతో భవే త్యాహ (యది మా మితి.) ౩౦॥

యది మాం తారయే దార్య స్సుగ్రీవ స్సత్యసంగరః.
అస్మా ద్దుఃఖాంబుసంరోధా చ్ఛీతో భవ హనూమతః. ౩౧॥

తత స్తీక్ష్ణార్చి రవ్యగ్రః ప్రదక్షిణశిఖోఽనలః.
జజ్వాల మృగశాబాక్ష్యా శ్శంస న్నివ శివం కపేః, ౩౨॥

* హనుమజ్జనక శ్చాపి పుచ్ఛానలయుతోఽనిలః.
వవౌ స్వాస్థ్యకరో దేవ్యాః ప్రాలేయానిలశీతళః, ౩౩॥

దహ్యమానే చ లాంగూలే చింతయామాస వానరః.
ప్రదీప్తోఽగ్ని రయం కస్మా న్న మాం దహతి సర్వతః, ౩౪॥

---

(యది మాం తారయే దితి.) మ త్తారణే ఇద మేవ జ్ఞాపక మితి భావః. ౩౧॥

(తత ఇతి.) తతః సీతోపగమాత్, కపే రనలః కపివాలాగ్నిః, మృగశాబాక్ష్యాః సీతాయాః, శుభం శంస న్నివ ప్రదక్షిణశిఖో జజ్వాలే త్యన్వయః. ౩౨॥

(హనుమ దితి.) అనిలశ్చ పుచ్ఛానలయుతోఽపి, ప్రాలేయానిలశీతళః హిమమారుతవ చ్ఛీతళ స్సన్, దేవ్యాః సీతాయాః, స్వాస్థ్యకరః, వవౌ. అస్మా త్పరం 'దహ్యమానే చ లాంగూల' ఇతి శ్లోకః. అనయో శ్శ్లోకయో ర్మధ్యే కేచన శ్లోకాః కతిపయకోశేషు దృశ్యంతే. బహుకోశే ష్వదర్శనా దర్థాధిక్యాభావా చ్చ తే అనాదరణీయాః ౩౩॥—౩౪॥

---

* రామానుజీయం. (హనుమజ్జనక ఇతి.) అనిలః పుచ్ఛానలయుతోఽపి, ప్రాలేయానిలశీతళః హిమమారుతవ చ్ఛీతళ స్సన్, దేవ్యాః స్వాస్థ్యకరో వవా వితి సంబంధః. అస్మా త్పరతః 'దహ్యనూనే చ లాంగూల' ఇతి శ్లోకః. అనయో శ్శ్లోకయో ర్ద్వయో ర్మధ్యే సరమావాక్యభూతాః కేచన శ్లోకాః కతిపయకోశేషు దృశ్యంతే, బహుకోశే ష్వదర్శనా దర్థౌచిత్యాభావా చ్చ తే అనాదరణీయాః.

(హనుమతః అగ్నేః శైత్యానుభవః)

దృశ్యతే చ మహాజ్వాలః కరోతి న చ మే రుజం.
శిశిరస్యేవ సంపాతో లాంగూలాగ్రే ప్రతిష్ఠితః, ౩౫॥

అథవా త దిదం వ్యక్తం య ద్దృష్టం ప్లవతా మయా.
రామప్రభావా దాశ్చర్యం పర్వత స్సరితాంపతౌ, ౩౬॥

యది తావ త్సముద్రస్య మైనాకస్య చ ధీమతః.
రామార్థం సంభ్రమ స్తాదృ క్కి మగ్ని ర్న కరిష్యతి. ౩౭॥

సీతాయా శ్చాఽఽనృశంస్యేన తేజసా రాఘవస్య చ.
పితుశ్చ మమ సఖ్యేన న మాం దహతి పావకః, ౩౮॥

భూయ స్స చింతయామాస ముహూర్తం కపికుంజరః. ౩౯

(ప్రదీప్త ఇతి.) రుజం పీడాం. శిశిరస్యేవ సంపాతః-శిశిరస్య చందనోశీరాదేః సంపాతః సంఘట్ట ఇవ స్థితః, అత్యంతశీతళ ఇత్యర్థః. ఏతేన హేతువిశేషం న పశ్యామీ త్యుక్తం. ౩౫॥

హేతువిశేషా న్నిశ్చినోతి (అథవే త్యాదినా.) ప్లవతా మయా, సరితాంపతౌ, ఆర్షం షిసంజ్ఞాకార్యం. సముద్రమధ్యే. పర్వతః పర్వతరూపం, య దాశ్చర్యం, అద్భుతరూపం వస్తు. దృష్టం, తద్వ దిద మగ్నే శ్శైత్యం, రామప్రభావాత్ సంజాతం, వ్యక్తం. ౩౬॥

ఏత దేవోపపాదయతి (యదీతి.) సంభ్రమః త్వరా. కి మగ్ని ర్న కరిష్యతి, సంభ్రమ మితి శేషః, రామార్థం మైనాకస్య సంభ్రమో యది స్యా దగ్నే స్తాదృశ స్సంభ్రమః కుతో న భవిష్యతీ త్యర్థః. ౩౭॥

(సీతాయా ఇతి.) ఆనృశంస్యేన దయయా. ౩౮॥

(భూయ ఇతి.) స చింతయామాస, అనంతరకర్తవ్య మితి శేషః. ౩౯

ఉత్పపాతాఽథ వేగేన ననాద చ మహాకపిః, ౩౯

పురద్వారం తత శ్శ్రీమా న్శైలశృంగ మివోన్నతం.
విభక్తరక్షస్సంబాధ మాససాదాఽనిలాత్మజః, ౪౦

స భూత్వా శైలసంకాశః క్షణేన పున రాత్మవాన్.
హ్రస్వతాం పరమాం ప్రాప్తో బంధనా న్యవశాతయత్, ౪౧

విముక్త శ్చాఽభవ చ్ఛ్రీమా న్పునః పర్వతసన్నిభః.
వీక్షమాణశ్చ దదృశే పరిఘం తోరణాశ్రితం, ౪౨

స తం గృహ్య మహాబాహుః కాలాయసపరిష్కృతం.
రక్షిణ స్తా న్పున స్సర్వా న్సూదయామాస మారుతిః, ౪౩

స తా న్నిహత్వా రణచండవిక్రమ స్సమీక్షమాణః పున రేవ లంకాం,
ప్రదీప్తలాంగూలకృతార్చిమాలీ ప్రకాశతాఽఽదిత్య ఇవాఽర్చిమాలీ ౪౪

ఇతి శ్రీమద్రామాయణే, సున్దరకాణ్డే, త్రిపఞ్చాశ స్సర్గః.

---

చింతిత మేవాఽఽహ (ఉత్పపాతేతి.) ౩౯

(పురద్వార మితి) విభక్తరక్షస్సంబాధం నివృత్తరక్షస్సంచారం ౪౦

(స ఇతి) అవశాతయత్ అవాశాతయత్, అచ్యావయ దిత్యర్థః ౪౧-౪౩

(స తా నితి.) విహత్వా విహత్య, ల్యబభావ ఆర్షః లాంగూలకృతార్చిమాలీ-లాంగూలే కృత జ్వాలామాలః, అర్చిమాలీ తేజఃపుఞ్జవా నాదిత్య ఇవ. ప్రకాశత ప్రాకాశత. అనిత్యత్వా దడభావః అర్చ్చి తీకారాంతత్వ మార్షం ౪౪

ఇతి శ్రీగోవిందరాజవిరచితే, శ్రీరామాయణభూషణే, శృంగారతిలకాఖ్యానే, సుందరకాణ్డవ్యాఖ్యానే. త్రిపఞ్చాశ స్సర్గః.

## అథ చతుష్పంచాశ స్సర్గః

వీక్షమాణ స్తతో లంకాం కపిః కృతమనోరథః,
వర్ధమానసముత్సాహః కార్యశేష మచింతయత్. ౧

కిన్ను ఖ ల్వవశిష్టం మే కర్తవ్య మిహ సాంప్రతం,
య దేషాం రక్షసాం భూయ స్సంతాపజననం భవేత్. ౨

వనం తావ త్ప్రమథితం ప్రకృష్టా రాక్షసా హతాః.
బలైకదేశః క్షపిత శ్శేషం దుర్గవినాశనం. ౩

దుర్గే వినాశితే కర్మ భవే త్సుఖపరిశ్రమం,
అల్పయత్నేన కార్యేఽస్మిన్ మమ స్యా త్సఫల శ్శ్రమః. ౪

యో హ్యయం మమ లాంగూలే దీప్యతే హవ్యవాహనః,
అస్య సంతర్పణం న్యాయ్యం కర్తు మేభి ర్గృహోత్తమైః. ౫

---

## అథ చతుష్పంచాశ స్సర్గః

(వీక్షమాణ ఇత్యాది) కృతమనోరథః పర్యాప్తమనోరథః, ౧-౨

(వన మితి.) బలైకదేశః సేనైకదేశః, క్షపితః నాశితః, దుర్గవినాశనం పురవినాశనం, శేషం అవశిష్టం. ౩

(దుర్గ ఇతి.) కర్మ పూర్వోక్తం వనభంగాదికం, సముద్రలంఘనం, దూత్యం వా. సుఖపరిశ్రమం సఫలాయాసం. శక్య మేత దిత్యాహ (అల్పయత్నేనేతి.) అస్మిన్ కార్యే, కృతే సతీతి శేషః. ౪

కేనోపాయే నేదం సుకరః? మిత్యాశంక్య త మాహ (యో హీతి.) యః అగ్నిః, అతి శీతళతయా మమ మహోపకారం కృతవాన్, అస్య సంతర్పణం న్యాయ్య మిత్యర్థః. ౫

తతః ప్రదీప్తలాంగూల స్సవిద్యు దివ * తోయదః.
భవనాగ్రేషు లంకాయా విచచార మహాకపిః. ౬

గృహాద్గృహం రాక్షసానా ముద్యానాని చ వానరః,
వీక్షమాణో హ్యసంత్రస్తః ప్రాసాదాం శ్చ చచార సః. ౭

అవప్లుత్య మహావేగః ప్రహస్తస్య నివేశనం,
అగ్నిం తత్ర స నిక్షిప్య శ్వసనేన సమో బలీ. ౮

తతోఽన్య త్పుప్లువే వేశ్మ మహాపార్శ్వస్య వీర్యవాన్,
ముమోచ హనుమా నగ్నిం కాలానలశిఖోపమం. ౯

వజ్రదంష్ట్రస్య చ తథా పుప్లువే స మహాకపిః,
శుకస్య చ మహాతేజా స్సారణస్య చ ధీమతః. ౧౦

తథా చేంద్రజితో వేశ్మ దదాహ హరియూథపః, ౧౦½

జంబుమాలే స్సుమాలే శ్చ దదాహ భవనం తతః. ౧౧

(తత ఇత్యాది.) అత్ర బంధవిస్రంసనాయ పూర్వం తనుసంకోచే కృతేఽపి కార్యార్థ మగ్నివ_త్తి స్థాపితేతి బోధ్యం. 'సవిద్యు దివ తోయద' ఇతి సర్వత ఆవృత్య సంచారే దృష్టాంతః. ౬-౯

(వజ్రదంష్ట్రేత్యాది) సార్ధశ్లోకః. ౧౦½

(జంబుమాలే) రిత్యర్ధం. ౧౧

* తోయదః సంధ్యాతోయదః హనూమతో రక్తవర్ణత్వాత్. ఇతి తిలకం.

(లంకాదహనం)

రశ్మికేతోశ్చ భవనం సూర్యశత్రో స్తథైవ చ,
హ్రస్వకర్ణస్య దంష్ట్రస్య రోమశస్య చ రక్షసః. ౧౨

యుద్ధోన్మత్తస్య మత్తస్య ధ్వజగ్రీవస్య రక్షసః,
విద్యుజ్జిహ్వస్య ఘోరస్య తథా హస్తిముఖస్య చ. ౧౩

కరాళస్య పిశాచస్య శోణితాక్షస్య చైవ హి,
కుంభకర్ణస్య భవనం మకరాక్షస్య చైవ హి. ౧౪

యజ్ఞశత్రోశ్చ భవనం బ్రహ్మశత్రో స్తథైవ చ,
నరాంతకస్య కుంభస్య నికుంభస్య దురాత్మనః. ౧౫

వర్జయిత్వా మహాతేజా విభీషణగృహం ప్రతి,
క్రమమాణః క్రమేణైవ దదాహ హరిపుంగవః. ౧౬

తేషు తేషు మహార్హేషు భవనేషు మహాయశాః,
గృహే ష్వృద్ధిమతా మృద్ధిం దదాహ స మహాకపిః. ౧౭

సర్వేషాం సమతిక్రమ్య రాక్షసేంద్రస్య వీర్యవాన్,
ఆససాదాఽథ లక్ష్మీవాన్ రావణస్య నివేశనం. ౧౮

తత స్తస్మి న్గృహే ముఖ్యే నానారత్నవిభూషితే,
మేరుమందరసంకాశే సర్వమంగళశోభితే. ౧౯

---

(రశ్మికేతో రిత్యాది) పంచ శ్లోకీ. (వర్జయిత్వేతి,) ప్రతివర్జయిత్వేతి సంబంధః. ౧౨-౧౬

(తేషు తేష్వితి.) భవనేష్వితి గృహవిశేషణం సమృద్ధిమత్పరం. ఋద్ధిం మణిముక్తాప్రవాళాదికాం. ౧౭-౧౮

(తత ఇత్యాది.) సర్వమంగళశోభితే సర్వమంగళద్రవ్యయుక్తే. ౧౯

ప్రదీప్త మగ్ని ముత్సృజ్య లాంగూలాగ్రే ప్రతిష్ఠితం,
ననాద హనుమా న్వీరో యుగాంతజలదో యథా. ౨౦

శ్వసనేన చ సంయోగా దతివేగో మహాబలః,
కాలాగ్ని రివ జజ్వాల ప్రావర్ధత హుతాశనః. ౨౧

ప్రదీప్త మగ్నిం పవన స్తేషు వేశ్మ స్వచారయత్,
అభూ చ్ఛ్వసనసంయోగా దతివేగో హుతాశనః, ౨౨

తాని కాంచనజాలాని ముక్తామణిమయాని చ,
భవనా న్యవశీర్యంత రత్నవంతి మహాంతి చ. ౨౩

తాని భగ్నవిమానాని నిపేతు ర్వసుధాతలే,
భవనా నీవ సిద్ధానా మంబరా త్పుణ్యసంక్షయే. ౨౪

సంజజ్ఞే తుముల శ్శబ్దో రాక్షసానాం ప్రధావతాం,
స్వగృహస్య పరిత్రాణే భగ్నోత్సాహోర్జితశ్రియాం.
నూన మేషోఽగ్ని రాయాతః కపిరూపేణ హా ఇతి, ౨౫

---

(శ్వసనేనేతి.) పూర్వం రావణాదిభీతా వగ్న్యనిలౌ, ఇదానీం రాక్షసక్షయం దేవబలో దయం చ ప్రత్యాసన్నం విదిత్వా నిశ్శంకా వభూతా మితి భావః. ౨౦—౨౪

(సంజజ్ఞ ఇత్యాది.) 'స్వగృహస్య పరిత్రాణే భగ్నోత్సాహగతశ్రియా' మితి పాఠః. 'స్వగృహస్య పరిత్రాణే భగ్నోత్సాహోర్జితశ్రియా' మితి పాఠే-ఉత్సాహ శ్చ ఊర్జితశ్రీశ్చ ఉత్సాహోర్జితశ్రియౌ. భగ్నే ఉత్సాహోర్జితశ్రియౌ యేషా మితి విగ్రహః. స్వగృహస్య పరిత్రాణే భగ్నోత్సాహానాం శ్రీమతాం రాక్షసానా మితి వాఽర్థః. హా ఇతి 'నిపాత ఏకాజనాఙ్' ఇతి ప్రకృతిభావః. ౨౫

(లంకాదహనం)

క్రందంత్య స్సహసా పేతు స్తనంధయధరాః స్త్రియః.
కా శ్చి దగ్నిపరీతేభ్యో హర్మ్యేభ్యో ముక్తమూర్ధజాః, ౨౬-౫

పతంత్యో రేజిరేఽభ్రేభ్య స్సౌదామిన్య ఇవాఽంబరాత్. ౨౭

వజ్రవిద్రుమవైడూర్యముక్తారజతసంహితాన్,
విచిత్రా న్భవనా న్ధాతూన్ స్యందమానా న్దదర్శ సః. ౨౮

* నాఽగ్ని స్తృప్యతి కాష్ఠానాం తృణానాం హరియూధపః,
నాఽగ్నే ర్నాపి విశస్తానాం రాక్షసానాం వసుంధరా. ౨౯

(క్రందంత్య ఇతి.) కాశ్చిత్ స్త్రియః హర్మ్యేభ్యః పేతు రితి సంబంధః. సుకేశవంశ్యానాం జననమాత్రే రుద్రేణ మాతృతుల్యత్వవరప్రదానేఽపి తదితరేషు తదభావాత్ స్తనంధయధరత్వం. అన్యజాతీయా శ్చ రాక్షసా స్తత్ర సంత్యేవ. ౨౬-౫

(పతంత్య ఇతి ) అంబరాత్ పతంత్యః, అభ్రేభ్యో మేఘేభ్యః పతంత్యః, సౌదామిన్యః తటిత ఇవ, రేజిరే. ౨౭

(వజ్రేతి.) భవనా నితి పుల్లింగత్వ మార్షం. ధాతూన్ సువర్ణాదీని. 'ధాతు స్తు గైరికే స్వర్ణ' ఇతి దర్పణః. స్యందమానాన్ స్యందతః, అగ్నితప్తత్వేన ద్రవీభూతస్వర్ణాదీ నిత్యర్థః. ౨౮

(నాఽగ్ని రితి.) కాష్ఠానాం తృణానాం చేతి సంబంధసామాన్యే షష్ఠీ. కాష్ఠై స్తృణై శ్చే త్యర్థః. 'పూరణగుణే' త్యాదినా షష్ఠీ వా. అగ్నిః కాష్ఠై స్తృణై శ్చ న తృప్యతి, హరియూధపః, అగ్నేః న తృప్యతి అగ్నినా న తృప్యతి, అగ్నిప్రక్షేపణేన న తృప్యతీ త్యర్థః. ఏవం వసుంధరా, విశస్తానాం రాక్షసానాం విశస్తైః రాక్షసైః, న తృప్యతీతి యోజ్యం. అనేన రాక్షసశవాకీర్ణా భూ రభూ దిత్యర్థః. ౨౯

---

* రామానుజీయం (నాఽగ్ని రితి.)'తృణానాం చ యథా తథా, హనుమాన్ రాక్షసేంద్రాణాం వధే కించి న్న తృప్యతి. 'న హనూమద్విశస్తానాం రాక్షసానాం వసుంధరే' తి పాఠః.

క్వచి త్కింశుకసంకాశాః క్వచి చ్ఛాల్మలిసన్నిభాః,
క్వచి త్కుంకుమసంకాశా శ్శిఖా వహ్నే శ్చకాశిరే ౩౦

హనూమతా వేగవతా వానరేణ మహాత్మనా,
లంకాపురం ప్రదగ్ధం త ద్రుద్రేణ త్రిపురం యథా ౩౧

తత స్తు లంకాపురపర్వతాగ్రే సముత్థితో భీమపరాక్రమోఽగ్నిః,
ప్రసార్య చూడావలయం ప్రదీప్తో హనూమతా వేగవతా విసృష్టః ౩౨

యుగాంతకాలానలతుల్యవేగ స్సమారుతోఽగ్ని ర్వవృధే దివిస్పృక్,
విధూమరశ్మి ర్భవనేషు సక్తో రక్షశ్శరీరాజ్యసమర్పితార్చిః ౩౩

ఆదిత్యకోటీసదృశ స్సుతేజా లంకాం సమాప్తాం పరివార్య తిష్ఠన్
శబ్దై రనేకై రశనిప్రరూఢై ర్భింద న్నివాఽండం ప్రబభౌ మహాగ్నిః ౩౪

---

(క్వచి దితి.) శిఖాః జ్వాలాః. ౩౦

(హనూమతేతి.) నను ఏతావత్పర్యంత మల్పబలతయాఽపి తస్య హనుమతః కథ మేతాదృశీ శక్తి? రిత్యత్రాహ (రుద్రేణ త్రిపురం యథేతి) 'విష్ణు రాత్మా భగవతో భవస్యాఽమితతేజసః. తస్మా ద్ధనుర్జ్యాసంస్పర్శం స విషేహే మహేశ్వర' ఇత్యుక్తరీత్యా విష్ణ్వాప్యాయితతేజసా రుద్రేణ త్రిపురం యథా దగ్ధం తథాఽనేనేతి భావః. ౩౧

(తత స్త్వితి.) లంకాపురపర్వతాగ్రే లంకాపురాధారత్రికూటశిఖరే, తద్వర్తిత్వా త్తస్యా స్తథా నిర్దేశః పర్వతాగ్రస్థలంకాపుర ఇతి పరనిపాతో వా చూడావలయం, జ్వాలాజాల మిత్యర్థః తత్, ప్రసార్య విస్తార్య. ప్రదీప్తః విసృష్టః, గృహే ష్వితి శేషః ౩౨

(యుగాంతేతి) దివిస్పృక్ అభ్రంలిహః, 'హృద్యుభ్యాం ఙే రలు గ్వక్తవ్య' ఇతి సప్తమ్యా అలుక్ రక్షశ్శరీరాజ్యసమర్పితార్చిః - రక్షశ్శరీరాణ్యేవాఽఽజ్యాని, తై స్సమర్పితార్చిః ఉత్థాపితజ్వాలః. ౩౩

- (ఆదిత్యకోటీతి) సమాప్తాం నిశ్శేషాం. అశనిప్రరూఢైః అశనివ న్నిష్ఠురైః, అండం బ్రహ్మాండం. ౩౪

(లంకాదహనం)

తత్రాంబరా దగ్ని రతిప్రవృద్ధో రూక్షప్రభః కింశుకపుష్పచూడః.
నిర్వాణధూమాకులరాజయ శ్చ నీలోత్పలాభాః ప్రచకాశిరేఽభ్రాః. ౩౫

వజ్రీ మహేంద్ర స్త్రిదశేశ్వరో వా సాక్షా ద్యమో వా వరుణోఽనిలో వా,
రుద్రోఽగ్ని రర్కో ధనదశ్చ సోమో న వానరోఽయం స్వయ మేవ కాలః. ౩౬

కిం బ్రహ్మణ స్సర్వపితామహస్య సర్వస్య ధాతు శ్చతురాననస్య,
ఇహాఽఽగతో వానరరూపధారీ రక్షోపసంహారకరః ప్రకోపః. ౩౭

కిం వైష్ణవం వా కపిరూప మేత్య రక్షోవినాశాయ పరం సుతేజః,
అనంత మవ్యక్త మచింత్య మేకం స్వమాయయా సాంప్రత మాగతం వా. ౩౮

ఇత్యేవ మూచు ర్బహవో విశిష్టా రక్షోగణా స్తత్ర సమేత్య సర్వే,
సప్రాణిసంఘాం సగృహాం సవృక్షాం దగ్ధాం పురీం తాం సహసా సమీక్ష్య. ౩౯

---

(తత్రేతి.) అంబరాత్ అంబరపర్యంతం. కింశుకపుష్పచూడః తత్తుల్యశిఖః. నిర్వాణధూమాకులరాజయః పూర్వపూర్వదగ్ధభవనాగ్నినిర్వాణసమయోత్థితధూమైః వ్యాప్తపఙ్క్తయః, అత ఏవ నీలోత్పలాభాః, నిర్వాణధూమానాం నీలవర్ణత్వా దితి భావః అభ్రాః మేఘాః, పుల్లింగత్వ మార్షం. ౩౫

అథ రక్షోవచనం (వజ్రీ త్యాది.) మహేంద్రః. వజ్రీత్యాదివిశేషణం సామర్థ్యవిశేషద్యోతనార్థం. ఉత్తరత్రా ప్యేవ మేవ గతిః. యమకాలయో ర్మూర్తిభేదా న్న పునరుక్తిః. రక్షోపసంహారకర ఇత్యత్ర ఆర్ష స్సలోపః. ప్రకోపః ప్రకోపకృతమూర్తివిశేషః. (కిం వైష్ణవ మితి.) అత్రాద్యో వాశబ్దోఽవధారణే. 'వా స్యా ద్వికల్పోపమయో రేవార్థే చ సముచ్చయ' ఇతి విశ్వః. ద్వితీయో వితర్కే. అనంతం త్రివిధపరిచ్ఛేదరహితం, అవ్యక్తం చక్షురాద్యగోచరం, అచింత్యం కేవలమనసోఽవిషయం. ఏకం అద్వితీయం, య ద్వైష్ణవం, సుతేజః పూజ్యం ధామ, తదేవ, స్వమాయయా స్వాసాధారణయాఽఽశ్చర్యశక్త్యా, కపిరూప మేత్య సాంప్రత మాగతం వా ? ఇతి యోజనా. వైష్ణవ మితి స్వార్థే అణ్. విష్ణుశరీరాంతర్వర్తీతి వాఽర్థః. విశిష్టాః జ్ఞానాధికాః. ౩౬—౩౯

తత స్తు లంకా సహసా ప్రదగ్ధా సరాక్షసా సాశ్వరథా సనాగా,
సపక్షిసంఘా సమృగా సవృక్షా రురోద దీనా తుములం సశబ్దం. ४०

హా తాత హా పుత్త్రక కాంత మిత్ర హా జీవితం భోగయుతం సుపుణ్యం,
రక్షోభి రేవం బహుధా బ్రువద్భిః శబ్దః కృతో ఘోరతర స్సుభీమః. ४१

హుతాశనజ్వాలసమావృతా సా హతప్రవీరా పరివృత్తయోధా,
హనూమతః క్రోధబలాభిభూతా బభూవ శాపోపహతేవ లంకా. ४२

స సంభ్రమత్రస్తవిషణ్ణరాక్షసాం సముజ్జ్వలజ్జ్వాలహుతాశనాంకితాం,
దదర్శ లంకాం హనుమాన్ మహామనాః స్వయంభుకోపోపహతా మివాఽవనిం. ४३

భఙ్క్త్వా వనం పాదపరత్నసంకులం హత్వా తు రక్షాంసి మహాంతి సంయుగే.
దగ్ధ్వా పురీం తాం గృహరత్నమాలినీం తస్థౌ హనూమా న్పవనాత్మజః కపిః ४४

త్రికూటశృంగాగ్రతలే విచిత్రే ప్రతిష్ఠితో వానరరాజసింహః,
ప్రదీప్తలాంగూలకృతార్చిమాలీ వ్యరాజతాఽఽదిత్య ఇవాంశుమాలీ. ४५

---

(హా తాతేతి.) యుగపదేవ శోకే దూరాహ్వానే చ హాశబ్దో వర్తతే. హా జీవిత మిత్యత్ర సంబుద్ధ్యలోప ఆర్షః. హత మితి శేష ఇత్యన్యే. 'అభితస్సమయానికషాహాప్రతియోగ' ఇతి ద్వితీయా వా. దరిద్రై రక్షోచ్యత్వా ద్వితీనష్టి (భోగయుతం సుపుణ్య మితి.) సుఖాఢ్యం, సుకృతైకఫలం చేత్యర్థః ఘోరతరః తీవ్రతరః, అత ఏవ సుభీమః భయంకరః. ४०—४१

(హుతాశనేతి.) పరివృత్తయోధా పరివృత్తఘటా. ४२

(ససంభ్రమేతి.) 'హనుమా న్మహామనా' ఇతి పాఠః. 'హనుమా న్మహాత్మే' తి పాఠే విషమవృత్తం వా. స్వయంభుకోపోపహతాం, ప్రళయే భగవతా దగ్ధా మిత్యర్థః. ४३

(భఙ్క్త్వేతి) రత్నశబ్ద శ్శ్రేష్ఠవాచీ. తస్థౌ, సంకల్పితకార్యస్య పరిసమాప్తత్వా దుపరతోద్యోగోఽభూ దిత్యర్థః. ४४ ४५

(హనుమతా సీతాయా అపత్సంభావనయా ఆత్మనిందనం)

స రాక్షసాం స్తా న్సుబహూం శ్చ హత్వా వనం చ భఙ్క్త్వా బహుపాదపం తత్,
విసృజ్య రక్షోభవనేషు చాఽగ్నిం జగామ రామం మనసా మహాత్మా. ౪౬

తత స్తు తం వానరవీరముఖ్యం మహాబలం మారుతతుల్యవేగం,
మహామతిం వాయుసుతం వరిష్ఠం ప్రతుష్టువు ర్దేవగణాశ్చ సర్వే. ౪౭

భఙ్క్త్వా వనం మహాతేజా హత్వా రక్షాంసి సంయుగే,
దగ్ధ్వా లంకాపురీం రమ్యాం రరాజ స మహాకపిః. ౪౮

* తత్ర దేవా స్సగంధర్వా స్సిద్ధా శ్చ పరమర్షయః,
దృష్ట్వా లంకాం ప్రదగ్ధాం తాం విస్మయం పరమం గతాః. ౪౯

తం దృష్ట్వా వానరశ్రేష్ఠం హనుమంతం మహాకపిం,
కాలాగ్ని రితి సంచింత్య సర్వభూతాని తత్రసుః. ౫౦

దేవాశ్చ సర్వే మునిపుంగవాశ్చ గంధర్వవిద్యాధరనాగయక్షాః,

---

(స ఇతి.) (జగామ రామం మనసేతి) కృతకృత్యత్వా ద్రామం గంతు మియేషే త్యర్థః. ౪౬

(తత స్తు త మితి.) (వరిష్ఠ మితి) బలవతా మితి శేషః ౪౭–౫౦

(దేవా శ్చేతి.) పరా మిత్యస్య వివరణం అతుల్యరూపా మితి అస్మిన్ సర్గే ఏకపంచాశ

---

* రామానుజీయం. 'రరాజ స మహాకపి' రిత్యతఃపరం ఉత్తరసర్గాదిభూతో 'లంకాం సమస్తాం సందీప్యే' త్యయం శ్లోకః కేషుచి త్కోశేషు ప్రమాదా ల్లిఖితః

భూతాని సర్వాణి మహాంతి తత్ర జగ్మః పరాం ప్రీతి మతుల్యరూపాం. ౫౧

ఇతి శ్రీమద్రామాయణే, సున్దరకాణ్డే, చతుఃపఞ్చాశ స్సర్గః.

## అథ పఞ్చపఞ్చాశ స్సర్గః

లంకాం సమస్తాం సందీప్య లాంగూలాగ్నిం మహాబలః,
నిర్వాపయామాస తదా సముద్రే హరిసత్తమః ౧

సందీప్యమానాం విధ్వస్తాం త్రస్తరక్షోగణాం పురీం,
అవేక్ష్య హనుమాన్ లంకాం చింతయామాస వానరః

తస్యాఽభూ త్సుమహాం స్త్రాసః కుత్సా చాఽఽత్మ న్యజాయత,
లంకాం ప్రదహతా కర్మ కింస్వి త్కృత మిదం మయా. ౩

ధన్యా స్తే పురుషశ్రేష్ఠా యే బుద్ధ్యా కోప ముత్థితం.
నిరుంధంతి మహాత్మానో దీప్త మగ్ని మివాఽంభసా ౪

—

శ్లోకః 'తతో మహాత్మే' తి శ్లోక 'స్సరాక్షసా' నితి శ్లోకో క్తార్థకతయా బహుకోశే ష్వదర్శనా చ్చ ప్రక్షిప్తః బహుకోశే ష్వేతత్సర్గసమాప్తివిపర్యయః ఉత్తరసర్గారంభవిపర్యయ శ్చ దృశ్యతే ౫౧

ఇతి శ్రీగోవిందరాజవిరచితే, శ్రీరామాయణభూషణే, శృంగారతిలకాఖ్యానే, సున్దరకాణ్డవ్యాఖ్యానే,
చతుఃపఞ్చాశ స్సర్గః.

## అథ పఞ్చపఞ్చాశ స్సర్గః.

(లంకా మిత్యాది.) లాంగూలాగ్నిం సముద్రే నిర్వాపయామాసే త్యన్వయః. ౧—౨

(తస్యేతి ) కుత్సా నిందా. ౩—౪

(హనుమతా ఆత్మకృత్యనిందనం)

క్రుద్ధః పాపం న కుర్యా త్కః క్రుద్ధో హన్యా ద్గురూ నపి,
క్రుద్ధః పరుషయా వాచా నర స్సాధూ నధిక్షిపేత్. ౫

వాచ్యావాచ్యం ప్రకుపితో న విజానాతి కర్హిచిత్,
నాఽకార్య మస్తి క్రుద్ధస్య నాఽవాచ్యం విద్యతే క్వచిత్. ౬

య స్సముత్పతితం క్రోధం క్షమయైవ నిరస్యతి,
యథోరగ స్త్వచం జీర్ణాం స వై పురుష ఉచ్యతే. ౭

ధి గస్తు మాం సుదుర్బుద్ధిం నిర్లజ్జం పాపకృత్తమం,
అచింతయిత్వా తాం సీతా మగ్నిదం స్వామిఘాతకం. ౮

యది దగ్ధా త్వియం లంకా నూన మార్యాఽపి జానకీ,
దగ్ధా తేన మయా భర్తు ర్హతం కార్య మజానతా. ౯

యదర్థ మయ మారంభ స్త త్కార్య మవసాదితం,
మయా హి దహతా లంకాం న సీతా పరిరక్షితా. ౧౦

ఈషత్కార్య మిదం కార్యం కృత మాసీ న్న సంశయః,
తస్య క్రోధాభిభూతేన మయా మూలక్షయః కృతః. ౧౧

---

(యదీతి.)జానక్యపి యది దగ్ధే త్యన్వయః. ౯-౧౦

(ఈషత్కార్య మితి.) ఇదం కార్యం అన్వేషణపూర్వకరావణనిలయపరిజ్ఞానసీతాదర్శనతన్నివేదనరూపం మహ త్కార్యం. ఈషత్కార్యం ఈషదవశిష్టకార్యం. అసమగ్రప్రాయ మేవ కృత మాసీత్. రామనివేదనమాత్రావశేషం కృత మాసీ దిత్యర్థః కిం త్విదానీం, క్రోధాభిభూతేన క్రోధాంధేన. మయా, తస్య కార్యస్య. మూలక్షయః కృతః న సంశయః, విఫలీకృత మిత్యర్థః. ౧౧

వినష్టా జానకీ నూనం న హ్యదగ్ధః ప్రదృశ్యతే,
లంకాయాం కశ్చి దుద్దేశః సర్వా భస్మీకృతా పురీ. ౧౨

యది త ద్విహతం కార్యం మమ ప్రజ్ఞావిపర్యయాత్,
ఇహైవ ప్రాణసన్న్యాసో మమాఽపి హ్యద్య రోచతే. ౧౩

కి మగ్నౌ నిపతా మ్యద్య ఆహోస్వి ద్బడబాముఖే,
శరీర మాహో సత్త్వానాం దద్మి సాగరవాసినాం. ౧౪

కథం హి జీవతా శక్యో మయా ద్రష్టుం హరీశ్వరః,
తౌ వా పురుషశార్దూలౌ కార్యసర్వస్వఘాతినా. ౧౫

మయా ఖలు త దేవేదం రోషదోషా త్ప్రదర్శితం,
ప్రథితం త్రిషు లోకేషు కపిత్వ మనవస్థితం. ౧౬

ధి గస్తు రాజసం భావ మనీశ మనవస్థితమ్,
ఈశ్వరేణాఽపి య ద్రాగా న్మయా సీతా న రక్షితా. ౧౭

వినష్టాయాం తు సీతాయాం తా వుభౌ వినశిష్యతః,
తయో ర్వినాశే సుగ్రీవః సబంధు ర్వినశిష్యతి. ౧౮

---

సీతానాశే త త్త్రైవ. స ఏవ తు కుత? ఇత్యత్రాహ (వినష్టేతి.) ౧౨

(య దీతి) విహతం యది సీతానాశా ద్వినష్టం యది, ప్రాణసన్న్యాసః ప్రాణత్యాగః. ౧౩

(మయేతి) కపిత్వం కాపేయం. అనవస్థితం, చాపలాత్మక మిత్యర్థః, ౧౪—౧౬

(ధి గస్త్వితి.)రాజసం భావం రజోగుణనిబంధనచేష్టావిశేషం, అనీశం నియామకరహితం, స్వతంత్ర మితి యావత్. అనవస్థితం కుర్వత్స్వభావం, ఈశ్వరేణాపి రక్షణసమర్థేనాఽపి, రాగాత్ మాత్సర్యాత్ 'రాగోఽనురాగే మాత్సర్యే రక్తవర్ణే కుసుంభకే' ఇతి యాదవః. యద్వా, రాగాత్ రజోగుణాత్. అగ్రహా దితి యావత్. ౧౭—౧౮

(హనుమతా సీతాప్రభావసంస్మరణపూర్వకం చారణవాక్యశ్రవణం)

ఏతదేవ వచ శ్శ్రుత్వా భరతో భ్రాతృవత్సలః.
ధర్మాత్మా సహశత్రుఘ్నః కథం శక్ష్యతి జీవితుం. ౧౯

ఇక్ష్వాకువంశే ధర్మిష్ఠే గతే నాశ మసంశయం,
భవిష్యంతి ప్రజా స్సర్వా శ్శోకసంతాపపీడితాః. ౨౦

త దహం భాగ్యరహితో లుప్తధర్మార్థసంగ్రహః,
రోషదోషపరీతాత్మా వ్యక్తం లోకవినాశనః. ౨౧

ఇతి చింతయత స్తస్య నిమిత్తా న్యుపపేదిరే.
పూర్వ మప్యుపలబ్ధాని సాక్షా త్పున రచింతయత్. ౨౨

అథవా చారుసర్వాంగీ రక్షితా స్వేన తేజసా,
న నశిష్యతి కల్యాణీ నాఽగ్ని రగ్నౌ ప్రవర్తతే. ౨౩

న హి ధర్మాత్మన స్తస్య భార్యా మమితతేజసః,
స్వచారిత్రాభిగుప్తాం తాం స్ప్రష్టు మర్హతి పావకః. ౨౪

నూనం రామప్రభావేణ వైదేహ్యా స్సుకృతేన చ,
య న్మాం దహనకర్మాఽయం నాఽదహ ద్ధవ్యవాహనః. ౨౫

---

(ఇతీతి.) నిమిత్తా న్యుపపేదిరే, శుభశంసినిమిత్తాని ప్రాదుర్బభూవు రిత్యర్థః. ౧౯-౨౨

ఏవం లోకదృష్ట్యాఽనర్థ మాశంక్య తత్త్వదృష్ట్యా సమాధత్తే (అథవేత్యాదినా.) నాఽగ్ని రగ్నౌ ప్రవర్తతే, అగ్ని రగ్నిం న దహతీ త్యర్థః. ౨౩-౨౪

(నూన మితి.) దహనకర్మా భస్మీకరణస్వభావః, యత్ప్రభావా దయం మాం నాఽదహత్, స తా మేవ కథం దహతీ త్యర్థః. ౨౫

త్రయాణాం భరతాదీనాం భ్రాతౄణాం దేవతా చ యా,
రామస్య చ మనఃకాంతా సా కథం వినశిష్యతి. ౨౬

యద్వా దహనకర్మాఽయం సర్వత్ర ప్రభు రవ్యయః,
న మే దహతి లాంగూలం కథ మార్యాం ప్రధక్ష్యతి. ౨౭

పున శ్చాఽచింతయ త్తత్ర హనుమా న్విస్మిత స్తదా,
హిరణ్యనాభస్య గిరే ర్జలమధ్యే ప్రదర్శనం. ౨౮

తపసా సత్యవాక్యేన అనన్యత్వాచ్చ భర్తరి,
అపి సా నిర్దహే దగ్నిం న తా మగ్నిః ప్రధక్ష్యతి. ౨౯

స తథా చింతయం స్తత్ర దేవ్యా ధర్మపరిగ్రహం,
శుశ్రావ హనుమా న్వాక్యం చారణానాం మహాత్మనాం. ౩౦

అహో ఖలు కృతం కర్మ దుష్కరం హి హనూమతా,
అగ్నిం విసృజతాఽభీక్ష్ణం భీమం రాక్షసవేశ్మని. ౩౧

ప్రపలాయితరక్షఃస్త్రీబాలవృద్ధసమాకులా,
జనకోలాహలాధ్మాతా క్రందంతీ వాఽద్రికందరే. ౩౨

దగ్ధేయం నగరీ సర్వా సాట్టప్రాకారతోరణా,
జానకీ న చ దగ్ధేతి విస్మయోఽద్భుత ఏవ నః. ౩౩

---

(అహో ఇత్యాది.) (విస్మయోఽద్భుత ఏవ న ఇతి.) అయం విస్మయః అద్భుత ఏవ 'అద్భుత మాశ్చర్యం కల్యాణం చే' త్యుణాదివృత్తిః. యద్వా, విస్మయః ఆశ్చర్యం, అద్భుతః, అభూతపూర్వ ఇత్యర్థః. అద్భుతః అద్భుతరసః. తస్య స్థాయీభావో విస్మయః. తథా చ అద్భుత ఏవ అద్భుతరసతాం ప్రాప్త ఏవ. మహా నయం విస్మయః, న విస్మయమాత్ర ఇత్యర్థః. ౨౬-౩౩

(హనుమతా సీతాం దృష్ట్వా ప్రతినివర్తనం)

స నిమిత్తై శ్చ దృష్టార్థైః కారణై శ్చ మహాగుణైః,
ఋషివాక్యైశ్చ హనుమా నభవ త్ప్రీతమానసః. ౩౪

తతః కపిః ప్రాప్తమనోరథార్థ స్తా మక్షతాం రాజసుతాం విదిత్వా,
ప్రత్యక్షత స్తాం పున రేవ దృష్ట్వా ప్రతిప్రయాణాయ మతిం చకార. ౩౫

ఇతి శ్రీమద్రామాయణే, సుందరకాండే, పఞ్చపఞ్చాశ స్సర్గః.

## అథ షట్పఞ్చాశ స్సర్గః

తత స్తు శింశుపామూలే జానకీం పర్యుపస్థితాం,
అభివాద్యాబ్రవీ ద్దిష్ట్యా పశ్యామి త్వా మిహాఽక్షతాం. ౧

---

(స ఇతి.) నిమిత్తైః దక్షిణాక్షిస్పందాదిభిః, దృష్టార్థైః దృష్టఫలసంవాదైః కారణైః, సీతాపాతివ్రత్యరామప్రభావాదిభిః, ఋషివాక్యైః చారణవాక్యైః. ౩౪

(తత ఇతి.) పూర్వం చారణవాక్యై ర్విదిత్వా పునః ప్రత్యక్షం దృష్ట్వా. తతః ప్రతిప్రయాణాయ మతిం చకార, ప్రతియాస్యామీతి సంకల్పితవా నిత్యర్థః. ౩౫

ఇతి శ్రీగోవిందరాజవిరచితే, శ్రీరామాయణభూషణే, శృంగారతిలకాఖ్యానే, సున్దరకాణ్డవ్యాఖ్యానే, పఞ్చపఞ్చాశ స్సర్గః.

## అథ షట్పఞ్చాశ స్సర్గః.

(తత ఇత్యాది.) ౧

తత స్తం ప్రస్థితం సీతా వీక్షమాణా పునఃపునః,
భర్తృస్నేహాన్వితం వాక్యం హనుమంత మభాషత. ౨

కామ మస్య త్వ మేవైకః కార్యస్య పరిసాధనే,
పర్యాప్తః పరవీరఘ్న యశస్య స్తే బలోదయః. ౩

శరైస్తు సంకులాం కృత్వా లంకాం పరబలార్దనః,
మాం నయే ద్యది కాకుత్స్థ స్త త్తస్య సదృశం భవేత్. ౪

త ద్యథా తస్య విక్రాంత మనురూపం మహాత్మనః,
భవ త్యాహవశూరస్య తథా త్వ ముపపాదయ. ౫

త దర్థోపహితం వాక్యం ప్రశ్రితం హేతుసంహితం,
నిశమ్య హనుమాం స్తస్యా వాక్య ముత్తర మబ్రవీత్. ౬

క్షిప్ర మేష్యతి కాకుత్స్థో హర్యృక్షప్రవరై ర్వృతః,
య స్తే యుధి విజిత్యారీన్ శోకం వ్యపనయిష్యతి. ౭

---

(తత స్త మితి.) ప్రస్థితం ప్రస్థానోద్యుక్తం. ౨

వనభంగాక్షవధాదినా హనుమత శ్శక్తిం విజ్ఞాయ అసౌ రామాయ నివేద్య స్వయ మేవ సకలరాక్షససంహారపూర్వకం మమ నేతా మా భూ దిత్యభిప్రాయేణాఽఽహ (కామ మితి.) అస్య కార్యస్య సర్వరాక్షసవధపూర్వకమత్ప్రాపణరూపకార్యస్య, బలోదయః సత్త్వప్రకర్షః, సైన్యోత్థాపనం వా, తే, యశస్యః యశస్కరః, న తు రామస్యేతి భావః. ౩

తర్హి రామస్య కిం యశస్కర? మిత్యత్రాహ (శరై రితి) తత్ స్వపరాక్రమేణ మన్నయనం. తస్య కాకుత్స్థస్య, సదృశం, ఏత దేవ మమాఽభిలషితం. అన్యథా మే కథం వీరపత్నీత్వ మితి భావః. ౪

త చ్చ త్వదాయత్త మేవే త్యాహ (త ద్యదేతి.) విక్రాంతం విక్రమణం. ౫-౭

(హనుమతా అరిష్టపర్వతారోహణమ్)

ఏవ మాశ్వాస్య వైదేహీం హనుమా న్మారుతాత్మజః,
గమనాయ మతిం కృత్వా వైదేహీ మభ్యవాదయత్. ౮

తత స్స కపిశార్దూల స్స్వామిసందర్శనోత్సుకః,
ఆరురోహ గిరిశ్రేష్ఠ మరిష్ట మరిమర్దనః. ౯

తుంగపద్మకజుష్టాభి ర్నీలాభి ర్వనరాజిభిః.
సోత్తరీయ మివాఽంభోదై శ్శృంగాంతరవిలంబిభిః. ౧౦

బోధ్యమాన మివ ప్రీత్యా దివాకరకరై శ్శుభైః,
ఉన్మిషంత మివోద్ధూతై ర్లోచనై రివ ధాతుభిః ౧౧

తోయౌఘనిస్స్వనై ర్మంద్రైః ప్రాధీత మివ పర్వతం,
ప్రగీత మివ విస్పష్టై ర్నానాప్రస్రవణస్వనైః. ౧౨

---

(తత స్స ఇతి.) అరిష్టం అరిష్టాఖ్యం. ౯

అథైనం గిరిం చతుర్దశ భోత్ప్రేక్షతే (తుంగేత్యాదినా.) పద్మకాః పద్మవర్ణవృక్షాః. పరిధానాలేఖ్యస్థానీయకయా విశేషణ మితి బోధ్యం. సపరిధాన మివ స్థిత మితి శేషః. ఉత్తరార్ధే సోత్తరీయత్వోత్ప్రేక్షణాత్. (బోధ్యమాన మితి.) శుభైః తరుణైః, కరైః అంశుభిః హస్తైశ్చ. బోధ్యమాన మివ స్థితం, తత్ర జ్ఞాపక మాహ (ఉద్ధూతై రితి.) ఉద్ధూతైః ఉద్గతైః, లోచనై రివ స్థితైః ధాతుభిః, ఉన్మిషంతం పశ్యంత మివ స్థితం, తోయౌఘనిస్స్వనైః గిరినదీఘోషైః, మంద్రైః గంభీరైః, ప్రాధీత మివ ప్రాధ్యేతుం ప్రవృత్త మివ, ఆదికర్మణి కర్తరి క్తః అధీయాన మివే త్యర్థః. ప్రస్రవణస్వనైః - పర్వతమూలా ద్బహిః ప్రవహంతి జలాని ప్రస్రవణాని, తేషాం స్వనైః, ప్రగీత మివ గాతుం ప్రవృత్త మివ, గాయంత మివే త్యర్థః. ఆదికర్మణి కర్తరి క్తః.

దేవదారుభి రత్యుచ్చై రూర్ధ్వబాహు మివ స్థితం,
ప్రపాతజలనిర్ఘోషైః ప్రాక్రుష్ట మివ సర్వతః. ౧౩

వేపమాన మివ శ్యామైః కంపమానై శ్శరద్ఘనైః,
వేణుభి ర్మారుతోద్ధూతైః కూజంత మివ కీచకైః. ౧౪

నిశ్శ్వసంత మివ వాఽమర్షా ద్ఘోరై రాశీవిషోత్తమైః,
నీహారకృతగంభీరై ర్ధ్యాయంత మివ గహ్వరైః. ౧౫

మేఘపాదనిభైః పాదైః ప్రక్రాంత మివ సర్వతః,
జృంభమాణ మివాఽఽకాశే శిఖరై రభ్రమాలిభిః. ౧౬

కూటైశ్చ బహుధా కీర్ణై శ్శోభితం బహుకందరైః,
సాలతాలాశ్వకర్ణైశ్చ వంశైశ్చ బహుభి ర్వృతం. ౧౭

(దేవదారుభి రితి.) ఉర్ధ్వబాహు మివేతి తపోవిశేష ఉచ్యతే, ప్రపాతజలనిర్ఘోషైః - ప్రపాతాః భృగవః. 'ప్రపాతస్తు తటో భృగు' రిత్యమరః. తేషాం జలాని. తేభ్యః పతంతో నిర్ఝరా ఇత్యర్థః. తేషాం నిర్ఘోషైః. ప్రాక్రుష్ట మివ ఆక్రోశంత మివ, పూర్వవత్ క్తః. శరది యే ఘనా భవంతి తే శరద్ఘనాః, శరత్కాలపుష్పిణ స్సప్తచ్ఛదాదయః, తై శ్శుభ్రీభూతైః జరయా కంపమాన మివ స్థిత మిత్యర్థః. 'శరద్వనై' రితి పాఠే, బహువార్షికవృక్షై రిత్యర్థః. శరవణై రితి వాఽర్థః తకారాంతోఽప్యస్తి. శరవణే జాతస్య కృపాచార్యస్య 'శారద్వత' ఇతి నామదర్శనాత్. కీచకైః కీచకాఖ్యై ర్వేణుభిః, త దాహాఽమరః, 'వేణవః కీచకా స్తే స్యు ర్యే స్వనం త్యనిలోద్ధతా' ఇతి. ఆశీవిషోత్తమైః నిశ్వసంత మివ సర్పశ్రేష్ఠనిశ్వాసై ర్నిశ్వసంత మివ. అమర్షాత్, హనుమతి క్రోధా దిత్యర్థః. నీహారకృత గంభీరైః నీహారపూర్ణైః గంభీరై శ్చ. గహ్వరైః గుహాభిః, ధ్యాననిరుద్ధేంద్రియస్థానీయైః. ధ్యాయంత మివ స్థితం. నిరుద్ధేంద్రియద్వారా ధ్యానారూఢ మివ స్థిత మిత్యర్థః. మేఘపాదనిభైః మేఘావరోహనిభైః. పాదైః ప్రత్యంతపర్వతైః. ప్రక్రాంత మివ గంతు ముద్యుక్త మివ. పూర్వవత్ క్తః. జృంభమాణ మివ గాత్రభంగం కుర్వాణ మివ. అభ్రమాలిభిః మేఘమాలావద్భిః. బహుధా కీర్ణైః.

(హనుమతా అరిష్టపర్వతారోహణమ్)

లతావితానై ర్వితతైః పుష్పవద్భి రలంకృతం,
నానామృగగణాకీర్ణం ధాతునిష్యందభూషితం. ౧౮

బహుప్రస్రవణోపేతం శిలాసంచయసంకటం,
మహర్షియక్షగంధర్వకిన్నరోరగసేవితం. ౧౯

లతాపాదపసంఘాతం సింహాధ్యుషితకందరం,
వ్యాఘ్రసంఘసమాకీర్ణం స్వాదుమూలఫలద్రుమం. ౨౦

త మారురోహ హనుమా౯ పర్వతం పవనాత్మజః,
రామదర్శనశీఘ్రేణ ప్రహర్షేణాఽభిచోదితః. ౨౧

తేన పాదతలాక్రాంతా రమ్యేషు గిరిసానుషు,
సఘోషా స్సమశీర్యంత శిలా శ్చూర్ణీకృతా స్తతః. ౨౨

స త మారుహ్య శైలేంద్రం వ్యవర్ధత మహాకపిః,
దక్షిణా దుత్తరం పారం ప్రార్థయ౯ లవణాంభసః. ౨౩

అధిరుహ్య తతో వీరః పర్వతం పవనాత్మజః,
దదర్శ సాగరం భీమం మీనోరగనిషేవితం. ౨౪

---

హనుమత్పాదస్పర్శేన శిథిలై రిత్యర్థః. ధాతునిష్యందః ధాతుస్రావః, లతాపాదపానాం సంఘాతో యస్మి న్నితి వ్యధికరణబహువ్రీహిః. రామదర్శనశీఘ్రేణ రామదర్శనత్వరావతా. ౧౨—౨౧

(తేనేతి.) చూర్ణీకృతా స్సమశీర్యంత, యథా చూర్ణీకృతా భవంతి తథా సమశీర్యంతేత్యర్థః. ౨౨

(స త మితి.) దక్షిణాత్ దక్షిణపారాత్, ప్రార్థయ౯, గంతు మితి శేషః. ౨౩—౨౪

స మారుత ఇవాఽఽకాశం మారుతస్యాఽఽత్మసంభవః,
ప్రపేదే హరిశార్దూలో దక్షిణా దుత్తరాం దిశం. ౨౫

స తదా పీడిత స్తేన కపినా పర్వతో త్తమః,
రరాస సహ తై ర్భూతైః ప్రవిశ న్వసుధాతలం.
కంపమానైశ్చ శిఖరైః పతద్భి రపి చ ద్రుమైః, ౨౬॥

తస్యోరువేగోన్మథితాః పాదపాః పుష్పశాలినః.
నిపేతు ర్భూతలే రుగ్ణా శ్శక్రాయుధహతా ఇవ, ౨౭॥

కందరాంతరసంస్థానాం పీడితానాం మహౌజసాం.
సింహానాం నినదో భీమో నభో భిందన్ స శుశ్రువే, ౨౮॥

స్రస్తవ్యావిద్ధవసనా వ్యాకులీకృతభూషణాః.
విద్యాధర్య స్సముత్పేతుః సహసా ధరణీధరాత్, ౨౯॥

అతిప్రమాణా బలినో దీప్తజిహ్వా మహావిషాః.
నిపీడితశిరోగ్రీవా * వ్యవేష్టంత మహాహయః, ౩౦॥

---

(స మారుత ఇతి.) స హరిశార్దూల ఇతి సంబంధః. పితృతుల్యవేగవత్త్వం సూచయతి (మారుతస్యేతి.) ౨౫

(స తదేతి.) తై ర్భూతైః తత్రత్యజంతుభిః, ౨౬॥

(తస్యేతి.) రుగ్ణాః, శీర్ణా ఇతి యావత్. శక్రాయుధహతాః వజ్రహతాః. ౨౭॥

(కందరాంతరేతి.) నభో, భిందన్ భింద న్నివ, మహత్త్రాయాం తాత్పర్యం. ౨౮॥

(స్రస్తేతి.) స్రస్తాని వ్యావిద్ధాని చ వసనాని యాసాం తాః స్రస్తవ్యావిద్ధవసనాః. ౨౯॥

(అతిప్రమాణా ఇతి.) నిపీడితశిరోగ్రీవాః, శిథిలపతితశిలాతలై రితి శేషః. ౩౦॥

---

* 'వ్యచేష్టంతే' తి పాఠే పీడయా అలుఠ న్నిత్యర్థః ఇతి తిలకం.

(హనుమతా అరిష్టపర్వతాత్ సముద్రలంఘనం)

కిన్నరోరగగంధర్వయక్షవిద్యాధరా స్తదా.
పీడితం తం నగవరం త్యక్త్వా గగన మాస్థితాః, ౩౧॥

స చ భూమిధర శ్శ్రీమా న్బలినా తేన పీడితః.
సవృక్షశిఖరోదగ్రః ప్రవివేశ రసాతలమ్, ౩౨॥

దశయోజనవిస్తార స్త్రింశద్యోజన ముచ్ఛ్రితః.
ధరణ్యాం సమతాం యాతః స బభూవ ధరాధరః, ౩౩॥

స లిలంఘయిషు ర్భీమం సలీలం లవణార్ణవం
కల్లోలాస్ఫాలవేలాంత ముత్పపాత నభో హరిః, ౩౪॥

ఇతి శ్రీమద్రామాయణే, సున్దరకాణ్డే, షట్పఞ్చాశ స్సర్గః.

(స చేతి.) సవృక్షశిఖరోదగ్రః - సవృక్షైః శిఖరైః ఉదగ్రః శ్రేష్ఠః. ౩౧॥-౩౩॥

(స ఇతి) కల్లోలాస్ఫాలవేలాంతం తరంగై రాస్ఫాల్యమానతీరోపాంతం. ౩౪॥

ఇతి శ్రీగోవిందరాజవిరచితే, శ్రీరామాయణభూషణే, శృంగారతిలకాఖ్యానే, సున్దరకాణ్డవ్యాఖ్యానే,
షట్పఞ్చాశ స్సర్గః.

## అథ సప్తపఞ్చాశ స్సర్గః

సచంద్రకుముదం రమ్యం సార్కకారండవం శుభం,
తిష్యశ్రవణకాదంబ మభ్రశైవాలశాద్వలం, ౧

పునర్వసుమహామీనం లోహితాంగమహాగ్రహం,
ఐరావతమహాద్వీపం స్వాతీహంసవిలోళితం. ౨

వాతసంఘాతజాతోర్మిచంద్రాంశుశిశిరాంబుమత్,
భుజంగయక్షగంధర్వప్రబుద్ధకమలోత్పలం. ౩

హనుమా న్మారుతగతి ర్మహానౌ రివ సాగరం,
అపార మపరిశ్రాంతః పుప్లువే గగనార్ణవం. ౪

గ్రసమాన ఇవాఽఽకాశం తారాధిప మివోల్లిఖన్,
హర న్నివ సనక్షత్రం గగనం సార్కమండలం. ౫

---

### అథ సప్తపఞ్చాశ స్సర్గః

'ఉత్పపాత నభో హరి' రిత్యుక్తం. తల్లంఘనం రూపకేణ చతుర్భి ర్వర్ణయతి (సచంద్రేత్యాదినా.) కారండవః జలకుక్కుటః, కాదంబః కలహంసః 'కాదంబః కలహంస స్స్యా' దిత్యమరః, అభ్రశైవాలశాద్వలం మేఘస్య శైవాలత్వేన పర్యంతస్థశాద్వలత్వేన చ రూపణం. లోహితాంగః అంగారకః, స ఏవ మహాగ్రహః మహాగ్రాహః యస్య తం, ఐరావతస్యాఽభ్రమాతంగత్వేనాఽభ్రగామిత్వా త్తత్ర సంభవః. విలోళితం అవగాఢం, వాతసంఘాతజాతోర్మయ ఏవ చంద్రాంశవః, తైః, శిశిరాంబుమత్ శీతళజలవత్. భుజంగాదీనాం కమలోత్పలత్వేన రూపణం తత్తద్వర్ణభేదేన. అత్ర గగనస్యాఽర్ణవత్వేన, చంద్రాదీనాం తదవయవకుముదాదిత్వేన చ రూపణా త్సావయవరూపకం, తస్య నౌ రివేత్యుపమయా తిలతండులవ త్సంసృష్టిః. ౪

అథ తదే వోత్ప్రేక్షయా వర్ణయతి (గ్రసమాన ఇవేత్యాదినా.) ౫

(హనుమతా ఆకాశేన ప్రతినివర్తనం)

మారుతస్యాఽఽత్మజ శ్శ్రీమా న్కపి ర్వ్యోమచరో మహాన్,
హనుమా న్మేఘజాలాని వికర్ష న్నివ గచ్ఛతి. ౬

పాండరారుణవర్ణాని నీలమాంజిష్ఠకాని చ,
హరితారుణవర్ణాని మహాభ్రాణి చకాశిరే. ౭

ప్రవిశ న్నభ్రజాలాని నిష్పతం శ్చ పునః పునః,
ప్రచ్ఛన్నశ్చ ప్రకాశ శ్చ చంద్రమా ఇవ లక్ష్యతే. ౮

వివిధాభ్రఘనాపన్నగోచరో ధవళాంబరః,
దృశ్యాదృశ్యతను ర్వీర స్తదా చంద్రాయతేఽంబరే. ౯

తార్క్ష్యాయమాణో గగనే బభాసే వాయునందనః,
దారయ న్మేఘబృందాని నిష్పతం శ్చ పునః పునః. ౧౦

నద న్నాదేన మహతా మేఘస్వనమహాస్వనః,
ప్రవరా న్రాక్షసా న్హత్వా నామ విశ్రావ్య చాత్మనః. ౧౧

---

(పాండరేతి.) వ్యక్తావ్యక్తవాచిత్వేన అరుణశబ్దయోః కథంచి దపౌనరుక్త్య మున్నేయం యద్వా, 'అరుణః కృష్ణలోహిత' ఇత్యమరశేషః. మహాభ్రాణి చకాశిరే, హనుమత్సంపర్కా దిత్యర్థః. అన్యథా వాజపేయశరద్వర్ణనవ దభ్రవర్ణనస్యాఽసంగతత్వాపాతః. హనుమత స్తేజస్విత్వేన మేఘానాం నానావర్ణత్వాపత్తిః సూర్యేందుసంపర్కవత్. ౬-౮

(వివిధేతి.) వివిధే ష్వభ్రఘనేషు మేఘసంఘాతేషు, ఆపన్నగోచరః ప్రాప్తవిషయః, లబ్ధమార్గ ఇతి యావత్. ధవళాంబరః శుక్లవాసాః, దృశ్యాదృశ్యతనుః, మేఘాంతఃప్రవేశనిష్క్రమణాభ్యా మితి భావః. చంద్రాయతే చంద్ర ఇవాఽఽచరతి. ౯

(తార్క్ష్యాయమాణ ఇతి.) తార్క్ష్య ఇవాఽఽచర న్తార్క్ష్యాయమాణః, ఉభయత్రోపమానా దాచారే' 'కర్తుః క్యఙ్ సలోప శ్చే'తి క్యఙ్. ౧౦-౧౧

ఆకులాం నగరీం కృత్వా వ్యథయిత్వా చ రావణం,
అర్దయిత్వా బలం ఘోరం వైదేహీ మభివాద్య చ.
ఆజగామ మహాతేజాః పున ర్మధ్యేన సాగరం. ౧౨॥

పర్వతేంద్రం సునాభం చ సముపస్పృశ్య వీర్యవాన్.
జ్యాముక్త ఇవ నారాచో మహావేగోఽభ్యుపాగతః. ౧౩॥

స కించి దనుసంప్రాప్తః సమాలోక్య మహాగిరిం.
మహేంద్రం మేఘసంకాశం ననాద హరిపుంగవః, ౧౪॥

స పూరయామాస కపి ర్దిశో దశ సమంతతః
నద న్నాదేన మహతా మేఘస్వనమహాస్వనః, ౧౫॥

స తం దేశ మనుప్రాప్తః సుహృద్దర్శనలాలసః.
ననాద హరిశార్దూలో లాంగూలం చాఽప్యకంపయత్ ౧౬॥

తస్య నానద్యమానస్య సువర్ణచరితే పథి.
ఫలతీ వాఽస్య ఘోషేణ గగనం సార్కమండలం, ౧౭॥

యే తు తత్రోత్తరే తీరే సముద్రస్య మహాబలాః.
పూర్వం సంవిష్ఠితా శ్శూరా వాయుపుత్రదిదృక్షవః, ౧౮॥

మహతో వాయునున్నస్య తోయద స్యేవ గర్జితం. ౧౯

(పర్వతేంద్ర మితి ) సునాభం మైనాకం. ౧౨॥—౧౩॥

(స ఇతి.) కించిదనుసంప్రాప్తః మైనాకా త్పరం కంచిత్ ప్రదేశం ప్రాప్తః. ౧౪॥—౧౫॥

(స త మితి,) లాలసః సాభిలాషః, తం దేశం సుహృదావాససమీపప్రదేశం. ౧౬॥

(తస్యేతి.) నానద్యమానస్య పునః పున ర్భృశం నదత ఇత్యర్థః. ఫలతీవ దళతీవ ౧౭॥

(యే త్విత్యాది.) వాతనున్నస్య వాతసంఘట్టితస్య, ౧౮॥—౧౯

(హనుమతః ప్రత్యాగమనేన వానరాణాం సముత్సాహః)

శుశ్రువు స్తే తదా ఘోష మూరువేగం హనూమతః.

తే దీనమనస స్సర్వే శుశ్రువుః కాననౌకసః.
వానరేంద్రస్య నిర్ఘోషం పర్జన్యనినదోపమం. ౨౦॥

నిశమ్య నదతో నాదం వానరా స్తే సమంతతః.
బభూవు రుత్సుకా స్సర్వే సుహృద్దర్శనకాంక్షిణః, ౨౧॥

జాంబవాన్ స హరిశ్రేష్ఠః ప్రీతిసంహృష్టమానసః.
ఉపామంత్ర్య హరీన్ సర్వా నిదం వచన మబ్రవీత్, ౨౨॥

సర్వథా కృతకార్యోఽసౌ హనూమా న్నాఽత్ర సంశయః.
న హ్యస్యాఽకృతకార్యస్య నాద ఏవంవిధో భవేత్, ౨౩॥

తస్య బాహూరువేగం చ నినాదం చ మహాత్మనః.
నిశమ్య హరయో హృష్టాః సముత్పేతు స్తత స్తతః. ౨౪॥

తే నగాగ్రా న్నగాగ్రాణి శిఖరా చ్ఛిఖరాణి చ.
ప్రహృష్టా స్సమపద్యంత హనూమంతం దిదృక్షవః, ౨౫॥

---

(ఘోషం ఊరువేగ మితి.) ఊరువేగజన్యం ఘోష మిత్యర్థః. ౧౯॥

(తే దీనమనస ఇతి.) అనిష్టశ్రవణశంకయేతి భావః ౨౦॥—౨౩॥

(తస్యేతి.) నిశమ్య, జ్ఞాత్వే త్యర్థః. యద్వా, దృష్ట్వా చే త్యధ్యాహార్యం. అన్యథా బాహూరువేగపదానన్వయాత్. ౨౪॥

సముత్పేతు రిత్యుక్తం వివృణోతి (తే నగాగ్రా దితి.) నగాగ్రాత్ వృక్షాగ్రాత్. సమపద్యంత సంఘీభూతాః. ౨౫॥

తే ప్రీతాః పాదపాగ్రేషు గృహ్య శాఖా స్సువిష్ఠితాః.
వాసాంసీవ ప్రశాఖా శ్చ సమావిధ్యంత వానరాః, ౨౬॥

గిరిగహ్వరసంలీనో యథా గర్జతి మారుతః.
ఏవం జగర్జ బలవాన్ హనూమా న్మారుతాత్మజః, ౨౭॥

త మభ్రఘనసంకాశ మాపతంతం మహాకపిం.
దృష్ట్వా తే వానరా స్సర్వే తస్థుః ప్రాంజలయ స్తదా. ౨౮॥

తత స్తు వేగవాం స్తస్య గిరే ర్గిరినిభః కపిః.
నిపపాత మహేంద్రస్య శిఖరే పాదపాకులే. ౨౯॥

హర్షేణాఽఽపూర్యమాణోఽసౌ రమ్యే * పర్వతనిర్ఝరే.
ఛిన్నపక్ష ఇవాఽఽకాశా త్పపాత ధరణీధరః, ౩౦॥

తత స్తే ప్రీతమనసః సర్వే వానరపుంగవాః.
హనుమంతం మహాత్మానం పరివా ర్యోపతస్థిరే, ౩౧॥
పరివార్య చ తే సర్వే పరాం ప్రీతి ముపాగతాః. ౩౨

---

(త ఇతి) ప్రీతా ఇతి హేతుగర్భం విశేషణం. యథా మనుష్యాః దూరస్థస్వకీయానయనాయ వాసాంసి ధూన్వంతి తథా వానరా శ్చాఽన్యోన్యాహ్వానాయ పుష్పితశాఖాః గృహీత్వా, ప్రశాఖాః ప్రాగ్రశాఖాః, సమావిధ్యంత పర్యభ్రామయన్. ౨౬॥-౨౭॥

(త మితి.) అభ్రఘనసంకాశం అభ్రసమూహతుల్యం. ౨౮॥

(తత స్త్వితి) నిపపాత నిర్భర మాక్రాంతవాన్. ౨౯॥

(హర్షేణేతి.) (పపాతేతి.) అచ్ఛిన్నపక్షస్య పాతాసంభవా చ్ఛిన్నపక్ష ఇత్యుక్తం. ౩౦॥-౩౨

---

* పర్వతనిర్ఝరే నిర్ఝరప్రవర్తకే శిఖరే ఇత్యర్థ ఇత్యేకే. శ్రమనివృత్తయే జల ఏవ పతిత ఇత్యన్యే. ఇతి తిలకం.

(హనుమతా వానరేభ్యః సీతాదర్శనకథనం)

ప్రహృష్టవదనా స్సర్వే త మరోగ ముపాగతం,
ఉపాయనాని చాదాయ మూలాని చ ఫలాని చ.
ప్రత్యర్చయన్ హరిశ్రేష్ఠం హరయో మారుతాత్మజం, ౩౩॥

హనుమాం స్తు గురూ న్వృద్ధా న్జాంబవత్ప్రముఖాం స్తదా
కుమార మంగదం చైవ సోఽవందత మహాకపిః, ౩౪॥

స తాభ్యాం పూజితః పూజ్యః కపిభి శ్చ ప్రసాదితః.
దృష్టా సీతేతి విక్రాంత స్సంక్షేపేణ న్యవేదయత్, ౩౫॥

నిషసాద చ హస్తేన గృహీత్వా వాలిన స్సుతం.
రమణీయే వనోద్దేశే మహేంద్రస్య గిరే స్తదా,
హనుమా నబ్రవీ ద్ధృష్ట స్తదా తా న్వానరర్షభాన్. ౩౬

అశోకవనికాసంస్థా దృష్టా సా జనకాత్మజా,
రక్ష్యమాణా సుఘోరాభీ రాక్షసీభి రనిందితా. ౩౮

ఏకవేణీధరా బాలా రామదర్శనలాలసా,
ఉపవాసపరిశ్రాంతా జటిలా మలినా కృశా. ౩౯

తతో దృష్టేతి వచనం మహార్థ మమృతోపమం,
నిశమ్య మారుతే స్సర్వే ముదితా వానరా భవన్. ౪౦

---

(ప్రహృష్టవదనా ఇతి.) ప్రహృష్టవదనాః ప్రసన్నముఖాః, ఆస న్నితి శేషః. అరోగం, కుశలిన మిత్యర్థః. ఉపాయనాని ఉపహారాన్ ౩౩॥

(హనుమాం స్త్వి త్యాది.) (కుమార మంగదం చేతి) స్వామిత్వా దితి భావః. ౩౪—౩౯

(తత ఇతి.) భవన్ అభవన్, అనిత్యత్వా దడభావః. ౪౦

క్ష్వేళం త్వన్యే నదం త్యన్యే గర్జం త్యన్యే మహాబలాః,
చక్రుః కిలికిలా మన్యే ప్రతిగర్జంతి చాపరే. ౪౧

కేచి దుచ్ఛ్రితలాంగూలాః ప్రహృష్టాః కపికుంజరాః,
అంచితాయతదీర్ఘాణి లాంగూలాని ప్రవివ్యధుః. ౪౨

అపరే చ హనూమంతం వానరా వారణోపమం,
ఆప్లుత్య గిరిశృంగేభ్యః సంస్పృశంతి స్మ హర్షితాః. ౪౩

ఉక్తవాక్యం హనూమంత మంగద స్త మథాఽబ్రవీత్,
సర్వేషాం హరివీరాణాం మధ్యే వచన ముత్తమం. ౪౪

స త్త్వే వీర్యే న తే కశ్చి త్సమో వానర విద్యతే,
య దవప్లుత్య విస్తీర్ణం సాగరం పున రాగతః. ౪౫

అహో స్వామిని తే భక్తి రహో వీర్య మహో ధృతిః,
దిష్ట్యా దృష్టా త్వయా దేవీ రామపత్నీ యశస్వినీ.
దిష్ట్యా త్యక్ష్యతి కాకుత్స్థ శ్శోకం సీతావియోగజం, ౪౬

---

(క్ష్వేళంతీతి.) క్ష్వేళంతి సింహనాదం కుర్వంతి నదంతి అవ్యక్తశబ్దం కుర్వంతి, గర్జంతి వృషభనాదం కుర్వంతి. కిలికిలాం స్వజాత్యుచితకిలికిలాశబ్దం. ౪౧

(కేచి దితి.) అంచితాయతదీర్ఘాణి - అత్ర దీర్ఘపదసన్నిధానా దాయతపదం స్థూలపరం. ప్రవివ్యధుః. లాంగూలా నుద్ధృత్య భూమా వతాడయ న్నిత్యర్థః. ౪౨

(అపరే చేతి.) సంస్పృశంతి. ఆలింగంతీ త్యర్థః. ౪౩—౪౪

(స త్త్వ ఇతి.) అవప్లుత్య విస్తీర్ణ మిత్యంగదేతరవ్యావృత్తిః. పున రాగత ఇత్యంగద వ్యావృత్తిః, ౪౫—౪౬

(జాంబవదాదిభిః లంకావృత్తాంతపరిప్రశ్నః)

తతోఽంగదం హనూమంతం జాంబవంతం చ వానరాః.
పరివార్య ప్రముదితా భేజిరే విపులా శ్శిలాః, ౪౭
౪౮

శ్రోతుకామా స్సముద్రస్య లంఘనం వానరోత్తమాః.
దర్శనం చాపి లంకాయా స్సీతాయా రావణస్య చ,
తస్థుః ప్రాంజలయ స్సర్వే హనుమద్వదనోన్ముఖాః. ౪౯

తిష్ఠా తత్రాఽంగద శ్శ్రీమా న్వానరై ర్బహుభి ర్వృతః,
ఉపాస్యమానో విబుధై ర్దివి దేవపతి ర్యథా. ౫౦

హనూమతా కీర్తిమతా యశస్వినా తథాఽంగదేనాఽంగదబద్ధబాహునా,
ముదా తదాఽధ్యాసిత మున్నత మ్మహ న్మహీధరాగ్రం జ్వలితం శ్రియాఽభవత్. ౫౧

ఇతి శ్రీమద్రామాయణే, సుందరకాండే, సప్తపఞ్చాశ స్సర్గః.

(హనూమతేతి.) కీర్తిమతేతి హనుమద్విశేషణం. యశస్వినే త్యంగదవిశేషణం. వృత్యకీర్త్యా స్వామినః కీర్తిః, అన్యథా పౌనరుక్త్యాత్. యద్వా, బుద్ధిమత్త్వజన్యా కీర్తిః. శౌర్యజన్యం యశః. ౪౭—౫౧

ఇతి శ్రీగోవిందరాజవిరచితే, శ్రీరామాయణభూషణే, శృంగారతిలకాఖ్యానే, సుందరకాణ్డవ్యాఖ్యానే.
సప్తపఞ్చాశ స్సర్గః.

## అథ అష్టపఞ్చాశ స్సర్గః

తత స్తస్య గిరే శ్శృంగే మహేంద్రస్య మహాబలాః,
హనుమత్ప్రముఖాః ప్రీతిం హరయో జగ్ము రుత్తమాం. ౧

తం తతః ప్రీతిసంహృష్టః ప్రీతిమంతం మహాకపిం,
జాంబవా న్కార్యవృత్తాంత మపృచ్ఛ దనిలాత్మజం. ౨

కథం దృష్టా త్వయా దేవీ కథం వా తత్ర వర్తతే,
తస్యాం వాసః కథం వృత్తః క్రూరకర్మా దశాననః. ౩

తత్త్వత స్సర్వ మేత న్నః ప్రబ్రూహి త్వం మహాకపే,
శ్రుతార్థా శ్చింతయిష్యామో భూయః కార్యవినిశ్చయం. ౪

య శ్చార్థ స్తత్ర వక్తవ్యో గతై రస్మాభి రాత్మవాన్,
రక్షితవ్యం చ య త్తత్ర త ద్భవా న్వ్యాకరోతు నః. ౫

---

## అథ అష్టపఞ్చాశ స్సర్గః.

(తత స్తస్యే త్యాది.) ౧

(త మితి.) కార్యవృత్తాంతం కార్యవిషయవృత్తాంతం, సీతాదర్శనవిషయవృత్తాంతం. ౨

(కథ మితి) కథం కేన ప్రకారేణ, కథంవృత్తః కీదృగ్వ్యాపారః. ౩

(తత్త్వత ఇతి.) తత్త్వకథనస్య ప్రయోజన మాహ (శ్రుతార్థా ఇత్యాది.) ౪

(య శ్చేతి.) తత్ర రామసన్నిధౌ, యోఽర్థో, వక్తవ్యః వక్తు మర్హః. య చ్చ, రక్షితవ్యం గోప్తవ్యం, తత్, ఆత్మవాన్ బుద్ధిమాన్, భవా న్వ్యాకరోతు. ౫

(హనుమతా స్వకృత్యవివరణం)

స నియుక్త స్తత స్తేన సంప్రహృష్టతనూరుహః,
ప్రణమ్య శిరసా దేవ్యై సీతాయై ప్రత్యభాషత. ౬

ప్రత్యక్ష మేవ భవతాం మహేంద్రాగ్రా త్ఖ మాప్లుతః,
ఉదధే ర్దక్షిణం పారం కాంక్షమాణ స్సమాహితః. ౭

గచ్ఛత శ్చ హి మే ఘోరం విఘ్నరూప మివాఽభవత్,
కాంచనం శిఖరం దివ్యం పశ్యామి సుమనోహరం. ౮

స్థితం పంథాన మావృత్య మేనే విఘ్నం చ తం నగం, ౮॥

ఉపసంగమ్య తం దివ్యం కాంచనం నగసత్తమం.
కృతా మే మనసా బుద్ధి ర్భేత్తవ్యోఽయం మయేతి చ, ౯॥

ప్రహతం చ మయా తస్య లాంగూలేన మహాగిరేః.
శిఖరం సూర్యసంకాశం వ్యశీర్యత సహస్రధా, ౧౦॥

---

(ప్రత్యక్ష మేవేతి.) ఇదం న వక్తవ్య మేవేతి భావః. ఆప్లుతః ఆప్లుతోఽస్మి. పారం గంతు మితి శేషః. సమాహితః ఏకాగ్రః. ఇత్యేత ద్భవతాం ప్రత్యక్ష మేవేతి సంబంధః. ౬-౭

(గచ్ఛత ఇత్యాది.) విఘ్నరూప మివ, వస్తుతో న తథేతి భావః. పశ్యామీ త్యాదౌ వ్యత్యయేన లట్. శిఖరం విఘ్నరూప మివాఽభవత్, తత్ పశ్యా మీతి యోజనా. ౮

(స్థిత మితి మేనే ఇతి.) లిట్యుత్తమపురుషైకవచనం. పరోక్షత్వా ద్యభావేఽపి ఛాందసం. అమనీషీ త్యర్థః. ౮॥

(ఉపసంగమ్యేతి.) గమనదశాయా మురసా పాతయామాసేతి సూచితం వివృణోతి (భేత్తవ్యోఽయ మిత్యాదినా) ౯॥-౧౦॥

వ్యవసాయం చ తం బుద్ధ్వా స హోవాచ మహాగిరిః.
పుత్రేతి మధురాం వాణీం మనః ప్రహ్లాదయ న్నివ. ౧౧॥

పితృవ్యం చాఽపి మాం విద్ధి సఖాయం మాతరిశ్వనః.
మైనాక మితి విఖ్యాతం నివసంతం మహోదధౌ, ౧౨॥

పక్షవంతః పురా పుత్ర బభూవుః పర్వతోత్తమాః.
ఛందతః పృథివీం చేరు ర్బాధమానా స్సమంతతః, ౧౩॥

శ్రుత్వా నగానాం చరితం మహేంద్రః పాకశాసనః.
చిచ్ఛేద భగవా న్పక్షా న్వజ్రేణైషాం సహస్రశః, ౧౪॥

అహం తు మోక్షిత స్తస్మా త్తవ పిత్రా మహాత్మనా.
మారుతేన తదా వత్స ప్రక్షిప్తోఽస్మి మహార్ణవే, ౧౫॥

రామస్య చ మయా సాహ్యే వర్తితవ్య మరిందమ.
రామో ధర్మభృతాం శ్రేష్ఠో మహేంద్రసమవిక్రమః, ౧౬॥

---

(పితృవ్యం చేతి.)పితృవ్యత్వే హేతు మాహ (సఖాయ మితి.) పితృసఖత్వాత్ పితృవ్యత్వ వ్యపదేశ ఇత్యర్థః. ౧౧॥—౧౨॥

(పక్షవంత ఇతి.) ఛందతః యథేచ్ఛం ౧౩॥—౧౪॥

(అహం త్వితి.) మోక్షణప్రకార మాహ (ప్రక్షిప్తోఽస్మి మహార్ణవ ఇతి.) ౧౫॥

(రామస్య చేతి.) సాహ్యే సాహాయ్యే. సాహాయ్యకరణే హేతు మాహ (రామో ధర్మభృతాం శ్రేష్ఠ ఇతి.) ౧౬॥

(హనుమతా స్వవృత్తాంతనివేదనం)

ఏత చ్ఛ్రుత్వా వచ స్తస్య మైనాకస్య మహాత్మనః.
కార్య మావేద్య తు గిరే రుద్యతం చ మనో మమ. ౧౮

తేన చాఽహ మనుజ్ఞాతో మైనాకేన మహాత్మనా.
స చాప్యంతర్హిత శ్శైలో మానుషేణ వపుష్మతా.
శరీరేణ మహాశైలః శైలేన చ మహోదధౌ. ౧౯

ఉత్తమం జవ మాస్థాయ శేషం పంథాన మాస్థితః,
తతోఽహం సుచిరం కాలం వేగే నాభ్యగమం పథి. ౨౦

తతః పశ్యా మ్యహం దేవీం సురసాం నాగమాతరం.
సముద్రమధ్యే సా దేవీ వచనం మా మభాషత. ౨౧

మమ భక్షః ప్రదిష్ట స్త్వ మమరై ర్హరిసత్తమ,
అత స్త్వాం భక్షయిష్యామి విహిత స్త్వం చిరస్య మే ౨౨

ఏవ ముక్త స్సురసయా ప్రాంజలిః ప్రణత స్థ్సితః,
వివర్ణవదనో భూత్వా వాక్యం చేద ముదీరయం. ౨౩

---

(ఏత చ్ఛ్రుత్వేతి.) ఉద్యతం ఉద్యుక్తం. ౧౮

(తేన చేతి.) అనుజ్ఞాతః, అస్మీతి శేషః వపుష్మతా పుష్కలవపుషా, మానుషేణ శరీరేణాఽంతర్హితః, శైలేన తు శరీరేణ, మహోదధౌ సాగరోపరి, స్థిత ఇతి శేషః, 'స వై దత్తవర శ్శైలో బభూవాఽవస్థిత స్తదే' తి ప్రథమసర్గోక్తేః. ప్రతిప్రయాణే చ 'పర్వతేంద్రం సునాభం చ సముపస్పృశ్య వీర్యవా' నిత్యుక్తం. 'హిరణ్యనాభం శైలేంద్రం కాంచనం పశ్య మైథిలీ' తి రామేణ చోక్తం. ౧౯—౨౩

రామో దాశరథి శ్శ్రీమా న్ప్రవిష్టో దండకావనం,
లక్ష్మణేన సహ భ్రాత్రా సీతయా చ పరంతపః ౨౬

తస్య సీతా హృతా భార్యా రావణేన దురాత్మనా,
తస్యా స్సకాశం దూతోఽహం గమిష్యే రామశాసనాత్. ౨౭

కర్తు మర్హసి రామస్య సాహాయ్యం విషయే సతీ,
అథవా మైథిలీం దృష్ట్వా రామం చాఽక్లిష్టకారిణం.
ఆగమిష్యామి తే వక్త్రం సత్యం ప్రతిశృణోమి తే, ౨౮½

ఏవ ముక్తా మయా సా తు సురసా కామరూపిణీ.
అబ్రవీ న్నాతివర్తేత కశ్చి దేష వరో మమ, ౨౯½

ఏవ ముక్త స్సురసయా దశయోజన మాయతః.
* తతోఽర్ధగుణవిస్తారో బభూవాఽహం క్షణేన తు, ౩౦½

మత్ప్రమాణానురూపం చ వ్యాదితం తు ముఖం తయా. ౩౧

---

(కర్తు మితి) విషయే సతీ స్వరాజ్యే వసంతీ. ౨౮—౨౯½

(ఏవ ముక్త ఇతి.) (తత ఇతి) అర్ధగుణవిస్తారః అత్రాఽర్ధశబ్దః ఏకదేశవాచీ, కించిదధిక విస్తారోఽభవ మిత్యర్థః ఏవ మేవాఽర్ధః. ప్రథమసర్గోక్తశతయోజనవిస్తార స్తు విరుద్ధః, తద్గ్రంథః కల్పిత శ్చేత్యుక్తం ౩౦

(మత్ప్రమా ణేతి) వ్యాదితం వ్యాత్తం. ౩౧

---

* తతోఽర్ధగుణవిస్తారః - తతో దశయోజనా దర్ధస్య పంచయోజనస్య గుణః ఆవృత్తిః తద్విస్తారో దశయోజనవిస్తారః. ప్రథమసర్గే దశయోజనవిస్తారోక్త్యాఽఽనుగుణ్యే నైవం వ్యాఖ్యాతం. ఇతి తత్త్వదీపికా.

(హనుమతా స్వవృత్తాంతనివేదనం)

తద్దృష్ట్వా వ్యాదితం చాఽఽస్యం హ్రస్వం హ్యకరవం వపుః.
తస్మిన్ముహూర్తే చ పున ర్బభూవాఽఙ్గుష్ఠమాత్రకః. ౩౦

అభిపత్యాఽఽశు తద్వక్త్రం నిర్గతోఽహం తతః క్షణాత్.
అబ్రవీ త్సురసా దేవీ స్వేన రూపేణ మాం పునః. ౩౧

అర్థసిద్ధ్యై హరిశ్రేష్ఠ గచ్ఛ సౌమ్య యథాసుఖం,
సమానయ చ వైదేహీం రాఘవేణ మహాత్మనా.
సుఖీ భవ మహాబాహో ప్రీతాఽస్మి తవ వానర, ౩౨

తతోఽహం సాధు సాధ్వీతి సర్వభూతైః ప్రశంసితః. ౩౩

తతోఽన్తరిక్షం విపులం ప్లుతోఽహం గరుడో యథా.
ఛాయా మే నిగృహీతా చ న చ పశ్యామి కిఞ్చన. ౩౪

సోఽహం విహతవేగస్తు దిశో దశ విలోకయన్,
న కిఞ్చి త్తత్ర పశ్యామి యేన మేఽపహృతా గతిః. ౩౫

తతో మే బుద్ధి రుత్పన్నా కి న్నామ గగనే మమ,
ఈదృశో విఘ్న ఉత్పన్నో రూపం యత్ర న దృశ్యతే. ౩౬

అధోభాగేన మే దృష్టి శ్శోచతా పాతితా మయా,
తతోఽద్రాక్ష మహం భీమాం రాక్షసీం సలిలేశయామ్. ౩౭

---

(తద్దృష్ట్వేతి.) హ్రస్వత్వం విశేషయతి (అఙ్గుష్ఠమాత్రక ఇతి ) ౩౦—౩౧

(అర్థసిద్ధ్యా ఇతి.) సమానయ సంయోజయ. ౩౨

(తతోఽహ మితి.) సాధు సాధ్వీతి దీర్ఘశ్ఛాన్దసః. ౩౩—౩౬

(అధోభాగేనేతి.) సలిలేశయాం సలిలే స్థితామ్. ౩౭

ప్రహస్య చ మహానాద ముక్తోఽహం భీమయా తయా,
అవస్థిత మసంభ్రాంత మిదం వాక్య మశోభనం. ౩౮

క్వాఽసి గంతా మహాకాయ క్షుధితాయా మమేప్సితః,
భక్షః ప్రీణయ మే దేహం చిర మాహారవర్జితం. ౩౯

బాఢ మిత్యేవ తాం వాణీం ప్రత్యగృహ్ణా మహం తతః,
ఆస్యప్రమాణా దధికం తస్యాః కాయ మపూరయం.
తస్యా శ్చాఽఽస్యం మహ ద్భీమం వర్ధతే మమ భక్షణే, ౪౦
న చ మాం సాధు బుబుధే మమ వా నికృతం కృతం. ౪౧

తతోఽహం విపులం రూపం సంక్షిప్య నిమిషాంతరాత్,
తస్యా హృదయ మాదాయ ప్రపతామి నభస్థలం. ౪౨

సా విసృష్టభుజా భీమా పపాత లవణాంభసి,
మయా పర్వతసంకాశా నికృత్తహృదయా సతీ. ౪౩

---

(ప్రహస్యేతి) అవస్థితం దృఢమూతం, అసంభ్రాంతం అవ్యగ్రం ౩౮—౩౯

(బాఢ మితి.) తస్యాః ఆస్యప్రమాణా దధికం యథా తథా, కాయం ఆత్మదేహం, అపూరయం అవర్ధయం, మయి వృద్ధే సాఽప్యవర్ధిష్టే త్యర్థః. ౪౦

(న చేతి.) అయం కామరూపీతి మాం, సాధు సమ్యక్, న బుబుధే న జ్ఞాతవతీ, మమ కృతం నికృతం మయా కృతాం నికృతిం వా, న బుబుధే ౪౧

నికృత మేవ దర్శయతి (తతోఽహ మితి.) ౪౨

(సేతి) విసృష్టభుజా విసృష్టసంధికభుజా. ౩౪

(హనుమతా ఆత్మవృత్తాంతనివేదనం)

శృణోమి ఖగతానాం చ సిద్ధానాం చారణై స్సహ,
రాక్షసీ సింహికా భీమా క్షిప్రం హనుమతా హతా. ४४

తాం హత్వా పున రేవాఽహం కృత్య మాత్యయికం స్మరన్,
గత్వా చాఽహం మహాధ్వానం పశ్యామి నగమండితం.
దక్షిణం తీర ముదధే ర్లంకా యత్ర చ సా పురీ, ४౫

అస్తం దినకరే యాతే రక్షసాం నిలయం పురం.
ప్రవిష్టోఽహ మవిజ్ఞాతో రక్షోభి ర్భీమవిక్రమైః, ४౬

తత్ర ప్రవిశత శ్చాపి కల్పాంతఘనసన్నిభా.
అట్టహాసం విముంచంతీ నారీ కాఽప్యుత్థితా పురః, ४౭

* జిఘాంసంతీం తత స్తాం తు జ్వలదగ్నిశిరోరుహాం.
సవ్యముష్టిప్రహారేణ పరాజిత్య సుభైరవాం, ४౮

ప్రదోషకాలే ప్రవిశం; భీతయాఽహం తయోదితః.
అహం లంకాపురీ వీర నిర్జితా విక్రమేణ తే,
యస్మా త్తస్మా ద్విజేతాఽసి సర్వరక్షాం స్యశేషతః. ౫౦

---

(శృణోమీతి.) హతే త్యనంతర మితికరణం బోధ్యం. ४४

(తా మితి.) కృత్య మాత్యయికం స్మరన్, ప్రాణాంతికం తత్కార్మ విచింతయ న్నిత్యర్థః. ४౫—४౭

(భీతయే త్యాది) భీతయా తయా నార్యా, అశేషత ఇత్యనంతర మితికరణం ద్రష్టవ్యం. ౫౦

* రామానుజీయం (జిఘాంసంతీ మిత్యాది.) ప్రవిశం ప్రావిశం

☸ తత్రాఽహం సర్వరాత్రం తు విచిన్వ౯ జనకాత్మజాం,
రావణాంతఃపురగతో న చాఽపశ్యం సుమధ్యమామ్. ౫౧

* తత స్సీతా మపశ్యం స్తు రావణస్య నివేశనే,
శోకసాగర మాసాద్య న పార ముపలక్షయే. ౫౨

శోచతా చ మయా దృష్టం ప్రాకారేణ సమావృతః,
కాంచనేన వికృష్టేన గృహోపవన ముత్తమం. ౫౩

స ప్రాకార మవప్లుత్య పశ్యామి బహుపాదపం. ౫౩½

అశోకవనికామధ్యే శింశుపాపాదపో మహా౯
త మారుహ్య చ పశ్యామి కాంచనం కదళీవనం, ౫౪½

---

(తత్రేతి.) సర్వరాత్రం సర్వాం రాత్రిం, 'అహస్సర్వే' త్యాదినా సమాసాంతోఽచ్. అత్యంతసంయోగే ద్వితీయా. తత్ర లంకాయాం. విచిన్వ౯ అనంతరం రావణాంతఃపుర మపి గత స్స౯, సుమధ్యమాం నాఽపశ్యం. ౫౧—౫౨

(శోచతా చేతి.) వికృష్టేన విప్రకృష్టేన, అతిదీర్ఘేణేతి యావత్ ౫౩

(స ప్రాకార మితి.) బహుపాదపం అనేకపాదపప్రమాణ మితి ప్రాకారవిశేషణం. ౫౩½

(అశోకేతి.) శింశుపాపాదపః, అస్తీతి శేషః. ౫౪½

---

☸ రామానుజీయం. (తత్రేతి.) సర్వరాత్రం సర్వాం రాత్రిం 'అహస్సర్వైకదేశసంఖ్యాత పుణ్యా చ్చ రాత్రే రి'త్యచ్ ప్రత్యయః, 'కాలాధ్వనో రత్యంతసంయోగ' ఇతి ద్వితీయా. 'తత్రాఽహం మధ్యరాత్రే త్వి' తి పార స్సాధుః.

* రామానుజీయం. (తత ఇతి.) ఉపలక్షయే ఉపాలక్షయం.

(హనుమతా సీతావృత్తాంతనివేదనం)

అదూరే శింశుపావృక్షా త్పశ్యామి వరవర్ణినీం.
శ్యామాం కమలపత్రాక్షీ ముపవాసకృశాననాం, ౫౫॥

తదేకవాసస్సంవీతాం రజోధ్వస్తశిరోరుహాం.
శోకసంతాపదీనాంగీం సీతాం భర్తృహితే స్థితాం, ౫౬॥

రాక్షసీభి ర్విరూపాభిః క్రూరాభి రభిసంవృతాం.
మాంసశోణితభక్షాభి ర్వ్యాఘ్రీభి ర్హరిణీ మివ, ౫౭॥

సామయా రాక్షసీమధ్యే తర్జ్యమానా ముహుర్ముహుః.
ఏకవేణీధరా దీనా భర్తృచింతాపరాయణా, ౫౮॥

భూమిశయ్యా వివర్ణాంగీ పద్మినీవ హిమాగమే.
రావణా ద్వినివృత్తార్థా మర్తవ్యకృతనిశ్చయా,
కథంచి న్మృగశాబాక్షీ తూర్ణ మాసాదితా మయా. ౬౦

తాం దృష్ట్వా తాదృశీం నారీం రామపత్నీం యశస్వినీం,
తత్రైవ శింశుపావృక్షే పశ్య న్నహ మవస్థితః. ౬౧

---

(అదూరే శింశుపావృక్షా దిత్యాది) శింశుపావృక్షాత్ శింశుపావృక్షస్య. శ్యామాం యౌవన మధ్యస్థాం. తదేకవాసస్సంవీతాం యేన వాససా హృతా తేనైకవాససా సంవీతాం. యద్వా. తేన తత్కాలదృష్టేన పూర్వదృష్టేన, ఏకేన వాససా సంవీతాం. వేషాంతరనిస్పృహా మిత్యర్థః. మానసి కత్వకాయికత్వభేదేన శోకసంతాపయో ర్భేదః. ౫౫॥—౫౭॥

(సామయేతి.) ఆమయః ఖేదః, తేన సహ వర్తత ఇతి సామయా. మర్తవ్యే మరణే. 'కృత్యల్యుటో బహుళ' మితి సాధుః. ౫౮॥—౬౦

(తాం దృష్ట్వేతి.) పశ్య న్ పరామృశన్. ౬౧

తతో హలహలాశబ్దం కాంచీనూపురమిశ్రితం,
శృణో మ్యధికగంభీరం రావణస్య నివేశనే. ౬౨

తతోఽహం పరమోద్విగ్నః స్వం రూపం ప్రతిసంహరన్,
అహం తు శింశుపావృక్షే పక్షీవ గహనే స్థితః. ౬౩

తతో రావణదారా శ్చ రావణశ్చ మహాబలః,
తం దేశం సమనుప్రాప్తా యత్ర సీతాఽభవత్ స్థితా. ౬౪

* త ద్దృష్ట్వాఽథ వరారోహా సీతా రక్షో మహాబలం,
సంకు చ్యోరూ స్తనౌ పీనౌ బాహుభ్యాం పరిరభ్య చ. ౬౫

విత్రస్తాం పరమోద్విగ్నాం వీక్షమాణాం తత స్తతః,
త్రాణం కించి దపశ్యతీం వేపమానాం తపస్వినీం. ౬౬

తా మువాచ దశగ్రీవః సీతాం పరమదుఃఖితాం,
అవాక్శిరాః ప్రపతితో బహుమన్యస్వ మా మితి. ౬౭

యది చే త్త్వం తు దర్పా న్మాం నాఽభినందసి గర్వితే,
ద్వౌ మాసా వంతరం సీతే పాస్యామి రుధిరం తవ ౬౮

---

(తతోఽహ మితి) గహనే పర్ణగూఢప్రదేశే, 'పర్ణఘనే విలీన' ఇత్యధస్తా దప్యుక్తేః. ౬౨

(విత్రస్తా మితి.) పరమోద్విగ్నాం అతీవోద్భ్రాంతహృదయాం, తత స్తతః వీక్షమాణాం నానాదిక్షు వీక్షమాణాం, త్రాణ మిత్యనుషజ్యతే అవాక్శిరాః అవనతమూర్ధా, ప్రపతితః, భూమా వితి శేషః. ద్వౌ మాసౌ అంతర మవధిః, తతః పాస్యా మీతి యోజ్యం. ౬౩-౬౮

---

* రామానుజీయం. 'త ద్దృష్ట్వాఽథ వరారోహా సీతా రక్షో మహాబలం, సంకుచ్యోరూ స్తనౌ పీనౌ బాహుభ్యాం పరిరభ్యచే'తి పాఠః. పరిరభ్య, విత్రస్తేతి శేషః.

(హనుమతా సీతావృత్తాంతకథనం)

ఏత చ్ఛ్రుత్వా వచ స్తస్య రావణస్య దురాత్మనః,
ఉవాచ పరమక్రుద్ధా సీతా వచన ముత్తమం. ౧౯॥

రాక్షసాధమ రామస్య భార్యా మమితతేజసః,
ఇక్ష్వాకుకులనాథస్య స్నుషాం దశరథస్య చ.
అవాచ్యం వదతో జిహ్వా కథం న పతితా తవ, ౨౦॥

కించి ద్వీర్యం తవాఽనార్య యో మాం భర్తు రసన్నిధౌ.
అపహృత్యాఽఽగతః పాప తేనాఽదృష్టో మహాత్మనా, ౨౧॥

న త్వం రామస్య సదృశో దాస్యేఽప్యస్య న యుజ్యసే.
యజ్ఞీయ స్సత్యవాదీ చ రణశ్లాఘీ చ రాఘవః, ౨౨॥

జానక్యా పరుషం వాక్య మేవ ముక్తో దశాననః.
జజ్వాల సహసా కోపా చ్చితాస్థ ఇవ పావకః, ౨౩॥

వివృత్య నయనే క్రూరే ముష్టి ముద్యమ్య దక్షిణం.
మైథిలీం హంతు మారబ్ధః స్త్రీభి ర్హాహాకృతం తదా, ౨౪॥

(కించి ద్వీర్య మితి.) కించి ద్వీర్యం కుత ఇత్యత్రాహ (యో మా మితి.) భర్తు రసన్నిధౌ, తేన భర్త్రా అదృష్ట స్సన్ యో మా మపహృత్యాఽఽగతః, తస్య తవ, కించిద్వీర్య మితి యోజ్యం. ౧౯—౨౨॥

(జానక్యేతి.) ఘోరత్వసిద్ధయే చితాస్థ ఇత్యుక్తం. ౨౩॥

(వివృత్యేతి.) ఆరబ్ధః, రావణ ఇతి శేషః. హాహాకృతం - హాహేత్యేత త్కృతం. ౨౪॥

స్త్రీణాం మధ్యా త్సముత్పత్య తస్య భార్యా దురాత్మనః.
వరా మండోదరీ నామ తయా చ ప్రతిషేధితః, ౭౫॥

ఉక్తశ్చ మధురాం వాణీం తయా స మదనార్దితః.
సీతయా తవ కిం కార్యం మహేంద్రసమవిక్రమ. ౭౬॥

దేవగంధర్వకన్యాభి ర్యక్షకన్యాభి రేవ చ.
సార్ధం ప్రభో రమ స్వేహ సీతయా కిం కరిష్యసి, ౭౭॥

తత స్తాభి స్సమేతాభి ర్నారీభి స్స మహాబలః.
ప్రసాద్య సహసా నీతో భవనం స్వం నిశాచరః, ౭౮॥

యాతే తస్మిన్ దశగ్రీవే రాక్షస్యో వికృతాననాః.
సీతాం నిర్భర్త్సయామాసు ర్వాక్యైః క్రూరై స్సుదారుణైః, ౭౯॥

---

(స్త్రీణా మితి.) సముత్పత్య. రావణసమీపం గతేతి శేషః. మండోదరీ మండనభూతోదరీ. 'మడి భూషాయా' మిత్యస్మా ద్ధాతోః పచాద్యచ్. మందోదరీ వా. దడయో రభేదః, దంభో దాడిమ మిత్యాదివత్. యద్వా. మందత్వం చాల్పత్వం. 'మూఢాల్పాపటునిర్భాగ్యా మందా' ఇత్యమరః. సూక్ష్మోదరీత్యర్థః. 'మందా స్థూలపిపీలికే' త్యాచక్షతే. తస్యా ఇవ కృశ మస్యా ఉదర మిత్యర్థః. నను పూర్వం ధాన్యమాలిన్యా ప్రతిషిద్ధ ఇత్యుక్తం, సంప్రతి మండోదర్యే త్యుచ్యతే, విప్రతిషిద్ధ మిదం. మైవం; ఉభాభ్యామపి ప్రతిషిద్ధత్వేనాఽన్యతరోక్త్యా వవిరోధాత్. మండోదర్యాదినామపరిజ్ఞానం చ హనుమత స్తదీయవ్యవహారాత్. ౭౫॥—౭౭॥

(తత ఇతి ) తాభిః దేవకన్యాభిః, అనేన మండోదర్యాదివ దన్యాసా మపి నివారయితృత్వముక్తం. ౭౮॥

(యాత ఇతి.) క్రూరైః క్రూరశబ్దైః, సుదారుణైః అర్థతోఽపి క్రూరైః. ౭౯॥

(హనుమతా సీతావృత్తాంతకథనం)

తృణవ ద్భాషితం తాసాం గణయామాస జానకీ.
గర్జితం చ తదా తాసాం సీతాం ప్రాప్య నిరర్థకం, ౮౦॥

వృథాగర్జితనిశ్చేష్టా రాక్షస్యః పిశితాశనాః.
రావణాయ శశంసు స్తా స్సీతాధ్యవసితం మహత్, ౮౧॥

తత స్తా స్సహితా స్సర్వా విహతాశా నిరుద్యమాః.
పరిక్షిప్య సమంతా త్తాం నిద్రావశ ముపాగతాః, ౮౨॥

తాసు చైవ ప్రసుప్తాసు సీతా భర్తృహితే రతా.
విలప్య కరుణం దీనా ప్రశుశోచ సుదుఃఖితా, ౮౩॥

తాసాం మధ్యా త్సముత్థాయ త్రిజటా వాక్య మబ్రవీత్.
ఆత్మానం ఖాదత క్షిప్రం న సీతా వినశిష్యతి, ౮౪॥

జనకస్యాఽఽత్మజా సాధ్వీ స్నుషా దశరథస్య చ.
స్వప్నో హ్యద్య మయా దృష్టో దారుణో రోమహర్షణః
రక్షసాం చ వినాశాయ భర్తు రస్యా జయాయ చ. ౮౫

అల మస్మాత్ పరిత్రాతుం రాఘవా ద్రాక్షసీగణం,
అభియాచామ వైదేహీ మేత ద్ధి మమ రోచతే. ౮౬

---

(తృణవ దితి.) తృణవత్ గణయామా సేత్యన్వయః. ౮౦॥

(వృథేతి.) వృథాగర్జితనిశ్చేష్టాః వృథాగర్జితేన నిర్వ్యాపారాః. ౮౧॥

(తత స్తా ఇతి.) తూష్ణీం రక్షతేతి రావణోక్తా ఇతి శేషః, పరిక్షిప్య పరివార్య. ౮౨॥

(తా స్వితి.) సుదుఃఖితా ప్రశుశోచ, ఉత్తరోత్తరం దుఃఖితవతీ త్యర్థః. ౮౩॥-౮౫

(అల మస్మా త్పరిత్రాతు మితి.) అలం శక్తా. 'అలం భూషణపర్యాప్తిశక్తివారణవాచక' మిత్యమరః. పరిత్రాతుం, ఇయం సీతేతి శేషః. ౮౬

యస్యా హ్యేవంవిధ స్స్వప్నో దుఃఖితాయాః ప్రదృశ్యతే,
సా దుఃఖై ర్వివిధై ర్ముక్తా సుఖ మాప్నో త్యనుత్తమం. ౮౭

ప్రణిపాతప్రసన్నా హి మైథిలీ జనకాత్మజా, ౮౮॥

తత స్సా హ్రీమతీ బాలా భర్తు ర్విజయహర్షితా.
అవోచ ద్యది త త్తథ్యం భవేయం శరణ హి వః, ౮౯॥

తాం చాఽహం తాదృశీం దృష్ట్వా సీతాయా దారుణాం దశాం.
చింతయామాస విక్రాంతో న చ మే నిర్వృతం మనః, ౯౦॥

సంభాషణార్థం చ మయా జానక్యా శ్చింతితో విధిః.
ఇక్ష్వాకూణాం హి వంశస్తు తతో మమ పురస్కృతః, ౯౧॥

శ్రుత్వా తు గదితాం వాచం రాజర్షిగణపూజితాం.
ప్రత్యభాషత మాం దేవీ బాష్పైః పిహితలోచనా, ౯౨॥

క స్త్వం కేన కథం చేహ ప్రాప్తో వానరపుంగవ.
కా చ రామేణ తే ప్రీతి స్త న్మే శంసితు మర్హసి, ౯౩॥

---

అపరాధిజనప్రాణత్రాణే హేతు మహ (ప్రణిపాతేతి.) ౮౭—౮౮॥

(తత ఇతి.) తతః త్రిజటావాక్యానంతరం. భర్తు ర్విజయహర్షితా త్రిజటాకథితస్వప్నసూచితరామవిజయహర్షితా. తత్ త్రిజటాస్వప్నవాక్యం. శరణం హి వ ఇత్యత్రేతికరణం ద్రష్టవ్యం. ౮౯॥

(తాం చాఽహ మితి.) న చ మే నిర్వృతం, కిం తు దుఃఖిత మిత్యర్థః. ౯౦॥

(సంభాషణార్థ మితి.) విధిః ఉపాయః. ౯౧॥—౯౨॥

(హనుమతా అభిజ్ఞానవినిమయకథనం)

* తస్యా స్తద్వచనం శ్రుత్వా హ్యాహ మ ప్యబ్రువం వచః. ౯౪

దేవి రామస్య భర్తు స్తే సహాయో భీమవిక్రమః, ౯౫
సుగ్రీవో నామ విక్రాంతో వానరేంద్రో మహాబలః.
తస్య మాం విద్ధి భృత్యం త్వం హనుమంత మిహాఽఽగతం, ౯౫½

భర్త్రాఽహం ప్రేషిత స్తుభ్యం రామేణాఽక్లిష్టకర్మణా. ౯౬

ఇదం చ పురుషవ్యాఘ్రః శ్రీమా న్దాశరథి స్స్వయం,
అంగులీయ మభిజ్ఞాన మదా త్తుభ్యం యశస్విని. ౯౭

⊕ త దిచ్ఛామి త్వయాఽఽజ్ఞప్తం దేవి కిం కరవా ణ్యహం.
రామలక్ష్మణయోః పార్శ్వం నయామి త్వాం కి ముత్తరం. ౯౮

ఏత చ్ఛ్రుత్వా విదిత్వా చ సీతా జనకనందినీ,
ఆహ రావణ ముత్సాద్య రాఘవో మాం నయ త్వితి. ౯౯

ప్రణమ్య శిరసా దేవీ మహ మార్యా మనిందితాం,
రాఘవస్య మనోహ్లాద మభిజ్ఞాన మయాచిషం. ౧౦౦

అథ మా మబ్రవీ త్సీతా గృహ్యతా మయ ముత్తమః,
మణి ర్యేన మహాబాహూ రామ స్త్వాం బహుమన్యతే. ౧౦౧

---

* రామానుజీయం. 'త న్మే శంసితు మర్హసీ' త్యతఃపరం, 'తస్యా స్త ద్వచనం శ్రుత్వా హ్యహ మప్యబ్రువం వచ' ఇత్యర్ధం ద్రష్టవ్యం. కేషుచి త్కోశేషు ప్రమాదాత్ (అన్యథా) పతితం.

⊕ రామానుజీయం. (త దితి.) త్వయా ఆజ్ఞప్త మిచ్ఛామి, త్వత్కర్తృక మాజ్ఞాపన మిచ్ఛామీ త్యర్థః. కింశబ్దః క్షేపే. రామలక్ష్మణయోః పార్శ్వం త్వాం నయామి, ఉత్తరం కిం? ఏవ మేవం వదే త్యాజ్ఞాపనరూప ముత్తరం కి మిత్యర్థః

ఇత్యుక్త్వా తు వరారోహా మణిప్రవర మద్భుతం,
ప్రాయచ్ఛ త్త్వరమోద్విగ్నా వాచా మాం సందిదేశ హ, ౧౦౨

తత స్తస్యై ప్రణమ్యాఽహం రాజపుత్ర్యై సమాహితః,
ప్రదక్షిణం పరిక్రామ మిహాఽభ్యుద్గతమానసః. ౧౦౩

ఉక్తోఽహం పునరే వేదం నిశ్చిత్య మనసా తయా,
హనుమ న్మమ వృత్తాంతం వక్తు మర్హసి రాఘవే. ౧౦౪

యథా శ్రుత్వైవ నచిరా త్తా వుభౌ రామలక్ష్మణౌ,
సుగ్రీవసహితౌ వీరా వుపేయాతాం తథా కురు. ౧౦౫

య ద్యన్యథా భవే దేత ద్ద్వౌ మాసౌ జీవితం మమ,
న మాం ద్రక్ష్యతి కాకుత్స్థో మ్రియే సాఽహ మనాథవత్. ౧౦౬

త చ్ఛ్రుత్వా కరుణం వాక్యం క్రోధో మా మభ్యవర్తత.
ఉత్తరం చ మయా దృష్టం కార్యశేష మనంతరం. ౧౦౭

---

(ఇత్యుక్త్వేతి.) (వాచా మాం సందిదేశేతి.) స్వరామైకవేద్యం ప్రాగుక్తం కాకాసుర వృత్తాంతం తిలకనిర్మాణాదికం చ సందిష్టవతీ త్యర్థః. ౧౦౨

(తత ఇతి.) పరిక్రామం పర్యక్రామం. ఇహాభ్యుద్గతమానసః - ఇహాభ్యుద్గతే ఇహాభ్యాగమనే, మానసం యస్య స తథా. ౧౦౩

(ఉక్తోఽహం పున రే వేదం నిశ్చిత్య మనసా తయేత్యాది.) ఏతత్ ఉపయానం, య ద్యన్యథా భవేత్. యది నోపేయాతా మిత్యర్థః. తదా ద్వౌ మాసౌ మమ జీవితం, తతః పరం న జీవా మీత్యర్థః. న మాం ద్రక్ష్యతి మాసద్వయాభ్యంతరే మాం న ద్రక్ష్యతి చేత్, తదా మ్రియ ఇతి యోజ్యం. మాస శబ్దోఽత్ర పక్షపరః 'పక్షా వై మాసా' ఇతి శ్రుతేః. ౧౦౪-౧౦౬

(త చ్ఛ్రుత్వేతి.) ఉత్తరం అనంతరం, అనంతరం అనంతరకర్తవ్యం, ఉత్తరకార్య మిత్యర్థః. ౧౦౭

(హనుమతా లంకావిధ్వంసనవర్ణనం)

తతోఽవర్ధత మే కాయ స్తదా పర్వతసన్నిభః,
యుద్ధకాంక్షీ వనం త చ్చ వినాశయితు మారభే. ౧౦౮

త ద్భగ్నం వనషండం తు భ్రాంతత్ర స్తమృగద్విజం,
ప్రతిబుద్ధా నిరీక్షంతే రాక్షస్యో వికృతాననాః. ౧౦౯

మాం చ దృష్ట్వా వనే తస్మి న్సమాగమ్య తత స్తతః,
తా స్సమభ్యాగతాః క్షిప్రం రావణాయాఽఽచచక్షిరే. ౧౧౦

రాజ న్వనమిదం దుర్గం తవ భగ్నం దురాత్మనా,
వానరేణ హ్యవిజ్ఞాయ తవ వీర్యం మహాబల. ౧౧౧

దుర్బుద్ధే స్తస్య రాజేంద్ర తవ విప్రియకారిణః,
వధ మాజ్ఞాపయ క్షిప్రం యథా ఽసౌ విలయం వ్రజేత్. ౧౧౨

త చ్ఛ్రుత్వా రాక్షసేంద్రేణ విసృష్టా భృశదుర్జయాః,
రాక్షసాః కింకరా నామ రావణస్య మనోనుగాః. ౧౧౩

* తేషా మశీతిసాహస్రం శూలముద్గరపాణినాం,
మయా తస్మి న్వనోద్దేశే పరిఘేణ నిషూదితం. ౧౧౪

తేషాం తు హతశేషా యే తే గత్వా లఘువిక్రమాః,
నిహతం చ మహ త్సైన్యం రావణాయాఽఽచచక్షిరే. ౧౧౫

తతో మే బుద్ధి రుత్పన్నా చైత్యప్రాసాద మాక్రమం,

(తత ఇతి.) తతో మే బుద్ధి రుత్పన్నా, వక్ష్యమాణ కార్యవిషయే త్యర్థః. తాదృశం బుద్ధి

---

* రామానుజీయం (తేషా మితి.) శూలముద్గరపాణినా మిత్యత్ర దీర్ఘాభావ ఆర్షః.

తత్రస్థా న్రాక్షసా న్హత్వా శతం స్తంభేన వై పునః.
లలామభూతో లంకాయా స్స వై విధ్వంసితో మయా, ౧౧౬॥

తతః ప్రహ స్తస్య సుతం జంబుమాలిన మాదిశత్.
రాక్షసై ర్బహుభి స్సార్ధం ఘోరరూపై ర్భయానకైః, ౧౧౭॥

త మహం బలసంపన్నం రాక్షసం రణకోవిదం.
పరిఘేణాఽతిఘోరేణ సూదయామి సహానుగం. ౧౧౯॥

త చ్ఛ్రుత్వా రాక్షసేంద్ర స్తు మంత్రిపుత్రా న్మహాబలాన్.
పదాతిబలసంపన్నా న్ప్రేషయామాస రావణః.
పరిఘేణైవ తా న్సర్వా న్నయామి యమసాదనం. ౧౨౦

మంత్రిపుత్రా న్హతాం చ్ఛ్రుత్వా సమరే లఘువిక్రమాన్,
పంచ సేనాగ్రగాం చ్ఛూరా న్ప్రేషయామాస రావణః.
తా నహం సహసైన్యా న్వై సర్వా నేవాఽభ్యసూదయం ౧౨౧॥

తతః పున ర్దశగ్రీవః పుత్ర మక్షం మహాబలం.
బహుభీ రాక్షసై స్సార్ధం ప్రేషయామాస రావణః. ౧౨౨॥

తం తు మండోదరీపుత్త్రం కుమారం రణపండితం.
* సహసా ఖం సముత్క్రాంతం పాదయోశ్చ గృహీతవాన్,
చర్మాసినం శతగుణం భ్రామయిత్వా వ్యపేషయం ౧౨౪

---

కార్య మాహ (చైత్యేత్యాదినా.) చైత్యప్రాసాదం నగరమధ్యస్థప్రాసాదం. లలామభూతః అలంకారభూతః. ౧౧౬–౧౧౯

(త చ్ఛ్రుత్వేతి.) పదాతిబలసంపన్నాన్ పదాతిప్రభృతిసైన్యసంపన్నాన్. ౧౨౦–౧౨౪

---

* రామానుజీయం. (సహసేతి.) చర్మాసిన మిత్యత్ర ఇనంతత్వ మార్షం.

త మక్ష మాగతం భగ్నం నిశమ్య స దశాననః,
* తత ఇంద్రజితం నామ ద్వితీయం రావణ స్సుతం.
వ్యాదిదేశ సుసంక్రుద్ధో బలినం యుద్ధదుర్మదం. ౧౨౫

తచ్చా ప్యహం బలం సర్వం తం చ రాక్షసపుంగవం.
నష్టౌజసం రణే కృత్వా పరం హర్ష ముపాగమం. ౧౨౬

మహతాఽపి మహాబాహుః ప్రత్యయేన మహాబలః.
ప్రేషితో రావణేనైవ సహ వీరై ర్మదోత్కటైః, ౧౨౭

సోఽవిషహ్యం హి మాం బుద్ధ్వా స్వబలం చాఽవమర్దితం.
బ్రాహ్మేణాఽ స్త్రేణ స తు మాం ప్రాబధ్నా చ్చాతివేగితః. ౧౨౮

◈ రజ్జుభి శ్చాఽభిబధ్నంతి తతో మాం తత్ర రాక్షసాః.
రావణస్య సమీపం చ గృహీత్వా మా ముపానయన్, ౧౨౯

దృష్ట్వా సంభాషిత శ్చాఽహం రావణేన దురాత్మనా,
పృష్టశ్చ లంకాగమనం రాక్షసానాం చ తం వధం, ౧౩౦

త త్సర్వం చ మయా తత్ర సీతార్థ మితి జల్పితం. ౧౩౧

---

* రామానుజీయం. (తత ఇతి.) ద్వితీయం. ప్రేషితపుత్త్రాపేక్షయా ద్వితీయత్వం.

◈ రామానుజీయం. (రజ్జుభి రితి.) అభిబధ్నంతి అభ్యబధ్నన్. . .

* అస్యాహం దర్శనాకాంక్షీ ప్రాప్త స్త్వద్భవనం విభో,
మారుత స్యౌరసః పుత్త్రో వానరో హనుమా నహం. ౧౩౨

రామదూతం చ మాం విద్ధి సుగ్రీవసచివం కపిం,
సోఽహం దూత్యేన రామస్య త్వత్సకాశ మిహాఽఽగతః. ౧౩౩

సుగ్రీవశ్చ మహాతేజా స్స త్వాం కుశల మబ్రవీత్.
ధర్మార్థకామసహితం హితం పథ్య మువాచ చ. ౧౩౪

వసతో ఋశ్యమూకే మే పర్వతే విపులద్రుమే,
రాఘవో రణవిక్రాంతో మిత్రత్వం సముపాగతః. ౧౩౫

తేన మే కథితం రాజ్ఞా భార్యా మే రక్షసా హృతా,
తత్ర సాహాయ్య మస్మాకం కార్యం సర్వాత్మనా త్వయా. ౧౩౬

మయా చ కథితం తస్మై వాలినశ్చ వధం ప్రతి,
తత్ర సాహాయ్యహేతో ర్మే సమయం కర్తు మర్హసి. ౧౩౭

---

(అస్యాఽహ మితి.) అస్యాః సీతాయాః, సంధి రార్షః. ౧౩౨

(సుగ్రీవ శ్చేతి.) (ధర్మార్థకామసహిత మితి.) తత్ర ధర్మసాహిత్యాత్ హితం పరత్ర ఉపకారకం. అర్థసాహిత్యా త్పథ్యం ఇహోపకారకం చేత్యర్థః. ౧౩౩—౧౩౭

---

* రామానుజీయం. (అస్యా ఇతి.) అస్యాహ మిత్యత్ర అస్యా ఇతి పదచ్ఛేదః. సంధి రార్షః. అహం ప్రాప్తః. అహం హనుమా నిత్యహంశబ్దద్వయస్య నిర్వాహః.

* వాలినా హృతరాజ్యేన సుగ్రీవేణ మహాప్రభుః.
చక్రేఽగ్నిసాక్షికం సఖ్యం రాఘవ స్సహలక్ష్మణః. ౧౩౮

◈ తేన వాలిన ముత్పాట్య శరే ణైకేన సంయుగే,
వానరాణాం మహారాజః కృత స్స ప్లవతాం ప్రభుః. ౧౩౯

★ తస్య సాహాయ్య మస్మాభిః కార్యం సర్వాత్మనా త్విహ,
తేన ప్రస్థాపిత స్తుభ్యం సమీప మిహ ధర్మతః. ౧౪౦

క్షిప్ర మానీయతాం సీతా దీయతాం రాఘవాయ చ,
§ యావ న్న హరయో వీరా విధమంతి బలం తవ ౧౪౧

• వానరాణాం ప్రభావో హి న కేన విదితః పురా,
దేవతానాం సకాశం చ యే గచ్ఛంతి నిమంత్రితాః. ౧౪౨

---

సుగ్రీవ శ్చేత్యాదినా సుగ్రీవోక్తం కియ దనూద్య సంప్రతి శేషం స్వయం వక్తా స న్నాహ (వాలినేతి.) ౧౩౮—౧౪౨

---

* రామానుజీయం. (వాలినేతి.) సుగ్రీవేణ, మయేతి శేషః. 'చక్రేఽగ్నిసాక్షికం సఖ్య' మితి పాఠః.

◈ రామానుజీయం. (తేనేతి.) వానరాణాం మహారాజః కృతః, అహ మితి శేషః.

★ రామానుజీయం (తస్యేతి.) తేన సాహాయ్యస్యాఽస్మాభిః కర్తవ్యత్వేన. ప్రస్థాపితః, మాత ఇతి శేషః.

§ రామానుజీయం. (యావ దితి) విధమంతి 'యావత్పురానిపాతయో ర్లడి'తి లృడర్థే లట్, (వానరాణా మితి.) యే హి నిమంత్రితాః యుద్ధసాహాయ్యార్థ మాహూతాః, దేవతానాం సకాశం గచ్ఛంతి. తేషాం వానరాణాం ప్రభావః. పురా కేన న విదితః ? త్వయా విజ్ఞాత ఏవేతి భావః.

• తేషాం వానరాణాం ప్రభావః పురా త్వయా. న విదితః న విజ్ఞాతో హీతి యోజనా. ఇతి తత్త్వదీపికా.

ఇతి వానరరాజ స్త్వా మాహే త్యభిహితో మయా,
మా మైక్షత తతః క్రుద్ధ శ్చక్షుషా ప్రదహ న్నివ, ౧౪౩

తేన వధ్యోఽహ మాజ్ఞప్తో రక్షసా రౌద్రకర్మణా,
మత్ప్రభావ మవిజ్ఞాయ రావణేన దురాత్మనా. ౧౪౪

తతో విభీషణో నామ తస్య భ్రాతా మహామతిః,
తేన రాక్షసరాజోఽసౌ యాచితో మమ కారణాత్. ౧౪౫

నైవం రాక్షసశార్దూల త్యజ్యతా మేష నిశ్చయః,
రాజశాస్త్రవ్యపేతో హి మార్గ స్సంసేవ్యతే త్వయా. ౧౪౬

దూతవధ్యా న దృష్టా హి రాజశా స్త్రేషు రాక్షస,
దూతేన వేదితవ్యం చ యథార్థం హితవాదినా. ౧౪౭

సుమహ త్యపరాధేఽపి దూతస్యాఽతులవిక్రమ,
విరూపకరణం దృష్టం న వధోఽ స్తీతి శాస్త్రతః. ౧౪౮

విభీషణే నైవ ముక్తో రావణ స్సందిదేశ తాన్,
రాక్షసా నేత దేవాఽస్య లాంగూలం దహ్యతా మితి. ౧౪౯

తత స్తస్య వచ శ్శ్రుత్వా మమ పుచ్ఛం సమంతతః,
వేష్టితం శణవల్కైశ్చ జీర్ణైః కార్పాసజైః పటైః. ౧౫౦

ఇదం వచ స్సుగ్రీవో క్త మేవ మయో క్త మిత్యాహ (ఇతీతి.) ౧౪౩—౧౪౪

(తత ఇత్యాది.) (నైవ మితి.) కర్తవ్య మితి శేషః. రాజశాస్త్రం రాజధర్మశాస్త్రం. వేదితవ్యం. వక్తవ్య మిత్యర్థః. ౧౪౫—౧౫౦

(హనుమతా లంకాదహనేన స్వపశ్చాత్తాపకథనం)

రాక్షసా స్సిద్ధసన్నాహా స్తత స్తే చండవిక్రమాః, ౧౫౧
తదాఽదహ్యంత మే పుచ్ఛం నిఘ్నంతః కాష్ఠముష్టిభిః.
బద్ధస్య బహుభిః పాశై ర్యంత్రితస్య చ రాక్షసైః, ౧౫౧½

తత స్తే రాక్షసా శ్శూరా బద్ధం మా మగ్నిసంవృతం.
అఘోషయ న్రాజమార్గే నగరద్వార మాగతాః, ౧౫౨½

తతోఽహం సుమహ ద్రూపం సంక్షిప్య పున రాత్మనః.
విమోచయిత్వా తం బంధం ప్రకృతిస్థ స్స్థితః పునః,
ఆయసం పరిఘం గృహ్యా తాని రక్షాం స్యసూదయం. ౧౫౪

తత స్తన్నగరద్వారం వేగేనాఽఽప్లుతవా నహం, ౧౫౪½

పుచ్ఛేన చ ప్రదీప్తేన తాం పురీం సాట్టగోపురాం.
దహా మ్యహ మసంభ్రాంతో యుగాంతాగ్ని రివ ప్రజాః, ౧౫౫½

వినష్టా జానకీ వ్యక్తం న హ్యదగ్ధః ప్రదృశ్యతే.
లంకాయాం కశ్చి దుద్దేశ స్సర్వా భస్మీకృతా పురీ, ౧౫౬½

దహతా చ మయా లంకాం దగ్ధా సీతా న సంశయః. ౧౫౭

రామస్య హి మహ త్కార్యం మయేదం వితథీకృతం,
ఇతి శోకసమావిష్ట శ్చింతా మహ ముపాగతః. ౧౫౮

---

(రాక్షసా ఇత్యాది.) యంత్రితస్య ఆవృతస్య ౧౫౧½

(తత ఇతి ) నగరద్వార మాగతా స్సంతః రాజమార్గే అఘోషయ న్నితి యోజనా. ౧౫౨½

(పుచ్ఛేన చేతి.) అట్టం పలభిః. ౧౫౫½—౧౫౮

అథాఽహం వాచ మశ్రౌషం చారణానాం శుభాక్షరాం,
జానకీ న చ దగ్ధేతి * విస్మయోదంతభాషితాం. ౧౫౯

తతో మే బుద్ధి రుత్పన్నా శ్రుత్వా తా మద్భుతాం గిరం,
అదగ్ధా జానకీ త్యేవం నిమిత్తై శ్చోపలక్షితా. ౧౬౦

దీప్యమానే తు లాంగూలే న మాం దహతి పావకః,
హృదయం చ ప్రహృష్టం యే వాతా స్సురభిగంధినః. ౧౬౧

తై ర్నిమిత్తై శ్చ దృష్టార్థైః కారణైశ్చ మహాగుణైః,
ఋషివాక్యైశ్చ సిద్ధార్థై రభవం హృషమానసః. ౧౬౨

పున ర్దృష్ట్వా చ వైదేహీం విసృష్టశ్చ తయా పునః. ౧౬౨½

(అథాఽహ మితి.) విస్మయోదంతభాషితాం భాషితవిస్మయోదంతాం, ఉక్తాద్భుతవార్తా మిత్యర్థః. విస్మయవృత్తాంతవ్యవహృతా మితి వా. ౧౫౯

(తత ఇతి.) నిమిత్తైశ్చోపలక్షితా, శకునాదిభి శ్చ సీతా న దగ్ధేతి జ్ఞాతే త్యర్థః ౧౬౦

(దీప్యమాన ఇతి.) హృదయం ప్రహృష్టం, ఆసీ దితి శేషః. సురభిగంధినః, ఆస న్నితి శేషః. ౧౬౧

(తై రితి.) దృష్టార్థైః దృష్టఫలైః, నిమిత్తైః శకునైః, కారణైః నేత్రస్ఫురణాదిభిః, మహాగుణైః ఫలవ్యాప్తైః, సిద్ధార్థైః అబాధితార్థైః. తత్ర హేతుత్వేన ఋషిపదోపాదానం ౧౬౨

(పున రిత్యర్ధ) మేకం వాక్యం. విసృష్టః ప్రేషితోఽస్మి. ౧౬౨½

* 'విస్మయోదంతభాషిణా'మితి వా పాఠః.

(హనుమతా స్వప్రతినివర్తనకథనం)

తతః పర్వత మాసాద్య తత్రాఽరిష్ట మహం పునః.
ప్రతిప్లవన మారేభే యుష్మద్దర్శనకాంక్షయా. ౧౬౩॥

తతః పవనచంద్రార్క-సిద్ధగంధర్వసేవితం.
పంథాన మహ మాక్రమ్య భవతో దృష్టవా నిహ. ౧౬౪॥

రాఘవస్య ప్రభావేన భవతాం చైవ తేజసా.
సుగ్రీవస్య చ కార్యార్థం మయా సర్వ మనుష్ఠితం. ౧౬౫॥

ఏత త్సర్వం మయా తత్ర యథావ దుపపాదితం.
అత్ర య న్న కృతం శేషం త త్సర్వం క్రియతా మితి. ౧౬౬॥

ఇతి శ్రీమద్రామాయణే, సున్దరకాణ్డే, అష్టపఞ్చాశ స్సర్గః

---

(తత ఇతి.) తత్ర లంకాసమీపే. సామీప్యే సప్తమీ. తత్ర వర్తమానం అరిష్టం పర్వతం. ౧౬౩॥

(తత ఇతి.) భవతో దృష్టవా నిహ - భవతః యుష్మాన్. ఇహ సముద్రతీరే ౧౬౪॥

(రాఘవస్యేతి.) భవతాం చైవ తేజసా. భవదనుగ్రహేణే త్యర్థః. సుగ్రీవస్య చ కార్యార్థం. స్వామికార్యస్యాఽవశ్యకర్తవ్యత్వా దితి భావః. కార్యార్థం కార్యవస్తు. క్లీబత్వ మార్షం. అస్యాఽనువాద వాక్యవిస్తరస్య ప్రయోజనం వానరాణాం శ్రవణకుతూహలాతిశయప్రకాశనం. అస్మిన్ సర్గే సార్ధషష్ట్యుత్తరశతశ్లోకాః. ౧౬౫॥—౧౬౬॥

ఇతి శ్రీగోవిందరాజవిరచితే, శ్రీరామాయణభూషణే, శృంగారతిలకాఖ్యానే, సుందరకాణ్డవ్యాఖ్యానే. అష్టపఞ్చాశ స్సర్గః.

## అథ ఏకోనషష్టితమ స్సర్గః

ఏత దాఖ్యాయ త త్సర్వం హనుమా న్మారుతాత్మజః,
భూయ స్సముపచక్రామ వచనం వక్తు ముత్తరం. ౧

సఫలో రాఘవోద్యోగ స్సుగ్రీవస్య చ సంభ్రమః.
శీల మాసాద్య సీతాయా మమ చ ప్రవణం మనః. ౨

తపసా ధారయే ల్లోకా న్క్రుద్ధో వా నిర్దహే దపి,
సర్వథా ఽతిప్రవృద్ధోఽసౌ రావణో రాక్షసాధిపః.
తస్య తాం స్పృశతో గాత్రం తపసా న వినాశితం, ౩½

## అథ ఏకోనషష్టితమ స్సర్గః.

(ఏత దితి.) త దేత దాఖ్యాయ ఉత్తరం వచనం వక్తు ముపచక్రామే త్యన్వయః. ౧

అథ సంప్రత్యేవ రావణం జిత్వా సీతయా సహైవాఽస్మాభిః ప్రతియాతవ్య మితి హృది నిధాయాహ (సఫల ఇతి.) సంభ్రమః త్వరా, ఉత్సాహ ఇతి యావత్. కుత స్సాఫల్య మిత్యాశంక్య సీతాపాతివ్రత్యోపలంభా దిత్యాహ (శీల మితి.) శీలం వృత్తం, పాతివ్రత్య మితి యావత్. అహం తు ప్రాగేవ తదేకశరణ ఇత్యాహ (మమ చేతి.) ప్రవణం ప్రహ్వం, తత్పర మితి యావత్. సీతాచరిత్రస్య న కించి దసాధ్య మస్తీతి భావః. ౨

తర్హి తం దురాత్మానం రావణం స్పృశంత మేవ కి మితి నాఽదహ దిత్యాశంక్య తస్యాపి తపస్సంపత్తిసద్భావా దిత్యాహ (తపసేత్యాదినా.) యద్వా, రావణతపఃకథనద్వారా సీతాయాః పాతివ్రత్యాతిశయ మాహ (తపసేత్యాదినా.) తపసా అతిప్రవృద్ధ ఇత్యన్వయః. కోపప్రసాదాభ్యాం సర్వలోకనిగ్రహానుగ్రహసమర్థోఽసౌ రావణ స్సర్వథా మహాతపస్సంపన్నః అత ఎవ సీతాస్పర్శేఽప్యవినాశిత ఇత్యర్థః. ౩½

న త దగ్నిశిఖా కుర్యా త్సంస్పృష్టా పాణినా సతీ.
జనకస్యాఽఽత్మజా కుర్యా ద్య త్క్రోధకలుషీకృతా. ౪౫

జాంబవత్ప్రముఖా న్సర్వా ననుజ్ఞాప్య మహాహరీన్.
అస్మి న్నేవంగతే కార్యే భవతాం చ నివేదితే,
న్యాయ్యం స్మ సహ వైదేహ్యా ద్రష్టుం తౌ పార్థివాత్మజౌ ౬

అహ మేకోఽపి పర్యాప్త స్సరాక్షసగణాం పురీం,
తాం లంకాం తరసా హంతుం రావణం చ మహాబలం ౭

కిం పున స్సహితో వీరై ర్బలవద్భిః కృతాత్మభిః.
కృతాస్త్రైః ప్లవగై శ్శూరై ర్భవద్భి ర్విజయైషిభిః. ౮

అహం తు రావణం యుద్ధే ససైన్యం సపురస్సరం,
సహపుత్రం వధిష్యామి సహోదరయుతం యుధి. ౯

---

తర్హి సీతాశీలం దుర్బల మస్మాకం కి ముపకరిష్యతీ త్యాశంక్య, నే త్యాహ (న త దితి.) సీతాశీల మేవ బలీయస్త్వా దుపకరిష్యతీ త్యర్థః. క్రోధకలుషీకృతేతి వచనా ద్భర్తృముఖేన వైరనిర్యాతనం వీరపత్నీధర్మః. అన్యథా మహాలాఘవం భర్తు రిత్యద్యాపి పారతంత్ర్యసాలనాయ తాదృక్క్రోధా ఽకరణా ద్రావణో జీవతీతి గమ్యతే. ఏత దేవోక్తం ప్రాక్—'అసందేశా త్తు రామస్య తపస శ్చాఽనుపాలనాత్, న త్వాం కుర్మి దశగ్రీవ భస్మ భస్మార్హ తేజసే'తి ౪౫

ఏవం స్థితే యుష్మదనుమత్యా భృత్యవిజయోఽపి స్వామిన ఏవేతి కృత్వా సీతారామపదావలంబా దహ మేవ రావణం నిర్జిత్య సీతాపురస్కారేణైవ రాఘవౌ ద్రక్ష్యా మీత్యాహ (జాంబవదితి.) ౬

౨౦ న చాఽశక్తిశంకా కార్యేతి బహుధా ప్రపంచయ న్నాహ (అహ మిత్యాదినా.) ౭-౯

బ్రాహ్మ మైంద్రం చ రౌద్రం చ వాయవ్యం వారుణం తథా,
యది శక్రజితోఽస్త్రాణి దుర్నిరీక్షాణి సంయుగే. ౧౦

తా న్యహం విధమిష్యామి నిహనిష్యామి రాక్షసాన్,
భవతా మభ్యనుజ్ఞాతో విక్రమో మే రుణద్ధి తం. ౧౧

మయాఽతులా విసృష్టా హి శైలవృష్టి ర్నిరంతరా,
దేవానపి రణే హన్యా త్కిం పున స్తా న్నిశాచరాన్. ౧౨

సాగరో ప్యతియా ద్వేలాం మందరః ప్రచలే దపి,
న జాంబవంతం సమరే కంపయే దరివాహినీ. ౧౩

సర్వరాక్షససంఘానాం రాక్షసా యే చ పూర్వకాః,
అల మేకో వినాశాయ వీరో వాలిసుతః కపిః. ౧౪

పనస స్యోరువేగేన నీలస్య చ మహాత్మనః,
మందరో ఽప్యవశీర్యేత కింపున ర్యుధి రాక్షసాః. ౧౫

సదేవాసురయక్షేషు గంధర్వోరగపక్షిషు,
మైందస్య ప్రతియోద్ధారం శంసత ద్వివిదస్య వా. ౧౬

అశ్విపుత్త్రౌ మహాభాగా వేతౌ ప్లవగసత్తమౌ,
ఏతయోః ప్రతియోద్ధారం న పశ్యామి రణాజిరే. ౧౭

---

(బ్రాహ్మ మిత్యాది.) అభ్యనుజ్ఞాతః అభ్యనుజ్ఞానాత్. పంచమ్యా స్తసిః. మే విక్రమః, తం రావణం, రుణద్ధి, హంతీ త్యర్థః. ౧౦—౧౨

(సాగరోఽపీత్యాది.) అతియాత్. ఆర్షం హ్రస్వత్వం. ౧౩

(సర్వేతి.) పూర్వకాః, తేషా మితి శేషః. ౧౪—౧౭

(హనుమతా సీతాసమాశ్వాసనకథనం)

పితామహవరోత్సేకా త్పరమం దర్ప మాస్థితౌ,
అమృతప్రాసినా వేతౌ సర్వవానరసత్తమౌ ౧౮

అశ్వినో ర్మానవార్థం హి సర్వలోకపితామహః,
సర్వావధ్యత్వ మతుల మనయో ర్దత్తవా న్పురా. ౯

వరోత్సేకేన మత్తౌ చ ప్రమథ్య మహతీం చమూం,
సురాణా మమృతం వీరౌ పీతవంతౌ ప్లవంగమౌ. ౨౦

ఏతా వేవ హి సంక్రుద్ధౌ సవాజిరథకుంజరాం,
లంకాం నాశయితుం శక్తౌ సర్వే తిష్ఠంతు వానరాః. ౨౧

మయైవ నిహతా లంకా దగ్ధా భస్మీకృతా పునః,
రాజమార్గేషు సర్వత్ర నామ విశ్రావితం మయా. ౨౨

జయ త్యతిబలో రామో లక్ష్మణ శ్చ మహాబలః,
రాజా జయతి సుగ్రీవో రాఘవేణాఽభిపాలితః. ౨౩

అహం కోసలరాజస్య దాసః పవనసంభవః,
హనుమా నితి సర్వత్ర నామ విశ్రావితం మయా. ౨౪

---

(మయై వేతి.) దగ్ధత్వేఽప్యంగారావస్థా భవతి. సాపి నా స్తీ త్యాహ (భస్మీకృతేతి ) ౧౮-౨౨

నామవిశ్రావణ మేవాహ (జయతీతి.) జయతి సర్వోత్కర్షేణ వర్తతే. తదుక్తం హరిణా - 'జయి ర్జయాభిభవయో రాద్యర్థేఽసా వకర్మకః, ఉత్కర్షప్రాప్తిరాజ్యార్థో ద్వితీయేఽర్థే సకర్మకః' ఇతి. ౨౩-౨౪

అశోకవనికామధ్యే రావణస్య దురాత్మనః,
అధస్తా చ్ఛింశుపావృక్షే సాధ్వీ కరుణ మాస్థితా. ౨౪

రాక్షసీభిః పరివృతా శోకసంతాపకర్శితా,
మేఘలేఖాపరివృతా చంద్రలేఖేవ నిష్ప్రభా,
అచింతయంతీ వైదేహీ రావణం బలదర్పితం. ౨౫॥

పతివ్రతా చ సుశ్రోణీ అవష్టబ్ధా చ జానకీ,
అనురక్తా హి వైదేహీ రామం సర్వాత్మనా శుభా,
అనన్యచిత్తా రామే చ పౌలోమీవ పురందరే. ౨౭

తదేకవాసస్సంవీతా రజోధ్వస్తా తథైవ చ,
శోకసంతాపదీనాంగీ సీతా భర్తృహితే రతా. ౨౯

సా మయా రాక్షసీమధ్యే తర్జ్యమానా ముహు ర్ముహుః,
రాక్షసీభి ర్విరూపాభి ర్దృష్టా హి ప్రమదావనే. ౩౦

ఏకవేణీధరా దీనా భర్తృచింతాపరాయణా,
అధశ్శయ్యా వివర్ణాంగీ పద్మినీవ హిమాగమే. ౩౧

రావణా ద్వినివృత్తార్థా మర్తవ్యకృతనిశ్చయా,
కథంచి న్మృగశాబాక్షీ విశ్వాస ముపపాదితా. ౩౨

---

అథ సీతాదుర్దశావిమర్శేఽపి సంప్ర త్యసౌ సమానేతవ్యే త్యాశయేన తద్దశాం దర్శయతి (అశోకేత్యాదినా ) ౨౪-౨౫॥

(పతివ్రతా చేత్యాది.) (పౌలోమీవ పురందర ఇతి.) నహుషనిర్బంధ ఇతి భావః. ౨౬-౨౯

(సా మయేత్యాది ) ప్రమదావనే అశోకవనికాయాం, వినివృత్తార్థా త్యక్తప్రయోజనా, రావణ ప్రలోభనవాక్యై రవశీకృతే త్యర్థః. సర్వ మర్థం రామోద్యోగాదికం, దర్శితా బోధితా. ౩౦-౩౨

(హనుమతా సీతాసమాశ్వాసనకథనం)

తత స్సంభాషితా చైవ సర్వ మర్థం చ దర్శితా,
రామసుగ్రీవసఖ్యం చ శ్రుత్వా ప్రీతి ముపాగతా. 33

నియత స్సముదాచారో భక్తి ర్భర్తరి చోత్తమా,
య న్న హంతి దశగ్రీవం స మహాత్మా కృతాగసం.
నిమిత్తమాత్రం రామస్తు వధే తస్య భవిష్యతి, 34½

సా ప్రకృత్యైవ తన్వంగీ తద్వియోగాచ్చ కర్శితా.
ప్రతిపత్పాఠశీలస్య విద్యేవ తనుతాం గతా, 35½

ఏవ మాస్తే మహాభాగా సీతా శోకపరాయణా,
య దత్ర ప్రతికర్తవ్యం త త్సర్వ ముపపద్యతాం. 36½

ఇతి శ్రీమద్రామాయణే, సున్దరకాణ్డే, ఏకోనషష్టితమ స్సర్గః.

• • • • • •

(నియత ఇతి.) సముదాచారః, చారిత్ర మితి యావత్. నన్వేవంమహాత్మ్యా సీతా స్వయ మేవ రావణం కి మితి న హంతీ త్యాశంక్యాహ (య న్న హంతీతి.) దశగ్రీవం న హంతీతి యత్ తత్ర కారణం. స దశాననః, మహాత్మా మహానుభావః. శాపనిబంధనదుర్మరణాభావా దితి భావః. అత స్తస్య వధే, రామ స్తు రామ ఏవ, నిమిత్తమాత్రం భవిష్యతి, తథా తస్యోత్కర్షాత్. సీతా తు నిమిత్తకారణ మితి శేషః. భర్త్రైవ వైరనిర్యాతనం వీరపత్నీధర్మః, అన్యథా భర్తు ర్మహ ల్లాఘవ మితి మనీషయా న స్వయం హంతి, న త్వసామర్థ్యా దితి భావః. 33—35½

ఫలిత ముపసంహరతి (ఏవ మితి.) ఉపపద్యతాం అనుష్ఠీయతాం, అస్మిన్ సర్గే సార్ధషట్త్రింశ చ్ఛ్లోకాః, 36½

ఇతి శ్రీగోవిందరాజవిరచితే, శ్రీరామాయణభూషణే, శృంగారతిలకాఖ్యానే, సున్దరకాణ్డవ్యాఖ్యానే, ఏకోనషష్టితమ స్సర్గః.

## అథ షష్టితమ స్సర్గః.

తస్య త ద్వచనం శ్రుత్వా వాలిసూను రభాషత, ॥

అయుక్తం తు వినా దేవీం దృష్టవద్భి శ్చ వానరాః.
సమీపం గంతు మస్మాభీ రాఘవస్య మహాత్మనః, ౧॥

దృష్టా దేవీ న చాఽఽనీతా ఇతి తత్ర నివేదనం.
అయుక్త మివ పశ్యామి భవద్భిః ఖ్యాతవిక్రమైః, ౨॥

న హి నః ప్లవనే కశ్చి న్నాపి కశ్చి త్పరాక్రమే.
తుల్య స్సామరదైత్యేషు లోకేషు హరిసత్తమాః, ౩॥

తేష్వేవం హతవీరేషు రాక్షసేషు హనూమతా.
కి మన్య దత్ర కర్తవ్యం గృహీత్వా యామ జానకీం, ౪॥

త మేవం కృతసంకల్పం జాంబవా న్హరిసత్తమః.
ఉవాచ పరమప్రీతో వాక్య మర్థవ దర్థవిత్, ౫॥

న తావ దేషా మతి రక్షమా నో యథా భవా న్పశ్యతి రాజపుత్ర.

---

## అథ షష్టితమ స్సర్గః.

(తస్యేత్యాది.) ॥

(అయుక్తం త్వితి.) వానరా ఇతి సంబోధనం. ౧॥—౫॥

అథ జాంబవా నంగదవాక్యం బహుమన్యమాన స్సుహృద్భావేన ప్రతిషేధతి, (న తావదితి.)

(వానరాణాం మహేంద్రాద్రేః ప్రతినివర్తనమ్)

యధా తు రామస్య మతి ర్నివిష్టా తధా భవా న్పశ్యతు కార్యసిద్ధిం. ౬౪

ఇతి శ్రీమద్రామాయణే, సున్దరకాణ్డే, షష్టితమ స్సర్గః.

అధ ఏకషష్టితమ స్సర్గః

తతో జాంబవతో వాక్య మగృహ్ణంత వనౌకసః,
అంగదప్రముఖా వీరా హనుమాంశ్చ మహాకపిః. ౧

ప్రీతిమంత స్తత స్సర్వే వాయుపుత్రపురస్సరాః,
మహేంద్రాద్రిం పరిత్యజ్య పుప్లువుః ప్లవగర్షభాః. ౨

మేరుమందరసంకాశా మత్తా ఇవ మహాగజాః,
ఛాదయంత ఇవాఽఽకాశం మహాకాయా మహాబలాః. ౩

---

అక్షమా న అయుక్తా న, కింతు యుక్తైవేత్యర్థః. యద్యపి సమ్యగుక్తం. సమర్థైశ్చాపి రామాజ్ఞానుసారేణ కర్తవ్యం. న స్వాతంత్ర్యేణే త్యర్థః. అస్మి న్సర్గే సార్థషట్ శ్లోకాః. ౬౪

ఇతి శ్రీగోవిందరాజవిరచితే, శ్రీరామాయణభూషణే, శృంగారతిలకాఖ్యానే, సున్దరకాణ్డవ్యాఖ్యానే, షష్టితమ స్సర్గః.

అధ ఏకషష్టితమ స్సర్గః.

(తత ఇత్యాది.) ౧

(ప్రీతిమంత ఇత్యాది.) ౨-౩

సభాజ్యమానం భూతై స్త మాత్మవంతం మహాబలం,
హనుమంతం మహావేగం వహంత ఇవ దృష్టిభిః. ౪

రాఘవే చాఽర్థనిర్వృత్తిం కర్తుం చ పరమం యశః,
సమాధాయ సమృద్ధార్థాః కర్మసిద్ధిభి రున్నతాః. ౫

ప్రియాఖ్యానోన్ముఖా స్సర్వే సర్వే యుద్ధాభినందినః,
సర్వే రామప్రతీకారే నిశ్చితార్థా మనస్వినః. ౬

ప్లవమానాః ఖ మాప్లుత్య తత స్తే కాననౌకసః,
నందనోపమ మాసేదు ర్వనం ద్రుమలతాయుతం. ౭

య త్త న్మధువనం నామ సుగ్రీవస్యాఽభిరక్షితం,
అధృష్యం సర్వభూతానాం సర్వభూతమనోహరం. ౮

య ద్రక్షతి మహావీర్య స్సదా దధిముఖః కపిః,
మాతులః కపిముఖ్యస్య సుగ్రీవస్య మహాత్మనః. ౯

తే త ద్వన ముపాగమ్య బభూవుః పరమోత్కటాః,
వానరా వానరేంద్రస్య మనఃకాంతతమం మహత్. ౧౦

తత స్తే వానరా హృష్టా దృష్ట్వా మధువనం మహత్,
కుమార మభ్యయాచంత మధూని మధుపింగళాః. ౧౧

---

(సభాజ్యమానం) సంపూజ్యమానం (వహంత ఇవ దృష్టిభిరితి.) ప్రీతిపూర్వకానిమిషదర్శనా దృష్టి ష్వారోప్య నయంత ఇవే త్యుత్ప్రేక్షా. అర్థనిర్వృత్తిం అర్థసిద్ధిం. సమాధాయ నిశ్చిత్య, సంకల్ప్య వా. సమృద్ధార్థాః సిద్ధకార్యాః, కర్మసిద్ధిభిః కార్యసిద్ధిభిః. ఉన్నతాః ఇతరేభ్య ఉత్కృష్టాః, రామప్రతీకారే రామప్రత్యుపకారే, ప్రప్లువు రితి పూర్వేణ సంబంధః. ౪—౭

(య త్త న్మధువన మిత్యాది.) పరమోత్కటాః పరమోత్సుకాః ౮-౧౦

(తత ఇతి.) మధుపింగళాః మధువ త్పింగళవర్ణా వానరాః. ౧౧

(వానరైః మధువనభంజనం)

తతః కుమార స్తా న్వృద్ధా న్జాంబవత్ప్రముఖా న్కపీన్,
అనుమాన్య దదౌ తేషాం నిసర్గం మధుభక్షణే. ౧౨

తత శ్చాఽనుమతా స్సర్వే సంప్రహృష్టా వనౌకసః,
* ముదితాః ప్రేరితా శ్చాపి ప్రనృత్యంతోఽభవం స్తతః. ౧౩

గాయంతి కేచి త్ప్రణమంతి కేచి న్నృత్యంతి కేచి త్ప్రహసంతి కేచిత్,
పతంతి కేచి ద్విచరంతి కేచిత్ ప్లవంతి కేచిత్ ప్రలపంతి కేచిత్. ౧౪

పరస్పరం కేచి దుపాశ్రయంతే పరస్పరం కేచి దుపాక్రమంతే
పరస్పరం కేచి దుపబ్రువంతే పరస్పరం కేచి దుపారమంతే. ౧౫

ద్రుమా ద్ద్రుమం కేచి దభిద్రవంతే క్షితౌ నగాగ్రా న్నిపతంతి కేచిత్,
మహీతలా త్కేచి దుదీర్ణవేగా మహాద్రుమాగ్రా ణ్యభిసంపతంతి ౧౬

గాయంత మన్యః ప్రహస న్నుపైతి హసంత మన్యః ప్రరుద న్నుపైతి,
రుదంత మన్యః ప్రణుద న్నుపైతి నుదంత మన్యః ప్రణద న్నుపైతి. ౧౭

---

(తతః కుమార ఇతి.) అనుమాన్య అనుమతిం కారయిత్వా. నిసర్గం విసర్జనం, అనుమతి మితి యావత్. ౧౨

(తత శ్చేతి.) పూర్వ మేవ సీతాదర్శనా త్ప్రహృష్టాః, తతః మధువనభంగే అంగదేనాఽను మతా స్సంత స్తతో ముదితాః, తత్ప్రేరితాః ప్రనృత్యంతోఽభవన్. ౧౩

మధువనభంగాభ్యనుజ్ఞానకృతం వానరహర్షవికార మేవ వర్ణయతి సర్గశేషేణ. "గాయంతి కేచిత్ ప్రణమంతి కేచి న్నృత్యంతి కేచిత్ ప్రహసంతి కేచిత్. పతంతి కేచి ద్విచరంతి కేచిత్ ప్లవంతి కేచిత్ ప్రలపంతి కేచి" దితి పాఠః. ప్రణమంతి అవాక్శిరసః పతంతి. పతంతి ఊర్ధ్వపాదాః పృష్ఠేన పతంతి. ౧౪—౧౭

---

* రామానుజీయం. 'ముదితా శ్చ తత శ్చే'తి పాఠః.

సమాకులం త త్కపిసైన్య మాసీ ♦ న్మధుప్రపానోత్కటసత్త్వచేష్టం,
న చాఽత్ర కశ్చి న్న బభూవ మత్తో న చాఽత్ర కశ్చి న్న బభూవ తృప్తః. ౧౮

తతో వనం త త్పరిభక్ష్యమాణం ద్రుమాం శ్చ విధ్వంసితపత్రపుష్పాన్,
సమీక్ష్య కోపా ద్దధివక్త్రనామా నివారయామాస కపిః కపీం స్తాన్. ౧౯

స తైః ప్రవృద్ధైః పరిభర్త్స్యమానో వనస్య గోప్తా హరివీరవృద్ధః,
చకార భూయో మతి ముగ్రతేజా వనస్య రక్షాం ప్రతి వానరేభ్యః. ౨౦

ఉవాచ కాంశ్చి త్పరుషాణి ధృష్ట మసక్త మన్యాంశ్చ తలై ర్జఘాన,
సమేత్య కైశ్చి త్కలహం చకార తథైవ సామ్నోపజగామ కాంశ్చిత్. ౨౧

స తై ర్మదా త్సంపరివార్య వాక్యై ర్బలాచ్చ తేన ప్రతివార్యమాణైః,
ప్రధర్షిత స్త్యక్తభయై స్సమేత్య ప్రకృష్యతే చాఽప్యనవేక్ష్య దోషం. ౨౨

నఖై స్తుదంతో దశనై ర్దశంత స్తలైశ్చ పాదైశ్చ సమాపయంతః,
మదా త్కపిం తం కపయ స్సమగ్రా * మహావనం నిర్విషయం చ చక్రుః. ౨౩

ఇతి శ్రీమద్రామాయణే, సున్దరకాణ్డే, ఏకషష్టితమ స్సర్గః.

---

(సమాకుల మితి.) మధుప్రపానోత్కటసత్త్వచేష్టం మత్తచిత్తచేష్టం. ౧౮—౨౨

(నఖై రితి.) నిర్విషయం నిర్గతమధుమూలాదిభోగ్యవస్తుకం. చక్రు రిత్యర్థః. ౨౩

ఇతి శ్రీగోవిందరాజవిరచితే. శ్రీరామాయణభూషణే. శృంగారతిలకాఖ్యానే, సున్దరకాణ్డవ్యాఖ్యానే, ఏకషష్టితమ స్సర్గః.

---

♦ రామానుజీయం. మధుప్రపానోత్కటసత్త్వచేష్ట మితి సమ్యక్.

* రామానుజీయం. ఇయం సంగ్రహోక్తిః.

## అథ ద్విషష్టితమ స్సర్గః

తా నువాచ హరిశ్రేష్ఠో హనుమా న్వానరర్షభః,
అవ్యగ్రమనసా యూయం మధు సేవత వానరాః.
అహ మావారయిష్యామి యుష్మాకం పరిపంథినః, ౧॥

శ్రుత్వా హనుమతో వాక్యం హరీణాం ప్రవరోఽంగదః.
ప్రత్యువాచ ప్రసన్నాత్మా పిబంతు హరయో మధు, ౨॥

అవశ్యం కృతకార్యస్య వాక్యం హనుమతో మయా.
అకార్య మపి కర్తవ్యం కి మంగ పున రీదృశం, ౩॥

అంగదస్య ముఖా చ్ఛ్రుత్వా వచనం వానరర్షభాః.
సాధు సాధ్వితి సంహృష్టా వానరాః ప్రత్యపూజయన్, ౪॥

పూజయిత్వాఽంగదం సర్వే వానరా వానరర్షభం.
జగ్ము ర్మధువనం యత్ర నదీవేగా ఇవ ద్రుతం, ౫॥

---

## అథ ద్విషష్టితమ స్సర్గః.

(తా నిత్యాది.) తాన్ దధిముఖకలహవ్యాకులితాన్. అన్యే తు 'తా నువాచే'త్యాదినా పూర్వసర్గోక్తం సంక్షేపేణాఽనూద్య ఉపరి గచ్ఛతీ త్యాచక్షతే. అపరే తు సర్గముఖే కేచి చ్ఛ్లోకాః పతితా ఇత్యాహుః. ౧॥

(శ్రుత్వేత్యాది.) అంగేతి సంబోధనే నిపాతః. ౨॥—౩॥

(అంగదస్యేతి.) అంగదస్య స్వామినః. ముఖా. ద్వచనం హనుమదుక్తం. శ్రుత్వా. ౪॥

(పూజయిత్వేతి.) జగ్ము ర్మధువన మితి ప్రదేశభేదవివక్షయా. యద్వా. దధిముఖనివారణేన భీతానాం హనుమదంగదాభ్యాం పున రనుజ్ఞాపనేన పున ర్జగ్ము రిత్యర్థః. ౫॥

తే ప్రవిష్టా మధువనం పాలా నాక్రమ్య వీర్యతః.
అతిసర్గా చ్చ పటవో దృష్ట్వా శ్రుత్వా చ మైథిలీం,
పపు స్సర్వే మధు తదా రసవ త్ఫల మాదదుః. ౭

ఉత్పత్య చ తత స్సర్వే వనపాలా న్సమాగతాన్,
తాడయంతి స్మ శతశ స్సక్తా న్మధువనే తదా. ౮

మధూని ద్రోణమాత్రాణి బాహుభిః పరిగృహ్య తే,
పిబంతి సహితా స్సర్వే నిఘ్నంతి స్మ తథాఽపరే. ౯

కేచి త్పీత్వాఽపవిధ్యంతి మధూని మధుపింగళాః,
మధూచ్ఛిష్టేన కేచి చ్చ జఘ్ను రన్యోన్య ముత్కటాః. ౧౦

అపరే వృక్షమూలే తు శాఖాం గృహ్య వ్యవస్థితాః,
అత్యర్థం చ మదగ్లానాః పర్ణా న్యాస్తీర్య శేరతే. ౧౧

ఉన్మత్తభూతాః ప్లవగాః మధుమత్తాశ్చ హృష్టవత్,
క్షిపంతి చ తదాఽన్యోన్యం స్ఖలంతి చ తథాఽపరే. ౧౨

---

(త ఇతి.) వీర్యతః బలాత్. అతిసర్గా దంగదాభ్యనుజ్ఞానాత్, దృష్ట్వా శ్రుత్వా చ మైథిలీం దర్శనశ్రవణాభ్యాం చ హేతునా, వనపాలా, నాక్రమ్య ఆక్షిప్య. ౭

(ఉత్పత్యేతి.) సక్తాన్ వనపాలనే రతాన్. ౮

(మధూనీతి.) మధూని మధుపటలాని, ద్రోణమాత్రాణి ద్రోణప్రమాణాని, ఆఢకప్రమాణాని, ఘ్నంతి స్మ. పీతావశిష్టాని మధుపటలాని భిందంతి స్మ. ౯

(కేచి దితి.) అపవిధ్యంతి అవక్షిపంతి, మధూచ్ఛిష్టేన సిక్థకేన. 'మధూచ్ఛిష్టం తు సిక్థక' మిత్యమరః. ఉత్కటాః మత్తాః. ౧౦—౧౧

(ఉన్మత్తభూతా ఇతి,) హృష్టవత్ - హర్షయుక్త మితి క్రియావిశేషణం. హృష్టాహ్ల మితి వాఽర్థః. క్షిపంతి ఉత్క్షిప్య పాతయంతి, స్ఖలంతి, పాదేన నుదంతీ త్యర్థః. ౧౨

(వానరైః మధువనభంజనం)

కేచిత్ క్ష్వేళాం ప్రకుర్వంతి కేచి త్కూజంతి హృష్టవత్,
హరయో మధునా మత్తాః కేచి త్సుప్తా మహీతలే. ౧౩

కృత్వా కేచి ద్ధసం త్యన్యే కేచి త్కుర్వంతి చేతరత్,
కృత్వా కేచి ద్వదం త్యన్యే కేచి ద్బుధ్యంతి చేతరత్. ౧౪

యే ప్యత్ర మధుపాలా స్స్యుః ప్రేష్యా దధిముఖస్య తు,
తేఽపి తై ర్వానరై ర్భీమైః ప్రతిషిద్ధా దిశో గతాః. ౧౫

జానుభి స్తు ప్రకృష్టా శ్చ దేవమార్గం ప్రదర్శితాః,
అబ్రువన్ పరమోద్విగ్నా గత్వా దధిముఖం వచః. ౧౬

హనూమతా దత్తవరై ర్హతం మధువనం బలాత్,
వయం చ జానుభిః కృష్టా దేవమార్గం చ దర్శితాః. ౧౭

తతో దధిముఖః క్రుద్ధో వనప స్తత్ర వానరః,
హతం మధువనం శ్రుత్వా సాంత్వయామాస తాన్ హరీన్. ౧౮

---

(కేచి దితి.) క్ష్వేళాం సింహనాదం. 'క్ష్వేళా తు సింహనాద స్స్యా' దిత్యమరః. కూజంతి పక్షివ చ్ఛబ్దాయంతే. ౧౩

(కృత్వేతి ) అన్యే, అవాచ్యం కించిత్ గ్రామ్యం కర్మ, కృత్వా హసంతి. ఇతర త్తద్వి లక్షణం గ్రామ్యం కర్మ, కేచి త్కుర్వంతి. కేచి దన్యత్ గ్రామ్యం కర్మ కృత్వా అస్మాభి రిదం కృత మితి, వదంతి ఉచ్చారయంతి, కేచి దితర ద్బుధ్యంతి, ఏవం కరిష్యామీతి సంకల్పయంతీ త్యర్థః.౧౪-౧౫

(జానుభి రితి.) జానుభిః ప్రకృష్టాః, జానూ న్యవలంబ్య కృష్టా ఇత్యర్థః. దేవమార్గం అపాన ద్వారం, దేవశబ్దో వాయువాచీ, ఉపనిషది వాయులోకే దేవలోకశబ్దప్రయోగాత్, దర్శితా దర్శనం కారితాః. దృశే రుపసంఖ్యానా దణి కర్తుః కర్మత్వం. 'ణ్యంతా త్కర్తుశ్చ కర్మత్వం, ణ్యంతా త్కర్తుశ్చ కర్మణ' ఇతి తస్యైవాఽభిధేయత్వం చ. ౧౬—౧౭

ఇహాఽఽగచ్ఛత గచ్ఛామో వానరాన్ బలదర్పితాన్,
బలేన వారయిష్యామో మధు భక్షయతో వయం. ౧౯

శ్రుత్వా దధిముఖ స్యేదం వచనం వానరర్షభాః,
పున ర్వీరా మధువనం తేనైవ సహసా యయుః. ౨౦

మధ్యే చైషాం దధిముఖః ప్రగృహ్య తరసా తరుం,
సమభ్యధావ ద్వేగేన తే చ సర్వే ప్లవంగమాః. ౨౧

తే శిలాః పాదపాం శ్చాపి పర్వతాం శ్చాపి వానరాః,
గృహీత్వా ఽభ్యగమన్ క్రుద్ధా యత్ర తే కపికుంజరాః. ౨౨

తే స్వామివచనం వీరా హృదయే ష్వవసజ్య తత్,
త్వరయా హ్యభ్యధావంత సాలతాలశిలాయుధాః. ౨౩

వృక్షస్థాం శ్చ తలస్థాంశ్చ వానరా న్బలదర్పితాన్,
అభ్యక్రామం స్తతో వీరాః పాలా స్తత్ర సహస్రశః. ౨౪

అథ దృష్ట్వా దధిముఖం క్రుద్ధం వానరపుంగవాః,
అభ్యధావంత వేగేన హనుమత్ప్రముఖా స్తదా. ౨౫

తం సవృక్షం మహాబాహు మాపతంతం మహాబలం,
ఆర్యకం ప్రాహర త్తత్ర బాహుభ్యాం కుపితోఽంగదః. ౨౬

మదాంధశ్చ న వేదైన మార్యకోఽయం మమేతి సః,
అథైనం నిష్పిపేషాఽఽశు వేగవ ద్వసుధాతలే. ౨౭

(ఇహేతి.) (గచ్ఛామ ఇతి.) తై స్సహిత్యేన బహువచనం. ఆత్మని బహువచనం వా. ౧౯

(దధిముఖేన సుగ్రీవసమీపగమనం)

స భగ్నబాహూరుభుజో విహ్వల శ్శోణితోక్షితః,
ముమోహ సహసా వీరో ముహూర్తం కపికుంజరః. ౨౮

స సమాశ్వాస్య సహసా సంక్రుద్ధో రాజమాతులః,
వానరా న్వారయామాస దండేన మధుమోహితాన్. ౨౯

స కథంచి ద్విముక్త స్తై ర్వానరై ర్వానరర్షభః,
ఉవా చైకాంత మాశ్రిత్య భృత్యాన్ స్వాన్ సముపాగతాన్. ౩౦

ఏతే తిష్ఠంతు గచ్ఛామో భర్తా నో యత్ర వానరః,
సుగ్రీవో విపులగ్రీవ స్సహ రామేణ తిష్ఠతి. ౩౧

సర్వం చైవాఽంగదే దోషం శ్రావయిష్యామి పార్థివే,
అమర్షీ వచనం శ్రుత్వా ఘాతయిష్యతి వానరాన్. ౩౨

ఇష్టం మధువనం హ్యేత త్సుగ్రీవస్య మహాత్మనః,
పితృపైతామహం దివ్యం దేవై రపి దురాసదం. ౩౩

స వానరా నిమాన్ సర్వాన్ మధులుబ్ధా న్గతాయుషః,
ఘాతయిష్యతి దండేన సుగ్రీవ స్ససుహృజ్జనాన్. ౩౪

వధ్యా హ్యేతే దురాత్మానో నృపాజ్ఞాపరిభావినః,
అమర్షప్రభవో రోష స్సఫలో నో భవిష్యతి. ౩౫

---

(స ఇతి.) గతాయుష ఇత్యధిక్షేపవచనం. ౨౮—౩౪

(వధ్యా హ్యేత ఇతి.) అమర్షప్రభవః అక్షమాజన్యః, రోషస్య తజ్జన్యత్వం చ యో యస్మై చ సహతే స తస్మై క్రుద్ధ్యతీతి ప్రసిద్ధం. ౩౫

ఏవ ముక్త్వా దధిముఖో వనపాలా న్మహాబలః,
జగామ సహసోత్పత్య వనపాలై స్సమన్వితః. ౩౬

నిమేషాంతరమాత్రేణ స హి ప్రాప్తో వనాలయః,
సహస్రాంశుసుతో ధీమాన్ సుగ్రీవో యత్ర వానరః. ౩౭

రామం చ లక్ష్మణం చైవ దృష్ట్వా సుగ్రీవ మేవ చ
సమప్రతిష్ఠాం జగతీ మాకాశా న్నిపపాత హ. ౩౮

సన్నిపత్య మహావీర్య స్సర్వై స్తైః పరివారితః,
హరి ర్దధిముఖః పాలైః పాలానాం పరమేశ్వరః. ౩౯

స దీనవదనో భూత్వా కృత్వా శిరసి చాఽంజలిం,
సుగ్రీవస్య శుభౌ మూర్ధ్నా చరణౌ ప్రత్యపీడయత్. ౪౦

ఇతి శ్రీమద్రామాయణే, సున్దరకాణ్డే, ద్విషష్టితమ స్సర్గః.

---

(నిమేషాంతరేతి.) నిమేషాంతరమాత్రేణ నిమేషావకాశమాత్రేణ, వనాలయః వానరః. ౩౬-౩౭

(రామం చేతి.) సమప్రతిష్ఠాం సమతలాం, జగతీం భూమిం, అస్మిన్ సర్గే చత్వారింశ చ్ఛ్లోకాః. ౪౦

ఇతి శ్రీగోవిందరాజవిరచితే, శ్రీరామాయణభూషణే, శృంగారతిలకాఖ్యానే, సున్దరకాణ్డవ్యాఖ్యానే, ద్విషష్టితమ స్సర్గః.

## అథ త్రిషష్టితమ స్సర్గః

తతో మూర్ధ్నా నిపతితం వానరం వానరర్షభః,
దృష్ట్వైవోద్విగ్నహృదయో వాక్య మేత దువాచ హ. ౧

ఉత్తిష్ఠోత్తిష్ఠ కస్మా త్త్వం పాదయోః పతితో మమ,
అభయం తే భవే ద్వీర సర్వ మేవాఽభిధీయతాం. ౨

స తు విశ్వాసిత స్తేన సుగ్రీవేణ మహాత్మనా,
ఉత్థాయ సుమహాప్రాజ్ఞో వాక్యం దధిముఖో ఽబ్రవీత్. ౩

నైవర్క్షరజసా రాజ న్న త్వయా నాఽపి వాలినా,
వనం విసృష్టపూర్వం హి భక్షితం తచ్చ వానరైః. ౪

ఏభిః ప్రధర్షితా శ్చైవ వానరా వనరక్షిభిః,
మధూ న్యచింతయి త్వేమా న్భక్షయంతి పిబంతి చ. ౫

### అథ త్రిషష్టితమ స్సర్గః

(తత ఇత్యాది.) ఉద్విగ్నహృదయః బీతహృదయః. మాతులస్యాపి పాదపతనం స్వామిత్వానుసారేణ. ౧—౩

(నైవేతి.) న విసృష్టపూర్వం యథేచ్ఛభోగాయ న దత్తపూర్వం, వానరైః అంగదప్రముఖైః. అన్యథా సుగ్రీవవాక్యే అంగదానువాదవిరోధాత్. (భక్షిత మితి ) వనైకదేశమధుపటలవిషయం. ౪

(ఏభి రితి.) అచింతయిత్వా అవిగణ్య. మధూనీతి ఫలానా ముపలక్షణం. భక్షయంతి పిబంతి చేత్యుక్తేః. యద్వా, మధూన్యేవ భక్షయంతి, భక్ష్యేవ త్కుర్వంతీ త్యర్థః. ౫

శిష్ట మత్రాఽపవిధ్యంతి భక్షయంతి తథా పరే,
నివార్యమాణా స్తే సర్వే భ్రువౌ వై దర్శయంతి హి. ౬

ఇమే హి సంరబ్ధతరా స్తథా తైః సంప్రధర్షితాః,
వారయంతో వనా త్తస్మా త్కృద్ధై ర్వానరపుంగవైః. ౭

తత స్తై ర్బహుభి ర్వీరై ర్వానరై ర్వానరర్షభ,
సంరక్తనయనైః క్రోధా ద్ధరయః ప్రవిచాలితాః. ౮

పాణిభి ర్నిహతాః కేచి త్కేచి జ్జానుభి రాహతాః,
ప్రకృష్టా శ్చ యథాకామం దేవమార్గం చ దర్శితాః. ౯

ఏవ మేతే హతా శ్శూరా స్త్వయి తిష్ఠతి భర్తరి,
కృత్స్నం మధువనం చైవ ప్రకామం తైః ప్రభక్ష్యతే. ౧౦

ఏవం విజ్ఞాప్యమానం తం సుగ్రీవం వానరర్షభం,
అపృచ్ఛ త్తం మహాప్రాజ్ఞో లక్ష్మణః పరవీరహా. ౧౧

కి మయం వానరో రాజ న్వనపః ప్రత్యుపస్థితః.
కం చాఽర్థ మభినిర్దిశ్య దుఃఖితో వాక్య మబ్రవీత్. ౧౨

ఏవ ముక్త స్తు సుగ్రీవో లక్ష్మణేన మహాత్మనా.
లక్ష్మణం ప్రత్యువా చేదం వాక్యం వాక్యవిశారదః. ౧౩

---

(శిష్ట మితి.) శిష్టం అవశిష్టం మధుపటలం, అత్ర మధువనే, అపవిధ్యంతి ధ్వంసయంతి, భక్షయంతి మధుపటల మిత్యర్థః. ౬

(ఇమే హీతి.) హిశబ్దః పాదపూరణే. సంప్రధర్షణచిహ్నానాం దృశ్యమానత్వాభిప్రాయేణ, ప్రసిద్ధిపరో వా. ౭–౧౩

(సుగ్రీవేణ దధిముఖకథితస్య లక్ష్మణాయ నివేదనం)

ఆర్య లక్ష్మణ సంప్రాహ వీరో దధిముఖః కపిః,
అంగదప్రముఖై ర్వీరై ర్భక్షితం మధు వానరైః.
విచిత్య దక్షిణా మాశా మాగతై ర్హరిపుంగవైః, ౧౪॥

నైషా మకృతకృత్యానా మీదృశ స్స్యా దుపక్రమః, ౧౫
ఆగతై శ్చ ప్రమథితం యథా మధువనం హి తైః.
ధర్షితం చ వనం కృత్స్న ముపభుక్తం చ వానరైః. ౧౬

వనం యదాఽభిపన్నా స్తే సాధితం కర్మ వానరైః,
దృష్టా దేవీ న సందేహో న చాఽన్యేన హనూమతా.
న హ్యన్య స్సాధనే హేతుః కర్మణోఽస్య హనూమతః, ౧౭॥

కార్యసిద్ధి ర్మతి శ్చైవ తస్మి న్వానరపుంగవే.
వ్యవసాయ శ్చ వీర్యం చ శ్రుతం చాఽపి ప్రతిష్ఠితం, ౧౮॥

జాంబవా న్యత్ర నేతా స్యా దంగద శ్చ మహాబలః.
హనూమాం శ్చాఽప్యధిష్ఠాతా న తస్య గతి రన్యథా, ౧౯॥

అంగదప్రముఖై ర్వీరై ర్హతం మధువనం కిల.
వారయంత శ్చ సహితా స్తథా జానుభి రాహతాః, ౨౦॥

---

(ఆర్యేత్యాది.) (అంగదప్రముఖై రితి.) అత్ర విశిష్యాఽనువాదా ద్దధిముఖవాక్యే వానరపుంగవై రిత్యత్రాపి విశేషణపరత్వం బోధ్యం. ౧౪॥

(నైషా మితి.) వనం, ప్రమథితం భగ్నం. ధర్షితం ఆక్రాంతం. మధు చ భక్షితం. యథా యేన ప్రకారేణ. ఏషా మకృతకృత్యానా మీదృశ ఉపక్రమో న స్యా దితి మన్య ఇతియోజనా. ౧౫-౧౬

కృతకృత్యత్వం విశేషయతి (వన మిత్యాదినా.) ౧౭-౨౦॥

ఏతదర్థ మయం ప్రాప్తో వక్తుం మధురవా గిహ.
నామ్నా దధిముఖో నామ హరిః ప్రఖ్యాతవిక్రమః. ౨౧౹

దృష్ట్వా సీతా మహాబాహో సౌమిత్రే పశ్య తత్త్వతః.
అభిగమ్య తథా సర్వే పిబంతి మధు వానరాః. ౨౨౹

న చా ప్యదృష్ట్వా వై దేహీం విశ్రుతాః పురుషర్షభ.
వనం దత్తవరం దివ్యం ధర్షయేయు ర్వనౌకసః. ౨౩౹

తతః ప్రహృష్టో ధర్మాత్మా లక్ష్మణ స్సహరాఘవః.
శ్రుత్వా కర్ణసుఖాం వాణీం సుగ్రీవవదనా చ్చ్యుతాం,
ప్రాహృష్యత భృశం రామో లక్ష్మణ శ్చ మహాబలః. ౨౪

శ్రుత్వా దధిముఖ స్యేదం సుగ్రీవ స్తు ప్రహృష్య చ,
వనపాలం పున ర్వాక్యం సుగ్రీవః ప్రత్యభాషత. ౨ౕ

ప్రీతోఽస్మి సోఽహం య ద్భుక్తం వనం తైః కృతకర్మభిః,
మర్షితం మర్షణీయం చ చేష్టితం కృతకర్మణాం. ౨౬

ఇచ్ఛామి శీఘ్రం హనుమత్ప్రధానా న్శాఖామృగాం స్తాన్ మృగరాజదర్పాన్,
ద్రష్టుం కృతార్థాన్ సహ రాఘవాభ్యాం శ్రోతుం చ సీతాధిగమే ప్రయత్నం, ౨౭

---

(న చేతి.) (వన మితి.) మధువనధర్షణ మేవ సీతాదర్శనే లింగ మితి భావః. దత్తవరం దివ్య మిత్యనేన ఋక్షరజసే బ్రహ్మణా దత్త మిత్యవగమ్యతే. ౨౧౹—౨౪

(శ్రుత్వేతి.) ద్వితీయసుగ్రీవశబ్దస్య శోభనగ్రీవ ఇత్యవయవార్థో వివక్షితః. క్రియాభేదేనా ఽపున రుక్తి ర్వా ౨ౕ—౨౬

(ఇచ్ఛామీతి.) హనుమత్ప్రధానాన్ హనుమత్ప్రముఖాన్. కృతార్థాన్ కృతకృత్యాన్. ప్రయత్నం ప్రయాసం. తేభ్యః శ్రోతు మిచ్ఛామీ త్యన్వయః. ౨౭

(దధిముఖేన వానరాణాం ఆహ్వానం)

ప్రీతిస్ఫీతాక్షౌ సంప్రహృష్టౌ కుమారౌ దృష్ట్వా సిద్ధార్థౌ వానరాణాం చ రాజా,
అఙ్గైః స్సంహృష్టైః కర్మసిద్ధిం విదిత్వా బాహ్వో రాసన్నాం సోఽతిమాత్రం ననంద. ౨౯

ఇతి శ్రీమద్రామాయణే, సున్దరకాణ్డే, త్రిషష్టితమ స్సర్గః.

. . . .

అథ చతుష్షష్టితమ స్సర్గః

సుగ్రీవే ణైవ ముక్తస్తు హృష్టో దధిముఖః కపిః,
రాఘవం లక్ష్మణం చైవ సుగ్రీవం చాఽభ్యవాదయత్. ౧

---

అథ ప్రత్యుపకారార్థం సుగ్రీవ స్యోద్యోగసాఫల్యదర్శనాత్ భృశం ననందే త్యాహ ('ప్రీతిస్ఫీతాక్షౌ సంప్రహృష్టౌ కుమారౌ దృష్ట్వా సిద్ధార్థౌ వానరాణాం చ రాజా, అఙ్గైః స్సంహృష్టైః కర్మసిద్ధిం విదిత్వా బాహ్వో రాసన్నాం సోఽతిమాత్రం ననంద'.) ప్రీత్యా సంతోషేణ సంప్రహృష్టౌ, రోమస్వితి శేషః. హృషితరోమాణా విత్యర్థః, 'హృషే ర్లోమస్వి'తి వికల్పా దిడభావః. ఏవం అఙ్గై స్సంహృష్టై రిత్యత్రాపి ద్రష్టవ్యం. కర్మసిద్ధిం, బాహ్వో రాసన్నాం హస్తప్రాప్తాం, విదిత్వా. నిశ్చిత్యే త్యర్థః. జాగతం వైశ్వదేవీవృత్తం, 'పంచాశ్వై శ్ఛిన్నా వైశ్వదేవీ మమౌ యౌ' వితి లక్షణాత్. అస్మిన్ సర్గే ఏకోనత్రింశ చ్ఛ్లోకాః. ౨౯

ఇతి శ్రీగోవిందరాజవిరచితే, శ్రీరామాయణభూషణే, శృంగారతిలకాఖ్యానే, సున్దరకాణ్డవ్యాఖ్యానే, త్రిషష్టితమ స్సర్గః.

అథ చతుష్షష్టితమ స్సర్గః

(సుగ్రీవేణేత్యాది.)

స ప్రణమ్య చ సుగ్రీవం రాఘవౌ చ మహాబలౌ,
వానరైః సహితై శ్శూరై ర్దివ మేవోత్పపాత హ. ౨

స యథైవాఽఽగతః పూర్వం తథైవ త్వరితం గతః,
నిపత్య గగనా ద్భూమౌ తద్వనం ప్రవివేశ హ. ౩

స ప్రవిష్టో మధువనం దదర్శ హరియూథపాన్,
విమదా నుత్థితాన్ సర్వాన్ మేహమానా న్మధూదకం. ౪

స తా నుపాగమ ద్వీరో బద్ధ్వా కరపుటాంజలిం,
ఉవాచ వచనం శ్లక్ష్ణ మిదం హృష్టవ దంగదం ౫

సౌమ్య రోషో న కర్తవ్యో య దేభి రభివారితః,
అజ్ఞానా ద్రక్షిభిః క్రోధా ద్భవంతః ప్రతిషేధితాః. ౬

---

(సహితైః) స్నేహాతిరేకేణాఽన్యోన్యం యుక్తైః. వానరైః సహితై రితి పాఠః. ౨-౩

(స ప్రవిష్ట ఇతి.) విమదా నిత్యత్ర హేతు మాహ (మేహమానా నితి.) మేహమానాన్ మేహయతః, మూత్రయత ఇత్యర్థః. ఏతేన మూత్రణా న్మధూని జీర్ణానీతి గమ్యతే. అత ఏవ విమదత్వం. మధూని చ ఉదకాని చ మధూదక మితి ద్వంద్వైకవద్భావః. ఉదకాని చాఽత్ర అనుపానత్వేన పీతాని. తదాహ వాహటః - 'అనుపానం హిమం వారి యవగోధూమయో ర్హితం. దధ్ని మద్యే విషే క్షౌద్రే కోష్ణం పిష్టమయేషు చే'తి. ౪

(స తా నితి.) కరపుటాంజలిం కరతలయో రంజలిం, సమ్యక్సంయుక్తకరతలాంజలి మిత్యర్థః. ౫

(సౌమ్యేతి.) ఏభిః వానరైః. అభివారితః అభివారితోఽసీతి యత్, అత్రాఽర్థే రోషో న కర్తవ్యః. భవంత ఇతి పూజాయాం బహువచనం, న చ హనుమదాదిక మాదాయ బహువచనం; ఉత్తర శ్లోకేఽపి యువరాజ స్త్వ మిత్యుక్తేః. అజ్ఞానా త్క్రోధాత్. అజ్ఞానప్రయుక్తక్రోధా దిత్యర్థః. 'అభివారిత' మితి పాఠే లింగవ్యత్యయ ఆర్షః కేచిత్తు అజ్ఞానా త్క్రోధాచ్చ భవంతః ప్రతిషేధితా ఇత్యేతత్. పరివారితం పరివారణం ప్రతి. రోషో న కర్తవ్య ఇతి యోజయంతి. ౬

(వానరాణాం సుగ్రీవదర్శనాయ ప్రస్థానం)

యువరాజ స్త్వ మీశశ్చ వనస్యాఽస్య మహాబల.
మౌర్ఖ్యా త్పూర్వం కృతో దోష స్తం భవా న్క్షంతు మర్హతి. ౭

ఆఖ్యాతం హి మయా గత్వా పితృవ్యస్య తవాఽనఘ,
ఇహోపయాతం సర్వేషా మేతేషాం వనచారిణాం. ౮

స త్వదాగమనం శ్రుత్వా సహైభి ర్హరియూథపైః,
ప్రహృష్టో న తు రుష్టో ఽసౌ వనం శ్రుత్వా ప్రధర్షితం. ౯

ప్రహృష్టో మాం పితృవ్య స్తే సుగ్రీవో వానరేశ్వరః,
శీఘ్రం ప్రేషయ సర్వాం స్తా నితి హోవాచ పార్థివః. ౧౦

శ్రుత్వా దధిముఖ స్యేదం వచనం శ్లక్ష్ణ మంగదః,
అబ్రవీ త్తా న్హరిశ్రేష్ఠో వాక్యం వాక్యవిశారదః. ౧౧

శంకే శ్రుతోఽయం వృత్తాంతో రామేణ హరియూథపాః,
త త్క్షమం నేహ న స్థ్సాతుం కృతే కార్యే పరంతపాః. ౧౨

పీత్వా మధు యథాకామం విశ్రాంతా వనచారిణః,

---

క్రోధా ద్వారణే కృతే కుతో రోషో న కర్తవ్య స్స్యా? దిత్యాశంక్య క్రోధస్యాఽజ్ఞానకృతత్వా దిత్యాహ (యువరాజ ఇతి.) దోషః నివారణరూపాపరాధః. ౭

(ఆఖ్యాతం హీతి.) ఉపయాతం ఆగమనం. ౮-౧౧

(శంక ఇతి.) అయం వృత్తాంతః అస్మదాగమనవృత్తాంతః. ౧౨

(పీత్వేతి.) కిం శేషం? న కించి దపి శిష్ట మిత్యర్థః. కిం తు మే గురు స్సుగ్రీవో యత్ర వర్తతే తత్ర గమన మేవ శేష మిత్యర్థః. 'కిం శేషం గమనం తచ్చ సుగ్రీవో యత్ర మే గురు'రితి

కింశేషం గమనం తత్ర సుగ్రీవో యత్ర మే గురుః. ౧౩

సర్వే యథా మాం వక్ష్యంతి సమేత్య హరియూథపాః.
తథాఽస్మి కర్తా కర్తవ్యే భవద్భిః పరవా నహం. ౧౪

నాఽఽజ్ఞాపయితు మీశోఽహం యువరాజోఽస్మి యద్యపి,
అయుక్తం కృతకర్మాణో యూయం ధర్షయితుం మయా, ౧౫

బ్రువత శ్చాఽంగద స్యైవం శ్రుత్వా వచన మవ్యయం,
ప్రహృష్టమనసో వాక్య మిద మూచు ర్వనౌకసః. ౧౬

ఏవం వక్ష్యతి కో రాజ న్ప్రభు స్స న్వానరర్షభ,
ఐశ్వర్యమదమత్తో హి సర్వోఽహ మితి మన్యతే. ౧౭

తవ చేదం సుసదృశం వాక్యం నాఽన్యస్య కస్యచిత్,
సన్నతి ర్హి త మాఖ్యాతి భవిష్యచ్ఛుభయోగ్యతాం. ౧౮

---

పారే - అస్మాకం గమనం, కింశేషం కించిచ్ఛేషం, తచ్చ గమనశేషం చ సుగ్రీవో యత్ర తత్ర గమన మితి సంబంధః, ౧౩.

వినయపూర్వకం సర్వసంమేళనం సమర్థయతే (సర్వ ఇతి.) తథాఽస్మి కర్తా, ఆహ్వానం కరిష్యామీ త్యర్థః. కర్తవ్యే కార్యే, భవద్భిః అహం పరవాన్, భవద్భి ర్యథా నియుక్తం తథా కరిష్యామి. గంతవ్య మిత్యుక్తే గమిష్యామః, స్థాతవ్య మిత్యుక్తే స్థాస్యామ ఇత్యర్థః. ౧౪

యువరాజత్వాత్ భవా నేవ కర్తవ్యాకర్తవ్యనియంతే త్యత ఆహ (నాఽఽజ్ఞాపయితు మితి.) ఈశః స్వతంత్రః, కృతకర్మాణః కృతోపకారాః, యూయం, మయా, ధర్షయితుం అనాదర్తుం, పరతంత్రీకర్తు మితి యావత్. అయుక్తం, అయుక్తా ఇత్యర్థః. ఆర్ష మవ్యయ మేతత్, శక్య మితివ త్సామాన్యోపక్రమా న్నపుంసకైకత్వనిర్దేశ ఇత్య ప్యాహుః ౧౫—౧౬

(ఏవ మితి.) అహ మితి మన్యతే, గర్విష్ఠో భవతీతి యావత్, ౧౭

(తవ చేతి.) సన్నతిః వినయః. ౧౮

(వానరాణాం సుగ్రీవదర్శనాయ ప్రస్థానం)

సర్వే వయ మపి ప్రాప్తా స్తత్ర గంతుం కృతక్షణాః.
స యత్ర హరివీరాణాం సుగ్రీవః పతి రవ్యయః ౧౯

త్వయా హ్యనుక్తై ర్హరిభి ర్నైవ శక్యం పదా త్పదం.
క్వచి ద్గంతుం హరిశ్రేష్ఠ బ్రూమ స్సత్య మిదం తు తే. ౨౦

ఏవం తు వదతాం తేషా మంగదః ప్రత్యభాషత,
బాఢం గచ్ఛామ ఇత్యుక్త్వా ఖ ముత్పేతు ర్మహాబలాః. ౨౧

ఉత్పతంత మనూత్పేతు స్సర్వే తే హరియూధపాః.
కృత్వాఽఽకాశం నిరాకాశం యంత్రోత్క్షిప్తా ఇవాఽచలాః. ౨౨

తేఽంబరం సహసోత్పత్య వేగవంతః ప్లవంగమాః,
వినదంతో మహానాదం ఘనా వాతేరితా యథా. ౨౩

అంగదే హ్యనుప్రాప్తే సుగ్రీవో వానరాధిపః,
ఉవాచ శోకోపహతం రామం కమలలోచనం. ౨౪

సమాశ్వసిహి భద్రం తే దృష్టా దేవీ న సంశయః,
నాఽఽగంతు మిహ శక్యం తై రతీతే సమయే హి నః. ౨౫

---

(సర్వే వయ మితి.) కృతక్షణాః కృతావసరాః. అవసరప్రతీక్షా ఇతి యావత్. ౧౯-౨౦

(ఏవం త్వితి.) బాఢ మిత్యంగీకారే. ఇతిశబ్దః కాకాక్షిన్యాయేన పూర్వాపరయో రన్వేతి ఏవం తేషాం వదతాం తేషు వదత్సు. అంగదః బాఢ మితి ప్రత్యభాషత. గచ్ఛామి ఇత్యుక్త్వాఽపి ఉత్పపాత. ౨౧

(ఉత్పతంత మితి.) నిరాకాశం నిరవకాశం. ౨౨

(తేఽంబర మితి.) అత్ర జగ్ము రిత్యధ్యాహార్యం. ౨౩-౨౫

న మత్సకాశ మాగచ్ఛే త్కృత్యే హి వినిపాతితే,
యువరాజో మహాబాహుః ప్లవతాం ప్రవరోఽంగదః. ౨౬

యద్య ప్యకృతకృత్యానా మీదృశ స్స్యా దుపక్రమః,
భవే త్స దీనవదనో భ్రాంతవిప్లుతమానసః. ౨౭

పితృపైతామహం చైత త్పూర్వకై రభిరక్షితం.
న మే మధువనం హన్యా దహృష్టః ప్లవగేశ్వరః. ౨౮

కౌసల్యా సుప్రజా రామ సమాశ్వసిహి సువ్రత, ౨౮॥

దృష్టా దేవీ న సందేహో న చాఽన్యేన హనూమతా.
న హ్యన్యః కర్మణో హేతు స్సాధనేఽస్య హనూమతః, ౨౯॥

హనూమతి హి సిద్ధిశ్చ మతిశ్చ మతిసత్తమ.
వ్యవసాయ శ్చ వీర్యం చ సూర్యే తేజ ఇవ ధ్రువం, ౩౦॥

---

(నేతి.) వినిపాతితే విఘ్నితే. ౨౬

(యద్యపీతి.) అకృతకృత్యానాం అకృతకార్యాణాం, ఈదృశః మధువనభంగరూపః, ఉపక్రమః ఉద్యోగః, యది స్యా త్తదాఽంగదో దీనవదనత్వావిశిష్టో భవేత్ ౨౭

(పితృపైతామహ మితి.) పితా చాసౌ పితామహ శ్చ, పిత్రా బ్రహ్మణా ఋక్షరజసే దత్తం పితృపైతామహం, ప్లవగేశ్వరః అంగదః. ౨౮

(కౌసల్యేతి.) హే రామ, కౌసల్యా, సుప్రజాః సుప్రజావతీ, 'నిత్య మసిచ్ ప్రజామేధయో' రిత్యసిచ్ ప్రత్యయః. ఏవం దేవ్యవస్థానజ్ఞానేన భవత స్సత్తాలాభా దిదానీం కౌసల్యా సుప్రజావతీ, అభూ దితి శేషః. ౨౮॥౩౦॥

(వానరాణాం సుగ్రీవసమీపాగమనం)

జాంబవా న్యత్ర నేతా స్యా దంగద శ్చ బలేశ్వరః.
హనుమాం శ్చా ప్యధిష్ఠాతా న తస్య గతి రన్యథా,
మా భూ శ్చింతాసమాయుక్త స్సంప్రతి త్యమితవిక్రమ. ౩౨

తతః కిలకిలాశబ్దం శుశ్రావాఽఽసన్న మంబరే,
హనుమత్కర్మతృప్తానాం నర్దతాం కాననౌకసాం.
కిష్కింధా ముపయాతానాం సిద్ధిం కథయతా మివ, ౩౪

తత శ్శ్రుత్వా నినాదం తం కపీనాం కపిసత్తమః,
ఆయతాంచితలాంగూల స్సోఽభవ ద్ధృష్టమానసః, ౩౫

జగ్ము స్తేఽపి హరయో రామదర్శనకాంక్షిణః.
అంగదం పురతః కృత్వా హనూమంతం చ వానరం, ౩౬

తేఽంగదప్రముఖా వీరాః ప్రహృష్టా శ్చ ముదాఽన్వితా.
నిపేతు ర్హరిరాజస్య సమీపే రాఘవస్య చ, ౩౭

---

(జాంబవా నితి.) యత్ర కార్యే, నేతా మంత్రీ. బలేశ్వరః సేనాపతిః, అధిష్ఠాతా సంరక్షక ఇత్యర్థః. తస్య కార్యస్య, గతిః సిద్ధిః. అన్యథా విపరీతా. న భవేత్. సంప్రతి చింతాసంయుక్తో మా భూః. ౩౨

(తత ఇత్యాది.) సిద్ధిం కథయతా మివ. ఉత్సాహేనేతి శేషః ౩౪

(తత ఇతి.) ఆయతాంచితలాంగూలః - ఆయతః దీర్ఘీకృతః, అంచితః మూర్ధ్నిపృష్ఠేంగే సమాస్థాపితః. ౩౫—౩౬

(త ఇతి.) ప్రహృష్టాః సంజాతపులకాః. ౩౭

హనూమాంశ్చ మహాబాహుః ప్రణమ్య శిరసా తతః.
నియతా మక్షతాం దేవీం రాఘవాయ న్యవేదయత్, ౩౭॥

నిశ్చితార్థ స్తత స్తస్మిన్ సుగ్రీవః పవనాత్మజే.
లక్ష్మణః ప్రీతిమా న్ప్రీతం బహుమానా దవైక్షత, ౩౮॥

ప్రీత్యా చ రమమాణోఽథ రాఘవః పరవీరహా.
బహుమానేన మహతా హనుమంత మవైక్షత. ౩౯॥

ఇతి శ్రీమద్రామాయణే, సున్దరకాణ్డే, చతుష్షష్టితమ స్సర్గః.

## అథ పఞ్చషష్టితమ స్సర్గః

తతః ప్రస్రవణం శైలం తే గత్వా చిత్రకాననం,
ప్రణమ్య శిరసా రామం లక్ష్మణం చ మహాబలం. ౧

యువరాజం పురస్కృత్య సుగ్రీవ మభివాద్య చ,
ప్రవృత్తి మథ సీతాయాః ప్రవక్తు ముపచక్రముః. ౨

(హనుమాం శ్చేతి.) (నియతా మితి.) అక్షతత్వేఽప్యనియతత్వే వైయర్థ్యం. నియతత్వేఽపి క్షతత్వే చ తథా అతః ఆవశ్యక ముభయం సంగ్రహేణ దర్శయతి. అస్మిన్ సర్గే సార్ధైకోన చత్వారింశ చ్ఛ్లోకాః. ౩౭॥—౩౯॥

ఇతి శ్రీగోవిందరాజవిరచితే, శ్రీరామాయణభూషణే, శృంగారతిలకాఖ్యానే, సుందరకాణ్డవ్యాఖ్యానే, చతుష్షష్టితమ స్సర్గః.

## అథ పఞ్చషష్టితమ స్సర్గః.

(తత ఇతి.) ప్రవృత్తిం వార్తాం. ౧—౨

(హనుమతా సీతాదర్శనవృత్తాంతనివేదనం)

రావణాంతఃపురే రోధం రాక్షసీభిశ్చ తర్జనం,
రామే సమనురాగం చ య శ్చాఽయం సమయః కృతః.
ఏత దాఖ్యాంతి తే సర్వే హరయో రామసన్నిధౌ, ౩॥

వైదేహీ మక్షతాం శ్రుత్వా రామ స్తూత్తర మబ్రవీత్. ౪

క్వ సీతా వర్తతే దేవీ కథం చ మయి వర్తతే,
ఏత న్మే సర్వ మాఖ్యాతం వైదేహీం ప్రతి వానరాః. ౫

రామస్య గదితం శ్రుత్వా హరయో రామసన్నిధౌ,
చోదయంతి హనూమంతం సీతావృత్తాంతకోవిదం. ౬

శ్రుత్వా తు వచనం తేషాం హనూమా న్మారుతాత్మజః,
ప్రణమ్య శిరసా దేవ్యై సీతాయై తాం దిశం ప్రతి.
ఉవాచ వాక్యం వాక్యజ్ఞ స్సీతాయా దర్శనం యథా. ౭॥

సముద్రం లంఘయిత్వాఽహం శతయోజన మాయతం.
అగచ్ఛం జానకీం సీతాం మార్గమాణో దిదృక్షయా, ౮॥

---

(రావణేతి.) రోధం నిరోధం, య శ్చాయం సమయః కృతః, మాసద్వయా దూర్ధ్వం హనిష్యామీతి య స్సంకేతో రావణేన కృత ఇత్యర్థః. మాసశబ్దః పక్షపర ఇత్యుక్తం ప్రాక్. త మితి శేషః. ౩॥-౬

(శ్రుత్వా త్విత్యాది.) ప్రణామ శ్చ సీతాయాః స్మరణకృత ఇతి బోధ్యం. (సీతాదర్శనం యథేతి.) యేన ప్రకారేణ సీతాదర్శనం జాతం తేన ప్రకారే ణోవాచే త్యన్వయః. ౭॥

(సముద్ర మితి.) దిదృక్షయా, న తు శ్రోతు మిచ్ఛయా, మార్గమాణ ఇత్యర్థః. ౮॥

తత్ర లంకేతి నగరీ రావణస్య దురాత్మనః.
దక్షిణస్య సముద్రస్య తీరే వసతి దక్షిణే, ౯॥

తత్ర దృష్టా మయా సీతా రావణాంతఃపురే సతీ,
సన్న్యస్య త్వయి జీవంతీ రామా రామ మనోరథం. ౧౦॥

దృష్టా మే రాక్షసీమధ్యే తర్జ్యమానా ముహు ర్ముహుః.
రాక్షసీభి ర్విరూపాభీ రక్షితా ప్రమదావనే, ౧౧॥

దుఃఖ మాసాద్యతే దేవీ తథాఽదుఃఖోచితా సతి ౧౨

రావణాంతఃపురే రుద్ధా రాక్షసీభి స్సురక్షితా,
ఏకవేణీధరా దీనా త్వయి చింతాపరాయణా. ౧౩

అధశ్శయ్యా వివర్ణాంగీ పద్మినీవ హిమాగమే,
రావణా ద్వినివృత్తార్థా మర్తవ్యకృతనిశ్చయా.
దేవీ కథంచి త్కాకుత్స్థ త్వన్మనా మార్గితా మయా. ౧౪॥

ఇక్ష్వాకువంశవిఖ్యాతిం శనైః కీర్తయతాఽనఘ.
సా మయా నరశార్దూల విశ్వాస ముపపాదితా, ౧౫॥

---

(తత్రేతి.) తత్ర లంఘనే కృతే సతి. ౯॥

(తత్ర దృష్టేతి.) హే రామ. రామా సీతా. త్వయి, మనోరథం స్వాభిలాషం. సన్న్యస్య జీవంతీ. త్వదభిలాషేణ ధృతజీవితే త్యర్థః. ౧౦॥—౧౧॥

(దుఃఖ మిత్యర్ధం.) ఆసాద్యతే ఆసీదతి, ఆర్షో యక్. ౧౨

(రావణాంతఃపుర ఇత్యాది.) ఏకవేణీధరా, త్రిధా విభాగం వినా బద్ధః కేశపాశః ఏకవేణీ త్యుచ్యతే. అధశ్శయ్యా స్థండిలశాయినీ, మర్తవ్యే మరణే, కృతనిశ్చయా. ౧౫॥

(హనుమతా సీతాదర్శనవృత్తాంతనివేదనం)

తత స్సంభాషితా దేవీ సర్వ మర్థం చ దర్శితా.
రామసుగ్రీవసఖ్యం చ శ్రుత్వా ప్రీతి ముపాగతా, ౧౭

నియత స్సముదాచారో భక్తి శ్చాఽస్యా స్తథా త్వయి.
ఏవం మయా మహాభాగా దృష్టా జనకనందినీ,
ఉగ్రేణ తపసా యుక్తా త్వద్భక్త్యా పురుషర్షభ. ౧౮

అభిజ్ఞానం చ మే దత్తం యథా వృత్తం తవాఽంతికే.
చిత్రకూటే మహాప్రాజ్ఞ వాయసం ప్రతి రాఘవ. ౧౯

విజ్ఞాప్యశ్చ నరవ్యాఘ్రో రామో వాయుసుత త్వయా,
అఖిలే నేహ య ద్దృష్ట మితి మా మాహ జానకీ. ౨౦

అయం చాఽస్మై ప్రదాతవ్యో యత్నా త్సుపరిరక్షితః,
బ్రువతా వచనా న్యేవం సుగ్రీవ స్యోపశృణ్వతః. ౨౧

---

(తత ఇతి.) సర్వ మర్థం చ దర్శితా సుగ్రీవసఖ్యప్రభృతి సర్వ మర్థం చ బోధితా. ౧౭

(నియత ఇతి) సముదాచారః, పరపురుషాచింతకత్వాదిః, త్వయి భక్తిశ్చ. వర్తత ఇతి శేషః తపసా అనశనేన. ౧౮

(అభిజ్ఞాన మితి) అభిజ్ఞానం చిహ్నభూతం వాక్యం, తవాఽంతికే పూర్వం, యథా యేన ప్రకారేణ, జాతం, తథా దత్త మిత్యర్థః. త దేవ దర్శయతి (చిత్రకూట ఇతి,) సద స్యవక్తవ్యత్వాత్ సూచనోక్తిః. ౧౯

(విజ్ఞాప్య శ్చేతి.) (అఖిలేనేతి.) రావణాగమనాదిక మిత్యర్థః. ౨౦

(అయం చాఽస్మా ఇత్యాది.) సుగ్రీవ స్యోపశృణ్వతః సుగ్రీవే సమీపే శృణ్వతి సతి. ఏవం 'ఏష చూడామణి' రిత్యారభ్య 'రక్షసాం వశ మాగతే' త్యంతం వక్ష్యమాణప్రకారేణ, వచనాని రామం ప్రతి మయోక్తవచనాని, బ్రువతా త్వయా, అయం, మణి రిత్యర్థః. ప్రదాతవ్యః. ౨౧

ఏష చూడామణి శ్శ్రీమా న్మయా సుపరిరక్షితః,
మనశ్శిలాయా స్తిలకో గండపార్శ్వే నివేశితః. ౨౨

త్వయా ప్రణష్టే తిలకే తం కిల స్మర్తు మర్హసి,
ఏష నిర్యాతిత శ్శ్రీమా న్మయా. తే వారిసంభవః. ౨౩

ఏతం దృష్ట్వా ప్రమోదిష్యే వ్యసనే త్వా మివాఽనఘ,
జీవితం ధారయిష్యామి మాసం దశరథాత్మజ.
ఊర్ధ్వం మాసా న్న జీవేయం రక్షసాం వశ మాగతా, ౨౪½

ఇతి మా మబ్రవీ త్సీతా కృశాంగీ ధర్మచారిణీ,
రావణాంతఃపురే రుద్ధా మృగీ వోత్ఫుల్లలోచనా, ౨౫½

ఏతదేవ మయాఽఽఖ్యాతం సర్వం రాఘవ య ద్యథా.
సర్వథా సాగరజలే సంతారః ప్రవిధీయతాం, ౨౬½

తౌ జాతాశ్వాసౌ రాజపుత్రౌ విదిత్వా త చ్చాఽభిజ్ఞానం రాఘవాయ ప్రదాయ,
దేవ్యా చాఖ్యాతం సర్వ మేఽఽవానుపూర్వ్యా ద్వాచా సంపూర్ణం వాయుపుత్ర శ్శశంస. ౨౭½

ఇతి శ్రీమద్రామాయణే,సున్దరకాణ్డే, పఞ్చషష్టితమ స్సర్గః.

---

(ఇతి మా మితి,) మృగీ వోత్ఫుల్లలోచనా, త్రాసాతిశయా దితి భావః. ౨౨—౨౫½

(ఏత దేవేతి ) సంతీర్యతేఽనేనేతి సంతారః, సేతుః. ౨౬½

(తా వితి.) పూర్వవ ద్వైశ్వదేవీవృత్తం, సముద్రతరణే సురసానిరసనాదికం, అక్షవధలంకాదహనాదికం, సజాతీయేభ్యః పూర్వ ముక్త మపి ప్రభుసన్నిధా వాత్మశ్లాఘాయాం పర్యవస్యే దితి నోక్త మితి ధ్యేయం. స్వవృత్తాంతం సర్వ మాఖ్యాతవా నితి సామాన్యేన చ వక్తుం యుక్తత్వేఽప్యంగదసన్నిధౌ ప్రపంచనం గోప్యవిశేషగోపనార్థం, అత్ర త్వప్రపంచనం అకథనీయాకథనార్థం చేతి జ్ఞేయం. అస్మిన్ సర్గే సార్ధసప్తవింశతిశ్లోకాః. ౨౭½

ఇతి శ్రీగోవిందరాజవిరచితే, శ్రీరామాయణభూషణే, శృంగారతిలకాఖ్యానే, సున్దరకాణ్డవ్యాఖ్యానే,
పఞ్చషష్టితమ స్సర్గః.

## అథ షట్షష్టితమ స్సర్గః

ఏవ ముక్తో హనుమతా రామో దశరథాత్మజః,
తం మణిం హృదయే కృత్వా ప్రరురోద సలక్ష్మణః. ౧

తం తు దృష్ట్వా మణిశ్రేష్ఠం రాఘవ శ్శోకకర్శితః,
నేత్రాభ్యా మశ్రుపూర్ణాభ్యాం సుగ్రీవ మిద మబ్రవీత్ ౨

యథైవ ధేను స్స్రవతి స్నేహా ద్వత్సస్య వత్సలా,
తథా మమాపి హృదయం మణిరత్నస్య దర్శనాత్ ౩

మణిరత్న మిదం దత్తం వైదేహ్యా శ్శ్వశురేణ మే,
వధూకాలే యథా బద్ధ మధికం * మూర్ధ్ని శోభతే. ౪

అయం హి జలసంభూతో మణి స్సజ్జనపూజితః,
యజ్ఞే పరమతుష్టేన దత్త శ్శక్రేణ ధీమతా ౫

---

### అథ షట్షష్టితమ స్సర్గః.

(ఏవ మిత్యాది.) ౧—౨

(యథై వేతి.) యథా వత్సలా వత్సే స్నేహవతీ, ధేనుః, వత్సస్య స్నేహా ద్వత్సవిషయక
స్నేహాత్, స్రవత్యేవ ద్రవత్యేవ, తథా మణిరత్నస్య మణిశ్రేష్ఠస్య, దర్శనా న్మమ హృదయం ద్రవతి. ౩

మణే రాగతి మాహ (మణిరత్న మితి.) మే శ్వశురేణ జనకేన, వధూకాలే వధూప్రతిగ్రహ
కాలే, వివాహకాల ఇత్యర్థః యథా శోభతే తథా బద్ధ మిత్యన్వయః ౪

జనకేనాపి కుత స్స లబ్ధం? తత్రాహ (అయం హీతి.) ౫

---

* మూర్ధ్న్యశోభత ఇతి పాఠః.

ఇమం దృష్ట్వా మణిశ్రేష్ఠం యథా తాతస్య దర్శనం,
అద్యా స్మ్యవగత స్సౌమ్య వైదేహస్య తథా విభోః. ౬

అయం హి శోభతే తస్యాః ప్రియాయా మూర్ధ్ని మే మణిః,
అస్యాఽద్య దర్శనేనాఽహం ప్రాప్తాం తా మివ చింతయే. ౭

కి మాహ సీతా వైదేహీ బ్రూహి సౌమ్య పునః పునః,
పిపాసు మివ తోయేన సించంతీ వాక్యవారిణా. ౮

ఇత స్తు కిం దుఃఖతరం య దిమం వారిసంభవం,
మణిం పశ్యామి సౌమిత్రే వైదేహీ మాగతం వినా. ౯

చిరం జీవతి వైదేహీ యది మాసం ధరిష్యతి,
క్షణం సౌమ్య న జీవేయం వినా తా మసితేక్షణాం. ౧౦

నయ మా మపి తం దేశం యత్ర దృష్టా మమ ప్రియా,
న తిష్ఠేయం క్షణ మపి ప్రవృత్తి ముపలభ్య చ. ౧౧

కథం సా మమ సుశ్రోణీ భీరుభీరు స్సతీ సదా,
భయావహానాం ఘోరాణాం మధ్యే తిష్ఠతి రక్షసాం. ౧౨

---

'మణిం తు దృష్ట్వా రామో వై త్రయాణాం సంస్మరిష్యతీ'తి సీతయోక్త ప్రకారేణ స్మరతి (ఇమ మితి.) ఇమం దృష్ట్వా, తాతస్య దశరథస్య, వైదేహస్య జనకస్య, దర్శన మద్యాఽవగతః ప్రాప్తోఽస్మి. తదా తాభ్యాం తస్యా మూర్ధ్ని బద్ధత్వా దితి భావః. ఇహ వైదేహగ్రహణం సీతాజనన్యా అప్యుపలక్షణం. సీతావాక్యే 'వీరో జనన్యా మమ చే'త్యుక్తేః. తత్ర త్రయాణాం సంస్మరిష్యతీతి త్రయగ్రహణం బహుమాత్రోపలక్షణం. ఇహ వైదేహస్యాపి స్మరణోక్తేః. ౬-౮

(ఇత స్త్వితి.) ఆగతం మణి మిత్యన్వయః. ౯-౧౧

(కథ మితి.) భీరుభీరుః అత్యన్తభీరుః. ౧౨

(హనుమతా సీతాభిజ్ఞానకథాకథనం)

శారద స్తిమిరోన్ముక్తో నూనం చంద్ర ఇవాఽంబుదైః,
ఆవృతం వదనం తస్యా న విరాజతి రాక్షసైః. ౧౩

కి మాహ సీతా హనుమం స్తత్త్వతః కథయాఽద్య మే,
ఏతేన ఖలు జీవిష్యే భేషజేనాఽఽతురో యథా. ౧౪

మధురా మధురాలాపా కి మాహ మమ భామినీ,
మద్విహీనా వరారోహా హనుమ న్కథయస్వ మే. ౧౫

ఇతి శ్రీమద్రామాయణే, సున్దరకాణ్డే, షట్షష్టితమ స్సర్గః,

## అథ సప్తషష్టితమ స్సర్గః

ఏవ ముక్త స్తు హనుమా న్రాఘవేణ మహాత్మనా,
సీతాయా భాషితం సర్వం న్యవేదయత రాఘవే. ౧

(కి మాహేతి.) తత్త్వతః, సంకోచేన న కించిత్ గోపనీయ మితి భావః. ౧౩—౧౪

(మధురేతి.) మధురా సుందరీ, మధురాలాపా, యేన తద్వచనానువాదేఽపి భవద్వచనం మధురం భవతీ త్యర్థః. ౧౫

ఇతి శ్రీగోవిందరాజవిరచితే, శ్రీరామాయణభూషణే, శృంగారతిలకాఖ్యానే, సున్దరకాణ్డవ్యాఖ్యానే, షట్షష్టితమ స్సర్గః.

అథ సప్తషష్టితమ స్సర్గః.

(ఏవ మిత్యాది.)

ఇద ముక్తవతీ దేవీ జానకీ పురుషర్షభ,
పూర్వవృత్త మభిజ్ఞానం చిత్రకూటే యథాతథం. ౨

సుఖసుప్తా త్వయా సార్ధం జానకీ పూర్వ ముత్థితా,
వాయస స్సహసోత్పత్య విదదార స్తనాంతరే. ౩

పర్యాయేణ చ సుప్త స్త్వం దేవ్యంకే భరతాగ్రజ,
పున శ్చ కిల పక్షీ స దేవ్యా జనయతి వ్యథాం. ౪

పునః పున రుపాగమ్య విరరాద భృశం కిల,
తత స్త్వం బోధిత స్తస్యా శ్శోణితేన సముత్థితః ౫

వాయసేన చ తేనైవ సతతం బాధ్యమానయా,
బోధితః కిల దేవ్యా త్వం సుఖసుప్తః పరంతప. ౬

తాం తు దృష్ట్వా మహాబాహో దారితాం చ స్తనాంతరే,
ఆశీవిష ఇవ క్రుద్ధో నిశ్వస న్నభ్యభాషథాః. ౭

నఖాగ్రైః కేన తే భీరు దారితం తు స్తనాంతరం,
కః క్రీడతి సరోషేణ పంచవక్త్రేణ భోగినా. ౮

నిరీక్షమాణ స్సహసా వాయసం సమవైక్షథాః
నఖై స్సరుధిరై స్తీక్ష్ణై స్తా మేవాఽభిముఖం స్థితం. ౯

సుతః కిల స శక్రస్య వాయసః పతతాం వరః,
ధరాంతరచర శ్శీఘ్రం పవనస్య గతౌ సమః. ౧౦

---

పూర్వం సంకుచితం విస్తృణీతే (సుఖేత్యాదినా.) ఉభా వపి పర్యాయేణ సుప్తా వితి త్వయా సార్ధ మిత్యుక్తిం. ౨—౬

(తాం త్విత్యాది.) దారితాం విదారితాం. ౭—౧౦.

(హనుమతా సీతాభిజ్ఞానకథానివేదనం)

తత స్తస్మి న్మహాబాహో కోపసంవర్ధితేక్షణః,
వాయసే త్వం కృథాః క్రూరాం మతిం మతిమతాం వర. ౧౧

స దర్భం సంస్తరా ద్గృహ్య బ్రహ్మాస్త్రేణ హ్యయోజయః,
స దీప్త ఇవ కాలాగ్ని ర్జ్వాలాఽభిముఖః ఖగం. ౧౨

క్షిప్తవాం స్త్వం ప్రదీప్తం హి దర్భం తం వాయసం ప్రతి,
తత స్తు వాయసం దీప్త స్స దర్భోఽనుజగామ హ. ౧౩

స పిత్రా చ పరిత్యక్త స్సురై శ్చ సమహర్షిభిః.
త్రీ న్లోకా న్సంపరిక్రమ్య త్రాతారం నాఽధిగచ్ఛతి. ౧౪

పున రేవాఽఽగత స్త్రస్త స్త్వత్సకాశ మరిందమ, ౧౪½

స తం నిపతితం భూమౌ శరణ్య శ్శరణాగతం.
వధార్హ మపి కాకుత్స్థ కృపయా పర్యపాలయః, ౧౫½

మోఘ మస్త్రం న శక్యం తు కర్తు మిత్యేవ రాఘవ.
భవాం స్తస్యాఽక్షి కాకస్య హినస్తి స్మ స దక్షిణం, ౧౬½

రామ త్వాం స నమస్కృత్య రాజ్ఞే దశరథాయ చ.
విసృష్ట స్తు తదా కాకః ప్రతిపేదే స్వ మాలయం, ౧౭½

ఏవ మస్త్రవిదాం శ్రేష్ఠ స్సత్త్వవాం చ్ఛీలవానపి.
కిమర్థ మస్త్రం రక్షస్సు న యోజయతి రాఘవః, ౧౮½

న నాగా నాఽపి గంధర్వా నాఽసురా న మరుద్గణాః.
న చ సర్వే రణే శక్తా రామం ప్రతిసమాసితుం, ౧౯½

---

(న నాగా ఇతి.) ప్రతిసమాసితుం ప్రతిముఖం స్థాతుం. ౧౧½–౧౯½

తస్య వీర్యవతః కశ్చి ద్యద్య_స్తి మయి సంభ్రమః.
క్షిప్రం సునిశితై ర్బాణై ర్హన్యతాం యుధి రావణః, ౨౦॥

భ్రాతు రాదేశ మాజ్ఞాయ లక్ష్మణో వా పరంతపః.
స కిమర్థం నరవరో న మాం రక్షతి రాఘవః, ౨౧॥

శక్తౌ తౌ పురుషవ్యాఘ్రౌ వాయ్వగ్నిసమతేజసౌ,
సురాణా మపి దుర్ధర్షౌ కిమర్థం మా ముపేక్షతః. ౨౨॥

మమైవ దుష్కృతం కించి న్మహ ద_స్తి న సంశయః.
సమర్థౌ సహితౌ య న్మాం నాఽవేక్షేతే పరంతపౌ, ౨౩॥

వైదేహ్యా వచనం శ్రుత్వా కరుణం సాశ్రు భాషితం.
పునర ప్యహ మార్యాం తా మిదం వచన మబ్రువం, ౨౪॥

త్వచ్ఛోకవిముఖో రామో దేవి సత్యేన తే శపే.
రామే దుఃఖాభిభూతే తు లక్ష్మణః పరితప్యతే, ౨౫॥

కథంచి ద్భవతీ దృష్టా న కాలః పరిశోచితుం.
అస్మి న్ముహూర్తే దుఃఖానా మంతం ద్రక్ష్యసి భామిని, ౨౬॥

తా వుభౌ నరశార్దూలౌ రాజపుత్రా వనిందితౌ.
త్వద్దర్శనకృతోత్సాహౌ లంకాం భస్మీకరిష్యతః, ౨౭॥

హత్వా చ సమరే రౌద్రం రావణం సహబాంధవం.
రాఘవ స్త్వాం వరారోహే స్వాం పురీం నయతే ధ్రువం, ౨౮॥

(త్వచ్ఛోకేతి.) త్వచ్ఛోకవిముఖః - త్వచ్ఛోకేన కార్యాంతరవిముఖః. ౨౦॥—౨౭॥

(హత్వేతి.) నయతే నేష్యతే, వర్తమానసామీప్యే వర్తమానవత్ ప్రయోగః. ౨౮॥

(హనుమతా సీతాకృతచూడామణిదానకథనం)

యత్తు రామో విజానీయా దభిజ్ఞాన మనిందితే.
ప్రీతిసంజననం తస్య ప్రదాతుం త్వ మిహాఽర్హసి, ౨౯॥

సాఽభివీక్ష్య దిశ స్సర్వా వేణ్యుద్గ్రథన ముత్తమం.
ముక్త్వా వస్త్రా ద్దదౌ మహ్యం మణి మేతం మహాబల, ౩౦॥

ప్రతిగృహ్య మణిం దివ్యం తవ హేతో రఘూద్వహ.
శిరసా తాం ప్రణమ్యాఽఽర్యా మహ మాగమనే త్వరే, ౩౧॥

గమనే చ కృతోత్సాహ మవేక్ష్య వరవర్ణినీ.
వివర్ధమానం చ హి మా మువాచ జనకాత్మజా, ౩౨॥

అశ్రుపూర్ణముఖీ దీనా బాష్పసందిగ్ధభాషిణీ.
మమోత్పతనసంభ్రాంతా శోకవేగసమాహతా, ౩౩॥

హనుమ౯ సింహసంకాశౌ వుభౌ తౌ రామలక్ష్మణౌ
సుగ్రీవం చ సహామాత్యం సర్వా౯ బ్రూయా హ్యనామయం. ౩౪॥

యథా చ స మహాబాహు ర్మాం తారయతి రాఘవః.
అస్మా ద్దుఃఖాంబుసంరోధా త్త్వం సమాధాతు మర్హసి. ౩౫॥

ఇమం చ తీవ్రం మమ శోకవేగం రక్షోభి రేభిః పరిభర్త్సనం చ,
బ్రూయా స్తు రామస్య గత స్సమీపం శివ శ్చ తేఽధ్వాస్తు హరిప్రవీర, ౩౬॥

(సాఽభివీక్ష్య దిశ ఇతి.) దిగవలోకనం రాక్షస్యో దృష్ట్వా రావణాయ వక్ష్యంతీతి భయేన. వేణ్యా ముద్గ్రథ్యత ఇతి వేణ్యుద్గ్రథనం, వేణీధార్య మిత్యర్థః. (ముక్త్వా వస్త్రా దితి.) వస్త్రాంచలేన

ఏత త్తవాఽఽర్యా నృపరాజసింహ సీతా వచః ప్రాహ విషాదపూర్వం.
ఏతచ్చ బుద్ధ్వా గదితం మయా త్వం శ్రద్ధత్స్వ సీతాం కుశలాం సమగ్రాం, ౩౭॥

ఇతి శ్రీమద్రామాయణే, సున్దరకాణ్డే, సప్తషష్టితమ స్సర్గః.

## అథ అష్టషష్టితమ స్సర్గః

అథాఽహ ముత్తరం దేవ్యా పున రుక్త స్ససంభ్రమః,
తవ స్నేహా న్నరవ్యాఘ్ర సౌహార్దా దనుమాన్య వై. ౧

ఏవం బహువిధం వాచ్యో రామో దాశరథి స్త్వయా,
యథా మా మాప్నుయా చ్ఛీఘ్రం హత్వా రావణ మాహవే. ౨

---

గ్రథితం మణిం ముక్త్వా. తతః దదా విత్యర్థః. అస్మి న్సర్గే సార్ధసప్తత్రింశచ్ఛ్లోకాః. ౩౦—౩౭॥

ఇతి శ్రీగోవిందరాజవిరచితే, శ్రీరామాయణభూషణే, శృంగారతిలకాఖ్యానే, సున్దరకాణ్డవ్యాఖ్యానే, సప్తషష్టితమ స్సర్గః.

## అథ అష్టషష్టితమ స్సర్గః

అథేత్యాది.) హే నరవ్యాఘ్ర, తవ స్నేహాత్, మయీతి శేషః సౌహార్దాత్ సుహృద్భావాత్, ఆప్తత్వా దితి యావత్. అనుమాన్య సంమాన్య. ఉత్తరం తతఃపరం, ఉత్తరం కార్యం వా. పున ర్దేవ్యాఽహ ముక్త ఇత్యన్వయః. ససంభ్రమః, గమనత్వరాన్విత ఇత్యర్థః. ౧—౨

(హనుమతా సితయా ప్రతినివర్తనానుజ్ఞాపననివేదనం)

యది వా మన్యసే వీర వసైకాఽహ మరిందమ,
కస్మింశ్చి త్సంవృతే దేశే విశ్రాంత శ్శ్వో గమిష్యసి. ౩

మమ చాఽప్యల్పభాగ్యాయా స్సాన్నిధ్యా త్తవ వీర్యవన్,
అస్య శోకవిపాకస్య ముహూర్తం స్యా ద్విమోక్షణం. ౪

గతే హి త్వయి విక్రాంతే పున రాగమనాయ వై,
* ప్రాణానా మపి సందేహో మమ స్యా న్నాఽత్ర సంశయః. ౫

తవాఽదర్శనజ శ్శోకో భూయో మాం పరితాపయేత్,
దుఃఖా ద్దుఃఖపరాభూతాం దుర్గతాం దుఃఖభాగినీం. ౬

అయం చ వీర సందేహ స్తిష్ఠతీవ మమాఽగ్రతః,
సుమహాం స్త్వత్సహాయేషు హర్యృక్షేషు హరీశ్వర. ౭

కథం ను ఖలు దుష్పారం తరిష్యంతి మహోదధిం,
తాని హర్యృక్షసైన్యాని తౌ వా నరవరాత్మజౌ ౮

త్రయాణా మేవ భూతానాం సాగరస్యాఽస్య లంఘనే,
శక్తి స్స్యా ద్వైనతేయస్య తవ వా మారుతస్య వా. ౯

---

(యది వేత్యాది) శోకవిపాకస్య, శోకవృద్ధే రిత్యర్థః. ౩—౯

---

* రామానుజీయం. 'ప్రాణానా మపి సందేహో మమ స్యా న్నాఽత్ర సంశయ' ఇత్యతః పరం 'తవాదర్శనజ శ్శోక' ఇతి శ్లోకః, అతః పరం, 'అయం చ వీర సందేహ' ఇతి శ్లోకః. కేషుచి త్కోశేష్వేతచ్ఛ్లోకద్వయం ప్రమాదా త్పతితం.

CPSIA information can be obtained
at www.ICGtesting.com
Printed in the USA
BVHW061446150722
642051BV00002B/15